திராவிடச் சான்று
எல்லிஸும் திராவிட மொழிகளும்

சென்னை வளர்ச்சி ஆராய்ச்சி நிறுவனம்
தமிழ் நூல் வரிசை

பொதுப் பதிப்பாசிரியர்: ஆ.இரா. வேங்கடாசலபதி

திராவிடச் சான்று: எல்லிஸும் திராவிட மொழிகளும்
— தாமஸ் ஆர். டிரவுட்மன்
(தமிழில்: இராம. சுந்தரம்)

ஒரு நகரமும் ஒரு கிராமமும்: கொங்குப் பகுதியில்
சமூக மாற்றங்கள்
— எஸ். நீலகண்டன்

ஆடம் ஸ்மித் முதல் கார்ல் மார்க்ஸ் வரை:
செவ்வியல் அரசியல் பொருளாதாரம்
— எஸ். நீலகண்டன்

நவசெவ்வியல் பொருளியல்
— எஸ். நீலகண்டன்

O

பிற

அவல நிலையில் தமிழக ஆறுகள்
— எஸ். ஜனகராஜன்

நீர் மேலாண்மை
— கி. சிவசுப்பிரமணியன்

தமிழகத்தில் நீர்ப்பாசனம்
— கி. சிவசுப்பிரமணியன்

இந்தியப் பொருளாதாரம்:
வரலாறு காட்டும் வழிகள்
— மால்கம் ஆதிசேசய்யா

பெருந்தொற்றும் பொருளாதாரக் கொள்கையும்
— பதிப்பாசிரியர்: ப.கு. பாபு

திராவிடச் சான்று
எல்லிஸும் திராவிட மொழிகளும்

தாமஸ் ஆர். டிரவுட்மன் (1940)

1856இல் கால்டுவெல் திராவிட மொழிகளின் ஒப்பிலக்கணத்தை எழுதி வெளியிடுவதற்கு நாற்பதாண்டுகளுக்கும் முன்பே 'திராவிட மொழிக் குடும்பம்' என்ற கருத்தாக்கத்தை முன்மொழிந்தவர் எல்லிஸ் என்பதை விரிவாக எடுத்துரைக்கும் நூல் இது. திருக்குறளை ஆங்கிலத்தில் மொழிபெயர்த்த முன்னோடி, திருவள்ளுவர் படம் பொறித்த நாணயங்களை வெளியிட்ட அரசு அதிகாரி என்ற அளவிலேயே பரவலாக அறியப்படும் எல்லிஸின் பரந்த மொழியியல் ஆய்வுச் சாதனைகளை இந்நூல் ஆழமாக ஆராய்கிறது. பிரிட்டிஷ் காலனிய ஆவணங்களில் புதைந்துகிடக்கும் செய்திகளைத் திரட்டியுள்ளதோடு, ஏறத்தாழ இரு நூற்றாண்டுகளாக எவருமே பார்த்திராத எல்லிஸின் கையெழுத்துப்படிகளையும் கண்டெடுத்து இந்நூலை எழுதியிருக்கிறார் பேராசிரியர் தாமஸ் டிரவுட்மன். கலிபோர்னியா பல்கலைக்கழகம் வெளியிட்டுள்ள நூலின் தமிழ் வடிவம் இது. 2007இல் வெளிவந்து நல்வரவேற்பைப் பெற்ற நூலின் திருத்தி, விரிவாக்கிய இரண்டாம் பதிப்பு இது.

'திராவிட உறவுமுறை' என்ற புகழ்பெற்ற நூலை எழுதிய தாமஸ் டிரவுட்மன் இலண்டன் பல்கலைக்கழகத்தில் ஏ.எல். பாஷம் மேற்பார்வையில் முனைவர் பட்டம் பெற்றவர். அமெரிக்காவிலுள்ள மிஷிகன் பல்கலைக்கழகத்தில் 1968 முதல் 2010 வரை மானிடவியல் மற்றும் வரலாற்றுப் பேராசிரியராகப் பணியாற்றிய டிரவுட்மன் இப்பொழுது அங்கே தகைசால் பேராசிரியராக விளங்குகிறார். இவருடைய முக்கிய நூல்கள்: *Dravidian Kinship (1981); Lewis Henry Morgan and the Invention of Kinship (1987); Aryans and British India (1997); ed., The Aryan Debate (2005); Elephants and Kings (2015). Comparative Studies in Society and History* என்ற ஆய்விதழுக்கு ஆசிரியராக இருந்தவர்.

இராம. சுந்தரம் (1938 – 2021)

இராம. சுந்தரம் மொழியியலில் முனைவர் பட்டம் பெற்றவர். அண்ணாமலைப் பல்கலைக்கழகம், தமிழ்ப் பல்கலைக்கழகம், போலந்து வார்சா பல்கலைக்கழகம் ஆகியவற்றில் பேராசிரியராகப் பணியாற்றியவர். எழுதிய நூல்கள்: 'சொல் புதிது சுவை புதிது' (1976); 'வையாபுரிப் பிள்ளை' (1993); 'பொருள் புதிது வளம் புதிது' (1994); 'தமிழக அறிவியல் வரலாறு' (2005).

யுனெஸ்கோவின் துணை இயக்குர் நாயகமாகவும், சென்னைப் பல்கலைக்கழகத்தின் துணைவேந்தராகவும் விளங்கிய முனைவர் மால்கம் ஆதிசேசய்யாவின் முயற்சியாலும் தொலைநோக்காலும் உருவானது எம். ஐ. டி. எஸ். 1971இல் நிறுவப்பட்ட எம். ஐ. டி. எஸ்., இந்திய அரசின் ஐ. சி. எஸ். எஸ். ஆர். அமைப்பின்கீழ் 1977இல் தேசிய நிறுவனமாக அடையாளம் காணப்பட்டுச் சீரமைக்கப்பட்டது. தமிழகத்தின் சமூக, பொருளாதாரப் பிரச்சினைகள் பற்றி ஆய்வு செய்வதற்கென ஓர் உயராய்வு அமைப்பு வேண்டுமென விழைந்த முனைவர் ஆதிசேசய்யா தம் உழைப்பையும் செல்வத்தையும் இதற்காக முழுமையாகக் கையளித்தார். வறுமை, நிலச் சீர்திருத்தம், சிறார் தொழிலாளர் நிலை, தொழில் துறை, நீர்வளம், பாசன மேலாண்மை, மக்கள் தொகையியல், எழுத்தறிவு, இடஒதுக்கீடு, உள்ளாட்சி, ஊரக ஆய்வுகள், சமூக-பண்பாட்டு வரலாறு, பாலினம், உலக வர்த்தகம் முதலானவை பற்றிய முன்னோடியான, சீரிய ஆய்வுகளை எம். ஐ. டி. எஸ். நிகழ்த்தியுள்ளது. எம். ஐ. டி. எஸ். சென்னைப் பல்கலைக்கழகத்தின் அங்கீகாரம் பெற்ற பிஎச். டி. ஆய்வு மையமாகும்.

சென்னை வளர்ச்சி ஆராய்ச்சி நிறுவனம்
Madras Institute of Development Studies (MIDS)
79, காந்தி நகர் இரண்டாம் பிரதான சாலை
அடையாறு, சென்னை 600 020
தொலைபேசி: 24412589
மின்னஞ்சல்: pub@mids.ac.in
இணையம்: http://www.mids.ac.in

தாமஸ் ஆர். டிரவுட்மன்

திராவிடச் சான்று

எல்லிஸும் திராவிட மொழிகளும்

தமிழில்

இராம. சுந்தரம்

சென்னை வளர்ச்சி ஆராய்ச்சி நிறுவனம்

காலச்சுவடு பதிப்பகம்

இந்நூலிலுள்ள கருத்துகள் நூலாசிரியருடையவை.
சென்னை வளர்ச்சி ஆராய்ச்சி நிறுவனத்தின் கருத்துகள் அல்ல.

திராவிடச் சான்று ♦ ஆய்வு நூல் ♦ ஆசிரியர்: தாமஸ் ஆர். டிரவுட்மன் ♦ தமிழில்: இராம. சுந்தரம் ♦ © தாமஸ் ஆர். டிரவுட்மன் ♦ முதல் பதிப்பு: மே 2007, திருத்தி விரிவாக்கிய இரண்டாம் பதிப்பு செப்டம்பர் 2021 ♦ வெளியீடு: சென்னை வளர்ச்சி ஆராய்ச்சி நிறுவனம், சென்னை 600020 மற்றும் காலச்சுவடு பப்ளிகேஷன்ஸ் (பி) லிட்., 669, கே.பி. சாலை, நாகர்கோவில் 629001

Dravidac chanTu ♦ Monograph on F.W. Ellis and Dravidian Languages ♦ Author: Thomas R. Trautmann ♦ Tamil translation of 'Languages and Nations: The Dravidian proof in Colonial Madras' ♦ Translated by Rm. Sundaram ♦ © Thomas R. Trautmann ♦ Language: Tamil ♦ First Edition: May 2007, Revised & Expanded Second Edition September 2021 ♦ Size: Demy 1 x 8 ♦ Paper: 18.6 kg maplitho ♦ Pages: 392

Published by Madras Institute of Development Studies, Adyar, Chennai 600020 and Kalachuvadu Publications Pvt. Ltd., 669 K.P. Road, Nagercoil 629001, India ♦ Phone: 91-4652-278525 ♦ e-mail: publications @kalachuvadu.com ♦ Printed at Mani Offset, Chennai 600077

ISBN: 978-81-89359-51-5

09/2021/S.No. 197, kcp 3121, 18.6 (2) urss

திலகாவுக்கும்
தியடோர் பாஸ்கரனுக்கும்

பொருளடக்கம்

	எல்லீசன் என்றோர் அறிஞன்	11
	தமிழ்ப் பதிப்புக்கான முன்னுரை	41
	முன்னுரை	45
1.	இலக்கணப் பட்டறையில் பேரெழுச்சி	51
2.	பாணினியும் தொல்காப்பியரும்	90
3.	எல்லிஸ்	110
4.	கல்லூரி	152
5.	திராவிடச் சான்று	189
6.	தொடரும் மரபு	230
7.	முடிவுரை	260
	பிற்சேர்க்கை 1: எல்லிஸின் திராவிடச் சான்று	283
	பிற்சேர்க்கை 2: கால்டுவெலும் அவர் வாழ்ந்த காலமும்	316
	சான்றுப் பட்டியல்	363

எல்லீசன் என்றோர் அறிஞன்

ஆ. இரா. வேங்கடாசலபதி

எல்லீசன் என்று தமிழ் ஒலி மரபுக்கேற்பத் தம்மை அழைத்துக்கொண்ட பிரான்சிஸ் ஒயிட் எல்லிஸ் *(Francis Whyte Ellis, 1777-1819)* என்ற அறிஞரின் பெயர் தமிழுலகம் பரவலாக அறிந்தது. திருக்குறளை ஆங்கிலத்தில் மொழிபெயர்த்த முன்னோடி என்ற அளவிலேயே அவர் பெயர் நிலை பெற்றுள்ளது. புறநானூறு, நாலடியார், சீவக சிந்தாமணி, பாரதம், பிரபுலிங்கலீலை முதலான நூல்களைக் கையாண்டு அவர் குறளுக்கு எழுதிய விளக்கவுரையினையும் தமிழுலகம் அறியும். சென்னை அரசாங்கத்தில் வருவாய் வாரியச் செயலாளர், நிலச்சுங்க அதிகாரி, சென்னை மாவட்ட ஆட்சியர் எனப் பல உயர் பதவிகளை வகித்ததால் எல்லிஸ் துரை என்றும் இவர் அறியப்படுவார். தம் பொறுப்பிலிருந்த அரசாங்கத் தங்கசாலையில் திருவள்ளுவரின் உருவம் பொறித்த இரண்டு வராகன் தங்க நாணயங்களை வார்த்த பெருமைக்குரியவர் எல்லிஸ் என்ற செய்தியைப் பேராசிரியர் ஐராவதம் மகாதேவன் கண்டுசொல்லியிருக்கிறார். தமிழக வரலாற்றில் ஆர்வமுடைய சிலர் 'மிராசு உரிமை' பற்றி எல்லிஸ் எழுதிய ஆய்வுரையினையும், மாடுகளைத் தாக்கும் அம்மை நோயைத் தடுப்பது

பற்றிப் புராண வடிவில் எழுதிய படைப்பையும் அறிந்திருப்பர். செய்யுள் இயற்றும் அளவுக்கு இவருக்குத் தமிழில் பயிற்சி உண்டு. நமசிவாயம் என்ற ஐந்தெழுத்து மந்திரம் பற்றி இவர் ஐந்து பாடல்கள் இயற்றியுள்ளதாக ரா.பி. சேதுப்பிள்ளை குறிப்பிட்டு ஒரு பாடலையும் மேற்கோள் காட்டியிருக்கிறார்.[1]

தமக்குத் தமிழ் பயிற்றுவித்த இராமச்சந்திர கவிராயர் மீது

செந்தமிழ்ச் செல்வனும் ஓராயிரம் தலைச்சேடனும் யாழ்
சுந்தரத்தோடு இசைவல்லோனும் யாவரும் தோத்திரம் செய்
கந்தனைச் சொல்லும் கவிராமசந்திரனைக் கண்டுவெட்கி
அந்தரம் வெற்புழி பாதாள லோகத் தடைந்தனரே

என்று இவர் பாடிய செய்யுள் தனிப்பாடல் திரட்டில் இடம்பெற்றுள்ளது.[2] (இராமச்சந்திர கவிராயரும் 'துரைத்தனங் கேளீர் துரை எல்லீசன்' என்றொரு பாடலை இவர்மீது பாடி அது செவிவழியாகப் பலகாலம் உலவிவந்துள்ளது.)

சென்னை நகரில் நிலவிய குடிநீர்த் தட்டுப்பாட்டினைப் போக்கப் பல கிணறுகளை வெட்டுவித்த எல்லிஸ் அவற்றில் பாடல் வடிவில் கல்வெட்டுகளைப் பதித்திருக்கிறார். இவற்றில் ஒன்று இராயப்பேட்டை பெரியபாளையத்தம்மன் கோயிலில் வெட்டப்பட்டது. இதன் கைப்பிடிச் சுவரில் எல்லிஸ் 1818ஆம் ஆண்டில் ஒரு நீண்ட கல்வெட்டைப் பதித்தார். (*கல்வெட்டின் முழுவடிவமும் மசிப்படியும் இம்முன்னுரையின் இறுதியில் வழங்கப்பட்டுள்ளன: இணைப்பு 1, 2*).

...சயங்கொண்ட தொண்டிய சாணுறு நாடெனும்
ஆழியி லிழைத்த வழகுறு மாமணி
குணகடன் முதலாக குடகட லளவு
நெடுநிலந் தாழ நிமிர்ந்திடு சென்னப்
பட்டணத் தெல்லீச னென்பவன் யானே
பண்டார காரிய பாரஞ் சுமக்கையிற்
புலவர்கள் பெருமான் மயிலையம் பதியான்
தெய்வப் புலமைத் திருவள் ளுவனார்
திருக்குற டன்னிற் றிருவுளம் பற்றிய
'இருபுலனும் வாய்ந்த மலையும் வருபுனலும்
வல்லரணு நாட்டிற் குறுப்பு'
என்பதின் பொருளை யென்னு ளாய்ந்து...

என்று அதில் ஒரு குறளைப் பொருத்தமான மேற்கோளாகக் கையாண்டிருக்கிறார். (இக்கல்வெட்டு இப்பொழுது தமிழ்நாடு தொல்லியல் துறையின் மதுரை திருமலை நாயக்கர் மகால் அருங்காட்சியகத்தில் உள்ளது.) இராமநாதபுரம் கிரைஸ்ட் சர்ச் தேவாலயத்தில் அமைந்த எல்லிஸ் கல்லறைக் கல்வெட்டில்

எல்லீச னென்னும் மியற்பெய ருடையோன்...

திருவள் ளுவப்பெயர்த் தெய்வஞ் செப்பி
யருள்குற ணூலு ளறப்பா லினுக்குத்
தங்குபல நூலுதா ரணங்க டலைப்பெய்
திங்கி லீசுதனி லிணங்கமொழி பெயர்த்தோன்...

என்று பொறிக்கப்பட்டுள்ளது. (தமிழிலும் ஆங்கிலத்திலுமாகச் சலவைக் கல்லில் அமைக்கப்பட்ட இக்கல்வெட்டு இப்பொழுது இராமநாதபுரம் அரண்மனையில் அமைந்துள்ள தமிழ்நாடு தொல்லியல் துறை அருங்காட்சியகத்தில் காட்சிக்கு உள்ளது.) (இணைப்பு 3, 4). ஆங்கிலக் கல்வெட்டும் அவருடைய பன்மொழிப் புலமையைப் பறைசாற்றுகிறது (இணைப்பு 5, 6).

~

எல்லிஸ் வெளியிட்ட வள்ளுவர் படம் தாங்கிய நாணயத்தை **1994**இல் முதலில் அடையாளங்கண்டு அதைப் பற்றி எழுதிய ஐராவதம் மகாதேவன் அதன் பின்னர் இலண்டனிலுள்ள பிரிட்டிஷ் அருங்காட்சியகத்தில் மேலும் இரண்டு நாணயங்களை இனங்கண்டு அவற்றின் படங்களை வரவழைத்துள்ளார். அவற்றை ஆராய்ந்து சில புதிய முடிவுகளை அவர் எட்டியுள்ளார். அவையாவன: கல்கத்தாவிலும் இலண்டனிலுமுள்ள நாணயங்கள் தனித்தனி வார்ப்புகளாகும். **1616**இல் கல்கத்தா வில்லியம் கோட்டை நிறுவப்பட்டதன் இரு நூறாண்டின் நினைவாக **1816**இல் இவை வார்க்கப்பட்டிருக்கலாம். (இதை முன்னிட்டு புத்தர் உருவம் பொறித்த அரையணா காசு கல்கத்தாவில் வெளியிடப்பட்டது. ஆனால் வள்ளுவ நாணயம் அன்றைய அதிகபட்ச செலவாணி நாணயமான இரட்டை வராகனாகும். ஒரு வராகன் மூன்றரை ரூபாய் மதிப்பைக் கொண்டது.) வள்ளுவரின் இடக்கை 'சின்முத்திரை' கொண்டது என்று முதலில் கருதிய பேராசிரியர் மகாதேவன், இடக்கையில் சின்முத்திரை அமைவதில்லை என்றும், அது ஏட்டுச்சுவடியை ஏந்தியிருக்கும் பாவனையே என்றும் இப்பொழுது கருதுகிறார். மேலும், வள்ளுவர் காலடியில் இருப்பது முன்பு கருதியது போல் சிக்குப்பலகையல்ல என்றும், அது தீர்த்த பாத்திரமாகும் என்றும் முடிவு செய்துள்ளார். (இதற்கு வந்தவாசியிலுள்ள சமணத் துறவிகளின் உதவியினையும் அவர் நாடியிருக்கிறார்.)

எல்லிஸ் கல்லறை கண்டுபிடிக்கப்பட்டதும் சுவையான கதையாகும். சென்னை மாகாணக் கல்லறைக் கல்வெட்டுகள் என்ற ஆங்கில நூலின் துணையோடு,[3] அதனை இராமநாதபுரம் தென்னிந்தியத் திருச்சபை தேவாலயத்தில் ஒரு பதினைந்தாண்டு களுக்கு முன்பு அடையாளங்கண்டவர் முனைவர் வெ. வேதாசலம்.

அப்பொழுது முழுக் கல்லறையும் கல்வெட்டோடு இருந்துள்ளது. ஆனால் சில ஆண்டுகளுக்குப் பின்னர் அங்குச் சென்றபொழுது கல்லறை காணப்படவில்லை. தேவாலயம் புதுப்பிக்கப்பட்ட பொழுது கல்லறை காணாமல் போயிருக்கிறது. கல்வெட்டு மட்டும் புரண்டு படிக்கல்லாய்விட்டது. அதனைக் கண்டுபிடித்து, தமிழ்நாடு தொல்லியல் துறையின் இராமநாதபுரம் அருங்காட்சியகத்தில் பாதுகாத்த பெருமை வெ. வேதாசலம் அவர்களுக்குரியது.

~

அயோத்திதாசப் பண்டிதரின் எழுத்துகள் அனைத்தும் அண்மையில் வெளிவந்துள்ள நிலையில் எல்லிஸ் பற்றிய தமிழுலகின் மதிப்பீடு குறித்து மேலும் சில பரிமாணங்கள் வெளிப்பட்டுள்ளன. பத்தொன்பதாம் நூற்றாண்டில் ஏற்பட்ட தமிழ் மறுமலர்ச்சிக்கு 'எலீஸ்' துரையே ஊற்றுக்கண் என்று முதன்முதலில் குறிப்பிடுபவர் அயோத்திதாசரே ஆவார். 'உலகோபகாரிகளாகும் சமண முனிவர்களின் புண்ணியவசத்தால் ஆங்கிலேயர் இவ்விடம் வந்து தோன்றி கனந்தங்கிய எலீசென்னும் துரைமகனால் தமிழ்ச் சங்கமொன்று ஏற்படுத்தி சிதலுண்டு கெட சமீபித்திருந்த ஓலைச்சுவடிகள் யாவையுங் தங்களிடங் கிடைத்தவரையில் அச்சிட்டு வெளிக்கொண்டு' வந்தார் என்றும் அவரைப் போற்றுகிறார்.[4]

இது மட்டுமல்லாமல் இப்பணியில் எல்லிஸுக்கு அயோத்திதாசரின் பாட்டனார் நேரிடையாகவும் உதவியிருக்கிறார் என்பது முக்கியமான செய்தியாகும். ஜார்ஜ் ஆரிங்டன் என்ற வெள்ளை அதிகாரியிடம் பரிசாரகராகப் (பட்லர்) பணியாற்றிய 'எனது பாட்டனார் . . . கந்தப்பனென்பவர் ஓலைப்பிரதியிலிருந்து திருக்குறளையும், நாலடி நாநூறையும் ஈஸ்ட் இன்டியா கம்பெனியார் காலத்தில் தமிழ்ச் சங்கங் கூட்டிவைத்த கனம் எலீஸ் துரையவர்களிடம் கொடுத்து அச்சுக்கு வெளிவந்திருக்கிறது' என்றும் குறிப்பிடுகின்றார்.[5] இதன் தொடர்பில் எல்லிஸ் நிறுவிய புனித ஜார்ஜ் கோட்டைக் கல்லூரியில் தமிழ்த் தலைமையாசிரியராகப் பணியாற்றிய முத்துசாமிப் பிள்ளையினையும் பண்டிதர் குறிப்பிடுகிறார்.[6]

ஆனால் இவ்வாறு வெளியான குறள் பதிப்பின் பாடங்கள் அயோத்திதாசருக்கு உவப்பளிக்கவில்லை.

> கனந்தங்கிய எலீஸ் துரையவர்கள் சங்கத்திலேயே முதலாவது அச்சிட்ட குறளில் 'அருங்கேடனென்ப தறிக' வென்பது பிழைப்பட்டுள்ளது கொண்டே உரையெழுதியோர்

காலத்தும் பிழைபட்டும் பொருள்கெட்டும் வழங்கி வருகின்றது. அதன் திருத்தமொழியை 'அருங்கலைச் செப்பா'லறிந்துக்கொள்ளலாம். வீடு பேறு 'அருங்கோடர் சங்கமணுகி யறவுரை கேட்டிருமாந்திருப்பதே வீடு'.[7]

எல்லிஸிடம் கொடுத்த குறள், நாலடியார் ஏட்டுப் பிரதிகள் அச்சில் வந்தபொழுது 'ஓலைப்பிரதிக்கு மாறுதலாக சாற்றுக்கவி களில் சிலது அதிகரித்தும் அறத்துப்பாலிலுள்ள சில செய்யுட் களைப் பொருட்பாலிற் சேர்த்தும், இச்செய்யுளில் ஆரியாரென்று வந்த மொழியைப் பூரியாரென்றும் மற்றும் செய்யுட்களை மாற்றியுள்ளதை கந்தப்பனவர்கள் ... எழுதி கேட்டபொழுது மறுமொழி கிடைக்காமல் போய்விட்டது என்பது விவேகிகளறிந்த விடயங்களேயாம்' என்றும் பண்டிதர் குறிப்பிடுகின்றார்.[8] அவர் குறிப்பிடும் குறள் பதிப்பு எதுவெனப் புலப்பட வில்லை. 1812இல் 'மரவெழுத்தால்' அச்சான குறளின் முதல் பதிப்புக்கும் எல்லிஸுக்கும் தொடர்பில்லை. வேறு மூலப்பதிப்புகளும் எல்லிஸ் நிறுவிய கல்லூரிவழி அவர் காலத்திலோ பிறகோ வந்ததாகவும் தெரியவில்லை. ஆயினும் பண்டிதர் குறிப்பிடும் செய்திகள் விரிவான ஆய்வை வேண்டி நிற்கின்றன.

எல்லிஸின் பணியைத் தமிழுக்கு வளம் சேர்ப்பதாக மட்டுமன்றிப் பறையர் வரலாற்றை மறுவாசிப்பு செய்வதாகவும் அயோத்திதாசர் முன்வைக்கிறார்.

> திராவிட பௌத்தர்களாம் மேன்மக்களை பறையர்கள் என்றும், தாழ்ந்த சாதியோர் என்றும் கூறிவந்த பெயர்கள் மகமதியர்கள் ஆளுகைவரையில் கேழ்வியில்லாமல் இருந்தது. கருணையும் விவேகமும் மிகுந்த பிரிட்டிஷ் ராஜாங்கம் வந்து தோன்றியபோது இவர்களைத் தாழ்த்தி வரும் விஷயங்கள் சிலது விசாரணைக்கு வந்ததுடன் எலீஸ் துரை அவர்களால் கணித சாஸ்திரிகளாகும் உள்ளவர்கள் நூற்களையும் வித்துவ சாஸ்திரிகளாகும் பாணர்கள் நூற்களையும் அச்சிட்டு வெளிக்குக் கொண்டு வந்துவிட்டார்.[9]

~

இத்தகைய பெருமை உடைய எல்லிஸ் தென்னிந்திய மொழி களையும் பிற இந்திய நாட்டு மொழிகளையும் ஆங்கிலேய நிர்வாக அதிகாரிகளுக்குப் பயிற்றுவிப்பதற்காகப் புனித ஜார்ஜ் கோட்டைக் கல்லூரியை 1812இல் நிறுவினார். 'சென்னைக் கல்விச் சங்கம்' என்று தமிழில் அறியப்பட்ட இக்கல்லூரியே

எல்லிஸின் மொழி ஆய்வுகளுக்குக் களமாக விளங்கியது. **1856**இல் கால்டுவெல் எழுதி வெளியிட்ட 'திராவிட மொழிகளின் ஒப்பிலக்கணம்' என்ற அரிய ஆய்வு நூலுக்கு நாற்பதாண்டுகளுக்கு முன்னரே, **1816**இல் 'திராவிட மொழிக் குடும்பம்' என்ற புலமைக் கருத்தாக்கத்தைக் கண்டுணர்ந்து உலகுக்கு வெளிப்படுத்தியவர் எல்லிஸ். பரவலாக அறியப்படாத இவ்வுண்மையை, நெடுங்கால விரிந்த ஆராய்ச்சியின் வழியாக, ஏராளமான புதிய செய்திகளோடு எடுத்துரைக்கும் நூல் இது. காலனிய ஆவணங்களில் புதைந்து கிடக்கும் செய்திகளைத் திரட்டியுள்ளதோடு, ஏறத்தாழ இருநூறாண்டுகளாக எவருமே பார்த்திராத எல்லிஸின் கையெழுத்துப்படிகளை இலண்டனிலும் ஆக்ஸ்போர்டிலும் எடின்பரோவிலும் புதையலெனக் கண்டெடுத்துப் பேராசிரியர் தாமஸ் டிரவுட்மன் இந்நூலை எழுதியுள்ளார். முற்றிலும் காணாமல் போய்விட்டதாகக் கருதப்பட்ட எல்லிஸ் எழுதிய தமிழ் யாப்பியல் பற்றிய ஆய்வுரைகளை இவர் கண்டெடுத்துள்ளது முக்கியமானதாகும். எல்லிஸின் அடியுத்தடங்களை இனங்கண்டு அவற்றை அடியொற்றி டிரவுட்மன் நிகழ்த்திய தேடல் ஒரு துப்பறியும் கதையைப் போல் சுவையும் விறுவிறுப்பும் கொண்டது.

பம்பாயிலிருந்து செயல்பட்டுவந்த கீழைத்தேயவியல் அறிஞரும், எல்லிஸின் நண்பருமான வில்லியம் எர்ஸ்கினின் கோப்புகளில் எல்லிஸின் கடிதம் இருப்பதாகத் துப்பறிந்த டிரவுட்மன் அக்கோப்புகளைத் தேடினார். எர்ஸ்கினின் மகன் பிரிட்டிஷ் நூலகம், பிரிட்டிஷ் அருங்காட்சியகம், ஸ்காட்லாந்தின் தேசிய நூலகம் ஆகியவற்றுக்கு அவற்றை வழங்கிவிட்டிருந்தார். அம்மூன்று ஆவணக்காப்பகங்களிலும் எர்ஸ்கினின் கோப்பு களைப் பார்வையிட்ட டிரவுட்மன், அவற்றில் எல்லிஸ் எழுதிய இருபத்திரண்டு நீண்ட கடிதங்கள் இருந்ததைக் கண்டார். இக்கடிதங்களில் தம்முடைய புலமை எழுத்தாக்கங்களின் முன்வரைவுகளை எல்லிஸ் பகிர்ந்துகொண்டிருந்தமை வெளிச்சத்துக்கு வந்தது.

உழும்போது தட்டுப்பட்ட புதையலைப் போல் மேலும் ஒரு ஆவணத் தொகுப்பும் டிரவுட்மன் பார்வைக்கு வந்தது. எல்லிஸின் நண்பரும், சென்னையில் தமிழ் பயின்று பின்பு தென்கிழக்காசியாவில் தம் புலமைத் தேடல்களைத் தொடர்ந்தவருமாகிய ஜான் லெய்டன் என்ற அறிஞரின் உயிலை நிறைவேற்றுபவராக வில்லியம் எர்ஸ்கின் செயல்பட்டிருந்தார். லெய்டனின் கோப்புகளிலும் எல்லிஸின் எழுத்துகள் இருக்கலாம் என்று தேடியதில் அவற்றிலும் சில ஆவணங்கள் கிடைத்தன.

அடுத்து, பிரிட்டிஷ் நூலகத்திலுள்ள மெக்கன்சி சேகரத்திலும் எல்லிஸின் எழுத்துகள் சிக்கின.

எல்லிஸின் மறைவுக்குப் பிறகு அவருடைய வெளிவராத எழுத்துகள் சிலவற்றை வெளியிட்ட வால்ட்டர் எலியட், தமிழ் யாப்பிலக்கணம் பற்றிய எல்லிஸ் எழுதிய விரிவான ஆய்வுரையின் கரட்டு வடிவங்கள் இரண்டினைத் தம் கோப்புகளில் பாதுகாத்து வைத்திருந்தார். அவற்றையும் டிரவுட்மன் இனங்கண்டார்.

சென்னைக் கல்விச் சங்கத்தில் வீசியெறியப்பட்டிருந்த காகிதக் குப்பையில் எல்லிஸின் சில அரிய எழுத்துகளை மீட்டெடுத்த எலியட், அவற்றை ஜி.யூ. போப்புக்குக் கொடுத்திருந்தார். எல்லிஸ் பற்றிப் போப் எழுதிய வாழ்க்கை வரலாற்றுக் குறிப்பில் இது பூடகமாகச் சுட்டப்பட்டிருந்தது. ஆக்ஸ்போர்டு பல்கலைக்கழகத்தின் போட்லியன் நூலகத்தில் இவற்றை டிரவுட்மன் தேடினார். மைய நூலகத்தின் நூற்பட்டியில் இவற்றைப் பற்றி எந்தக் குறிப்புமில்லை. அதன் ஆறு பிரிவு நூலகங்களில் தேடிய பின்னர், ஏழாவது பிரிவில் அவற்றைக் கண்டெடுத்தார். எல்லிஸ் அகாலமாக மறையாமலிருந்திருந்தால் அவர் எழுதி முடித்திருக்கக்கூடிய முழுமையான தமிழ்மொழி– இலக்கிய வரலாற்றின் கரட்டு வடிவம் இவற்றில் இருந்தது.

இவற்றைத் தவிரக் கிழக்கிந்தியக் கம்பெனியின் ஆவணக் களரியிலும் எல்லிஸின் அலுவல் சார்ந்த எழுத்துகள் பலவற்றை டிரவுட்மன் இனங்கண்டார். அந்தவகையில் துண்டு துக்காணியாக அறியப்பட்டிருந்த எழுத்துகள் போக, பேரளவிலான எல்லிஸ் எழுத்துகளைக் கண்டெடுத்து, எல்லிஸின் பங்களிப்பை விரிவாக ஆராய்வதற்கான பல வாயில்களை டிரவுட்மன் திறந்துவிட்டிருக்கிறார். இவற்றின் அடிப்படையில்தான் எல்லிஸின் புலமைசார் வாழ்க்கை வரலாற்றைத் தாமஸ் டிரவுட்மன் மீட்டுருவாக்கி வழங்கியிருக்கிறார்.

~

நாற்பது வயது நிறையும் முன்னர் நூல்களை எழுதி வெளியிடுவதில்லை என்ற உறுதி பூண்டிருந்த எல்லிஸ் நாற்பத்தோரு வயதில் திடுமென மறைந்த தீயூழை என்னென்பது! 'திராவிட உறவுமுறை' என்ற புகழ்வாய்ந்த நூலை எழுதிய டிரவுட்மன் திராவிடச் சான்று பற்றி எழுதி எல்லிஸிற்குப் புத்துயிரளித்திருக்கிறார் என்று சொல்வது மிகையாகாது.

அமெரிக்காவின் விஸ்கான்சின் மாநிலத்தில் பிறந்து வளர்ந்த டிரவுட்மனுக்கு இந்தியாவைப் பற்றிய அறிமுகமும் ஆர்வமும்

காந்தியின் மூலமாக ஏற்பட்டது. பெலாய்ட் கல்லூரியில் மானிடவியலைப் பயின்றபொழுது வெளியான ஏ.எல். பாஷம் எழுதிய *The Wonder that was India* என்ற புகழ்பெற்ற நூலின் அமெரிக்கப் பதிப்பைப் படித்ததால் இந்தியா பற்றிய ஆர்வம் அதிகமானது. (இந்நூலின் தமிழாக்கமான 'வியத்தகு இந்தியா' இலங்கை அரசால் வெளியிடப்பட்டது.) இளங்கலையின் மூன்றாமாண்டை அப்பொழுது புதிதாக எம்.என். ஸ்ரீநிவாஸ் உருவாக்கியிருந்த தில்லிப் பல்கலைக்கழகச் சமூகவியல் துறையில் கழித்தார். இளங்கலைப் பட்டம் பெற்றபின் இலண்டன் பல்கலைக்கழகக் கீழைத்தேய, ஆப்பிரிக்க ஆய்வுப் பள்ளியில் *(School of Oriental and African Studies - SOAS)* ஏ.எல். பாஷம் மேற்பார்வையில் அர்த்தசாஸ்திரம் பற்றிய ஆய்வை மேற்கொண்டு *1962*இல் முனைவர் பட்டம் பெற்றார். இக்காலப்பகுதியில் ரொமிலா தாப்பர் போன்ற இந்திய அறிஞர்களோடு நட்பு கொண்டார். பட்டம் பெற்ற காலத்தில் சில ஆண்டுகள் அதே நிறுவனத்தில் விரிவுரையாளராகப் பணிபுரிந்தார். அங்கே பணியாற்றிவந்த ஜான் மார் வழியாகத் தமிழை அறிமுகப்படுத்திக்கொண்டார். *1968* முதல் மிஷிகன் பல்கலைக்கழகத்தில் பணியாற்றிவரும் டிரவுட்மன் அங்கு வரலாறு மற்றும் மானிடவியல் பேராசிரியராக விளங்குகிறார். *Comparative Studies in Society and History* என்ற மதிப்பார்ந்த ஆய்விதழுக்கும் ஆசிரியராகத் திகழ்கிறார்.

ஆங்கிலத்தோடு சமஸ்கிருதமும் பிரெஞ்சும் பழுதறக் கற்ற டிரவுட்மனுக்குத் தமிழ், பாலி, இலத்தீன், ஜெர்மன் மொழிகளில் பயிற்சி உண்டு. மானிடவியல், வரலாறு, மொழியியல் ஆகிய துறைகளில் நுட்பமான புலமைமிக்க டிரவுட்மனின் நாற்பதாண்டு இடையறாத ஆய்வின் மூலமாக இந்தியப் பண்பாட்டைப் புரிந்து கொள்வதற்கு இன்றியமையாத நூல்கள் பல வெளிவந்துள்ளன (இணைப்பு *8*).

டிரவுட்மனின் முதல் நூல் அர்த்தசாஸ்திரம் பற்றியது. அர்த்தசாஸ்திரம் கௌடில்யர் என்ற தனியொருவரின் படைப்பு அன்று; சில நூற்றாண்டுக்கால இடைவெளியில் பலருடைய பங்களிப்பால் உருவான பனுவல் என்பதை மொழியியல், புள்ளியியல் பகுப்பாய்வின் மூலமாக டிரவுட்மன் நிறுவினார்.

*1981*இல் டிரவுட்மன் வெளியிட்ட 'திராவிட உறவுமுறை' *(Dravidian Kinship)* என்ற நூல் புலமையுலகில் அவருக்கு ஒரு தனியிடத்தைப் பெற்றுத் தந்தது. இந்நூலில் அவர் திராவிட உறவுமுறை என்பது ஒரு வரலாற்றுக் கட்டமைவு என்பதை நிறுவும்முகமாக வரலாற்று மொழியியல் அணுகுமுறையைக் கைக்கொண்டு வரலாற்றுமுறையில் மீட்டுருவாக்கம் செய்து

காட்டியுள்ளார். திராவிட உறவுமுறையின் சிறப்பியல்பான முறைமணத்தை *(cross-cousin marriage)* விரிவாக ஆராயும் டிரவுட்மன், முடியாட்சியைப் பேணிக்காப்பதில் அது ஆற்றிய பங்கைப் பல எடுத்துக்காட்டுகளுடன் விளக்குகிறார். உலக உறவுமுறைகளில் திராவிட உறவுமுறை ஒரு தொல்வடிவம் என்பதையும் நிறுவுகிறார். பண்டைக்கால ஆவணங்களையும் சமகால இனவரைவியல் தரவுகளையும் பயன்படுத்தி அவர் செய்துள்ள ஆய்வு மானிடவியல் உறவுமுறை ஆய்வுகளுக்கு மட்டுமல்லாமல் இந்தியவியல்/திராவிடவியல் ஆய்வுகளுக்கும் முக்கியப் பங்களிப்பாகும்.

திராவிட உறவுமுறை பற்றிய ஆய்வின்பொழுது பத்தொன்பதாம் நூற்றாண்டு அமெரிக்க மானிடவியலாளரான லூயிஸ் ஹென்ரி மார்கனின் உறவுமுறை பற்றிய ஆய்வின்மீது டிரவுட்மனின் கவனம் குவிந்தது. எங்கெல்சின் புகழ்பெற்ற 'குடும்பம், தனிச்சொத்து, அரசு ஆகியவற்றின் தோற்றம்' மார்கனின் 'பண்டைச் சமூகம்' என்ற நூலின் அடிப்படையிலேயே எழுதப்பட்டது என்பதை அறிவோம். மார்கன் பற்றியதொரு புலமை வாழ்க்கை வரலாறாகவே டிரவுட்மனின் *Lewis Henry Morgan and the Invention of Kinship* என்ற நூல் அமைந்துள்ளது. மொழியியலின் சொற்களஞ்சியம் சார்ந்த புரிதலையும், மானுடவியலின் பொருண்மை சார்ந்த புரிதலையும் வேறுபடுத்திக் காண்பதன் மூலம் திராவிட உறவுமுறையின் பெரும் இடப் பரவலை உறவுமுறைச் சொற்களின் வேறுபாட்டால் காணத் தவறுவதை மார்கனின் ஆய்வுகளைக் கொண்டே டிரவுட்மன் இனங்காண்கிறார். (மார்கன் பற்றிய ஆய்வார்வத்தின் இன்னொரு முகமாக, மார்கனின் நூலகத்திற்குச் சிறந்ததொரு அடைவையும் டிரவுட்மன் வெளியிட்டிருக்கிறார்.)

டிரவுட்மனின் அடுத்த இரண்டு ஆய்வு நூல்களும் திராவிடம், ஆரியம் என்ற இரு திணைகளை மையமாகக் கொண்டவை. இவற்றின் ஊற்றுக்கண்ணைப் பதினெட்டாம் நூற்றாண்டு ஐரோப்பியச் சிந்தனையில் இனங்காணும் டிரவுட்மன், அக்காலப் பகுதியில் மொழியும் தேசமும் இணையானவையாகப் புரிந்து கொள்ளப்பட்டதை விளக்குகிறார். விவிலியக் கருத்தியலின் பின்புலத்தில் மொழி, தேசம் ஆகியவற்றின் வரலாறுகள் குடிமரபின உறவுகளால் வரையறுக்கப்பட்டதையும், ஒன்றின் (தேசம்) வரலாற்றில் புலப்படாத பகுதிகளை மற்றொன்றின் (மொழி) வரலாற்றைக் கொண்டு நிரப்ப முற்பட்டதையும் காட்டுகிறார். இந்தப் புதிய புலமைக் கருவியின் மூலமாக 'மொழிக் குடும்பம்' என்ற கருத்தாக்கம் உருப்பெற்று, உலக மொழிகள் பல குடும்பங்களாக உறவு கொண்டுள்ளமை இனங்காணப்பட்டது.

இந்தோ – ஐரோப்பியம், மலேய – பாலினேசியம், திராவிடம் ஆகிய மொழிக் குடும்பங்கள் இந்தப் புலமைப் பின்புலத்தில்தாம் வரையறுக்கப்பட்டன என்பதோடு இவ்வரையறை உருவான இரு நூற்றாண்டுகளுக்குப் பிறகும் இவை ஏற்றுக்கொள்ளத் தக்கவையாக உள்ளது அதன் புலமை உண்மையைக் காட்டுகின்றது என டிரவுட்மன் நிறுவுகிறார்.

இந்தோ – ஐரோப்பிய மொழிக் குடும்பம் எவ்வாறு வரையறுக்கப்பட்டது என்பதை *Aryans and British India* என்ற நூலில் டிரவுட்மன் விரிவாக ஆராய்கிறார். பதினெட்டாம் நூற்றாண்டின் கடைப்பகுதியில் கல்கத்தாவில் நிறுவப்பட்ட ஆசியக் கழகம் *(Asiatic Society)* வழியாகக் கீழைத்தேயவியல் அறிஞர்கள் *(Orientalists)* இதில் முக்கியப் பங்காற்றினர். கிரேக்கம், இலத்தீன், பாரசீகம், சமஸ்கிருதம் ஆகிய மொழிகள் குடும்ப உறவுடையன என்பதை ஒப்பீட்டு மொழிநூல்வழி வில்லியம் ஜோன்ஸ் நிறுவினார். (மொழிக்கும் தேசத்திற்குமான உறவு வரையறுக்கப்பட்ட விதத்தில் 'ஆரிய இன மேன்மை' என்ற நச்சுப்போக்கும் துளிர்த்துக் கிளைத்தது. இது வேறு கதை. இதன் பின்புலத்தையும், இது தொடர்பான விவாதங்களையும் டிரவுட்மன் *The Aryan Debate* என்ற நூலில் பதிப்பித்துள்ளார்.) இந்தியாவைப் பற்றிய புதிய அறிவு உருவாவதற்கும் கட்டமைப்பதற்கும் இது அடிப்படையாக விளங்கியது. இந்தியாவைப் புரிந்துகொள்ள சமஸ்கிருதம் மையமானது என்ற கருத்தும் உருவானது. இந்திய மொழிகள் அனைத்தும் சமஸ்கிருத மொழியிலிருந்தே கிளைத்தவை என்றும் கல்கத்தா கீழைத்தேயவியலார் கருதினர்.

அடிப்படையிலேயே பிழையான இக்கருத்தாக்கத்தைச் சென்னையை மையமாகக்கொண்டிருந்த எல்லிஸ் தலைமையிலான அறிஞர்கள் புலமை ரீதியாக மறுத்தனர். இளநிலை ஆங்கிலேய அதிகாரிகள் தங்கள் நிர்வாகப் பணிகளை நிறைவேற்றுவதற்கு – தம் ஆளுகைக்குட்பட்ட மக்களை நிர்வகிப்பதற்கு – சுதேச மொழிப் பயிற்சி இன்றியமையாதது என்பதை உணர்ந்த காலனிய பிரிட்டிஷ் அரசு அப்பயிற்சியை வழங்க முன்வந்தது. கல்கத்தா வில்லியம் கோட்டைக் கல்லூரியை முன்மாதிரியாகக் கொண்டு சென்னையில் உருவாக்கப்பட்டதே புனித ஜார்ஜ் கோட்டைக் கல்லூரியாகும். தமிழ், தெலுங்கு, மலையாளம், கன்னடம், பாரசீகம், அரபு, இந்துஸ்தானி, மராட்டி ஆகிய மொழிகள் இங்குப் பயிற்றுவிக்கப்பட்டன. இதற்கென 'வாத்தியார்கள்' அல்லது 'முன்ஷிக்கள்' அமர்த்தப்பட்டனர். முத்துசாமிப் பிள்ளை, 'சென்னைக் கல்விச் சங்கத்துத் தலைமைப் புலமை நடாத்தும்' தாண்டவராய முதலியார், கொட்டையூர் சிவக்கொழுந்து தேசிகர் முதலான தமிழறிஞர்கள் இங்குப்

பணியாற்றினர். கல்லூரியில் பணியாற்றிய ஆசிரியர்கள் ஒன்றுக்கு மேற்பட்ட மொழிகளைக் கற்றறிந்திருந்தனர். தம் பணியின் பகுதியாக – மொழி பயிற்றுவிப்பதற்கென – புதிய இலக்கண நூல்களையும் அகராதிகளையும் உரைநடை நூல்களையும் இவர்கள் உருவாக்க வேண்டியிருந்தது. தாண்டவராய முதலியார் 'இலக்கண வினா விடை' எழுதினார்; பஞ்சதந்திரக் கதைகளை மொழிபெயர்த்தார். வீரமாமுனிவரின் செந்தமிழ் – கொடுந்தமிழ் இலக்கணங்களும் சதுரகராதியும் முதன்முறையாக அச்சேறின. ராட்லர் அகராதியும் உருவானது. இதனையொத்த பணிகள் பிற மொழிகளுக்கும் நடைபெற்றன. முக்கியமாகத் தெலுங்கு மொழியில் இலக்கணங்களும் அகராதிகளும் எழுதப்பட்டன. தமிழ்/இந்திய மற்றும் ஐரோப்பிய மொழி ஆய்வு மரபுகளின் சந்திப்பைக் கவனப்படுத்தும் டிரவுட்மன், எட்வர்டு சைதின் 'கீழைத்தேயவிய'த்தைச் செழுமைப்படுத்துகிறார்.

விரைவும் பரபரப்புமான இந்தக் களத்தில்தான் எல்லிஸின் 'திராவிட மொழிக் குடும்பம்' என்ற கருத்தாக்கம் நிறுவப்பட்டது. 1814இலேயே தெலுங்கைத் தமிழின் 'சகோதரி மொழி' (sister language) என்று எல்லிஸ் குறிப்பிட்டிருக்கிறார்.[10] வேறிடத்தில் தமிழ் பிற திராவிட மொழிகளின் பெற்றோர் (parent) என்று சுட்டியிருக்கிறார். 1816இல் காம்பெலின் தெலுங்கு இலக்கண நூலுக்கு முகப்பாக எழுதிய விரிவான ஆய்வுரையில் தெலுங்குக்கும் சமஸ்கிருதத்திற்கும் குடி உறவில்லை என்பதையும், தமிழ், தெலுங்கு, கன்னடம், மலையாளம், துளு முதலானவை திராவிட மொழிக் குடும்பம் என்றும், சொற்கள் அளவிலான கொள்வினையே சமஸ்கிருதத்துடன் உண்டு என்பதையும் எல்லிஸ் நிறுவிக்காட்டினார். இதைத்தான் டிரவுட்மன் 'திராவிடச் சான்று' என்று குறிப்பிடுகின்றார்.

எல்லிஸ் முன்மொழிந்த 'திராவிட மொழிக் குடும்பம்' என்ற இந்தக் கருத்தாக்கமே கால்டுவெல்லின் நூலில் முழு மலர்ச்சியும் புலமை விரிவும் கொள்கின்றது. எல்லிஸின் முன்னோடிப் பங்களிப்பைக் கால்டுவெல் குறைத்துக் காட்டுகிறார் என்பது முழு நிலவின் களங்கம் போன்றதாகும்.

எல்லிஸின் அகால திடீர் மறைவும், அவருடைய கையெழுத்துப்படிகளும் நூல்களும் சிதைந்தும் அழிந்தும் சிதறியும் போனதும் அவருடைய பங்களிப்பை அறிவதற்குத் தடையாகி விட்டன. எல்லிஸ் இறந்த பின் பல மாதங்களுக்கு அவருடைய அரிய நூல் தொகுப்புகள் 'அடுப்பெரிக்கவும் கோழி வறுக்கவும்' பயன்படுத்தப்பட்டதை நினைத்தால் இன்றும் நெஞ்சு பதைக்கிறது.

திராவிட மொழிக் குடும்பம் என்ற கருத்தாக்கம் புலமையுலக நிலைபேற்றோடு அரசியல் முக்கியத்துவமும் பெற்றுவிட்டது. திராவிட இயக்கத்தின் அறிவுலக வேர்கள் இதில் ஊன்றியுள்ளன. 'ஆரியம் போல் உலக வழக்கழிந்து ஒழியா'த் தமிழின் சீரிளமைத் திறத்தை வியந்து மனோன்மணீயத்திற்குத் தமிழ்த் தெய்வ வணக்கம் இயற்றிய பேராசிரியர் பெ. சுந்தரம் பிள்ளை, 'கன்னடமும் களி தெலுங்கும் கவின்மலையாளமும் துளுவும் உன் உதரத்து உதித்தெழுந்தே ஒன்று பல ஆயிடினும்' என்று எழுதுவதில் இப்புலமைக் கருத்தாக்கத்தின் அழகியல்/அரசியல் வெளிப்பாட்டைக் காணலாம்.

திராவிடம் இன்று புலமை உலகில் நிலைபேறடைந்து விட்டது. ஆயினும் திராவிட இயக்க அரசியலைக் கண்டு முகஞ்சுளிப்பவர்களுக்கு இன்றும் திராவிட ஒவ்வாமை உள்ளது. திராவிட மொழியியல் பள்ளி அரசுடைமையாவதற்குப் புதுச்சேரி மொழியியல் பண்பாட்டு நிறுவனமாகப் பெயர் மாற்றம் பெற வேண்டியிருந்தது. 'அண்ணா திராவிட முன்னேற்றக் கழகம்' என்ற பெயரில் தொடங்கப்பட்ட அரசியல் கட்சிக்குப் பின்னர் 'அனைத்திந்திய' என்ற முன்னொட்டு அமைந்தது. திராவிடப் பல்கலைக்கழகம் போன்ற நிறுவனங்களின் உருவாக்கம் இப்பின்னணியில் நல்ல அறிகுறியாகும்.

மொழியியல் சார்ந்து திராவிடம் என்ற கருத்தாக்கம் உலக அளவில் நிறுவப்பட்டுவிட்டாலும் சமூக அறிவியல் துறைகளில் இந்நிலை ஏற்பட்டுவிடவில்லை. தமிழ்ப் புலமை உலகில் க.கைலாசபதியும் அவரைக் கண்மூடி வழிபடும் சிலரும் திராவிடக் கருத்தியலையும் கால்டுவெல்லையும் பழித்துவந்துள்ளதைக் காண்கிறோம்.

'திராவிட மொழிகள்' என்ற கருத்தாக்கத்தின் வரலாறு மறுக்க முடியாத, இதுவரை யாரும் பார்த்தறியாத ஆவணங்களின் அடிப்படையில் இந்நூலில் எழுதப்பட்டுள்ளது. (ஆறாம் இயலில் இடம்பெற்றுள்ள தமிழ்ப் புலவர்கள் பற்றிய பகுதியைக் கமில் சுவலபில் நூல் அடிப்படையில் டிரவுட்மன் அமைத்துள்ளார். சுவலபில், மயிலை சீனி.வேங்கடசாமியின் 'பத்தொன்பதாம் நூற்றாண்டில் தமிழ் இலக்கியம்' நூலைத் தழுவி எழுதினார் என்பது மனங்கொள்ளத்தக்கது.) புலமை உலகம் போற்றும் பேராசிரியர் தாமஸ் டிரவுட்மன் அமைதியாகவும் நிதானமாகவும் புலமை நெறிகளிலிருந்து சிறிதும் வழுவாமலும், கோட்பாட்டுத் தெளிவு, விரிந்து பரந்த தரவுகள், மயக்கம் தராத மொழி,

பிறழாத வாதமுறை ஆகிய தன்மைகளுடனும் இந்நூலை வரைந்துள்ளார்.

~

ஆங்கில மூலநூல் கலிபோர்னியா பல்கலைக்கழக வெளியீடாக வெளிவரும் முன்னரே தமிழாக்கம் வெளியாக வேண்டும் என்ற என் விருப்பத்துக்கு இசைந்த பேராசிரியர் தாமஸ் டிரவுட்மன் அவர்களுக்கு முதற்கண் நன்றியுரியது. இதற்கெனத் தட்டச்சுப் படியாகவே இந்நூலை அவர் வழங்கிவிட்டார். காலத் தாழ்வாகத் தமிழாக்கம் வெளிவருவதற்கு முழுப் பொறுப்பும் என்னுடையது. இதற்காகத் தமிழன்பர்கள் பொறுத்துக்கொள்ள வேண்டும்.

இந்நூல் எளிதில் மொழிபெயர்க்கக்கூடியது அல்ல – முக்கியமாக முதல் இரண்டு இயல்கள். மொழியியல், மானிடவியல், வரலாறு முதலான துறைகளில் புரிதலும் பயிற்சியும் வேண்டும் பணி இது. மொழியியலில் ஆழங்கால்பட்டவரும், திராவிட மொழிக் குடும்பம் என்ற கருத்தாக்கத்தின் புலமை நியாயத்தைத் தொடர்ந்து வலியுறுத்தி வருபவருமான பேராசிரியர் இராம. சுந்தரம் இந்நூலை மொழிபெயர்த்துள்ளது மிகப் பொருத்தமானது.

இந்நூலுக்கென முதல் இரண்டு இயல்கள் சிறிது சுருக்கப் பட்டுள்ளன. பிற இயல்களில் சில மேற்கோள்கள் மட்டும் சுருக்கப் பட்டுள்ளன. கலிபோர்னியா பல்கலைக்கழக அச்சகம் வெளியிட்ட வடிவத்திற்குச் சற்று முந்திய வடிவம் மொழிபெயர்க்கப் பயன் படுத்தப்பட்டது. இதனால் விளைந்த சில வேறுபாடுகளை நுணுகிப் பார்ப்போர் அவதானிக்கலாம். சான்றுப்பட்டியல் முழுமையாக வழங்கப்பட்டுள்ளது. எல்லிசின் திராவிடச் சான்றுரை ஒளிநகலாக அப்படியே பிற்சேர்க்கையாக இணைக்கப்பட்டுள்ளது. ஆதாரக் குறிப்புகள் குறைக்கப்பட்டுள்ளதோடு அடிக்குறிப்புகளும் நீக்கப்பட்டுள்ளன. முழுச் செய்திகளை வேண்டும் ஆய்வாளர்கள் ஆங்கில மூலநூலை நாட வேண்டுகிறோம். தமிழ் வாசகர்களை மனங்கொண்டு செய்துள்ள இம்மாற்றங்களுக்குப் பேராசிரியர் டிரவுட்மனின் முழு ஒப்புதல் உண்டு.

தமிழ் நூலாக்கம் நெடுகவும் பேராசிரியர் டிரவுட்மன் அவர்களோடு தொடர்புகொண்டு வேண்டும் தெளிவுகளைப் பெற்றுக்கொண்டேன். மூலநூலோடு மொழியாக்கம் ஒப்புநோக்கி மேற்பார்க்கப்பட்டுள்ளது.

திருவள்ளுவர் காசு பற்றிய தம் கட்டுரைகளின் படிகளை வழங்கியதோடு, எல்லிஸ் பற்றிய மேலதிகத் தகவல்களையும் கொடுத்தவர் பேராசிரியர் ஐராவதம் மகாதேவன் அவர்கள்.

நூல் முகப்பை அணி செய்யும் எல்லிஸ் பொறித்த வள்ளுவர் நாணயங்களின் ஒளிப்படத்தையும் அவர் அன்புடன் வழங்கி யுள்ளார். இலண்டன் பிரிட்டிஷ் அருங்காட்சியகத்திலுள்ள இரண்டு நாணயங்களின் படங்கள் இப்பொழுதுதான் முதன் முறையாக அச்சேறுகின்றன. இவை தமிழரின் சொத்து எனக் கூறி அவற்றை வழங்கிய அவர், இந்நாணயங்கள் பற்றிய புதிய செய்திகளைத் தாம் கட்டுரையாக எழுதி வெளியிடு முன்பே பெருங்கண்ணோட்டத்தோடு கொடுத்துள்ளார் என்பதைப் பதிவு செய்தல் என் கடமை.

இராமநாதபுரத்திலுள்ள எல்லிஸ் கல்லறையின் ஆங்கிலக் கல்வெட்டை இனங்கண்டு, அதன் படத்தை எடுத்த முனைவர் வெ. வேதாசலம் அவர்கள் அதனையும் அதிலுள்ள வாசகங் களையும் தாமே வெளியிடும் முன்னர் இந்நூலில் அவற்றைப் பயன்படுத்திக்கொள்ளப் பெருந்தன்மையுடன் வழங்கியுள்ளார்.

எல்லிஸ் கல்வெட்டுத் தொடர்பான செய்திகளைப் பகிர்ந்து கொண்டவர்கள் முனைவர் சொ. சாந்தலிங்கம், திரு. ச. கிருஷ்ண மூர்த்தி ஆகியோர்.

அயோத்திதாசப் பண்டிதரின் எழுத்துகளில் எல்லிஸ் பற்றிய குறிப்புகளைக் கவனப்படுத்தியவர் முனைவர் ம. இராசேந்திரன் அவர்கள்.

முதல் இயலில் இடம்பெறும் விவிலியச் சொற்களுக்குத் தமிழ் வடிவங்களைத் தெரிவித்து உதவியவர்கள் பேராசிரியர் ம. இலெ. தங்கப்பா, திரு சு. தியடோர் பாஸ்கரன் ஆகியோர். திராவிட உறவுமுறை பற்றிய தம் அச்சிடப்படாத கட்டுரையைத் தந்து உதவியவர் முனைவர் பக்தவத்சல பாரதி.

நூல் உருவாக்கத்தின் கடைசிக் கட்டத்தில் பல உதவிகளைச் செய்து ஒத்துழைப்பு நல்கியவர் ரோஜா முத்தையா ஆராய்ச்சி நூலக இயக்குனர் திரு. க. சுந்தர்.

இவ்வாறே பல தெளிவுகளை வழங்கியவர் யேல் பல்கலைக் கழகப் பேராசிரியர் பார்ணி பேட் அவர்கள்.

இந்நூலின் மெய்ப்புகளைப் பார்த்து உதவியதோடு, தமிழ் நடை பற்றிக் கருத்துரைத்து, மொழியாக்கம் செம்மைபெற உதவியவர் பேராசிரியர் பா. மதிவாணன்.

இந்நூலை ஆர்வமுடன் வெளியிட முன்வந்தவர்கள் சென்னை வளர்ச்சி ஆராய்ச்சி நிறுவனத்தின் இயக்குநர்

பேராசிரியர் பத்மினி சுவாமிநாதன் அவர்களும் காலச்சுவடு பதிப்பகத்தின் திரு. கண்ணன் அவர்களும் ஆவர்.

இவர்கள் அனைவர்க்கும் தமிழுலகம் கடமைப்பட்டுள்ளது.

எல்லிஸின் பங்களிப்பை முன்வைத்து மிஷிகன் பல்கலைக் கழகத்தில் *11–13* மே *2007*இல் நடைபெறவுள்ள ஒரு கருத்தரங்கில் இந்நூல் வெளியிடப்படவுள்ளது பொருத்தமானது.

தமிழியல் ஆய்வுக் களத்தை விரிவாக்கும் பல அரிய சிறப்புகளை இந்நூல் கொண்டுள்ளது. பேராசிரியர் டிரவுட்மன் திறந்துகாட்டியுள்ள புதிய ஆய்வுத் தடங்களை அடியொற்றி மேலும் விரிவாக ஆராய இடமுண்டு. இப்பணியை மேற்கொள்வது தமிழியல் ஆய்வாளர்களின் கடமை.

சென்னை
23 மார்ச் 2007

~~

இரண்டாம் பதிப்புக்கான குறிப்பு

'திராவிடச் சான்று' நூலின் முதல் பதிப்பு *2007*இல் வெளிவந்தது. தமிழ் அறிவுச் சூழலில் பெருந்தாக்கத்தை ஏற்படுத்தக்கூடிய நூல் என்று எதிர்பார்த்தே தாமஸ் டிரவுட்மனின் நூலைத் தமிழில் வெளியிட முனைந்தேன். ஆனால் இந்நூலுக்குக் கிடைத்த வரவேற்பு எதிர்பார்த்ததற்கும் பல மடங்கு மேலானதாக அமைந்ததில் ஏற்பட்ட மகிழ்ச்சிக்கு அளவில்லை. வெளியான இரண்டோர் ஆண்டுகளிலேயே அச்சிட்ட ஆயிரத்தைந்நூறு படிகளும், நூலக ஆணை இல்லாமலேயே, விற்றுத் தீர்ந்தன. வெளியான மதிப்புரைகளுக்கும் எதிர்வினைகளுக்கும் கணக்கில்லை. தமிழன்பர்கள் பலருக்கும் இந்நூல் மெய்ம்மலி உவகை தந்தது. கடந்த பத்துப் பன்னிரண்டு ஆண்டுகளில் இதன் பிரதி வேண்டி மன்றாடியவர்கள் எண்ணற்றோர்.

ஆங்கில மூலநூல் வெளிவருவதற்கும் முன்னரே தமிழாக்கம் வெளியாக வேண்டும் என்ற விழைவு ஈடேறாமல் போனமைக்கு முதல் பதிப்பின் முன்னுரையில் மன்னிப்புக் கோரியிருந்தேன். பத்தாண்டுக்கும் மேலாக மறுபதிப்பு வெளிவராமல் போனமைக்கு இப்போது மன்னிப்புக் கேட்கிறேன். இருப்பினும் இந்நூல் ஏற்படுத்தியுள்ள புலமைத் தாக்கத்தைப்

மதிப்பிட இந்த இடைவெளி வாய்ப்புத் தருகிறது என அமைதி கொள்கிறேன்.

2006இல் முதல்நூல் வெளியான ஓராண்டில் (11–13 மே 2007) மிஷின் பல்கலைக்கழகத்தில் 'சென்னைக் கீழைத்தேயவியல் பள்ளி' என்ற பொருளில் இரு நாள் கருத்தரங்கை டிரவுட்மன் ஏற்பாடு செய்தார். (அதன் நிறைவில் 'திராவிடச் சான்று' நூல் வெளியீடு நிகழ்ந்ததை இங்குச் சுட்டுவது பொருத்தமானது.) எல்லிஸ் முன்னெடுத்த புலமை எடுகோள்கள் பத்தொன்பதாம் நூற்றாண்டின் முற்பகுதியில் ஒரு தனிப் புலமை மரபைத் தோற்றுவித்தன என்று துணிந்த டிரவுட்மன் அதற்கு *Madras School of Orientalism* எனப் பெயர் சூட்டி, அதன் தொடர்பில் ஆராய்ந்த புலமையாளர்களை ஒருங்கிணைத்து அக்கருத்தரங்கத்தை ஏற்பாடு செய்திருந்தார். அங்குக் கையளிக்கப்பட்ட கட்டுரைகள் *Madras School of Orientalism: Producing Knowledge in Colonial South India* (Oxford University Press, 2009) என்ற நூலாக வெளிவந்தது.

ஆக்ஸ்போர்டு பல்கலைக்கழக பாட்லியன் நூலகத்தில் ஜி.யூ. போப் சேகரிப்பிலுள்ள எல்லிஸ் கையெழுத்துப்படிகள் அச்சேற வேண்டும் என்ற டிரவுட்மனின் விழைவையும் தமிழன்பர்களின் எதிர்பார்ப்பையும் 'எல்லிசின் திருக்குறள் விளக்கக் கையெழுத்துப் பிரதி' (சீதைப் பதிப்பகம், சென்னை, 2009), 'எல்லீசரின் தமிழ் யாப்பிலக்கணம்' (காவ்யா, சென்னை, 2012) ஆகியவற்றின் மூலம் ப. மருதநாயகம் பெருமளவு நிறைவு செய்துள்ளார்.

எல்லிசுக்கு முன்பே திருக்குறளை ஆங்கிலத்தில் மொழிபெயர்த்த நத்தானியல் கிண்டர்ஸ்லியை மையமாக வைத்து 'அதிகாரமும் தமிழ்ப் புலமையும்' (க்ரியா, 2016) என்ற நூலையும் எல்லிசின் 'திராவிடம்' என்ற கருத்தாக்கம், அக்காலத் தமிழ்ப் பயிற்றுமுறைகள் முதலானவற்றை முன்வைத்து 'மொழியாகிய தமிழ்: காலனியம் நிகழ்த்திய உரையாடல்கள்' (க்ரியா, 2021) என்ற நூலையும் ந. கோவிந்தராஜன் எழுதியுள்ளார்.

'திராவிடச் சான்று' நூலால் உந்தாற்றல் பெற்றதை அறிந்தேற்று சிபி லெட்சுமன் என்ற மாணவர் ஜவகர்லால் நேரு பல்கலைக்கழகத்தின் வரலாற்றாய்வு மையத்தில் சென்னைக் கல்விச் சங்கம் பற்றித் தனி ஆய்வையே (*The College of Fort St. George. An Institutional History: Changing Ideas, Practices and the Question of 'Kalvi Sangam'*) தம் இளமுனைவர் பட்டத்திற்காகச் செய்து முடித்துள்ளதோடு, அதனை விரித்து டொராண்டோ

பல்கலைக்கழகத்தில் இப்பொழுது முனைவர் பட்ட ஆய்வு மேற்கொண்டுள்ளார்.

எல்லிஸ் பற்றிய புத்தாய்வு கால்டுவெல் பற்றிய புத்தார்வத்தைக் கிளர்த்தியுள்ளதையும் இங்குச் சுட்டலாம். திராவிட மொழிகளின் ஒப்பிலக்கண நூலின் மறக்கப்பெற்ற இரண்டாம் பதிப்பு (*1875*) மீண்டும் கவனத்தை ஈர்த்துள்ளது. கவிதாசரண் இதன் மறுபதிப்பை *2008*இல் வெளியிட்டதை அடுத்துப் புதிய விவாதங்கள் கிளம்பின. கால்டுவெலின் நூலைப் பா.ரா. சுப்பிரமணியன் முழுவதுமாகத் தமிழாக்கிமுடித்திருக்கிறார்; உலகத் தமிழ் ஆராய்ச்சி நிறுவன் வெளியீடாக அது விரைவில் வெளிவரும் என அறிய முடிகிறது.

'திராவிடச் சான்று' இவற்றுக்கெல்லாம் வினையூக்கியாக இருந்துள்ளது எனச் சொல்வதில் தவறில்லை.

~

இந்நூலின் இரண்டாம் பதிப்பின் வெளியீடு தாமதமானதற்கு இதன் நடையைச் செப்பம் செய்ய வேண்டும் என்று நான் கருதியதே காரணம். இதற்கான காலம் இப்பொழுதுதான் கனிந்தது. இதற்கிடையில் இதயநேர்வு ஏற்பட்டு உடல்நலங்குன்றியிருந்த இந்நூலின் மொழிபெயர்ப்பாளர் பேராசிரியர் இராம. சுந்தரம் அவர்கள் இந்த மறுபதிப்பைக் காணாமலேயே மார்ச் *2021*இல் காலமாகிவிட்டார்.

இந்நூலின் செம்மையாக்கத்தில் உதவிய பா. மதிவாணன், *1958*இல் 'தமிழ்ப்பொழில்' ஆய்விதழில் நீ. கந்தசாமிப் பிள்ளை எழுதிய 'கால்டுவெலும் அவர் வாழ்ந்த காலமும்' என்ற கட்டுரையை என் கவனத்திற்குக் கொண்டுவந்ததோடு, அது இந்நூலுக்குப் பிற்சேர்க்கையாக அமைவதன் பொருத்தத்தையும் உணர்த்தினார். விரிவான தகவல் திரட்டும் ஆழ்ந்த புலமையும் நடைச்சிறப்பும் சொல்லாக்கத் திறமும் உணர்ச்சிப்பாங்கும் மிளிரும் இக்கட்டுரை 'திராவிடச் சான்று'க்கு அணியாக ஒளிர்கின்றது என்பதில் இருவேறு கருத்துக்கு இடமில்லை. நீ. கந்தசாமிப் பிள்ளையின் 'பள்ளியகரப் பழங்கதை' என்ற பகடிப் பனுவலை இக்கால வாசகர்க்கு *1985*இலேயே நான் அறிமுகப்படுத்தியதை இவ்வேளையில் பெருமிதத்துடன் நினைவுகூர்கிறேன்.

நூலின் முதற்பதிப்புக்கு உதவிய அன்பர்களுக்கு என் நன்றியறிதலைப் புதுப்பித்துக்கொள்கிறேன்.

எல்லிஸ் கல்லறையின் ஆங்கிலக் கல்வெட்டினுடைய படத்தை முதல் பதிப்பில் வெளியிட உதவிய முனைவர் வே. வேதாசலம் இப்பதிப்பில் அதன் தமிழ்க் கல்வெட்டின் படத்தைக் கொடுத்துதவியிருக்கிறார்.

முதல் பதிப்பில் கிணற்றுக் கல்வெட்டுப் படம் சிறக்கவில்லை. புதிய படத்தை எடுத்துக்கொடுத்தவர் தமிழ்முதல்வன்; இதற்குரிய ஏந்துகளைச் செய்தவர் ஜெ. பாலசுப்பிரமணியம்.

இந்த மறுபதிப்பை வெளியிடுவதில் பேரார்வம் காட்டிய சென்னை வளர்ச்சி ஆராய்ச்சி நிறுவனத்தின் இயக்குநர் பேராசிரியர் ப.கு. பாபு அவர்களுக்குத் தனி நன்றி உரியது.

சென்னை
22-6-2021

சலபதி

~

இணைப்பு 1

சென்னைக் கிணற்றுக் கல்வெட்டு

பாரெலா நிழற்று பரியரிக் குடையோன்
வாரியுஞ் சிறுக வருபடைக் கடலோன்
ஆர்கட லதிர வார்த்திடுங் கப்பலோன்
மரக்கல வாழ்வின் மற்றொப் பிலாதோன்
தனிப்பெருங் கடற்குத் தானே நாயகன்
தீவுகள் பலவுந் திதிபெறப் புரப்போன்
தன்னடி நிழலிற் றங்குபல் லுயிர்க்குந்
தாயினு மினியன் தந்தையிற் சிறந்தோன்
நயநெறி நீங்கா நாட்டார் மொழிகேட்
டுயர்செங் கோலும் வழாமை யுள்ளோன்
மெய்மறை யொழுக்கம் வீடுறா தளிப்போன்
பிரிதன்னிய சுகோத்திய விபானிய மென்னு
மும்முடி தரித்து முடிவி லாத
திக்க னைத்துந் தனிச்சக்கர நடாத்தி
யொருவழிப் பட்ட வொருமை யாளன்
வீரசிங் காதனத்து வீற்றிருந் தருளிய
சோர்சென்னு மூன்றா மரசற்கு ட்ஷத்ம் ஆண்டில்
காலமுங் கருவியுங் கருமமுஞ் சூழ்ந்து
வென்றியொடு பொருள்புகழ் மென்மேற் பெற்ற
கும்பினி யார்கீழ்ப் பட்டகனம் பொருந்திய
யூ வெலயத் தென்பவ னாண்டவ னாக
சேர சோழ பாண்டி யாந்திரங்
கலிங்க துளுவ கன்னாட கேரளம்
பணிக்கொடு துரைத்தனம் பண்ணு நாளில்
சயங்கொண்ட தொண்டிய சாணுறு நாடெனும்
ஆழியி லிழைத்த வழகுறு மாமணி
குணகடன் முதலாக குடகட லளவு

நெடுநிலந் தாழ நிமிர்ந்திடு சென்னப்
பட்டணத் தெல்லீச னென்பவன் யானே
பண்டார காரிய பாரஞ் சுமக்கையிற்
புலவர்கள் பெருமான் மயிலையம் பதியான்
தெய்வப் புலமைத் திருவள் ளுவனார்
திருக்குற டன்னிற் றிருவுளம் பற்றிய
“இருபுனலும் வாய்ந்த மலையும் வருபுனலும்
வல்லரணு நாட்டிற் குறுப்பு”
என்பதின் பொருளை யென்னுளாய்ந்து
ஸ்வஸ்திஸ்ரீ சாலிவாகன சகாப்த ௵
௲௭௱௪௰ செல்லா நின்ற
இங்கிலிசு ௵௲௮௱௰௮ம் ஆண்டில்
பிரபவாதி௵க்கு மேற் செல்லா நின்ற
பஹுதான்ய௵த்தில் வார திதி
நக்ஷத்திர யோக கரணம் பார்த்து
சுப திநத்தி லிதனோ டிருபத்தேழு
துரவு கண்டு புண்யாஹவாசநம்
பண்ணுவித்தேன்.

_1818_

ச. கிருஷ்ணமூர்த்தி (ப–ர்),
திருக்குறள் பழைய உரை, 1993
அடிவரையறை செய்து இப்பாடலை வழங்கியுள்ளார்.

~

இணைப்பு 2
சென்னைக் கிணற்றுக் கல்வெட்டு

நன்றி: மதுரை திருமலை நாயக்கர்
மகாலிலிருந்து படம் எடுத்து உதவியவர்கள்
ஜெ. பாலசுப்பிரமணியம், தமிழ்முதல்வன்.

இணைப்பு *3*

எல்லிஸ் கல்லறை: தமிழ்க் கல்வெட்டு

மிக்கப் புகழ்மணந்து விரிந்து தழைத்து
திக்க னைத்தும் படர்ந்திடு மிங்கிலீசு
குலப்பூக் கொடிக்கொரு கொழுமல ரொப்போன்
கல்வி யறிவிலாக் காரிரு ளிரியச்
செல்வச் சங்க செழுங்கதிர் விரித்தருள்
எல்லீச னென்னும் மியற்பெய ருடையோன்
இத்தே யத்தி லியன்றபல சொற்களில்
முத்தமி ழாரிய முதற்பல கசடறக்
கற்றறிந்த வற்றுள் கலைபல வுணர்ந்தோன்
புத்தமிழ் தெனத்தமிழ்ப் பொழிதிரு வாக்கினன்
மநுமுத நூல்களில் வழக்குநெறி யனைத்தும்
இனமுறத் தொகுத்திங் கிலீசில் விரித்தோன்
திருவள் ளுவப்பெயர்த் தெய்வஞ் செப்பி
யருள்குற ளூலு ளறப்பா லினுக்குத்
தங்குபல நூலுதா ரணங்க டலைப்பெய்
திங்கி லீசுதனி லிணங்கமொழி பெயர்த்தோன்
இந்நிலக் குடிமையு மிறைமை யுமுணரத்
தொன்மை செய்கற் பொறிசொற் செப்பேடு
நன்னராய்ந் தவற்றையு நன்குமொழி பெயர்த்தோன்
புறைசய் வற்கடம் புக்கவோர் காலத்
தரசுபுரி சென்னையி லாங்காங் கிருபத்தேழ்
கூவல்க ளோடறக் குளமுந் தொட்டோன்
இனைய பெருங்குண முடையோன்
தென்றிசை யாத்திரைச் செல்வழி முகவையில்
சாலி வாகன சகமாயிரத் தெழுநூற்று
நாற்பத் தொன்றி னுக்குக் கிரிஸ்துவின்
ஆயிரத் தெண்ணூற்றுப் பத்தொன்பதா மாண்டில்

ஏய மார்ச்சி யொன்பதினிற் சடிதியில்
அந்தோ நிலமக ளழுதுதலை விரிக்க
அறமுதல் கடவு ளடிப்பெரு நிழல்பெற்
றுறுமிளைப் பாறி யுவகையுற் றனனே.

Revised List of Tombs of Europeans and Americans in the Madura District with Inscriptions Thereon. Madura: Printed at the Madura Collectorate Press, 1895.

Julian James Cotton, List of Inscriptions on Tombs or Monuments in Madras Possessing Historical or Archaeological Interest. Madras: Printed by the Superintendent, Government Press, 1905.

ச. கிருஷ்ணமூர்த்தி (ப–ர்), *திருக்குறள் பழைய உரை*, 1993 அடிவரையறை செய்து இப்பாடலை வழங்கியுள்ளார்.

~

இணைப்பு 4
எல்லிஸ் கல்லறை: தமிழ்க் கல்வெட்டு

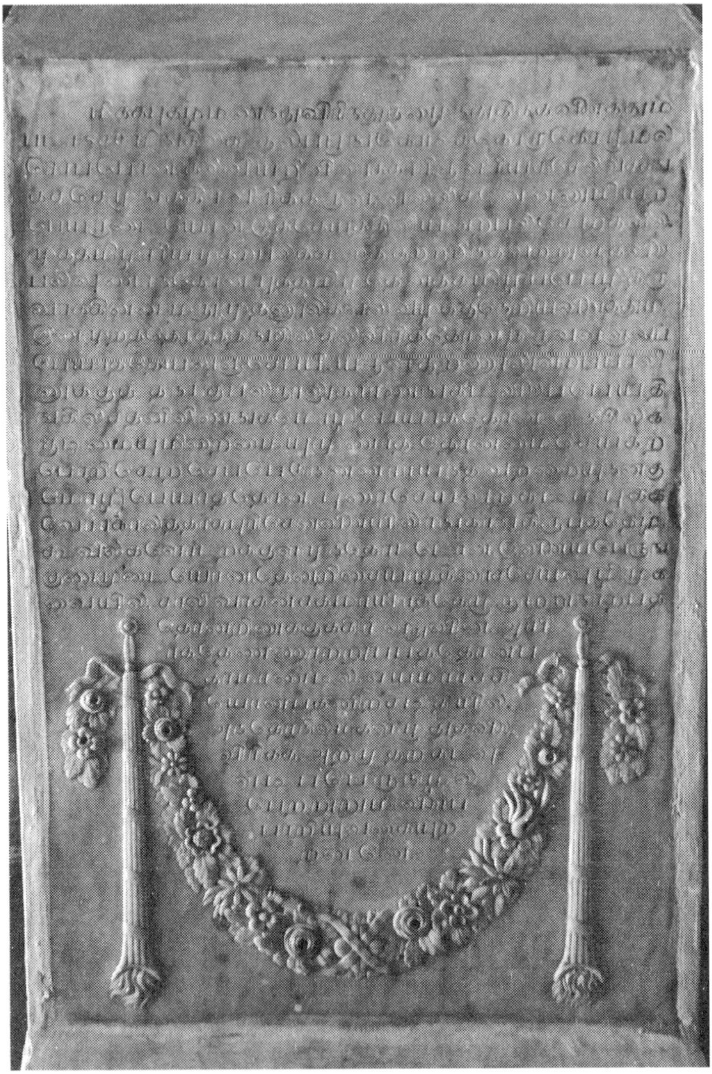

நன்றி: தமிழகத் தொல்லியல் துறை;
முனைவர் வெ. வேதாசலம்

இணைப்பு 5
எல்லிஸ் கல்லறை: ஆங்கிலக் கல்வெட்டு

SACRED TO THE MEMORY OF
FRANCIS WHYTE ELLIS ESQ[RE]
OF THE MADRAS CIVIL SERVICE
WHOSE VALUABLE LIFE WAS SUDDENLY TERMINATED
BY A FATAL ACCIDENT AT THIS PLACE
ON THE 9TH MARCH 1819
IN THE 41ST YEAR OF HIS AGE

UNITING ACTIVITY OF MIND WITH VERSATILITY OF GENIUS HE DISPLAYED THE SAME ARDOUR AND HAPPY SUFFICIENCY OF WHATEVER HIS VARIED TALENTS WERE EMPLOYED. CONVERSANT WITH THE HINDOO LANGUAGES & LITERATURE OF THE PENINSULA HE WAS LOVED & ESTEEMED BY THE NATIVES OF INDIA WITH WHOM HE ASSOCIATED INTIMATELY & HIS KIND & PLAYFUL DISPOSITION ENDEARED HIM TO HIS OWN COUNTRYMEN AMONG WHOM HE WAS DISTINGUISHED NO LESS BY HIS CAPACITY AS A PUBLIC SERVANT THAN BY A MIND FRAUGHT WITH INTELLIGENCE & INFORMATION AND ALIVE TO EVERY OBJECT OF INTEREST OR UTILITY. THE COLLEGE OF FORT ST GEORGE WHICH OWES ITS EXISTENCE TO HIM IS A LASTING MEMORIAL OF HIS REPUTATION AS AN ORIENTAL SCHOLAR AND THIS STONE HAS BEEN ERECTED AS A TRIBUTE OF THE AFFECTIONATE REGARD OF HIS EUROPEAN AND NATIVE FRIENDS.

Revised List of Tombs of Europeans and Americans in the Madura District with Inscriptions Thereon. Madura: Printed at the Madura Collectorate Press, 1895.

Julian James Cotton, List of Inscriptions on Tombs or Monuments in Madras Possessing Historical or Archaeological Interest. Madras: Printed by the Superintendent, Government Press, 1905.

~

இணைப்பு 6

எல்லிஸ் கல்லறை: ஆங்கிலக் கல்வெட்டு

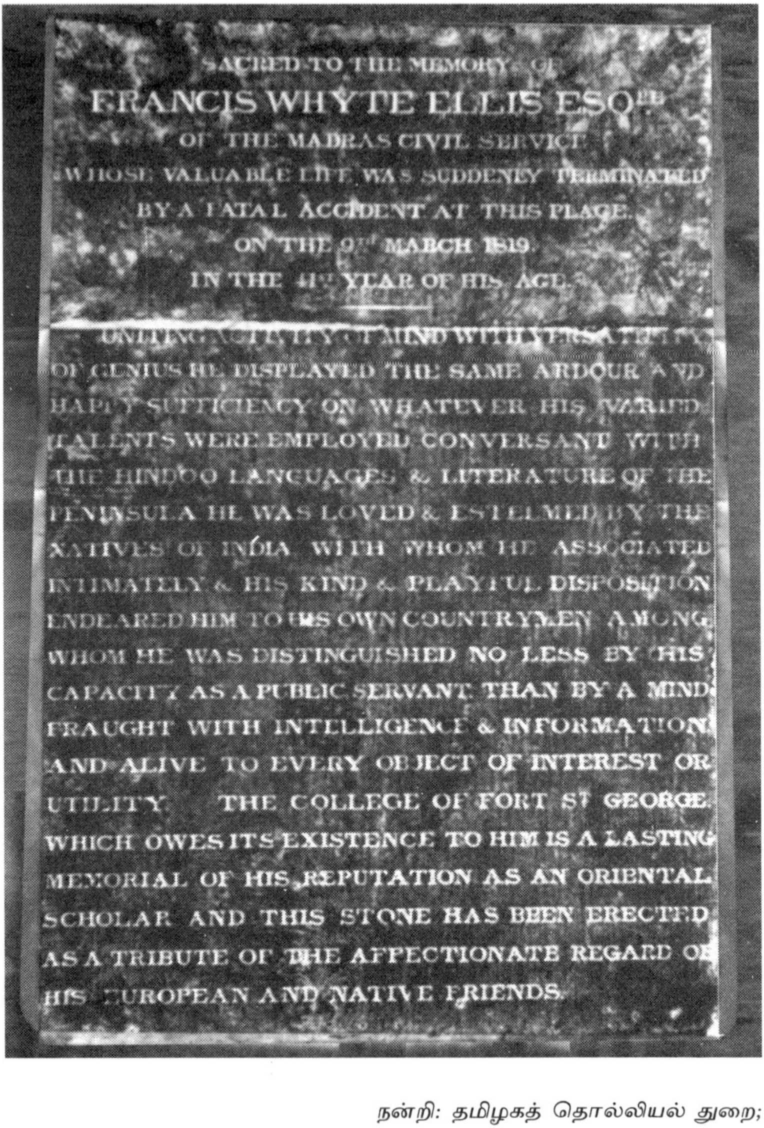

SACRED TO THE MEMORY OF
FRANCIS WHYTE ELLIS ESQRE
OF THE MADRAS CIVIL SERVICE
WHOSE VALUABLE LIFE WAS SUDDENLY TERMINATED
BY A FATAL ACCIDENT AT THIS PLACE
ON THE 9TH MARCH 1819
IN THE 41ST YEAR OF HIS AGE
UNITING ACTIVITY OF MIND WITH VERSATILITY
OF GENIUS HE DISPLAYED THE SAME ARDOUR AND
HAPPY SUFFICIENCY ON WHATEVER HIS VARIED
TALENTS WERE EMPLOYED CONVERSANT WITH
NATIVES OF INDIA WITH WHOM HE ASSOCIATED
ENDEARED HIM TO HIS OWN COUNTRYMEN AMONG
WHOM HE WAS DISTINGUISHED NO LESS BY HIS
CAPACITY AS A PUBLIC SERVANT THAN BY A MIND
AND ALIVE TO EVERY OBJECT OF INTEREST OR
UTILITY. THE COLLEGE OF FORT ST GEORGE
WHICH OWES ITS EXISTENCE TO HIM IS A LASTING
MEMORIAL OF HIS REPUTATION AS AN ORIENTAL
SCHOLAR AND THIS STONE HAS BEEN ERECTED
AS A TRIBUTE OF THE AFFECTIONATE REGARD OF
HIS EUROPEAN AND NATIVE FRIENDS.

நன்றி: தமிழகத் தொல்லியல் துறை;
முனைவர் வெ. வேதாசலம்

~

இணைப்பு 7
எல்லிஸ் வெளியிட்ட திருவள்ளுவர் காசு

நன்றி: ஐராவதம் மகாதேவன்

இணைப்பு 8
டிரவுட்மன் நூல்கள்

Books

2015   *Elephants and kings: an environmental history.* Chicago: University of Chicago Press & Ranikhet: Permanent Black.

2009   *The clash of chronologies : ancient India in the modern world.* New Delhi: Yoda Press.

2006   *Languages and nations: the Dravidian proof in colonial Madras.* Berkeley, Los Angeles, London: University of California Press. Indian edition, New Delhi: Yoda Press.

1997   *Aryans and British India.* Berkeley, Los Angeles, London: University of California Press. Indian edition, New Delhi: Vistaar Publications / Sage. Paperback reprint New Delhi: Yoda Press 2004.

1994   (with Karl Sanford Kabelac) *The library of Lewis Henry Morgan.* Philadelphia: American Philosophical Society.

1987   *Lewis Henry Morgan and the invention of kinship.* Berkeley and Los Angeles: University of California Press.

1981   *Dravidian kinship* (Cambridge studies in social anthropology). Cambridge: Cambridge University Press. Indian edition with new preface, New Delhi: Vistaar Publications/Sage, 1995.

1971   *Kautilya and the Arthasastra, a statistical investigation of the authorship and evolution of the text.* Leiden: E.J. Brill.

Edited Volumes

2012   (with) Whiteley, Peter M. (2012). *Crow-Omaha : new light on a classic problem of kinship analysis.* Tucson: University of Arizona Press.

2005   *The Aryan Debate.* New Delhi: Oxford University Press.

1998   (with Maurice Godelier and Franklin Tjon Sie Fat) *Transformations of kinship.* Washington, D.C.: Smithsonian Institution Press.

1995   (with Diane Owen Hughes) *Time: histories and ethnologies.* Ann Arbor: University of Michigan Press.

1974   *Kinship and history in south Asia* (Michigan papers on South and Southeast Asia, No. 7), Ann Arbor: Center for South and Southeast Asian Studies, The University of Michigan.

~

சான்றுக் குறிப்புகள்

1. ரா.பி. சேதுப் பிள்ளை, *கிறிஸ்தவத் தமிழ்த் தொண்டர்*, எஸ்.ஆர். சுப்பிரமணிய பிள்ளை, திருநெல்வேலி, 1957 (நான்காம் பதிப்பு), ப. 39.

2. நானறிந்தவரை இப்பாடலை முதலில் வெளியிட்டவர், Simon Casie Chitty, The Tamil Plutarch, 1859, II edition 1946 (AES reprint 1982), ப. 93.

3. *Revised List of Tombs of Europeans and Americans in the Madura District with Inscriptions Thereon.* Madura: Printed at the Madura Collectorate Press, 1895; Julian James Cotton, *List of Inscriptions on Tombs or Monuments in Madras Possessing Historical or Archaeological Interest.* Madras: Printed by the Superintendent, Government Press, 1905.

4. ஞான. அலாய்சியஸ் (ப-ர்), அயோத்திதாசர் சிந்தனைகள், II, நாட்டார் வழக்காற்றியல் மையம், திருநெல்வேலி, 1999, ப. 548.

5. அயோத்திதாசர் சிந்தனைகள், I, ப. 723.

6. அயோத்திதாசர் சிந்தனைகள், I, ப. 146.

7. அயோத்திதாசர் சிந்தனைகள், II, ப. 676.

8. அயோத்திதாசர் சிந்தனைகள், II, ப. 720.

9. அயோத்திதாசர் சிந்தனைகள், I, ப. 130.

10. Madras Public Consultations, 8 July 1814, p. 3697.

~

உசாத்துணை

ஆ.ந. கபாலமூர்த்திப் பிள்ளை, *ஸ்ரீ தாண்டவராய முதலியார் சரித்திரச் சுருக்கம்*, 1919.

ரா.பி. சேதுப்பிள்ளை, *கிருஸ்தவத் தமிழ்த் தொண்டர்*, எஸ்.ஆர். சுப்பிரமணிய பிள்ளை, திருநெல்வேலி, 1946.

மயிலை சீனி. வேங்கடசாமி, *பத்தொன்பதாம் நூற்றாண்டில் தமிழ் இலக்கியம்*, சென்னை, 1962.

ச. கிருஷ்ணமூர்த்தி (ப-ர்), *திருக்குறள் பழைய உரை*, சென்னை, 1993.

ஐராவதம் மகாதேவன், 'திருவள்ளுவரின் திருவுருவம் பொறித்த தங்கக்காசு,' *தமிழகத் தொல்லியல் சான்றுகள்*, 1994.

ஐராவதம் மகாதேவன், 'திருவள்ளுவரின் திருமேனி தாங்கிய தங்கக்காசு,' *தினமணி சுடர்*, 4 மார்ச் 1995.

ஞான. அலாய்சியஸ், *அயோத்திதாசர் சிந்தனைகள்*, 3 தொகுதிகள், பாளையங்கோட்டை, 1999-2003.

Iravatham Mahadevan, 'A unique gold coin with Thiruvalluvar's portrait,' in *Studies in South Indian Coins*, vol. 5, 1995.

~ ~

தமிழ்ப் பதிப்புக்கான முன்னுரை

இந்த நூலின் தமிழ் மொழிபெயர்ப்பை வெளியிடும் திட்டத்தை ஆ. இரா. வேங்கடாசலபதி முன்மொழிந்தபோது வியப்பும் பேருவகையும் அடைந்தேன். எனக்கு இரட்டிப்பு மகிழ்ச்சி. தமிழ் மொழி, இலக்கியத்தின்மீது காதலார்வம் கொண்டிருந்த எல்லிஸின் புலமை இன்று பெரிதும் மறக்கப்பட்டுவிட்டது; அதனை மீட்டு, தமிழ் வாசகர் களுக்குக் கையளிக்க வேண்டும் என்பது என் நெடுநாள் விருப்பம். இது முதல் காரணம். தென்னிந்தியாவில் இத்தலைமுறையின் முதன்மையான பண்பாட்டு வரலாற்றாசிரியர் இத்திட்டத்தை முன்வைத்தது இரண்டாம் காரணம். தம் முக்கியமான ஆய்வுப் பணிகளுக்குச் செலவிட்டிருக்கக்கூடிய நேரத்தை இம்மொழிபெயர்ப்பைத் திட்டமிட்டுச் சிறப்பாக நிறைவேற்றுவதற்காகச் செலவிட்டுள்ள சலபதிக்கு என் நன்றி உரியது.

பேராசிரியர் இராம. சுந்தரம் அவர்கள் என் நூலைச் செப்பமாக மொழிபெயர்த்துள்ளதாக அறிகிறேன். இது எளிய காரியமல்லவென்று எனக்குத் தெரியும். அவருக்கும் நூலை வெளியிடும் காலச்சுவடு பதிப்பகத்திற்கும் சென்னை வளர்ச்சி ஆராய்ச்சி நிறுவனத்திற்கும் என் நன்றி உரியது.

ஆங்கில மூலநூலில் நன்றியுரைத்திருந்த அனைவர்க்கும் என் நன்றியை மீண்டும் தெரிவித்துக் கொள்கிறேன். முக்கியமாகத் திலகா மற்றும் தியடோர் பாஸ்கரனுக்கு.

இந்நூலைப் படிக்கும் வாசகர்கள், சென்னைப் புனித ஜார்ஜ் கோட்டைக் கல்லூரியில் எல்லிஸும் அவருடைய இந்திய, ஆங்கிலேயப் புலமைக் குழாமும் ஆற்றிய சாதனைகளை அறிந்து போற்றுவார்கள் என நம்புகிறேன். இத்தொடர்பில் நான் செய்துள்ளதைவிட இன்னும் ஏராளமான, விரிவான ஆய்வுகளுக்கு இடமுண்டு. இப்பணியில் ஈடுபட இந்நூல் தமிழ் வாசகர்களைத் தூண்டுமென்றும் நம்புகிறேன். இந்நூல் முற்றுப்புள்ளி அல்ல, ஒரு தொடக்கம்; மற்றவர்களுக்கு ஒரு தூண்டுகோல்.

ஆன் ஆர்பர், மிஷிகன் தாமஸ் டிரவுட்மன்
25 மார்ச் 2006

திராவிடச் சான்று

முன்னுரை

நெடுங்காலமாக எழுதத் திட்டமிட்டிருந்த நூல் இது.

ஐரோப்பியச் சிந்தனையில் மொழியும் தேசமும் எவ்வாறு பிணைந்திருந்தன என்பதையும், மொழிகளுக்கிடையிலான வரலாற்று உறவு தேசங்களுக்கிடையிலான வரலாற்று உறவை எவ்வாறு சுட்டுகின்றன என்பதையும் (அதாவது மொழியியல் ஊடாக இனவியல்) சில ஆண்டுகளுக்கு முன்பு ஆராய முற்பட்டேன். பதினெட்டாம் நூற்றாண்டில் ஐரோப்பிய ஆதிக்கம் பரவலானபொழுது உலகம் முழுவதும் இந்தத் திட்டம் செயல்படுத்தப்பட்டது. இத்திட்டம் வளமான, ஆழமான மொழியாய்வு மரபை இந்தியாவில் எதிர்கொண்டது. இதன் வியத்தகு விளைவு, வில்லியம் ஜோன்ஸ் இனங் கண்ட ஐரோப்பிய, ஈரானிய மொழிகளுக்கும் சமஸ்கிருதத்துக்குமான வரலாற்று உறவாகும். இதனையே நாம் இந்தோ-ஐரோப்பிய மொழிக் குடும்பம் என்கிறோம். ஒப்பீட்டு மொழிநூலுக்கும் *(comparative philology)* இதுவே அடிப்படையாக, வரலாற்று மொழியியலுக்குக் கட்டளைக்கல்லாக அமைந்தது.

புதிய கோட்பாடுகளுக்கு வழிவகுத்த இந்த ஆய்வு முடிவு மொழியியல் வரலாறுகள் அனைத்திலும் கலந்தாயப்பட்டுள்ளன. செம்மையாகச் செய்யப்பட்ட இந்த ஆய்வுகளில் புதிதாகச் சொல்வதற்கு எதுவும் இல்லை. ஆனால் இரண்டு கூறுகள்

மொழியியல் வரலாற்றாய்வாளர்களிடம் வரலாற்றாசிரியர்கள் இதை விட்டுவிடக் கூடாது என்று என்னை எண்ணவைத்தன.

முதலாவதாக, பதினெட்டாம் நூற்றாண்டில் தொடங்கிய மொழி ஒப்பீட்டியலுக்கு ஓர் இனவியல் தன்மை இருந்தது. அதாவது மரக்கிளை அமைப்பில் மொழிகளின் வரலாற்றுமுறையிலான உறவை வரைவது, உண்மையில் தேசங்களின் வரலாற்றுமுறையிலான உறவைக் காட்டுவதற்காகவே ஆகும்; அதாவது தேசங்களின் மறந்துபோன வரலாற்று உறவை மீண்டும் கண்டெடுப்பதாகும். மொழியைத் தன்னிறைவு கொண்ட ஆய்வுப்பொருளாகக் கொள்ளும் மொழியியல் வரலாறு என்ற கதையாடல் இதன் முழுமையைக் கைப்பற்ற முடியாது.

இரண்டவதாக, இந்த மொழியியல் வரலாறுகளில் ஐரோப்பாவின் கோட்பாடுகளுக்கு இந்தியாவைத் தரவாக, இடுபொருளாகக் கையாளும் போக்கு வெளிப்படுகின்றது. ஆனால் உண்மையில், புதிதாக உருவான ஒப்பீட்டு மொழி நூலில் இந்திய மொழியியல் கோட்பாட்டின் பல கூறுகள் ஓசையின்றியும் ஓர்மையின்றியும் உள்வாங்கப்பட்டிருக்கின்றன. இந்திய, ஐரோப்பிய மொழி ஆய்வு மரபுகளின் இணைவே இந்தோ–ஐரோப்பிய மொழிக் குடும்பம் என்ற கருத்தாக்கம் உருவாகக் காரணமாயிருக்கலாம் எனத் தோன்றியது. எனவே இந்த இணைவை ஆராய வேண்டும் என்று எண்ணினேன். இந்தோ–ஐரோப்பிய, மலேய–பாலினேசிய, திராவிட மொழிக் குடும்பங்கள், ரோமானி மொழியின் இந்தியத் தோற்றுவாய் ஆகிய வியத்தகு மொழியியல் கண்டுபிடிப்புகள் எல்லாம் ஒரே காலகட்டத்தில், பிரிட்டிஷ் இந்தியாவில் செய்யப்பட்டது தற்செயலாக இருக்க முடியாது என்றும் தோன்றியது.

'மொழிகள் – தேசங்கள்' என்ற என் ஆய்வுத் திட்டத்தின் முதல் நூலான *Aryans and British India (1997)*, இந்தோ–ஐரோப்பிய மொழிக் குடும்பம் என்ற கருத்தாக்கத்தைக் கல்கத்தாவில் வில்லியம் ஜோன்ஸ் முன்வைத்ததை ஆராய்ந்தது. இந்நூலை எழுதும்பொழுது, 1816இல் சென்னை கலெக்டர் எல்லிஸ் எழுதிய திராவிட மொழிக் குடும்பம் பற்றிய சிறந்த கட்டுரையைக் கண்ணுற்றேன். வில்லியம் ஜோன்ஸ் எந்த அளவுக்குப் புகழ்பெற்றிருக்கிறாரோ, அந்த அளவுக்கு எல்லிஸ் அறியப்படாதவராக உள்ளார். எனவே அந்நூலில் எல்லிஸின் கண்டுபிடிப்பு பற்றிச் சில பக்கங்களை எழுதினேன். அந்த நூல் வெளியானபொழுது நான் சென்னையிலுள்ள தமிழ்நாடு ஆவணக்காப்பகத்தில் ஆய்வு செய்துகொண்டிருந்தேன். ஏற்கெனவே பிரிட்டிஷ் நூலகத்திலும் ஸ்காட்லாந்து தேசிய

நூலகத்திலும் வெளிவராத எல்லிஸ் படைப்புகளைக் கண்டுபிடித்திருந்தேன். அமெரிக்காவுக்குச் செல்லும் வழியில் மேலும் பல ஆதாரங்களை பிரிட்டிஷ் நூலகத்திலும் ஆக்ஸ்போர்டு பல்கலைக்கழக நூலகத்திலும் பார்வையிட்டேன். எல்லிஸின் திராவிட மொழிக் குடும்பம் என்ற – 'திராவிடச் சான்று' என நான் சுட்டும் – கோட்பாடு கருக்கொள்ளும் களமாக விளங்கிய சென்னை புனித ஜார்ஜ் கோட்டைக் கல்லூரியில் பணியாற்றிய இந்திய – ஆங்கிலேயப் புலவர்களின் ஊடாட்டம் பற்றி நூல் எழுதும் அளவுக்குப் போதுமான சான்றுகளைத் திரட்டிவிட்டேன். ஆனால் பல்கலைக்கழகத்தில் எனக்குப் பணிக்கப்பட்ட நிர்வாக வேலைகளின் காரணமாக நூல் எழுதும் திட்டம் ஐந்தாண்டுத் தள்ளிப்போனது. இருப்பினும் இதன் தொடர்பாகப் பல கட்டுரைகள் வரைந்தேன் (காண்க: சான்றுப் பட்டியல்). மிஷிகன் பல்கலைக்கழகம் மற்றும் பிற நிறுவனங்களின் உதவியுடன் இந்தியாவுக்கு வந்து மீண்டும் சில காலம் தமிழ்நாடு ஆவணக்காப்பகத்தில் ஆய்வு செய்தேன். மும்பையிலுள்ள ஆசியக் கழகத்திலும் சில நாள் செலவழித்தேன். சென்னைக்கு வருமுன் நூலின் முதல் வரைவை எழுதிவிட்டேனாயினும் மீண்டும் அதனைத் திருத்தினேன்.

இந்நூலும், முந்தைய நூலும் ஒரு ஜோடி எனலாம். ஆனால் இது முன்னதன் தொடர்ச்சி அல்ல; தன்னளவில் முழுமையுடையது. முதல் நூல் கல்கத்தா பற்றியதென்றால் இதைச் சென்னை நூல் எனலாம். ஒரே நிகழ்வுப்போக்கின் இருவேறு பார்வை; இருவேறு வெளிப்பாடு. புனித ஜார்ஜ் கோட்டைக் கல்லூரியின் தொடக்கம் (1812) முதல் எல்லிஸின் அகால மரணம்வரை (1819) இந்நூல் பேசுகிறது. இந்தக் குறுகிய காலப்பகுதியில் இந்திய – ஆங்கிலப் புலவர்களிடையே ஏற்பட்ட உரையாடல்களின் ஊடாகத் தனித்துவம்மிக்கதொரு கீழைத் தேயவியல் (Orientalism) பள்ளி தோன்றியதெனலாம். கல்கத்தா கீழைத்தேயவியலாரின் கருத்துகளிலிருந்து இது வேறுபட்டிருந்தது. இதனைச் சென்னைக் கீழைத்தேயவியல் பள்ளி (Madras School of Orientalism) என நான் அழைக்க விரும்புகிறேன்.

இப்பள்ளியின் பங்களிப்பு இந்நூலில் நான் காட்டியுள்ளதை விட மிகப் பரந்தது. மேலும் இப்பள்ளியில் ஒன்றோடொன்று தொடர்புடைய ஆனால் இருவேறு திட்டங்கள் செயல்பட்டுவந்தன. ஒன்று, புனித ஜார்ஜ் கோட்டைக் கல்லூரித் தலைமையாசிரியர்களும் எல்லிஸும் கைக்கொண்டது; மற்றொன்று புதிதாக வென்றெடுக்கப்பட்ட மைசூர் பகுதியில் காலின் மெக்கன்ஸியும் அவருடைய இந்திய உதவியாளர்களும் மேற்கொண்ட பரப்பாய்வு.

சென்னைப் பள்ளியின் முழு வரலாற்றையும் மீட்டெடுக்க ஒரு ஆய்வுக் குழுவே செயல்பட வேண்டியிருக்கும். இந்த நூலில், அப்பள்ளியின் மிகச் சிறப்பான, நீடித்த விளைவை உண்டாக்கிய 'திராவிடச் சான்று' பற்றியே பேசியுள்ளேன். பிறவற்றைப் பின்பு பார்க்கலாம்.

எல்லிஸின் திராவிடச் சான்று வெளியிடப்படுவதுவரையான காலனிய ஆவணங்கள், இந்திய மற்றும் ஆங்கிலேயப் புலவர் களிடையிலான ஊடாட்டம், இந்திய மொழி ஆய்வு மரபுக்கும் பிரிட்டிஷாரின் மொழிகள்—தேசங்கள் திட்டத்திற்குமான உரையாடல் ஆகியவற்றைக் காட்டுகின்றன. ஜோன்ஸின் இந்தோ—ஐரோப்பியக் கருத்தாக்கம் உருவானதைவிட, திராவிடச் சான்று உருவானவிதம் இவ்வாவணங்கள் மூலம் துலக்கமாகப் புலப்படுகின்றது. மேலும், திராவிடச் சான்று மிக முழுமையாக முன்வைக்கப்பட்டுள்ளதும் இத்தெளிவுக்குக் காரணமாகும். இந்திய—ஐரோப்பிய ஊடாட்டத்தையும், அதிகம் உணரப்படாத இந்திய மொழி ஆய்வு மரபையுமே இந்நூலில் தேடி, விளக்க முயன்றுள்ளேன்.

❍

இந்நூல் எழுதப் பலருக்கு நான் கடன்பட்டுள்ளேன். அக்கடனைப் பதிவுசெய்வதில் மகிழ்கிறேன். ராபின்ஸ் பர்லிங், நிக்கலஸ் டர்க்ஸ், ஜேம்ஸ் கிளிஃபர்டு ஆகியோர் கையெழுத்துப்படியைப் படித்து ஏராளமான கருத்துக்களைக் கூறி உதவினர். எப்பொழுதும் போலவே மாதவ தேஷ்பாண்டே தம் எல்லையற்ற சமஸ்கிருதப் புலமையின் பயனை எனக்கு வழங்கினார். தெலுங்கு தொடர்பான அரிய உதவியை வழங்கியவர்கள் வேல்செரு நாராயண ராவ், கே.வேங்கடேஸ்வரலு, லிஸா மிட்செல், ரமா மண்டேனா ஆகியோர். ரொமிலா தாப்பர், சுமதி ராமசாமி, கார்லா சினோபொலி, திலிப் மேனன், டேவிட் லொரென்ஸன், பிலிப் வாகொனர், எம்.எஸ்.எஸ். பாண்டியன், வி.கீதா, வீர்சந்த் தரம்செய் ஆகியோருடனான கலந்துரையாடலில் பல பயனுள்ள கருத்துகள் கிடைத்தன. நூலாக்கத்தின் கடைசிக் கட்டத்தில் ஆ.இரா. வேங்கடாசலபதி உற்ற அறிவுத் தோழராக விளங்கினார்.

தியடோர் பாஸ்கரனும் திலகா பாஸ்கரனும் என் சென்னை வருகைகளைப் பல்லாண்டுகளாகப் பயனுள்ளதாகவும் மகிழ்ச்சியானதாகவும் ஆக்கிவருகின்றனர். சென்னை வளர்ச்சி ஆராய்ச்சி நிறுவனத்தில் கட்டுரை அளிக்க வாய்ப்பளித்த வி.கே. நட்ராஜ் அவர்களுக்கும், தில்லிப் பல்கலைக்கழக வரலாற்றுத் துறையில் கட்டுரை அளிக்க வாய்ப்பளித்த திலிப் மேனனுக்கும் நன்றி. தமிழ்நாடு ஆவணக்காப்பகத்துக்கு

முதல்முறையாக வந்தபொழுது 'உணவு நேரக் கருத்தரங்குக'ளை பாலாஜி உட்லண்ட்ஸில் திலிப் மேனன் தொடங்கிவைத்தார். அடுத்த வருகையின்பொழுது அதனை நான் புதுப்பித்தேன். இவ்வேளைகளில் கலந்துரையாடிய திலிப், சுமதி ராமசாமி, டேவிட் ஆர்னால்டு, ரஹ்ஃலா அலுஜா, பவானி ராமன், செந்தில் பாபு, ஈஸ்வர், சீனிவாச ராவ் ஆகியோர்க்கு நன்றி. என் உணவு ஊட்டமாக இருக்க வேண்டும் என விரும்பிய சேகரை எப்படி மறக்க முடியும்? செந்தில் பாபுவும் பவானி ராமனும் ஏற்பாடு செய்த கருத்தரங்குக்கு வாய்ப்பளித்தவர்கள் புதுச்சேரி பிரெஞ்சு நிறுவனத்தின் ஃபிரான்ஸ்வா குரோ, எம். கண்ணன் ஆகியோர்.

பிரதீப் மஹிந்திரத்தா, பப்பு வேணுகோபால ராவ் ஆகியோர் நிறுவன உதவிகள் பல புரிந்தனர். மிஷிகன் பல்கலைக் கழகத்தில் என்னோடு பணியாற்றிய மறைந்த ஜான் டி'ஆர்ம்ஸ் அவர்களை இவ்வேளையில் நினைத்துக்கொள்கிறேன். மிஷிகன் பல்கலைக்கழக நூலகம் மற்றும் வில்லியம் எல். கிளமெண்ட்ஸ் நூலகம் (முக்கியமாக பிரையன் டன்னிங்கன்), பிரிட்டிஷ் நூலகம் (முக்கியமாகக் கீழைத்தேய, இந்தியா அலுவலகப் பிரிவு ஊழியர்கள்), ஆக்ஸ்போர்டு பாட்லியன் நூலகம், ஸ்காட்லாந்து தேசிய நூலகம் (முக்கியமாக அயன் மெக்ஐவர்), ரோஜா முத்தையா ஆராய்ச்சி நூலகம் (முக்கியமாக க. சுந்தர்), தமிழ்நாடு ஆவணக்காப்பகம், மும்பை ஆசியக் கழகம் ஆகியவற்றுக்கு என் நன்றி உரியது. மைத்ரி ஆங்—த்வின், சாராவோமாக், சுதீப்தா தோப்தர் ஆகிய ஆய்வு உதவியாளர்களுக்கும், தட்டச்சு செய்த ஜீனட் டியூபெலுக்கும் நன்றி.

கலிபோர்னியப் பல்கலைக்கழக அச்சகத்தின் ஸ்டான்லி ஹோல்விட்ஸ், காரோலின் பாண்ட் ஆகியோர்க்கும் நன்றி உரியது.

படங்களைப் படியெடுத்துத் தந்த மிஷிகன் பல்கலைக்கழகப் புகைப்படப் பிரிவுக்கும் நன்றி உரியது.

தாமஸ் டிரவுட்மன்

1
இலக்கணப் பட்டறையில் பேரெழுச்சி

பதினெட்டாம் நூற்றாண்டு ஐரோப்பியச் சிந்தனையில் மொழிகளும் தேசங்களும் ஒன்றுக் கொன்று தொடர்புடையனவாக, இணையானவை யாகப் புரிந்துகொள்ளப்பட்டன. அதாவது இவற்றின் வரலாறுகளைக் குடிவழி (genealogical) உறவுகள் வரையறுத்தன என்று கருதப்பட்டது. தேசங்களுக்கிடையிலான உறவின் வரலாற்றில் அறிய முடியாத பகுதிகளை மொழிகளுக்கிடை யிலான குடிவழி உறவின் மூலம் இட்டு நிரப்ப இயலும் எனவும் கருதப்பட்டது. உலக அளவிலான இனவியலுக்கு (ethnology) மொழி வரலாறு ஒரு புதுக் கருவியாகி, இன்றளவும் ஏற்றுக்கொள்ளப்படும் மொழிகளுக்கிடையிலான குடும்ப உறவைப் புதியதாகவும் இதுவரை அறியாத வகையிலும் உருவாக்கியது. இந்த இனவியல் திட்டத்துக்குத் தேவையான இடுபொருள்களை உருவாக்க அனைத்து உலகமொழிகளுக்கும் இலக்கணங்களையும் அகராதிகளையும் தயாரிக்கும் தேவையும் உண்டானது. இதனால் உண்டான இலக்கணப்பட்டறையின் பேரெழுச்சி இன்றும் தொடர்கின்றது.

இவ்வாறு புதிதாக இனங்காணப்பட்ட, இன்றளவும் ஏற்றுக்கொள்ளப்படும் மொழிக் குடும்பங்கள் பிரிட்டிஷ் இந்தியாவை மையங்கொண் டிருந்தன:

(அ) இந்தோ – ஐரோப்பிய மொழிக் குடும்பம்: இது மிகப் பரவலாக அறியப்பட்டது; பிற மொழிக் குடும்பங்களை வரையறுக்கும் வகைமாதிரியாகவும் கொள்ளப்பட்டது.

(ஆ) மலேய – பாலினேசிய மொழிக் குடும்பம்

(இ) ரோமானி மொழியின் இந்தோ–ஆரிய மூலம்

(ஈ) திராவிட மொழிக் குடும்பம்

இந்த நான்கனுள் திராவிட மொழிக் குடும்பம் பற்றிய ஆவணக் களஞ்சியமே மிக வளமானது. இதுவரை முறையாக ஆராயப்படாத சென்னை அரசாங்கத்தின் காலனிய ஆவணங் களில் இது புதைந்துள்ளது. திராவிட மொழிக் குடும்பத்தை நிறுவும் முதல் சான்றுரை 1816இல் சென்னையில் வெளிவந்தது. புனித ஜார்ஜ் கோட்டைக் கல்லூரியைச் சார்ந்த புலமையாளர் வட்டத்தில் இது உருப்பெற்றது. பிரிட்டிஷார் இந்தியாவிற்குக் கொண்டுவந்த மொழி – தேசம் என்ற ஆய்வுத் திட்டத்திற்கும் திராவிடச் சான்றுக்குமான உறவை இந்த நூல் ஆராயமுற்படுகிறது. மொழி–தேசம் பற்றிய ஆய்வில் பிரிட்டிஷ் இந்தியாவில் உருவான வியத்தகு பெருக்கம் இந்தியாவில் பண்டைக் காலந்தொட்டு நிகழ்ந்துவரும் வியப்புக்குரிய மொழி ஆய்வு மரபைச் சார்ந்திருந்தது என்பது இந்த நூலின் கருதுகோள். திராவிடச் சான்றின்வழி இந்த இரு மொழி ஆய்வு மரபுகளின் சந்திப்பைக் கூர்ந்து நோக்க இயலும்.

முதல் இரண்டு இயல்களும் முறையே ஐரோப்பிய, இந்திய மொழி ஆய்வு மரபுகளை விளக்குகின்றன. பிற இயல்கள் சென்னையை மையமாகக் கொண்ட திராவிடச் சான்றை விவாதிக்கின்றன.

இடஞ்சார் தொழில்நுட்பம்

நமது சிந்தனையின் தனியாற்றல் குறித்து மிகைபடப் பேச நினைக்கும் நமது மனப்போக்கு ஒரு பெருங்குறையாகும். காரணம், நாம் சமூக அறிவியல் துறையினரைப் போல ஒரு குழுவாகச் செயல்படுவதில்லை. வாழ்வியல் வல்லுநர் தங்கள் படைப்புக்காகத் தனிமையை நாடுகின்றனர். இதற்கு நல்லதொரு சான்று, மிகச் சிறப்பான முறையில் விவிலியத்தை இலத்தீனில் மொழிபெயர்த்த புனித ஜெரோம். இவருடைய இரண்டு படிமங்கள் உள்ளன. முதல் படிமத்தில் குகை ஒன்றில், தாளையும் மையையும் வைத்துக்கொண்டு, 'என் நூலை நான் முடித்தாக வேண்டும்' என்று நெஞ்சை அறைந்து கூறுவதுபோல் எனக்குத்

தோன்றுகிறார். இந்தப் படிமத்தின் மறுபுறம் மற்றொரு ஓவியம். பழக்கிய சிங்கம் காலடியில் அமர்ந்திருக்க, சாளரங்களில் கதிரொளி பாயத் தம் பணியில் ஈடுபட்டுப் புனித ஜெரோம் மகிழ்ச்சியுடன் தோற்றமளிக்கிறார். புலமைத் துன்பம் – இன்பம் என்ற இந்த இரண்டு எதிரெதிர் படிமங்களும் ஜெரோமின் எழுத்துப் பணிக்கு முந்திய/பிந்திய காலப் படிமங்களாக எனக்குத் தோன்றுகின்றன. இரண்டிலும் புலமையாளர்கள் தனிமையில்தான் இருக்கின்றனர்.

இவ்வாறு, தனிமைப்பட்டு நின்று எழுதும் வரலாற்றாசிரியர்களும் பிறரும் – என்னையும் சேர்த்துத்தான் – தங்கள் படைப்புக்களிலிருந்து பெறப்படும் நயத்தாலும் வளத்தாலும் கவரப்பட்டு, தங்கள் சிந்தனையின் தனியாற்றலில் மூழ்கிப் போவதும் உண்டு. இந்தத் தனிமனிதத் திறன் குறித்த அளவு கடந்த உற்சாகம் சமூக வரலாற்றுப் பார்வைகளைப் புறந்தள்ளி, தனிமனிதப் பார்வையிலேயே மையம் கொண்டுவிடுகிறது. ஒவ்வொரு தனிமனிதரின் புலமைத் திட்டமும் அவருக்கு முந்தைய பலரது நீண்ட நெடிய திட்டங்களையும் அவற்றின் கருத்தாக்கங்களையும் தன்னகத்தே கொண்டு செல்கிறது என்பதை உணரத் தனிமுயற்சி தேவை. இப்படி ஒரு பரந்த பார்வை நமக்கு வரும்போதுதான், பல நாடுகளில் பலரால் பல ஆண்டுகளாக மேற்கொள்ளப்பட்டுவரும் அறிவின் ஒரு சிறுதுகள்தான் நமது படைப்பு என்பதை உணர்வோம். இந்தப் பின்புலத்தில்தான் ஒரு தனிமனித முயற்சியின் சிறப்பும் தெரியவரும்.

இவ்வகையான நீண்டகாலத் திட்டத்துக்கு ஒரு நல்ல எடுத்துக்காட்டு விண்ணைப் பற்றிய ஆய்வாகும். சுமேரியர் காலம் தொடங்கி இன்றுவரை மட்டுமல்ல, மனித இனம் உள்ள காலம்வரை தொடரக்கூடிய ஒரு திட்டம் இது. பல நாட்டவர், பல காலமாக மேற்கொண்டுவரும் வானியல் ஆய்வுக்கான ஒன்றிணைந்த வரலாறு உண்டு.

இதுபோன்ற மற்றொரு திட்டம் வானியலின் மறுபுறமான புவியியல் பற்றியது. கடந்த கால நிகழ்வுகளைக் குறித்த ஒன்றிணைந்த கால வரையறை, இந்த நூலின் பொருளான தேசங்களும் மொழிகளும் பற்றிய வகைப்பாடு ஆகியவையும் இவ்வகைத் திட்டங்களைச் சார்ந்தவையே ஆகும். இவற்றை நாம் 'இடஞ்சார் திட்டங்கள்' என அழைக்கலாம். ஏனெனில், இவை அகண்ட இடவெளியில் குறிப்பிட்ட இடவெளிகளைச் சார்ந்து அமைவனவாகும். இந்த நீண்டகால இடஞ்சார் திட்டங்கள் ஒவ்வொன்றின் இடவெளியையும் கருத்தில் கொண்டு இதனை 'இடஞ்சார் தொழில்நுட்பம்' *(technology* of location) என அழைக்கலாம். விண்மீன் அட்டவணை (star chart) இதற்கொரு சான்றாகும். வானுறுப்புகளின் ஏற்ற இறக்கக் கோடுகளைக் கொண்டு வானைப் பிரித்து ஒவ்வொன்றின் இடவெளியையும் இது விளக்குகிறது. இந்த இடவெளியில் ஒவ்வொரு வானுறுப்பையும மணி, மணித்துளி, விநாடி என்ற முறையில் அளந்து பார்க்க முடியும். இந்தக் கால அலகுகள் மெசொபடோமியாவை மூலமாகக் கொண்டுள்ளன என்பது அவற்றின் அளவுமுறையால் தெளிவாகிறது. வானின் ஒரு சுற்று 360 டிகிரி உடையது (24 மணிக்கூறு); ஒரு மணியென்பது 60 மணித்துளி; ஒரு மணித்துளி 60 விநாடி. சுமேரியரின் அறுபதை மையப்படுத்திய எண் முறை இது. விண்ணில் ஒவ்வொரு விண்மீனின் இடமும் இணை எண்களால் உறுதி செய்யப்படுகிறது.

இடஞ்சார்ந்த திட்டமான இந்த விண்மீன் அட்டவணை அன்றுதொட்டு இன்றுவரை பயன்பாட்டில் உள்ளது. பல காலமாக, பல நாட்டவரும் தொடர்ந்து மேற்கொண்டு வரும் இந்தக் கூட்டுமுயற்சி இன்றும் நமக்குத் தேவையாக உள்ளது. பூமியைச் சுற்றியதே கோள் மண்டலம் என்ற தாலமியின் கருத்துக்கு மாறாகக் கதிரவனையே சூரிய மண்டலம் மையமாகக் கொண்டுள்ளது என்ற கோபர்நிக்கஸின் கோட்பாடுகூட விண்மீன் அட்டவணையில் மாற்றத்தை ஏற்படுத்திவிடவில்லை.

தொடக்கத்தில் இந்த அட்டவணை ஒரு புனைவே ஆயினும் பின்னர் மிகவும் பயனுள்ள ஒன்றாக மாறியது. அந்தப் புனைவு, மாபெரும் கோளத்தின் உள்பகுதி வான் என்றும், அதன் மேல்பகுதியில் விண்மீன்கள் தொங்குகின்றன என்றும் கூறியது. இந்தக் கற்பனை மண்டலம் பின்னர் இடஞ் சார்ந்த தொழில்நுட்பத்தால் உறுதிப்படுத்தப்பட்டு உறுப்புக்கள் வரையறுக்கப்பட்டன.

நிலவியல் குறித்த புனைவுகளும் சரியாக ஆராயப்பட்டு, அட்சரேகை, தீர்க்கரேகை என பூமி பிரிக்கப்பட்டு, அவற்றுக் கான உறவும் வரையறுக்கப்பட்டது. அதற்கு வானியல் அறிவு துணை செய்தது. சோதிடம் மண்ணையும் விண்ணையும் இணைக்கும் ஓர் இழையாக இருந்தது. சோதிட ஆர்வம் பெருஞ்செல்வாக்கு செலுத்தியபோதிலும் இந்த வானியல் பற்றிய இடஞ்சார் திட்டம் தன் போக்கில் சென்றது.

கி.பி. இரண்டாம் நூற்றாண்டில் தாலமி எழுதிய வானியல், சோதிடவியல், புவியியல் நூல்கள் பல்லாண்டுக் காலமாகக் கிறித்தவ மேற்கு, இசுலாமிய மத்திய கிழக்கு ஆகியவற்றுக்கு அப்பால் மத்திய ஆசியா, இந்தியா என எங்கும் பரவித் தாக்கத்தை ஏற்படுத்தின. வானியல், புவியியல் தொடர்பான

இடஞ்சார் திட்டங்களின் கோட்பாடுகளைக் கண்டறிந்தவர் தாலமி அல்லர் என்றாலும், மெசொபடோமியா, எகிப்து, கிரேக்கம் முதலிய நாடுகளில் வழக்கிலிருந்த இந்த அறிவியலை மேலைநாடுகளுக்குக் கொண்டு வந்தவர் அவரே என்பதும், அவரது எழுத்துக்கள் மூலமே இது எதிர்காலத்துக்குக் கொண்டு செல்லப்பட்டது என்பதும் குறிப்பிடத்தக்கவை. மரினஸ் *(Marinus)*, ஹிப்பார்க்கஸ் *(Hipparchus)*, பொசெடோனியஸ் *(Poseidonius)* எனப் பலரும் இவருக்கு முன்பே இத்துறைகளில் ஈடுபட்டிருப்பினும், அவர்கள் அதிகம் அறியப்படவில்லை. இந்த வானியல், புவியியல் ஆய்வுகளைத் தாலமியன் என அழைப்பதில் ஒருவித நியாயம் உண்டெனினும் இது அவரது கண்டுபிடிப்பன்று என்பதையும், இது பலரது பல்லாண்டுக்கால உழைப்பின் தொகுப்பேயாகும் என்பதையும் புரிந்துகொள்ள வேண்டும்.

வானிலுள்ள பொருள்களின் ஏற்றஇறக்கம், நிலத்தின் அட்சரேகை, தீர்க்கரேகை ஆகியவை பற்றிய தாலமியின் கருத்துக்கள் வளர்ந்துவந்த அறிவின் திரட்சி என ஏற்றுக் கொள்ளப்பட்டன. இந்த இடஞ்சார் முறைகள் வெறும் அளவுகோல்கள் அல்ல. மேலும்மேலும் இட்டு நிரப்பப்பட வேண்டியவை. வான், புவி சார்ந்த பொருள்களுக்கிடையேயான உறவுகள் குறித்த புதுப்புதுத் தெளிவுகளை வேண்டி நிற்பன. இடஞ்சார் தொழில்நுட்பத்தைக் கொண்டு மேலும் மேலும் முன்னெடுத்துச் செல்ல வேண்டிய திட்டம் இது.

இடஞ்சார் திட்டத்தின் உட்பொருளை விளக்கும் சட்டகம் இந்த இடஞ்சார் தொழில்நுட்பமாகும். தாலமியின் இடவெளிக் கொள்கை அன்றுதொட்டு இன்றுவரை தொடர்ந்துள்ளதாக ஒருவர் கருதலாம். ஆனால், அது சரியன்று. ஐரோப்பாவிலும் அரேபியாவிலும் தயாரித்த தேசவரைபடங்கள் பல தாலமியின் புவியியல் பனுவலைப் பின்பற்றியவை. ஆனால், இவை உண்மையில் தாலமியின் வரைபடமா அல்லது அவருக்குப் பிந்தியவையா என்கிற வினா எழுகிறது. பல பழங்கால வரைபடங்களும் மத்தியகால ஐரோப்பாவைச் சார்ந்த பல வரைபடங்களும் தாலமியின் கருத்துக்குட்படாத வகையில் தயாரிக்கப்பட்டிருக்கின்றன. சான்றாக, சமயப் பயணியரின் தேச வரைபடங்கள், நன்கு அறியப்பட்ட T-O தேசவரைபடங்கள் ஆகியவற்றைக் குறிப்பிடலாம். இவற்றுள் நிலவட்டம் (பூமி வட்டம்) T-O வடிவில் அமைந்த மூன்று கண்டங்களாகப் பிரிக்கப்பட்டுள்ளன. இவற்றில் ஆசியா மேல்புறத்திலும், ஐரோப்பா இடதுபுறத்திலும், ஆப்பிரிக்கா வலதுபுறத்திலும் இடம் பெறுகின்றன. நீண்டகாலமாக, குறிப்பாக மத்தியகாலத்தில்,

தாலமியின் இடவெளி அமைப்புப்படி தேசவரைபடங்கள் தயாரிக்கப்படவில்லை.

தாலமியின் தேசவரைபடத்திற்கு மாற்றாக வேறுபல அறிவியல் வரைபடங்களும் உருவாகி, தாலமியின் வரைபடத்தை ஓரங்கட்டின. அவற்றுள் குறிப்பிடத்தக்க ஒன்று போர்டோலான் (portolan) என அழைக்கப்படும், கடலோடிகளுக்கு உதவுகிற துறைமுகம் காட்டும், பதின்மூன்றாம் நூற்றாண்டு இத்தாலியின் வடகடலோரப் பகுதியிலும் கத்தலோனியாவிலும் (Catalonia) தயாரிக்கப்பட்ட கடல் அட்டவணைகளாகும். இந்த அட்டவணைகள் திசைகாட்டிகள் அல்லது காற்றுச் சுட்டிகளைக் கொண்டு மையப்பகுதியிலிருந்து வரும் ஆரக்கால்களைக் கொண்டிருந்தன. இவற்றிலுள்ள பல திசைகாட்டிகள் கோடுகளை ஒன்றிணைத்து உருவான நாற்பக்க வடிவங்கள், கடல் பயணத்துக்கு ஏற்ற சூழலைக் காட்டின. இம்மாதிரி பல வரைபடங்கள் தாலமியின் வரைபடத்துக்குப் போட்டியாக உருவானதெனத் தெரிகிறது. இந்தத் துறைமுகம் காட்டும் கடல் அட்டவணைகள் கடல் பயணத்தின்போது இன்றும் ஓரளவு பயன்படுத்தப்படுகின்றன; ஆனால், இவை தாலமியின் அட்சரேகை, தீர்க்கரேகைகளுடனேதாம் பயன்படுத்தப்படுகின்றன.

கடல் பயணம் வளர்ச்சி கண்டபோது கிடைத்த அறிவின் பயனாகத் தாலமியின் வரைபடத்திலும் இடஞ்சார் அட்டவணையிலும் உள்ள குறைகள் களையப்பட்டு, புதிய வரைபடங்களும் அட்டவணைகளும் உருவாக்கப்பட்டு அச்சிடப்பட்டன. ஐரோப்பிய மறுமலர்ச்சிக் காலத்தில் அச்சான உலக வரைபடத்திலிருந்து தொடங்கும் ஐரோப்பிய தேச வரைபட வரலாறு, தாலமியின் படைப்பு எவ்வாறு பயன்படுத்தப்பட்டது, திருத்தப்பட்டது என்பதைச் சுருக்கமாகக் கூறுகிறது. ஆயினும், இந்தப் புதிய இடவெளி வரைபடத்துக்குத் தாலமியின் படைப்பு ஆதாரமாக இருந்தது என்பதை மறுப்பதற்கில்லை. கோபர்நிக்கஸின் கோள் சுழற்சி முறை பற்றிய கருத்தாக்கம் தாலமியின் கருத்தாக்கத்தில் மாற்றத்தை ஏற்படுத்தியது போல இந்தப் புதிய வரைபடமும் மாற்றத்தை ஏற்படுத்தியது என்றாலும், அவற்றுக்கெல்லாம் தாலமியின் வரைபடத்துக்கான சட்டகம் பெரிதும் துணைபுரிந்தது எனலாம்.

நிலத்தின் மீதான அட்சரேகை, தீர்க்கரேகை பற்றியும் அவற்றைத் தம்முன் கொண்டுள்ள தேசவரைபடங்கள், உலகக் கோள வடிவங்கள் பற்றியும் நாம் பள்ளிப்பருவந்தொட்டே அறிவோம். வரலாற்று நிகழ்வுகளின் இடஞ்சார் தொழில்நுட்பம்

குறித்து ஒப்பிட்டுக்காண்பது குறைவாகவே உள்ளது என்றாலும், பண்டுதொட்டுப் பல நாடுகளில் எழுதப்பட்டு வந்த வரலாற்றின் காலகட்டங்களை ஒப்புநோக்கி அவற்றை அடிப்படையாகக் கொண்டு கிறித்தவக் காலக்கணிப்பாளர்கள் கிறித்துவுக்குப் பிந்திய முதல் நூற்றாண்டுகளின் தொடக்கத்தில் வரலாறு எழுதினர். கி.பி. நான்காம் நூற்றாண்டில் ஈஸெபியஸ் *(Eusebius)* ஒரு வரலாற்று அட்டவணையை உருவாக்கினார். இது அனைத்து நாட்டுக் காலக்கணிப்பு முறைகளையும் ஒருமைப்படுத்தி, கிறித்தவ வரலாறு எழுத ஒரு உந்துசக்தியாக அமைந்தது. இன்றுவரை உலக வரலாற்றுக் காலகட்ட நிர்ணயத்திற்கான ஒரு அடித்தளமாக இது திகழ்கிறது.

ஈஸெபியஸின் காலக்கணிப்பு நூல், கால உணர்வுடன் கூடிய இடஞ்சார் தொழில்நுட்பத்தின் வெளிப்பாடாக உள்ளது. உலக நாடுகளில் பண்டு நிகழ்ந்த பல வரலாற்று நிகழ்வு களைக் காலமுறைப்படி அடுத்தடுத்து வைத்து, அதன் மூலம் பல வரலாற்று நிகழ்வுகளை ஒரே காலப்புள்ளியில் அறிந்து கொள்ள இது உதவுகிறது. விவிலிய வரலாற்று நிகழ்ச்சிகளைக் கிரேக்க வரலாற்றுக் காலகட்டங்களோடு ஒன்றிணைத்துப் பார்க்கவும் உதவுகிறது. ரோம், எகிப்து முதலிய பிற நாடுகளின் வரலாறுகளையும் அறிந்துகொள்ளத் துணை செய்வதோடு உலகு தழுவிய ஒரு வரலாற்று நூல் எழுதவும் உதவுகிறது.

தாலமியின் அட்சரேகை, தீர்க்கரேகை பற்றிய கருத்து அறியப்பட்ட அளவுக்கு ஈஸெபியஸின் காலக்கணிப்பு அறியப்பட வில்லை. இன்றும்கூடப் பல வரலாற்று ஆசிரியர்கள் வரலாற்றின் நிகழ்வுகளுக்கான கால வரையறைக்கு மூலாதாரமாக உள்ளது இவரது படைப்புத்தான் என்பதை உணர்வதில்லை. கிரேக்க வரலாற்றைக் கூறும் மூலநூல்கள் பல இன்று இல்லை; இரண்டாம்நிலை நூல்கள் அல்லது மொழிபெயர்ப்புக்கள் வழியாகவே அதன் வரலாற்றை அறிய முடியும். இடஞ்சார் தொழில்நுட்ப அடிப்படையில் எழுதப்பட்ட உலக வரலாற்றின் கால வரையறைகளை அறிய மூலநூல்கள் இல்லாததால் கிரிகரி சின்செலஸ் *(Gregory Syncellus)* போன்ற பிற்கால கிரேக்கக் காலக்கணிப்பாளர்களின் படைப்புக்களை அல்லது கர்ஸ்ட் *(Josef Karst)* பதிப்பித்த சிரியாக் மொழிபெயர்ப்பையும், புனித ஜெரோமின் இலத்தீன் மொழிபெயர்ப்புக்களையும் சார்ந்தே பண்டைய மேலை ஐரோப்பிய வரலாற்றைத் தெரிந்துகொள்ள வேண்டியவர்களாக இருக்கிறோம். எனினும், ஈஸெபியஸின் காலக்கணிப்பு இன்றும் தொடர்கிறது என்பது சுட்டத்தக்கது. கிடைக்கும் சான்றுகளைக் கொண்டு காலத்துக்கேற்ப அதை

விரிவுபடுத்தலாம். இதை நாம் அறிந்தோ அறியாமலோ செய்துகொண்டுதானிருக்கிறோம்.

ஈஸெபியஸின் காலக்கணிப்புக் கோட்பாட்டின் சிறப்பான இயல்பையும், அதில் பொதிந்துள்ள உலக வரலாற்றின் சமகால நிகழ்வுகளையும் அழுத்திக் கூற வேண்டும். இந்த இடஞ்சார் தொழில்நுட்பம் இல்லாது, உலகு சார்ந்த சமகால வரலாற்று நிகழ்வுகளைப் பதிவு செய்ய வேறு அடிப்படை எதுவுமில்லை. கிறித்தவத்தின் உலகப் பரவல் அது பரவிய நாடுகளின் வரலாற்றை ஒன்றுபடுத்திப்பார்க்க வழிகாட்டியது.

இந்த இடஞ்சார் தொழில்நுட்பத்தின் மூன்றாவது பகுதிக்கு, மொழியும் தேசமும் தொடர்பான ஆய்வுக்கு, நாம் இப்போது வருவோம். அது தேசங்களின் மரக்கிளைப் படம் அல்லது மோசேயின் மனித இனவியல் (Mosaic ethnology; விவிலியத்தில் வரும் மோசேயோடு தொடர்புடையது) வரைபடமாகும்.

விவிலியத்தின் ஆதியாகமத்தில் ஆதாம் தொடங்கி நோவா வரை பத்து தந்தைவழித் தலைமுறையினர் அடுத்தடுத்து வருகின்றனர். சேம், காம், யாப்பேத் (Shem, Ham, Japhet) என்ற மூன்று மைந்தர்களுக்கு நோவா தந்தை. இதன் மூலம் தந்தைவழிக் குடும்பமரபு தோற்றம்பெறுகிறது. இவர்கள் பெயரால் தேசங்களும் பெயர் பெற்றன. ஹீப்ரு மக்களின் தந்தை ஏபேர் (Eber). கிரேக்கர்களின் தந்தை யாவான் (Javan) அதாவது, அயோனியர் (Ionians; பாரசீக மொழியில் யௌனா, சமஸ்கிருதத்தில் யவனா, தமிழில் யவனர்).

இந்தக் குடும்ப உறவு மரக்கிளைப்படம் உறவுமுறைகளை அடிப்படையாகக் கொண்டதாகும். அதுவும் தந்தைவழி உறவுமுறை மட்டுமே. தாய்வழி உறவுவழியினர் கணக்கில் கொள்ளப்படாததோடு, அதன் வழியில் மண உறவுகளும்கூடக் கவனத்தில் கொள்ளப்படவில்லை. இவ்வகைக் கட்டமைப்பைக் கூறுபட்ட குடிமரபு (segmentary lineage) எனப்பர். வட ஆப்பிரிக்காவிலும், விவிலியம் குறிப்பிடும் பகுதிகளை உட்கொண்ட மத்திய கிழக்கிலும் இக்குடிவழி மரபுமுறையே பரவலாக உள்ளது.

குடும்பத்தின் குடிவழி மரபை அறிய, குடும்பத்தின் நெருங்கிய/சிறிது தள்ளிய உறவுகளைத் தீர்மானிக்கும் ஒரு எளிய இடஞ்சார் தொழில்நுட்பமாக மோசேயின் மனித இனவியல் உள்ளது. இனப்பாகுபாட்டுக்கு உதவும் ஒரு முறையாகப் பல ஆண்டுகளாக இது இருந்துவந்துள்ளது. தான்/மற்றவர் என்கிற உளவியல்–வரலாற்று வகையிலான ஹெகலின் முறையிலிருந்து

இது முற்றிலும் வேறுபட்டதாகும். ஆனால், மோசேயின் மனித இனவியலில் எல்லா மனிதர்களும் உறவினர்களே என்றாலும், அந்த உறவு அண்மைத்தா, சேய்மைத்தா என்பதைப் பொறுத்தே அமைகிறது. யூதர், கிறித்தவர், இசுலாமியர் ஆகிய அனைவராலும் இந்த முறை ஏற்றுக்கொள்ளப்படுகிறது. புதிதாக அறியவரும் மக்களை இணைத்துக்கொள்ள உதவும் ஒரு வரைச்சட்டக மாகவும் இது அமைந்தது. இசுலாம் பரவிய காலத்துக்குப் பின்னர், மறுமலர்ச்சிக் காலம் தொடங்கி ஐரோப்பியப் பரவலின்போதும் இது அன்றைய புதிய மனித இனவியல் அறிவோடு பயன்படுத்தப்பட்டது. சீனர்கள் காம், சேம், யாப்பேத் வழிவந்தவர்களா என்பதைத் தீர்மானிக்கவும், கொலம்பஸ் புது உலகிற்கு அரபும் ஹீப்ருவும் அறிந்த மொரிஸ்கோவை (Morisco) கொண்டுவந்தாரா என்பதை அறியவும், இசுரேலின் காணாமல்போன பழங்குடியினரின் வழித்தோன்றல்கள்தான் இந்தியர்களா என்பதைத் தீர்மானிக்கவும் இந்த முறையை இசுலாமிய அறிஞர்கள் கையாளத் தொடங்கினர். மோசேயின் மனித இனவியல், ஒருபக்கம் இசுலாமிய மத்தியகிழக்கிலும் இந்தியாவிலும், மறுபக்கம் கிறித்தவ ஐரோப்பாவிலும் அடிமட்டத்தில் காணக்கூடிய ஒருவகைக் குடும்ப ஒற்றுமையைச் சுட்டிக்காட்டியதாகக் கருதினர். இந்த உறவின் நெருக்கம் காரணமாக இடைக்காலத்திலும், தற்காலத்தின் முற்பகுதியிலும் கிறித்தவரும் இசுலாமியரும் பொதுவாகக் கட்டமைக்கப்பட்ட கொள்கையின் அடிப்படையிலான அறிவுசார்ந்த பண்பாட்டைத் தங்களுக்குள் பகிர்ந்துகொண்டனர். விவிலியம் சாராத பிற மதத்தினரோடு அதைப் பகிர்ந்துகொள்ளவில்லை. மோசேயின் மனித இனவியலை உள்ளடக்கிய இந்தப் பொதுமை, சில ஆயிரம் ஆண்டுகளுக்கு முன் உலகம் தோன்றிற்று என்றும், அது தனியொரு மையப் புள்ளியிலிருந்து வந்த மக்களைக் கொண்டிருந்தது என்றும், பாபேல் கோபுரத்தில் கடவுள் உண்டாக்கிய மொழிக்குழப்பம் காரணமாக அவர்கள் பிரிந்து சென்றதால் பல தேசங்கள் உருவாயின என்றும் ஓர் உலகப் பொது வரலாற்றை எழுதவும் செய்தது. ஒரு மூலத்திலிருந்து குடிமரபுகள் கிளைத்தன என்பது தந்தை வழியான தேசங்களின் மரக்கிளைப் படிமத்தை (Tree of Nations) அடையாளப்படுத்திற்று.

விவிலியக் காலந்தொட்டுப் பதினெட்டாம் நூற்றாண்டு வரையிலான உலக வரலாற்றில் மோசேயின் மனித இனவியல் முக்கிய இடம்பெற்றது. இன்றும் இது சிற்சில மாற்றங்களுடன் மதம் சாராது, அறிவியல் வழிப்பட்டு, வரலாற்று மொழியியல் கொள்கைகளைக் கட்டமைக்க உதவுமாறு செயல்பட்டுவருகிறது. (மனித இனவியல் பகுப்பாய்வு, தான்-பிறர் என்கிற ஹெகலின்

பகுப்பாய்வு நோக்கி நகரலாயிற்று.) மோசேயின் மனித இனவியல் மொழியியல் நோக்கிச் சென்றதை இனிக் காண்போம்.

மொழியியலின் வேர் விவிலியத்தில் உள்ளது என்பதை மொழியியலார் இழிவாகக் கருதி அதனை அழிக்கவும் மறக்கவும் தொடர்ந்து முனைகின்றனர். மொழியியலுக்குள்ளிருந்து எழுதப்படும் மொழியியல் வரலாறுகள், அறிவியல் சாராத ஒன்றிலிருந்து வியக்கத்தக்கவகையில் இந்த மொழியியல் என்ற அறிவுத்துறை தோன்றியதாகத் தம்மைக் காட்டிக் கொள்கின்றன. காம்வழி, சேம்வழி மொழிக் குடும்பங்கள் என்ற பெயர்கள் அறிவியலுக்கு முந்தைய காலஞ்சார்ந்த நோவாவின் குழந்தைகளான சேம், காம் என்பதிலிருந்து வந்தன என்பதை இன்றைய அறிவியல் பார்வை, பழமையின் எச்சமிச்சங்களாகவே கொள்கிறது. மொழியியலின் தோற்றுவாயில் இப்பின்னணி தொடர்ந்து மறைக்கப்பட்டாலும், மோசேயின் மனித இனவியல், வரலாற்று மொழியியலின் பின்னணியைத் தொடர்ந்து வடிவமைத்து வருகிறது. இன்று வகைப்பாட்டியல் (cladistics) என்று புதிதாகக் கூறப்படும் பழைய அறிவியல் முறைக்குட்பட்ட தேசங்களின் மரக்கிளைப் படக்கட்டமைப்பு கிரியர்ஸனின் (Grierson) இந்திய மொழிப் பரப்பாய்வு (Linguistic Survey of India, 1903-27), ஆண்டனி மெயியேயின் உலக மொழிகள் (Antoine Meillet, Les Langues du Monde, 1952) ஆகிய பெரிய திட்டங்களின் அடித்தளத்தில் அமைந்துள்ளது. காலந்தோறும் ஏற்பட்ட இடப்பெயர்ச்சி காரணமாகப் பிரிந்த மொழிக் குடும்பங்களை வரையறைப்படுத்தி அவற்றின் உறவுகளைக் கண்டெடுத்து அதன் அடிப்படையில் அவற்றை ஒன்றுபடுத்தி ஒரு பெருங்குடும்பத்துக்குள் கொண்டுவர முயலும் ஜோசப் கிரீன்பர்க்கின் (Joseph Greenberg) ஆப்பிரிக்க மொழிகள் (1955), அமெரிக்க மொழிகள் (1987), ஐரோப்பிய மொழிகள் (2000) பற்றிய நூல்களும், இல்லிச்-ஸ்விட்டிக்கின் (Illich–Svtic) நோஸ்டிராட்டிக் மொழி குறித்த நூலும் இந்த மொழிகளை ஒருமைப்படுத்தும் முயற்சியின் வெளிப்பாடாகும்.

'மொழியியல் வரலாறு' என்ற கதையாடல் வழி விடுவிக்க இயலாத புதிரை இங்கே நாம் கவனிக்க வேண்டியுள்ளது. மனிதக் கூட்டங்களை வகைப்படுத்துவதற்கான ஒரு சட்டகம் எவ்வாறு மொழிகளை வகைப்படுத்துவதற்கானதாக மாறியது என்பதே அது. இதற்கு ஒரு தீர்வு காணாவிடில், ஐரோப்பியச் சிந்தனையில் மொழியும் தேசமும் இணைத்துப் பேசப்பட்டதற்கு விடை கிடைக்காமல் போய்விடும். இதற்கு ஒரு தீர்வை இந்நூலில் நான் கூற முயல்கிறேன். அதற்குமுன் தாலமியின் வெளிக்கோட்பாடு,

ஈஸெபியன் காலக்கணிப்புக் கோட்பாடு, மோசேயின் மனித இனவியல் மரக்கிளைக் கோட்பாடு ஆகிய மூன்று இடஞ்சார் தொழில்நுட்பம் பற்றிக் கொஞ்சம் சொல்ல வேண்டும். இந்த மூன்றும் முறையே வெளி, காலம், மனிதஇனவியல் பற்றியதாக உள்ளன.

ஆனால், உண்மையில் இந்த மூன்றும் வெளி – காலம் என்ற இரண்டனுள் அடங்கக் காணலாம். கருத்து வெளிப் பாட்டில் அவற்றுக்கிடையே வேறுபாடில்லை; எடுத்தாளும் பொருண்மையில்தான் வேறுபாடு. தாலமியின் கோட்பாடு வெளியோடு தொடர்புடையது. ஆனாலும், வெளியும் காலமும் ஒன்றோடொன்று ஒரு குறிப்பிட்ட பரிமாற்ற அளவில் மாறக்கூடியதாகும். அதாவது தீர்க்கரேகையின் பதினைந்து டிகிரியும் காலத்தின் ஒரு மணி அளவு வேறுபாடும் சமம் எனலாம். தாலமியின் தேச வரைபடங்கள் தீர்க்கரேகையின் வான்கோள்களின் மையத்திலிருந்து அதன் தூரத்தை டிகிரி, மணி அளவு கொண்டும், அட்சரேகையை நடுவேனிற்காலப் பகல் வெளிச்சத்தின் துருவங்கள், மணி அளவுகள் கொண்டும் விளக்குகின்றன. கால – வெளி இடையிலான இந்த மாற்றம்தான் உண்மையில் இடஞ்சார் தொழில்நுட்பத்தில் முக்கியமானதாகும். ஈஸெபியன் காலக்கணிப்பில் காலம் செங்குத்தாகவும், வெளி அதாவது, தேசங்களின் நிலப்பரப்பு, கிடக்கை நிலையிலும் அளவிடப்படுகின்றன. மோசேயின் மனித இனவியலிலும் காலம் செங்குத்தாகவும் தேசங்களின் பரப்பு கிடக்கை நிலையிலும் அளவிடப்படுகின்றன. நிலவியல் பொருண்மைகள், வரலாற்று நிகழ்வுகள், மனித சமூகங்கள் (தேசங்கள்) என்ற இந்த மூன்று வெவ்வேறு பொருண்மைகளும் ஒன்றுபட்டுக் கிடக்கும் காலம் – வெளி என்ற வட்டத்துக்குள் செயல்படுகின்றன.

மொழிகளும் தேசங்களும்

ஐரோப்பியச் சிந்தனையில் மொழியும் தேசமும் ஏன் பின்னிப் பிணைந்திருந்தன என்பதை இனிக் காண முயல்வோம். மோசேயின் மனித இனவியல் எவ்வாறு மொழிகளின் வரலாறு என்ற சட்டகத்துக்குள் வைக்கப்பட்டது என்கிற புதிரை விடுவிப்பதற்கான முயற்சியின் வழியாக இதைத் தொடங்கலாம். இந்தப் புதிர் குறித்து இதற்கு முன் எவரும் எழுதியதில்லை. எனவே, இது தெளிவுபடாத ஒரு புதிரே என்பதையும் அதனை விடுவிக்க வேண்டும் என்பதையும் வாசகர்களுக்கு முதலில் உணர்த்த வேண்டும். வரலாற்று மொழியியல் உருவாக விவிலியம் மூலமாக இருந்தது என்பது எவ்வாறு ஒடுக்கிவைக்கப்பட்டது

என்பதற்குச் சில காரணங்களை கூறினேன். இந்த ஒடுக்கம், தேசங்களின் உறவு பற்றி அறிய உதவும் விவிலியத்தின் தேச மரக்கிளைப் படிமம் சார்ந்த மோசேயின் மனித இனவியல்தான் மொழிகளின் குடிவழி உறவு பற்றி அறிய ஆதாரமாக உள்ளது என்பதை வரலாற்று மொழியியல் ஏற்க மறுத்தது ஏன் என்கிற புதிரை விளக்கத் தொடங்கிற்று. மதத்தில் அதன் அறிவியல் வேரைக் காண்பதோடு, மனித இனவியலின் தனியொரு துறையாக அது இருப்பதைக் காணவும் ஆர்வம் காட்டாத ஒரு ஒட்டுமொத்த விருப்பமின்மையே மொழியியல் வரலாற்றில் இந்தச் சிக்கல் முன்வைக்கப்படாமற்போனதற்கான காரணம் என நான் கருதுகிறேன்.

பிரிட்டிஷ் காலத்துக் கல்கத்தாவில் வில்லியம் ஜோன்ஸ் இந்தோ–ஐரோப்பிய மொழிக் குடும்பம் குறித்த கருத்தை எப்படி, ஏன் முன்மொழிந்தார் என்பதை முதலில் நுணுக்கமாக ஆராய வேண்டும். இந்தோ–ஐரோப்பிய மொழி பற்றிய படிப்பு ஒப்பீட்டு மொழிநூலுக்கு வழிகாட்டியது. இத்துறை பிற ஆய்வுக் களங்களுக்கும் ஒரு முன்மாதிரியாகவும் அளவுகோலாகவும் திகழ்ந்தது. இது முதல் காரணம். அறிவியல் சாராத ஒன்றிலிருந்து வியக்கத்தக்க வகையில் மொழியியல் என்கிற வரையறுக்கப்பட்ட அறிவியல் துறை தோன்றியதாக ஒரு கதையாடல் உருவாவதற்கு ஜோன்ஸ் வழிவகுத்தார். இது இரண்டாவது காரணம். இந்த விவரிப்பு பெரும்பாதிப்பை ஏற்படுத்தியது என்றாலும், இதிலுள்ள குறையையும் நான் முன்பே எடுத்துக்கூறியுள்ளேன். இதை இன்னும் ஆழமாக ஆராய வேண்டும்.

மொழியியலின் வரலாறு குறித்த இந்த விவரிப்பு 1784இல் கல்கத்தா ஆசியக் கழகத்தில் இந்துக்களைக் குறித்து ஜோன்ஸ் பேசிய ‘மூன்றாவது ஆண்டுவிழா உரை’யை மேற்கோள் காட்டத் தவறுவதில்லை.

> சமஸ்கிருத மொழி, அதன் பழமை ஒருபுறம் இருக்க, ஓர் அற்புதமான கட்டமைப்பை உடையதாக, கிரேக்கத்தைவிட முழு நிறைவானதாக, இலத்தீனைவிட வளமானதாக, இரண்டையும்விட திருத்தமானதாக இருந்தபோதிலும் இந்த இரண்டோடும், ஒரு தற்செயல் நிகழ்வு எனக் கூற முடியாத அளவுக்கு, ஒரு வலுவான உறவையும் கொண்டுள்ளது. இந்த உறவு வினைகளின் வேர்ச்சொற்களிலும் இலக்கண வடிவங்களிலும் காணப்படுகிறது. இந்த வலுவான உறவு காரணமாக இந்த மூன்று மொழிகளையும் ஆராயும் எந்த ஒரு மொழிநூலாரும் இவை மூன்றும் தற்போது இல்லாதுபோன ஒரு பொது மூலத்திலிருந்து கிளைத்தவை என்று நம்பாமல்

ஆராய்ச்சியை மேற்கொள்ள முடியாது. கோதிக், கெல்டிக் மொழிகளும் ஓரளவு வேறுபட்ட சொல்லமைப்பைக் கொண்டிருப்பினும் இவற்றோடு தொடர்புடையன என்றும், இவையும் சமஸ்கிருதத்தோடு சேர்ந்த ஒரே மூலத்தை உடையவை என்றும் கருதுவதற்கு – அக்கருத்து அவ்வளவு வலுவானதன்று என்றபோதிலும் – இடமுண்டு. பாரசீகத்தின் பழைமை குறித்து விவாதிக்க நேர்ந்தால் இந்தக் குடும்பத்தில் அதையும் சேர்க்க வேண்டிவரும் (Jones, 1788: 422-23).

இந்தக் கருத்தாக்கம் வியக்கத்தக்க அளவுக்கு மிகவும் நவீனமானது. இது ஐந்து பழைய மொழிகளைச் சுட்டி, இவை யெல்லாம் 'ஒரு பொதுவான மூலத்திலிருந்து கிளைத்தவை, அந்தப் பொதுமொழி தற்போது வழக்கிலில்லை' என்று கூறுவதோடு, இவை ஒரே மொழிக் குடும்பத்தவை என்கிறது. இந்தக் குடும்பம் இந்தோ–ஐரோப்பிய மொழிக் குடும்பம். (இந்தப் பெயர் அப்போது சூட்டப்பட்டிருக்கவில்லை.) இந்தப் பொது மூலம் தற்போது தொல் இந்தோ–ஐரோப்பியன் என அழைக்கப்படுகிறது. இந்தக் கருத்தாக்கம் தனித்தன்மை கொண்டது; இதற்கு முன் ஐரோப்பாவிலோ இந்தியாவிலோ மொழியப்படாதது. ஈரான்–இந்திய மொழிகளுக்கிடையேயும் நெருங்கிய உறவு உண்டு என்கிற கருத்தும் வரலாற்றில் ஒரு புதிய பதிவாகும். இந்த மொழிகளின் இலக்கியங்கள் இவ்வகையான ஒரு பொது மூலம் பற்றியோ, மொழிகளின் இடப்பெயர்வு பற்றியோ பேசவில்லை என்றாலும் மொழி அதற்கான தடயங்களைத் தருகிறது. மொழிகளை ஒப்பிடுவதன் மூலம் இழந்துவிட்ட வரலாற்றை மீட்டெடுக்க மொழிநூல் உதவிற்று. இந்தோ–ஐரோப்பிய மொழிக் குடும்பக் கண்டுபிடிப்பு என்பது ஒப்பீட்டு மொழிநூலின் ஆற்றலுக்கு ஓர் எடுத்துக்காட்டாகும். இரண்டு நூற்றாண்டுகளுக்குப் பிறகும் ஜோன்ஸின் இந்த வரலாற்றுவழியிலான உறவு பற்றிய கருத்து வாழ்கிறது என்பது குறிப்பிடத்தக்கது.

இந்தப் புகழ்வாய்ந்த மேற்கோள் ஆண்டுவிழா உரையி லிருந்து எடுக்கப்பட்டு, அறிவியல் துறையான மொழியியலில் நுழைந்துவிட்டது. காலப்போக்கில் இதை வாசிப்பதில் ஒரு சில மாற்றங்கள் நிகழ்ந்துள்ளன. அந்த உரையை முழுவது மாகப் படிக்கும்போதும் அதன் தனித்தன்மை ஓரளவு தக்க வைக்கப்பட்டிருப்பதைக் காண முடிகிறது. இந்த உரை மனித இனவியலையும் வரலாற்றையும் சார்ந்ததேயன்றி மொழியியலைச் சார்ந்ததன்று என்பதையும், இதில் எடுத்தாளப்படும் மொழித்

தரவுகள் தேசங்கள் அல்லது இனங்களுக்கு இடையிலான வரலாற்றுறவைக் காட்டத்தானேயன்றி மொழிகளுக்கிடையேயான வரலாற்று உறவைக் காட்ட அன்று என்பதையும் அறிந்துகொள்ள வேண்டும்.

இந்தத் தலைமையுரையின் திட்டம் இந்தியர், அரேபியர், பாரசீகர், சீனர், துருக்கியர், மங்கோலியர் வாழும் ஐந்து முக்கிய நாடுகளுக்கிடையேயான உறவை ஆராய்ந்து காண்பதுதான். இந்த ஆராய்ச்சி நான்கு கூறுகளை மையப்படுத்தியதாகும்: மொழியும் இலக்கியமும், மதமும் மொழியறிவும், கட்டடக்கலையும் சிற்பமும், கலையும் கலைப்படைப்பும். இந்த ஆராய்ச்சியின் பல பொருள்களில் மொழியும் ஒன்று. மற்றபடி இதன் பொதுநோக்கு மனித இனவியல் சார்ந்தது.

மொழியைத் தன்னளவில் முழுமையுடைய தனித்ததொரு ஆய்வுத்தளமாகக் கருதாது, மனித இனவியல் உறவுகளைத் தெளிவுபடுத்த உதவும் பல கருவிகளில் ஒரு கருவியாக ஜோன்ஸ் கருதினார். மொழிகளில் புலமையுடையோர் மொழிகளை அறிவு பெற உதவும் கருவிகளாகக் கருதினார்களேயன்றி, அவற்றைத் தன்னிறைவு பெற்ற அறிவுத்தளமாகக் கருதவில்லை என்பதும், மொழியியலார் என்ற சொல்லைப் பல மொழியறிந்தவர் என்ற பொருளில் பயன்படுத்தினார்களேயன்றி மொழியாராய்ச்சியில் வல்லவர் என்ற பொருளில் பயன்படுத்தவில்லை என்பதும் புதிராக உள்ளன. மொழிகளும் தேசங்களும் தம்முள் தவிர்க்கவியலாத உறவுடையன, மொழிகளின் உறவு தேசங்களின் உறவைக் காட்டும் அடையாளம், தேசங்களின் வரலாற்றுவழிப்பட்ட உறவை மொழிகளின் வரலாற்றுவழிப்பட்ட உறவு மூலம் அறியலாம் என்கிற கருத்துக்கள் வெறும் ஊகமாக அப்போது நிலவின. இவ்வகை நம்பிக்கைகள் ஜோன்ஸுக்கு மட்டும் உரியதல்ல; அக்காலத்திலும் அதற்குப் பின் சில காலமும் நிலவிய பொது நம்பிக்கைகளேயாகும். இதனால் மொழிகளின் ஒப்பீடு மொழிகளை மட்டும் மையப்படுத்தாது, மனித இனவியல் ஆய்வு வட்டத்துக்குள் செயல்படலாயிற்று. ஒப்பீட்டு மொழியியல் தனக்கென ஒரு நிலைப்பாட்டைக் கொண்டு சில பணிகளை மேற்கொண்டிருந்தாலும் மொழி–தேசம்–இனம் ஆகியவற்றுக்கிடையேயான உறவு குறித்த ஊகம் விவாதங்களுக்கு உட்படாது தொடரவே செய்தது. பத்தொன்பதாம் நூற்றாண்டின் இடைப்பகுதியில்தான் மொழி–தேச உறவு தற்செயலானதாகலாமேயன்றிக் கட்டாயமானதன்று என்பதை வியக்கத்தக்கதொரு புதுக் கண்டுபிடிப்பாக ஐரோப்பியர் காணலாயினர்.

ஜோன்ஸின் இந்தோ–ஐரோப்பிய மொழிகள் குறித்த பத்தியையும் ஆண்டுவிழா உரையினையும் ஒருசேரக் காணும் போது சில மாற்றங்களைப் பார்க்க முடிகிறது. இந்தோ–ஐரோப்பிய மொழிக் குடும்பத்தில் தொடக்க காலத்தில் சேர்க்கப்பட்ட மொழிகளான பழைய எகிப்திய மொழி மற்றும் சீனம், இன்கா, அஸ்டெக் மொழிகள் இன்று ஏற்றுக் கொள்ளப்படுவதில்லை. அதே நேரத்தில் இன்று இந்தோ–ஐரோப்பிய மொழிக் குடும்பத்தைச் சார்ந்ததாகக் கருதப்படும் சிலாவிக் மொழிகளை யும் ஜோன்ஸ் சேர்க்கவில்லை. அவற்றை அவர் தார்த்தாரிய *(Tartars)* மொழிகளோடு (துருக்கி, மங்கோலிய மொழிகள்) சேர்த்திருந்தார். முடிவாகச் சொல்ல வேண்டுமெனில் இந்தப் பொதுத்திட்டம் கீழ்க்காணும் அமைப்பை கொண்டிருப்பதாகக் கூறலாம்:

சேமின் வழிமரபினர் *(Shemites)*–மதம்

காம் வழிமரபினர் *(Hamites)*–கலை, அறிவியல், நாகரிகம்

யாப்பேத் வழிமரபினர் *(Japhetites)*–நாடோடித்தன்மை.

இறுதியில், ஜோன்ஸ் ஐந்து முக்கிய நாடுகளை மூன்றாகக் குறுக்கினார்: இந்தியர் (பாரசீகரையும் சீனரையும் உள்ளடக்கியது), அரேபியர், தார்த்தாரியர். இம்மூன்றும் முறையே நோவாவின் மக்களான காம், சேம், யாப்பேத் ஆகியோருக்கு இணையானவை.

இந்த உறவுக் கட்டமைப்புக்கு மூலம் ஜாக்கப் பிரையண்டின் *(Jacob Bryant)* பண்டைய தொன்மங்களின் பகுப்பாய்வு பற்றிய நூலாகும். ஐரோப்பியரை யாப்பேத்தின் குடிவழியினர் எனச் சுட்டும் பொது வழக்கிற்கு மாறாக, இந்த நூல் விசித்திரமானதொரு முறையில் அவர்களை இந்தியரையும் பாரசீகரையும் சேர்த்து காம் வழியினர் எனக் கூறும். இந்தக் கூற்று காலப்போக்கில் வலுவிழந்துபோயிற்று. காரணம் இந்தோ–ஐரோப்பிய மொழிக் குடும்பத்தை யாப்பேத் மரபினது என அழைத்ததே பெருவழக்காக இருந்ததுதான். காமின் குடிவழியினர்தாம் பண்டைக்காலக் கலைக்கும் அறிவியலுக்கும் சொந்தக்காரர்கள். நோவா காலத்தில் வழக்கிலிருந்த அனைத்து மக்களும் அறிந்திருந்த உண்மையான மதத்திலிருந்து விலகி, உருவ வழிபாட்டிற்கு மாறியவர்கள். சேமின் குடிவழியினர் உண்மையான மதத்தைத் தக்கவைத்துக் கொண்டவர்கள். யாப்பேத் குடிவழியினர் ஈடனில் கடவுள் தந்த வேளாண் வாழ்க்கையிலிருந்து விடுபட்டு, நாடோடி வாழ்க்கையை மேற்கொண்டவர்கள் என்பன பிரையண்ட், ஜோன்ஸ்ன் ஆகியோரின் கருத்துக்களாக இருந்தன. உலகளவில் இதை எடுத்துச்சென்ற ஜோன்ஸ், புது உலகில் வேட்டைத்

தொழிலில் ஈடுபட்ட நாடோடிகளான இந்தியர் யாபேத்தியர் என்றும், அஸ்டெக் மற்றும் இன்கா நாகரிகத்தினர் காமியர் என்றும் வகைப்படுத்தி இரு தேசக் கோட்பாடு ஒன்றை முன்வைத்தார். உலக மக்கள் அனைவரும் நோவாவின் குடிவழியினர்; கி.மு. 4004க்கு முன் உலகம் தோன்றவில்லை; மனித இனப் பரவலுக்குக் காரணமான ஊழிப் பெருவெள்ளம் கி.மு. 2349இல் நிகழ்ந்தது. இக்கருத்துக்கு ஓர் அறிவார்ந்த விளக்கம் தரமுற்பட்டதாக இந்த ஆண்டுவிழா உரை அமைந்துள்ளது என்பதே அதைப் படித்து முடித்தபின் நமக்குத் தெளிவாகிறது. விவிலியத்தின் இந்தக் குறுகிய காலவரையறைக்குள் மனித இனம் பல குழுக்களாகப் பிரிந்து, வெகுவேகமாக உலகெங்கும் பரவிட்டது.

இந்த ஆண்டுவிழா உரைகளிலிருந்து நாம் பெறும் பயனுள்ள கருத்து இந்தோ–ஐரோப்பிய மொழிக் குடும்பம் பற்றியதாகும். இலத்தீன், கிரேக்கம், சமஸ்கிருதம், பாரசீகம் ஆகிய மொழிகளுக்கிடையேயான உறவு குறித்தும், வரலாற்று மொழியியல் பற்றியும் அறிவதற்கு இவை ஓரளவு உதவின. சமஸ்கிருதம், இலத்தீன், கிரேக்கம் ஆகியவை பற்றிப் பேசுகையில் "எந்த ஒரு மொழிநூலாரும் இம்மூன்றையும் ஒருங்கே வைத்து ஆராயும்போது அவை ஒரு பொதுமூலத்திலிருந்து கிளைத்தவை என்பதை நம்பாமல் இருக்க முடியாது" என்றார் ஜோன்ஸ். இந்தக் கூற்றை அப்படியே நேராகப் பொருள்கொண்டால் நமக்குக் கிடைக்கும் கருத்து, மொழிகளின் வரலாற்று உறவு வெளிப்படையாகப் புலப்படுகிறது என்பதே. இந்த எளிமையான 'கண்டுபிடிப்பு'க் கதையாடல் இது குறித்த விரிவான ஆராய்ச்சிக்கு முற்றுப்புள்ளி வைத்துவிடுகிறது.

இந்தக் கண்டுபிடிப்புக் கதையாடல் உண்மையில் அவ்வளவு எளிமையானதாக இருந்திருக்குமானால் இந்தோ–ஐரோப்பிய மொழிக் குடும்பம் எப்பொழுதே கண்டுபிடிக்கப்பட்டிருக்கும். கிரேக்கர், பாரசீகர், இந்தியர் ஆகியோர் நெடுங்காலமாகத் தம்முள் தொடர்புகொண்டிருந்தனர். இந்தத் தொடர்பு ஒப்பீட்டுக்கு வழிகாட்டியாக அமைந்து, அதன்மூலம் அவர்களின் பொது மூதாதையரைக் காண முடிந்திருக்கும். இந்தோ–ஐரோப்பிய மொழிக் குடும்பத்தைப் பண்டையோர் காண முடியவில்லை என்பது மட்டுமல்ல, கிரேக்கர்கள் சிதேசியஸின் பெர்சிக *(Persika of Ctesias)*, மெகஸ்தனிஸின் இண்டிகா *(Indica of Megasthenes)* முதலிய தமக்குரிய நூல்களில் பாரசீக, இந்திய மொழிகள் பற்றிய விவரங்களைக்கூட ஆவணப்படுத்தத் தவறிவிட்டனர். மூன்றாம் ஆண்டுவிழா உரையில் ஜோன்ஸ் கிரேக்கரின் இந்தப் பாராமுகத்தைக் குறிப்பிட்டிருக்கிறார்:

“அலெக்சாண்டருடன் இந்தியாவுக்குச் சென்ற கிரேக்கரும், பாக்ட்ரியா இளவரசர்களோடு தொடர்புடைய கிரேக்கரும், அந்தப் பேரரசுகளுக்குத் தாங்கள் வந்தபோது அங்கு என்னென்ன மொழிகள் பேசப்பட்டன என்பது பற்றிச் சரியான தகவல்களைத் தரவில்லை என்பது வருத்தத்திற்குரியதாகும்.” மிக வளமான பண்டைய இந்திய மொழியாய்வுகூட மிலேச்ச மொழிகள் எனச் சிலவற்றை ஆங்காங்கே குறிப்பதைத் தவிர, கிரேக்க மொழி பற்றி எதையும் குறிப்பிடவில்லை. இந்த ஒப்புமையை நன்கு அறிந்திருக்க வேண்டியவர்கள், மொழிகளை அடுத்தடுத்து வைத்துப் பார்த்தால் வெளிப்படையாகவே தெரிந்துகொண்டிருக்கலாம் என்ற ஜோன்ஸின் கருத்தைப் பெறத் தவறிவிட்டனர்.

மொழிகளின் ஒற்றுமை என்பது தானே வெளிப்படும் உண்மை அல்ல. அது விளக்கப்பட வேண்டிய உண்மை. பதினெட்டாம், பத்தொன்பதாம் நூற்றாண்டுகளில் வெளி வந்த பல்வேறு விளக்கவுரைகளே இதற்குச் சான்றாகும். ஜோன்ஸின் நண்பரான நத்தானியல் ஹல்ஹெத் *(Nathaniel Brassey Halhed)* தமது வங்காள இலக்கணம் பற்றிய நூலில் சமஸ்கிருதம்–கிரேக்க உறவு குறித்த ஜோன்ஸின் கருத்தைப் போன்றதொரு கருத்தைக் கூறிச்செல்கிறார் *(Halhed, 1778; Rocher, 1983)*. ஆனால், இதற்கு மாறாக, ஸ்டுவர்ட் *(Dugald Stewart)* என்ற பேர்பெற்ற மெய்யியலாளர் 1827இல் வெளியிட்ட தம் நூலொன்றில் சமஸ்கிருதம் கிரேக்கத்தைப் பெரிதும் ஒத்துள்ளது; ஏனெனில் அது கிரேக்கமாகவே இருந்தது; அதை இந்தியாவிற்குள் நுழைந்த அலெக்சாண்டரின் இராணுவ வீரர்களிடமிருந்து ஒட்டுக்கேட்ட சூதுவாது நிறைந்த பிராமணர்கள் தங்களது புரோகிதத் தொழிலுக்கு மக்களை அடிமைப்படுத்தும் நோக்கில் அதைத் தழுவி, புரியாத ஒருவகை இலத்தீனைப் போன்றதொரு மொழியை உருவாக்கிக்கொண்டனர் என்றார். இக்கருத்தை அவர் முன்வைக்க, மெய்னர்ஸின் *(Christoph Meiners, 1780)* நூலும், ஜி.எஸ். பெயரின் *(Gottlieb Siegfried Bayer, 1738)* நூலும் வழிகாட்டின. அதே காலகட்டத்தில் ஃபிரெடரிக் ஷ்லெகெல் *(Friedrich Schlegel, 1808)* என்பார் இந்தோ–ஐரோப்பியக் கருத்தை ஏற்றுக்கொண்டாலும், ஜோன்ஸிடமிருந்து சிறிது வேறுபட்டு, கிரேக்கம், இலத்தீன், கோதிக், கெல்டிக், பாரசீகம் ஆகிய மொழிகளுக்கான பொது மூலத்திலிருந்து கிளைத்ததன்று சமஸ்கிருதம்; மாறாக சமஸ்கிருதமே இந்த மொழிகளுக்கெல்லாம் மூலம் என்று குறிப்பிட்டார். மனித இனத்தின் குழந்தைப் பருவ வளர்ச்சிக்கு உதவிய பண்டைக்கால அறிவின் ஊற்றாக விளங்கியது பண்டைய இந்தியாதான் என்கிற கருத்தாக்கத்துக்கு உயிரூட்டுவது இவரது திட்டமாக இருந்தது. இந்தோ–ஐரோப் பிய மொழிகளின்

ஒப்பீட்டாய்வில் சிறந்தவரான ஃபிரான்ஸ் போப் (*Franz Bopp, 1816, 1833, 1845–53*) சமஸ்கிருதம் மனித இனத்தின் தொன்மையான மொழி என்பதையே மறுத்ததோடு, ஜோன்ஸ் கருத்தையொட்டி அது இந்தோ–ஐரோப்பிய மொழிகளின் உடன்பிறப்பே தவிர, அவற்றின் தாய் அன்று என்றார். பத்தொன்பதாம் நூற்றாண்டின் தொடக்கத்தில் பெரும்பாலான அறிஞர்கள் ஷ்லெகெல் கருத்தை வழி மொழிந்தனர். சமஸ்கிருத – கிரேக்க ஒப்பீட்டாய்வு இவ்வாறு கருத்து வேறுபாடுகளுக்கு உட்பட்டு, இறுதியில் மூன்று வெவ்வேறு முடிவுகளை முன்வைத்தது: 1. கிரேக்கத்தையும் சமஸ்கிருதத்தையும் ஒன்றாகக் காணுதல் 2.இரண்டும் ஒரே மூலத்திலிருந்து கிளைத்தவை எனல் 3. சமஸ்கிருதத்திலிருந்து கிரேக்கம் கிளைத்தது எனல்.

சேசு சபைத் துறவியான காஸ்டன்–லாரென் கோயெர்டோ (*Gaston-Laurent Coeurdoux*) படைப்புக்களிலும் இதுபற்றிய கருத்துக் களைக் காணலாம். இவர் தென்னிந்தியாவில் பணியாற்றியவர். சில்வியா மூரின் (*Sylvia Murr, 1977, 1987*) எழுத்துக்கள் மூலம் இவரது சிறப்பை உணரலாம். அபே துபே (*Abbe Dubois*) தமது இந்துக்களின் பழக்கவழக்கங்கள், சடங்குகள் (*Hindu Manners, Customs and Ceremonies*) என்ற நூலில் கோயெர்டோவின் பல கருத்துக்களை நன்றி பாராட்டாமல் கையாண்டுள்ளார். இந்தோ–ஐரோப்பியக் கருத்து ஜோன்ஸிற்கு முன்பே (1768இல்) இவரது மனத்தில் உருவாகியிருந்தது. ஆனால், இவரது கருத்துக்கள் 1808 வரை வெளியிடப்படவில்லை. இவரது மறைவுக்குப் பின், ஜோன்ஸின் ‘மூன்றாவது ஆண்டுவிழா உரை’ வெளிவந்த பின்னரே இந்த எண்ணங்கள் அறியப்படலாயின. அதற்கு உதவியவர் பிரெஞ்சு இந்தியவியலறிஞரான துபெரொ (*Anquetil-Duperron*) என்பவராவார்.

இலத்தீன், கிரேக்க, சமஸ்கிருத மொழிகளில் காணப்படும் பல எடுத்துக்காட்டுக்களின் அடிப்படையில் அவற்றுக்கிடையேயான ஒப்புமையை கோயெர்டோ கீழ்வருமாறு விளக்கியுரைத்தார்:

> சமஸ்கிருதம் பண்டைக்காலப் பிராமணரின் மொழி. அவர்கள் இந்தியாவுக்கு அதன் வடபகுதிகளிலிருந்தும், காக்கஸஸ் மலைப்பகுதியிலிருந்தும், மாகோக் (*Magog*) மக்களின் சந்ததியினரைக் கொண்டுள்ள மத்திய ஆசிய பகுதியிலிருந்தும் வந்தார்கள். யாபேத்தின் மகன்களில் சிலர் கிரேக்கத்தையும், சிலர் இலத்தீனையும், சிலர் சமஸ்கிருதத்தையும் பேசலாயினர். அவர்கள் முற்று முழுதாகப் பிரிவதற்கு முன்பே அவர்களது மொழிகள் அவர்களுக்கிடையே ஏற்பட்டிருந்த கருத்துத் தொடர்பு

காரணமாக ஒன்றோடொன்று கலக்கலாயின. இந்தக் கலப்புத்தான் அவற்றுக்கிடையே பல பொதுவான சொற்கள் இடம்பெறக் காரணமாயின.

இந்த மூன்று மொழிகளின் ஒப்புமை விவிலியத்தின் பின்னணியில், மோசேயின் மனித இனவியல் அடிப்படையில் வெளிப்பட்டுள்ளது என்பது தெளிவு. ஆனால் இங்குக் கூறப்பட்டுள்ள இடஞ்சார் தொழில்நுட்பம் வேறுபட்டதாக உள்ளது. இந்த மூன்று தேசங்களும் ஜோன்ஸ் கருத்துப்படி காம்வழிமரபினர்க்கு உரியவை; கோயெர்டோவுக்கோ அவை யாப்பேத்து வழிமரபினருக்குரியவை. அவர் கருத்தில் பிராமணர்கள் மத்திய ஆசியாவில் குடியேறிய மகோக் என அழைக்கப்படும் யாப்பேத்து மரபினர்; அங்கிருந்து இந்தியாவுக்குக் குடியேறியவர்கள். இந்த மூன்று மொழிகளுக்கிடையேயான ஒப்புமைக்குக் காரணம், ஜோன்ஸ் கூறியது போல, அவை ஒரே மூலத்திலிருந்து கிளைத்ததால் அன்று என்பதும், அடுத்தடுத்துள்ள பகுதிகளில் பேசப்பட்டதால் ஏற்பட்ட கொள்வினை கொடுப்பினை காரணமாகத் தனித்தனியாக இருந்த இவை தம்முள் உறவுகொள்ளத் தொடங்கின என்பதும் கோயெர்டோவின் கருத்தாகும். பாபேல் கோபுரம் கட்டப்பட்ட காலத்தில் கடவுள் மொழிகளைப் பிரித்ததையும் இவர் குறிப்பிடுகிறாரோ என்றும் எண்ணத் தோன்றுகிறது. அப்படியே பிரிந்திருந்தாலும் இவற்றுக்கிடையேயான ஒப்புமைக்குக் காரணம் இவை ஒன்றாக இருந்த காலத்து ஏற்பட்ட கருத்துத் தொடர்புதான் என்றும் கோயெர்டோ கூறுகிறார்.

இதிலிருந்து நாம் சில முடிவுகளுக்கு வரமுடிகிறது. முதலாவதாக, கோயெர்டோவும் வில்லியம் ஜோன்ஸூம் தனித் தனியாக இம்மூன்று மொழிகளுக்கிடையேயான ஒப்புமையைக் கண்டதோடு, மோசேயின் மனித இனவியல் அடிப்படையில் அதை விளக்க முற்பட்டனர். ஆனால், இவர்கள் இந்த மொழிகள் பேசப்பட்ட தேசங்கள் எவை என்பதில் வேறுபட்டனர். கோயெர்டோ அவர்கள் யாப்பேத்து வழிவந்தவர்கள் என்றார். ஜோன்ஸ் அவர்களை காம் வழிவந்தவர்கள் என்றார். மோசேயின் மனித இனவியல் அணுகுமுறையின் ஏற்ற இறக்கங்களை இது காட்டுகிறது. ஆனால், இவர்கள் இருவரும் இந்த மூன்று தேசங்களையும் ஒரு பொதுவான குடிவழி மரபுக்குள் அடக்கினர்.

இறுதியாக, தேசங்களின் குடிவழிக்கும் மொழிகளின் குடிவழிக்கும் உள்ள உறவு பற்றி இவர்கள் எவ்வாறு வேறு பட்டனர் எனக் காண்போம். தனித்தனியாக மொழிகள் ஒன்றோடொன்று தொடர்புகொள்ளும்போது ஒருவகைக் கலப்பு

ஏற்படுவதால் அவற்றுக்கிடையேயான ஒப்புமை உண்டாகிறது என்றார் கோயெர்டோ. ஒரே மூலத்திலிருந்து கிளைத்த மொழிகள் மெல்லமெல்ல வேறுபடத் தொடங்குகின்றன என்பது ஜோன்ஸ் கருத்து. தந்தைவழிமரபினர் தலைமுறை தலைமுறையாகப் பிரிவதைக் காட்டும் தேசங்களின் மரக்கிளைப்படம் குறித்த ஒரு பார்வையை இது நமக்குத் தருகிறது. இவ்வரைபடத்தை மொழிகளின் வரலாற்றை அறியவும், அதன் மூலம் மறந்துபோன தேசங்களின் வரலாற்றை நினைவுகூரவும் ஜோன்ஸ் பயன்படுத்தினார். நமது உயிரணுக்களில் உள்ள டிஎன்ஏ போல மொழியும் அதைப் பேசும் மக்கள் அறிந்திராத மனித இனத்தின் மறைந்து போன வரலாற்றைத் தன்னுள் கொண்டுள்ளது. எனவே, ஜோன்ஸிற்கு–கோயெர்டோவுக்கு அன்று–தேச வரலாற்றை அறிய மொழிவரலாறு உதவுகிறது. ஜோன்ஸின் இந்த விளக்கம் தான் ஒப்பீட்டு மொழிநூலுக்கு அடிப்படையாயிற்று.

பண்டைய இந்தியரும் பாரசீகரும் கிரேக்கரும் ஏன் இந்தோ–ஐரோப்பிய மொழிக் குடும்பத்தை இனங்காணவில்லை என்பதற்கு இந்த விளக்கத்தின் மூலம் ஒரு விடை கிடைத்துள்ளது எனலாம். அவர்கள் இதைக் கண்டு பிடிக்காமைக்குக் காரணம், இடஞ்சார் தொழில்நுட்பமாகிய மோசேயின் மனித இனவியல் அவர்கள் அறியாத விவிலியத்திலிருந்து வந்தது என்பதுதான்.

இந்தோ –ஐரோப்பியக் கருத்து ஏன் பண்டைக்காலத்தே தோன்றவில்லை என்பதற்கு விடைகண்டுவிட்ட நமக்கு இப்போது வேறு ஒரு சிக்கல் எழுகிறது. மோசேயின் மனித இனவியலோடு தொடர்புடைய யூதர், இசுலாமியர், கிறித்தவர் ஆகியோரிடம் இக்கருத்து ஏன் எழவில்லை? அதிலும் குறிப்பாக, இசுலாமிய அறிஞர்களிடமிருந்து இதை ஒருவர் எதிர்பார்க்கலாம். அப்படி எழாததற்குக் காரணம், இசுலாம் வெகுவாகப் பரவிய காலத்து அது இந்தோ–ஐரோப்பியக் குடும்ப மொழிகளைப் பேசிய பல மக்களோடும் தொடர்புகொண்டிருந்ததே. இந்தியாவில் வாழ்ந்து கல்வி கற்றவரும், பாரசீகத்திலும் சமஸ்கிருதத்திலும் புலமை உள்ளவருமான அல்–பருனி என்ற அறிஞரை இங்கு நினைத்துப் பார்க்கலாம். இசுலாமிய வரலாற்றியல் அறிஞர்கள் மோசேயின் மனித இனவியலைப் பயன்படுத்தி எழுதிய படைப்புக்களில் அவர்கள் எதிர்கொண்ட அயலவர்களின் வாழிடம் குறித்த பொருள் பொதிந்த குறிப்புக்கள் மிகப் பல உள்ளன. பிரிட்டிஷ் இந்திய கீழ்த்திசையியலாருக்கு இவை பெரிதும் பயன்பட்டன. ஏனெனில் இந்திய நாகரிகம் குறித்து அறிய முகாலயப் பேரரசு காலத்தில் அரச மொழியாகவும் கல்வி மொழியாகவும் விளங்கிய பாரசீக மொழியே அவர்களுக்கு உதவியது. இசுலாமியரின் இந்திய வரலாற்று நூல்களும் பிரிட்டிஷ்

இந்தியாவாழ் பிரிட்டிஷ் அறிஞர்களின் உரையாடலில் பங்கேற்ற இசுலாமியரும் இந்திய மக்களின் இனவியலைத் தீர்மானிக்க மோசேயின் மனித இனவியல் அணுகுமுறையினையே நன்கு பயன்படுத்தினர். அலெக்ஸாண்டர் டௌ (Alexander Dow, 1768) மொழிபெயர்த்து 1768இல் வெளிவந்த, ஃபிரிஷ்டா (Firishtah) பாரசீக மொழியில் எழுதிய, இந்திய வரலாறு பற்றிய நூல் இதற்கொரு சான்றாகும். அதில் யாப்பேத்திற்குத் துருக், சின், ருஷ் என மூன்று மகன்கள் இருந்தனர் என்றும், அவர்களிடமிருந்து துருக்கியர், சீனர், ரஷ்யர் தோன்றினர் என்றும், இந்தியர்கள் விவிலியத்தில் சொல்லப்படாத இந்து என்பவரின் வழிவந்தவர்கள் என்றும், இந்த இந்து என்பவர் காமின் மகனாகலாம் என்றும், காமிற்கு பூரிப் (Purib), பங் (வங்காளம்), டெகான் (தெக்கணம்), நார்வால் (Narwal) எனப் பல மகன்கள் இருந்ததாகவும், அவர்கள் இந்திய தேசத்தை நிறுவினர் என்றும் கூறப்படுகிறது (Firishtah, 1768: 7-9). இதேபோல் அபுல் பஸலின் அக்பர்நாமா நூலிலும் காம் என்பவருக்கு இந்து, சிந்து (இவை பண்டைய இந்தியாவின் பெயர்கள்), யாப்பேத்து என மூன்று மகன்கள் உண்டு என்றும், இவருள் யாப்பேத்து இசுலாமியப் பேரரசர்களின் மூதாதை என்றும் குறிக்கப்பட்டுள்ளன. இந்தோ-ஐரோப்பியரின் மூதாதையர் காம் வழியினர் என்ற ஜோன்ஸின் கருத்தை இந்தப் பனுவல்கள் உறுதிப்படுத்தின எனலாம். மனித இயல்சார் பகுப்பிற்கு இசுலாமியர், கிறித்தவர், யூதர் ஆகியோர் மோசேயின் சட்டக வரைவிற்குள் பங்குகொண்டு தங்களையும் அறிவுலகில் இணைத்துக்கொண்டனர். தேசங்களின் வரலாற்றுத் தொடர்பை அறிவதற்குப் பயன்படுத்தும் அணுகுமுறையை மொழிகளின் வரலாற்றுத் தொடர்பை அறிய எப்படிப் பயன்படுத்தினர் என்பதையும், மொழி வரலாற்றைத் தேசங்களுக்கிடையிலான வரலாற்றுத் தொடர்பைத் தீர்மானிக்கும் அடையாளமாகப் பயன்படுத்தும் முறை ஐரோப்பாவில் ஏன் மிகவும் பிற்பட்டே நிகழ்ந்தது என்பதையும் இனி ஆராய்வோம்.

ஒப்பீட்டுச் சொற்கோவை அல்லது சொற்பட்டியல் முறைமை

ஜோன்ஸின் ஆண்டுவிழா உரைகளை இன்னும் சற்று விரிவாகப் பார்ப்பதன் மூலம் தேச வரலாற்றுக்கான அடையாளமாக மொழி வரலாறு அமைந்ததை நன்கு புரிந்துகொள்ள முடியும்.

ஜோன்ஸ் தமது 'மூன்றாவது ஆண்டுவிழா உரை'யில் மொழி களின் ஒப்பீட்டுக்குத் தேவையான ஒப்பீட்டுச் சொற்கோவையைத் தரவில்லை என்பது வியப்பாக உள்ளது.

ஆண்டுவிழா உரைகள் என்பதால் அவற்றில் ஆராய்ச்சிக் குறிப்புக்களையும் முடிவுகளையும் தந்து கேட்போருக்கு அயர்ச்சி தர வேண்டாம் என்று அவர் நினைத்திருக்கலாம். அவரது இந்தோ–ஐரோப்பியக் கருத்தாக்கமும் மொழிகளை ஒப்பிட்டுக் கண்டதன் வெளிப்பாடே என்பதும், அதற்கேற்ப அவரது காலத்தில் பின்பற்றப்பட்ட முறையைத் தழுவி அவர் ஒரு சொற்பட்டியலைப் பயன்படுத்தியிருக்கலாம் என்பதும் அவரது கருத்தாடல்களிலிருந்து தெளிவாகின்றன.

இவ்வகையான சொற்பட்டியல் மொழிகளுக்கிடையேயான ஒற்றுமையை அறிய உதவுவதோடு அவற்றின் வரலாற்று உறவையும் புலப்படுத்த வழிகாட்டுகிறது; மொழிகளின் ஒப்புமையைக் காணத் துணை செய்கிறது. இந்தச் சொற்பட்டியல், ஐரோப்பாவில் அச்சுத் தொழில்நுட்பம் அறிமுகமானதிலிருந்தே வெளிவந்து கொண்டிருந்த பன்மொழி விவிலியப் பதிப்புகள் சார்ந்து உருவான பழைய முறைகளிலிருந்து வேறுபட்டதாக இருந்தது. இந்த ஒப்பீட்டுச் சொற்கோவை போகிறபோக்கில் தயாரிக்கப் படுவதன்று; வாழும் மொழிகளிலிருந்து எடுக்கப்பட்ட சொற்களைக் கொண்டது; மொழிகளின் ஒப்புமை மூலம் அவற்றின் வரலாற்று உறவையும் காண வேண்டும் என்கிற நோக்கத்தை உள்ளடக்கியது.

இந்தோ–ஐரோப்பிய மொழிகளின் ஒப்புமையைக் கண்டுசொல்ல உதவிய சொற்பட்டியலை ஜோன்ஸ் தராதது துரதிருஷ்டவசமானது. ஒரு சொற்பட்டியல் அவரிடம் இருந்திருக்க வேண்டும் என்பது ஜோன்ஸ் காலத்தவரான அலெக்ஸாண்டர் ஹாமில்டன் *(Alexander Hamilton)* இந்தோ–ஐரோப்பிய மொழிகளை ஒப்பிட்டு முதன்முதலாக பிரான்ஸ் போப் எழுதிய நூலுக்கு வரைந்த மதிப்புரையிலிருந்து தெரிகிறது. ஹாமில்டன் கல்கத்தாவில் சமஸ்கிருதம் படித்தவர். இங்கிலாந்திலுள்ள கிழக்கிந்தியக் கல்லூரியில் முதல் சமஸ்கிருதப் பேராசிரியராக இருந்தவர்.

இதுவன்றி, வில்லியம் மார்ஸ்டன் *(William Marsden)* எழுதிய இரண்டு முக்கியமான சிறு கட்டுரைகளையும் தேவை கருதி இங்கு கவனத்தில் கொள்ள வேண்டும். இவரும் கிழக்கிந்தியக் கம்பெனியில் பணியாற்றியவர்; ஆசியக் கழக உறுப்பினர். இந்தக் கட்டுரைகள் ஜோன்ஸின் ‘மூன்றாவது ஆண்டுவிழா உரை’ வெளிவந்த காலகட்டத்தில் எழுதப்பட்டவையாகும்.

சுமத்திரா வரலாறு, மலாய்மொழி இலக்கணம் *(1812)* ஆகிய நூல்களுக்காகவும், பிரிட்டிஷ் அருங்காட்சியகத்துக்கு அவர் அளித்த *3447* நாணயத் தொகுப்பிற்காகவும் பெரிதும்

நினைக்கப்படுபவர் வில்லியம் மார்ஸ்டன். மொழியியலுக்கு அவர் ஆற்றிய பணி மிகவும் விரிவானது என்றாலும், அவரது மொழியாய்வுகள் இங்கிலாந்தைவிட ஆசியாவில்தான் அதிகம் பேசப்பட்டன. இங்கிலாந்தில் ஜோன்ஸ் பெற்றிருந்த புகழ்தான் இதற்குக் காரணம். தேசிய வாழ்க்கை வரலாற்று அகராதியில் *(Dictionary of National Biography)* காணப்படும் மார்ஸ்டன் பற்றிய குறிப்பைப் பார்த்தாலே இதை அறியலாம். அதில் அவர் ஒரு 'கீழ்த்திசையியல், நாணயவியல் அறிஞர்' என்று பொதுவாகக் குறிக்கப்பட்டுள்ளார். ஜிப்ஸிகளின் இந்திய மூலம் பற்றிய இவரது கட்டுரை மேம்போக்காகக் குறிப்பிடப்பட்டுள்ளது. ஆனால் இவரது மிகப் பெரிய சாதனை களில் ஒன்றான, மலேய–பாலினேசிய மொழிக் குடும்பம் பற்றி இவர் முதன்முதலாக வெளிப்படுத்தியது குறிக்கப்படவில்லை. இன்றும் மதிப்புடையதாகக் கருதப்படும் இவ்விரு சாதனைகளும் சொற்பட்டியல் முறையியலை அடிப்படையாகக் கொண்டு நிறைவேற்றப்பட்டவையாகும்.

1770இல் மார்ஸ்டன் சுமத்திராவுக்குப் பயணமானார். தமது இருபத்தைந்தாம் வயதில் இங்கிலாந்திற்குத் திரும்பிய இவர், 5–3–1780இல் வேத்தியல் கழகத்தின் தலைவரான ஜோசப் பாங்க்ஸிற்கு *(Joseph Banks)* எழுதிய கடிதம் மலேய–பாலினேசிய மொழிக் குடும்ப வரலாற்று உறவைக் குறிப்பிடுகிறது. அது பின்னர், 'சுமத்திரா மொழிகள் பற்றிய குறிப்புகள்' என்ற தலைப்பில் வெளிவந்தது. அதன் மையப்பகுதி அதிலுள்ள சொற்பட்டியல்தான். இதில் ஐம்பது ஆங்கிலச் சொற்களையும் அவற்றுக்கு இணையாகப் பதின்மூன்று மொழிகளில் காணப்படும் சொற்களையும் அவர் அட்டவணைப்படுத்தியிருந்தார். இதன் நோக்கம் இந்த மொழிகளுக்கு ஒரு பொதுவான மூலம் உள்ளதா என்பதை அறிவதும், சுமத்திராவின் உள்பகுதியில் "தொடர்பில்லாது, தனித்தனியாக உள்ள தேசங்களில்" பேசப்படும் இவை, அங்கு வசிக்கும் ஐரோப்பியர் பொதுவாகக் கூறுவது போல வெவ்வேறு மொழிகளா அல்லது ஒரே மொழியின் கிளைமொழிகளா என்பதை அறிவதும் ஆகும்.

இந்தச் சொற்கோவை ஒரு சாதாரணப் பட்டியல்தான் என்றாலும், மார்ஸ்டன் இதைக் கொண்டு சில சான்றுகளைப் பணிவோடு முன்வைத்தாலும் உண்மையில் அது மிகவும் கவனமாகத் தயாரிக்கப்பட்டது என்பதும், அதற்குப் பின்னே ஒரு கோட்பாடு இருந்தது என்பதும் சுட்டிக்காட்டத்தக்கன. அது உலகெங்கும் வழக்கிலுள்ள இயல்பான கருத்துக்களை வெளிப்படுத்தும் சொற்களைக் கொண்ட பட்டியலாகும். அவை: எண்ணுப்பெயர்கள் (ஒன்று முதல் பத்து, நூறு); உறவுச் சொற்கள்

(கணவன், மனைவி, அப்பா, அம்மா, உடன்பிறப்பு); உடலுறுப்புச் சொற்கள் (தலை, கண், மூக்கு, கன்னம், வயிறு, கை, கால், காது); ஆடைகளின் பெயர்கள்; பகல், இரவு; வெள்ளை, கறுப்பு, நன்மை, தீமை முதலிய சொற்கள்; மூலப்பொருள்கள் (தீ, நீர், நிலம்); மக்கள் பெயர்கள்; உணவுப் பொருள்கள் (பன்றி, பறவை, முட்டை, மீன், அரிசி, உருளைக்கிழங்கு); கோளங்களின் பெயர்கள் (ஞாயிறு, திங்கள், விண்மீன்); ஏனையவை (நான், ஆம், இங்கே வா, கடவுள்). இவையாவும் வாழும் மொழிகளில் அல்லது அகராதிகளிலிருந்து கருத்தின்றி எடுக்கப்பட்ட சொற்கள் அல்ல; மொழிகள் தோன்றிய காலத்தே கருத்துப் பரிமாற்றத்துக்குத் தேவைப்பட்ட எளிய, பழைய அடிப்படையான சொற்களாகும்.

இந்தப் பட்டியலிலிருந்து இனச்சொற்களைத் தொகுத்த பின் இன்னொரு பட்டியலை மார்ஸ்டன் தயாரித்தார். அதில் இந்த இனச்சொற்களை முதலில் தந்து, இரண்டாவதாக ஆங்கிலச் சொற்களைத் தந்தார். சுமத்திராவிலும் அதனை அடுத்துள்ள பகுதிகளிலுமுள்ள மொழிகளில் காணலாகும் சொற்களில் பாதிக்கு மேற்பட்டவை ஒலி மற்றும் பொருள் தொடர்பு கொண்டுள்ளன என்றும், இது மடகாஸ்கரிலிருந்து நியூசிலாந்து மற்றும் கிழக்குத் தீவுகள்வரை பரவியுள்ள மொழிகளின் உறவைக் காட்டுகிறது என்றும் குறிப்பிட்டார். இந்த மொழிகளுக்கான மூலத்தைக் காண்பதில் அவர் ஓரளவே வெற்றி பெற்றிருந்தாலும், மடகாஸ்கரின் கிழக்குப் பகுதியிலிருந்து மார்க்குயுஸா *(Marquesas)* வரை அல்லது ஆப்பிரிக்கக் கீழைக்கரையிலிருந்து அமெரிக்க மேலைக்கரை வரை வாழ்ந்த மக்கள் தங்கள் கருத்துக்களைத் தெரிவிக்கப் பயன்படுத்திய இந்தச் சொற்களுக்கு இடையே ஒரு அழுத்தமான உறவு இருப்பது தெளிவாகிறது. மலேய–பாலினேசிய மொழிக் குடும்பம் என நாம் இன்று அழைக்கிற மொழிக் குடும்பத்தின் நில எல்லை குறித்த முதல் அறிவிப்பு இதுவே ஆகும்.

மத்திய ஆசியா தேசங்களின் கருப்பை என்றும், அது அப்பகுதித் தீவுகளில் வாழ்ந்த மக்களின் மூலம் என்றும் மத்திய ஆசியாவுக்கும் தீவுகளுக்குமிடையேயுள்ள, தாம் ஆய்வு செய்த சயாம், லாவோ, கம்போடியா, பெகு மொழிகள், "இம்மாதிரியான ஒரு கண்டுபிடிப்புக்கு உதவும் ஒரு உடனடிக் குறிப்பு" என்றும் தாம் நம்புவதாகவும் மார்ஸ்டென் சொன்னார். இதற்கு ஒரு மறுமொழியாக, கிழக்கிந்தியக் கம்பெனியில் பணியாற்றிய ஜான் லெய்டன் *(John Leyden)* சில ஆண்டுகளுக்குப்பின் இந்தோ–சீனத் தீபகற்ப மொழிகள் பற்றிய இரண்டு நூல்களை வெளியிட்டார். இந்த மொழிகளுக்கு மத்திய ஆசியாவே மூலம் என்கிற கோட்பாடு நற்பலன் தரவில்லை. ஆனால்

மலேய–பாலினேசிய மொழிகளுக்கிடையேயான உறவு குறித்த அடிப்படை ஆதாரங்களை மார்ஸ்டென் புத்தகங்களிலிருந்து திரட்டாது நேரடியாக மக்களிடமிருந்தே திரட்டித் தம் கருத்தை முன்வைத்தார். ஜோன்ஸின் இந்தோ–ஐரோப்பிய கண்டுபிடிப்பு போலவே இதுவும் ஒரு பெரிய சாதனையாகும்.

தரப்படுத்தப்பட்ட சொற்பட்டியல், அதற்கு மாற்றாகத் தயாரிக்கப்படும் பொதுச்சொற்பட்டியல் குறித்த கருத்துக்கள் மீதான மார்ஸ்டெனின் கருத்துரை சில விளக்கங்களைத் தருகிறது. சுமத்திராவுக்குள் வழங்கும் மொழிகளின் உறவு குறித்த அவரது வினாவுக்குத் தமது சொற்பட்டியல் மூலமாக அவை பெரு மொழியிலிருந்து கிளைத்தவை என்ற விடையை முன்வைத்தார். இந்த மொழிகளுக்கிடையே உறவு இல்லையென்று அங்கு வாழ்ந்த ஐரோப்பியருக்கும் சுமத்திரருக்கும் இடையே நிலவிய கருத்துக்கு மாறாக இந்த விடை அமைந்தது. இந்த மொழிகளில் பல தமக்கென எழுத்துமுறைகளைக் கொண்டிருப்பதால் இவை வெவ்வேறு மூலங்களை உடையவை என்றும், இவற்றுக்கிடையே யான உறவு சொற்களைக் கடன் வாங்கியதால் ஏற்பட்டது என்றும் கூறப்பட்டன. சுமத்திர மக்கள் ஒருவர் மொழியை மற்றவர் புரிந்துகொள்ளவில்லை என்றும் அவர்களது பழக்க வழக்கங்கள் தொலைதூர நாடுகளில் வாழும் மற்ற மக்களின் பழக்கவழக்கங்களைப் போல வேறுபட்டே இருந்தன என்றும் கருதப்பட்டது. தமது பொது வேர்ச்சொற் பட்டியல் இந்த மக்கள் அயலகத்தாரோடு தொடர்புகொள்ளும்முன் தம்முள் ஒத்த கருத்தினராக இருந்தனர் என்பதைக் காட்டுகிறது என்றும், இந்த ஒப்புமை காலப்போக்கில் குறைந்து வேற்றுமை ஏற்படலாயிற்று என்றும் எடுத்துரைத்து இக்கருத்துக்களை மறுத்தார். இந்தச் சான்றுக்கான முக்கிய ஆதாரம் ஒவ்வொரு மொழிக்கும் இயல்பாக உள்ள வேர்ச்சொற் பட்டியலே.

மொழிகளின் ஒற்றுமை குறித்த இரண்டு மாற்றுக்கருத்துக் களை இங்கு மார்ஸ்டென் கருத்தில் கொண்டுள்ளமை தெளிவாகிறது. மொழிகள் சொற்களைக் கடன் வாங்குதல் மூலம் ஒன்றோடொன்று கலத்தல் என்பது ஒன்று; ஒரு மூலமொழியிலிருந்து படிப்படியாகப் பிரிவதன் மூலம் வேறுபடுதல் என்பது மற்றொன்று. ஒரு மூலமொழியிலிருந்து படிப்படியாக மொழிகள் பிரிவதைக் கொண்டுதான் அவற்றின் ஒற்றுமையைக் காண வேண்டுமேயன்றி, மொழிக்கலப்பையும் ஒன்றாதலையும் கொண்டு காண முடியாது என்றார் மார்ஸ்டென். இந்தோ–ஐரோப்பிய மொழிகள் ஒரு மூலத்திலிருந்து கிளைத்தவை என்ற ஜோன்ஸின் சரியான கருத்தையும், அவை கடன் வாங்கியதால் ஒன்றிவிட்டன என்ற கோயெர்டோவின் தவறான கணிப்பையும்

பிரித்தறிய இவரது விளக்கம் உதவுகிறது. மொழிகளின் வரலாற்று உறவைக் காண இந்த விளக்கம் தவிர்க்க இயலாதது என்பதும், சொற்பட்டியல் முறையியல் இதற்குப் பெரிதும் உதவுகிறது என்பதும் மனங்கொள்ளத்தக்கவையாகும். வேர்ச்சொற் பட்டியல் மூலம் இது நடைபெறுகிறது என்றாலும் பிற தேசங்களோடு தொடர்புகொள்வதன் மூலம் வளர்த்தெடுக்கப்படும் கலை, அறிவியல் தொடர்பான கருத்து சார்ந்த சொற்களும் பயன்படுகின்றன என்பதையும் கவனத்தில் கொள்ள வேண்டும். இவ்வகையான எளியதும் கடியதுமான கருத்துக்களை இணைத்து வெளிப்படுத்தும் சொற்களைக் கொண்ட எளிய பட்டியல் மொழிகளின் உறவை அறிய உதவும் ஒரு சிறந்த கருவியாகும்.

மார்ஸ்டெனின் இரண்டாவது கட்டுரை 'ஜிப்ஸிகள் எனப் பொதுவாக அழைக்கப்படும் மக்களின் மொழி குறித்த பார்வை' (1785) என்பதாகும். இந்த ஆய்வுக்கும் அவர் ஒப்பீட்டுச் சொற்பட்டியலை ஒரு கருவியாகப் பயன்படுத்தினார். எத்தியோப்பியாவின் வரலாற்றை எழுதிய லுடோல்ஃபஸ் *(Ludolphus)*, ஜிப்ஸிகளின் மொழியிலிருந்து, "தமது பயணத்தின் போது, அந்த மக்களின் தோற்றுவாயை அறிவதற்காக, அவர்களிட மிருந்து திரட்டிய சொற்களை" அதில் பதிவு செய்கிறார். அந்தச் சொற்களில் பல இந்துஸ்தானி மொழியோடு ஒத்திருப்பதைக் கண்டு மார்ஸ்டென் வியப்பில் ஆழ்ந்தார். இந்த ஒப்புமையைப் பெரிதுபடுத்திக் காட்டும் இச்சொற்பட்டியலில் குறை இருப்பதாக உணர்ந்த அவர், இங்கிலாந்திலிருந்த ஜிப்ஸிகளிடமிருந்து சில சொற்களைத் திரட்டியும், துருக்கியிலிருந்த ஒரு நண்பர் மூலம் சிலவற்றைப் பெற்றும் இந்தப் பட்டியலின் தரத்தை ஒப்பிட்டார். 39 சொற்களைக் கொண்ட ஒரு பட்டியல் மூலம் இவற்றை ஒப்பிட்டுத் தமது ஆய்வின் முடிவில் ஓர் அட்டவணையைத் தந்தார். சில ஜிப்ஸி சொற்கள் மராத்தி, வங்காளி மொழிகளோடு ஒத்திருந்தன. இவற்றுள் 7,8,9 ஆகிய எண்ணுப் பெயர்களைக் குறிக்கும் சொற்கள் கிரேக்கச் சொற்களாகவும், 1,2,3,4,5,10 ஆகியவற்றைக் குறிக்கும் சொற்கள் இந்தியச் சொற்களாக இருப்பதையும் கண்டறிந்தார். ஜிப்ஸி என்ற சொல் ஈஜிப்டியன் *(Egyptian)* என்பதன் மரூஉவாக இருக்கலாம் என்றும், அவர்களது மொழி கோப்டிக் *(Coptic)* என்பதோடு தொடர்புடையது என்றும் சில அறிஞர்கள் கருதியதை மார்ஸ்டென் மறுத்து, தம்மிடமுள்ள பல சொற்களில் ஒரே ஒரு சொல் மட்டுமே கோப்டிக் மொழியோடு தொடர்புறக் கூடியதாக உள்ளது என்றார். இவ்வாறு, இந்தச் சிறிய கட்டுரையில் சொற்பட்டியல் மூலம் ரோமானி *(Romani)* அல்லது ஜிப்ஸி மொழியின் இந்திய மூலத்தை உறுதிப்படுத்தினார். அதே காலகட்டத்தில் கிரெல்மன் *(Grellman)* வெளியிட்ட அகராதியின்

அடிப்படையில் ஜிப்ஸி மொழியில் "ஏராளமான சமஸ்கிருதச் சொற்கள் உள்ளன என்றும், அவற்றின் இந்திய மூலத்தை ஐயுற முடியாது" என்றும் கூறிய ஜோன்ஸ், "ஒரு எழுத்தில்கூட மாற்றம் இல்லாத தூய சமஸ்கிருதச் சொற்களோடு" ஒப்புமையுடைய சொற்பட்டியலையும் வெளியிட்டார்.

இவ்வாறு 1780களில் மூன்று முக்கியச் சாதனைகள் நிகழ்ந்தன:

1. ஜோன்ஸ் இந்தோ–ஐரோப்பிய மொழிக் குடும்பம் குறித்து முதன்முதலாக முன்வைத்த கருத்து
2. மார்ஸ்டென் மலேய–பாலினேசிய மொழிக் குடும்பம் பற்றி முதன்முதலாக முன்மொழிந்தது
3. ரோமானி மொழிகளின் மூலம் இந்தியா என மார்ஸ்டென் கூறியது.

இந்த மூன்று சாதனைகளும் தம்முள் தொடர்புடையன. இவற்றோடு சேர்த்துவைத்துப் பார்க்க வேண்டிய நாலாவது சாதனை கிழக்கிந்தியக் கம்பெனியோடு தொடர்புடையதும், இந்த நூலின் மையப்பொருளாக உள்ளதுமான பிரான்ஸிஸ் ஒயிட் எல்லிஸ் 1816இல் முதன்முதலாக எடுத்துரைத்த கருத்தாகும். அது திராவிட மொழிகள் என்று நாம் வழங்குகின்ற தென்னிந்திய மொழிகள் தம்முள் ஒற்றுமையுடையன என்பதும், அவை சமஸ்கிருத மூலத்தைக் கொண்டவையல்ல என்பதுமாகும். இந்தக் கண்டுபிடிப்புக்கள் உண்மையில் புதியவையும் எதிர் பாராதவையுமாகும். மொழிகளின் வரலாற்றுவழி உறவை, அந்த மொழிகளைப் பேசும் மக்களே நினைவில் வைத்திராத நிலையில், இன்றும் ஏற்றுக்கொள்ளத்தக்கவகையில் இந்தக் கண்டுபிடிப்புக்கள் வெளிப்படுத்தின என்பது குறிப்பிடத்தக்கதாகும்.

மொழிகளின் வரலாற்றுவழி உறவைக் காணவும் அதன் மூலம் தேசங்களின் உறவைக் காணவும் இந்த எளிய, ஆற்றல் மிக்க சொற்பட்டியல் பயன்பட்டது. ஆசியாவுக்கும் பிற பகுதிகளுக்கும் சென்ற ஐரோப்பியப் பயணிகள் இந்தப் பட்டியலைத் தாங்கள் செல்லும் இடங்களிலுள்ள மக்களின் இனவியல் உறவை அறிய உதவும் ஒரு கருவியாக எடுத்துச் சென்றனர். இது எவ்வாறு நிகழ்ந்தது? லீப்நித்ஸ்(Leibniz) எழுதிய ஒரு சிறு பனுவல்தான் இதற்கான தோற்றுவாய். அவர் மறைந்த சிலகாலம் கழித்து 1718இல் வெளிவந்த 'மக்களின் மொழிகள் குறித்த ஒரு வேண்டுகோள்' *(Appeal Concerning Languages of Peoples)* மார்ஸ்டென் போன்றவர்களுக்கு முன்மாதிரியாக விளங்கியிருக்கலாம்.

மக்களின் மூலத்தை அறிய மொழிகளின் ஒற்றுமை பற்றிய அறிவு நல்விளக்காகும். அப்படியிருக்க, புவியிய லாரும் பயணிகளும் மொழிகளைப் பற்றி எதுவும் எழுதாமலிருப்பதையும் போகிறபோக்கில் சில சான்றுகளை மட்டும் தருவதையும் கண்டு நான் வியக்கிறேன்

என்று அது தொடங்குகிறது. தமக்கு எவ்வகையான தகவல்கள் தேவை என்பதை அவர் வெளிப்படுத்தியதன் மூலம் பயணிகள் எவ்வகையான சான்றுகளை மொழிகளிலிருந்து திரட்ட வேண்டும் என்பதையும் லீப்நித்ஸ் சுட்டிக்காட்டுகிறார். நன்கு புழக்கத்திலிருந்த பீட்டர் நோஸ்டரின் தொகுப்புகளைக் குறிப்பிடுகிறார். இவற்றில் சிலாவிக் மொழிக் குடும்பத்தைச் சேர்ந்த போலிஷ், செர்பியன், தல்மாஷியன் *(Dalmatian)*, குரோஷிய *(Croats)*, ரஷ்ய மொழிச் சான்றுகளும், வலாச்சியன் *(Wallachians)*, செட்டோஸ் *(Cettos)*, லிவோனியன் *(Livonians)*, துருக்கி, பாரசீகம், சீன மொழிச் சான்றுகளும் உள்ளன. ஐரோப்பியர் அறிந்த மொழிகளுக்கிடையே மொழிபெயர்க்கப்பட்ட பனுவல்களையும், பொதுவான பொருள்களைக் குறிக்கும் சொற்களையும் அவர் நாடினார். இது எவ்வாறு இருக்க வேண்டும் என்பதையும் விளக்கமாகக் குறிப்பிட்டார். இது புதுமையானது. ஒப்பீட்டுச் சொற்கோவைகளின் அன்னை என்று இதைச் சொல்லலாம்.

எண்ணுப்பெயர்கள்	:	1–10, 20, 30, 40, 50, 100, 1000
உறவுப்பெயர்களும் வயதும்	:	அப்பா, அம்மா, தாத்தா, மகன், மகள், சகோதரன், சகோதரி, அப்பாவின் சகோதரன், கணவன், மனைவி, மாமனார், மருமகன், ஆண், பெண், குழந்தை, இளையோர், மூத்தோர்.
உடலுறுப்புக்கள்	:	உடம்பு, சதை, தோல், குருதி, எலும்பு, தலை, புருவம், தாடை, கண், காது, வாய், நாக்கு, கை, கால், இதயம், தொண்டை, விரல், வயிறு, மார்பு.
தேவைகள்	:	உணவு, பானம், ரொட்டி, நீர், பால், மது, மூலிகை, பழம், உப்பு, மீன், எருது, ஆடு, குதிரை, விலங்குத்தோல், வீடு, வண்டி, வாள், வில், அம்பு, ஈட்டி, கவண்.

இயற்கைப் பொருள்கள்	:	கடவுள், மனிதன், விண்ணுலகு, ஞாயிறு, நிலவு, இடி, மின்னல், மழை, மேகம், உறைபனி, ஆலங் கட்டி, பனிக்கட்டி, நெருப்பு, வெப்பம், ஒளி, புகை, பூமி, நிலம், மலை, ஆறு, கடல், மண், நாய், ஓநாய், மான், கரடி, நரி, பறவை, பாம்பு, சுண்டெலி.
வினை	:	தின், குடி, பார், இரு, நில், போ, அடி, சிரி, தூங்கு, பிடுங்கு, அறி.

மார்ஸ்டெனின் பட்டியலும் ஏறத்தாழ இதே முறையில் அமைந்திருந்ததை மேலே கண்டோம். மற்ற ஒப்பீட்டுச் சொற் கோவைகளும் பெரும்பாலும் இத்தன்மையனவே. எல்லா வற்றுக்கும் இந்தப் பட்டியலே மூலமாக இருந்திருக்கக்கூடும்.

மனித இனவியல் அறிவு பெற உதவும் ஒரு சிறந்த கருவியாக அமைந்த லீப்நித்ஸின் இந்தச் சொற்கோவை ஒரு முக்கியமான திட்டத்தைச் சார்ந்திருந்தது எனத் தெரிகிறது. ஆசியாவிலும் ஐரோப்பாவின் சில பகுதிகளிலும் குடிபெயர்ந்திருந்த, நன்கு அறியப்படாத, ஆனால் அறியப்பட வேண்டிய, கிழக்கு நோக்கிச் சென்ற வடபகுதி மக்களைப் பற்றிய சில தகவல்களை அவர் தேடினார். ஜெர்மானிய மொழிகளுக்கும் சிலாவிய மொழிகளுக்கும் இடையேயான உறவை அறிவதில் அவர் ஆர்வம் காட்டினார். “கற்றறிந்த மக்கள் வழக்கிலில்லாத, பொதுமக்கள் வழக்கிலுள்ள சொற்களைப் பெற்று டிரான்ஸில்வேனியன் மொழிக்கும் நமது சாக்ஸன் மொழிக்கும் இடையேயான உறவை அறியத் தேவைப்படும் மொழிச் சான்றுகளை”த் தேடினார். “பொதுமக்கள் வழக்கிலுள்ள சொற்களில் பல ஹங்கேரிய, சிலாவிய சொற்களில் இல்லை என்றும், ஜெர்மானியர் அவற்றைப் புரிந்துகொள்ள முடியாது என்றும் சொல்லப்படுவதாக” அவர் எழுதினார். தொல்பழம் கோதர்கள் *(Goths)* பேசும் மொழிக்கும் ஜெர்மன் மொழிக்கும் உள்ள உறவு, சைபீரியா, கருங்கடல் மற்றும் மாஸ்கோ பேரரசுக்கு உட்பட்ட பகுதிகளில் வழங்கும் சிலாவிய குடும்பம் சாராத மொழிகளுக்கிடையேயான உறவு, மத்திய ஆசியாவில் கைது செய்யப்பட்டு, காஸ்பியன் கடல்பகுதிக்கு அப்பால் வசிக்கும் ஒரு ஹங்கேரிய பாதிரியார் கண்டுசொன்ன அந்தப் பகுதியிலுள்ள மொழிக்கும் ஹங்கேரிய மொழிக்குமான உறவு ஆகியன பற்றி அறியவும், அல்பேனியாவிலும் பல்கேரியாவிலும் சிலாவியம், ஹங்கேரியன், கிரேக்கம், துருக்கி மொழிகளோடு சம்பந்தப்படாத ஒரு மொழி பேசப்படுகிறதா

என்பதை அறியவும் விரும்பி அதற்கான தரவுகளை அவர் தேடினார். இந்தத் தேடலின் நோக்கம் ஐரோப்பா – ஆசியாவில் வழங்கும் மொழிகளின் ஊடாக யுரேசியாவின் மனித இனவியல் வரலாற்றை அறிவதும், அவற்றுள் ஜெர்மன் மொழிக்கும் அதன் மக்களுக்குமான இடத்தைத் தீர்மானிப்பதும் ஆகும்.

மூன்று பக்க அளவில் அமைந்த இந்தச் சிறிய கடிதத்தி லுள்ள சொற்பட்டியல் குறிப்பிடத்தக்க சில பண்புகளைக் கொண்டுள்ளது. 1. கற்றறிந்த மக்கள் மொழியாக இல்லாது பொதுமக்கள் மொழியாக இருக்க வேண்டும், 2. கலை, அறிவியல் சார்ந்த கடினமான சொற்களாக அன்றி வாழ்வின் உடனடித் தேவைகளைக் குறிக்கும் சொற்களாக இருத்தல் வேண்டும், 3. புதிய சொற்களாக இல்லாது பழைய சொற்களாக இருக்க வேண்டும், 4. எளிய சொற்களாக இருக்க வேண்டும், 5. அயலகக் கடன் சொற்களாக இல்லாது இயற்சொற்களாக இருக்க வேண்டும். சொற்கோவை கண்டறிய விரும்பிய ஒரு மொழியின் இயல்பு குறித்த பண்புகள் இவையே.

ஒரு மொழி குறித்த கருத்தமைவு வாழும் மொழியிலிருந்து பெறப்படுவதே ஆகும். இக்கருத்தமைவு மொழியில் காணப்படும் கற்றறிந்தார் வழக்கு, அயலகக்கடன் சொற்கள், பிற்காலத்திய கடின வழக்குகள் ஆகியவற்றைப் புறந்தள்ளி அதன் அடிப்படைச் சொற்களை மையப்படுத்தியதாகும். சொற்களைக் கொண்ட இவ்வகைப் பட்டியலைக் கொண்டே மொழிகளின் வரலாற்றையும் ஒப்புமையையும் சரிவரக் கண்டுபிடிக்க முடியும். இந்தச் சொற்பட்டியல் வழியிலான பகுப்பாய்வு மூலம் ஒரு மரத்தைப் போல் மொழிகள் கிளைத்துச் செல்லும் தோற்றம் உருவாகிறது. வரலாற்று மொழியியலில் மொழிகளின் குடிவழி உறவை அறியத் துணைசெய்யும் மொழி பற்றிய இந்தக் கருத்தமைவை மனங்கொள்ளுதல் நன்று.

பதினெட்டாம் நூற்றாண்டில் உருவான மொழி – தேச உறவு குறித்த கருத்து அதற்கு முன்பே கிறித்தவம் பரவிய மேற்கத்திய நாடுகளிலோ இசுலாம் பரவிய மற்ற பகுதிகளிலோ ஏன் தோன்றவில்லை என்கிற வினாவுக்கு நாம் இப்போது விடை காண்போம்.

மொழிக்கும் தேசத்துக்குமான பிணைப்பு விவிலிய ஆதியாகமத்தில் பொதிந்துள்ளது. யூத, கிறித்தவ, இசுலாமிய மக்களின் இனவியல் குறித்த சான்றுகளிலும் காணப்படுகிறது. ஆனால், பதினெட்டாம் நூற்றாண்டு ஐரோப்பாவில்தான் இதற்கான ஒரு முறையான சொற்பட்டியல் முறையியல் வகுக்கப்

பட்டது. இந்த முறையியல் மொழி – தேச உறவை மட்டுமன்றி தேசங்களின் வரலாற்றையும் அறிய உதவிற்று.

ஒப்பீட்டுச் சொற்கோவையும் அதைத் தொடர்ந்த ஒப்பீட்டு இலக்கணமும் மொழிகளின் பழைமையையும் மையக்கருவையும் காட்டின. அவற்றின் செயற்பாட்டை ஜோன்ஸ், ஃபிரான்ஸ் போப் ஆகியோரிடம் நாம் ஏற்கெனவே கண்டோம்.

மொழி – தேசம் அல்லது மொழி – இனம் ஆகியவற்றின் பிணைப்பு விவிலியக் கருத்தோட்டமாகவும் அன்றைய ஐரோப்பியச் சிந்தனையாகவும் இருந்தபோதிலும், பதினெட்டாம் நூற்றாண்டில்தான் அதற்கு ஒரு அறிவியல்சார் சொற்கோவை முறையியல் கண்டுபிடிக்கப்பட்டு அழுத்தமுறக் கூறப்பட்டது. ஐரோப்பிய ஆட்சிப்பரவல் காலத்தில் மேற்கொள்ளப்பட்ட இந்த முறையியல் முன்னெப்போதும் இல்லாத அளவு வியத்தகு விளைவுகளைத் தந்தது. மொழியின் அடிப்படையான இயற்சொற்கள் அந்த மொழியைப் பேசும் மக்களின் தேசத்தோடு கட்டுண்டது என்கிற கருத்து அன்று கேள்விக்கப்பாற்பட்டதாக இருந்தது. பத்தொன்பதாம் நூற்றாண்டின் இடைப்பகுதியில்தான் இது கேள்விக்குள்ளாகி மொழியும் இனமும் ஒன்றோடொன்று உறவு கொண்டிருக்க வேண்டியதில்லை என்கிற புதிய உண்மை உரத்து ஒலிக்கப்பட்டது.

இலக்கணப் பித்து

லீப்நித்ஸின் இந்தச் சொற்பட்டியல் சாதாரணமானதன்று. அது ஒரு சொற்பட்டியலில் எவ்வகைச் சொற்களைச் சேர்க்க வேண்டும் என்கிற கோட்பாட்டை முன்வைக்கிறது. எண்ணுப்பெயர், உறவுப்பெயர், உடலுறுப்புப்பெயர், இயற்கைப்பொருள்கள், அன்றாட வழக்குப் பொருள்களின் பெயர்கள் ஆகியவற்றைக் கொண்டுள்ள இது மொழியின் பிற்காலச் சேர்க்கையிலிருந்து மொழியின் அடிப்படையான இயற்சொற்களைப் பிரித்துக் காட்டுகிறது. மேலும் தொன்மை/புதுமை, இயன்மை/அயன்மை, பொதுவழக்கு / புலமைவழக்கு என்கிற இருமைகளைக் கொண்டதாகவும் உள்ளது. பகுப்பாய்வுக்குத் தேவை அடிப்படைச் சொற்களேயன்றி அயல்சொற்களல்ல என்பதை இது தெளிவுபடுத்துகிறது.

இந்தச் சொற்பட்டியல் எளிதாக இருந்தாலும் வியப்புக்குரிய ஆற்றல் கொண்டிருந்தது. மொழிகளில் ஏற்படும் ஒலி மாற்றங்கள் மூலம் அவற்றின் சொற்பிறப்பியலை அறிவியல் வழியில் கண்டறிய உதவும் கிரிம் *(Grimm)* விதிகள் பத்தொன்பதாம் நூற்றாண்டின்

இடைப்பகுதியில் தோன்றுவதற்கு முன்பே, இச்சொற்பட்டியல் இன்றளவும் ஏற்றுக்கொள்ளப்படும் சில புதிய கண்டுபிடிப்புகளுக்கு ஒரு கருவியாகத் திகழ்ந்தது. எளிய இச்சொற்பட்டியலில் சில குறைகள் உண்டு. மொழி உறவைத் தீர்மானிக்க உதவுகிற/உதவாத சொற்கள் யாவை, சொற்கள் ஒன்றுபோல் தோன்றாவிட்டாலும் அவை இனமொழிச் சொற்களாக இருப்பதற்கான சாத்தியக் கூறுகள் யாவை (ஒப்பீட்டு இலக்கணம் மொழிகளின் ஒலிமாற்றம் அடிப்படையில் இதைச் சிறப்படையச் செய்தது) என்பனவற்றை இப்பட்டியல் காட்டாவிட்டாலும் பதினெட்டாம் நூற்றாண்டில் பயன்படுத்தப்பட்ட இந்த எளிய சொற்பட்டியல் ஒரு புதிய, நீடித்திருக்கக்கூடிய அறிவைப் புகட்டும் அளவுக்கு உண்மைக்கு மிக அருகில் இருந்ததெனலாம்.

இந்த ஒப்பீட்டுச் சொற்கோவையும் அதன் கோட்பாடும் மொழிகளை மோசேயின் மனித இனவியல் நோக்கில் இணைத்துப் பார்க்கவும், அவற்றைத் தேசங்களின் அடையாளமாகக் காட்டவும் உதவியதோடு வரலாற்றை மறந்துபோன மக்களின் வரலாற்றுக்குத் திறவுகோலாகவும் செயல்பட்டன. குடிமரபுக் கிளைகளுக்கிடையேயான உறவைக் காட்டும் சாதனமாக மொழி இருக்கிறது என்பதை இந்தச் சொற்பட்டியல் புலப்படுத்துகிறது.

இந்தோ – ஐரோப்பிய மொழிகள் குறித்த ஜோன்ஸின் முன்னோடிக் கூற்று மொழிகளோடு மட்டும் நில்லாது அவற்றின்வழி மறந்துபோன வரலாற்றை நினைவுபடுத்துவ தாகவும் உள்ளது. ஜோன்ஸ் கருத்துப்படி மனம் என்பது நினைவு, பகுத்தறிவு, கற்பனை என மூன்று கூறுகளைக் கொண்டது. இவை முறையே வரலாறு, அறிவியல், கலை ஆகியவற்றின் மூலங்களாகும். நினைவை ஆதாரமாகக் கொண்டது வரலாறு என்பதால் இந்திய வரலாற்றை அறிய இந்தியர்கள் எழுதிய இந்திய வரலாற்று நூல்களில் காணப்படும் வரலாற்றுச் செய்திகளைக் கவனத்தில் கொள்ள வேண்டும். ஜோன்ஸூம் அவரது பிரிட்டிஷ் நண்பர்களும் புராணங்களில் இவற்றைத் தேட முற்பட்டனர். அதன் அடிப்படையில், புராணங்களின் சுருக்கமாக அமைந்த ‘புராணார்த்த பிரகாசம்’ என்ற நூலை ராதாகாந்த சர்மா என்பவர் பிரிட்டிஷாரின் வேண்டுகோளை ஏற்று எழுதினார். இது ஜோன்ஸ் இந்தியாவுக்கு வருமுன் எழுதியதாகும். புராணங்களின்வழி இந்திய வரலாற்றை அறிய முனைந்த பிரிட்டிஷாரின் பெரு நம்பிக்கை ஓரளவே நிறைவேறியது. விவிலியம் கூறும் நோவா வெள்ளப்பெருக்கைக் குறித்த சிலவற்றைப் புராணங்கள் நினைவுபடுத்துவதாக ஜோன்ஸ் நம்பினார். கி.மு.200க்கு முந்திய இந்திய வரலாறு ‘கட்டுக்கதைகளின்

தொகுப்பில் தோன்றியது' எனவும் அவர் கருதினார். இதிலிருந்து விடுபட்டு உண்மை காண மொழி – இலக்கியம், மெய்யியல் – மதம், எஞ்சியிருக்கும் சிற்பம் – கட்டடம், அறிவியல் – கலைப் பனுவல்கள் ஆகிய நான்கையும் பயன்படுத்தும் போக்கு கைக்கொள்ளப்பட்டது. இந்த நான்கில் இந்தோ – ஐரோப்பியக் கருத்தாக்கம் உருவாக மொழி ஒப்புமையை முன்னெடுத்தார் ஜோன்ஸ். கட்டுக்கதையால் மறைப்புண்டிருந்த வரலாற்றை மீட்டெடுக்க இது உதவிற்று. நீண்ட நெடிய இலக்கிய மரபோடு இந்த முறையியல் ஒத்துச்சென்றால் இந்திய வரலாற்றை அறிய அது பெரிதும் பயன்படும் என்றும் அவர் நம்பினார்.

இவ்வகையான ஒரு திட்டத்தை, வட அமெரிக்க இந்தியர் களின் வரலாற்றை அறியும் நோக்கில் சேசு சபைப் பாதிரி யாரான ஃபிரான்ஸ்வா சேவியர் சார்லேவோ *(Francois-Xavier de Charlevoix)* மேற்கொண்டார். தமக்கு முன் சிலர் இவர்களின் பழக்கவழக்கங்கள், மதம், பண்பாட்டு மரபு முதலியவற்றைப் பழைய உலகத்தோடு தொடர்படுத்தி, அவர்களின் மூலத்தை அறிய முயன்றனர் என்றும், ஆனால் அவர்கள் இந்தச் சிக்கலுக்குத் தீர்வு தரும் ஒரு கருவியான மொழிகளின் ஒப்புமையைக் கவனத்தில் கொள்ளவில்லை என்றும் குறிப்பிட்டார். தாய்மொழிகளின் கூறுகளை அமெரிக்க மொழிகள் கொண்டுள்ளன என்பது கண்டுசொல்லப்பட்டால் அம்மொழிகள் பாபேல் கோபுரத்தில் கடவுள் உண்டாக்கிய வெவ்வேறு மொழிகளைச் சார்ந்தவை என்றும், எனவே அமெரிக்கா நோவாவின் கொள்ளுப்பேரர் களின் தேசமாயிற்று என்றும் பொருள் கொள்ளலாம் என்றார். இந்தத் திட்டம் தாமஸ் ஜெபெர்சனின் 'வர்ஜீனியா குறித்த குறிப்புக்கள்' என்ற நூலில் மீண்டும் தரப்பட்டன. இது தொடர்பாக அச்சுவடிவிலான சொற்கோவை ஒன்று அமெரிக்க மொழிநூல் கழக நூலகத்தில் உள்ளது. லீப்நித்ஸின் பட்டியலோடு ஒத்துக் காணப்படும் இதில் பல்வேறு இந்திய மொழிகளின் சொற்கள் அட்டவணையிடப்பட்டுள்ளன. இது ஜெபெர்சனின் வழிவந்த ஸ்டிபன் து போன்சியா *(Stephan Du Ponceau)* என்பவர் முன்னெடுத்துச் சென்று நிறைவேற்றியதாகும்.

மொழிகளின் வரலாற்றுவழிப் புத்துலகத் தேசங்களின் வரலாற்றை ஆராயும் பணியை ஜெபர்சன், து போன்சியா முதலியோர் மேற்கொண்டிருந்த சமயத்தில் ரஷ்யப் பேரரசியான காத்தரீன் அதிகாரவர்க்கத் துணையோடு தமது பேரரசு சார்ந்த மொழிகளின் ஒப்பீட்டுச் சொற்கோவையைத் தயாரித்தார். அது உலக மொழிகள் அனைத்துக்கும் பொருந்தும் என்றும் அவர் நம்பினார். லீப்நித்ஸின் சொற்பட்டியலின் சாயலைக்

கொண்டிருந்த இதனை பல்லாஸ் *(Pallas)* என்பவர் உலக மொழிகளின் ஒப்பீட்டுச் சொற்கோவை என்ற தலைப்பில் இரு தொகுதிகளாக 1786–89இல் வெளியிட்டார். இந்தச் சமயத்தில்தான் கல்கத்தா ஆசியக் கழகத்தில் ஜோன்ஸ் இந்தோ –ஐரோப்பியக் கருத்தமைவை முன்வைத்ததும் நிகழ்ந்தது. எனவே, ஜோன்ஸ் திட்டம் தனிப்பட்ட ஒன்றன்று. அது பதினெட்டாம் நூற்றாண்டு ஐரோப்பிய உலகப்பரவலின் ஒரு பகுதியே ஆகும்.

இந்த ஒப்பீட்டுச் சொற்கோவையின் கட்டமைப்பிலுள்ள கோட்பாட்டின் மூலம் மொழிகளும் தேசங்களும் அல்லது இனங்களும் இடையீடு இல்லாத நெருங்கிய உறவுடையன என்பது அறியக்கூடியதாக உள்ளது. மொழி உறவு குறித்த ஒவ்வொரு கூற்றும் தேச உறவு குறித்த கூற்றாகவும் அமைந்து, ஒன்றையொன்று அடையாளம் காட்டியது. இது மோசேயின் மனித இனவியல் இடஞ்சார் தொழில்நுட்பத்தோடு மொழிகளை முழுமையாக இணைத்ததன் முதல் விளைவாகும்.

இதன் அடுத்த விளைவு மொழிகள் குறித்த மறுவரையறை யாகும். பதினெட்டாம் நூற்றாண்டு ஐரோப்பாவில் மூல மொழிகளுக்கும் மூலமொழிகளின் கலப்பில் ஏற்பட்ட மொழி களுக்குமிடையேயான வேறுபாடுகள் குறித்து விவாதிப்பதற்கான வாய்ப்பு இருந்தது. ஆனால், சொற்பட்டியல் இந்தச் சிந்தனையை ஒதுக்கிவிட்டு மூலமொழியை அடையாளம் காணும் திசை நோக்கிச் சென்றது. கலப்பு என்பது இயல்பாக ஒவ்வொரு மொழியிலும் காணக்கூடியதே. ஆனால், ஒரு மொழி அதன் வரலாற்று–மொழியியல் தளத்துக்குள் நுழையும்போது, அது முதலில் கடன் வாங்கப்பட்ட ஆடைகளைக் களைந்துவிட்டு, அம்மணமாக நிற்க வேண்டிவரும். பண்டைய குடிவழிமரபு ஆய்வாளர்கள் உறவுமுறைகளின் மரக்கிளை வரைபடமொன்றை அமைக்க, ஆண் மக்கள் வழி அமைந்தவை தவிர்த்த ஏனைய குடிவழி உறவு, திருமண உறவு ஆகியவற்றைப் புறந்தள்ளிவிட்டு, இது போன்றதொரு வழிமுறையைக் கையாண்டனர். இதை அடியொற்றி நவீன மொழியியலார் மொழிகளையும் இந்தக் கட்டமைப்பிற்குள் வைத்துப் பிரித்துக் கண்டு, அதன்பின் அவற்றின் தொடர்பால் ஏற்படும் ஒற்றுமையை, அடுத்தடுத்துள்ள இயற்கை மொழிகளுக்கிடையே காண முயல வேண்டும். இந்த இரண்டு விளைவுகளும் சொற்பட்டியலிலிருந்தும் அதன் கோட்பாட்டிலிருந்தும் கிடைத்தவை என்பதைக் கவனத்தில் கொள்ள வேண்டும். மொழிகளின் ஒப்புமைக்குக் காரணம் மொழிக் கலப்பா, மொழிகளின் குடிவழி உறவா என்பது குறித்த ஊடாட்டம் பதினெட்டாம் நூற்றாண்டில் இருந்தபோதிலும் இரண்டாவது காரணமே வென்றது. அதன் அடிப்படையில் கலப்பு

மொழி என எதுவும் இல்லை என்கிற கருத்து பத்தொன்பதாம் நூற்றாண்டின் இடைப்பகுதியில் இளம் இலக்கணியரிடையே ஒரு முழக்கமாக இருந்தது. இந்தத் துடுக்குத்தனமான கூற்று அதிர்ச்சி தரத்தக்கது. ஆனால் வாழ்ந்துகொண்டிருக்கும் இயல்பான மொழிகளை நாம் பேசிக்கொண்டிருந்தால் கலப்பில்லாத தூய மொழி என எதுவும் இருப்பதாகச் சொல்ல முடியாது. வேண்டுமானால், ஒப்பாய்வுக்காக இவற்றிலிருந்து செயற்கையான மொழிகளை உருவாக்கலாம்.

பதினெட்டாம் நூற்றாண்டு ஐரோப்பாவில் நிகழ்ந்த இலக்கணப் பட்டறையின் உற்பத்திப் பெருக்கம் இலக்கண – அகராதிக் குடையின் கீழ் உலகைக் கொண்டு நிறுத்தியது. வணிகமும் பேரரசின் விரிவாக்கமும் இதற்கு அடித்தளமாயின. இலக்கணப் பட்டறையின் செயற்பாடு இன்றும் தொடர்கிறது. ஒரு மொழிக்கு எழுத்து வழக்கு இருக்கிறதோ இல்லையோ, அதற்கு ஒரு இலக்கணம் உண்டு என்று மிக இயல்பாக நாம் இன்று கருதுகிறோம். இதனால் மொழியியலார் உலக மொழிகள் ஒவ்வொன்றுக்கும் இலக்கணமும் அகராதியும் உருவாக்க முயல்கின்றனர் அல்லது உலக மொழிகளின் ஒப்பீட்டுச் சொற்கோவை என்பதன் பிற்கால விளைவான உலகமொழிகள் என்பது போன்ற தலைப்புகளில் நூலாக வெளியிடுகின்றனர்.

முன்பு இப்படி இருந்ததில்லை. பிரிட்டிஷ் நூலகத்தில் உள்ள ஒரு வெளிவராத எழுத்துச்சுவடியின் ஒரு குறிப்பிடத் தக்க பகுதி, தற்கால ஐரோப்பாவில் இலக்கணம், அகராதி தயாரிப்புப் பணியின் வேகம் எப்படிப்பட்டது, அது பண்டைய ரோம, கிரேக்க முறையிலிருந்து எவ்வாறு வேறுபட்டது என்பதைக் காட்டுகிறது. கிழக்கிந்தியக் கம்பெனியின் ஊழியரும் கீழ்த்திசையியலாருமான ஜான் லெய்டன் எழுதிய ஒரு பனுவலின் பகுதி இது. இந்திய, தென்கிழக்காசிய நாடுகளிலுள்ள மொழிகளுக்கான இலக்கணங்களும் அகராதிகளும் தயாரிப்பது குறித்து ஆளுநருக்கு அனுப்பிய ஒரு திட்ட வரைவில் இது இடம் பெற்றுள்ளது. ஆட்சி நிர்வாகம், அரசியல் செயல்திறன், வணிகம் முதலியவற்றுக்கு இம்மொழிகளின் அறிவு எவ்வளவு முக்கியமானது என்பதையும், இலக்கிய நோக்கில் மட்டுமன்றி அவற்றின் மற்ற பயன்கள் கருதியும் இவற்றைப் படிக்க வேண்டும் என்பதையும் லெய்டன் சுட்டிக் காட்டத் தவறவில்லை.

ஏறத்தாழ எல்லா இந்திய மொழிகளும் கிளைமொழிகளும் சிறிதும் பெரிதுமாக எழுதப்பட்ட படைப்புக்களைக் கொண்டுள்ளன. இவற்றையெல்லாம் ஐரோப்பியர் ஆராய்ந்து படிக்காவிட்டால், அவை குறிக்கும் மக்களைப்

பற்றியும் தேசங்களைப் பற்றியும் எதுவும் அறிய முடியாமல் போய்விடும். ஒரு வகையில் ஆங்கிலேயரின் இலக்கியச் சொத்து இந்தியா. இது குறித்த ஆராய்ச்சி செய்யும் வசதி அவர்களிடமே உள்ளது. இந்தியாவின் இலக்கியங்களையும் மொழிகளையும் அவை முதன்மையானதா அல்லாததா எனக் கருதாது ஆராய வேண்டும். இதை ஆங்கில நாட்டுத் தனிநபர்கள் மட்டுமே சரியான முறையில் பார்க்க முடியும். இதன் மூலம் ஆங்கிலேயருக்குக் கிடைக்கும் மகிழ்ச்சியானது ... இந்த மண்ணில் நாகரிக மனிதன் வாழும் காலம்வரை அவன் நினைவில் பதிவாகும். ரோம் போன்ற பழைய பேரரசுகள் தாங்கள் வென்ற நாடுகளின் மொழி பற்றிக் கவலைப்படாததால் பெயரிழந்து போயின. அவர்களது புகழ்ப்போதை பழைய நாடுகளை மட்டுமல்ல, பழங்கால ஆவணங்களையும் மறைத்து விட்டது. ரோம இராணுவ வீரர்கள் எட்ரூரியாவின் பண்டைய நாகரிகச் சுவடுகளைக் காட்டும் ஒன்றிரண்டு குடுவைகளை மட்டும் விட்டுவிட்டு மற்ற கலை அறிவியல் படைப்பு உள்ளிட்ட அனைத்தையும் காலில் போட்டு மிதித்து அழித்துவிட்டனர். பண்டைக்கால ஸ்பானிய இலக்கியங்கள், கார்த்தேசியர், பினீசியர் ஆகியோரின் நாகரிகச் சின்னங்கள் பிரிட்டனிலும் பிரான்சிலும் வாழ்ந்த பண்டைய துருத பூசாரிகளின் மதிப்புக்குரிய நிறுவனங்கள் ஆகியவற்றையும் அழித்தனர். எகிப்தியரின் விளங்காத படவெழுத்துச் சான்றுகளை மட்டும் விட்டு விட்டு அவர்களது இலக்கியத்தை இல்லாமலாக்கினர். இது சாவியில்லாத பூட்டை விட்டுச்சென்றதைப் போன்றது.

இந்தப் பத்தி வெளிப்படையாகவே பேரரசுச் சிந்தனையைக் காட்டுகிறது என்றாலும், பண்டைய எட்ரூரிய, எகிப்திய மொழிகளையும் இலக்கியங்களையும் கிரேக்க ரோமப் பேரரசுகள் காக்கத் தவறியதைக் கண்டிப்பதால் மேற்கோள் காட்டத் தக்கதாக உள்ளது. மற்றவரின் மொழிகள் பற்றிக் கவலைப்படாத, அவற்றுக்கான இலக்கணங்களையும் அகராதிகளையும் உருவாக்குவதில் ஆர்வம் காட்டாத கிரேக்கர் மற்றும் ரோமர்களின் இயல்பைச் சரியாகவே லெய்டன் சுட்டியுள்ளார்.

இலக்கணப் பட்டறையில் எழுந்த பேரெழுச்சி ஐரோப்பாவுக்கே உரியதாகும். மேலும், பண்டை ரோமிலும் கிரேக்கத்திலும் இல்லாதுபோன விவிலிய மரபைக் கொண்டது மாகும். மொழி-தேசம் என்ற பிணைப்பு என்பது ஆதியாகமத்தில் 72 குலபதிகளோடும் 72 மொழிகளோடும் தொடங்குகிறது. பதினெட்டாம் நூற்றாண்டு ஐரோப்பாவில் ஏற்பட்ட இந்தப்

பேரெழுச்சி கிறித்தவப் பாதிரிமார்கள் ஏற்கெனவே செய்திருந்த பணிகளின் பின்விளைவேயாகும். பல மொழிகளில் விவிலியத்தை மொழிபெயர்ப்பதிலும் அதற்குத் துணையாக இலக்கணங்களையும் அகராதிகளையும் உருவாக்கியதிலும் இவர்கள் மேற்கொண்ட பணிகள் இந்தப் பெருக்குக்கு ஊற்றாயின. இவையன்றி, வேறு சில காரணங்களும் இருக்கலாம். ஐரோப்பிய மொழிகள் பலவற்றிற்கும் இலக்கணங்களும் அகராதிகளும் பதினெட்டாம் நூற்றாண்டில் பெருமளவில் தயாரிக்கப்பட்டதற்குத் தேசியவாதமும் அதைப் பரப்பும் கருவியான அச்சு முதலாளியமும் செயல்பட்டதை மிக விரிவாக பெனடிக் ஆண்டர்சன் எழுதுகிறார். பிரிட்டிஷ் காலக் கல்கத்தாவில் தொடக்கக் காலத்தில் இந்த இலக்கண அகராதிப் படைப்புக்கான பரபரப்பு எப்படி இருந்தது என்பதை பெர்னார்டு கோன் விவரிக்கிறார். பிரிட்டிஷ் குடியேற்ற ஆட்சியோடு இதை இணைத்துப் பார்க்கும் அவர், இந்தியாவைத் தன்வயப்படுத்த அதன் மொழிகளைக் கற்றுத் தேர்வதன் உடனடித் தேவையையும் அழுத்தமுறக் கூறுகிறார் *(Cohn 1985)*. ஆனால், தொலைவாகவும் மறைவாகவும் உள்ள எல்லா மொழிகளாலும் கட்டப்பட்ட ஒரு தளத்தை இந்த தேசியவாதமும் குடியேற்ற ஆட்சியும் சுற்றி வளைக்கவில்லை. இலக்கணப் பட்டறையின் பேரெழுச்சி தேசியத் தன்விருப்பாலும் குடியேற்றப் பயன்பாட்டாலும் தூண்டிவிடப்பட்டது என்பதில் ஐயமில்லை என்றாலும் அது அதையும் கடந்து சென்றது. மேலும், இது இந்தச் சக்திகளின் படைப்பும் அன்று. அதற்கென ஒரு வரலாறு உண்டு. அது அண்மையில்தான் தொடங்கியது.

ஐரோப்பியச் சிந்தனையிலுள்ள இந்த மொழி – தேசப்பிணைப்பு குறித்து ஆராயும்போது இது தொடர்பான ஹெர்டரின் *(Herder)* கருத்துக்களையும் சொற்களையும் ஏற்றிப்போற்றும் நிலையும் ஒரு சடங்காக மாறிவிட்டது. இந்தக் கருத்தாக்கத்திற்கு அடிநாதமாக உள்ளவர் ஹெர்டர் என்பது மிகை. இவரைவிட நாம் இங்கே லாக் *(Locke)*, லீப்நித்ஸ் ஆகிய இருவர்மீது கவனம் செலுத்த வேண்டும்.

லாக்கின் ‘மனிதப்புரிதல் குறித்த கட்டுரை’ மொழிகளைப் பற்றியோ, உலக மொழிகளை ஆராய்வது பற்றியோ பேசாது, மொழியைப் பற்றி மட்டும் விரிவாகப் பேசுகிறது. லாக்கால் தூண்டப்பட்டு லீப்நித்ஸ் எழுதிய ‘மனிதப்புரிதல் குறித்த புதிய கட்டுரை’ லாக்கின் நூலுக்கான உரை எனலாம். லாக் சார்பில் ஒருவரும் லீப்நித்ஸ் சார்பில் ஒருவரும் உரையாடுவது போல் இந்நூல் அமைந்துள்ளது. இந்த உரையாடலில் இலக்கணப் பட்டறையின் பேரெழுச்சி பற்றிய கருத்தொன்று, அது நடைமுறைக்கு வருமுன்பே, கற்பனை வடிவில்

முன்வைக்கப்படுகிறது. லாக்கையும் லீப்நித்ஸையும் ஒன்றாக வைத்து நோக்கும்போது, மொழி குறித்து லாக்கிடமிருந்து லீப்நித்ஸ் பெற்ற கருத்து, மொழியென்பது கடவுளின் படைப்பு அன்று; அது வரலாற்றின் வெளிப்பாடு; மொழியைப் பேசுவோர் இயற்கையிடமிருந்து பெற்ற பட்டறிவு, பிற தேசங்களோடு கொண்ட வணிகத் தொடர்பு முதலியவற்றால் கிடைத்த பலதரப்பட்ட கருத்துக்களின் மூலம் வளமான சொற்கோவையை உருவாக்கி, மொழியை வளர்க்கின்றனர் என்பதேயாகும். கருத்துக்கள் எளிமையிலிருந்து கடுமையை நோக்கி வளர்வது என்பது பக்குவமுறாத மொழி பக்குவப்படுவதை, திருத்தமுறாத மொழி திருத்தமுறுவதைக் காட்டும் அடையாளமாகும்.

இதன் அடிப்படையில் லீப்நித்ஸ் கூறுவதாவது: பொதுவாக, எழுத்துமுறையும் கலைகளும் தோன்றுமுன்பே மொழிகள் மக்களின் தொல்பழம் நினைவுச் சின்னங்களாக இருந்து, தங்களின் தோற்றுவாய், உறவு, இடப்பெயர்வு ஆகியவற்றை நன்கு காட்டு கின்றன. இந்த மனித இனவியல் காரணத்துக்காகவே மொழிகளின் சொற்பிறப்பியலை ஆராய வேண்டியது முதன்மையாகிறது. இந்த ஆய்வை மேற்கொள்ளும்போது பல்வேறு மக்களுக்கிடையேயான உறவைத் தக்க சான்றுகளின்றி, ஒரு தேசத்திலிருந்து மற்றொரு தேசத்துக்குத் தாவிக் குதித்தும், இடை நுழைந்த மக்களை மையப்படுத்திய சான்றுகளைக் கொண்டும் எடுத்துக்காட்டக் கூடாது. ஒன்றோடொன்று தொடர்புடைய தக்க ஆதாரங்களைக் கொண்டிராத சொற்பிறப்பியல் ஆய்வு நம்பிக்கைக்குரியதன்று.

ரோமர், கிரேக்கர், ஹீப்ருக்கள், அரேபியர் ஆகியோரின் பண்டைய படைப்புக்களைப் பயன்படுத்திக்கொண்டிருந்த, மேலைத்தேய அறிஞர்களுக்கு வியப்பூட்டும் வகையில் சீனம் தனது பழைய நூல்களை வெளிக்கொணர்ந்து பல வரலாற்றுப் பொருண்மைகளை முன்வைத்தது. பாரசீகம், ஆர்மேனியன், பண்டைய எகிப்தியக் கிறித்தவர், பிராமணர் ஆகியோரின் பலவகைப்பட்ட பண்டைய நூல்களும் கிடைத்தன. இவற்றை யெல்லாம் துருவிப்பார்க்கும்போது அவற்றுள் அடங்கிய செய்திகளும் வரலாற்று நிகழ்வுகளும் தங்களது பழைமையைக் காட்டி நிற்பதைக் காணாது நாம் ஒதுங்க முடியாது. இவ்வாறு ஆய்வுக்குட்படுத்தப் பழைய நூல் எதுவும் கிடைக்காத நிலையில் மனித இனத்தின் பழைய நினைவுச் சின்னமாக உள்ள மொழி அந்த இடத்தைப் பிடித்துக்கொள்ளும். முடிவாகச் சொல்வதெனில், உலகமொழி ஒவ்வொன்றையும் பதிவு செய்ய வேண்டும். அவற்றை அகராதிகளிலும் இலக்கணங்களிலும் அடக்க வேண்டும். அவற்றை ஒன்றோடொன்று ஒப்பிட்டுக் காண

வேண்டும். இது பல்வேறு மொழிகளைப் பற்றி அறிவதற்கும் (பல நாடுகளிலுள்ள தாவரங்களின் பெயர்களை அறிவது போல்) நமது மனவளர்ச்சிக்கும் செயல்பாட்டுக்கும் பெரிதும் உதவும். மொழிகளை ஒப்பிட்டு ஆராய்ந்து சிறப்பான முறையில் அமைக்கப்படும் சொற்பிறப்பியல் மனித இனத்தோற்றம் பற்றி அறிய உதவும் என்பதால் அதைத் தனிப்படக் குறிக்க வேண்டியதில்லை.

லீப்நித்ஸ் முன்பே உரைத்த இலக்கணங்கள், அகராதிகளின் இன்றைய பெருவளர்ச்சி ஒரு தனிமனிதச் சிந்தனையின் உடனடி வெளிப்பாடு அன்று என்பது உண்மையே. ஆனால், அது அண்மைக்கால வரலாற்றில் திட்டமிட்டு மேற்கொள்ளப்பட்ட ஒரு புதிய நிகழ்வு என்பதை மறந்துவிடக் கூடாது. உலக மொழிகள் குறித்த அனைத்துவகை அறிவையும் கட்டியமைக்க இன்றும் தொடரும் அந்த உந்துசக்தி மொழியியல் அன்று. மொழியியல் திட்டமாக அல்லாது, மனித இனவியல் திட்டமாகவே அது இருந்தது.

2
பாணினியும் தொல்காப்பியரும்

உலகளாவிய ஐரோப்பிய ஆதிக்கம் உலகெங்குமுள்ள நாடுகளின் வரலாற்றை அறிய உதவும் கருவியாக அவற்றின் மொழிகளை ஆராய்வது குறித்த தனது பேரார்வத்தையும் உடன் எடுத்துச் சென்றது. இது பிரிட்டிஷ் இந்தியாவில் நன்கு செயல்பட்டு, இந்தோ-ஐரோப்பிய, திராவிட, மலேய-பாலினேசிய மொழிக் குடும்பங்களையும், ஜிப்ஸி மொழிகளின் மூலமாக இந்தோ-ஆரிய மொழிக் குடும்பத்தையும் கண்டுபிடிக்க வழி காட்டியது ஒருவகை உடனிகழ்வா? வில்லியம் ஜோன்ஸ், வில்லியம் மார்ஸ்டென், எல்லிஸ், ஜான் லெய்டன் ஆகியோர் கிழக்கிந்தியக் கம்பெனியின் ஊழியர்களாக இருந்ததும் தற்செயலானதா? தொன்றுதொட்டு நன்கு வளர்ச்சிபெற்றிருந்த இந்திய மொழி ஆராய்ச்சி வரலாற்று மொழியியல், மனித இனவியல் ஆகியவை தொடர்பான புரட்சிகரக் கண்டுபிடிப்புக்களில் எந்தப் பங்களிப்பும் செய்ய வில்லையா? இதைத் தற்செயலானது என நான் நம்பவில்லை. இந்திய மொழியாராய்ச்சி மரபு சிறப்பான பங்களிப்பைச் செய்தது மட்டுமல்லாமல், உண்மையில் பிரிட்டிஷ் இந்தியாவுக்கு வெளியே நிகழ்ந்த மொழி குறித்த புதிய அறிவுப் புரட்சி, ஐரோப்பிய மற்றும் இந்திய மொழியாராய்ச்சி மரபுகளின் இணைவே ஆகும். இதை எடுத்துக் காட்டுவதே இந்த நூலின் நோக்கம்.

இந்த உண்மையை வெளிவராது மறைத்தது எது? ஐரோப்பாவின் அறிவு உருவாக்கத்திற்குத்

தேவையான தரவுகளை மட்டுமே வழங்கிய ஒரு சாதாரணக் கொடையாளி இந்தியா என்று கருதும் போக்கு இன்றைய சிந்தனையுலகில் வலுப்பெற்றுள்ளது. இது விரிவாக இந்த நூலில் ஆராயப்படும். "மேலைத்தேயத்திற்கப்பால் எந்தக் கோட்பாடும் இல்லை" என்கிற ஒரு கருத்தை உலக அறிவின் மையமாக ஐரோப்பாவைக் கருதிய ஜேம்ஸ் மில், ஹெகல் ஆகிய அறிஞர்கள் முன்வைக்கத்தனர். பிரிட்டிஷ் இந்தியாவிலிருந்த முந்தைய கீழ்த்திசையியலாருக்கு எதிராக இப்படி ஒரு நிலைப்பாட்டை அவர்கள் எடுத்ததாகத் தெரிகிறது. இந்திய அறிவியல், மெய்யியல், கோட்பாடு முதலியவற்றை மூடிமறைத்து விட்டு இக்கருத்து தலையெடுக்கத் தொடங்கிற்று. பண்டைய கிரேக்கம், தற்கால ஐரோப்பா ஆகியவற்றுக்கு அப்பால் கவனத்தில் கொள்ளத்தக்க அளவு எந்தக் கோட்பாடும் எங்கும் உருவாகவில்லை; எனவே, எல்லாப் பக்கமும் ஐரோப்பியச் சிந்தனையே கோலோச்சுகிறது என்கிற எண்ணத்தையும் உருவாக்கியது என்ற பார்வை ஹெகலியக் கருத்தியலை மார்க்ஸ் வென்று உருமாற்றிய பின்பும் தொடர்ந்தது. இதன் விளைவு, தற்போது இந்தியா குறித்த விவாதங்களில் கோட்பாடு என வரும்போது பண்டைய இந்தியக் கோட்பாடுகள் இன்றைய கோட்பாடுகளுக்கான தரவுகளாகக் கருதப்படுவதோடு அமைகின்றன. எனவே, நாம் இதை மாற்றும் விதத்தில் பிரிட்டிஷார் வருமுன்பே இந்தியாவில் மொழியாராய்ச்சி வலுவோடு இருந்ததைக் காட்டுவோம்.

இந்தியாவில் மொழியாராய்ச்சி

மேலைநாடுகளில் மொழியாராய்ச்சி குறித்த கருத்துக்கள், குறிப்பாக, மொழி வரலாறும் ஒப்பீட்டு மொழிநூலும் மதத்தை மூலமாகக் கொண்டவையாகும். பாபேல் கோபுரம் பற்றிய விவிலியக் கதை மொழிகளின் தோற்றம், பிரிவு பற்றிக் கூறுவதை இங்கு நினைவுகூரலாம். மொழி, தேசம் குறித்த இந்தத் திட்டம் இந்தியாவுக்கு வந்தபோது இந்தியாவிலும் மொழியாராய்ச்சி மதத்தோடு தொடர்புகொண்டிருந்ததை இனங்கண்டது. வேதம் சார்ந்த அறிவியலை நாம் சுருக்கமாக ஆராயும்போது பண்டைய இந்தியாவில் மொழியாராய்ச்சி எவ்வாறு இந்த அறிவியலுக்குள் இடம்பெற்றது என்பதைக் காண முடியும். (இங்கு அறிவியல் என்பது 'அறிவின் கட்டமைப்பு' என்ற விரிந்தபொருளில் வழங்கப்படுகிறது.) வேள்விக்கான வேதமதத்துக்குள் அடங்கும் அந்த ஆறு அறிவியலையும் வேதாங்கம் என்பர்:
1. சடங்கு (கல்பம்); 2. ஒலியியல் (சிக்ஷை); 3. யாப்பியல் (சந்தம்); 4. சொற்பிறப்பியல் (நிருக்தம்); 5. இலக்கணம் (வியாகரணம்); 6. வானியல் (ஜோதிடம்).

இவற்றுள் நான்கு மொழியோடு தொடர்புடையவை என்னும்போது மொழிக்குத் தரப்பட்டுள்ள முக்கியத்துவம் கவனத்துக்குரியது. வேதப்பாடல்களைத் தவறின்றி உள்ளது உள்ளபடியே ஓத வேணடும்; அதற்கு மொழியறிவு மிகவும் தேவை.

இந்திய நாகரிகத்தின் வளர்ச்சியோடு வேத அறிவியலும் வளர்ச்சியுற்றது. மொழியாராய்ச்சியோடு தர்ம சாத்திரம், அதற்கான கலைச்சொல்லாக்கம், சமயச்சடங்குகளை நிறைவேற்றத் தேவைப்படும் நாள்களைக் குறித்துச் சொல்லும் நாள்காட்டியைத் தயாரிக்க உதவும் வானியல், கணிதவியல் முதலியன வேதகாலத்தும் அதற்குப் பின்னும், மெசபொடோமியாவின் அறிவியல் வளர்ச்சி குறித்த தாலமியின் குறிப்புகளோடு ஒப்பிட்டுக் காணும் வகையிலிருந்தன. நன்கு வளர்ச்சியடைந்த சட்டம், மொழியியல், வானியல், சோதிடம், கணிதம் ஆகியவற்றோடு அணியியல் (அலங்கார சாத்திரம்) அல்லது இலக்கியத் திறனாய்வும் நன்கு வளர்ச்சிபெற்றிருந்தது.

சட்டம், மொழியாராய்ச்சி, வானியல்–சோதிடம்–கணிதம் ஆகியன பெருவளர்ச்சி பெற்றிருந்தன. இவற்றுள் சட்டம் இந்திய மண்ணுக்கே உரியதாக இருந்தது. இதற்கு மாறாக, வானியல்–சோதிடம்–கணிதம் என்பதில் இந்தியச் சாதனை உலக மக்களின் அன்றாட வாழ்வில் முத்திரை பதித்தது. இன்று வழக்கிலுள்ள அரபு எண்கள் உண்மையில் இந்தியாவின் கொடையாகும். சுழி (zero), அதைப் பயன்படுத்தும் இயற்கணிதம் (Algebra) முக்கோண கணிதம் (Trigonometry) ஆகியவற்றுக்கும் இந்தியாவே தாயகம். இவை ஐரோப்பாவிற்கு அரேபியா வழியாகச் சென்று, மத்திய காலத்தில் ரோமன் எண்களை மாற்றின.

மொழியாராய்ச்சி இந்த இரண்டுக்கும் இடைப்பட்டதாக உள்ளது. வேதப்பாடல்களைத் தவறின்றி உள்ளது உள்ளபடி எவ்வாறு ஓதுவதென்பதில் இந்திய மொழியாய்வு ஆழ்ந்த கவனம் செலுத்தியது. இதுவும் இந்தியாவைச் சார்ந்ததே என்றாலும், ஒரு தனி மொழியை விரிவாக ஆராய்ந்ததன் மூலம் மொழிகளுக்கான பொதுவான பண்புகளையும் விளக்குகிறது. பௌத்தமும் இந்து மதமும் பிற நாடுகளுக்குப் பரவியபோது அந்தந்த நாட்டு மொழிகளுக்கான எழுத்துருவாக்கத்துக்கும் இலக்கண ஆக்கத்துக்கும் துணை புரிந்தன. எண்முறை, கணிதம் ஆகியன மேலைத்தேயத்தில் தாக்கம் ஏற்படுத்தியதைப் போல இந்த மொழியாராய்ச்சியும் செயல்பட்டது. ஆனால், மிகப்

பின்னர், பிரிட்டிஷ் காலனியாதிக்கக் காலத்திலேயே மேலை மொழியாராய்ச்சியில் செல்வாக்குச் செலுத்தலானது.

இந்த இரண்டு அறிவியல் தளங்களும் தற்கால வாழ்விற்கும், உண்மையிலேயே சில முக்கியமான, அடிப்படையான பங்களிப்பைச் செய்துள்ளன. ஆனால், இரண்டும் வெவ்வேறு தோற்றங்களைக் கொண்டிருந்தன. வானியல் உலகெங்கும் ஏற்கத்தக்க, சோதனை வழிப்பட்ட ஒரு பொதுக்கூறைக் கொண்டுள்ளது. இதில் இந்தியாவின் பங்கைக் கீழ்த்திசையியல்மீதான எதிர்ப்பு காரணமாகப் பத்தொன்பதாம் நூற்றாண்டைச் சேர்ந்த ஜேம்ஸ் மில் போன்றவர்கள் ஏற்க மறுத்தனர். இதற்கு நேர்மாறாக, எல்லாவற்றையும் வேதத்தில் இனங்காணும் 'வேத கணிதம்' பற்றிப் பேசும் இருபத்தோராம் நூற்றாண்டு ஆர்வலர்களும் உள்ளனர்.

இருசாராருமே இந்தத் தளத்தில் இந்தியாவுக்கும் பிற நாடுகளுக்குமிடையேயான உறவைச் சரிவரப் புரிந்து கொள்ளவில்லை. இந்தத் துறைகளில் வல்லவரான டேவிட் பின்கிரேயின் (Pingree, 1963, 1979) கருத்து இங்கு முக்கியமாகக் கருதத்தக்கது. இவரது விளக்கத்தில் மெசபொடோமியா மற்றும் மத்தியகிழக்கை மூலமாகவும் மையமாகவும் கொண்ட, பண்டைய கிரேக்கத்தின் பங்களிப்போடுகூடிய அறிவார்ந்த உலகப்படத்தின் ஓரத்தில் இந்தியா உள்ளது. இந்த அறிவியல் தளங்களில் இந்தியா பல கட்டங்களில் பல பகுதிகளில் தலையிட்டுத் தன் பங்கைச் செலுத்தியது. இந்திய வானியல் மற்றும் அதனோடு தொடர்புடைய அறிவியல் தளங்களில் பாபிலோனியா, கிரேக்க–பாபிலோனியா, கிரேக்கம், இசுலாம் முதலியவற்றின் செல்வாக்கு அலைகள் படிப்படியாக வீசலாயின. இந்தியா இதற்கு ஈடாக எண் முறையையும் இயற்கணிதத்தையும் உலகுக்கு அளித்தது. வானியல்–சோதிடம்–கணிதத்தைத் தென்கிழக்காசியா, மத்திய ஆசியா, கிழக்காசியா நாடுகளுக்கும் இந்தியா எடுத்துச்சென்றது.

மொழியாராய்ச்சியைப் பொறுத்தமட்டில் இத்தகைய கொள்வினை கொடுப்பினையில் இந்தியா பங்கேற்றதாகத் தெரியவில்லை. நமது இன்றைய அறிவுக்கு எட்டிய அளவில் மொழியாராய்ச்சி என்பது முழுக்கமுழுக்கத் தொடக்கத்தில் இந்தியாவுக்குள்ளேயே வளர்ந்தது; பெரிதும் இந்தியாவுக்குள்ளேயே நுகரவும் பட்டது. பாபிலோனியாவில் நடந்த முந்தைய மொழியாராய்ச்சி அகராதி மற்றும் இலக்கண உருவாக்கம் பற்றியதாக இருந்தது. இதற்கான உந்துசக்தியாக சுமேரிய மொழியை ஆப்பு வடிவ எழுத்துக்களைக் கொண்டு

அகாதிய மொழியினர் எழுத முற்பட்டபோது எழுத்துச் சிக்கல் ஏற்பட்டது.

இந்தியாவில் மொழியாராய்ச்சியின் தொடக்கம் வேதச் சடங்குகளோடு நெருக்கமாக இருந்தது. அது வளரத் தொடங்கியபோது இந்திய மொழிகளுக்கு எழுத்து வடிவம் தர உதவியதோடு பௌத்தம், சமணம் முதலிய மதங்களோடு தன்னை இணைத்துக்கொண்டு, பிராகிருதம் போன்ற பிற மொழிகளில் அரசவை இலக்கிய உற்பத்திக்கும் துணைநின்றது. பௌத்தமும், ஓரளவு இந்து மதமும் சீனா, ஜப்பான், மத்திய ஆசியா, தென்கிழக்காசியா ஆகிய நாடுகளுக்குப் பரவிய போது இந்த ஆய்வின் ஒரு பகுதி அங்கே சென்றது. அதிலும் குறிப்பாகத் தென்கிழக்காசியாவில் எழுத்து உருவாக்கத்தில் இது பெரும்பங்கு ஆற்றியது. பதினெட்டாம் நூற்றாண்டில்தான் மேலைநாட்டவருக்கு இது தெரியவந்தது.

இலக்கணம்

தேசங்களின் குடிவழியை மொழிகளின் குடிவழியோடு கண்டறியும் ஆய்வுத் திட்டத்தோடு பதினெட்டாம் நூற்றாண்டு இந்தியாவிற்கு வந்த ஐரோப்பியர், இந்தியாவில் மொழியாய்வில் ஒரு நீண்ட நெடிய மரபை எதிர்கொண்டனர். பாணினியின் அஷ்டத்தியாயியை (கி.மு. 400) முதலில் படிக்கத் தொடங்கினர். பாணினியம் சாராத சமஸ்கிருத இலக்கண மரபுகள்கூட அஷ்டத்தியாயியின் செல்வாக்கைப் பெற்றவையே. ஆனால், பாணினியைப் படித்துப் புரிந்துகொள்ளுதல் எவ்வளவு கடினம் என்பது வெள்ளிடைமலை. பட்டோஜி தீட்சிதரின் ‘சித்தாந்த கௌமுதி’ என்ற ஒரு பாணினியப் பனுவலைப் படித்த வில்லியம் ஜோன்ஸ், பாணினியத்தை உரையின்றிப் படிப்பது ‘புதிரிலும் புதிராக’ உள்ளது என்று கூறியதைப் பாணினியத்தைப் பழுதறக் கற்ற முதல் ஐரோப்பியரான கோல்புரூக் *(H.T. Colebrooke)* நினைவூட்டுகிறார். அஷ்டத்தியாயி மொழிநூல் வல்லுநர்களால் மட்டுமே படிக்கக்கூடிய ஒரு நூல் என்று ஸ்டால் *(J.F. Staal)* கூறுவார். இந்தியாவில் மொழி ஆய்வுக்கு உதவும் ஒருவராக மொழியியலார் பாணினியைக் கருதினர். பெயரளவில் மட்டும் அவரைப் பாராட்டிக்கொண்டிருக்க விரும்பாத மொழியியலார் அவரிடத்தும் மற்ற சமஸ்கிருத இலக்கணியரிடத்தும் தம் கவனத்தைச் செலுத்தினர்; இது தர்க்கவியலார் அரிஸ்டாட்டிலை நோக்கிச் சென்றதைப் போன்றதாகும் என்பார் ஸ்டால் *(Staal, 1972 : XI).*

இது ஓரளவு மிகைக் கூற்றாக இருக்கலாம். மொழியியலார் பாணினியைத் தங்களது அரிஸ்டாட்டிலாகக் கருதியிருக்கலாம் என்றாலும், அவரை ஒரு குறுகிய வட்டத்துக்குள் வைத்துப் பார்த்ததாகவே தெரிகிறது. இதற்கு அவரது நூலின் கடுமையும், அது குறித்த வல்லுநர்களின் படைப்புக்கள் வல்லுநர்கள் மட்டுமே படிக்கக்கூடியதாக இருப்பதும் காரணங்களாகும். இந்திய இலக்கணம் குறித்த மேலோட்டமான வரலாறுகள்கூட ஓரளவுக்கு இலக்கணம் பற்றிய முன்னறிவு இல்லாவிட்டால் புரியாது. எனவே, அத்தகைய ஒரு தொடக்கநிலையிலான அறிமுகத்தை அச்சத்துடனேயே நான் மேற்கொள்கிறேன். ஒரு சிக்கலான பொருண்மையின் மேற்பரப்பைக் கீறிக் காட்டுவதாகவே இதைக் கொள்ள வேண்டும்.

வேதத்தைப் பிழையில்லாமல் முறையாக ஓதுவதை முக்கிய நோக்கமாகக் கொண்டதாலேயே அதன் மொழியை நுணுக்கமாகக் கற்க வேண்டியதாயிற்று. வேத காலத்துக்குப் பிறகு மொழியில் ஏற்பட்ட மாற்றங்களால் சமஸ்கிருதம் வேத மொழியிலிருந்து மாறுபட்டது இதற்குக் காரணமாகும். இந்த மாற்றமே மொழியாய்வுக்கு உந்துசக்தியாக அமைந்தது. இதைக் கவனத்தில் கொண்டதால் மொழியாய்வில் சொற்பிறப்பியல் *(etymology)* முன்னுரிமை பெற்றது. அடுத்த நிலையில், வேத உச்சரிப்போடு தொடர்புடைய ஒலியியலில் கவனம் சென்றது. தொடக்கத்தில் இலக்கணம் முதன்மை பெறாவிட்டாலும் காலப்போக்கில் அது பாணினியின் படைப்போடு நம்ப முடியாத உச்சத்தை எட்டியது. பாணினி காலத்தில் சமஸ்கிருதம் பேச்சுவழக்கிலிருந்தது என்பது தெளிவு. ஆனால், வேதகால மொழியிலிருந்து அது பெருமளவு மாறுபட்டிருந்ததால் வேதமொழி ஒரு மறைமொழியாக மாறிவந்தது.

வேத மொழியையும் சமஸ்கிருதத்தையும் ஒரு மொழியின் இரு பிரிவுகளாகப் பாணினி கருதினார். இந்த மொழியை இரண்டனுக்குள் அடக்க முயன்றார்: ஒன்று வேர்ச்சொற்கள் (தாதுக்கள்); மற்றது அவற்றிலிருந்து சொற்களை உருவாக்கத் தேவையான சூத்திரங்கள். எட்டு அத்தியாயங்கள் உடைய அஷ்டத்தியாயி முதலில் சொல்லாக்க விதிகளைக் கூறும் 4000 நூற்பாக்களையும், 2000 வேர்ச்சொல் அடங்கிய பட்டியலையும் கொண்டுள்ளது. இது பத்து உருபனியல் பகுதிகளாக வகுக்கப்பட்டது. இவற்றிலிருந்து பெயர்ச்சொற்களை உருவாக்க உதவும் விதிகளைக் கொண்ட துணைப்பகுதிகளும் உள்ளன. வினைச்சொற்களும் பெயர்ச்சொற்களும் வினையடிகளிலிருந்து ஏராளமாக உருவாகின்றன என்பதைப் பாணினி விளக்குகிறார்.

இந்திரனும் பிரம்மனும் ஒவ்வொரு சொல்லாக ஒருவர் மாற்றி ஒருவர் சொல்லிக்கொண்டே வந்தாலும் அவர்களால் ஒரு முடிவுக்கு வரமுடியவில்லை. தொகைச்சொற்களை உருவாக்குவதிலும் சில விதிமீறல்கள் காணப்படுகின்றன. பாணினியின் புலமை வெளிப்பாடாக உள்ள இந்த நூல் தொடக்கம் முதல் இன்றுவரை பல அறிஞர்களின் கவனத்தை ஈர்த்துள்ளது. நூற்பாக்கள் இரத்தினச்சுருக்கமாக இருப்பது பாணினியின் திறமையைக் காட்டினாலும் அவற்றைப் புரிந்துகொள்வதில் இடர்ப்பாடு உள்ளது என்பதையும் குறிப்பிட்டாக வேண்டும்.

வாய்மொழிவழிக் கல்வியில் மனப்பாடம் ஒரு முறை. அதற்கு ஏற்றவகையில் நூற்பா வடிவம் கையாளப்பட்டது. அதைப் புரிந்துகொள்ள வேறு சில உதவிகள் தேவை. தனக்கு ஒரு மகன் பிறந்த மகிழ்ச்சியைவிட, ஒரு இலக்கண நூற்பாவின் ஓரசையை அரை அசையாகக் குறைத்தது கண்டு ஒரு இலக்கணி அதிகம் மகிழ்ச்சி கொள்கிறான் என்ற நகைச்சுவை இந்தச் சுருக்க வடிவம் குறித்த ஒரு மிகைக்கூற்றாகலாம். பாணினியின் 4000 நூற்பாக்கள் மிகவும் சுருக்கமானவையே. முதல் நூற்பா நான்கு அசைகளை மட்டுமே கொண்டுள்ளது. *Vrddhir ad aic* (விர்த்தி என்ற கலைச்சொல் அகர உயிரையும் ஐ, ஔ என்ற சந்தியக்கரத்தையும் (ஈருயிரையும்) குறிக்கிறது). நூல் முழுவதுமே இவ்வாறுதான். கடைசி நூற்பா இரண்டே இரண்டு உயிர்களைக் கொண்ட ஒரு மேற்கோள் வடிவமாகும்: அ அ. (8.4.68). இதன் விளக்கம்: “திறப்பொலியாக உள்ள குற்றுயிர் அகரம் மூடொலியான குற்றுயிர் அகரத்தால் மாற்றப்படுகிறது”; அதாவது, குறிலுயிரான அகரம் நெடிலுயிராகக் கருதப்பட்டு ஒரே விதிக்குள் கூறப்படுகிறது. மிகச் சுருங்கிய வடிவில் எவ்வளவு விரிவான பொருளை அடக்கலாம் என்பதற்கு இது ஓர் எடுத்துக்காட்டு. (மொழிபெயர்ப்பாளர் குறிப்பு: இந்தச் சூத்திரத்தில் இரண்டு ‘அ’க்கள் காணப்படுகின்றன. இவற்றுள் முதல் ‘அ’ திறப்புயிர். இரண்டாவது மூடுயிர். குறில் அ உண்மையில் ஒரு மூடுயிராகும். அஷ்டத்தியாயியின் விதிகளில் இந்த ‘அ’வைப் பயன்படுத்தும்போது நெடில் ‘ஆ’வுக்கு ஒப்பாகச் செயற்பட வேண்டும். இதுவும் திறப்புயிராகக் கருதப்படும்.)

இந்த வகையான சொற்சிக்கனத்துக்குச் சில காரணங்கள் உண்டு. ஒன்று, சொற்களை வினை, பெயர் என வகைப்படுத்தி அவற்றுக்கான விதிகளைத் தருதல். அந்த விதிகளுக்கான விளக்கங்களைப் பிற நூல்வழி அறிதல். ஏற்கெனவே கூறப்பட்ட வினையடிகள் (தாதுபாத), பெயர்ச்சொற்கள் (கணபாத) ஆகியவற்றோடு பெயராக்க விகுதிப்பட்டியலையும் சேர்த்துக்

கொள்ள வேண்டும் (*Krt*–விகுதிகள்). மற்றொரு காரணம் பிரத்யாஹார என்னும் சுருக்கக் குறியீட்டாக்கமாகும். இவை சில ஒலிகளைக் குறிப்பிட்டு அவற்றுக்கான விதிகளைப் பட்டியலிடும்.

பாணினியத்தின் தொடக்கத்தில் வரும் ஆத் (*at/ad*) என்பது ஆ என்னும் நெடிலுயிருக்கும் ஐச் (*aic*) என்பது ஐ ஔ ஆகியவற்றுக்குமான சுருக்கக் குறியீடுகளாகும். நெடுங் கணக்கிலுள்ள எழுத்துக்களைக் கொண்ட இச்சுருக்கக் குறியீடுகள் அமைக்கப்பட்டு அவற்றை விளக்கும் விதிகள் தரப்படும். அனுபந்தம் என்கிற மெய்யெழுத்துக் குறியீடுகள் சில தொகுப்புக்களின் கடைசியில் தரப்படும். இது பாணினியத்தின் முன்னொட்டாக உள்ள 14 சிவ சூத்திரங்களில் தரப்பட்டுள்ளது. மூன்றாவது காரணம் அனுவிருத்தி முதலில் உள்ள சில சொற் களைப் பயன்படுத்தி அடுத்துவரும் நூற்பாக்களை விளக்குதல். மூன்றாவது பகுதியிலுள்ள அனுவிருத்தி சூத்திரங்கள் 3,4,5 இயல்களில் உள்ள நூற்பாக்களை விளக்கும்.

இந்த மூன்றும் முக்கியமானவை. இன்னும் சில சொற் சிக்கன வகைகளும் உள்ளன. சமஸ்கிருத இலக்கண வகைகளை வரிசைப்படுத்திச் சொல்லும் முறை எளிதாக இல்லை என்பது குறிப்பிட்டுச் சொல்லத்தக்கது. எளிமையிலிருந்து கடுமை என்கிற முறையிலமைந்த இலக்கணத்தின் தொடக்கநிலை நூலாகவோ, ஒன்றன்பின் ஒன்றாகக் கூறும் நோக்கீட்டு நூலாகவோ இது இல்லை. எளிமை என்பதைவிடவும் சிக்கனத்துக்கு அஷ்டத்தியாயி முதலிடம் தருவதாகத் தெரிகிறது.

நூலில் சொல்லவரும் அடிக்கருத்துக்களை வகைப்படுத்து வதிலும் தனக்கென ஒரு முறையை அஷ்டத்தியாயி கொண்டுள்ளது.

அத்.1	பொதுவரைவிலக்கணமும் விளக்க விதிகளும்
அத்.2	பதிலீடுகளும் வேற்றுமைகளும்
அத்.3	முதனிலை விகுதிகள்
அத்.4,5	வினையடிகளில்லாத பகுதிகளில் விகுதி சேர்த்து இரண்டாம் நிலைப் பகுதியாக்கமும், வேற்றுமை உருபுகளைச் சேர்த்தலும்
அத்.6,7	சந்தி விதிகள்
அத்.8	ஒழிபியல்

இதில் தரப்பட்டுள்ள இலக்கண வடிவங்களுக்கான விதிகளும் விதிவிலக்குகளும் தமக்கென உரிய தர்க்கமுறையில் சுருக்கமாக அமைந்துள்ளன.

இந்த நூல் ஒரு பெருஞ்சாதனை என்றாலும், சொற் சிக்கனத்திற்காகப் பாணினி புரிதலையும் தெளிவையும் கை விட்டிருக்கிறார் என்பது வல்லுநர் கருத்து. பாணினி கையாளும் சொற்சிக்கனம் கணினியின் மென்பொருளை நினைவூட்டுவ தாகவும் சொல்லலாம்.

பாணினியைப் படிப்பதில் சில இடர்ப்பாடுகள் இருப்பதால் அது மாணவர்களுக்கு ஏற்றதன்று எனக் கூற முடியாது. பொருள் அடிப்படையில் வரிசையாகப் படிப்பது என்கிற கற்றல் முறையிலிருந்து இது சிறிது வேறுபட்டுள்ளது என்றாலும், காத்யாயனர் சொல்வதுபோல், “பாணினியின் புகழ் குழந்தைகள்வரை சென்றுள்ளது”. சொற்சிக்கனம் மனப்பாடம் செய்வதற்கு மிகவும் எளிதானது. சமஸ்கிருதம் பேச்சு வழக்கொழிந்த நிலையில் அதைப் பயில்வது கடினமாக இருந்தது. கி.பி.7ஆம் நூற்றாண்டைச் சேர்ந்த சீன யாத்ரிகர் யுவான் சுவாங், இந்தியாவில் தங்கிப் பயின்ற காலத்தில், ஏழு வயது சிறுவர்கள் மொழியியலை முதலில் படித்தார்கள் என்று குறிக்கிறார். மற்றோரிடத்தில் இந்த மொழியியலைப் பாணினியோடு தொடர்புபடுத்துகிறார். அன்றைய கல்வி முறைக்கு உகந்ததாகப் பாணினியின் நூல் இருந்தது என்றும் இன்றைய கல்விமுறையில் அது கடினமாக இருக்கிறது என்றும் கொள்ள வேண்டும் போலும்.

ஒவ்வொரு நூலுக்கும் ஒரு வரலாறு உண்டு. பாணினியின் அஷ்டத்தியாயியும் அதற்கு விலக்கன்று. பாணினி தன் நூலாக்கத் திட்டத்தை முடிப்பதற்கு அவருக்கு முன்பு தோன்றிய நூல்கள் வழிகாட்டியிருக்கின்றன. இவற்றுள் பாணினியின் இலக்கண முறைக்கு மாறான நூல்களும் அடங்கும். இருப்பினும், பாணினியின் நூல் அவற்றை எல்லாம் ஒன்றுமில்லாது ஆக்கி விட்டது. இது பழங்காலத்தில் தோன்றிய புகழ் வாய்ந்த நூல்கள் எல்லாவற்றுக்கும் பொருந்தும். பாணினிக்கு முன்பே இலக்கண நூல்கள் இருந்ததைப் பாணினி மற்றும் உரைகாரர் குறிப்பிலிருந்து அறிய முடிகிறது. ஐந்திரம், சாகடாயனா, ஆபிசலி, சாகல்ய, காசகிருஷ்ண, கார்கிய, காலவ, காஸ்யபா, செனக, சுபோதாயன, சந்திரவர்மன எனப் பதினொரு வகை இலக்கணப் பள்ளிகள்/முறைகள் இருந்ததை அது சுட்டுகிறது. “பாணினி வளமான இலக்கண மரபின் சிகரமாக உள்ளார் என்பது ஐயந்திரிபிறக்கப்பாற்பட்டது” *(Mishra, 1966: 14-15)*. பாணினியின் நூல் பிறரது கருத்துக்களைக் கவனத்தில் கொண்டதோடு, அவருக்கு முன் நிலவிய சொற்பிறப்பியல், ஒலியியல் ஆகியவற்றையும் பயன்படுத்திக்கொண்டது. இந்த

நூல்களில் பல இன்று வழக்கில் இல்லாததால் அவை பற்றிய போதுமான தகவல்கள் கிடைக்கவில்லை.

பாணினிக்குப் பின்வந்த இரண்டு நூல்கள் பாணினியின் கடினமான நூலைப் புரிந்துகொள்ள உதவுகின்றன. ஒன்று, பாணினியின் விமர்சகராகிய காத்யாயனர் எழுதிய 'வார்த்திகா' ஆகும். இது பாணினியின் 1500 நூற்பாக்களைத் திருத்தி விளக்குகிறது. மற்றது, பதஞ்சலியின் 'மகாபாஷ்யம்'. இது பாணினியின் நூற்பாக்கள் சிலவற்றையும் காத்யாயனரின் திருத்தங்களையும் விளக்குகிறது. பதஞ்சலி சுங்க வம்சத்தைச் சார்ந்த புஷ்யபுத்திரரைக் குறிப்பிடுவதால் கி.மு.150ஐ ஒட்டி மகாபாஷ்யம் எழுதப்பட்டிருக்கலாம் என்பர். பாணினி, காத்யாயனர், பதஞ்சலி என்ற மூவரையும் இலக்கண மும்மூர்த்திகள் எனலாம். இவர்கள் பாணினியின் இலக்கண முறையை முழுமை பெறச்செய்தவர்கள்.

பண்டைய உலகில் வேறெங்கும் ஒப்பிட்டுக் கூற முடியாத அளவுக்கு இந்தியாவில் வேத காலம் தொடங்கி மொழியாய்வு சிறப்பாக நடைபெற்றதன் விளைவே பாணினியம் ஆகும். இலக்கணத் தளத்தில் பாணினியர்களின் செயல்பாடு மேலோங்கி இருந்தது என்றாலும், பாணினியமல்லாத இலக்கண முறையும் வளர்ச்சி பெற்றிருந்தது என்பதையும், அது பாணினிக்கு முந்தைய இலக்கண மரபைச் சார்ந்தது என்பதையும் நாம் நினைவில் கொள்ள வேண்டும். இது குறித்து பத்தொன்பதாம் நூற்றாண்டுக் கீழ்த்திசையாளர் ஏ.சி.பர்னெல் விரிவாகக் கூறியுள்ளார். பாணினியரல்லாத பள்ளிகளைச் சார்ந்தவர்கள் தங்களுக்குள் ஒரு பொதுமரபைப் பின்பற்றியதாகவும் அது ஐந்திர இலக்கண மரபு என்றும் அவர் குறிப்பிடுகிறார் (Burnell, 1875).

பர்னெல் சமஸ்கிருத இலக்கணம் கூறும் ஐந்திரப் பள்ளிக் கான சான்றுகளைத் தென்னகத்தில் தேடியபோது தொல் காப்பியத்தில் இதற்கான ஒரு குறிப்பைக் கண்டார். பழந்தமிழ் இலக்கணமான தொல்காப்பியத்திற்குப் (தொல்காப்பியரின் சமகாலத்தவரென பர்னல் கருதிய) பனம்பாரனார் எழுதிய பாயிரம் 'ஐந்திரம் நிறைந்த' என்ற தொடரைப் பதிவு செய்கிறது. இந்த நூல் பாண்டியன் அவையில் அரங்கேற்றப்பட்டுச் சான்றோர் களால் ஏற்றுக்கொள்ளப்பட்டது என்ற குறிப்பும் உண்டு. இதன் அடிப்படையில் தொல்காப்பியத்தில் காணப்படும் பாணினிய மரபு சாராத இலக்கணப் பொருண்மைகளை சமஸ்கிருத இலக்கணமான காதந்திரம் (Katantra), பாலி இலக்கணமான கச்சாயணம் (Kaccayana) ஆகியவற்றோடு ஒப்பிட்டு அவற்றில் காணலாகும் ஒற்றுமைகளை பர்னெல் எடுத்துக்காட்டுகிறார்.

சந்தி, பெயர், வினை, ஒட்டுக்கள் என்ற வரிசையில் அமைந்து, அதற்கான விதிகளையும் விலக்குகளையும் இது கொண்டுள்ளது. மொழிக்கட்டமைப்பில் சமஸ்கிருதம், பாலி ஆகியவற்றிலிருந்து தமிழ் வேறுபட்டது என்பது இதனால் தெளிவாகிறது என்கிறார் பர்னெல்.

தென்னிந்தியாவிலும் இலங்கையிலும் பாணினியைவிடக் காதந்திரத்தின் செல்வாக்கு கூடுதல் என்பதைத் தக்கவண்ணம் பர்னெல் எடுத்துக்காட்டியுள்ளார். காரணம், இலக்கணப் பொருண்மைகளை/தலைப்புகளை எளிய முறையில் சுருக்கமாக அமைத்துச் சொல்வதுதான். 1400 நூற்பாக்களை மட்டும் கொண்டது காதந்திரம். பாணினியமோ 4000 நூற்பாக்களை உடையது. ஐந்திரப் பள்ளி மூன்று வெவ்வேறு மொழிகளில் செலுத்தியுள்ள தாக்கத்தைக் காட்டும் பர்னெல், ஐந்திர இலக்கண மரபில் காணப்படும் கலைச்சொற்கள், பாணினியக் கலைச்சொற்களோடு வேறுபடுவதையும் சுட்டுகிறார். ஐந்திர இலக்கண மரபு சாதாரணச் சொற்களைக் கலைச்சொற்களாகப் பயன்படுத்துகின்றது (எ–கா. நாம: பெயர்.) “பாணினியக் கலைச்சொற்கள் பெரிதும் செயற்கைத்தன்மை உடையவை; குறிப்பிட்ட பொருளைத் தனக்கெனக் கொண்ட சுருக்கக் குறியீடுகள் அல்லது எழுத்துக்களால் ஆன அவை உண்மையில் சொற்களே அல்ல” என்பார் பர்னெல்.

சிவ சூத்திரம் தரும் சுருக்கக் குறியீடுகள், புனையப்பட்ட சுப் (*Sup*), தின் (*Tin*) போன்ற சொற்கள் ஆகியன இவற்றுள் அடங்கும். தனக்கு முன் உள்ளவர்கள் வழங்கிய கலைச்சொற்களைப் பயன்படுத்தும் பாணினி, பல புதிய கலைச்சொற்களையும் சுருக்கக் குறியீடுகளையும் பயன்படுத்துகிறார் என்றும், அவை அவற்றின் செயற்கைத் தன்மையாலும் கடுமையினாலும் அறியக்கூடியனவாக உள்ளன என்றும் பர்னெல் குறிப்பிடுகிறார். தொல்காப்பியத்திலும் பிற்காலத் தமிழ் இலக்கண நூல்களிலும் பயிலும் பல கலைச்சொற்களை ஐந்திர இலக்கண மரபு அல்லது பாணினிக்கு முந்திய இலக்கண மரபு சார்ந்த சமஸ்கிருதக் கலைச்சொற்களோடும் ஒப்பிட்டுக் காட்டுகிறார். சான்றாக உயிர், மெய். தமிழ் இலக்கணம் பயின்ற ஐரோப்பிய மாணவர்கள் *consonant*ஐ மெய்யோடும், *vowel*ஐ உயிரோடும் தமிழ் இலக்கணம் ஒப்பிடுவது கண்டு அகமகிழ்வர். ஆனால் அவை *svara* - *'sound'*, *'breath'* (ஒலி, மூச்சு), *sparsa* - *'touch'* (தொடு) என்ற சமஸ்கிருதச் சொற்களின் மொழிபெயர்ப்பு என்பதை அவர்கள் அறிந்திருக்கவில்லை என்பார்.

ஐந்திரப் பள்ளியின் பாணினியம் சாராத இலக்கண மரபை விரிவாகப் பேசும் பர்னெல், காதந்திரத்தின் முக்கியத்துவத்தை

நிலைநிறுத்துவதில் வெற்றி பெறுகிறார். அதன் செல்வாக்கு தென்னிந்தியா, தெக்காணம், இலங்கை, வங்காளம், கஷ்மீர் என விரிகிறது. பிராகிருதம் வழி சமஸ்கிருதத்தைக் கற்போருக்குக் காதந்திரம் உதவுகிறது என்ற கருத்தும் கவனிக்கத்தக்கது (Belvalkar, 1915 : 82).

பாணினிக்கு முன் இந்தியாவில் மொழியாய்வு எளிமையாக (மொழியின் இயல்பான பேச்சுவழக்கு, அவற்றை விளக்கும் கருவி மொழி (meta-language) என்ற பொருளில்) இருந்தது. தொல்காப்பியம் அந்தக் காலகட்டத்தை ஒட்டியதாகலாம் எனத் தீர்மானிக்கிறார் பர்னெல். இதிலிருந்து தெரிவது, தொல்காப்பியமும் அஷ்டத்தியாயியும் விண்ணிலிருந்து குதிக்கவில்லை, வளர்ந்துகொண்டிருந்த சமஸ்கிருத இலக்கண மரபின் குறைநிறைகளை உள்வாங்கி ஏற்கப்பெற்று உருவாக்கப் பட்டவையே என்பதாகும் (Subramaniam, 1953-57).

தற்போது கிடைக்கும் தமிழ் இலக்கண நூல்களில் பழமை யானது மட்டுமல்லாது, தமிழிலேயே முழுமையாகக் கிடைக்கும் மிகப் பழைய நூலாகவும் உள்ள தொல்காப்பியத்தின் ஆசிரியர் தொல்காப்பியர் பற்றி விரிவாக அறிய முடியவில்லை. அவர் ஒரு சமணராகவோ, பிராமணராகவோ இருந்திருக்கலாம் (Zvelebil, 1992 : x; 1995 : 705). எழுத்து, சொல், பொருள் என அது மூன்று அதிகாரங்களாக அமைந்துள்ளது. முதலிரண்டும் காதந்திரத்தோடு ஒப்பிடக்கூடியவை. மூன்றாம் அதிகாரம் சங்க இலக்கியம் என்னும் பழைய இலக்கியத்தோடு தொடர்புடையது. தொல்காப்பியத்தின் இறுதி வடிவம் கி.பி. 500க்கு முன் இருக்கவியலாது என்றாலும், அதன் முந்தைய/மூல வடிவம் கி.மு. முதல் நூற்றாண்டைச் சேர்ந்ததாகலாம் என்பர் (Zvelebil, 1995:705-706).

பாணினி சாரா இலக்கணப் பள்ளி பௌத்த சமணர் களின் இலக்கணங்களையும் கொண்டிருந்தது. மொழி பற்றிய இவர்கள் பார்வை முற்றிலும் வேறானது. இவர்கள் வேத மொழியை விளக்குவதில் ஆர்வம் காட்டவில்லை. இவர்களது நூல்களில் குறைவான நூற்பாக்களே உண்டு. பாணினி 4000 என்றால் இவர்களது 3000ஐத் தாண்டாது. பாணினியத்தின் கடுமையை உணர்ந்த காரணத்தால் இந்த இலக்கணங்கள் தொடக்கநிலையிலுள்ளவர்கள் எளிதில் புரிந்துகொள்ளும் வண்ணம் அமைந்தன. காதந்திரம் 1400 நூற்பாக்கள், போபதேவரின் 'முகதலபோதம்' 1200 நூற்பாக்கள், 'சாரஸ்வதா — சூத்திரபாதம்' 700 நூற்பாக்கள். இந்தியா வந்த ஆங்கிலேயர் சமஸ்கிருதம் கற்கத் தொடங்கியபோது இந்த வகையான எளிய இலக்கண

நூல்களையும் படித்தனர். ஜோன்ஸ் மட்டுமே பாணினியத்தில் ஆர்வம் காட்டினார். அடுத்த தலைமுறையில் பாணினியை நன்கு கற்றவர் கோல்புரூக் ஆவார்.

மொழியியல் தொடர்பான சமஸ்கிருத நூல்கள் காலந்தோறும் பெருகின. அவற்றுக்கெல்லாம் மையம் பாணினியமே. பாணினி குறித்து ஆயிரத்துக்கும் குறையாது படைப்புக்கள் ஐரோப்பிய மொழிகளில் உள்ளதைக் காணும்போது பாணினி தொடர்ந்து படிக்கப்பட்டுவருவதை அறிய முடிகிறது. ஜார்ஜ் கார்டோனாவின் *(Cardona, 1976)* நூலடைவு இதற்குச் சான்றாகும்.

சமஸ்கிருத இலக்கண நூல்களின் பெருக்கம் இந்திய மொழிகளை பாதிக்கவில்லை. பாலி, பிராகிருதம், தமிழ் போன்ற மொழிகளும் பழமையான இலக்கணங்களைக் கொண்டுள்ளன. சமஸ்கிருத இலக்கண ஆய்வுக்குரிய சில உத்திகளை எடுத்துக் கொண்டாலும், தொல்காப்பியம் தமிழுக்கே உரிய முறையில், சமஸ்கிருதக் குறிப்பின்றி, தமிழிலக்கணத்தை விளக்குகிறது. பிராகிருத இலக்கணங்கள் சமஸ்கிருத விதிகளை அடியொற்றிச் சிற்சில மாற்றங்களோடு பிராகிருத மொழியை விளக்குகின்றன. இது தமிழ் இலக்கண மரபிலிருந்து முற்றிலும் மாறுபட்டதாகும்.

சமஸ்கிருத நாடகங்களிலும் செய்யுள்களிலும் பயன்படுத்தப் படும் பிராகிருதத்துக்குப் பிராகிருத இலக்கணங்கள் விதிகள் வகுக்கின்றன. இலக்கிய பிராகிருதத்துக்கெனத் தனித்த இலக்கணம் இல்லை. சமஸ்கிருதத்தோடு ஏதோ ஒருவகையில் தொடர்புடையதாகவே அவை கருதப்பட்டன. பிராகிருத மொழிக்கு ஒரு நற்சான்றாக, சாதவாகன அரசர் ஹாலாவின் அரசவை மொழியான மகாராஷ்டிரி கருதப்படுகிறது (முக்கியமாக அகத்துறைப் பாடல்களுக்காக). பிராகிருத இலக்கணத்தில் மகாராஷ்டிரி முதலில் குறிக்கப்படுகிறது. அதன் இயல்பை விளக்க, சமஸ்கிருதத்தோடு தொடர்புபடுத்தி விதிகள் தரப்படுகின்றன. பிராகிருதத்தின் முதல் இலக்கணமான வரருசியின் 'பிராகிருதப் பிரகாசம்' இறுதிப்பகுதியில் மகாராஷ்டிரி மொழி இலக்கணத்தின் எச்சத்தை சமஸ்கிருத இலக்கணத்திலிருந்து கற்றுக்கொள்ளச் சொல்கிறது *(Acharya 1968 : 47)*. இதன் மூலம் பிராகிருதத்தின் மீதான சமஸ்கிருதத்தின் செல்வாக்கையும் சமஸ்கிருதத்தின் ஏதோ ஒரு வடிவமே பிராகிருதம் என்ற கருத்தையும், இரண்டும் ஒரே சமயத்தில் உடன்பட்டும் மாறுபட்டும் செயல்படுகின்றன என்பதையும் குறிக்கக் காணலாம். அடுத்துவரும் இயல்கள் மகாராஷ்டிரிக்கான சில விதிகளைக் கூடுதலாகத் தந்து, பிராகிருதத்தின் சில தனி இயல்புகளைக் காட்டுகின்றன. இந்த நூல் சௌரசேனி என்ற பிராகிருத மொழிக்கும் விதிகள் தருகின்றது.

அதிலும், எஞ்சிய பகுதி மகாராஷ்டிரிக்கு உரியதை எடுத்துக் கொள்க எனச் சொல்கிறது. இந்தவகையில் பலவகையான பிராகிருத மொழிகளும் ஒரு தொகுப்பாக எடுக்கப்பட்டு, சமஸ்கிருதத்திலிருந்து அது எந்த அளவு விலகிச் செல்கிறதோ அதற்கேற்ப விதிகள் தரப்படுகின்றன.

பிராகிருதம் பேச்சுமொழியாகவும் அரசவை மொழியாகவும் இருந்ததை அசோகர் கல்வெட்டுக்கள் காட்டுகின்றன. இப்போது கிடைக்கும் பிராகிருத மொழிப் படைப்புகள் செய்யுள்களாகவும் கல்வெட்டுக்களாகவும் உள்ளன. (சமஸ்கிருத நாடகங்களின் சில பகுதிகளாகவும் உள்ளன.) இவற்றோடு பாலியில் உள்ள பௌத்த நூல்களும் அர்த்தமாகதியிலுள்ள சமண நூல்களும் சேரும். இந்தியாவில் புழங்கும் பல பிராகிருத மொழிகள் மகாராஷ்டிரியின் திரிபு எனினும், அவை சமஸ்கிருதத்தின் திரிபு என்றும் சிலவற்றின் இலக்கணங்கள் கூறுகின்றன. இவற்றில் ஒரு கூறு மொழியமைப்போடு தொடர்புடையது என்றால் மறு கூறு வரலாற்றுத் தன்மையுடையதாய் உள்ளது.

தென்னிந்தியத் திராவிட மொழிகளில் தமிழ் தனக்கென ஒரு இலக்கண மரபைக் கொண்டுள்ளது. சமஸ்கிருதப் பகுப்பாய்வு முறைகளைச் சிலபோது கையாண்டாலும் அது தமிழ் இலக்கணத்தை விளக்குவதில் தன்னிறைவு பெற்றதாக உள்ளது. பிற திராவிட மொழிகள் குறித்து முற்காலத்தே எழுந்த இலக்கண நூல்களில் அவை சமஸ்கிருதத்திலிருந்து கிளைத்ததாகக் கூறப்பட்டுள்ளன. தமிழில் இல்லாத அளவிற்கு மிக அதிகமாக சமஸ்கிருத, பிராகிருதச் சொற்கள் தெலுங்கு, கன்னடம், மலையாளம் முதலிய மொழிகளில் காணப்படுவதும், சமஸ்கிருத ஒலியமைப்போடு கூடிய அவற்றின் நெடுங்கணக்கு முறையும் இத்தகைய கருத்துக்கான உந்துசக்திகளாகக்கூடும். தமிழ் இலக்கணம், அதன் எழுத்துமுறை ஆகியவற்றின் தனியியல்பு திராவிட மொழிக் குடும்பக் கண்டுப்பிடிப்புக்கான முக்கியச் சான்றாகவுள்ளது.

பிராகிருத இலக்கணங்களின் முக்கியப் பங்களிப்பு சொற் களை மூன்றாகப் பிரித்ததுதான். பிராகிருதத்தில் மாற்றமின்றி அப்படியே பயன்படும் சமஸ்கிருதச் சொற்கள் சமஸ்கிருதசமம் அல்லது தற்சமம் எனப்படும். சில மாற்றங்களுடன் வழங்கும் சொற்கள் சமஸ்கிருதபவம் அல்லது தற்பவம் எனப்படும் (*Acharya 1968: 56*). இவை சுருக்கமாகத் தற்சமம், தற்பவம் எனலாகும். திராவிடச் சான்றுக்கான முக்கிய ஆதாரமாக உள்ள இவை பற்றி அடுத்த இயல்களில் காண்போம். இந்தச் சொற்கள் எல்லாம் சமஸ்கிருத வேர்ச்சொற்களிலிருந்து ஆக்கப்படுபவை.

திராவிடச் சான்று

சமஸ்கிருதத்திலிருந்து கிளைத்தவை எனக் கூறமுடியாத சொற்கள் தேசி/தேசிய சொற்கள் (இயற்சொல்) எனப்படும். இவை குறிப்பிட்ட சில வட்டாரங்களை/பகுதிகளைச் சார்ந்த, சமஸ்கிருதச் சொற்களைப் போல அதிகம் திருத்தம் பெறாத இயல்பான சொற்களாகும். இவையன்றி 'கிராமிய' (இலக்கண விதிகளுக்குட்படாத சொச்சை வழக்குகள்), 'அந்தர்தேசிய' (தேசியச் சொற்களின் உட்பிரிவு–திசைச் சொல்), 'மிலேச்ச' (அயலகச் சொற்கள்) ஆகியவையும் அடங்கும். சொற்களின் கட்டமைப்பை அடியொற்றியமைந்த இந்தப் பகுப்பு தெலுங்கு, கன்னட, மலையாள மொழிகளின் இலக்கணங்களுக்கும் பொருந்துவதாகும்.

இந்திய மொழியாய்வு தன் போக்கில் ஒரு சரியான கட்டமைப்பை உடையதாகும். தேசங்களின் வரலாற்றை அறிய அவற்றின் மொழி வரலாறு குறித்த ஆய்வை ஒரு கருவியாகக் கொண்ட ஐரோப்பிய அறிஞர்களுக்கு பிரிட்டிஷ் இந்தியா இந்திய மொழிகள் பற்றிய ஆய்வில் ஒரு புதிய பார்வையை ஐரோப்பிய மொழிகளோடு இணைத்துப் பார்ப்பதன் மூலம் தந்தது. இந்திய மொழியாய்வு மரபு மொழிகளின் கட்டமைப்பு அல்லது வெவ்வேறு நிலையிலான சொற்பதிவுகள் மூலம் தனித்தன்மையை மேற்கொண்டபோது ஐரோப்பியர் தற்சமம், தற்பவம் என ஏற்கெனவே தயாராக இருந்த கலைச்சொற்கள்வழி சமஸ்கிருத, பிராகிருதத்திலுள்ள கடன்சொற்களைப் பிரித்து அவை திராவிட (தேசிய) மொழிகளிலிருந்து வந்தவை எனக் கண்டு வகைப்படுத்தினர். இந்த நூலின் முக்கிய வாதமே இதுதான். அன்று வழக்கிலிருந்த இலக்கணங்கள் தெலுங்கை ஒரு பிராகிருத மொழி போல் கருத, தமிழ் இலக்கணம் தமிழைத் தனித்தன்மை கொண்ட மொழியாகக் கூறுவதோடு அதிலுள்ள சில சமஸ்கிருத, பிராகிருதக் கூறுகளைப் பெரிதும் புறக்கணித்துவிட்டது. இலக்கணங்கள் கூறும் இந்தக் காரணிகள்தாம் எல்லிஸூம் அவரது சென்னைக் குழாமும் திராவிட மொழிகள் பற்றிய கருத்தை முன்வைக்க உதவின எனலாம். (இது ஐந்தாம் இயலில் விளக்கப்படும்.)

ஒலியனியல்

பாணினி தனக்கு முன்பிருந்த மொழியாய்வில் சிலபல மாற்றங்களைச் செய்து தன் நூலை உருவாக்கினார் என்பதை அதன் சிக்கலான அமைப்பு எடுத்துக்காட்டுகிறது. முந்தைய ஆய்வுகள் இயல்பான மொழியிலிருந்து இலக்கணத் தலைப்பு களையும் கலைச்சொற்களையும் எடுத்தாண்டன. இந்த நூல்கள்

இப்போது கிடைக்காமல் போயிருந்தாலும் பாணினியத்தின் செயற்கையான, சிக்கலான கட்டமைப்பை வைத்து அதற்கு முன் சில நூல்கள் இயல்பாக, எளிதாக எழுதப்பட்டிருக்க வேண்டும் என்றும் அவற்றைப் பார்த்து பாணினி தன் நூலை ஆக்கியிருக்க வேண்டும் என்றும் நாம் ஊகிக்க முடியும். ஆனால், நல்லவேளையாக அவற்றுள் சில நூல்கள் கிடைத்திருப்பதோடு, பாணினியமல்லாத தொல்காப்பியம் போன்ற சில நூல்களும் கிடைத்துள்ளன. இவை இந்திய மொழியாய்வின் வரலாற்றை மீட்டுருவாக்கம் செய்வதற்கு வளமான சான்றுகளாகும்.

மொழியாய்வின் முற்காலச் சாதனையாக ஒலியனியல் ஆய்வு அமைகிறது. இன்றும் இது முக்கியமானதாகக் கருதப்படுகிறது; இந்திய மொழியாய்விலும் இது முக்கியத்துவம் பெற்றுள்ளது; உலக அளவில் பொருத்திப்பார்க்கவும் இடந்தருகிறது. நெடுங்கணக்கு வரிசையோடு ஒலியனில் தொடர்புடையது. சமஸ்கிருத எழுத்துக்களாகட்டும், பிராமி எழுத்துக்களிலிருந்து கிளைத்த பிற எழுத்துக்களாகட்டும் இவையெல்லாம் ஒலியனியல் பகுப்பாய்வுக்கு உட்பட்டே வரிசைப்படுத்தப்பட்டுள்ளன. எனவே இதற்கு வரலாற்று முக்கியத்துவம் உள்ளது.

மொழிக் கல்வியில் நெடுங்கணக்கு வரிசையும் அவற்றின் ஒலிப்புமுறையும் பெறும் சிறப்பைப் பழைய பாபிலோனிய இலக்கண நூல்களின் அடிப்படையில் யாகோப்சன் (Thorkild Jacobsen 1974) விளக்குவதுடன் பல சான்றுகளையும் எடுத்துக் காட்டுகிறார். சமஸ்கிருத நெடுங்கணக்கு வரிசையும் அவற்றின் ஒலிப்பும் இதைப் போல ஒரு முறையில் அமைவதைக் கூறுகிறார்.

சிக்ஷா, பிராதிசாக்கியா (Deshpande, 1997) ஆகியவை ஒலியனியல் சார்ந்தவை. இவை குறிப்பிட்ட வேதங்களையும் அவற்றை உச்சரிக்கும் முறையையும் விளக்குபவை. இந்த வகையில் இவை பிற இலக்கணப் பள்ளிகளிலிருந்து வேறு பட்டவை. இவை சமஸ்கிருத மொழியையும் வேத நூல்களையும், குறிப்பிட்ட எந்த வேதத்தொகுப்பையும் சாராது பொதுவாக எடுத்துரைப்பவையாகும். குறிப்பிட்ட வேதத்தொகுப்பின் (சம்ஹிதை) ஒலிப்பு பற்றிய நுண்ணாய்வு தொடக்கால ஒலியனியல் ஆய்வாக இருந்தது. இந்தச் சிறப்பான நுண்ணாய்வு, பின்னர் சமஸ்கிருத மொழி குறித்த பொது ஆய்வானது. எழுத்து வடிவம் தோன்றுவதற்கு முன்பே இந்த ஆய்வு நடந்ததாகத் தெரிகிறது. பின்னர் தோன்றிய பிராமி எழுத்துக்கள் இந்த ஒலியனியல் அறிவின் அடிப்படையில் முறைப்படுத்தப்பட்டன. ஆக, பழங்கால இந்திய ஒலியனியலார் எழுத்து வடிவிலான நெடுங்கணக்கு தோன்றுமுன்பே ஒரு நெடுங்கணக்கு வரிசையை

உருவாக்கிவிட்டனர். உண்மையில், அவர்கள் எழுத்து வடிவங்களைப் பெறும் முன்பே நெடுங்கணக்கை உருவாக்கி விட்டனர் என நாம் கூறலாம்.

இந்த வரிசைமுறையைச் சிறுசிறு மாற்றங்களுடன் எல்லா சிக்ஷா, பிராதிசாக்கியா பனுவல்களும் ஏற்றுக்கொள்கின்றன என தேஷ்பாண்டே கூறுகிறார். முதலில் வருபவை அ, ஆ, இ, ஈ, உ, ஊ என்பவை. இவை ஒலிப்பிட அடிப்படையில் தொண்டை, அண்ணம், உதடு எனப் பின்னிருந்து முன்னாக அமைக்கப் பட்டுள்ளன. அடுத்து வருபவை உயிரெழுத்துக்கள் (vocalic). அவை எல்லாம் சமானா (samana) என்னும் எளிய உயிர்களாகும். இவற்றைக் குறில் நெடில் என்று இணை இணையாகக் குழுப்படுத்துவதற்கு வர்ணம் (varna) என்று பெயர். சான்றாக, அவர்ணம் அ, ஆ–வைக்கொண்டிருக்கும். இவை போக எஞ்சிய உயிர்கள் சந்தியக்கரம் எனப்படும். இவற்றுள் முதலிரண்டும் ஓரொலிச் சேர்க்கை (monophthongs), அடுத்த இரண்டும் ஈரொலிச்சேர்க்கை (diphthongs) என அழைக்கப்படும். இவை நான்கும் பின்–முன் என்ற முறையில் அமையும். மெய்யெழுத்துக்களான ஸ்பர்சா (வல்லொலி, மெல்லொலி/மூக்கொலி) ஐந்து குழுக்களை உடையன. அவை– க வர்க்கம் (பின்னண்ணம்), ச வர்க்கம் (அண்ணம்), ட வர்க்கம் (வளைநா), த வர்க்கம் (பல்லொலி), ப வர்க்கம் (இதழ்). இவை ஒலிப்பிட அடிப்படையில் பின்வாயிலிருந்து முன்வாய் என அமைகின்றன. ஒவ்வொரு வர்க்கத்திலும் உயிர்ப்புடைய, உயிர்ப்பில்லா வல்லொலிகளும் அவற்றில் ஒன்று ஒலிப்பின்றியும் மற்றொன்று ஒலிப்புடையதாகவும் இருக்கும். ஒலிப்புமுறையில் மெல்லொலிகளுக்குப் பின்னே வரும்.

ஒலிப்பிடம், ஒலிப்பு, உயிர்ப்பு என்ற அடிப்படையில் இந்த முறைப்படுத்தம் அமைகிறது. சில கோட்பாட்டாளர்கள் இந்த வர்க்க எழுத்துக்களின் எண்ணிக்கையைக் குறைப்ப துண்டு என்று தேஷ்பாண்டே காட்டுகிறார். க–வர்க்கத்தில் க முதனிலை மெய் என்றும், Kh என்பது ஜீவமூல்யா என்றும், உயிர்ப்பொலியான h உடன் சேர்ந்து ஒலிப்பதாகவும் கூறுவார். அதேபோல g என்பது k என்பதோடு ஒலிப்பைச் (ghosa-voicing) சேர்ப்பதால் உருவாகிறது என்றும் சொல்வார். இதை ghosavat "with voicing" (ஒலிப்புடன்) என்பார். gh என்பது h என்ற ஒலிப்புடைய உயிர்ப்பொலி சேர்ந்து அமைகிறது. ஒவ்வொரு வர்க்க எழுத்தின் இறுதியிலும் உள்ள மெல்லொலி (மூக்கொலி) க் என்ற முதன்மை ஒலியோடு ம் என்ற மூக்கொலியை (anusvara) சேர்ப்பதால் வருகிறது. எஞ்சியுள்ள மெய்யொலிகளில் சில அரையுயிர்கள் *(semi vowels or in between sounds: antastha, antahstha)*

ஆகும். அவை ய,ர,ல,வ; சில உரசொலிகள் *(spirants)*. அவை ஸ,ச,ஷ,ஹ என்பவை. இவ்விரு குழுக்களும் முன்–பின் என அமைந்து கூடுதல் ஒலிகளைக் கொண்டுள்ளன.

பிராமி எழுத்துக்களில் இடம்பெற்றுள்ள இந்தச் சிறப்பான, அறிவார்ந்த நெடுங்கணக்கு முறை பிராமி எழுத்தின் சகோதரிகளான தெற்காசியா, திபெத், தென்கிழக்காசிய மொழி எழுத்துக்களில் பெரும்பாலானவற்றில் இடம்பெற்றிருப்பதைக் காணலாம். பிராமி எழுத்தின் தோற்றம் பற்றிய கருத்து அறிஞர் களைப் பிரித்துவைத்துள்ளது. பல ஐரோப்பிய அறிஞர்கள் இது ஃபீனிஷியன், அராமிக், சபேயென் *(Phoenician, Aramaic, Sabaean)* ஆகியவற்றைக் கொண்ட செமித்திய வடிவத்தை மாதிரியாகக் கொண்டது என்கின்றனர் *(Buhler, 1907)*. இவற்றுள் அராமிக் என்பது பெரிதும் ஏற்புடையதாகத் தெரிகிறது. பல தென்னிந்திய அறிஞர்கள் அந்த எழுத்து வடிவம் சிந்துவெளி நாகரிகத்தின் சொல்லெழுத்து *(logographic)* முறை எழுத்துவடிவத்திலிருந்து பிறந்தவை என்ற கருத்தைக் கொண்டுள்ளனர். எழுத்துக்களின் தோற்றம் பற்றிய கருத்து எவ்வாறு இருப்பினும் எழுத்துக்களை ஒலிமுறைக்கேற்ற வண்ணம் சமஸ்கிருத ஒலியியலார் உருவாக்கினர் என்பது தெளிவு.

இந்த நெடுங்கணக்கு முறை, பிற்காலத்தே செமித்திய எழுத்து வடிவங்களிலிருந்து அறிவுக்குப் பொருந்தாத *a b c* எனத் தொடங்கும் ரோமன் எழுத்து வடிவங்களைவிடச் சிறப்பானதாகும். ஆனால் இந்த உண்மை போதிய அளவு நெடுங்கணக்கு வரலாறு பற்றிய நூல்களில் வெளிப்படுவதில்லை. ஐசக் டெய்லரின் *(Taylor, 1883)* நூல் எழுத்துக்களுக்குச் செமித்திய மூலத்தை மையப்படுத்தி அமைந்துள்ளது. இதற்குச் சான்றாக, *M* என்ற எழுத்து உலக மொழிகளில் எழுதப்படும் முறையைக் காட்டி அவற்றுக்கிடையேயான உறவைச் சுட்டுகிறார். அதில் பிராமி எழுத்து செமித்திய முறையைப் பின்பற்றியது என்று குறிப்பிடுகிறார். ஆனால் விடுபட்டுப்போன ஒரு முக்கியமான செய்தி, பழங்காலச் சமஸ்கிருத ஒலியியல் ஆய்வு எவ்வாறு இந்த எழுத்து வடிவங்களின் மூலம் புதியதொரு நெடுங்கணக்கு முறையை முன்வைத்தது என்பதுதான்.

இந்த நெடுங்கணக்கு முறை அறிவுசார்ந்ததாக இருந்ததால் ஒலியியல் கல்வி எழுத்தறிவிலிருந்து தொடங்கியது. பிராமி எழுத்துக்கள் தெற்கு, தென்கிழக்காசிய நாடுகளில் பயன்பட்டதும், பௌத்தம், இந்து மதம் முதலியவை அதற்கு உதவியதும் குறிப்பிடத்தக்கது. இந்தியா வந்த ஐரோப்பியர் இதை அறியலாயினர். அவர்களுக்கு சமஸ்கிருதத்தோடு தொடர்பு

ஏற்பட்டதும், ஐரோப்பாவில் ஒலியியல் ஆய்வில் திட்பநுட்பம் செறிந்திருந்ததும் தற்செயல் நிகழ்வல்ல என்றே எண்ணத் தோன்றுகிறது. தேசம்–மொழி குடிவழித் தொடர்பு குறித்த திட்டத்தோடு இந்தியா வந்த ஐரோப்பியருக்கு ஏற்கெனவே அங்கு தயாராக இருந்த இயற்சொல்–அயற்சொல் வழியான சொற்பிறப்பியல் ஆய்வும் ஒலியியல் ஆய்வும் தக்க கருவிகளாக அமைந்தன.

'இத்தாலி மொழியிலுள்ளது போன்ற உயிரொலிகள்'

பிரிட்டிஷ் இந்தியாவில் இந்த இரண்டு மரபுகளும் இணைந்த தன் முதல் வெளிப்பாடு வில்லியம் ஜோன்ஸ் 1788இல் எழுதிய 'ரோமன் எழுத்துக்களில் ஆசிய சொற்களின் எழுத்தியல் குறித்த ஆய்வுரை' *(A Dissertation on the Orthography of Asiatic Words in Roman Letters)* என்ற கட்டுரையாகும். இந்தக் கட்டுரை ஐரோப்பிய, இந்திய மொழிகளின் ஒலியியல் ஆய்வோடு தொடர்புடையது என்பது கருதத்தக்கது என்றாலும், இக்கட்டுரை எழுத்துப்பெயர்ப்பை மையப்படுத்தியதாகும். அதாவது, ஒலிகளைவிட எழுத்துக்களை முதன்மைப்படுத்தியதாகும்.

ஆசிய மொழிச் சொற்களை ரோமன் எழுத்துக்களில் எழுதுவது பற்றியும் அதன் இயல்பு குறித்தும் இக்கட்டுரை விவரிக்கிறது. ஜோன்ஸ் சில இடங்களில் சமஸ்கிருதச் சொற்களை வங்காள ஒலிப்புடன் எழுதுகிறார். சமஸ்கிருத–வங்காள மொழிகளின் உச்சரிப்பிலுள்ள வேறுபாடு காரணமாக ஒலி பெயர்ப்புக்குப் பதில் எழுத்துப்பெயர்ப்புக்கு முன்னுரிமை தருகிறார். சமஸ்கிருதத்தின் தேவநாகரி எழுத்து வடிவம் "பிற எல்லாவற்றையும்விட இயல்பாக அமைந்துள்ளது" என்கிறார்.

ஜோன்ஸின் எழுத்துப்பெயர்ப்பு முறை சிற்சில மாற்றங் களோடு இன்றும் சமஸ்கிருதச் சொற்களை ரோமன் எழுத்துக் களில் எழுதப் பயன்படுத்தப்படுகின்றது. சில குறியீடுகளும் *(diacritics)* பயன்படுத்தப்படுகின்றன. எ–கா. வளைநா, அண்பல் ஒலிகளான *t, d* ஆகியவற்றைப் பிரித்தறிய அவர் ஒரு அழுத்தக் குறியீட்டைத் தருவார். நாம் இப்போது வளைநா ஒலியின் கீழே புள்ளியிடுகிறோம்.

உயிரொலிகளுக்கான எழுத்துக்களைப் பயன்படுத்தும் போது ஆங்கில நிகரன்களைவிட இத்தாலியன் நிகரன்களின் பொருத்தம் கருதி அவற்றை ஜோன்ஸ் பயன்படுத்துகிறார். "உயிருக்கு இத்தாலியன், மெய்யிற்கு ஆங்கிலம்" என்கிற

வாசகம் இவரது எழுத்துப்பெயர்ப்பு முறையை விளக்கும். "கூடுமானவரை மூல ஒலிக்கேற்ற மூல ரோமன் எழுத்துக்களால் எழுத வேண்டும்" என்பது அவர் நோக்கமாக இருந்தது. மூல ரோமன் வடிவத்திலிருந்து ஆங்கிலம் மாறுபட்டது. அதில் ஒரு உயிரொலி பலவிதங்களில் உச்சரிக்கப்படுவதாகக் கூறும் ஜோன்ஸ் அதற்கு ஒரு நல்ல உதாரணம் தருகிறார். 'A mother bird flutters over her young' என்பதை உச்சரிக்கும்போது a, o, i, u, e, ou என எல்லா சமஸ்கிருத உயிரொலிகளையும் கேட்கலாம் என்பார்.

இத்தாலி உயிரெழுத்துக்கள் ஆங்கில உயிரெழுத்துக் களை விட ரோமனாக்கத்துக்கு (Romanization) ஏற்றவை. இந்தியப் பெயர்களை ஆங்கிலத்தில் எழுதும்போது ஏற்படும் குழப்பங்களையும் அவர் சுட்டிக்காட்டுகிறார். *Hindoo, Hindu; Pooja, Puja; Poona, Pune; Lukshmi (or Lucksmi), Lakshmi; Pundit, Pandit.* காலப்போக்கில் தரவடிவமான *Hindu* என்பது *Hindoo*வை ஒதுக்கிவிட்டது என்றாலும் இந்தத் தரவடிவம் ஒரே சீர்மை யாகக் கையாளப்படவில்லை. சிலரது எழுத்துப்பெயர்ப்பு முறையில் மூக்கொலிக்கு முன் *e-a* பயன்பாடு சரியாகக் கடைப்பிடிக்கப்படுவதில்லை.

'இத்தாலியனில் உள்ளது போல உயிர்கள்' என்பது பின்னர் நடைமுறைப்படுத்தப்படவில்லை. (இது குறித்த மேல் விவரத்துக்கு *Trautmann, 1998 : 104-105.*) ஜோன்ஸின் இந்தக் கட்டுரை பெரிதும் வரவேற்கப்பட்டு, பரவலாகப் படிக்கப்பட்டது. ஆசிய மொழிப் பெயர்களை ஆங்கிலத்தில் எழுத இது வழிகாட்டியது. கிரேக்க, இலத்தீன், சமஸ்கிருதச் சொற்களை ஒப்பிட்டுக்காணும்போது இந்த ரோமன் எழுத்துமுறையை ஒழுங்குபடுத்த சமஸ்கிருத நெடுங்கணக்கும் ஓரளவு உதவிற்று. மொழிகளும் தேசங்களும் என்ற திட்டத்துக்கு இது ஒரு மதிப்புமிக்க கருவியாக விளங்கியது.

ஜோன்ஸ் தந்தது எழுத்துப்பெயர்ப்பு முறைதான் என்ற போதிலும் உலகளாவிய ஒலியியல் முறைக்கு ஒரு முன்னோடி யாக இது அமைந்தது. எழுத்து வடிவங்களை மையப்படுத்தாது ஒலிகளை நேரடியாகக் கொண்டு அமைந்த பன்னாட்டு ஒலிப்பு முறை நெடுங்கணக்கு (International Phonetic Alphabet) அட்ட வணை போன்றவற்றை இதற்குச் சான்றாகக் காட்டலாம். இவ்வாறு பழங்கால இந்தியாவில் இருந்த ஒலியியல் ஆய்வு தெற்கு, தென்னாசிய, கிழக்காசிய மொழிகளுக்கு வடிவம் தந்ததோடு இன்றைய அறிவியல்சார் மொழியியல் ஆய்வுக்கும் பெரிதும் பயன் நல்கியுள்ளது.

3
எல்லிஸ்

பிரிட்டிஷ் மற்றும் இந்திய மொழி ஆய்வு மரபுகளின் சில முக்கியக் கூறுகளைச் சென்ற இரு இயல்களில் கண்டோம். திராவிடக் கருத்தாக்கத்தை முன்னெடுத்த அறிஞர்களை இந்த இயல் அறிமுகப்படுத்துகிறது. இவர்கள் செயல்பட்ட நிறுவனமான புனித ஜார்ஜ் கோட்டைக் கல்லூரி அடுத்த இயலில் விவரிக்கப்படும்.

திராவிடக் கருத்தாக்கத்தை முன்மொழிந்த அறிஞர்களின் கூட்டு வாழ்க்கைவரலாறாக இவ்வியல் அமைகிறதெனலாம். இதில் மையப்புள்ளியாக விளங்குபவர் பிரான்ஸிஸ் ஒயிட் எல்லிஸ் (1777–1819). சென்னையின் ஆட்சியராகவும், புனித ஜார்ஜ் கோட்டையின் மூத்த உறுப்பினராகவும் விளங்கிய எல்லிஸின் குழந்தை இக்கல்லூரி. திராவிட மொழிக் குடும்பம் என்ற கருத்தாக்கத்தை உருவாக்கத் தேவையான அறிஞர்களையும் பன்முகப் புலமையாற்றலையும் ஒன்றிணைத்தது இக்கல்லூரியே. எல்லிஸின் மிக நெருங்கிய நண்பர்களான வில்லியம் எர்ஸ்கின் ஜான் லெய்டன் ஆகியோரையும் இவ்வியலில் நாம் அறிமுகப்படுத்திக் கொள்ளவுள்ளோம். திராவிடச் சான்றை அறிந்து கொள்வதற்கான ஆவணக் களஞ்சியம் எப்படி உருப்பெற்றதென்பதும் இதன்வழிப் புலப்படும். இவ்விரு நண்பர்களின் ஆய்வுத்திட்டங்கள் மூலமாகவும், மெக்கன்ஸி மேற்கொண்ட பெரும் பரப்பாய்வுத் திட்டத்தோடு உறழ்ந்து நோக்குவதன்

மூலமாகவும் ஆய்வுலகில் எல்லிஸின் தனித் தடம் விளங்கும். சென்னையில் செயலாற்றிய ஏ.டி. காம்பெல், பட்டாபிராம சாஸ்திரி, சங்கரய்யா ஆகிய அறிஞர்கள் பற்றிய மேலதிகச் செய்திகளையும் இவ்வியல் திரட்டித் தருகிறது. திராவிடக் கருத்தாக்கத்தின் எழுத்து வடிவத்தை வரைந்தவர் எல்லிஸ்தான் என்றாலும்கூட அது பல அறிஞர்களின் கூட்டுச் செயல்பாட்டின் விளைவு என்பதும் புலப்படும்.

எல்லிஸைத் தேடி

ஐரோப்பாவின் மொழியும் தேசமும் குறித்த திட்டம் பிரிட்டிஷ் இந்தியாவில் நல்ல பலனை அளித்தது. அங்கு ஏற்கெனவே நன்கு வளர்ச்சி பெற்றிருந்த மொழியாய்வு இதற்கு ஒரு காரணமாகும். கிழக்கிந்தியக் கம்பெனி ஊழியர்கள் நான்கு முக்கியமான மொழிக் குடும்பங்களைக் கண்டுபிடித்து வெளியிட்டனர். அவை: வில்லியம் ஜோன்ஸின் இந்தோ-ஐரோப்பிய மொழிக் குடும்பம், வில்லியம் மார்ஸ்டென்னின் மலேய-பாலினேசிய மொழிக் குடும்பம், மார்ஸ்டென் கண்டுபிடித்த ரோமானிய மொழி சார்ந்த ஜிப்ஸிகளின் மொழிக்கான இந்திய மூலம், எல்லிஸின் திராவிட மொழிக் குடும்பம். ஜான் லெய்டன் (John Leyden) கண்டுசொன்ன இந்திய-தென் கிழக்கு ஆசிய மொழிகள், ஹாட்ஸன் (Brian Houghton Hodgson) நேபாளத்தில் கண்ட திபெத்திய-பர்மிய மொழிகள் ஆகியவற்றையும் இவற்றோடு சேர்த்துக்கொள்ள வேண்டும். இந்தக் கண்டுபிடிப்புக்களில் மரபுவழிப்பட்ட இந்திய மொழி ஆய்வானது கொண்டும் கொடுத்தும் பயன்பெற்றதெனலாம். உலக வரலாறு குறித்த அறிவியல் புரட்சியை உண்டுபண்ணிய இருநூறாண்டுகளுக்கு முந்திய இந்தக் கண்டுபிடிப்புக்கள் இன்றும் கவனத்தை ஈர்ப்பதாக உள்ளன.

இந்தக் கண்டுபிடிப்புக்களை இந்தியப் பார்வையில் நோக்கும் போது குடியேற்ற ஆட்சியரின் இந்த அறிவார்ந்த முயற்சிகள் இந்தியாவின் தொல்பழமை குறித்த கருத்துருவாக்கத்துக்கு உதவின எனலாம். கிடைக்கக்கூடிய இந்திய வரலாற்று ஆவணங்கள், புராணங்கள், காவியங்கள், அரச வம்சாவளிகள் ஆகியவற்றுக்கு மொழிநூலும் தொல்லியலும் பொருள் தருவனவாக இருந்ததோடு கல்வெட்டுக்கள், நாணயங்கள், நினைவுச் சின்னங்கள் ஆகியவற்றில் ஆய்வு செய்து இந்திய வரலாற்றுக்கான புதிய தரவுகளையும் அளித்தன. தொல்பழம் நாடுகளோடு இந்தியாவுக்கிருந்த உறவை எடுத்துக்காட்டுவனவாகவும் இவை இருந்தன. இந்த ஆய்வுக் கொடையில் அடிப்படையானவை 1786இல் ஜோன்ஸ் அறிவித்த

இந்தோ – ஐரோப்பிய மொழிக் குடும்பம், 1816இல் எல்லிஸ் வெளிப்படுத்தி, 1856இல் கால்டுவெல் நிறைவு செய்த திராவிட மொழிக் குடும்பம், 1924இல் ஜான் மார்ஷல் *(John Marshall)* வெளிப்படுத்திய சிந்துவெளி நாகரிகம் பற்றிய கண்டுபிடிப்புக்கள் ஆகியனவாகும். தென்னாசிய நாகரிகத்தின் மூலவேரைக் காண முற்படும் ஆழ்ந்தகன்ற ஆய்வுக்கு மட்டுமன்றிச் சிந்துவெளி நாகரிகத்தின் மொழி, சமயம் குறித்து இன்னமும் நடைபெற்றுவரும் வாதப் பிரதிவாதங்களுக்கும் இந்த மூன்றும் மையப்புள்ளிகளாக உள்ளன என்பதும் மனங்கொள்ளத்தக்கது.

பொதுவாக, உலக வரலாற்று நோக்கிலும், சிறப்பாக இந்திய வரலாற்று நோக்கிலும் அணுகும்போது ஜோன்ஸூம் எல்லிஸூம் பெரும்பங்கு ஆற்றியுள்ளது தெரியவரும். ஆனால், ஜோன்ஸ் அறியப்பட்ட அளவுக்குத் திராவிட மொழிக் குடும்பம் குறித்து முதன்முதலாகத் தெரிவித்த எல்லிஸ் அறியப்படவில்லை என்பது மட்டுமல்ல, கிட்டத்தட்ட மறக்கவும் பட்டு விட்டார். திராவிட மொழிகளுக்கிடையேயான உறவு குறித்தும், சமஸ்கிருதத்திலிருந்து அவை பிறக்கவில்லை என்பதையும் தக்க ஆதாரத்துடன் எடுத்துக்காட்டிய எல்லிஸ் பெரிதும் மறக்கப்பட்டதற்கான காரணங்களில் ஒன்று, 1856இல் வெளிவந்த கால்டுவெல்லின் 'திராவிட அல்லது தென்னிந்தியக் குடும்ப மொழிகளின் ஒப்பிலக்கணம்' *(A Comparative Grammar of the Dravidian or South Indian Family of Languages)* என்ற நூலாகும். கால்டுவெல்லின் கருத்தாழமிக்க இந்த ஒப்பிலக்கண நூல் செம்மையானது; இன்றும் வழக்கில் உள்ளது; ஒப்பிலக்கணத் துறையில் ஆழங்கால் பதித்தது; சிறந்த புலமையின் சான்றாக உள்ளது; அதனாலேயே அது இன்னமும் சிறப்பாக மதிக்கப்படுகிறது. ஆனால், கால்டுவெல் இத்துறையில் உழைத்த தமக்கு முந்தியோரை, குறிப்பாக எல்லிஸைப் பற்றிக் குறிப்பிட்டதில் போதிய பெருந்தன்மையைக் காட்டவில்லை என்றே சொல்ல வேண்டும்.

> இத்துறையில் முதல் பாதிப்பை ஏற்படுத்தியவர் எல்லிஸ் என்னும் சென்னை அரசு ஊழியர். அவர் தமிழ் மொழி இலக்கியத்தில் நல்ல புலமையாளர். அவரது ஆர்வம் செறிந்த, ஆனால் மிகவும் சுருக்கமான ஒப்பீடு இலக்கண வடிவங்கள் சாராது, திராவிட மொழிச் சொற்களை மட்டும் சார்ந்து அமைந்துள்ளது. அது காம்பெல்லின் தெலுங்கு இலக்கணத்திற்கான அவரது முன்னுரையில் இடம்பெறுகிறது *(Caldwell, 1856, IV)*.

தமக்கு எல்லிஸ் முன்னோடி என்பதை மிகச் சுருக்கமாகக் குறிப்பிடும் கால்டுவெல், எல்லிஸின் ஒப்பீடு ஆர்வம் தருவது என்றாலும் அது இலக்கண வடிவம் சாராது சொற்களோடு

நின்றுவிடுகிறது என்கிறார். இது எந்த அளவு சரியானது என்பதைத் திராவிடச் சான்று பற்றிய ஐந்தாம் இயலைப் படிப்பவர் மதிப்பிட்டுக்கொள்ளலாம்.

சமஸ்கிருதக் கூறுகள் இல்லாத தெக்கண மொழிகளை அடையாளம் காட்டிய ஸ்டீவன்சனின் (Rev. Stevenson) நூலைப் பற்றிக் குறிப்பிடும் கால்டுவெல், "அது மொழியாய்வில் நிலைத்து நிற்கக்கூடிய அளவு ஆழமானதன்று. மேலோட்டமானது என்றாலும், இந்தப் பொருள் பற்றி இதுவரை வெளிவந்துள்ள வற்றில் இது மேம்பட்டது" என்கிறார். தமது பணியைத் தொடங்கிய காலத்தில் எல்லிஸ், ஸ்டீவன்சன் ஆகியோர் எழுத்துக்களைத் தாம் சரிவர அறிந்திருக்கவில்லை என உறுதி கூறும் கால்டுவெல், அவ்வகை எழுத்துக்களை அறிய நேர்ந்த போது இன்னும் மேலே செல்ல வேண்டும் என்ற ஆர்வம் தலைதூக்கியதாகவும், இந்தத் துறையின் கண்டுபிடிப்பாளனாகத் தன்னைக் கருதிக்கொள்ளவில்லை என்றும், இதில் இன்னமும் ஆராயப்பட வேண்டியவை ஏராளமாக உள்ளன என்றும் எழுதக் காண்கிறோம்.

இவ்வகையில் எல்லிஸ், ஸ்டீவன்சன் ஆகியோரைக் குறைத்துக்கூறி அவர்கள் இட்ட அடித்தளத்தின் மேலெழுந்த தம் பணியைக் கால்டுவெல் பெரிதுபடுத்திக் காட்டுகிறார். இந்நூலின் மூன்றாம் பதிப்பின் (1913) முன்னுரையில் இந்தக் குறிப்பு இடம் பெறவில்லை என்பதோடு, எல்லிஸின் முதனிலைப் பணி பற்றிய செய்தியும் இல்லை. கால்டுவெல் தமது நூலில், தாம் உடன்படாத மூன்று இடங்களில் மட்டுமே எல்லிஸைக் குறிப்பிடுகிறார். நாம் படிக்கும் கால்டுவெல்லின் இன்றைய வடிவம் இது. அதாவது, தம் நூலுக்கு முன்மாதிரி இல்லை; அப்படி ஏதும் இருப்பதாகக் கூறின், அது வரலாற்றுப் பிழை என்பதே இதன்வழி ஒருவர் பெறக்கூடிய செய்தி. மாறுபட்ட கருத்துக்களை ஏற்பதில் பெருந்தன்மை இல்லாத போக்கையும் இங்குக் காண்கிறோம். கால்டுவெல் நூலின் வெற்றியும், அதில் எல்லிஸ் மற்றும் சிலர் பற்றிய குறிப்பின்மையும் அறிவியல் பூர்வமாகத் திராவிட மொழிக் குடும்பத்தை நிலைப்படுத்திய முதலாமவர் கால்டுவெல்லே என்பதைப் பலர் மனதில் பதித்து விட்டன. இவருக்கு நாற்பதாண்டுகளுக்கு முன்பே இதை எல்லிஸ் நிறுவிவிட்டார் என்பதை ஒரு சிலரே அறிவர்.

திராவிட மொழிகளைக் கண்டுசொன்னவர் கால்டுவெல் தான் என்னும் பொதுவான நம்பிக்கையோடுதான் நானும் என் ஆய்வுகளைத் தொடங்கினேன். இந்தோ – ஐரோப்பிய மொழிகள் பற்றிய ஜோன்ஸ் அறிவிப்புக்கும் கால்டுவெல்லின் திராவிட மொழிகள் பற்றிய நூலுக்கும் இடையே எழுபதாண்டுகள்

ஓடிவிட்டன. இந்த இடைவெளியில் மொழி – தேசம் குறித்த எவ்விதக் கருத்தாக்கங்கள் முன்வைக்கப்பட்டன என்பதை அறிவதில் எனக்கு ஆர்வம் ஏற்பட்டது. அப்போதுதான் புனித ஜார்ஜ் கோட்டைக் கல்லூரி மாணவருக்காக, சிறிய பதிப்பாக வெளிவந்த காம்பெல்லின் தெலுங்கு இலக்கணத்திற்கு எல்லிஸ் திராவிடச் சான்று பற்றிய முகவுரையைப் படிக்க நேர்ந்தது. நன்கு அறியப்படாத இந்தச் சிறிய முகவுரை பிரிட்டிஷ் இந்திய அறிஞர்களுக்கு ஓர் உந்துசக்தியாக அமைந்தது. ஸ்டீவன்சன், ஹட்சன் ஆகியோர் இந்தோ–ஐரோப்பிய மொழிகள் சாராத மற்ற மொழிகளையும் ஒப்பிட்டு ஆராய உதவிற்று என்பதை அறிந்துகொண்டேன். இந்த எழுபதாண்டுக் கால இடைவெளியில் எல்லிஸ் வெளிக்கொணர்ந்த இந்த திராவிட மொழி வழக்கு இந்தியாவில் வழங்கும் இந்தோ–ஐரோப்பியன் சாராத பிற மொழிகளைக் கணக்கிலெடுத்து, அவற்றின் தோற்றுவாய் குறித்த ஆய்வுக்கு வழிகாட்டிற்று. கால்டுவெல்லின் உண்மையான சாதனை திராவிட மொழிக் கண்டுபிடிப்பு அல்ல. மாறாக, அதன் உண்மையான இருப்பைக் காட்டியதும், கோலாரின் அல்லது முண்டா அல்லது ஆஸ்டிரோ ஆசியாடிக் எனக் கூறப்படும் இந்தோ–ஐரோப்பிய மொழிக் குடும்பம் சாராத, மற்றொரு மொழிக் குடும்பத்திலிருந்தும் வேறுபட்டது என்று மெய்ப்பித்ததும்தான். இந்தியாவில் வழங்கும் மொழிகள் மூன்று முக்கியமான மொழிக் குடும்பங்களைச் சார்ந்தவை என்று இன்று ஏற்றுக்கொள்ளப்படும் கருத்து கால்டுவெல்லின் பங்களிப்போடு உறுதியாயிற்று (Trautmann 1997, 149-164).

எல்லிஸின் பணி கால்டுவெல் மீதும் மற்றவர்கள் மீதும் நேரடியாகவோ மறைமுகமாகவோ தாக்கத்தை ஏற்படுத்தியது என்பதற்கு ஏராளமான சான்றுகள் உள்ளன. எனினும், திராவிட மொழிக் குடும்பக் கண்டுபிடிப்பு கால்டுவெல்லுக்கே உரியது என்று கூறுவது வழக்கமாகிவிட்டது. 1997இல் நான் எழுதி வெளியிட்ட 'ஆரியரும் பிரிட்டிஷ் இந்தியாவும்' நூலில் எல்லிஸ் பற்றியும் திராவிடச் சான்று குறித்தும் சுருக்கமாகக் கூறியுள்ளேன். அந்த நூலும், மறுபதிப்பு பெற்ற எல்லிஸ் முகவுரையுடன்கூடிய காம்பெல் இலக்கணமும் எல்லிஸின் பங்களிப்பை எடுத்துக்கூறி அதன் சிறப்பை மீண்டும் நிலைநாட்டத் தொடங்கியுள்ளன.

எல்லிஸ் நினைக்கப்படாதுபோனதற்கு மற்றொரு காரணம், அவரது எதிர்பாராத இறப்பு. அவர் மறைவுக்குப் பின் சொத்துக் கணக்குவழக்கைத் தீர்க்க முற்பட்ட காலத்தில் அவரது அறிவார்ந்த கட்டுரைகளும் பல தனிப்பட்ட கடிதங்களும் தீக்கிரையாயின. மதுரையில் ரூஸ் பீட்டர் (Rous Petrie) என்னும் மதுரை ஆட்சியருடன் தங்கியிருந்தபோது எல்லிஸ் திடீரெனக்

காலமானார். வயிற்றுநோய்க்கான மருந்தென்று கருதித் தவறுதலாக நஞ்சை உட்கொண்டுவிட்டார் எல்லிஸ். அரசு ஊழியரும் தென்னிந்தியத் தொல் வரலாற்றறிஞரும் எல்லிஸின் ஆதரவாளருமான வால்டர் எலியட் (*Walter Elliot*) எல்லிஸின் அறிவாற்றல் உரிய மதிப்பைப் பெறாதது கண்டு வேதனையுற்று, அவரது படைப்புக்களைச் சேகரிக்கவும், அவரது வாழ்க்கை வரலாற்றை எழுதி வெளியிடவும் முயற்சி மேற்கொண்டார். எல்லிஸின் எழுத்துக்கள் எல்லாம் அழிந்துவிட்டன எனக் கூறிய எலியட், "அவை பீட்டரின் சமையல்காரனுக்கு அடுப்பெரிக்கவும் கோழி வறுக்கவும் பயன்பட்டன" என்கிறார். பலரும் படித்துப் பயன்பெற வேண்டிய சிறந்த ஓர் அறிஞரின் படைப்புக்கள் பக்கம்பக்கமாக எரிந்து சாம்பலானதை அறிந்தபோது நான் துயரத்தில் ஆழ்ந்தேன். இந்த நிகழ்வு பைசாச மொழியில் 'பிரகத்கதா' எழுதிய குணாத்தியர், தனது படைப்பை ஒரு அரசன் புறக்கணித்த காரணத்தால், அதனை மகிழ்ச்சியோடு கேட்கிற, அச்சத்துடன் பார்க்கிற விலங்குகளுக்குப் படித்துக்காட்டி, ஏடு ஏடாகத் தீயிலிட்ட கதையை நினைவூட்டியது.

நாற்பது வயது நிறையும் முன் எதையும் வெளியிடுவதில்லை என்ற எல்லிஸின் தீர்மானம் இந்த அவலத்தை மிகுதிப்படுத்துவதாக உள்ளது. அவர் நாற்பத்தொரு வயதிலே இறந்துபோனார். தென்னிந்தியவியலுக்குச் சிறப்பான பங்களிப்பாக அமையவிருந்த அவரது படைப்புக்களில் மிகச் சிலவே வெளியாகியுள்ளன. இது ஈடுசெய்ய முடியாத பேரிழப்பாகும். எல்லிஸ் குறித்த என் ஆய்வைத் தொடங்கியபோது அதன் வெற்றிவாய்ப்பு மிகவும் மங்கலாகவே தெரிந்தது. அவரது இறப்பின்போது கிடைத்த அவரது வெளியீடுகளின் பட்டியலும் அதற்கேற்பவே இருந்தது. அவற்றுள் ஒன்று 'திராவிடச் சான்று' என நான் பெயரிட்டு வழங்கும் 1816இல் வெளியான காம்பெல்லின் தெலுங்கு இலக்கண முன்னுரைக் குறிப்பாக உள்ள ஒரு கட்டுரை ஆகும். மற்றொன்று, சென்னையின் ஆட்சியராக இருந்த காலத்து அவர் எழுதிய மிராசுதாரர் உரிமை குறித்த ஆய்வுரை (*Treatise on Mirasi Right*). வருவாய்த்துறை அதை 1818இல் வெளியிட்டது. பிரிட்டிஷ் இந்தியாவில் நிலவுடைமை உரிமை குறித்துத் தாமஸ் மன்ரோவும் அவரது உதவியாளர்களும் உருவாக்கிய ரயத்துவாரிமுறைக்கு வேறுபட்டிருந்ததால் இது பெரிதும் விவாதிக்கப்பட்டதோடு, பிரிட்டிஷ் இந்திய நிலவுடைமை உரிமை குறித்த வரலாற்றில் முக்கியப் பங்காற்றியதெனலாம். யூஜின் இர்ஷிக் (*Irschick 1994*) இதைத் தம் நூலில் விரிவாகப் பேசியுள்ளார். மூன்றாவது நூல், மாணவர் பயன் கருதி எல்லிஸ் மொழிபெயர்த்த திருக்குறளின் ஒரு பகுதி ஆகும். அகால மரணம் காரணமாக

மொழிபெயர்ப்பு முழுமை பெறவில்லை. இன்னொரு நூல், சில கிறிஸ்தவப் பாதிரிமார்கள் இட்டுக்கட்டிய யசுர்வேதம் *(Ezourvedam)* பற்றியதாகும். இது அவரது மறைவுக்குப்பின் 'ஆசியாடிக் ரிசர்ச்சஸ்' *(Asiatic Researches)* என்ற இதழில் வெளிவந்தது. அவர் வாழ்ந்த காலத்தும் மறைந்த பின்னும் வெளிவந்த இந்தச் சிறு வெளியீடுகளைத் தவிரப் பெரிய அளவில் எனக்கு எதுவும் கிடைக்கவில்லை. எல்லிஸ் தனிப்பட்ட சிலருக்கு எழுதிய கடிதங்கள், அவர் குறித்த ஆவணங்கள் கிடைக்கலாம் என்ற நம்பிக்கையும் பெரிதாக இல்லை. வால்டர் எலியட் கூறியது போல அவரது பல எழுத்துக்கள் அழிந்துவிட்டன. எனினும், அவரது படைப்புக்கள் ஏதேனும் கிடைக்காதா என்ற எண்ணத்தில் வில்லியம் எர்ஸ்கினின் *(William Erskine)* ஆவணங்களில் எல்லிஸின் கட்டுரை ஒன்று உள்ளதென்ற குறிப்பை இர்ஷிக் நூலில் (இது அவர் தரம்பாலிடமிருந்து பெற்றதாகும்.) கண்டு பிரிட்டிஷ் நூலகத்தில் தேடினேன்.

இந்தச் சூழலில், எதிர்பாராத புதையல் ஒன்று கிடைத்தது. அது எர்ஸ்கின் தொகுப்பு ஆகும். எர்ஸ்கின் பம்பாயில் வசித்த ஒரு கீழ்த்திசையியல் அறிஞர். எல்லிஸின் நண்பர். எனக்கு அளவற்ற மகிழ்ச்சியும் வியப்பும் அளிக்கும்வண்ணம் கடிதங்களும் கையெழுத்துப்படிகளும் உட்பட எல்லிஸின் பல படைப்புக்கள் எர்ஸ்கின் தொகுப்பில் இருந்தன. எனது தேடல் மேலும் தொடரவே ஸ்காட்லாந்திலுள்ள எடின்பரோ சென்றேன். இந்திய அலுவலக நூலகம், பிரிட்டிஷ் அருங்காட்சியகம், ஸ்காட் லாந்து தேசிய நூலகம் ஆகிய இடங்களிலும், எர்ஸ்கினின் மகன் ஸி.ஜே. எர்ஸ்கினிடமும் எர்ஸ்கின் எழுத்துக்கள் இருந்தன. இந்தத் தொகுப்புக்கள் பலவற்றில் எல்லிஸ் படைப்புக்களும் இருந்தன. குறிப்பாக, ஸ்காட்லாந்து தேசிய நூலகத்திலுள்ள தொகுப்பில் எர்ஸ்கினுக்கு எல்லிஸ் எழுதிய 22 கடிதங்கள் கிடைத்தன. நீண்ட இந்தக் கடிதங்களில் எல்லிஸின் புலமையை வெளிப்படுத்தும் பல கீழ்த்திசையியல் செய்திகள் அடங்கியுள்ளன.

எர்ஸ்கின் இவற்றையெல்லாம் சேகரித்துவைத்ததோடு, எல்லிஸ் பற்றி ஒரு வாழ்க்கைக் குறிப்பையும் வரைந்திருந்தார். எர்ஸ்கின், கல்கத்தாவிலிருந்த மற்றொரு கீழ்த்திசையியல் அறிஞரான ஜான் லெய்டனின் நண்பரும் ஆவார். லெய்டன் எல்லிஸை நன்கு அறிந்தவர்; மதித்தவர். லெய்டன் குறித்த எர்ஸ்கின் தொகுப்பு பிரிட்டிஷ் நூலகத்திலும் ஸ்காட்லாந்து தேசிய நூலகத்திலும் இருந்த லெய்டன் எழுத்துக்களை ஆராயும் வாய்ப்பைத் தந்தது. அவற்றுள் எல்லிஸ் தொடர்பான பல பதிவுகள் கிடைத்தன. லெய்டனுக்கு எல்லிஸ் எழுதிய மிகவும் முக்கியமான கடிதமொன்று இந்திய அலுவலக நூலுகத்தில்

கிடைத்தது. எல்லிஸ் குறித்த வேறு சில தகவல்கள் பிரிட்டிஷ் நூலகத்திலுள்ள மெக்கன்ஸி கோப்புகளில் கிடைத்தன.

எல்லிஸின் படைப்புக்களை அழிவிலிருந்து காப்பாற்றிய பெருமைக்குரியவர் வால்டர் எலியட். வெளிவந்திராத எல்லிஸின் சில கட்டுரைகளை வெளியிட்டதோடு எல்லிஸை நினைவுகூரும் வகையில் அவரது வாழக்கைக் குறிப்பையும் எழுதிய எலியட் தமிழ் யாப்பிலக்கணம் குறித்து எல்லிஸ் எழுதியிருந்த இரண்டு கட்டுரைகளையும் பாதுகாப்பாக எடுத்துவைத்திருந்தவர். புனித ஜார்ஜ் கோட்டைக் கல்லூரிக் கண்காணிப்புக் குழுவில் எலியட் பணியாற்றிய காலத்து, எல்லிஸின் இந்தக் கட்டுரைகளையும் எழுத்துக்களையும் கல்லூரி ஆவணங்களிலிருந்து அவர் கண்டெடுத்திருந்தார். அதே கல்லூரியில் கண்டெடுத்த வேறு சில முக்கியமான எழுத்துக்களை மற்றொரு தமிழறிஞரான ஜி.யூ. போப்பிற்கு அவர் தந்திருந்தார். போப் அவற்றைப் பின்னர் ஆக்ஸ்போர்டிலுள்ள பொத்லெயின் நூலுகத்துக்கு *(Bodleian Library)* அளித்தார். நான் இவற்றைப் பற்றிய செய்திகளைத் தேசிய வாழ்க்கை வரலாற்று அகராதியில் *(Dictionary of National Biography)* எல்லிஸ் குறித்து போப் எழுதிய பதிவிலிருந்து பெற்றேன். பொத்லெயின் நூலகத்தின் முதன்மைப்பட்டியலில் இவை பற்றிய குறிப்புக்கள் இல்லை. பின்னர் அதன் பல்வேறு பிரிவுகளில் தேடியலைந்து, ஏழாவது பிரிவான கீழ்த்திசை வாசகர் அறையில் *(Oriental Reading Room)* இவற்றைக் கண்டுபிடித்தேன். அந்தக் கண்டுபிடிப்பில் முக்கியமானது தமிழ் மொழி, இலக்கிய வரலாறு குறித்த எழுத்துரு ஆகும். எல்லிஸ் இதை எழுதி முடித்திருப்பின் அவரின் தலையாய படைப்பாக இது அமைந்திருக்கும்.

இவை போன்ற தனியார் தொகுப்புக்களேயன்றி ஆங்கிலக் கம்பெனி அரசின் ஆவணக்காப்பகத்திலும் எல்லிஸ் பற்றிய தகவல்கள் உள்ளன. எல்லிஸ் கடுமையாக உழைத்த ஒரு அரசு ஊழியர். அதனால் வருவாய்த் துறை, சென்னை மாவட்ட ஆட்சியர் அலுவலகப் பதிவேடுகள் (சென்னை மாவட்ட ஆட்சியராகவும் இவர் இருந்தார், 1810–1819), தென்னிந்திய மொழிகளின் இலக்கணம், அகராதி தயாரிக்கும் திட்டம் குறித்த சென்னை அரசாங்கப் பொதுத் துறை நடவடிக்கைக் குறிப்புக்கள், புனித ஜார்ஜ் கோட்டைக் கல்லூரிப் பதிவேடுகள் (1812–1819) முதலியவற்றில் அவரைப் பற்றிய பல தகவல்கள் உள்ளன. கையெழுத்துப்படிகளான இவை பல தொகுதிகளாகச் சென்னையிலுள்ள தமிழ்நாடு ஆவணக்காப்பகத்தில் உள்ளன. இவற்றுள் வருவாய்த் துறை மற்றும் பொதுத் துறை நடவடிக்கைக் குறிப்புக்கள் சில நகலெடுக்கப்பட்டு இங்கிலாந்திலுள்ள இந்தியா ஹவுசிற்கு அனுப்பப்பட்டன. இவை தற்போது பிரிட்டிஷ்

நூலகத்தில் இருக்கின்றன. பிரிட்டிஷ் – இந்திய அலுவல்சார் ஆவணங்கள் ஏராளமான தொகுப்புக்களைக் கொண்டுள்ளன. சான்றாக, சென்னை அரசாங்கப் பொதுத் துறை நடவடிக்கைக் குறிப்புக்கள் மட்டும் 11,000 தொகுதிகளில் அடங்கும். இவ்வகை ஆவணங்களைத் தயாரிப்பதில் எடுத்துக்கொண்ட முயற்சி, உழைப்பு, ஆக்கப்பணி, பாதுகாப்பு முதலியன ஒரு பெரும் பாதிப்பை நமக்குள் ஏற்படுத்துகின்றன. அளவில் பெரிய இந்தத் தொகுதிகள் அறிஞர்களுக்கு மலைப்பைத் தருவன.

கீழ்த்திசையியல் அறிஞர்தம் புலமை குறித்த ஆய்வுக்கு இவ்வகை அரசு நடவடிக்கைக் குறிப்புக்கள் பெரும்பயன் தரா என்றாலும், இந்த நூலை எழுத அவை பலவகைகளில் உதவியுள்ளன. குடியேற்றக் கொள்கை சார்ந்த கீழ்த்திசையியல் கொள்கையின் ஒரு வடிவமாகத் திகழ்ந்தவர் எல்லிஸ். இந்தியாவின் ஆட்சிக்கு உதவும் அந்தக் கொள்கை இந்தியப் பண்பாடு, அதற்கு அடித்தளமாக உள்ள இந்திய மொழிகள், இலக்கியங்கள் ஆகியவற்றை நன்கு கற்றுத் தெளிதல் ஆகும். இந்தக் கீழ்த்திசையியல் அறிவையும் ஆற்றலையும் குடியேற்றக் கொள்கையோடு ஒருமுகப்படுத்தும்வண்ணம் கல்கத்தாவில் மூன்று நிறுவனங்கள் செயல்பட்டன. ஒன்று, அரசாங்கம்; முக்கியமாக திருமணம், வாரிசுரிமை தொடர்பான வழக்குகளில் இந்து மற்றும் இசுலாமியச் சட்டங்களைப் பின்பற்றிச் செயல்படும் நீதிமன்றங்கள். இரண்டு, ஆசியக் கழகம். மூன்று, அரசு ஊழியர்களுக்கு இந்திய மொழிகளைக் கற்பிக்க 1804இல் நிறுவப்பட்ட வில்லியம் கோட்டைக் கல்லூரி *(College of Fort William)*. மெக்காலே *(Macaulay)*, டிரெவெலின் *(Trevelyan)* முதலியோர் 1830களில் கல்கத்தா நிறுவனங்களின் வெற்றியைக் கண்டு அவற்றைக் கடுமையாகத் தாக்கினர். இது போன்றே பம்பாய் இலக்கியக் கழகம் *(Literary Society of Bombay)* நிறுவப்பட்டது. வில்லியம் எர்ஸ்கின் இதற்குச் செயலாளராக இருந்தார். சென்னையில் எல்லிஸின் தனிமுயற்சியால் புனித ஜார்ஜ் கோட்டைக் கல்லூரி நிறுவப்பட்டது. சென்னை இலக்கியக் கழகமும் *(Madras Literary Society)* தோற்றுவிக்கப்பட்டு, எல்லிஸ் அதன் அமைப்பாளர்களில் ஒருவராகவும் வழிகாட்டியாகவும் விளங்கினார்.

இந்தப் பின்புலத்தில் செயல்பட்ட எல்லிஸ், அரசு ஊழியர்களின் பணியை இந்தியா பற்றிய அறிவு பெற உதவும் ஒரு திறவுகோலான இந்திய மொழிக் கல்வியோடு இணைத்தார். இந்த வகையில் அரசு ஆவணங்கள் எல்லிஸின் திறனறிய உதவுகின்றன. சான்றாக, தென்னிந்தியாவில் நிலவிய இடங்கை வலங்கைச் சாதிப் பிரிவுகளின் வரலாறு குறித்த இவரது பார்வை

அமைகிறது. பத்தொன்பதாம் நூற்றாண்டின் முதல் இருபது ஆண்டுகளில் சென்னை அரசாங்கம் தென்னிந்திய மொழி ஆய்வில் ஆர்வம் காட்டியதோடு, அவற்றின் இலக்கணங்களையும் அகராதிகளையும் வெளிக்கொண்டுவரவும் முனைந்தது. மேலும் 1799இல் திப்பு சுல்தானை வென்று பெற்ற தென்னிந்தியப் பகுதிகளில் நிலவரி வசூல், நீதிமன்ற நடவடிக்கைகள் முதலியவற்றை ஒருங்கிணைக்கும் பொறுப்பை ஏற்றதால், அங்கு பணியாற்றவிருந்த ஆட்சியர், நீதிபதிகள் ஆகியோருக்குத் தேவையான மொழிப்பயிற்சி அளிப்பதில் அரசாங்கம் கவனம் செலுத்தலானது. இதில் எல்லிஸ் ஆழ்ந்த ஈடுபாடு காட்டினார். இதன் காரணமாகவே புனித ஜார்ஜ் கோட்டைக் கல்லூரியை உருவாக்கும் பணியில் ஈடுபட்டு, அதன் கண்காணிப்புக்குழுத் தலைவராகச் செயல்பட்டார். இருமொழி இலக்கணங்கள், அகராதிகள் வெளியிட அரசாங்கம் நிதி நல்க முன்வந்து, அதற்கான மதிப்பீட்டுக் குழுக்களையும் அமைத்தது. இந்தக் குழுக்களின் நீண்ட அறிக்கைகள் பல இந்த ஆவணக்களஞ்சியத்தில் உள்ளன. இவற்றின் வாயிலாக அந்தக் காலகட்டத்தில் இங்கு ஆழமாகத் தடம் பதித்திருந்த மொழியியல் புலமைக்கூறுகளை அறிய முடிகிறது. அதே சமயம், நிலவருவாய் தொடர்பாக உழவர்களுக்கும் நிலக்கிழார்களுக்கும் இடையேயான உறவையும் நிலத் தீர்வையினையும் வரையறுக்கும் மையமாகச் சென்னை விளங்கியது. வருவாய்த் துறை அதிகாரியாகவும், பின்னர் சென்னை மாவட்ட ஆட்சியராகவும் பணியாற்றிய எல்லிஸ் இதிலும் தமது பட்டறிவு, செயல்திறன் காரணமாகச் சிறப்பான பங்காற்றினார்.

எல்லிஸ் மறைந்துவிட்டாலும், இந்த ஆவணக்காப்பகத்தில் கிடைக்கும் அவரது எழுத்துக்கள் மற்றும் எர்ஸ்கின், லெய்டன் முதலிய அவரது நண்பர்களின் தொகுப்புக்களில் நசுங்கிய மலர்களைப் போல் அழுந்திக் கிடக்கும் கடிதங்கள், கட்டுரைகள், அவரது காலத்தும் அதற்குப் பின்னும் வெளிவராத படைப்புக்கள் ஆகியவற்றில் இன்றும் அவர் நம்மிடையே வாழ்கிறார். இந்த ஆவணங்கள்வழி நாம் அறியவரும் அவர் வாழ்க்கை, ஆய்வுப்பணி, இந்திய–பிரிட்டிஷ் நண்பர்கள் பற்றிய தகவல்கள் மிகவும் விரிவானவை.

மூன்று நண்பர்கள் : எர்ஸ்கின், லெய்டன், எல்லிஸ்

எல்லிஸின் எழுத்துக்கள் முழுவதும் கிடைக்காமல்போனாலும் கூட, அரசு ஆவணங்கள் மூலம் அவரது வாழ்க்கையையும்

பணிகளையும் நன்கு அறிய முடிகிறது. ஆனால், எர்ஸ்கின் எடுத்துவைத்திருந்த தனிப்பட்ட கோப்புக்கள் (private papers) அரசு அலுவல்களுக்கிடையேயும் எல்லிஸ் ஆற்றிய ஆய்வுப் பணிகளை வெளிப்படுத்துகின்றன. இவ்வகைத் தனிப்பட்ட எழுத்துக்கள் பொது ஆவணக்காப்பகத்தில் காணப்படுவது விதிவிலக்கானது. அவற்றின் இருப்பிற்காக வால்டர் எலியட்டுக்கும் வில்லியம் எர்ஸ்கினுக்கும் நாம் கடமைப்பட்டுள்ளோம். எர்ஸ்கினுடைய இந்த முயற்சி அவருக்கும் எல்லிஸ், லெய்டன் ஆகியோருக்குமிடையிலான நட்பின் வெளிப்பாடாகும்.

எல்லிஸும் லெய்டனும் குறுகிய காலமே வாழ்ந்தனர். லெய்டன் ஜாவாவில் காய்ச்சல் காரணமாக 1811இல் இறந்தார். டச்சுக்காரர்களிடமிருந்து இந்தத் தீவை பிரிட்டிஷ் கைப்பற்றிய காலத்தில் மொழிபெயர்ப்பாளராக லெய்டன் அங்கு சென்றிருந்தார். அப்போது அவர் தமது எழுத்துக்களையெல்லாம் எடுத்துச்சென்றிருந்தார். லெய்டனின் உயிலை நிறைவேற்றுபவராக எர்ஸ்கின் இருந்ததால், அவற்றை நீண்ட காலம் தன்னிடம் வைத்திருந்த ஸ்டாம்ஃபோர்டு ராஃபில்ஸ் (Stamford Raffles) என்பவரிடமிருந்து பெருமுயற்சிக்குப் பின் மீட்டெடுத்தார். ராஃபில்ஸ் இவற்றைத் தனதாக்கிக்கொண்டது நியாயமற்றது, அடாப்பழிக்குரியது என்றும், தானும் பயன்படுத்தாமல் மற்றவரையும் பயன்படுத்தவிடாமல் அவர் செயல்படுகிறார் என்றும், இது 'இறந்தவரின் புகழைத் திருடுதல் ஆகும்' என்றும் 1813இல் எல்லிஸ் எர்ஸ்கினுக்கு எழுதிய கடிதமொன்றில் (24.8.1813, NLS) குறிப்பிட்டுள்ளார். எர்ஸ்கின் எப்படியோ அவற்றைப் பெற்று பிரிட்டிஷ் நூலகத்தின் பொதுச்சொத்தாக்கினார். எர்ஸ்கினைத் தமது உயில் நிறைவேற்றுநராக எல்லிஸ் அமர்த்தியிருந்தால், ரூஸ் பீட்டரின் சமையல்காரரிடமிருந்து அவருடைய எழுத்துக் களைத் தீக்கிரையாகாது காத்திருப்பார். இருப்பினும், எர்ஸ்கின் தனக்கும் எல்லிஸிற்கும் இடையேயான கடிதங்கள், அவர் தனக்கு அனுப்பிய கட்டுரைகள் ஆகிய பெருமதிப்புடைய எழுத்துக் களைப் பாதுகாத்திருக்கிறார். (எர்ஸ்கின் தனது நண்பர்களுக்கு எழுதிய கடித நகல்களைக் காப்பாற்றத் தவறியதால் ஒருதலைச் செய்திகளே நமக்குக் கிடைக்கின்றன.) எண்பதாண்டு வாழ்ந்த எர்ஸ்கின் மீது பழி மேகம் சூழ்ந்தது. அது பற்றிப் பின்னர் காண்போம். இந்தச் சூழலில், அவர் தம் நண்பர்களைவிட நீண்ட நாள் வாழ்ந்ததும், லெய்டனின் எழுத்துக் காப்பாளராக இருந்ததும், நண்பர்களின் எழுத்துக்களைப் பேணிக்காத்ததும், அவரது இந்தச் சேகரிப்புக்கள் இந்திய அலுவலக நூலகம், பிரிட்டிஷ் நூலகம், ஸ்காட்லாந்து தேசிய நூலகம் ஆகியவற்றில்

அவரது மகனின் முயற்சியால் ஆவணப்படுத்தப்பட்டதும் மிகவும் முக்கியமானது.

வில்லியம் எர்ஸ்கின் (1773–1852) எடின்பரோ பல்கலைக் கழகத்தில் படித்த காலத்தில் அங்கு லெய்டனின் நண்பரானார். வழக்கறிஞராகப் பணியாற்ற முயன்றுகொண்டிருந்தபோது ஜேம்ஸ் மக்கின்டோஷ் (Sir James Mackintosh) பம்பாய் ஆளுநராக நியமிக்கப்பட்டிருந்தார். அவருடைய அழைப்பை ஏற்று, அவரது தனிச்செயலாளராக இந்தியா வந்தார் (1803–04). அரசுப் பணியாளராக இல்லாதபோதும் சிறப்புநிலையில் இவர் முதலில் சிறுவழக்கு நீதிமன்றத்தில் எழுத்தராகப் பணியமர்த்தப்பட்டு, பிறகு குற்றவியல் நடுவராகவும், பதிவாளர் மன்றச் சட்டத் தொகுதித் தலைவராகவும் பதவி உயர்வு பெற்றார்.

பம்பாயில் 26.11.1804இல் மக்கின்டோஷும் பிறரும் கூடி, பம்பாய் இலக்கியக் கழகத்தைத் தோற்றுவித்தனர். அதன் தலைவராக மக்கின்டோஷும் செயலராக எர்ஸ்கினும் செயலாற்றினர். கீழ்த்திசையியல் படிப்பும் இலக்கியக் கழகப் பணியும் எர்ஸ்கினுக்கு ஆர்வம் ஊட்டின. எர்ஸ்கினின் பதிவுகளி லிருந்து, பம்பாய் ஆசியக் கழகம் எனப் பின்னர் பெயர் மாற்றம் பெற்ற இந்த அமைப்பின் வளர்ச்சி குறித்து அறிய முடிகிறது. எல்லிஸ் 1808இல் பம்பாயில் எர்ஸ்கினைச் சந்தித்தார். ஐந்து பேர் கூடியிருந்த கழகக் கூட்டத்தில் எர்ஸ்கின் முன்மொழிய, மக்கின்டோஷ் வழிமொழிய எல்லிஸ் அதன் உறுப்பினராகத் தேர்ந்தெடுக்கப்பட்டார். எர்ஸ்கின் எல்லிஸைச் சென்னையில் 1809 செப்டம்பர்–அக்டோபரில் சந்தித்தார். இவர்களுக்கிடையே தொடர்ந்து நடைபெற்ற கருத்துப் பரிமாற்றங்களை அறிய ஆசியக் கழகப் பதிவேடும், இவர்களது கடிதங்களும் உதவுகின்றன. அம்மை நோய்க்குத் தடுப்பூசி குத்துதல் தொடர்பாக எல்லிஸ் எழுதிய சிறுகட்டுரை, தர்ம சாத்திரங்களின் பின்புலத்தில் தென்னிந்தியாவுக்கு ஏற்றவண்ணம் இந்து சட்டப் பகுதியைத் தொகுத்தும் மொழிபெயர்த்தும் வெளியிடும் அவரது திட்டவரைவு ஆகிய இரண்டையும் எர்ஸ்கின் 13.1.1812 அன்று நடைபெற்ற கூட்டத்தில் படித்தார். யசுர்வேதம் குறித்த ஒரு மோசடியை அம்பலப்படுத்தும் எல்லிஸின் மற்றொரு கட்டுரையை எர்ஸ்கின் 22.4.1817 அன்று கல்கத்தா ஆசியக் கழகத்தில் படித்தார். இக்கட்டுரை எல்லிஸ் மறைந்தபின்னரே வெளிவந்தது.

பம்பாய் இலக்கியக் கழகத்தில் எல்லிஸ் கொண்டிருந்த ஈடுபாடு, சென்னையில் ஒரு இலக்கியக் கழகம் (1812) தொடங்கவும், அதே ஆண்டில் புனித ஜார்ஜ் கோட்டைக் கல்லூரியை நிறுவவும் காரணமாயிற்று. பம்பாய் கழகத்தைச் சார்ந்த ஜான் டெய்லர்

மொழிபெயர்த்திருந்த அத்வைத தத்துவத்தை உருவகமாகக் காட்டும் கிருஷ்ண மிஸ்ராவின் 'பிரபோத சந்திரோதயம்' நாடகம் குறித்த சில கருத்துக்களைத் தமது மற்ற கடிதங்களில் எர்ஸ்கின் தெரிவித்தார். இந்த நாடகத்தின் மூலத்தையும் தமிழ் மொழிபெயர்ப்பையும் எல்லிஸ் ஏற்கெனவே படித்திருந்தார். டெய்லரின் 'லீலாவதி' மொழிபெயர்ப்பு நூலைக் கழகம் வெளியிட முன்வந்தபோது அதற்குச் சந்தா சேர்க்கவும் எல்லிஸ் உதவினார். மேஜர் ஃபிராங்கிளின் *(Major Franklin)* என்பவரிடமிருந்து பெற்ற இலங்கைக் கல்வெட்டுக்கள் இரண்டு குறித்த விரிவான கருத்துக்களை எல்லிஸ் தமது கடிதமொன்றில் வெளியிட்டிருந்தார். எல்லிஸ் எர்ஸ்கினுக்கு எழுதிய மற்றொரு கடிதத்தில் *(3.4.1817)* சிமிர்னாவைச் சேர்ந்த ஒரு துருக்கியரான ஹாஜி முகமது என்பவருக்கான பரிந்துரை காணப்படுகிறது. இது எல்லிஸூம் எர்ஸ்கினும் ஒத்த கருத்தை உடையவர்கள் என்பதைக் காட்டும் சான்றாகும். "இக்குழுவின் பரிந்துரையின் பேரில் ஹாஜி முகம்மது கல்கத்தாவிற்கு வந்தார்." இந்தியக் கீழ்த்திசையியலாருக்கும் ஃபிரிமேசன் *(Freemason)* அமைப்புக்கும் இடையேயான ஒரு மறைமுகத் தொடர்பையும் இது வெளிப்படுத்துகிறது.

எர்ஸ்கின் பெர்சிய மொழியில் புலமை பெற்றவர். 'திமுர் மனையின் வரலாறு' *(A History of the House of Timur)* என்பது அவரது வாணாள் திட்டமாகும் என்பது அவரது மகனின் கடிதவழியே தெரிகிறது. இதன் முதல் தொகுதி, பாபர் நினைவுக்குறிப்புக்களின் மொழிபெயர்ப்பாகும். இந்தப் பணியில் ஜான் லெய்டன் பங்கேற்றார். பம்பாயில் தொடங்கிய இந்தப் பணி 1826இல் எர்ஸ்கின் தாயகம் திரும்பியதும் வெளிவந்தது. இந்த நினைவுக் குறிப்புக்களைக் கொண்ட பாரசீகப் பனுவலைப் பத்தாண்டு கட்கு முன்பே எர்ஸ்கின் மொழிபெயர்த்திருந்தார். அதே காலத்தில் லெய்டன் இதன் துருக்கிய மூலத்தை மொழி பெயர்த்துக்கொண்டிருந்தார். லெய்டன் இடையிலே இறந்து போனதால் அந்த மொழிபெயர்ப்பு அரைகுறையாக நின்று, 1813இல் எர்ஸ்கினிடம் வந்துசேர்ந்தது. அவர் இரண்டு மொழி பெயர்ப்புக்களையும் ஒப்பிட்டுத் திருத்தினார். எல்ஃபின்ஸ்டன் *(Elphinstone)* தந்த துருக்கிய மூலத்தின் சுவடியும் ஒப்பிடப்பட்டது. பிறகு தேவையான குறிப்புக்கள் சேர்க்கப்பட்டன. இந்தப் பணி கடும் உழைப்புக்கும் கால நீட்டிப்பிற்கும் உள்ளாகி, லெய்டனின் மறைவால் தடைப்பட்டுப்போனது. லெய்டனின் மொழிபெயர்ப்பு முழுமை பெறாதது மட்டுமல்ல, கடினமானதும்கூட. இந்தத் திட்டத்தின் மற்றொரு பகுதி 'பாபர்–ஹுமாயுன் காலத்து இந்திய வரலாறு' என்பதாகும். அந்த நூல் 1854இல் எர்ஸ்கின் மறைவுக்குப்பின் வெளிவந்தது. ஆனால், இது 1845இல் எழுதப்

பட்டது என அதன் முன்னுரையிலிருந்து தெரியவருகிறது. எர்ஸ்கினின் வாணாள் திட்டமாகிய ஔரங்கசீப் மறைவு வரையிலுள்ள திமுர் மனை வரலாறு முழுமை பெறவில்லை. இது தொடர்பான பாரசீக மூலச்சுவடிகளை, அவற்றின் மொழிபெயர்ப்புக்கள், சுருக்கங்கள் ஆகியவற்றை (மொத்தம் 486) அவர் விட்டுச்சென்றார். இவற்றுள் 195 சுவடிகளை பிரிட்டிஷ் அருங்காட்சியகத்திற்கு அவரது மகன் விற்றார்.

எர்ஸ்கின் பம்பாய் இலக்கியக் கழக இதழில் *(Transactions of the Literary Society of Bombay)* ஐந்து கட்டுரைகளை வெளியிட்டார். அவை: பாரசீக வளைகுடாவில் உள்ள ஈமத்தாழிகள்; வரைபடத் தோடும் படங்களோடும் கூடிய எலிபெண்டா குகைக்கோயில் பற்றிய கட்டுரை; பார்சி (பாரசீக) மக்களின் மதம் (இக்கட்டுரையில் ஜெண்ட் *(Zend)* மற்றும் அவெஸ்தன் *(Avestan)* மொழி பற்றிய விவாதமும் உண்டு); இந்தத் துறையில் இது ஒரு முன்னோடிப் பங்களிப்பாகும். மிகவும் பழமையானதாக நம்பப்பட்ட *Desatir, Debistan* ஆகிய பனுவல்களின் காலத்தைக் குறித்த கட்டுரை (முகலாயக் காலத்தவை இவை என்பது எர்ஸ்கின் கருத்து; இவை மிகவும் பழமையானவை என்பது வில்லியம் ஜோன்ஸின் கருத்து); பௌத்தம், சமணம், வேத மதங்களின் பழமை குறித்த கட்டுரை, பிரையன் ஹட்ஸன், யூஜின் போர்னோ *(Eugene Bournouf)* ஆகியோர் இந்திய பௌத்த மத வரலாற்றைத் தக்க சான்றுகளுடன் நிறுவும்வரை இக்கட்டுரை ஒரு விவாதப் பொருளாக இருந்தது.

தமது இரு நண்பர்களை இளம் வயதிலேயே பறிகொடுத்த எர்ஸ்கின் நீண்ட காலம் வாழ்ந்தார். ஆனால் அவரது வாழ்க்கையில் ஒருவகை இருள் சூழ்ந்தது. பம்பாய்க்கு வந்த சில நாட்களிலேயே எட்வர்டு வெஸ்ட் என்கிற பதிவாளர் மன்ற நீதிபதி பம்பாய் இலக்கியக் கழக உறுப்பினராகத் தேர்ந்தெடுக்கப்பட்டார். அவ்வாறு தேர்ந்தெடுக்கப்பட்ட சில நாளிலேயே பணமோசடிக் குற்றச்சாட்டின்பேரில் எர்ஸ்கினை அவரது நீதிமன்றப் பணிகளிலிருந்து நீக்கினார். இந்தியாவில் வாழ்ந்த பிரிட்டிஷ் சமுதாயத்தினரிடையே இது அதிர்ச்சியை உண்டாக்கியது. பம்பாய் ஆளுநராக இருந்த எல்ஃபின்ஸ்டன் உட்பட எர்ஸ்கினின் ஆதரவாளர்கள் இதற்குப் பெரும் எதிர்ப்பைத் தெரிவித்தனர். மக்கள் கவனத்தை ஈர்த்த இந்தப் பிரச்சினை பல ஆண்டுகள் அதிர்வலைகளை ஏற்படுத்தியவண்ணம் இருந்தது. நீதிமன்றத்துக்கு வழக்கை எடுத்து வருகிறவர்களிடம் வரம்பு மீறிக் கட்டணங்களை வசூலித்ததாகக் குற்றச்சாட்டு. உடல்நலம் குன்றியிருந்த காரணத்தால் இந்தப் பொறுப்பை ஏற்று நடத்துமாறு

தாம் பணித்த இந்திய எழுத்தரே இதற்குக் காரணம் என்றார் எர்ஸ்கின். இவ்வளவு நீண்ட கால இடைவெளிக்குப் பிறகு எது சரி எது தவறு என்பதை இன்று நம்மால் தீர்மானிக்க இயலவில்லை. தம் அலுவலகத்தில் ஏற்பட்ட தவற்றை எர்ஸ்கின் ஒத்துக்கொண்டாலும் அவரது பணிநீக்கம் அவரது நேர்மைக்குக் கிடைத்த பலத்த அடியென்றே தோன்றுகிறது. இந்த வழக்கின் சரி, தவறு எப்படியாயினும், இரு தரப்பாரும் இதனால் பெரிதும் பாதிக்கப்பட்டனர். பத்திரிகைகள் மற்றும் ஆளுநரின் கடுமையான எதிர்ப்புகளுக்கும் பழிக்கும் வெஸ்ட் ஆளானார் என அவரது வாழ்க்கை வரலாற்றாசிரியர் எழுதுகிறார். "அவரை வம்புக்கு இழுத்த முயற்சி மட்டுமல்ல, அவர் மறைவுக்குப் பின் அவரது எதிரிகளின் வாழ்க்கை வரலாற்றை எழுதியவர்களால் கடுமையான தாக்குதலுக்கும் அவர் ஆளானார்" என்று அவர் குறிப்பிடுகிறார் *(Drewitt 1907: 54)*

எர்ஸ்கின் இந்தியாவிலிருந்து புறப்பட்டது திடீரென்று நடந்துவிட்டது. அதற்குச் சில நாட்களுக்குப் பிறகு நடைபெற்ற இலக்கியக் கழகக் கூட்டத்தில், எர்ஸ்கினின் புலமையையும் கழகத்துக்கு அவர் ஆற்றிய தொண்டையும் பொதுவாகப் பாராட்டி, "அலுவலகப் பணிகள் காரணமாகத் தடைப்பட்டு வந்த இலக்கியப் பணிகளை முன்னெடுத்துச்செல்ல இனி இயலும்" என்று குறிப்பிட்டு ஒரு தீர்மானத்தை நிறைவேற்றி அவருக்கு அனுப்புவது என ஒருமனதாக முடிவுசெய்யப்பட்டது. இந்தத் தீர்மானம் எர்ஸ்கினுக்கு ஆதரவு தெரிவிப்பதாக அமைந்ததோடு, வெஸ்ட் நடவடிக்கைக்குக் கண்டனம் தெரிவித்தது. எர்ஸ்கினின் உருவப்படத்தை வரைந்து கழகத்தில் வைப்பதாகவும் முடிவு செய்யப்பட்டது. ஆனால் அது ஈடேறவில்லை. தாயகம் திரும்பிய எர்ஸ்கின் எடின்பரோ சென்றார். புனித ஆண்ட்ரூஸ் பல்கலைக்கழகத்தில் இணைப் பேராசிரியராக அமர்த்தப்பட்டார். 'எடின்பரோ ரிவ்யூ' இதழில் பல கட்டுரைகள் எழுதினார். தம் வாணாள் ஆய்வுத்திட்டத்தில் கவனம் செலுத்தினார். ஆனால், அது நிறைவேறாதுபோயிற்று. 1923இல் அவரது மார்பளவு பளிங்குச் சிலையொன்றை அவரது குடும்பத்தினர் கழகத்துக்கு அளித்தனர். அது நூலக வாயிலை இன்றும் அணி செய்கிறது.

எல்லிஸ், எர்ஸ்கின் ஆகியோரிடமிருந்து மாறுபட்ட கீழ்த்திசையியலார் லெய்டன் (1775–1811). மொழிகளைக் கற்பதில் ஆற்றலுடையவர்; யாரைப் பற்றியும் கவலைப்படாத போக்குடையவர்; தம் திறமை குறித்து உயர்ந்த தன்மதிப்புக் கொண்டவர்; எவரையும் கவராத 'கிறீச்சொலியுடன்' பேசக் கூடியவர். எர்ஸ்கினும் எல்லிஸூம் இவரது நண்பர்கள் என்றாலும்

இருவரும் வெவ்வேறு அணுகுமுறையைக் கையாண்டனர். எர்ஸ்கின் லெய்டனை ஆழமாக நேசித்தவர்; அவரது மறைவால் பெரிதும் பாதிக்கப்பட்டவர். எல்லிஸ் நட்பு கட்டுப்பாட்டிற்குள் இருந்தது. லெய்டன் விரைந்து எடுக்கும் சில ஆய்வுமுடிவுகளை அவர் விமர்சித்தார். லெய்டன் 1803இல் சென்னை வந்தார். தமிழ் கற்கத் தொடங்கினார். தெற்கு, தெற்காசிய மொழிகள் குறித்த ஆய்வுத்திட்ட வரைவைத் தயாரித்தார். அவற்றின் இலக்கணம், அகராதி உருவாக்கத்தில் கவனம் செலுத்தினார். இந்த வகையில் எல்லிஸைப் போலவே அவரும் செயல்பட்டார். இதனால் இருவருக்குமிடையே ஒருவகைப் போட்டி நிலவியது எதிர்பார்க்கக் கூடியதே. லெய்டன் எதையும் விரைந்து முடிக்க எண்ணுவார். எல்லிஸ் இதற்கு நேரெதிரானவர்; தமது நீண்ட காலப் படிப்பாற்றல் காரணமாக எதையும் ஆர அமரச் சிந்தித்துச் செயல்பட விரும்புவார். அதனாலேயே தமக்கு நாற்பது வயது நிறையும் முன் எதையும் வெளியிடுவதில்லை எனத் தீர்மானித்திருந்தார். இருவரும் இருவேறு திசைகளில் பயணித்தாலும் அவர்களிடம் தனிப்பட்ட நெருக்கத்தைவிட அறிவுசார்ந்த ஒரு அமைதியான நட்பே நிலவியது. லெய்டன் சுயவிளம்பரப் பிரியர். லெய்டனின் இந்தப் போக்கு எல்லிஸுக்கு உவப்பளிக்கவில்லை. இந்த வகையில் லெய்டன் எல்லிஸைப் பாராட்டிய அளவு லெய்டனை எல்லிஸ் பாராட்டியதாகச் சொல்ல முடியாது.

எல்லிஸ் இத்தகைய சூழலிலும் தம்மையும் அவரது சிறந்த நண்பர்களில் ஒருவராகக் கருதுமாறு லெய்டனுக்கு எழுதிய கடிதத்தில் கேட்டுக்கொண்டிருக்கிறார் (*Ellis to Leyden, 7-8-1801, OIOC Mss. Eur.D.30, p.141*). லெய்டன் மறைவுக்குப் பின் எர்ஸ்கினுக்கு எழுதிய கடிதமொன்றில் 'நமது நண்பர்' என எல்லிஸ் குறிப்பிட்டுள்ளார். லெய்டனுக்கு எல்லிஸ் எழுதிய கடிதங்கள் மிகச் சிலவே. இந்தோ-சீனம் குறித்த லெய்டனின் வெளியீடு குறித்து விமர்சித்தார் (இது பற்றிப் பின்னர்). எர்ஸ்கினுக்கு எழுதிய ஒரு கடிதத்தில் லெய்டனின் சில அவசர முடிவுகளைத் தாம் ஏற்காததையும் குறிப்பிடுகிறார்.

லெய்டன் குறித்த உன் இரங்கலை நானும் ஏற்கிறேன். ஒரு நண்பரை இழந்ததற்கு நாம் தனிப்பட்ட முறையில் வருந்துகிறோம். ஆனால், இலக்கிய நண்பர் என்று வரும்போது ஒருமித்த இரங்கலுக்கு ஒரு சிறந்த காரணம் வேண்டும். அவர் இன்னும் வாழ்ந்திருந்தால் அவரது பிந்தைய காலம் இன்னும் மதிப்புடையதாக இருந்திருக்கக் கூடும். ஏனெனில் காலம் அவரது ஆர்வத்தையும் வேகத்தை யும் சீராக்கியிருக்கும்.

ஜான் லெய்டன் நன்கு அறியப்பட்டவர்; நிரம்பிய ஆற்றல் உடையவர்; நிறையச் செய்யத் துடித்தவர்; தன்னிச்சைப் போக்குடையவர். ஓர் இடையரின் மகனாகப் பிறந்தாலும் தம் ஆற்றலால் எடின்பரோ பல்கலைக்கழகத்தில் சேர்ந்து படிக்கும் வாய்ப்பைப் பெற்றவர். கவிஞராக, இதழாசிரியராக, வால்டர் ஸ்காட்டின் படைப்புகளைச் சேகரிப்பவராக இருந்தவர். ஸ்காட்லாந்து இலக்கியத்தில் இடம் பிடித்திருந்த அவர், அங்கேயே தங்கியிருந்திருந்தால் புகழின் உச்சிக்குச் சென்றிருப்பார். எடின்பரோ கல்வி முடிந்ததும் ஸ்காட்லாந்து திருச்சபையில் பாதிரியாராக நியமிக்கப்பட்டார். ஆனால், அவரது குரல் அவருக்கு ஒத்துழைக்காததாலும் வேறு சில காரணங்களாலும் அது அவருக்குப் பொருந்திவரவில்லை. கிழக்கிந்தியக் கம்பெனியில் அறுவை மருத்துவர் பணி காலியாக இருந்ததையறிந்த இவர், தூய ஆண்ட்ரூஸில் இடையே விட்டுப்போயிருந்த எம்.டி. மருத்துவப் படிப்பை ஆறு மாதங்களில் முடித்தார். அந்தப் பணிக்குத் தேர்ந்தெடுக்கப்பட்ட இவர் 1803இல் சென்னைக்கு அனுப்பப்பட்டார்.

சென்னைப் பொது மருத்துவமனையில் நான்கு மாதங்கள் பணிபுரிந்த காலத்தில் லெய்டன் மொழிப் பயிற்சி பெற்றார். எர்ஸ்கினுக்கு எழுதிய ஒரு கடிதத்தில், பிரிட்டனை விட்டு வரும்வரை தனக்குத் தென்னிந்திய மொழிகள் பற்றி எதுவும் தெரியாதிருந்தது என்றும், இங்கு வந்த சில நாள்களில் எதிர்பாராதவிதமாகக் கிடைத்த ஒருவரது அறிமுகம் மூலம் இந்த மொழிகளைப் பற்றி அறியும் வாய்ப்பும், அதன்வழித் தன் எதிர்காலப் பணிகளுக்கான திட்டமிடுகையும் நடந்தன என்றும் குறிப்பிட்டுள்ளார். இந்த ஒருவர் எல்லிஸாக இருக்கக்கூடும் *(15-9-1804, BL. Add. Mss. 26,651, f.50)*. எல்லிஸ், மெக்கன்ஸி ஆகியோருடன் அவருக்கு நட்பு ஏற்பட்டது. உச்ச நீதிமன்ற நீதிபதியாக இருந்த தாமஸ் ஸ்டிரேஞ்ச் *(Sir Thomas Strange)* என்பவரோடு மாமல்லபுரத்துக்குப் பயணம் மேற்கொண்டார். “இவர் நல்ல மனிதர். இவருடன் நடத்திய உரையாடல், இந்தப் பழமை வாய்ந்த குகைகளையும் சின்னங்களையும் நன்கு அறிந்துகொள்ளவும், ஐயங்களைப் போக்கிக்கொள்ளவும் உதவின” என்று குறிப்பிட்டுள்ளார். ஆளுநர் வில்லியம் பெண்டிங் பிரபுவின் *(Lord William Bentinck)* நன்மதிப்புக்குரியவராகி, அறுவை மருத்துவராகப் பணியமர்த்தப்பட்டார். மெக்கன்ஸி தலைமையில் அமைந்த குழுவில் இயற்கையியலராகச் சேர்க்கப்பட்டார். இந்தக் குழு திப்பு சுல்தானிடமிருந்து வென்றெடுத்த தென்னிந்தியப் பகுதிகளைப் பரப்பாய்வு செய்யும் பணியை மேற்கொண்டது. உடல்நலம் குன்றியிருந்தபோதும் இந்தப் பகுதியின் புவியியல்,

நோய்கள், மருந்துகள், வேளாண்மை, மொழிகள் பற்றிய அறிக்கைகளை இவர் தயாரித்தார். இந்த அறிக்கைகள் தொடக்க நிலையில் ஒரு வரையறைக்குட்பட்டனவாக இருந்தன. உடல்நலம் பெறும்பொருட்டுக் கேரளம் சென்று அங்கு நான்கு மாதம் தங்கியிருந்தார். பிறகு பினாங்கு சென்றார். அங்கு 1806 வரை தங்கியிருந்தார். உடல் நலம் தேறியது. அங்கு ஆளுநராகவும், பின்னர் ஜாவாவின் ஆளுநராகவும் பணிபுரிந்த ராஃபிள்ஸ் என்பவரோடு நட்பு ஏற்பட்டது. பிறகு கல்கத்தா வந்தார். உடல்நலம் குன்றியதால் சென்னைக்கு அவர் திரும்பவில்லை.

சென்னையில் ஒரு அரசு நிறுவனத்தை இராணுவ நிறுவனத்துக்கு இணையாக நிறுவ வேண்டும் என்றும், அங்கு பாரசீகம், இந்துஸ்தானி கற்றவர்கள், அரசு ஊழியர்களுக்கு அந்தப் பகுதி சார்ந்த மொழிகளைக் கற்பிக்க வேண்டும் என்றும், அதன் கண்காணிப்பாளராக லெய்டனை நியமிக்க வேண்டும் என்றும் கல்கத்தா அரசுக்கு ஒரு திட்டவரைவை பெண்டிங் பிரபு 1807 அக்டோபரில் முன்வைத்தார். ஆனால், இது நடைமுறைக்கு வராததால் லெய்டன் கல்கத்தாவிலேயே இருக்க நேரிட்டது. லெய்டனின் மொழித்திறனுக்குச் சான்றளிக்கும்வகையில் அவர் கல்கத்தாவிலுள்ள வில்லியம் கோட்டைக் கல்லூரியில் இந்துஸ்தானி பேராசிரியராக நியமிக்கப்பட்டார். ஆசியக் கழகத்தின் உறுப்பினருமானார். பிறகு, புதிய ஆளுநராகப் பதவியேற்ற மிண்டோ பிரபு இவரை நீதிபதியாக நியமித்தார்.

1809இல் கல்கத்தா முறையிடுவோர் நீதிமன்றத்தின் ஆணையருள் ஒருவராக லெய்டன் நியமிக்கப்பட்டார். மொழித்திறனை நன்கு பயன்படுத்த இது அவருக்கு உதவியது. 1811 மார்ச் மாதம் மிண்டோ பிரபுவின் மொழிபெயர்ப்பாளராக அவருடன் ஜாவா சென்றார். அங்கு கடும் காய்ச்சலால் அவதிப்பட்டு இறந்தார். இவ்வாறு இவர் கீழ்த்திசையியலின் ஒரு தியாகியானார்.

எல்லிசைவிட லெய்டன் குறுகிய காலமே வாழ்ந்தாலும் எல்லிசைவிடவும் நன்கு அறியப்பட்டிருந்தார். வால்டர் ஸ்காட், ஜேம்ஸ் மார்ட்டன், பி.சேஷாத்திரி போன்றோர் அவரைக் குறித்து எழுதியதையும், ஐ.பிரௌன் (Brown) என்பவர் எடின்பரோ பல்கலைக்கழகத்தில் எழுதிய 500 பக்கத்துக்கும் மேற்பட்ட முனைவர் பட்ட ஆய்வேடும் (1967) லெய்டனை நன்கு அறிய உதவுகின்றன. லெய்டன் எழுதி வெளியிட்டவை சிலவே என்றாலும் அவர் சேகரித்துவைத்திருந்த எழுத்துப்படிகள், ஆய்வுக்கட்டுரைகள், கடிதங்கள் அதிகம். பன்முகம் கொண்ட அவர் வாழ்க்கையை ஒருமுகப்படுத்தி எழுதத் திறமை தேவை.

பல்துறைசார்ந்த அவரது ஆய்வை மதிப்பிட்டு விளக்குவதற்குத் தேவையான ஆற்றல் பிறரிடம் இல்லாதபோது, தம்மைப் பற்றி அளவுக்கதிகமாக மதிப்பிட்டுக்கொண்ட அவரது விளக்கங்களை ஏற்றுக்கொள்ளும் போக்கு தவிர்க்க முடியாததாகிவிடுகிறது. பல நிலைகளில் அவர் தம்மைப் பற்றித் தாமே சொல்லிக்கொண்ட சான்றுகள் மட்டுமே கிடைப்பதால், அவரது வாழ்க்கை வரலாற்றை எழுதுவது கடினமாகிறது – குறிப்பாக, அவரது கீழ்த்திசையியல் ஆய்வு பற்றி. காரணம் அது பரந்துபட்டதாகவும், பல மொழிகள் பற்றியதாகவும் அமைந்திருப்பதேயாகும்.

லெய்டன் குறிப்பிட்ட காலத்துக்குள் செய்துமுடிக்கப் பற்பல ஆய்வுத் திட்டங்களை மேற்கொண்டிருந்தார். அவற்றுள் சில அச்சேறின. குறிப்பாக, லெய்டன் மொழிபெயர்த்த *Shajrat Malayu* என்ற நூலாகும். இந்த மொழிபெயர்ப்பை ராஃபில்ஸ் பதிப்பிக்க, லெய்டன் மறைவுக்குப் பின் *Malay Annals* என்கிற பெயரில் 1821இல் வெளிவந்தது. 'பாபர் நினைவுக் குறிப்புக்கள்' முடிவு பெறாத மொழிபெயர்ப்பு ஆகும். இது எர்ஸ்கினால் திருத்தப்பட்டு, நிறைவுற்று, குறிப்புக்களோடு 1826இல் வெளி வந்தது. லெய்டனின் இந்தத் திட்டங்களின் மையமாக உள்ளது, இந்தியா – தென்னாசியா பற்றிய பலதுறை ஆய்வாகும். நம் கவனத்தைக் கவரக்கூடியதும் இதுவே. காரணம் இது மொழி – தேசம் என்ற கோட்பாட்டின் தெளிவான வெளிப்பாடாக உள்ளதே.

இந்தியா-தென் ஆசியா மொழிகளின் ஒப்பாய்வு குறித்த இந்தப் பெருந்திட்டம் நான்கு பகுதிகளை உடையது.

1. தெக்காணத்தின் வரலாறு, பழமை, மொழி, இலக்கியம் பற்றிய ஆய்வு.
2. இந்தோ–பாரசீக நாடுகளின் வரலாறு, பழமை, மொழி, இலக்கியம் பற்றிய ஆய்வு.
3. இந்தோ–சீன நாடுகளின் வரலாறு, பழமை, மொழி, இலக்கியம் பற்றிய ஆய்வு.
4. தெக்காண, இந்தோ–பாரசீக, இந்தோ–சீன மொழி களைத் தக்க ஆதாரங்களுடன் ஒப்பிடுதல்.

இந்த ஆய்வுக்கான மூன்று எல்லைப்பகுதிகள்: தென்னிந்தியா அல்லது தெக்காணம், வட இந்தியா, தென்னாசியா (இதை அவர் இந்தோ–சீனா என அழைக்கிறார். ஆனால் இதில் இந்தோனேசியாவும் அடங்கும்). இத்திட்டத்தின் நான்காவது பகுதி மிகவும் முக்கியமானது, பரந்துபட்டது. வணிகம், அரசியல், பொருளியல், இலக்கியம் சார்ந்த பல துறைகளின் தொடர்பால்

இந்திய மொழிகள் வளமுற்றன என்பதை இது அழுத்திக் கூறுகிறது. அதிலும், சிறப்பாக இலக்கியம் வளமுற்றது. இந்த மொழிகளை 'இலக்கிய நோக்கில்' – அவை எழுதப்படாத இலக்கியங்களாக இருப்பினும் – படிப்பதன் சிறப்பை லெய்டன் வலியுறுத்துகிறார். "மொழிகளின் ஒற்றுமை வேற்றுமை, மனித இனத்தின் குடிவழி, தேசங்களின் பிரிவு ஆகியவற்றை அறிய உதவும் நற்சான்றுகளாகும். வரலாற்றுச் சான்றுக்கான இயற்பியல் உண்மைகளை அவை வழங்குகின்றன. பழங்காலத்தே மக்கள் குடிபெயர்ந்ததற்கான சான்றுகளையும் தருகின்றன. எழுதப்படாத நினைவுச்சின்னங்கள் தமக்குப் பின்னே விட்டுச்சென்ற கால வளர்ச்சியையும் காட்டுகின்றன" என்னும் சாமுவேல் ஜான்சனின் கருத்தையும் மேற்கோள் காட்டுகிறார். இதைத் தொடர்ந்து அவர் எழுதுவது:

> இந்திய வரலாற்றை எழுதுவதற்குத் தற்போது நமக்குக் கிடைக்கும் இந்திய ஆவணங்களை நோக்கும்போது இந்திய மொழிகள் குறித்த ஆய்வு பெரும்பயன் தரக்கூடியதாக உள்ளது. இந்த நோக்கில், எழுதப்படாத மொழிகள், பழங்குடி மக்களின் மொழிகள் ஆகியவை மக்களின் புலப்பெயர்வு, வெற்றி, தோல்வி ஆகியவற்றின் வரலாற்றை ஆதாரத்துடன் அறிய உதவும்.

பல்லாஸ் *(Pallas)* வெளியிட்ட *Catherine of Russia*, துபொன்சேவ் *(Du Ponceau)*, ஜெஃபெர்ஸன் *(Jefferson)* என்ற இரு அமெரிக்கர்களின் நூலையொட்டி எழுந்த பார்ட்டனின் 'அமெரிக்க தேசங்கள், பழங்குடிகளின் தோற்றம் குறித்த புதிய பார்வைகள்' *(New Views on the Origin of the Tribes and Nations of America, 1797)*, வொல்நேயின் *(Volney)* 'அமெரிக்கப் பார்வை' *(View of America, 1804)* ஆகிய நூல்களை இந்த ஆய்வுக்கு இணையானவையாக லெய்டன் எடுத்துக்காட்டுகிறார். பிரிட்டிஷாரின் ஆளுகையில் இந்தியா இருப்பதால் இந்தியாவின் தொன்மை குறித்த அறிவியல்வழியிலான ஆய்வை மேலெடுத்துச் செல்வது தவிர்க்க முடியாதது என்பதே இதன் கருத்தாகும்.

சிறப்புநிலையாக, மொழிகளின் இலக்கணம், வேர்ச் சொற்கோவை, மொழிகளை ஒப்பிட்டு நோக்குதல் ஆகியவை தலையானவை என்றார் லெய்டன். இதன் தொடக்கநிலையாக 1.நெடுங்கணக்கைக் காலவாரியாக உறுதியான கல்வெட்டுச் சான்றுகளுடன் வரிசைப்படுத்துதல், 2. முற்கால, தற்கால மொழிகளில் உள்ள பெயர், சுட்டுப்பெயர், வினை இவற்றின் விகுதியாக்கம் குறித்த ஒப்பீட்டு அட்டவணை தயாரித்தல், 3. நடைவேறுபாடு காட்டும் முற்றுத்தொடர்களையுடைய தொடரியல் வெளிப்பாடு, 4.பெயர், சுட்டுப்பெயர், வினை,

இடைச்சொற்களின் வேர்ப்பகுதிகளைக் கொண்ட ஒப்பீட்டு அட்டவணை – இதில் மொழிகளின் வளர்ச்சி, மாற்றம் குறித்த வரலாற்றுக் குறிப்புக்களையும் இன்றைய நிலையைக் காட்டும் குறிப்புக்களையும் சேர்த்தல். பிறகு, அகராதிகள். அவர் மேற்கொள்ளத் திட்டமிட்ட பணிகளின் பட்டியல் கீழே. இதற்காக அரசிடம் நிதிநல்கை வேண்டினார்.

தெக்கண மொழிகள்

1. தங்களுக்குள் நெருங்கிய தொடர்புடைய தமிழ், தெலுங்கு, கன்னடம், மலையாளம், சிங்களம், துளு மொழிகளின் ஒப்பிலக்கணம் மற்றும் வேர்ச்சொற் கோவை – 800 பக்கம்.
2. மிக நெருங்கிய தொடர்புடையன அல்ல என்றாலும் கட்டமைப்பில் ஓரளவு ஒப்புமையுடைய மராத்தி, கொங்கணி, ஒரியா, குஜராத்தி ஆகிய மொழிகளின் ஒப்பிலக்கணம் – 400 பக்கம்.
3. தமிழ், தெலுங்கு, கன்னடம், மலையாளம், சிங்களம், துளு ஆகிய மொழிச் சொற்களைக் கொண்ட பன்மொழி அகராதி. “இந்த மொழிகளில் மூன்றில் இரு பங்குச் சொற்கள் ஒப்புமை உடையன. இந்த அகராதி ஆய்வுப்பணியின் பரப்பளவைச் சுருக்கும்” – 2000 பக்கம்.
4. மராத்தி, கொங்கணி, ஒரியா, குஜராத்தி மொழிச் சொற்களைக் காட்டும் பன்மொழி அகராதி – 1200 பக்கம்.
5. தெக்கண மொழிகள், இலக்கியங்களின் வரலாறு – 500 பக்கம்.
6. இதற்கு அடுத்த நிலையில் முக்கியத்துவம் பெறும் மொழிகள் குறித்து ஒரு இணைப்புப் பகுதி – 400 பக்கம்.

இந்தோ–பாரசீக மொழிகள்

1. பஹ்லவி, பஷ்டு, பலூச் மொழிகளின் ஒப்பிலக்கணம் மற்றும் வேர்ச்சொற்கோவை – 500 பக்கம்.
2. கஷ்மீரி, பஞ்சாபி, முடிந்தால் பிரஜ் பாஷா, மார்வாரி மொழிகளுக்கான ஒப்பிலக்கணம் மற்றும் வேர்ச்சொற்கோவை – 600 பக்கம்.

இந்தோசீன–மொழிகள்

1. பாலி, பிராகிருதம், ஜெண்ட் மொழிகளின் ஒப்பிலக்கணம் மற்றும் வேர்ச்சொற்கோவை – 1000 பக்கம்.

2. மலாய், பர்மியம், தாய், வியட்நாம் மொழிகளுக்கான ஒப்பிலக்கணம் மற்றும் சொற்பட்டியல் 400–500 பக்கங்கள்.
3. மான்கமர், லாவோ (Monkhmer, Lao) மொழிகளின் ஒப்பிலக்கணம், சொற்பட்டியல் – 400 பக்கம்.
4. ஜாவா, பக்கிஸ், பிமா, பல்லா, தாகோலாக் (Javanese, Buggis, Bima, Balla, Tagolog) மொழிகளின் ஒப்பிலக்கணம், சொற்பட்டியல் – 400 பக்கம்.
5. சமஸ்கிருத – அரபு மூலங்களை உடைய சொற்களிலிருந்து வேறுபடுத்திக் காட்டும் இயற்சொற்களை மட்டும் கொண்ட மலாய் மொழிச் சொற்களுக்கான அகராதி – 600 பக்கம்.

கிழக்குத் தீவு மொழிகள் பற்றிய ஒரு துணைத்தொகுப்பு இவற்றின் இணைப்பாகச் சேர்க்கப்படும். உடல் நலம் அனுமதிக்குமெனில், இந்தப் பணியை ஐந்தாண்டுகளில் நிறைவு செய்யவிருப்பதாகவும், சிற்சில கால இடைவெளியில் இவை பகுதிபகுதியாக முடிக்கப்பெறும் என்றும் இதில் தமக்கு எவ்வித ஐயமுமில்லை என்றும் கூறியதோடு, "சிறியதையே எய்த விரும்புபவரிடம் பெரிதாக ஒன்றும் எதிர்பார்க்க முடியாது" என்றும் குறிப்பிட்டுள்ளார்.

கல்கத்தா அரசுக்கு அளித்த இந்தத் திட்டத்தை அடுத்த சில நாள்களிலேயே ஏனோ லெய்டன் திரும்பப் பெற்றார். எப்படியோ, அவரது பெருந்திட்டம் நிதிநல்கை பெறவில்லை. ஆயினும், இந்தத் திட்டத்தின் மூன்றாவது பகுதி சார்ந்த இரண்டு ஆய்வுப் பணிகளை அவர் தம் வாணாளில் செய்து முடித்தார். முதலாவது, 1810இல் வெளியான, 'பர்மிய, மலாய், தாய் மொழிகளின் ஒப்பீட்டுச் சொற்கோவை' (A Comparative Vocabulary of the Burma, Malaya and Thai Languages). இது செரம்பூரிலுள்ள மிஷன் அச்சகத்தில் அச்சானது. இரண்டாவது, 'இந்தோ – சீன மொழிகளும் இலக்கியங்களும்' (On the Language and Literature of the Indo-Chinese Nations). இந்தக் கட்டுரைமீது எல்லிஸ் தம் விமர்சனத்தை முன்வைத்தார். ஆசிய மொழிகள் குறித்த லெய்டனின் ஆய்வு பற்றிய ஒரு பார்வையை இந்தப் பெருந்திட்டம் வெளிப்படுத்துகிறது. தனி ஒருவரது சக்திக்கு மீறிய இத்தகைய பணியை லெய்டன் தாமாக ஏற்றிக்கொண்டதற்குக் காரணம், மொழிகளை விரைந்து கற்கும் ஆற்றலும் அதற்கான வழிமுறையும்தான். பாரசீக மொழியில் ஒரு பாடத்தை அவர் படிக்கும்போது அவரால் படிப்பிக்கப்பெற்ற ஒருவர் அவர் அருகிலிருந்து ஒவ்வொரு சொல்லையும் ஒரு பெரிய தாளில் எழுதுவார். பிறகு, அது அவற்றிலுள்ள சொற்களின் அளவுக்குத்

துண்டுதுண்டாகக் கிழிக்கப்பட்டு வினை, பெயர் எனப் பல தலைப்புகளில் அகரவரிசையில், ஒரு வெற்றுப் புத்தகத்தில் ஒட்டப்படும். இது அன்றைய பாடத்தின் சொற்கோவையாகும். அதிகப் படிப்பறிவில்லாத ஒருவரைக் கொண்டு சில மணிநேரங்களிலேயே இதை அவர் செய்து முடித்துவிடுவார். அவருக்கு உதவும் மனிதனை, 'தனது இயந்திரரீதியான உதவிகளுள் ஒருவராக'க் குறிப்பிடுவார்.

எல்லிஸ், லெய்டன் இருவருக்குமிடையே மனப்போக்கி லிருந்த வேறுபாடுகளேயன்றி, இந்தியர், இந்தியா குறித்த கருத்தோட்டத்திலும் வேறுபாடு உண்டு. சங்கரய்யா, பட்டா பிராம சாஸ்திரி ஆகியோரோடு எல்லிஸ் கொண்டிருந்த உறவு குறித்து அடுத்துக் காணவிருக்கிறோம். இங்கு நான் சொல்லவருவது, 'இயந்திரரீதியான உதவி' என்பதான கருத்து எதுவும் எல்லிஸுக்கு இல்லை என்பதே. மேலும், எர்ஸ்கின் கருத்துப்படி, எல்லிஸ் இந்திய இலக்கியங்களைப் பெரிதும் பாராட்டியவர். அதற்குப் புத்துயிர் அளிக்க உதவுவது அவரது நோக்கமாக இருந்தது. எல்லிஸ் நாத்திகர் என்பது டெய்லரின் கருத்து. லெய்டனோ, ஸ்காட்லாந்து திருச்சபையில் பணியாற்றியவர். மிண்டோ பிரபுவுடன் இணைந்து செரம்பூர் கிறித்தவச் சமயப்பணிகளை இந்துத் தத்துவத்திலிருந்து விடுவித்து மேலெடுத்துச் செல்லவும் பாடுபட்டவர். இந்தியர்கள் மீதான இந்துமதச் செல்வாக்கு கேடானது எனக் கருதியவர்.

எல்லிஸ் மனநிலை இதற்கு நேர்எதிரானது. எர்ஸ்கின் எல்லிஸைப் பற்றிச் சொல்லுவது: தென்னிந்திய மொழிகளைக் கற்றுப் புலமை பெறுவதிலும், இந்துக்களின் வாழ்க்கை முறைகளையும் இலக்கியங்களையும் அறிந்துகொள்வதிலும் அவர் சிறப்பாகக் குறிப்பிடத்தக்கவர். தமிழில் அதற்கேயுரிய தன்மையுடன் சிறப்பாக எழுதக்கூடியவர் மட்டுமல்ல, அம் மொழியில் கவிஞரும்கூட. அவர்களது வாழ்க்கைநிலையை மேம்படுத்துவதில் ஆர்வம் கொண்டிருந்தார். அவர்களது இலக்கியத்திலும் அவர்களது செயல்திறனிலும் நன்மதிப்புக் கொண்டிருந்தார். அவர்களுள் ஒருவராகவே வாழ்ந்ததோடு, அவர்களது சிந்தனைப் போக்குகளையும் நன்கு அறிந்திருந்தார்.

சென்னைக் குழாம்: எல்லிஸ், காம்பெல், பட்டாபிராம சாஸ்திரி, சங்கரய்யா

ஒன்றுபட்ட கிழக்கிந்தியக் கம்பெனியின் இயக்குநர் மன்றம் *(Court of Directors of the United East India Company)* பிரான்ஸிஸ் ஒயிட் எல்லிஸிடமிருந்து, எழுத்தார்வம் உள்ளவர்களிடம்

இயல்புக்கேற்ப வேண்டப்படும் பணியில் சேர்த்துக்கொள்ள வேண்டி 11–5–1797இல் ஒரு விண்ணப்பத்தைப் பெற்றது. அது எல்லிஸின் எழுத்துத் திறனுக்கான சான்றாகவும், பணிய மர்த்தத்துக்கான வேண்டுகோளாகவும் அமைந்துள்ளது. அந்த விண்ணப்பம்:

> மாண்புமிகு ஒன்றுபட்ட கிழக்கிந்திய கம்பெனி இயக்குநர் மன்றத்துக்கு,
>
> பிரான்ஸிஸ் எல்லிஸின் தாழ்மையான விண்ணப்பம்.
>
> தங்கள் கனிவான பார்வைக்கு,
>
> தங்கள் விண்ணப்பதாரர் எழுத்து மற்றும் கணக்குப் பிரிவில் கல்வியறிவு பெற்றவர். மாண்புமிக்க தங்களின் கீழ் பணிபுரியும் தகுதி தமக்கு உண்டென்று தாழ்மையுடன் நம்புகிறார். ––– நிர்வாகப் பிரிவில் ஒரு எழுத்தராக நியிமிக்குமாறு மாண்புமிக்க தங்களைப் பணிவுடன் வேண்டுகிறார். பணியாற்றும் நல்வாய்ப்பு கிடைக்குமானால் திறமையோடும் உண்மையோடும் நடந்துகொள்வதாகவும் உறுதியளிக்கிறார். மாண்புமிக்க தாங்கள் வேண்டும் ஈடுகாணம் அளிக்கவும் தயாராக உள்ளார். தங்கள் விண்ணப்பதாரர் இறைஞ்சுகிறார்.

இந்த விண்ணப்பத்திலுள்ள வெற்றிடம் அவரை அனுப்ப வேண்டிய இடமாக *'Madrass'* என்று மற்றொரு நபரால் நிரப்பப்பட்டுள்ளது.

மே 9ஆம் தேதியிட்டு, "முன்பு பெட்ஃபோர்டுஷயரிலுள்ள காம்டனில் இருந்து தற்போது லண்டனில் இருக்கிற" எல்லிஸ் என்ற குறிப்போடு, தமது பெற்றோர் கூற்றுக்கிணங்க, தம்முடைய பிறந்த ஆண்டு 1777 என்று ஒரு உறுதிச் சான்றறிக்கையில் கையொப்பமிட்டுருக்கிறார். அவரது பிறப்புச் சான்றிதழ் கிடைக்கவில்லை.

"புனித ஜார்ஜ் கோட்டைப் பிரிவில் எழுத்தராகவும் ஒப்பந்த ஊழியராகவும் பணியமர்த்தப்பட்டுள்ள" இலண்டனைச் சேர்ந்த நற்குடிமகனான பிரான்ஸிஸ் எல்லிஸ் சார்பில் பரோநெட், கோவண்ட் கார்டன், பெட்ஃபோர்டு தெருவிலுள்ள சர் ஜேம்ஸ் ரைட், ஆக்ஸ்போர்டு தெருவிலுள்ள ரோஜர் பாமெர் ஆகிய இருவரும் கம்பெனியுடன் 500 பவுண்டிற்கான ஒரு ஒப்பந்தப் பத்திரத்தைத் தயாரித்தனர் (OIOC O/4, ff. 55-57). அவர் பணியாற்றும் காலத்துக்கான விதிமுறைகள் வாலாயமானவை. ஆண்டுக்கு ஐந்து பவுண்ட் ஸ்டெர்லிங் ஊதியத்தில் அவர் ஐந்தாண்டுகள் பணியாற்ற வேண்டும். கம்பெனி ஊழியர்களுக்கு மிகக் குறைவான

ஊதியம் அளிக்கப்பட்ட காலத்தின் இறுதிக்கட்டத்தில் எல்லிஸ் பணியில் சேர்ந்தார். ஊதியம் குறைவு என்றாலும் ஊழியர்கள் கம்பெனியில் வேலை செய்துகொண்டே சொந்தமாக வணிகம் செய்யவும் அனுமதி அளிக்கப்பட்டிருந்தது. இதனால், ஊழல் பெருகியது. இதையறிந்ததும், சொந்தத் தொழில் செய்யும் உரிமை நிறுத்தப்பட்டது. ஊதியம் உயர்த்தப்பட்டது. ஆதாயம் தேடும் அரசு ஆதரவாளர்களுக்கு உதவும் அதிகாரவர்க்கத்தின் ஒருவகைப்போக்கு இது.

இந்தக் கோப்பிலுள்ள இறுதிப்பகுதி எல்லிஸ் பணிய மர்த்தம் குறித்த ஒரு சான்றிதழ் ஆகும். அதைத் தந்தவர் பர்லிங்டன் தெருவிலுள்ள ராபர்ட் ராய் என்பவர். அதில் எல்லிஸ், 'செவ்வியல்' கல்வியில் *(Classical learning)* விரிந்த அறிவு பெற்றவர்; பிரெஞ்சு மொழி, கணிதம், குறிப்பாக, எண்கணிதம் முதலியவற்றைக் கற்றவர்; அவரது நடத்தை அமைதியானது, ஆண்மையானது, ஒழுங்கானது என்று அவர் உறுதியளித்தார். *7–4–1798*இல் எல்லிஸ் இந்தியா வருவதற்கு முன், அவரது பிறப்பு, வளர்ப்பு, கல்வி குறித்து நமக்குக் கிடைக்கும் மொத்த ஆதாரங்கள் இவைதான் *(OIOC J/1/16, ff. 514-517)*. தமது பணிக் காலத்தில் எல்லிஸ் வகித்த பதவிகள் வருமாறு:

1798 வருவாய்த்துறைச் செயலரின் உதவியாளர்

1801 வருவாய்த்துறைத் துணைச்செயலர்

1802 வருவாய்த்துறைச் செயலர்

1806 மசூலிப்பட்டின மாவட்ட நீதிபதி மற்றும் மாஜிஸ்டிரேட்

1809 நிலத்தீர்வை ஆட்சியர்

1810 சென்னை ஆட்சியர்

1819 இராமநாதபுரத்தில் மறைவு *(9–3–1819)*

எல்லிஸ் தம் வாழ்நாளில் பெரும்பகுதியைச் சென்னையில் கழித்தார். இடையில் மூன்றாண்டுகள் மட்டும் மசூலிப்பட்டினத்தில் இருந்தார். வருவாய்த்துறையில் பணியைத் துவக்கிய அவர் அதன் செயலராகும் நிலைக்கு உயர்ந்தார். அவர் சென்னைக்கு வந்தபோது சென்னையைச் சுற்றியிருந்த ஜாகிரின் ஆட்சியராக லயோனெல் பிளேஸ் *(Lionel Place)* என்பவர் இருந்தார். இந்தப் பகுதி கர்நாடக நவாபு கம்பெனிக்கு *1760*இல் கொடுத்ததாகும். இருப்பினும், *1786*இல்தான் கம்பெனியின் நேரடி நிர்வாகத்துக்கு இப்பகுதி வந்தது. ஜாகிர் பகுதி நிலவுரிமைச் சட்டம் பற்றி, கர்னல் தாமஸ் பர்னார்டு *(Thomas Barnard)* அளித்திருந்த அரைகுறை

அறிக்கையே கம்பெனியிடம் அப்போது (1770) இருந்தது. பிளேஸ் காலத்தில்தான் ஜாகிர் பகுதியின் நிலவுரிமை பற்றிய விரிவான அறிக்கை (1799) கிடைத்தது. இந்த அறிக்கை, எல்லிஸ் பிற்காலத்தே சென்னை ஆட்சியராக இருந்தபோது அளித்த 'மிராசுதாரர் உரிமை குறித்த ஆய்வுரை'க்கு முன்னோடியாகத் திகழ்ந்தது. இந்தக் காலப்பகுதியில் (1799) கர்னல் ரீடு (Col. Read), அவரது உதவியாளர் தாமஸ் மன்ரோ ஆகியோர் நடவடிக்கையால் திப்பு சுல்தானை வென்று பெற்ற பகுதிகளில் புதிய குடியிருப்புக்களை ஏற்படுத்தி, வருவாய் இயந்திரம் முடுக்கிவிடப்பட்டது. எல்லிஸ் இதன் மூலம் தம் பணியின் தொடக்ககாலம் முதற்கொண்டே நிலவுரிமை, நிலவருவாய் பற்றிய அறிவைச் சிறப்பாகப் பெற்றார். ரயத்துவாரி முறை அறிமுகமான காலம் இது. எல்லிஸின் இத்துறை ஈடுபாடு தொடர்ந்தது. மசூலிப்பட்டினத்திலிருந்து திரும்பி, சென்னை ஆட்சியராக நியமனம் பெற்ற காலத்து, அவரது பொறுப்பிலிருந்த பகுதி 26 சதுர மைல் பரப்பாக விரிந்திருந்தது. கோட்டை, நகரப் பகுதி, தோட்டங்கள், விவசாயக் கிராமங்கள் முதலியன இதில் அடங்கும். பிரிட்டிஷ் கட்டுப்பாட்டில் இவை நீண்ட காலம் இருந்தன. இதனால், தம் அறிவை மேலும் வளர்த்துக்கொண்ட எல்லிஸ் ரயத்துவாரி முறையை உருவாக்கிய தாமஸ் மன்ரோவோடு முரண்பட நேர்ந்தது. எல்லிஸ் மறைந்த காலத்தில் சென்னையின் ஆளுநராக மன்ரோ இருந்தார்.

வருவாய்த்துறைப் பயிற்சிக்குப் பின் சில காலம் தஞ்சாவூர், கும்பகோணம் பகுதிகளில் நீதிபதி, மாஜிஸ்டிரேட் பொறுப்புக் களில் எல்லிஸ் பணியாற்றினார். லெய்டனுக்கு எழுதிய ஒரு கடிதத்தில், தஞ்சையிலிருந்து தாம் நீக்கப்பட்டதும், தொடர்ந்து தென்னிந்தியப் பகுதிகளிலிருந்து வெளியேற்றப்பட்டதும் மிகப் பெரிய அதிர்ச்சியைத் தமக்களித்ததாகக் குறிப்பிட்டுள்ளார் (BL OIOC Mss. Eur.D.30, p.127). இதற்கு இரண்டு நிகழ்ச்சிகள் காரணமாயின.

தஞ்சாவூர் அரசரின் பணியாளை எல்லிஸ் கைது செய்தது முதல் நிகழ்ச்சி. கும்பகோணம் மாவட்ட நீதிமன்றத்தில் தஞ்சை நீதிபதி மற்றும் மாஜிஸ்டிரேட்டாக எல்லிஸ் பணியாற்றியபோது (1806) இது நிகழ்ந்தது. தஞ்சாவூர் அரசரோடு ஏற்படுத்திக்கொண்ட ஒப்பந்த அடிப்படையில் பிரிட்டிஷ் நிர்வாகம் தனக்குப் புதிதாகக் கிடைத்த பகுதியில் ஒரு நீதிமன்றத்தை நிறுவி, அதன் நீதிபதியாக எல்லிஸை நியமித்தது. அப்பொழுது அய்யம்பெருமாள் என்பவர் ஒரு மனு அளித்தார். அதில் கும்பகோணம் பகுதியிலுள்ள தஞ்சை மன்னருக்குச் சொந்தமான தோட்ட நிலங்களுக்கான வரியை வசூலிக்கவந்த சவண்டையன் பிள்ளை என்கிற மேற்பார்வையாளர் வரி தரவேண்டிய வேறொருவருக்குப்

பதிலாக, தன்னைத் தவறுதலாகக் கருதி அவரது பணியாள் மூலம், "என் கண்ணில் மிளகாய்ப் பொடி தூவி, அதன்மீது தண்ணீர் தெளித்தும், கொதிகலனைக் கைகளில் பிடிக்க வைத்து, அவனைக் கொண்டு காலால் மிதிக்கச் செய்தும்" கொடுமைப்படுத்தினார் என்று முறையிட்டிருந்தார் (*OIOC BC F/4/268 no. 5895, p. 7*). கொடுமை செய்ததாகத் தன்மீது குற்றம் சுமத்தப்பட்டிருப்பது அறிந்த சவண்டையன் பிள்ளை, அரசு காவலர் கண்காணிப்பிலிருந்த, சிறையாகவும் விளங்கிய அரச மாளிகையில் அடைக்கலம் புகுந்தார். அழைப்பாணை தரவந்த எல்லிஸின் அலுவலரை மிரட்டியதோடு எல்லிஸின் அதிகாரத்துக்கு எதிராகவும் அரசரது காவலனை ஏவினார். கொடுமை செய்த அவரது பணியாள் பின்னர் எல்லிஸ் அனுப்பிய பிடியாணையால் கைது செய்யப்பட்டார். ஆனால், அரசனது காவலர்கள் அவரை வலுக்கட்டாயமாக மீட்டுவந்தனர்.

இது குறித்து, தஞ்சாவூரிலிருந்த காப்டன் வில்லியம் பிளாக்பர்னுக்கு எல்லிஸ் எழுதினார். "மாண்புமிகு அரசரது மனம் மிகவும் நொந்துபோயிருப்பதால்" இந்த வழக்கை இத்துடன் முடித்துக்கொள்ளுமாறு வேண்டி, அவர் எல்லிஸிற்குப் பதில் எழுதினார். அரசர் மிகவும் நொந்துபோயிருந்தார் என்பது அவர் பெண்டிங்கிற்கு எழுதிய கடிதத்தில் தெரிகிறது. "தனிப்பட்ட முறையில் என்னைப் பாதிக்கும் விதிகளைக் கொண்ட இம்மாதிரியான கம்பெனி நீதிமன்ற ஒப்பந்தத்தில், அது எவ்வளவுதான் எனக்குப் பிறவகையில் நன்மை செய்தாலும், நான் கையொப்பமிட்டிருக்க மாட்டேன்" என்ற வரிகள் இதைத் தெளிவுபடுத்துகின்றன (மேற்படி, *p. 334*). கம்பெனி இயக்குநர்கள் பார்வைக்கு எல்லிஸின் அறிக்கை வந்தபோது, "இளமையின் அனுபவமின்மைக்கான வெளிப்பாடு இது" என்று அவர்கள் எல்லிஸையும் அறிக்கை தந்த சென்னை அரசாங்கத்தையும் கண்டித்தனர்.

கம்பெனி இயக்குநர்களிடம் அறிக்கையை அளிக்குமுன்பே, 'அரசாங்க வருமானத்துக்கு முட்டுக்கட்டையாக இருந்தவர்கள்' எனக் கண்டித்து எல்லிஸையும் மற்றொரு நீதிபதியான டேனியல் கிராஃபோர்டையும் முறையே மசூலிப்பட்டினத்துக்கும் ராஜமுந்திரிக்கும் அரசு மாற்றிவிட்டது (*MJC, 8-11-1806*). வெற்றிலை விற்பனை தொடர்பான அரசாங்கத்தின் ஏகபோக உரிமையை இது எடுத்துக்காட்டுகிறது. வெற்றிலை விற்பவர்களோடு (குத்தகைதாரர்) அரசு ஓர் ஒப்பந்தம் செய்துகொண்டது. அதில் வெற்றிலை விற்பனையாளருக்கு, வெற்றிலையைப் பயிரிடுவோரிடம் விலை நிர்ணயம் செய்யவும், அவர்களைத் தண்டிக்கவும், அவர்களது வீடுகளில் சோதனையிடவும் அதிகாரம் தரப்பட்டது. அரசின்

ஏகபோக உரிமையையும் ஒடுக்குமுறையையும் எதிர்த்து வெற்றிலை பயிரிடுவோர் குரல் எழுப்பினர். கிராஃபோர்டும் எல்லிஸூம் குத்தகைதாரரின் நடவடிக்கைகளைத் தடுக்க முயன்றபோது, அவர்கள் சொல்லும் ஒப்பந்தம் வருவாய்த்துறை விதிகளின் அதிகார வரம்புக்குள் வரவில்லை என்பதை அறிந்தனர். மேல்நீதிமன்றம் கிராஃபோர்டுக்கு எதிராகத் தீர்ப்பு வழங்கியது. எல்லிஸ் பெயர் இதில் இல்லை என்றாலும் ஆளுநர் பெண்டிங் இந்தத் தீர்ப்பு குறித்து எழுதிய நடவடிக்கைக் குறிப்பில் எல்லிஸ் பெயரும் காணப்படுகிறது.

> தங்களது அதிகாரத்தை வெளிக்காட்ட வேண்டும் என்ற எண்ணத்தில் கிராஃபோர்டோ, எல்லிஸோ தங்கள் பொதுப்பணியில் தேவையற்ற ஒரு முட்டுக்கட்டையை ஏற்படுத்தியிருப்பர் என என்னால் கருத முடியவில்லை. இந்த இரண்டு கனவான்கள் மீதும் எனக்கு நல்லெண்ணம் இருப்பதால், இப்படியான ஒரு நோக்கம் அவர்களுக்கு இருந்திருக்கும் என்றும் கூற முடியவில்லை. இருப்பினும் மற்ற வருவாய்த்துறை அதிகாரிமீது அவர்களது இந்த நடவடிக்கை ஏற்படுத்தும் தவறான விளைவுகளைக் கருதும்போது, அவர்களின் அனுபவக்குறைவினை மன்னிக்க இயலாதவனாக இருக்கிறேன். *(MJC, 7-11-1866)*

எல்லிஸூம் கிராஃபோர்டும் பணிமாற்றம் செய்யப்பட்டனர். ‘தென்பகுதியிலிருந்து வெளியேற்றப்பட்டதை’, அதாவது தமிழகத்திலிருந்து தெலுங்கு பேசும் பகுதிக்கு அனுப்பப்பட்டதை எல்லிஸ் தமக்கு நேர்ந்த அவமானமாக, நாடுகடத்தல் தண்டனையாகக் கருதி வருந்தினார். ஆனாலும், அதிலும் ஒரு நன்மை அவர் தெலுங்கு கற்றதும், அதன்வழித் திராவிடச் சான்று குறித்துச் சிந்தித்ததுமாகும். குறிப்பிடத்தக்க வணிகராகவும், தெலுங்கு – சமஸ்கிருத அகராதி தயாரித்தவராகவும், நல்ல புலமையாளராகவும் விளங்கிய மாமடி வெங்கய்யா தொடர்பு கிடைத்தது இன்னொரு நன்மையாகும். இந்த அகராதியைப் புனித ஜார்ஜ் கோட்டைக் கல்லூரி பதிப்பிக்க உரிமை பெற்றது. இதற்கு முன்பாகவே எல்லிஸ் ஆந்திரத்தின் வடக்குப் பகுதியில் சில மாதங்களைக் கழித்திருந்தார் (1804 – 1805 கார்காலம்). ‘நீதித்துறையில் அனுபவம் பெறவும் அதில் அவரை மேம்படுத்தவும் வில்லியம் பெண்டிங் பிரபு கருதியிருந்ததே’ இதற்குக் காரணமாகும். மசூலிப்பட்டினத்தில் எல்லிஸ் மூன்றாண்டுகள் இருந்தார். இந்தக் காலகட்டத்தில் ஜகநாத்திலிருந்து கன்னியாகுமரி வரை தாம் சுற்றியதாகவும், சேர்ந்தாற்போல மூன்று மாதம் எந்த இடத்திலும் இருக்கவில்லை என்றும் லெய்டனுக்கு எழுதிய

கடிதத்தில் எல்லிஸ் குறிப்பிட்டுள்ளார் *(Ellis to Leyden, 7-8-1808, OIOC Mss. Eur.D. 30, p.127).*

தஞ்சைத் துயரம் தந்த மற்றொரு நன்மை, அவர் கடைசிவரை தொடர்புகொண்டிருந்த சென்னைக் கீழ்த்திசையியல் பள்ளியில் சிறப்பாகச் செயல்பட்ட சங்கரய்யாவைச் சந்தித்ததாகும். எல்லிஸோடு சங்கரய்யா கும்பகோணத்திலும் சென்னையிலும் பணியாற்றினார். எல்லிஸ் இறக்கும்வரை இருவரும் இணைந்து செயலாற்றினர்.

சென்னை ஆட்சியரகத்தோடு இணைக்கப்பட்ட வருவாய்த் துறையில் 1809இன் இறுதியில் நிலச் சுங்கத் துறை ஆட்சியராக எல்லிஸ் நியமிக்கப்பட்டார். இங்கு இவருக்கு இருவகைப் பணிகள் தரப்பட்டன. ஒன்று, மற்ற பகுதி ஆட்சியர்களைப் போல மயிலாப்பூர், எழும்பூர், புதுப்பாக்கம், தண்டையார் பள்ளம் முதலிய பகுதிகளைக் கொண்ட பல வட்டங்களை மேற்பார்த்தல். மற்றொன்று, சாராயம், கள், கம்பெனி நிலம், விடுபட்ட குத்தகை வசூல், வீட்டுப்பண்ணை, உப்பு வருவாய், தோட்ட வேலியிட்ட பயிர்கள் ஆகிய துறைகளைக் கவனித்தல். உப்பு, சாராயம், புகையிலைக்கான கம்பெனியின் ஏகபோக உரிமையை நடைமுறைப்படுத்தி வரிவசூலித்தல், விளம்பரம், குத்தகைதாரருக்கு உரிமம் வழங்குதல், கள்ளக் கடத்தலைக் கண்டுபிடித்தல், அரசு ஊழியர்களின் ஊழல்களைத் தடுத்துத் தண்டித்தல் முதலிய பணிகளை இத்துறைகள் கொண்டிருந்தன. எல்லிஸ் சென்னை வந்தபோது சாராயம்–கள்ளுப் பிரிவில் குறைந்த ஊதியமாக மாதம் 23 வராகன் பெறும் எழுத்தராக சங்கரய்யா பணியாற்றிவந்தார். ஆனால், அன்று அது இரண்டாவது உயர்ந்த ஊதியமாக இருந்தது. எல்லிஸ் அவரை உடனே சிரேஷ்டதாராகப் பதவி உயர்த்தி, வருவாய்த்துறையின் அதிக அளவான 60 வராகன் மாதச் சம்பளம் பெறச் செய்தார். சென்னை நீதியியல் மன்றத்தின் சுதேச அரசு ஊழியர்கள் சங்கரய்யா பொறுப்பில் இருந்தனர்.

எல்லிஸ் நன்கு பணியாற்றினார். வருவாய்த்துறை அவரை உயர்வாக மதித்தது. இரண்டு துறைகளையும் ஒன்றிணைத்து அவர் பணியாற்றியதன் மூலம் செலவு குறைந்து, வருவாய் கூடியது என்று அரசு மனநிறைவு கொண்டது. இது தொடர்பான நல்லதோர் அறிக்கையை உரிய முறைப்படி லண்டனுக்கு அனுப்பியது. இயக்குநர் குழு சென்னைக்கு அனுப்பிய தங்கள் பதிலறிக்கையில், பணியாளர் குறைப்பு, வருவாய்ப் பெருக்கம் (ஆண்டுக்கு 7707 வராகன்) பற்றி எழுதியிருந்தாலும், ஆட்சியர் ஊதியம் ஆண்டுக்கு 9228 வராகன் என்பது அதிகம் என்றும், அதை 7500ஆகக் குறைக்கலாம் என்றும், இருந்தாலும் தற்காலிகமாக இந்த

ஆணையை நிறுத்திவைப்பதாகவும் குறிப்பிட்டது. வருவாயைக் கூட்டியதற்காகப் புகழ்ந்துவிட்டு, கம்பெனி தன் வருவாயைக் கூட்டும் நோக்கில், எல்லிஸின் ஊதியத்தைக் குறைக்கலாம் என்ற குறிப்பு எல்லிஸிற்கு உடன்பாடாக இல்லாததால், அவர் இது குறித்து உரிய துறையிடம் ஊதியம் தொடர்பான விதிகள், விலக்குகள் பற்றி எடுத்துரைத்து முறையிட்டார் *(MDR, 27-4-1816)*. முறையீட்டைப் பரிவுடன் கவனித்த துறை, அதை மேல்மட்டத்துக்கு அனுப்பி, அதனிடமிருந்து மறுமொழி பெறும்வரை தற்போதைய ஊதியம் தொடரும் என்றது. இரண்டு துறைப் பணிகளைத் திறமையாகவும் பயன்மிக்கதாகவும் செய்த தமக்கு அதற்கான ஊதியம் வழக்கத்திற்கதிகமானதாக இருப்பினும், தம் பணிக்கு ஏற்றதே என அவர் நினைத்திருக்கலாம் என்று நான் கருதுகிறேன்.

1809–1819க்கு இடைப்பட்ட இந்தச் சுறுசுறுப்பான காலப் பகுதியில்தான் எல்லிஸ் ஒரு சிறந்த அறிஞராகத் திகழ்ந்தார். புனித ஜார்ஜ் கோட்டைக் கல்லூரியையும் சென்னை இலக்கியக் கழகத்தையும் 1812இல் நிறுவினார். அவருடன் தொடர்புடைய இரண்டு முக்கியமான அறிஞர்கள் சங்கரய்யாவும் பட்டாபிராம சாஸ்திரியும் ஆவர்.

அரசு ஆவணங்களில் பிரிட்டிஷ் அரசு ஊழியர்கள், அவர்களது மேலதிகாரிகள் பற்றிக் கிடைக்கும் அளவுக்கு இந்தியர்கள் பற்றிய வாழ்க்கைக் குறிப்புகள் கிடைப்பதில்லை. ஆனால், சங்கரய்யா இதற்கு விதிவிலக்கு. வருவாய்த்துறை கேட்டுக்கொண்டதற்கிணங்க எல்லிஸ் 1816இல் சென்னை குற்ற நடுவர் மன்றப் பணியாளர்கள் பற்றி அளித்துள்ள விளக்கமான அறிக்கையே இதற்குக் காரணம் *(MDR, 3-12-1816)*. சங்கரய்யா பற்றி இதிலிருந்து நிறையவே தெரிந்துகொள்ள முடிகிறது. சங்கரய்யாவின் இயற்பெயர்–பொம்ம கொண்டி சங்கர சாஸ்திரி. இவர் தெலுங்கு தேசத்தைச் சேர்ந்த பிராமணர். ஆத்ரேய கோத்ரம். ஸ்மார்த்தர். இவரது குடும்பம் தெற்கு நோக்கி வரத் தொடங்கி, முதலில் கடலூரிலும் பிறகு மூன்று தலைமுறையாகச் சென்னையிலும் வசிக்கலாயிற்று. இவர் 1771இல் பிறந்திருக்கக்கூடும். 1788 அல்லது 1789 முதலாகக் கம்பெனி ஊழியராக 23 ஆண்டுகள் பணி புரிந்துவந்திருக்கிறார். முதலில் தஞ்சாவூரில் அரசு நிர்வாக ஆலோசகரின் எழுத்தராகவும், பிறகு தஞ்சை ஆட்சியரின் கணக்கர் மற்றும் மொழிபெயர்ப்பாளராகவும், பின் குண்டூர் ஆட்சியர் அலுவலகத்திலும் மசூலிப்பட்டினத்திலும் கண்காணிப்புக் கணக்கராகவும், 1806 தொடங்கி கும்பகோணத்திலும், பிறகு எல்லிஸுடன் சென்னை குற்ற நடுவர்மன்றத்தில் சிரேஷ்த தாராகவும் பணிபுரிந்தவர். புனித ஜார்ஜ் கோட்டைக் கல்லூரியில்

சில காலம் ஆங்கிலத்துறைத் தலைவராக இருந்தவர். அங்கு நல்ல ஊதியம் கிடைத்தது என்றாலும், சில நாட்களில் பழைய பணிக்கே மாற்றப்பட்டார். "அவருக்குத் தெலுங்கு, தமிழ், ஆங்கில மொழிகளில் நன்கு எழுதவும் பேசவும் தெரியும். சமஸ்கிருத இலக்கியத்தில் குறிப்பாக, தம் பணிக்குத் தேவைப்படும் சட்டம் சம்பந்தமான நூல்களில், போதிய பயிற்சி உண்டு" என்பது எல்லிஸ் கூற்று. நீதி வருவாய்த்துறைகள் சம்பந்தப்பட்ட கணக்குகளிலும் அவற்றின் அரசு விதிமுறைகளிலும் அவரது அறிவு பரந்து பட்டது. அவரது உழைப்பும் ஈடுபாடும் மேலதிகாரி களுக்கு மனநிறைவு அளித்தன என்றும் எல்லிஸ் எழுதுகிறார். "நான் அவரை அறிந்த நாள் முதல் இந்த மரியாதைக்குரிய மனிதர் நேர்மையுடனும் ஒழுக்கத்துடனும் நல்லுணர்வுடனும் எப்போதும் நடந்துகொள்வார் என்று நான் முழுமனதுடன் உறுதிபடக் கூறுகிறேன்" என்கிறார். அலுவலகவழிப்பட்ட சில கட்டுப்பாடுகளுக்கு உட்பட்டு எல்லிஸ் இதை எழுதியிருந்தாலும் சங்கரய்யா மீது தமக்குள்ள நட்பை ஒருவகைப்பட்ட உணர்வு நிலையில் வெளிப்படுத்தியிருக்கிறார் எனலாம். இது எழுதப்பட்ட சில நாட்களுக்குள் சங்கரய்யா இறந்துவிட்டார். திராவிடச் சான்று குறித்துப் பலமுறை எல்லிஸுடன் சங்கரய்யா உரையாடி யிருக்கிறார். மிராசுதார் உரிமை குறித்த அவரது கட்டுரைகள், அவர் மறைவுக்குப்பின் வெளிவந்த 'மிராசுதார் உரிமை குறித்த ஆய்வுரை' (1818) என்கிற நூலில் இடம்பெற்றுள்ளன.

திராவிடச் சான்று குறித்த கருத்தாக்கத்தில் முக்கியப் பங்காற்றிய பட்டாபிராம சாஸ்திரியின் (1760–1820) வாழ்க்கைக் குறிப்புக்களும் குறைவே. புனித ஜார்ஜ் கோட்டைக் கல்லூரி தொடங்கியபோது சமஸ்கிருதம்–தெலுங்குத் துறைத் தலைவராக அவர் நியமிக்கப்பட்டார். சென்னை வாழ் மதிப்புயர் குடிமக்களின் (1813) பட்டியலில் சங்கரய்யாவும் பட்டாபிராம சாஸ்திரியும் இடம்பெற்றிருக்கின்றனர். நன்கு அறியப்பட்ட பிராமணர்கள், குஜராத்தி வணிகர்கள், பனியாக்கள், தெலுங்கு வணிகர்கள், முதலியார்கள், பிள்ளைமார்கள் என வேறு சிலரும் இப்பட்டியலில் இடம்பெற்றுள்ளனர் (MPC, 20–10–1813). 'சர்வதேவ விலாசம்' என்ற சமஸ்கிருத நூலிலும் அவர்கள் வேறு ஒரு கோணத்தில் இடம்பெற்றுள்ளது குறிப்பிடத்தக்கது.

சிறந்த சமஸ்கிருத அறிஞரான வே. இராகவன் பதிப்பித்த 'சர்வதேவ விலாசம்' என்ற அரிய நூல் அரசு ஆவணங்களில் காணப்பெறாத வேறு ஒரு நோக்கில், சென்னையில் வாழ்ந்த குறிப்பிடத்தக்க புரவலர்கள், அறிஞர்கள், கலைஞர்கள் பற்றிய செய்திகளைத் தருகிறது. உரையிடையிட்ட பாட்டுடைச் செய்யுளாலான இந்த நூல் இரண்டு பண்டிதர்கள், நகரத்தில்

உள்ள முக்கியப் புரவலர்களை (தலைப்பிலுள்ள சர்வ, தேவ என்பதைக் குறிக்கும்) சந்திப்பதையும், அவர்கள் அறிஞர்கள், கலைஞர்களுக்கு விருந்தளிப்பதையும், சமய விழாக்கள் எடுப்பதையும் (விலாச – மகிழ்ச்சி) விவரிக்கிறது. இந்தப் புரவலர்கள் அரசர்கள் அல்லர்; அன்றைய ஆட்சி மற்றும் உலகளாவிய வணிகச் சூழலுக்கேற்ப வாழ்ந்த செல்வ வளமிக்க வணிகர்களும் துபாஷிகளும் ஆவர். பிரம்மா, சிவன், விஷ்ணு என்ற மும்மூர்த்திகளைப் போன்ற மூன்று பெருமக்களை இந்த நூல் குறிப்பிடுகிறது. கிழக்கிந்தியக் கம்பெனியின் முகவராக இருந்த வேளாளர் வகுப்பைச் சார்ந்த வேதாசல முதலியார், கலிங்கராஜா, தெலுங்கு பிராமணராகிய சிறீரங்கா என்ற மூவருமே அவர்கள். மற்ற புரவலர்களில் ஒருவர் 1725இலிருந்து கம்பெனியில் துபாஷியாக இருந்துவந்த குடும்பத்தைச் சார்ந்த தேவநாயக முதலியார். இசைக்கலைஞர்கள், கவிஞர்கள், அறிஞர்கள் பற்றி நூலாசிரியர் உயர்வாகக் கூறுவதோடு, புரவலர்கள் அவர்களுக்குப் பெருந்தன்மையுடன் பொருளுதவி செய்ததையும், கோயில் விழாக்களுக்கு தருமம் செய்து உதவியதையும் சிறப்பாகப் படம் பிடித்துக் காட்டுகிறார். அரசு ஆவணங்கள் அரசாங்கப் பணிகளையும் வணிகத்தையும் முன்னிறுத்த, இந்த நூல் அவற்றைப் பின்னுக்குத் தள்ளுகிறது. இதனால், இது படிப்பதற்குச் சுவையாக உள்ளது. ‘சர்வதேவ விலாச’த்தில் கிழக்கிந்தியக் கம்பெனி இடம் பெற்றாலும் அது பண்பாடு, சமயம் சார்ந்த நிகழ்வுகளில் தாராளமாகக் கொடையளிக்கும் புரவலர்களின் சொத்துக்குரிய மூலாதாரமாக மட்டுமே காட்டப்படுகிறது. பட்டாபிராம சாஸ்திரியும் சங்கரய்யாவும் கற்றறிந்த செல்வாக்குள்ள பிராமணர்கள் பட்டியலில் இடம் பெறுகின்றனர். இவர்களில் பட்டாபிராம சாஸ்திரி முதலில் குறிக்கப்பெற்று, ஆலவாயுடைய சிவனுடன் ஒப்பிடப்படுகிறார்; சாஸ்திர விற்பன்னர், பேரறிஞர் என்றும் புகழப்படுகிறார். சங்கரய்யா சங்கரர் என்று சுட்டப்பட்டு, பட்டியலின் கடைசியில் இடம் பெறுகிறார். இவர் முதலில் வைதிகராக இருந்து, பின்னர் லௌகீகராக மாறி, ஆட்சியாளரிர் மதிப்பிற்குரியவரானார் என்றும் குறிக்கப்படுகிறது.

இந்த நூலில் குறிக்கப்பெற்றுள்ளவர்களை அரசு ஆவணங் களைக் கொண்டு இனங்காண முற்பட்ட இராகவன், பட்டாபி ராம சாஸ்திரியையும் சங்கரய்யாவையும் அடையாளம் காண இயலவில்லை. இந்த நூலில் காலம் குறிக்கப்படாததால், இராகவன் இந்த நூலில் குறிக்கப்பட்டுள்ளவர்களை 18ஆம் நூற்றாண்டின் பிற்பகுதி – 19ஆம் நூற்றாண்டின் முற்பகுதியைச் சார்ந்தவர்கள் என்கிறார். இந்த நூல் 1800ஐ ஒட்டி எழுதப்பட்டிருக்கலாம்

என அவர் கருதுகிறார். ஆனால், அவர் இந்த இருவரையும் இனம்கண்டிருந்தால், இந்த நூல் 1815இல் எழுதப்பெற்றதென அவர் அறுதியிட்டிருக்கக்கூடும். மற்ற அரசு ஆவணங்களோடு இந்த நூலை ஒப்பிட்டுப் பார்ப்பதும் பயன்தரத் தக்கதாகும். சான்றாக, 1813இல் உள்ள ஓர் ஆவணத்தில் இவர்கள் இருவரையும் போலவே சென்னை வாழ் மதிப்புயர் குடிமக்களில் ஒருவராகக் குறிக்கப்படும் கலிங்கராஜா *A. Collingaroya Moodelliar* ஆக இருக்கலாம் என ஊகித்திருப்பார். எது எப்படியாயினும், 'சர்வதேவ விலாசம்' அன்றைய பண்பாடு மற்றும் சமய வாழ்க்கையை அறியவும், அதற்கு ஆதரவளித்த செல்வ மிக்க வணிகர்கள் மற்றும் காசுக்கடைக்காரர்கள், அரசுப் பணியிலிருந்த அறிஞர்கள் குறித்துத் தெரிந்துகொள்ளவும் உதவுவதோடு, இத்தகு நிகழ்ச்சிகளுக்கு அரசாங்க ஆதரவு குறைந்திருந்ததையும் சுட்டிக் காட்டுகிறது.

இப்பொழுது மீண்டும் எல்லிஸுக்கு வருவோம். எல்லிஸ் எதிர்பாராதவிதமாகத் திடீரென்று 1819இல் இறந்துபோனார். அவரது இறப்புக்குக் காரணம் நோயல்ல, ஒரு விபத்து. மருந்து எனக் கருதி நஞ்சை அவர் உட்கொண்டு விட்டார். அவருக்கு வயிற்றுச் செரிமானக் கோளாறும் கல்லீரல் பாதிப்பும் இருந்ததாகவும், உடல்நலம் பெறக் குளிர்ப்பகுதியில் சில காலம் தங்க வேண்டும் என்ற குறிப்பும் மருத்துவச் சான்றிதழ்வழித் தெரிகின்றன. இது அவருக்கு நாட்பட்ட நோயாக இருந்தது என்பது 1808இல் அவர் லெய்டனுக்கு எழுதிய கடிதத்தில் "தன்னைக் கடந்த ஐந்து மாதங்களாக வயிற்றுமந்த நோய் துன்புறுத்துவதாகவும், இது தன்னை இங்கிலாந்துக்கோ, விண்ணுலகத்துக்கோ கடைசியில் அனுப்பிவிடும் என்று அஞ்சுவதாகவும்" குறிப்பிட்டுள்ளார். குளிர்ப்பகுதிக்குச் செல்வதற்குப் பதிலாக தம் ஆய்வுப்பணி தொடர்பாகத் தெற்கு நோக்கிச் சென்று, மதுரையில் ஆட்சியரோடு தங்கியிருந்து விட்டு, இராமநாதபுரம் திரும்பினார். அப்போது மருந்து எனக் கருதி நஞ்சுண்டது சாவுக்குக் காரணமாயிற்று. இந்த நஞ்சு பற்றிய குறிப்பொன்று எர்ஸ்கின் எழுத்துக்களில் காணப்படுகிறது (எர்ஸ்கின், *NLS Mss. 36.1.5, f. 21*).

எல்லிஸ் அமைதியாக, பல மணிநேரம் கிடந்து மெல்ல மெல்ல மரணத்தைத் தழுவினார். முடிவை எதிர்பார்த்து அவர் எழுதிவைத்த உயிலில், தமது சொத்துக்களை, தமது தாய், சகோதரன், அத்தையின் குடும்பம், நான்கு பணியாட்கள் மற்றும் துபாஷி ஆகியோருக்கு வழங்கினார். இந்தியாவில் அவருக்குச் சொந்தங்கள் இல்லாததாலும், அவர் யாரையும் உயிலை நிறைவேற்றுபவராக நியமிக்காததாலும் அவரது நிலபுலன்களைச் சென்னை உச்சநீதிமன்றம் நிர்வகிக்கலாயிற்று.

அவரது வீட்டுப்பொருள்களும் பிறவும் மதுரையிலும் சென்னையிலும் ஏலம் விடப்பட்டன. இவற்றுள் 5500க்கும் அதிகமான நூல்களையும் சுவடிகளையும் கொண்டிருந்த அவரது சிறப்பான நூலகம், சென்னையிலிருந்த சில நல்ல தனியார் நூலகங்களில் ஒன்றாகும். வால்டர் எலியட் கூறியிருப்பது போல அவரது பல தனிப்பட்ட எழுத்துக்கள், கட்டுரைகள் காணாமல்போயின; அடுப்புக்கு விறகாயின.

எல்லிஸ் பற்றிய எர்ஸ்கினின் படப்பிடிப்பு இது.

அவர் கூர்த்த மதியுடைய அறிஞர்; கூச்சமிக்கவர். கோபம், செருக்கு, பிடிவாதப் பண்புகளும் உண்டு. அவரது தனியியல்புகள் அவருக்கே சங்கடங்களைத் தந்ததுண்டு. இந்த நாட்டு மக்களை மேம்படுத்தும் ஆர்வம் கொண்டிருந்தார். அவர்களது இலக்கியம், சாதனைகளில் அளவுக்கதிகமான மதிப்பு கொண்டிருந்தார். நல்ல, இனிய நண்பர். தமது பணியாளர்களிடமும் தம்மைச் சார்ந்தவர்களிடமும் தாராளமாகப் பழகக் கூடியவர். குற்றங்குறைகளை ஏற்கும் திறந்த மனத்தினர். செவ்வியல் இலக்கியப் புலமையாளர். சமஸ்கிருதம் முதலிய பழைய மொழிகளிலிருந்து பெற்ற பழைய மொழிகளின் ஒலியமைப்பு, யாப்பியல் பற்றிய அவருடைய அறிவு புதுமையானது; கூர்மையானது. இந்திய இலக்கியத்துக்கு, குறிப்பாகச் சென்னைக்கு அவரது மறைவு ஈடுகட்ட முடியாத இழப்பாகும்.

எல்லிஸின் ஆய்வுரைகள்

எல்லிஸ் சிறப்பாகப் பணியாற்றி, தமது படைப்புகளில் புலமையை வெளிப்படுத்தியவர். எவரையும்விட உண்மையான கீழ்த்திசையியலறிஞராகவும் நல்ல நிர்வாகியாகவும் அவர் இருந்தார். அவரது ஆர்வம் தம் புலமையைப் பெருக்கிக்கொள்வதிலும் வெளிப்படுத்துவதிலும்தான் இருந்தது. எர்ஸ்கின், லெய்டன் பணிகள் குறித்து முன்பகுதியில் விளக்கியது போல இப்பகுதியில் எல்லிஸின் பெருந்திட்டம் குறித்துக் கூற விழைகிறேன். தமது பெருந்திட்டத்தை ஆய்வுரைகள் *(dissertations)* என எல்லிஸ் அழைத்தார். எர்ஸ்கினுக்கு எழுதிய கடிதத்தில் இதன் தன்மை குறித்து விளக்கியுள்ளார்.

இந்தக் கடிதத்தில் 'இந்து வரலாறு' என அவர் பெயரிட்டு, இந்திய வரலாறு குறித்து விளக்கியுள்ளார். இது எர்ஸ்கினின் பாரசீக மூலங்களை ஆதாரமாகக் கொண்ட, பெருந்திட்டமான முகலாயர் வரலாற்றிலிருந்து வேறுபட்டது. தாம் எழுதத்

திட்டமிட்ட இந்த வரலாற்றைத் தென்னிந்தியாவை மையமிட்டு அமைக்கப்போவதாகவும் எல்லிஸ் தெளிவுபடுத்தியுள்ளார்.

> இரு விசயநகர அரச வம்சங்கள் குறித்த வரலாற்றைத் தொகுப்பது குறித்து நான் கூறியது, அந்த வரலாறு எழுதும் பணியை நான் மேற்கொள்ளும் நோக்கத்தில் அல்ல. கிருஷ்ணராயலு பற்றிய வரலாறு என்ற நிலையிலன்றி, ஒரு ஆய்வுரை என்ற தன்மையில் எழுதி, அதை வங்காளத்திலுள்ள கழகத்திற்கோ வேறு கழகத்திற்கோ தரலாம் என ஒரு சமயம் நான் கருதியிருந்தது உண்மை. இந்த அரச வம்சங்கள் குறித்த ஒரு ஒழுங்கான வரலாறு எழுத எவ்வளவுதான் தகவல்கள் இருப்பினும், அதை இப்போது எழுதுவது முழுமையாகாது. நிறையப் படிக்க வேண்டும். பல ஐயங்களைத் தீர்க்க வேண்டும். பல சான்றுகளை உறுதிப்படுத்த வேண்டும். ஒழுங்கான வரலாறு எழுத நினைக்கும் எவரும் தமக்கே மனநிறைவு தரும்வரை அதை ஒரு முறைக்குப் பலமுறை எழுதிப் பார்க்க வேண்டியிருக்கும் (NLS Mss. 36.1.5, Ellis to Erskine, 3-7-1809, f. 42-43).

தென்னிந்திய வரலாறு பற்றிப் பேசுகையில் அப்போது இந்தியப் பணியாளர்களின் துணையோடு மெக்கன்ஸி திரட்டி வந்த வரலாற்றுக் குறிப்புகள், கர்னல் மார்க் வில்க்ஸின் (Mark Wilks) மைசூர் வரலாறு என்ற இரு திட்டங்களையும் எல்லிஸ் சுட்டுகிறார். இந்த இரண்டு திட்டங்களிலும் எல்லிஸின் பங்களிப்பு உண்டு. மெக்கன்ஸிக்கு எல்லிஸ் உதவியதாக எர்ஸ்கின் குறிப்பிடுகிறார். பழைய இந்து அரசர்கள் நிலங்களுக்கு முழுச் சொந்தக்காரர்களில்லை என்று சமஸ்கிருத நூல்கள் சொல்வதை அறிந்துகொள்ள எல்லிஸ் உதவியதாக வில்க்ஸ் குறிப்பிடுகிறார் (Ellis 1810). தென்னிந்திய வரலாறு பற்றி "நாம் மேற்கொண்டுள்ள பணி முன்னேறிக்கொண்டிருக்கிறது. தக்கவர் கைகளில் உள்ளது" என்று எல்லிஸ் கூறுகிறார்.

> மேஜர் மெக்கன்ஸி தமது பெரிய தொகுப்பைச் சரிப்படுத்தி வருகிறார். சான்றாக, அதிலிருந்து இந்து வரலாறு பற்றி விடுபட்ட சிலவற்றை (நான் இங்கு கட்டுக்கதைகளைக் குறிப்பிடவில்லை) தேர்வு செய்துகொள்ளலாம். முகலாயர் வரலாறு பற்றிய தங்கள் திட்டத்தில் ஔரங்கசீப் வரலாற்றில் ஒரு பகுதியாக சிவாஜி (இந்து மகராட்டிர அரசர்கள்), ஔரங்கசீப் தொடர்பு, பிஜப்பூரின் வீழ்ச்சி ஆகியவற்றோடு நீங்கள் ஒதுக்க முடியாத இந்த ஆதாரங்களையும் இணைக்கலாம். கர்னல் வில்க்ஸ்

முன்பே இதைச் செய்துள்ளார். விசயநகர வீழ்ச்சி குறித்த அவரது எழுத்தில் இவற்றோடு இணைத்துப்பார்க்கக்கூடிய பல தகவல்கள் இடம் பெற்றிருக்க வேண்டும். தமிழகம் பற்றி எழுதும்போது இவை எல்லாவற்றையும் ஒருசேர வைத்துக்காண நான் முயல்கிறேன்.

தென்னிந்திய வரலாற்றை மீட்டுருவாக்குவதன் முக்கியத்துவத்தை வலியுறுத்துவதோடு, தமது திட்டம் எவ்வாறு வேறுபடுகிறது என்பதையும் எல்லிஸ் குறிப்பிடுகிறார். "எக் காலத்து யார் எவ்வாறு செயல்பட்டார்கள் என்ற சான்றுகளைக் குறிப்பிட்டுக் காட்டுவதன் மூலம் இந்தியாவுக்கான ஒரு வரலாறு உண்டு என்பதை எடுத்துக்காட்ட முயல வேண்டும். என்னைப் பொறுத்தமட்டில் நான் இலக்கிய ஆர்வலன்; வரலாற்றுப் பாதை எனக்குரியதன்று. புனைகதைகளில் எனக்குத் தனி விருப்பம் உண்டு. வரலாற்றுக்கு அது உதவும். எனில் அதை ஏற்கத் தயங்கமாட்டேன்."

புனைகதை குறித்த பகுதி முழுவதும் குறும்புத்தனமானது அன்று என்பதை விரைவில் காண்போம். வரலாறு 'தனக் கேற்றதன்று' என்ற அவரது கூற்று கவனிக்கத்தக்கது. வரலாற்றில் ஆழ்ந்த ஈடுபாடு கொண்ட ஒருவரின் இக்கூற்று வியப்பூட்டுவது. அவர் சொல்லவருவது, தமது பங்களிப்பு *அரசியல் வரலாறாக* இருக்காது என்பதாகும். தமது பாதை எது என்பதைச் சுட்டும் அக்கடிதத்தின் பகுதியைக் கொண்டு, அது எந்த வகை வரலாற்றை மையமாகக் கொண்டுள்ளது என்பதை அறியலாம்.

தமிழ் யாப்பியலை உள்ளடக்கிய நான்கு ஆய்வுரைகளை எழுத எல்லிஸ் திட்டமிட்டிருந்தார். இந்த ஆய்வுரை கிட்டத் தட்ட நிறைவுற்றதாகவும், சில திருத்தங்கள் மட்டும் செய்ய வேண்டியுள்ளதாகவும் குறிப்பிட்டுள்ளார். தமிழ், அதோடு தொடர்புடைய தென்னிந்திய மொழிகள், அவற்றின் இலக்கியங்கள் ஆகியவற்றை உட்படுத்தி அதற்கு ஒரு முன்னுரை எழுதவும் அவர் விரும்பியதாகத் தெரிகிறது. எனவே, இது மெதுவாக நடந்ததால், முழுமை பெறுவதில் நிச்சயமின்மை தெரிந்தது. அவரது நான்கு ஆய்வுரைகள்:

1. தமிழ் பேசும் நாடுகளின் வரலாறு
2. தமிழ் மொழி, அதன் பழைய, புதிய கிளைமொழிகள்
3. தமிழ் யாப்பியல்
4. தமிழ் இலக்கியம்

இவற்றை எழுதி முடிப்பதென்றால் அது மிகப் பெரிய நூலாக இருக்கும் என்பதால் ஆய்வுரைகளாக எழுதித் தொடர்ந்து

வெளியிட விரும்பினார். இவற்றில் முதலாவதையும் மூன்றாவதையும் சில கட்டுரைகளாக எழுதத் தீர்மானித்தார். தமிழ் இலக்கியம் பற்றி எழுதப் போதிய தரவுகளைத் திரட்டி அவற்றை உள்வாங்கி எழுத வேண்டும் எனவும் குறிப்பிட்டுள்ளார். "தமிழில் எழுதுவோரில் உயர்ந்த இடத்தில் உள்ளவரும் மிகச்சிறந்த மனிதருமான கிறித்துவ சமயப்பணியாளர் பெஸ்கி என்ற அறிஞரைப் பற்றி ஏற்கெனவே உனக்குத் தெரிவித்துள்ளேன்" என்று குறிப்பிட்டு, அவர் இந்தத் தலைப்பில் நூலொன்று எழுதத் திட்டமிட்டிருந்ததாகவும் சொல்கிறார். தமிழ் மொழி இலக்கிய வரலாறு பற்றிய இந்த நான்கு ஆய்வுரைகளும் வெளிவந்திருக்குமானால் அவை எல்லிஸிற்கு பெரும் புகழைத் தந்திருக்கும் என்பதில் ஐயமில்லை. இதன் தொடர்பில் அவர் வீரமாமுனிவர் என்ற பெஸ்கியை குறிப்பிடுவதன் மூலம் அவர் மீது எல்லிஸ் கொண்டிருந்த மதிப்பையும் நன்கு உணர முடிகிறது.

எட்டு ஆண்டுகளுக்குப் பிறகு (24–3–1817) அவர் எர்ஸ்கினுக்கு எழுதிய ஒரு கடிதம் இந்தத் திட்டம் முன்னேற்றம் கண்டு ஒப்பியல் நோக்கில் விரிவடைந்து, ஆய்வுரைகள் வேறு வடிவம் பெற்றுவந்ததை அறிவிக்கிறது. அப்போது அவர் தென்னிந்திய மொழிகளில் ஆழ்ந்த கவனம் செலுத்தி, அவற்றின் தோற்றம், உறவு குறித்து எழுத முற்பட்டிருந்தார்.

1. பொதுவாக இந்திய மொழிகளிலும், சிறப்பாகத் தென்னிந்திய மொழிகளிலும் காணப்படும் நெடுங்கணக்கு, எழுத்துமுறை; சிங்களம், பர்மியம், ஜாவா மொழிகளின் நெடுங்கணக்கும் எழுத்துமுறையும் தமிழிலிருந்தே பெறப்பட்டன என்பது நிறுவப்படும்.
2. செந்தமிழ், கொடுந்தமிழ்
3. தெலுங்கு
4. மலையாளம்
5. கன்னடம் மற்றும் சிறு கிளைமொழிகளான குடகு, துளு முதலியன

இந்தக் காலகட்டத்தில் தெலுங்கு ஆய்வுரை அச்சாகி விட்டது. மலையாள ஆய்வுரை அச்சிலிருந்தது. புனித ஜார்ஜ் கோட்டைக் கல்லூரி மாணவர்கள் பயன்பாட்டிற்காக இவை தனித்தனியே அச்சானதாகத் தெரிகிறது. சிலவற்றின் மூலப்படிவங்கள் கிடைக்கவில்லை. இவற்றின் நகல்களை எர்ஸ்கினுக்கு எல்லிஸ் அனுப்பியிருந்தார். ஆனால், எர்ஸ்கின் தொகுப்பில் அவை காணப்படவில்லை. வேறு எங்கும் அவற்றை என்னால் கண்டெடுக்க முடியவில்லை. ஆனாலும், இரண்டும்

வெளிவந்துவிட்டன என்று தெரிகிறது. தெலுங்கு ஆய்வுரை ஏ.டி. காம்பெல்லின் தெலுங்கு இலக்கண நூலின் 'முன்னுரைக் குறிப்பாக' இடம் பெற்றது (Ellis, 1816). 'திராவிடச் சான்று' எனப் பெயரிட்டு, அது பற்றி ஐந்தாம் இயலில் விரிவாக நான் எழுத இருப்பதற்கு இதுவே முக்கிய ஆதாரமாகும். எல்லிஸ் மறைவுக்குப் பிறகு, வால்டர் எலியட் மலையாள ஆய்வுரையினை *Indian Antiquary* இதழில் வெளியிட்டார் (Ellis, 1878). எல்லிஸின் முதன்மை ஆய்வுரை தமிழ் குறித்தது என்றும், "அதை அவர் முடித்தாரா என்பதை நான் அறியேன்" என்றும், "அது வெளிவரவில்லை என்பது என் நம்பிக்கை" என்றும் எர்ஸ்கின் எழுதுகிறார். தென்னிந்திய எழுத்து வடிவங்கள், கன்னடம் குறித்த ஆய்வுரைகள் ஆகியனவும் என் தேடலில் தட்டுப்படவில்லை. ஒருவேளை அவை எழுதப்படாமலே போயிருக்கலாம்.

எல்லிஸ் திட்டத்தின் மையப்பகுதி தமிழ் மொழி-இலக்கியம் குறித்த ஆய்வாகும். அவர் இதைத் திராவிட மொழிச் சட்டகத்துக்குள் ஒப்பிட்டு விரிவாக எழுத எண்ணியிருந்தார் எனத் தெரிகிறது. கல்லூரியை அவர் நிறுவியதும் கல்லூரி அச்சகம் துண்டுதுண்டாக அவரது ஆய்வுரைகளை வெளியிட்டதும் இதற்கான வெள்ளோட்டமேயாகும்.

தமிழ் மொழி, இலக்கியத்தை மையப்படுத்தி, அதனோடு தொடர்புடைய மொழி, இலக்கியங்களை ஒப்பிட்டுக் காணும் இந்த ஆய்வுத்திட்டம் எல்லிஸிடத்து மெல்லமெல்ல அரும்பி மலர்ந்ததாகும். 1800இல் சென்னை அரசுக்கு எல்லிஸ் எழுதிய கடிதங்களில் (MPC, 2–5–1800, 27–6–1800) இதற்கான வித்தைக் காண முடிகிறது. மராத்தி, தெலுங்கு அல்லது 'மலபார்' (அதாவது தமிழ்) மொழிகளுக்கான இலக்கணம், அகராதி தயாரிப்பதற்கான முன்வரைவுகளை அரசு வரவேற்ற சமயத்தில், இந்தியாவுக்கு வந்து நான்காண்டுகளே ஆகியிருந்த நிலையில், எல்லிஸ் துணிச்சலாகத் தமிழ் இலக்கணம், அகராதி தயாரிப்பதற்கான முன்வரைவை அனுப்பியிருக்கிறார். அரசு அதைப் பாராட்டி வரவேற்றாலும், முதலில் அவர் மலபார் மொழித் தேர்வில் வெற்றி பெற வேண்டும் என்றது. இதை அவர் ஏற்கவில்லை. தேர்வு எழுதியதாகவும் தெரியவில்லை. அந்தச் சமயத்தில் அவரது தமிழ் அறிவு முழுமை பெறவில்லை. "தமது படிப்பு கோட்பாடு (theoretical) சார்ந்து இருந்ததேயன்றிச் செயல்பாடு (practical) சார்ந்ததாக இல்லை" என்றே எல்லிஸ் கூறுகிறார். இது குறித்த அவரது விளக்கம் வருமாறு:

> கோட்பாட்டில் பயிற்சி பெற்றால் ஒன்று அல்லது பல மொழிகளைக் கற்றுக்கொள்ளலாம் என்கிற எண்ணத்தால்

உந்தப்பட்டிருந்தேன். மேலும், ஒரு குறிப்பிட்ட இந்திய மொழியோடு நிறுத்திக்கொள்ளாது, இந்திய மொழிகளைக் குறித்துப் பொதுவாக அறிந்துகொள்வது நல்லது என்றும் கருதியிருந்தேன். இந்த மொழிகள் ஒன்றோடொன்று தொடர்புடையன; ஒரு சில தொடர்கள், வாக்கியங்களில் உள்ள வேறுபாடுகளைத் தவிர்த்துவிட்டால் ஒன்றன் இலக்கண அறிவு மற்றதைப் புரிந்துகொள்ள உதவும். காட்டாக, மலபார்–ஜெண்டூ மொழிகளுக்கிடையே (தமிழ், தெலுங்கு) மொழிபெயர்க்கும்போது ஆயிரத்தில் ஓரிடத்தில்கூட ஒரு சொல்லின் வருகையை மாற்றத் தேவையிராது *(MPC, 27–6–1800)*.

தெலுங்கிற்கும் தமிழுக்கும் நெருக்கம் இருப்பதை அறிந்த காரணத்தால், தமிழ் மொழியில் முழுமையான அறிவு பெற ஒப்பீட்டு மொழியறிவு உதவும் என்று கோட்பாட்டளவில் அவர் இந்தக் காலகட்டத்தில் கருதியிருக்கிறார். எல்லிஸின் இந்தப் பெருந்திட்டம் ஐரோப்பாவில் செயல்பட்டுக்கொண்டிருந்த மொழிகளும் தேசங்களும் திட்டத்தின் உடனடி விளைவு எனலாம். இது போல ஒரு திட்டத்தை எல்லிஸ் துணையோடு லெய்டன் மேற்கொண்டிருந்ததை முன்பே சுட்டிக்காட்டினேன். ஆனால் இரண்டு திட்டங்களும் இரு வேறு மனநிலைகளின் வெளிப்பாடுகளாகும். இந்தப் பெருந்திட்டத்தை விரைந்து செய்ய வேண்டும் என்பது லெய்டனின் ஆர்வம். தமிழை ஆழமாகப் படித்து, அதை மையப்படுத்தி, தென்னிந்திய மொழிகளையும் தேசப்பகுதிகளையும் ஒப்பிட்டு விரிவாக எழுத வேண்டும் என்பது எல்லிஸின் திட்டம்.

எனக்கு நாற்பது வயது நிறையும்வரை நான் எதையும் வெளியிடுவதில்லை என்று பல ஆண்டுகளுக்கு முன்பே தீர்மானித்துவிட்டேன். இந்த ஆண்டு முடியும்வரை அந்த வயது நிறைவடையாது. இலக்கியப் படைப்பு என்கிற நிலையில் நான் அச்சிட்டுள்ள ஒன்றே ஒன்று தெலுங்கு பற்றியது. அதை உனக்கு அனுப்புகிறேன்

என்று *24–3–1817* தேதியிட்ட கடிதத்தில் எல்லிஸ் குறிப்பிடுகிறார். இந்த முடிவு எவ்வளவு துரதிருஷ்டமானது என்பதை அவரது எதிர்பாராத மறைவும் முழுமை பெறாத திட்டங்களும் காட்டுகின்றன. இவரது மறைவு, எர்ஸ்கின் சொல்லுவது போல, “இந்திய இலக்கியத்திற்கு, சிறப்பாகச் சென்னைக்கு மாபெரும் இழப்பாகும்.” இந்தத் தீர்மானமும் அவரது அகால மறைவும் தமிழ் இலக்கிய வரலாற்றை மையப்படுத்திய அவரது விரிவான ஆய்வுப்பணி முடிவு பெறாமல்போவதற்குக் காரணமாயின.

அவர் வெளியிட்டிருந்தவை இந்தத் திட்டத்தின் விளிம்பேயன்றி மையம் அல்ல. அது முற்றுப்பெற்றிருப்பின் அது ஒரு மாபெரும் படைப்பாக இருந்திருக்கும் என்பதில் ஐயமில்லை.

இருப்பினும், எல்லிஸின் இந்தப் பெருந்திட்டம் தொடர்பாக அரசு ஆவணங்கள், தனியார் சேகரிப்புகள் உள்பட நமக்கு இப்போது கிடைக்கும் சில தரவுகள் இத்திட்டம் குறித்து அறிந்துகொள்ள உதவுகின்றன. தெலுங்கு, மலையாளம் குறித்த வெளியீடுகள், தமிழ் குறித்த ஆய்வுரையின் முன்வரைவு ஆகியன கல்லூரித் தொகுப்புகளிலிருந்து எலியட்டால் கண்டெடுக்கப் பட்டு, ஜி.யூ. போப்புக்குத் தரப்பட்டு, அவரால் ஆக்ஸ்போர்டு நூலகத்திற்கு அளிக்கப்பட்டன. ஆய்வுத்திட்டத்தின் போக்கு குறித்து அறிந்துகொள்ள இந்த முன்வரைவு உதவுகிறது. மேலும் தமிழ் யாப்பியல் குறித்த கையெழுத்திலுள்ள நீண்ட கட்டுரைகளையும் அவர் பாதுகாத்துள்ளார். அவற்றில் இரண்டு வடிவங்கள் பிரிட்டிஷ் நூலுகத்திலுள்ள எலியட் தொகுப்புகளில் உள்ளன. இந்தப் பணி நன்கு முடிந்துள்ளதாக எர்ஸ்கினுக்கு எழுதிய கடிதத்தில் எல்லிஸ் குறிப்பிட்டிருக்கிறார். இந்நூலிறுதியிலுள்ள சான்றுப் பட்டியலில் எல்லிஸின் படைப்புக்கள் எல்லாவற்றையும் தந்துள்ளேன். அவற்றுள் பல அவரது மறைவுக்குப்பின் வெளிவந்தவையாகும். அவரது வாழ்நாளில் முன்பே குறிப்பிட்டிருந்த காம்பெல்லின் தெலுங்கு இலக்கண நூலில் வெளிவந்த, ‘முன்னுரைக்கு ஒரு குறிப்பு’ என்ற ஆய்வுரையோடு, வில்க்ஸின் ‘தென்னிந்திய வரலாற்று வரைவுகள்’ *(Historical Sketches of the South of India)* என்ற நூலின் பின்னிணைப்பாகச் சேர்க்கப்பட்ட, மனு தர்மத்தின் எட்டாவது இயலின் *239, 243*வது பாடல்களுக்கான எல்லிஸின் குறிப்பு *(Note by Mr. Ellis, on the 239th and 243rd Verses of the Eighth Chapter of Manu)* என்பதும் வெளிவந்தது *(1810)*. இந்தக் குறிப்பு கீழ்த்திசைக் கொடுங்கோன்மைக் *(Oriential Despotism)* கோட்பாட்டை மறுத்தும், பழங்கால இந்தியாவில் தனியார் நிலவுடைமை இருந்தது என்பதை ஆதரித்தும் விவாதித்தது. இதே போன்ற மற்றொரு படைப்பு *1818*இல் வெளியான ‘மிராசுதார் உரிமை குறித்த ஆய்வுரை’ ஆகும். இது வெளியிடுவதற்காகத் தயாரிக்கப்பட்டதன்று; மிராசுதார்கள், விவசாயிகள் ஆகியோரின் நில உரிமை குறித்த சில வினாக்களுக்கும் ஐயங்களுக்கு விடைதரும்வண்ணம் எழுதப்பெற்று, வருவாய்த்துறைக்கு அளிக்கப்பட்டதாகும். எல்லிஸும் சங்கரய்யாவும் இணைந்து இதை எழுதினர். பல நூல்கள், கல்வெட்டுக்கள், நிலப்பதிவு ஆவணங்கள் முதலியவற்றிலிருந்து பல பகுதிகளை மொழிபெயர்த்து, உரிய குறிப்புக்களோடு அமைந்த சிறந்த படைப்பு இது. இதன்

சிறப்பைக் கருதி வருவாய்த்துறை இதை நூலாக வெளியிட்டது. எல்லிஸ் இறக்கும் தறுவாயில் உருவான மற்றொரு படைப்பு கல்லூரி அச்சகத்திலிருந்த அவரது குறிப்புரையுடன் கூடிய முற்றுப்பெறாத திருக்குறள் மொழிபெயர்ப்பாகும். இது மாணவர் பயன்பாட்டிற்குரியது எனினும், தமிழ் இலக்கிய வரலாறு குறித்த பெருந்திட்டத்தின் ஒரு பகுதியாகவும் திகழ்கிறது. இதன் நகல்கள் கிடைத்ததால் இது ஜி.யூ. போப் பதிப்பில் சேர்க்கப்பட்டது. எல்லிஸ் முடிக்காது விட்ட நாலடியார் மொழிபெயர்ப்பை ஜி.யூ. போப் நிறைவு செய்தார்.

1822இல் கல்கத்தா ஆசியக் கழகத்தின் *Asiatic Researches* என்ற இதழில் எல்லிஸின் மற்றொரு கட்டுரை வெளிவந்தது. இக்கட்டுரை அக்கழகத்திலும் பின்னர் பம்பாய் இலக்கியக் கழகத்திலும் பல ஆண்டுகளுக்கு முன்பே படிக்கப் பெற்றது. இது யசுர் வேதம் பற்றிய ஒரு அருமையான ஆய்வுக்கட்டுரையாகும். கடவுளைப் புரிந்துகொள்ளுதல் என்பது கிறித்தவர்களுக்கு மட்டுமே உரியதன்று என்பதை விளக்க இந்த நூலை வால்டேர் எடுத்துக்காட்டியதால் ஐரோப்பாவில் இது நன்கு அறியப்பட்டிருந்தது. ரோமன் எழுத்துக்களில் எழுதப்பட்டுள்ள தவறான சமஸ்கிருதத்தாலான இந்த அதிசய நூல் மதுரை சேசு சபை நூலகத்தில் இருந்தது. இந்த நூல் கிறித்தவச் சமயப் பணியாளரின் குறும்புத்தனத்தின் வெளிப்பாடாகும் எனத் தம் ஆய்வுரையில் எல்லிஸ் விரிவாக எழுதி நிறுவியுள்ளார். இது ராபர்டு டி நொபிலியின் வேலையாக இருக்கலாம் என்றும் கருதினார். சமயப்பணியாளரின் புனைவை வெளிப்படுத்தியதோடு, இவ்வகை ஆர்வத்தைக் காட்டும் வகையில் தமது கோவைசூரி புராணத்தையும் *(The Legend of the Cow-Pox)* அமைத்தார்.

பிற வெளியீடுகள்: தென்னிந்தியாவில் ஏற்கப்பட்ட சமஸ்கிருத சட்ட நூல்கள் குறித்த நீண்ட கட்டுரை. இது சென்னை இலக்கியக் கழகத்தில் அவர் ஆற்றிய சொற்பொழிவின் சுருக்கமாகும்; எலியட் பதிப்பித்த கொச்சி யூதர் சமுதாயத்தின் கொடை பற்றிய செப்புப்பட்டயங்களின் மீதான ஆய்வுரை ஆகியவை. இந்த ஆய்வுரையைக் கல்லூரியிலிருந்த பழைய தாள் குவியல்களிலிருந்து தாம் எடுத்ததாக எலியட் கூறுகிறார் *(Ellis, 1844)*.

வெளிவராத சில படைப்புக்களும் உள்ளன. ஜென்னர் *(Jenner)* என்பவரால் தடுப்பூசி கண்டுபிடிக்கப்பட்டு, அப்போதுதான் சென்னையில் அறிமுகமாயிருந்த வைசூரி (பெரியம்மை) நோய்க்கான மருந்து குறித்து எல்லிஸ் தமிழில் எழுதி ஆங்கிலத்தில் மொழிபெயர்த்த, *The Legend of the Cow-*

Pox என்பது அவற்றுள் ஒன்று. இந்த மொழிபெயர்ப்புப் படி எர்ஸ்கின், லெய்டன் தொகுப்புக்களில் உள்ளது. தேவதையும் தன்வந்திரியும் உரையாடுவதாக அமைந்துள்ள இது, படிக்க ஆர்வமூட்டுவது. இந்த ஊசி மருந்து நோயால் பாதிக்கப்பட்ட பசுவின் முலைக்காம்பிலிருந்து வந்தது என்றும், அது பஞ்சகவ்யத்தை அடுத்த ஆறாவது என்றும், மனித குலத்தை இந்த அச்சம் தரும் நோயினின்று காக்கப் பசு தந்தது என்றும் தேவதை கூறுகிறது. அம்மை நோய்க்கான இந்த ஊசி மருந்தின் நன்மையை மக்களுக்கு எடுத்துக்காட்டும் நோக்கில் இந்தியத் தத்துவ மரபும் பிரிட்டிஷ் சிகிச்சை முறையும் கலந்து இந்த நூல் எழுதப்பட்டுள்ளது. இந்த நூலை எல்லிஸ் தம் நண்பர்களுக்கு அனுப்பியிருந்தார். அவர்கள் இதைப் பாதுகாத்துள்ளனர். இதன் தமிழ் மூலத்தை என்னால் கண்டுபிடிக்க முடியவில்லை. வேறு சில தமிழ் நூல்களையும் எழுதியதாகக் குறிப்பிடும் எல்லிஸ் அவை பற்றிய விவரம் தரவில்லை. தமிழகத்தில் நன்கு அறியப்பட்டிருந்த பெஸ்கியை இவர் ஒரு வேளை பின்பற்றியிருக்கக்கூடும்.

இறுதியாக, தமிழ்நாடு ஆவணக்காப்பகத்திலுள்ள, அரசு ஆவணங்கள், பிரிட்டிஷ் நூலகக் கீழ்த்திசையியல் மற்றும் இந்தியா அலுவலகத் தொகுப்புக்கள், வரிவிதிப்பு, சாராயம், கள், புகையிலை, சுங்கவரி, சாலைப் பராமரிப்பு, நில ஆக்கிரமிப்பு போன்ற சிலவற்றைப் பற்றிய வறட்சியான குறிப்புக்களுக்கிடையே அறிவு சான்ற சில ஆவணங்களும் (மிராசுதாரர் உரிமை குறித்த ஆய்வுரை (MBR, 5-1-1818) இவற்றுள் ஒன்று) உண்டு. தமிழகத்தில் நிலவிய நிலவுரிமை முறை குறித்து பல நடவடிக்கைக் குறிப்புக்களை எல்லிஸ் எழுதியுள்ளார். தென்னிந்தியாவிலிருந்த வலங்கை – இடங்கை பிரிவுகளைப் பற்றி ஆகம நூல்களிலிருந்து ஏராளமான மேற்கோள் தந்து எழுதியுள்ளார். அப்போது நிலவிய சாதிப் பாகுபாடுகள் குறித்தும், அவற்றின் தோற்றம் குறித்தும் சில கருத்துக்களை அதில் துணிந்து கூறியுள்ளார் (MPC, 6 March 1820; Brimnes, 1999). இவற்றிலெல்லாம் முக்கியமானது மொழி குறித்த அவரது கருத்தும், அதற்குத் தீர்வுகாண அவர் நிறுவிய புனித ஜார்ஜ் கோட்டைக் கல்லூரியும்தான். அக்கல்லூரி குறித்து இனிக் காண்போம்.

4
கல்லூரி

தென்னிந்தியாவைப் பற்றிய புதிய அறிவைக் கண்டுபிடித்த முக்கிய நபர்களை அறிமுகப் படுத்திக்கொண்ட நாம், அவர்கள் செயல்பட்ட களமான புனித ஜார்ஜ் கோட்டைக் கல்லூரியை இனி ஆராய்வோம். அக்கல்லூரியின் முழு வரலாற்றை எழுத வேண்டியது இன்றியமை யாதது. ஆனால் இவ்வியல் திராவிடச் சான்றுக்கும் அந்நிறுவனத்திற்குமான ஆய்வாக மட்டுமே அமைகிறது. கல்லூரி தொடங்கப்பட்ட 1812 முதல் எல்லிஸ் மறைந்த 1819 வரை என்ற கால வரையறையை இவ்வியல் கொண்டுள்ளது.

கல்லூரி தோன்றுமுன் சென்னை

புனித ஜார்ஜ் கோட்டைக் கல்லூரி 1812இல் நிறுவப்பட்டது. எல்லிஸ் தாம் உருவாக்கிய இக் கல்லூரியின் கண்காணிப்புக்குழுவில் மூத்த உறுப்பினராக இருந்து, தம் வாழ்நாள் முழுவதும் அதன் வளர்ச்சியில் ஆழ்ந்த கவனம் செலுத்தி தம் அறிவையும் ஆற்றலையும் அதற்காகப் பயன்படுத்தி னார். அவரது கண்ணின் பாவையாக இருந்த கல்லூரி, அவரது எண்ணங்களையும் ஆசைகளையும் நிறைவேற்றியது. சென்னை மாவட்டத்தின் முழுநேர ஆட்சியராக செயல்பட்டபோதிலும் அவரது முழுக் கவனமும் இதில்தான் இருந்தது. கல்லூரியில் அறைகள் பெற்று, தம் நூல்களை எல்லிஸ் அங்குதான் வைத்திருந்தார். இதன் காரணமாக, அவர் மறைந்தபொழுது ஆட்சியர் அலுவலகத்தில்

அரசு ஆவணங்கள் குறைவாகவே காணப்பட்டன. மேலும், எல்லிஸ் தமது ஆய்வுப்பணிகளையும் இந்த அறைகளிலிருந்தே மேற்கொண்டார் எனக் கருதவும் இடமுண்டு (MDR, 29-5-1819, nos. 215, 256). இந்தக் கல்லூரியிலுள்ள அச்சகம்தான் அவரது திராவிடச் சான்று குறித்த கருத்து வெளிப்பாட்டுக்கும் காரணமாக அமைந்தது. அதை அறிவதற்கு முன், கல்லூரியின் செயல்பாடு குறித்துத் தெரிந்துகொள்வோம்.

பிரிட்டிஷ் காலத்துச் சென்னையில் அன்று நிலவிய மொழிச் சிக்கலுக்குத் தீர்வு காண்பதற்காகவே இக்கல்லூரி பற்றிய சிந்தனை முதலில் எழுந்தது. எனவே, கல்லூரியின் தோற்றத்துக்கு முன் சென்னையின் மொழி நிலவரம் என்ன என்பதைச் சுருக்கமாகவேனும் அறிந்துகொள்ள வேண்டும். 1639 முதல் கிழக்கிந்தியக் கம்பெனியின் கட்டுப்பாட்டில் சென்னை இருந்துவந்தது. அதன் பணியாளர்கள் அன்று தொட்டு அங்கு வணிகம் நடத்திவந்தனர். ஆனால், தென்னிந்திய மொழிகளுக்கான இலக்கணமோ அகராதியோ தயாரிப்பதில் அவர்கள் கவனம் செல்லவில்லை. சேசு சபைப் பாதிரிமார்கள் ஐரோப்பியர் பயன்பாட்டுக்கெனத் தயாரித்திருந்த இம்மொழிகளுக்கான சில அகராதிகளும் இலக்கணங்களும் கையெழுத்துப்படிகளாகவே உலவிவந்தன. இந்திய துபாஷிகள் ('இருமொழியாளர்'; ஆனால் இவர்கள் வெறும் மொழிபெயர்ப்பாளர்களாக அல்லாமல் முகவர்களாகவே செயல்பட்டனர்.) மூலம் தன் பணியைக் கம்பெனி செய்துவந்தது. தங்கள் திறமையைப் பயன்படுத்தி, தங்கள் காரியங்களைச் சாதித்துக்கொண்டு, தனித்த செல்வாக்குடன் துபாஷிகள் விளங்கினர். இந்தப் பணிக்கென வருபவர்களுக்கு உதவும்வகையில் பிராமணர்கள் ஆங்கிலப் பள்ளிகளை நடத்தினர். ஆங்கிலேயர்கள், இந்துஸ்தானி அல்லது போர்த்துகீஸ் மொழியைக் கற்க வேண்டியிருந்தது. கடற்கரைப் பகுதியில் போர்த்துகீஸ் வணிகமொழியாக இருந்ததோடு பல இந்திய மொழிகளுக்குத் தனது சொற்களைக் கடனாகவும் வழங்கியது. பதினெட்டாம் நூற்றாண்டில் அரசியல் தேவைகளுக்காகப் பாரசீக மொழி பயன்படுத்தப்பட்டது. முகலாயப் பேரரசுடன் கம்பெனிக்கு உறவு இருந்ததால் பாரசீகமும் இந்துஸ்தானியும் வழக்கிலிருந்தன. கிழக்கிந்தியக் கம்பெனி சென்னையைக் கைப்பற்றிய தொடக்க காலத்தில் திராவிட மொழிக் கல்வியில் கவனம் செலுத்தவில்லை. அடுக்களை, தோட்டம், படுக்கையறை தொடர்பான சில சொற்களையும் தொடர்களையும் மட்டும் அவர்கள் தெரிந்துவைத்திருந்தனர். தென்னிந்தியாவில் வழங்கும் மொழிகளின் பெயர்களைக்கூட அவர்கள் சரிவர அறிந்திருக்கவில்லை. தமிழ், தெலுங்கு ஆகியவற்றை முறையே

மலபார், ஜெண்டூ என்றே வழங்கினர். ஏறத்தாழ 1800 வரை இந்நிலையே நீடித்தது.

கிழக்கிந்தியக் கம்பெனி பொறுப்பிலிருந்த பிற பகுதிகளிலும் இதே நிலைதான். 1757இல் முகலாயரைத் தோற்கடித்து ஆட்சியதிகாரத்தைக் கம்பெனி கைப்பற்றியபொழுது நிலைமை மாறியது. வங்காளத்தில் வணிகம் செய்ய ஆங்கிலேயர் முகலாயரிடமிருந்து அனுமதி பெற்றிருந்தபோதிலும் (1634) வணிக நடைமுறை அரசு நடைமுறையாக மாறியபோது வங்காள மொழியறிவு தேவைப்படவே 1788இல் வங்காளி இலக்கணம் வெளிவந்தது. வங்கநாடு தனக்கென ஒரு மொழியைக் கொண்டுள்ளது என்பதோ, இந்தியா முழுவதும் பரவியிருப்பதாகக் கற்பனை செய்துகொள்ளப்பட்ட மூர் அல்லது உருது மொழியிலிருந்து அது வேறுபட்டது என்பதோ அன்றைய ஐரோப்பாவில் மிகமிக அரிதாகவே அறியப்பட்டிருந்தது என்கிறார் இந்த இலக்கண நூலை எழுதிய ஹால்ஹெத் (*Halhed 1788: ii*). இந்தியா வந்த ஐரோப்பியர் தங்களது தேவை கருதித் தங்கள் தொடர்பை முஸ்லிம் பணியாளர்களோடு மட்டும் நிறுத்திக்கொண்டதால், அவர்களிடமிருந்து உருதுமொழிச் சொற்களைக் கற்றுக்கொண்டனர். பணியாளர்கள் தரத்திற்கேற்ப உருதுவும் அமைந்திருந்தது. மேலும் இது வங்காளத்திலோ, இந்தியாவின் பிற பகுதியிலோ மக்களுக்குப் புரியாத மொழியாகவும் இருந்தது. முஸ்லிம்கள் மற்றும் அயலவர் அடிக்கடி வரும் நகரங்களில் மட்டும் இது பயன்பாட்டிலிருந்தது. இந்தியாவெங்கும் உருது வழங்கிவந்தது என்கிற ஐரோப்பாவில் நிலவிய பொதுக்கருத்துக்கு மாறான உண்மை நிலை இது.

'வங்காள மொழியின் இலக்கணம்' (*A Grammar of the Bengal Language*) என்ற ஹால்ஹெத் நூலிலுள்ள முகவுரை மிகவும் முக்கியமானதாகும். சமஸ்கிருதம் பற்றியும், அதற்கும் இந்தியா, ஆசியா, ஐரோப்பாவில் வழங்கும் பிற மொழிகளுக்கு மிடையே காணப்படும் தொடர்பு பற்றியும் முதன்முதலாக ஆங்கிலத்தில் பேசிய நூல் இது. இந்த முகவுரை கல்கத்தா விலிருந்த கீழ்த்திசையியலார் கருத்துக்களின் வெளிப்பாடாகும். "இந்திய இலக்கியத்தின் ஊற்று சமஸ்கிருதம். பாரசீக வளைகுடாப் பகுதியிலிருந்து சீனக்கடலோரம்வரை வழக்கிலிருக்கும் மொழிகளின் தாய்; உயர் மதிப்பும் மிகுபழமையும் கொண்ட மொழி"; தற்போது பிராமணர்களின் நூலகங்களுக்குள் அடங்கிக்கிடந்தாலும், "ஒரு காலத்தில் கீழைத்தேயமெங்கும் புழக்கத்திலிருந்தது" என்பனவே அக்கருத்துகள். ஆசியாவின் ஒவ்வொரு பகுதியிலும் இதன் சுவட்டைக் காணலாம். பாரசீகம், அரபு மொழிச் சொற்களோடு மட்டுமல்லாது கிரேக்கம்,

இலத்தீன் சொற்களோடும் சமஸ்கிருதத்துக்குள்ள உறவைக் கண்டு ஹால்ஹெத் வியப்படைந்தார். இந்தச் சொல்உறவு உயர் நாகரிகத்தை வெளிப்படுத்தும் கலைச்சொல், உருவகம் ஆகியன சார்ந்ததாக மட்டுமில்லை; அப்படியிருப்பின் அது கடன்சொற்கள் என விளக்கப்படலாம். ஆனால், இந்த உறவு "நாகரிகத்தின் தோற்றக் காலத்தோடு தொடர்புடையதாகக் கருதப்படும் ஓரசைச்சொற்கள், எண்ணுப்பெயர்கள் முதலான அடிப்படைச் சொற்களோடு தொடர்புடையது." முதல் இயலில் நான் விளக்கியுள்ள சொற்பட்டியலை மையப்படுத்திய கோட்பாட்டுடன் இக்கருத்து தொடர்புடையதாகும். அசாம், நேபாளம், கஷ்மீர், பூடான், திபெத் ஆகிய இடங்களில் காணப்படும் நாணயங்கள், முத்திரை எழுத்துகள்வரை இது நீள்கிறது. மற்றொரு கருத்து, சமஸ்கிருத நெடுங்கணக்கு முறை. இரண்டாம் இயலில் இது பற்றி விளக்கியுள்ளேன். "இந்த முறை உலகின் மற்ற பகுதிகளிலுள்ள நெடுங்கணக்கு முறையிலிருந்து வேறுபட்டுள்ளது. மொழிகளுக்குள் உறவு இல்லையென்றாலும், எழுத்து வடிவங்களில் மாற்றமிருந்தாலும் இந்தச் சிறப்பான முறை கீழைத்தேய நாடுகளின் பெரும் பகுதியில் – சிந்து வெளியிலிருந்து பெகு வரை – வழக்கிலிருந்தது. இந்த எழுத்துமுறை ஒரே மூலத்திலிருந்து தோன்றியிருக்க வேண்டும் என்கிற கருத்தை இது வலியுறுத்துகிறது." இது ஓரளவு சரியானதே. ஆள் பெயர், இடப்பெயர், பட்டப் பெயர்கள் சமஸ்கிருத அடையாளத்தைக் காட்டி நிற்கின்றன. தாய்லாந்து, இந்தோனேசியாவில் வழக்கி லுள்ள ஆள் பெயர்கள் இதற்குச் சான்று. இந்த ஒப்புமைகளால் உந்தப்பெற்ற ஹால்ஹெத் எகிப்தியர் பண்டைய இந்தியப் பிராமணரிடமிருந்து அறிவியலையும் கல்வியையும் பெற்றதாகச் சொல்லும் அளவுக்குச் சென்றுவிடுகிறார்.

சமஸ்கிருதத்தில் வினையடிகள் மூலப்பெயர், சொற்கள், இடைச்சொற்கள் ஆகிய மூன்றும் அடிப்படையான பகுதி களாகும். ஹால்ஹெத் சமஸ்கிருத வியாகரண விதிகளை நன்கு அறிந்திருந்தார். வினையடிகளோடும் பெயர்களோடும் இந்த விதிகளைப் பொருத்தி விரிவுபடுத்தவும் சீர்படுத்தவும் இலக்கணியர் அறிந்திருந்தனர் என்கிறார். ஓரசையை, ஓரெழுத்தைக்கூட விதிகளின்றி மாற்ற முடியாது. பால், எண், வேற்றுமை, காலம் முதலியவையும் முறைப்படி அமைக்கப்படுகின்றன. இதற்கு நினைவாற்றல் உதவுகிறது. அவர் அடுத்துச் சொல்லவருவது முக்கியமானது, "இந்திய மொழியியல் ஒருமைப்பாடு" *(linguistic unity of India)* எனும் கருத்தின் வெளிப்பாடான இது, கல்கத்தாவில் ஆதிக்கம் செலுத்தியது. இந்தத் தவறான பார்வைக்கு எதிராக, திராவிடச் சான்று தனக்கென ஒரு பாதையை அமைத்துக் கொண்டது.

இந்தியாவெங்கும் வழக்கிலுள்ள மொழிகளில் காணப் படும் இயற்சொற்கள் அனைத்தும் சமஸ்கிருதத்தின் இந்த மூன்று மூலப்பிரிவுக்குள் (வினை, பெயர், இடைச் சொல்) அடங்கும் என்பது கடுமையான உழைப்போடு கூடிய ஆய்வால் கண்டு சொல்லத்தக்கதேயாகும். சமஸ்கிருதத்தோடு தொடர்பில்லாத சொற்கள் அயல் மொழிகளிலிருந்து கடன் வாங்கிய சொற்களாகும் என்பது என் கருத்து. இந்தக் கொள்கையின் அடிப்படையில் நேரிய முறையில் ஆய்வு செய்தால் அது பல கலைகள், அறிவியல்களின் முதல் கண்டுபிடிப்பு குறித்த புதிய ஒளியைப் பாய்ச்சும். மொழிநூல் ஆய்வுகளின் சுரங்கத்தைத் திறந்து காட்டும்.

ஒவ்வொரு இந்திய மொழி இயற்சொல்லும் சமஸ்கிருத மூலத்தை உடையது என்பதும், மற்றவை அயலக வரவு என்பதும் சமஸ்கிருதத்தின் என்றும் அழியாத்தன்மை குறித்த பண்டிதர் மரபின் கருத்தாக்கமாகும். வங்காள வெற்றிக்குப்பின் கிழக்கிந்தியக் கம்பெனி வணிகத்திலிருந்து ஆட்சி அதிகாரத்துக்கு மாறிய சூழல் ஏற்பட்டதும், குடியேற்ற ஆட்சியைத் தக்கவைக்கும் நோக்கில் மொழிப் படிப்பு வளர்த்தெடுக்கப்பட்டது. இதை வலுப்படுத்தப் பல்கலைக்கழகக் கல்வி பெற்றிருந்த ஹால்ஹெத், ஜோன்ஸ் போன்ற அறிஞர்கள் இந்தியாவுக்கு வரவழைக்கப்பட்டனர். ஐரோப்பியரது உயர் பண்பாட்டின் பகுதியான மொழி – தேசம் என்ற திட்டத்தைக் கையிலெடுத்துக்கொண்டு அவர்கள் இங்கு வந்தனர். இந்தப் பண்பாட்டை உலகெங்கும் பரப்பக் குடியேற்ற நாடுகளில் உள்ள நிறுவனங்களை அவர்கள் பயன்படுத்த முற்பட்டனர். இதை முன்பு கத்தோலிக்கப் பாதிரிமார்கள், குறிப்பாக சேசு சபையினர் செய்துவந்தனர். கல்கத்தாவிலிருந்த கீழ்த்திசையியல் நிறுவனம் ஒன்றோடொன்று தொடர்புடைய மூன்று அமைப்புகளைக் கொண்டிருந்தது. 1.அரசு (குறிப்பாக, இந்து, இசுலாமியர் சொத்துரிமை தொடர்பான தர்மசாத்திரம், ஷரியத் நூல்களை அடியொற்றிய சட்டப் பிரிவுகளைக் கவனித்துக்கொள்ளும் நீதிமன்றங்கள்), 2.கல்விக்கழகம், 3.கல்லூரி. ஆசியக் கழகம் 1784இலும், வில்லியம் கோட்டைக் கல்லூரி 1804இலும் நிறுவப்பட்டன. இந்திய அரசுப் பணிகளுக்கென வரும் பயிற்சியாளர்களுக்கு இந்திய மொழிகளைக் கற்பிக்க இக்கல்லூரி நிறுவப்பட்டது. கோல்புரூக் போன்ற கீழ்த்திசையியலார் இங்குக் கற்பித்தனர். எல்லிஸ், எர்ஸ்கின் ஆகியோர் முயற்சியால் சென்னையிலும் பம்பாயிலும் கல்லூரிகளை நிறுவ இந்தக் கல்லூரியே முன்மாதிரியாக இருந்தது.

வில்லியம் கோட்டை கல்லூரியை நிறுவியவர் வங்காள ஆளுநர் வெல்லெஸ்லி (*Marquess Wellesley*). இதை அவர், 'கிழக்குப் பல்கலைக்கழகம்' என்று அழைத்தார். இங்கிலாந்திலிருந்துவரும் எழுத்தர்கள் இந்தக் கல்லூரியில் மூன்றாண்டுகள் தங்கிப் படித்து அதன்பின் வங்காளம், சென்னை, பம்பாய் ஆகிய இடங்களில் பணிக்குச் சேர வேண்டும். அரபு, பாரசீகம், சமஸ்கிருதம் ஆகிய மூன்று செம்மொழிகளும், இந்துஸ்தானி, வங்காளி, மராத்தி, தெலுங்கு, தமிழ், கன்னடம் ஆகிய ஆறு நவீன மொழிகளும் அங்கு கற்பிக்கப்பட்டன. இந்திய மொழிக் கல்வி, அதற்கான இலக்கணங்கள், அகராதிகள் தயாரித்தல் முதலியவற்றுக்கான மையமாகக் கல்கத்தா செயல்பட வேண்டும் என்பதே முதன்மை நோக்கமாக இருந்தது.

இலண்டனிலுள்ள இயக்குநர் குழுவின் முன்அனுமதியின்றி, கல்கத்தாவில் இந்தக் கல்லூரி, ஆளுநரின் சொந்த முயற்சியால் உருவாக்கப்பட்டது. இதை இயக்குநர் குழு ஏற்கவில்லை. அதற்கு இரண்டு காரணங்கள் 1. இயக்குநர் குழு வரம்பு மீறிய அதிகார பலத்தை அனுபவித்ததோடு, இந்தியாவுக்குச் செல்ல விரும்பும் இளம் பணியாளர்களின் பெற்றோர்களிடமிருந்து ஏராளமான தொகையையும் கறந்தனர் 2. சார்ல்ஸ் கிராண்ட் (*Charles Grant*) தலைமையிலான குழுவின் பரிந்துரை. இக்குழு, இவ்வகைப் பணியாளர்களுக்கான ஒரு பள்ளியை இங்கிலாந்தில் அமைக்க வேண்டும் என்றது; பிரிட்டிஷ் நாட்டுப்பற்றும், ஆங்கிலத் திருச்சபையில் பற்றும் கொண்ட நல்லதொரு கல்வியை அவர்கள் பெற இது உதவும் என்றும், அந்தக் கல்வி இந்தியாவில் இவர்கள் எதிர்கொள்ளவிருக்கும் ஒழுங்கற்ற/முறைகேடான சிலவற்றைச் சமாளிக்க உதவும் என்றும் பரிந்துரைத்தது. இதன் பலனாகக் கிழக்கிந்தியக் கல்லூரி முதலில் ஹெர்ட்ஃபோர்டு கோட்டையில் (*Hertford Castle*) தொடங்கப்பட்டு, பின்னர் ஹெய்லிபரிக்கு (*Haileybury*) மாற்றப்பட்டது. முதலிரண்டு ஆண்டுகள் இளநிலை எழுத்தர்கள் இங்குப் பயில வேண்டும். அவர்களது பாடத் திட்டத்தில் பாரசீகம், இந்துஸ்தானி, வங்காளி, சமஸ்கிருத மொழிக் கல்வியும் இடம்பெற்றிருந்தது. இந்தக் கல்லூரி உருவாக்கத்தின் மூலம் அதுவரை கல்கத்தாவில் மட்டும் ஏகபோகமாக இருந்துவந்த கீழ்த்திசையியல் கல்வி, ஐரோப்பிய மண்ணிலும் நிறுவனமயப்பட்டது. அதுவரை, இந்திய மொழிகளை இந்திய ஆசிரியர்களே இந்தியாவில் கற்பித்துவந்தனர். அக்கல்வியைப் பெற்ற ஆங்கிலேயப் பணியாளர்கள்கூட ஓய்வுபெற்று இங்கிலாந்து சென்ற பின்னரும் இந்த மொழிகளைக் கற்பிக்க முன்வரவில்லை. எனவே, இந்தியப் பழமை குறித்த ஐரோப்பிய அறிவாக்கத்தின் ஒரே மையமாகக் கல்கத்தா

இருந்துவந்தது. இந்த ஏகபோகத்தன்மை கிழக்கிந்தியக் கல்லூரி தோற்றம் கண்டதும் சரிந்தது. அதோடு இலண்டனில் வேத்தியல் ஆசியக் கழகம் *(Royal Asiatic Society of London)* நிறுவப்பட்டதால் கல்கத்தாவிலிருந்த ஆசியக் கழகம் வங்காள ஆசியக் கழகம் *(Asiatic Society of Bengal)* எனப் பெயர்மாற்றம் கண்டது.

இதனால், கல்கத்தா வில்லியம் கோட்டைக் கல்லூரியின் முக்கியத்துவம் குறைந்தாலும், அது தன் பணியைத் தொடர்ந்து செய்துவந்தது. இச்சூழ்நிலை காரணமாக, கல்கத்தா, பம்பாய், சென்னை நிறுவனங்களுக்கிடையே சில முரண்பாடுகளும் தோன்றலாயின. 1812இல் சென்னையில் புனித ஜார்ஜ் கோட்டைக் கல்லூரியும் சென்னை இலக்கியக் கழகமும் தோன்றின. பம்பாயில் 1804இல் இலக்கியக் கழகம் தோன்றியது. சென்னையிலுள்ள கல்லூரியை ஒரு முன்மாதிரியாகக் கொண்டு பம்பாயில் ஒரு கல்லூரியை நிறுவ எர்ஸ்கின் முயன்றார். இந்த வரிசையில் கல்கத்தா ஒரு வழிகாட்டியாக அமைந்தது எனலாம்.

கீழ்த்திசையியல் திட்டத்தின் முன்னோடிகளாகச் சென்னையில் இருந்த மெக்கன்ஸியும் எல்லிஸும் ஆசியக் கழகத்தில் உறுப்பினர்களாக இருந்ததோடு *Asiatic Researches* என்ற அதன் இதழிலும் கட்டுரைகள் எழுதிவந்தனர். கல்கத்தா வாழ் கீழ்த்திசையியலாருக்கு எல்லிஸ் மதிப்பளித்தார். வில்லியம் ஜோன்ஸின் எழுத்துப்பெயர்ப்பு முறையைப் பின்பற்றினார். சான்றாக, *Teloogoo* என்பதை *Telugu* என எழுதியதையும் ஜோன்ஸின் குறியீடுகளை ஆங்காங்கே பயன்படுத்தியதையும் சுட்டலாம். கல்கத்தா ஆய்வுப்பணியை மதித்தாலும், தென்னகம் குறித்த அவர்களது கருத்துக்களை எல்லிஸ் விமர்சித்தார். வடக்கிற்குப் பொருந்துவதெல்லாம் தெற்கிற்கும் பொருந்தும் என்ற கல்கத்தா அறிஞர்களின் கருத்து அவருக்கு ஏற்புடையதாக இல்லை. இக்குறைபாட்டைக் களையும் நோக்கிலேயே அதன் கருத்தை ஏற்றும் விமர்சித்தும் ‘சென்னைக் கீழ்த்திசையியல் பள்ளி’ (இது நான் சூட்டிய பெயர்) ஒன்றை உருவாக்கும் எண்ணம் எல்லிஸிற்கும் மெக்கன்ஸிக்கும் தோன்றியதெனலாம். இந்த விமரிசனத்தின் முக்கியமான உதாரணம் காரேயின் *(William Carey)* தெலுங்கு இலக்கணம் (செராம்பூர் அச்சகம் வெளியிட்டது) குறித்ததாகும். இதற்கு மறுப்பாகச் சென்னைக் கல்லூரி வெளியிட்ட காம்பெல்லின் தெலுங்கு இலக்கணம் அமைந்தது. இந்த நூலிலுள்ள திராவிடச் சான்று, கல்கத்தா அறிஞர்களின் இந்திய மொழிகள்–தேசங்கள் பற்றிய கருத்தாக்கத்திலிருந்து சென்னை அறிஞர்கள் வேறுபடுவதைக் காட்டும் நல்ல சான்றாகத் திகழ்கிறது.

புனித ஜார்ஜ் கோட்டைக் கல்லூரி தொடங்குமுன் சென்னையில் நடைமுறையிலிருந்த ஐரோப்பியரின் இந்திய மொழிப் பயிற்சி குறித்து எல்லிஸ் எழுத்துக்கள்வழி அறிதல் பயனுள்ளதாக இருக்கும். இளநிலை அரசுப் பணியாளர்களுக்கான தேர்வுக்குழு 10–10–1811இல் அளித்த அறிக்கையில் கம்பெனி பணியாளர்களுக்கு இந்திய மொழிகளைக் கற்பிப்பது தொடர்பாக எடுக்கப்பட்ட நடவடிக்கைகளின் விரிவான வரலாற்றைக் காண முடிகிறது. இந்த அறிக்கையில் எல்லிஸ் கையொப்பமிட்டதோடு அதன் தயாரிப்பிலும் பங்காற்றினார் என்பது தெளிவாகிறது (MPC, 10–12–1811). இந்திய மொழித் தேர்வு குறித்து விரிவாகக் கூறும் இந்த அறிக்கை அதன் சிக்கல்களை ஆராய்வதோடு புனித ஜார்ஜ் கோட்டைக் கல்லூரி நிறுவுவதற்கான திட்டத்தையும் முன்வைக்கிறது.

சென்னை அரசாங்கம் 15–12–1797இல் இந்திய மொழிகளில் நற்புலமை பெறும் அரசுப் பணியாளர்களுக்கு ஓராயிரம் வராகன் பரிசளிக்கப்படும் என அறிவித்தது. இந்தக் குழு அதற்குப்பின் தேர்வு நடத்தி முடிவுகளை அறிவிக்க வேண்டும். இந்தப் பரிசுத்தொகை கணிசமானதாகும். ஓர் எழுத்தரின் மாத ஊதியத்தைவிட இருபது மடங்கு இது அதிகமாகும். கிழக்கிந்தியக் கல்லூரியில் இரண்டு ஆண்டுகள் படிப்பு முடித்துப் புதிதாக வரும் இளநிலை அரசுப் பணியாளர்களுக்குப் புனித ஜார்ஜ் கோட்டையிலிருந்த மதர்ஸாவில் இந்த மொழிப் பயிற்சி அளிக்கப்பட்டுவந்தது. இந்த ஏற்பாடு போதுமானதாக இல்லை என்று இந்தக் குழு கண்டது. இந்த அரசாங்கத்தைச் சார்ந்த பகுதிகளில் வழங்கும் பெரும்பயனுள்ள மொழிகளை, குறிப்பாகப் பெருவழக்கிலுள்ள இரண்டு மொழிகளான தமிழ், தெலுங்கு ஆகியவற்றைப் பயிலும் மாணவர்களைவிடப் பாரசீகம், இந்துஸ்தானி மொழி பயிலும் மாணவர் எண்ணிக்கை கூடுதலாக இருந்தது ஒரு பெருஞ் சிக்கலை ஏற்படுத்தியது. பரிசு அறிவித்த நாளிலிருந்து நடைபெற்ற தேர்வுகளில் பரிசுபெற்ற இருபத்திரண்டு பேர்களின் பட்டியலை இக்குழு அறிவித்தது. அந்தப் பட்டியல்படி தமிழில் எட்டு, தெலுங்கில் மூன்று, கன்னடத்தில் ஒன்று என்ற அளவில் 1809 முடிய தேர்வு நடந்ததாகத் தெரிகிறது. அதற்குப் பின் இந்த மொழிகளில் தேர்வு எதுவும் நடைபெறவில்லை (MPC, 10–12–1811). இந்தக் காலம் முழுவதும் பாரசீகம், இந்துஸ்தானி ஆகியவற்றுக்குக் கிடைத்த பரிசுகள் எண்ணற்றவை.

இந்த இருமொழிகளைப் படிக்க ஆர்வம் ஏற்படக் காரணம் அவற்றுக்கான தொடக்கநிலைப் பாடநூல்கள் இருந்ததேயாகும். தென்னிந்திய மொழிகளுக்கோ பாடநூல்கள் இல்லை. ஆனால்,

இதைவிட முக்கியம் ஹெர்ட்ஃபோர்டிலிருந்த கிழக்கிந்தியக் கல்லூரியாகும். 1806இல் தொடங்கப்பெற்ற இக்கல்லூரியில் படித்த முதல் தொகுதி இளநிலைப் பணியாளர்கள் 1809இல் இந்தியா வந்தபோது சென்னை அரசுப்பணிக்கான அதன் செயல்பாடு குறித்தும் உணரப்பட்டது. இக்கல்லூரியில் "குறுகிய காலமே படித்து, பரிசு பெறும் அளவிற்கு மொழித்திறன் பெற்ற மாணவர்களை உருவாக்கியது" இதன் ஆற்றலுக்கான சான்றாயிற்று. 1809 முதல் ஆண்டுக்கு இரு முறை அது தேர்வுகளை நடத்தியது. அதற்கு முன்பு ஆண்டுக்கு ஒருமுறைதான் தேர்வு நடந்தது. ஆனால், கல்கத்தா கல்லூரியோடு கொண்டிருந்த தொடர்பு காரணமாக, வங்காள அரசுப் பணிக்குத் தேவையான பாரசீகம், இந்துஸ்தானி, வங்காளி, சமஸ்கிருத மொழிக் கல்விக்கு முதலிடம் தந்து, சென்னைப் பகுதி சார்ந்த மொழிக் கல்வியைக் கவனத்தில் கொள்ளத் தவறியது. பாரசீகம், இந்துஸ்தானி கற்கும் மாணவர்களுக்கு உள்ளது போலவே சுதேச மொழிகளைக் கற்போருக்கும் பரிசும் பணி உயர்வும் நீட்டிக்கப்பட்டிருப்பதைக் கண்ட சென்னை வந்த மாணவர்கள், தாங்கள் ஹெர்ட்ஃபோர்டில் தொடங்கிய மொழிக் கல்வி இப்பகுதிக்கேயுரிய மொழிகளைக் கற்பதால் கிடைக்கும் பயனைத் தராது என அறிந்து, அதற்கென அளவற்ற நேரத்தைச் செலவிட விரும்பாது இக்கல்வியைத் தொடர்ந்து கற்க ஆர்வம் காட்டவில்லை.

பாரசீக மொழி, "அண்மையில் அறிமுகமான முகம்மதிய குற்றவியல் சட்டத்தை எழுதச் செயற்கையாக ஏற்படுத்தப்பட்டதே தவிர அது பரவலாகப் பயன்படவில்லை" என்றும், சென்னை அரசுப் பகுதியில் ஆயிரத்தில் ஒருவர் அதைப் பேசுவதுகூட அபூர்வம் என்றும் குழு குறிப்பிட்டது. இராணுவ மொழியாக அது இருந்தாலும், அரசுப் பணியாளர்கள் மத்தியில் அதன் புழக்கம் குறைவே. நீதிபதிகள், ஆட்சியாளர்கள் தங்கள் பணியாளர்களிடம் தொடர்புகொள்ள இதை ஓரளவு பயன்படுத்தினாலும் முஸ்லிம்கள் அல்லாத பொதுமக்களிடம் இதைப் பயன்படுத்த வழியில்லை. சில நேரங்களில் மொழிபெயர்ப்பாளர்கள் – ஆங்கிலத்துக்குத் தேவைப்படுவது போல் – தேவைப்பட்டார்கள். சில பகுதிகளில் முஸ்லிம்கள்கூட இதைப் பேசவில்லை. கிழக்குக் கடற்கரையோரம் வசிக்கும் லப்பைகள் தமிழையும், மேலைக்கடற்கரைப் பகுதியில் வசிக்கும் மாப்பிள்ளைமார் மலையாளத்தையும் பயன்படுத்தினர். இசுலாமியப் படையெடுப்பால் இப்பகுதிக்கு வந்த இந்தி பேசும் மரபினர், தாங்கள் வசிக்கும் பகுதிகளிலும் பெருநகரங்களிலும் மசூதிகளிலும் மட்டுமே இந்துஸ்தானியைப் பேசினர்.

இந்தச் சிக்கலுக்குத் தீர்வு பாரசீக, இந்துஸ்தானி மொழிப் படிப்பைக் குறைப்பதல்ல; மாறாகத் தமிழ், தெலுங்கு முதலிய

மொழிகளைப் படிப்போருக்கான பரிசுத் தொகையை உயர்த்துதல் அல்லது தென்னிந்திய மொழிகளில் ஏதேனுமொன்றில் முதலில் தேர்ச்சி பெறாத பாரசீக, இந்துஸ்தானி மொழிப் படிப்பாளருக்குப் பரிசை நிறுத்திவைத்தல் என இந்த இரண்டில் ஒன்றை நடைமுறைப்படுத்தக் குழு பரிந்துரைத்தது. இவற்றில் இரண்டாம் பரிந்துரை அதிகப் பணச்செலவுக்கு இடம் தராததால் அது சிறந்தது எனவும் குழு கருதியது. அரசும் அதை ஏற்றது. இவற்றோடு மேலும் இரண்டு பரிந்துரைகளையும் குழு முன்வைத்தது. தகுதியான மொழியாசிரியர்களை நியமித்தல், தென்னிந்திய மொழிகளைக் கற்க உதவும்வகையில் தொடக்கநிலைப் பாடநூல்களைத் தயாரித்தல் என்பன அவை.

அப்போது மொழிகளைக் கற்பிக்கவந்த ஆசிரியர்களுக்குப் போதிய தகுதியும் திறமையும் இல்லை. இந்திய ஆங்கில ஆசிரியர்கள் மூலம் அவர்கள் பெற்ற ஆங்கிலக் கல்வியும் போதுமானதாக இல்லை. இலக்கண அறிவும் கற்பிக்கும் திறனும் மிகக் குறைவு. சில நேரங்களில் மாணவர்களே ஆசிரியர்களுக்குத் தங்கள் வினாவிடை மூலம் மொழியறிவு புகட்டும் நிலையிருந்தது. பாரசீகம், இந்துஸ்தானி மொழியாசிரியர்களுக்கு ஆங்கில அறிவு குறைவு என்றாலும், தங்கள் மொழியைக் கற்பித்தலில் ஓரளவு தேர்ச்சி பெற்றிருந்தனர். ஆங்கில அறிவுக் குறைவு காரணமாக இங்கிலாந்திலிருந்து வந்த தொடக்கநிலை மாணவருக்குக் கற்பிப்பதில் அவர்கள் கொஞ்சம் இடர்ப்பட்டனர். இத்தகைய தகுதிக்குறைவுக்குக் காரணம் குறைந்த ஊதியமும் பணி நிலைப்பு இன்மையும்தான். பாரசீகம், இந்துஸ்தானி மொழியாசிரியர் பத்து வராகன் ஊதியம் பெற, தென்னிந்திய மொழியாசிரியர் ஐந்தோ ஆறோ வராகன்தான் ஊதியம் பெற்றார். இதுவும்கூட நிலையானதல்ல. இந்த ஆசிரியரிடம் படித்த மாணவன் மொழித் திறன் பெற்றுவிட்டால் ஆசிரியர் விலக்கப்படுவார், ஊதியமும் நிறுத்தப்படும். அரசு அலுவலகத்திலுள்ள ஒரு சாதாரண கீழ்நிலை எழுத்தர்—நகலெழுதுபவர் ஊதியமாக 15—25 வராகனைப் பெற்ற காலம் அது. வருவாய்த்துறையில் இதை விடக் கூடுதல் சம்பளம். எனவே யாரும் ஆசிரியப் பணியை ஏற்க முன்வரவில்லை. வந்தவர்களும் வேறு நல்ல பணி கிடைத்ததும் இதை உதறிவிட்டுச் சென்றனர். இதனினும் சிறந்த வேலை கிடைக்காதோர் மட்டுமே இதில் நிலைத்து நின்றனர். கோட்டை மதர்ஸாவில் இந்துஸ்தானி/பாரசீகம் கற்பிக்க நால்வரும், தமிழுக்கு ஒருவரும், தெலுங்கிற்கு ஒருவரும் இருந்தனர். உயர்ந்த அளவு ஊதியம் பதினைந்து வராகன். இவர்கள் இளநிலைப் பணியாளர் விடுதிக்குச் சென்று கற்பிக்க அனுமதிக்கப்படாததால் இந்தப் பணியாளர்களில் பலர் தங்கள்

சொந்தச் செலவில் சில ஆசிரியர்களைப் பணியிலமர்த்தி, தங்கள் வீட்டிலேயே கற்றுக்கொண்டனர்.

அரசு மொழிக்கென அமைத்த இந்த நிறுவனம் பெரும் பயன் தரவில்லை. இதைப் புதுச்சேரியிலுள்ள சேசு சபைப் பாதிரிமார் பள்ளியோடு இந்தக் குழு ஒப்பிட்டுப் பார்த்தது. அங்கு இலத்தீன், பிரெஞ்சு, தமிழ் ஆகியவை இந்திய மாணவர்களுக்குச் சிறப்பாகக் கற்பிக்கப்பட்டுவந்தன. நல்ல மாணாக்கர்களை அது உருவாக்கியது. பிரிட்டிஷ் அரசாங்கம் புதுச்சேரியைக் கைப்பற்றியதும் இந்த மாணவர்களில் பலரை நீதிமன்றங்களில் நியமித்தது. சென்னையிலிருந்த சில நல்ல தமிழாசிரியர்கள்கூட இங்குப் பயிற்சி பெற்றவர்களாகவோ கல்கத்தாவில் ஆசிரியராக இருந்தவர்களிடம் பயிற்சி பெற்றவர்களாகவோதான் விளங்கினர்.

தொடக்கநிலைப் பாடநூல்கள் தயாரிப்பதிலும் சென்னை அரசாங்கம் மெத்தனமாக இருந்தது. வங்காள அரசாங்கத்தை முன்மாதிரியாகக் கொள்ளத் தவறியது. அச்சுச் செலவுகள் தவிர வேறு செலவுகளில்லாமல் வெளியிடக்கூடிய ஒரு நூல் பட்டியலையும் குழு அளித்தது. இந்த நூல்களைக்கூடக் குழு தேடிக் கண்டுபிடிக்க வேண்டியிருந்தது. இவை ஏற்கெனவே கற்பதற்குப் பயன்படுத்தப்பட்டவை. மேலும் இவற்றுள் பல அரசால் வெளியிடப்பட்டவை அல்ல என்பதும், கத்தோலிக்கப் பாதிரிமார்களால், குறிப்பாக சேசு சபையினரால் தயாரித்து வெளியிடப்பட்டவை என்பதும் சுட்டத்தக்கன. சேசு சபைப் பணி ஒடுக்கப்பட்ட 1773 வரை இந்த நூல்கள் வெளிவந்து கொண்டிருந்தன. இவற்றுள் சிலவே அச்சிடப்பட்டிருந்தன. பெரும்பாலானவை கையெழுத்துப்படிகளாகவே உலவிவந்தன.

"தென்னிந்தியாவின் முதன்மை மொழியான தமிழுக்குச் சிறந்த நூல்கள் இருந்தன. ஆனால் இப்போது அவை அருகியே கிடைக்கின்றன" என்று குழு கூறியது. தமிழின் "'உயர் வழக்கு' பிற தென்னிந்திய மொழிகளை அறிய உதவும் திறவுகோல்" என்றும் அது கூறியது. அதன் சிறந்த நூல்கள் சில பதினெட்டாம் நூற்றாண்டின் தொடக்கத்தில் மதுரை திருச்சபையிலிருந்த பெஸ்கி பாதிரியாரின் படைப்புகளாகும். அவை:

1. தொன்னூல்: தமிழ் எழுத்தியல், சொற்பிறப்பியல், யாப்பு, அணி குறித்து எழுதப்பட்ட இலக்கண நூல். இது ஒரு மூலநூல் என்றாலும் இதில் தொல்காப்பியம், நன்னூல் போன்ற பல இலக்கண நூல்களின் பொருண்மையும் அடங்கும். விதிகள் நூற்பாக்களாக அமைந்துள்ளன. அதற்கான உரை விளக்கமும் உண்டு. "கொடுந்தமிழைக் கற்ற ஒருவன் இதைப் படிப்பதன் மூலம் இலக்கணத்தில் புலமை பெறுவான்." இந்த நூல் அச்சாகவில்லை

என்றாலும், தாளிலும் பனையேடுகளிலுமாகப் பல பிரதிகள் இருந்தன.

2. சதுரகராதி: உயர்வழக்கு (செந்தமிழ்). தமிழை மையப்படுத்திய பெயர், பொருள், தொகை, தொடை என நான்கு பிரிவுகளைக் கொண்ட அகராதி. முந்தைய பல அகராதிகளிலிருந்து சொற்கள் தொகுக்கப்பட்டு அகரவரிசையில் தரப்பட்டுள்ளன. இதுவும் அச்சிடப்படாதது; சுவடியாகவே உள்ளது. கிடைக்கும் அகராதிகளில் சிறந்தது.

3. பெஸ்கியின் கொடுந்தமிழ்: தொன்னூலுக்குத் துணையாக எழுதப்பட்ட முழுமை பெறாத செந்தமிழ் இலக்கண நூல். இது இலத்தீனில் எழுதப்பட்டது. "கொடுந்தமிழின் முழு இலக்கணம்; செந்தமிழை அறிய உதவும் சிறந்த திறவுகோல்." புராட்டஸ்டென்ட் பாதிரிகளால் தரங்கம்பாடியில் 1738இல் முதலும் கடைசியுமாக அச்சடிக்கப்பட்டது. வேப்பேரி அச்சகம் அண்மையில் வெளியிட்ட இதன் ஆங்கில மொழிபெயர்ப்பைக் குழு ஏற்கவில்லை.

இலக்கண அறிவுக்குப் பிற மொழிகளைவிட இலத்தீன் சிறந்தது என்பதால், இந்த நூல்களை அவை எழுதப்பெற்ற இலத்தீன் மொழியிலேயே (மூலவடிவம்) வெளியிட வேண்டும் என்றும் குழு கூறியது. ஹெர்ட்ஃபோர்டு கல்லூரியில் பயிலும் இளநிலைப் பணியாளர்களுக்கு இது எளிதாக இருக்கும் என்பது குழுவின் கருத்து. (இது மிகை நம்பிக்கையின் வெளிப்பாடு. பிறகு இது கல்லூரி அச்சகத்தால் மாணவர் பயன்பாட்டுக்கென ஆங்கிலத்தில் மொழிபெயர்க்கப்பட்டு வெளியிடப்பட்டது.) இதை ஆங்கிலத்தில் மொழிபெயர்த்தால் இலக்கணத் திட்டவரைவைச் சீர்குலைத்துவிடும் என்றும், இதில் தமிழ் இலக்கணம் இலத்தீன் இலக்கண அமைப்போடும் புலப்பாட்டோடும் ஒப்பிட்டுக் காட்டப்படுவதால், நேரடி மொழிபெயர்ப்பு புரிதிறனைக் குறைத்துவிடும் என்றும் குழு கூறியது.

4. கிறிஸ்தோபர் தியோடர் வால்தர் (Christopher Theodorus Walther) என்னும் டேனிஷ் பாதிரியார், பெஸ்கியின் நூலுக்குத் துணைநூலாகக் கொடுந்தமிழ் இலக்கணம் ஒன்றைத் தயாரித்தார். அது தரங்கம்பாடியில் வெளியிடப்பட்டது. இது ஓரளவுக்கே பயன்படுவது. செந்தமிழ்–கொடுந்தமிழ் வேறுபாடு, பேச்சு வழக்கிலுள்ள தவறுகள் முதலியவற்றை இது எடுத்துக்காட்டியது.

5. பெஸ்கியின் தமிழ்–இலத்தீன் அகராதி. இது கொடுந்தமிழின் முழுமையான அகராதி. இதோடு சதுரகராதியும் இணைந்தால் தமிழின் முழுமையான அகராதி கிடைத்துவிடும். சொற்களின் பல பொருள்களைக் காட்டத் தேவையான

தொடர்கள் இதிலுண்டு. பழக்கவழக்கங்கள், கருத்துக்கள் விளக்கப்பட்டுள்ளன. மொழிபெயர்ப்பு சிறப்புடையது என்றாலும் மூலநூலைப் பாதுகாப்பதும் வெளியிடுவதும் அவசியம். இதுவும் கையெழுத்துப்படியாகவே புழக்கத்தில் இருந்தது எனத் தெரிகிறது.

6. பெஸ்கியின் போர்த்துகீஸ்–இலத்தீன்–தமிழ் அகராதி. இதில் இலத்தீன் அகரவரிசை அல்லாமல் போர்த்துகீஸ் அகரவரிசை பின்பற்றப்படுகிறது. "ஆங்கில–தமிழ் அகராதி தயாரிக்க இது ஒரு சிறப்பான அடித்தளமாக அமையும். ஆனால், தற்போதைய சூழலில் போர்த்துகீஸ் அறிவு இல்லையென்றால் எதிர்பார்த்த பலனைத் தராது."

தேச மக்களோடு நெருங்கிப் பழகிய, தமிழறிவு உடைய, செந்தமிழ், கொடுந்தமிழ் என இரு வழக்குகளையும் நன்கு அறிந்திருந்த பெஸ்கியின் படைப்புக்கள் இவை. இந்தப் படைப்புக்கள் புறக்கணிக்கப்பட்டதைக் கண்டு வியந்த குழு, தமிழின் இரு வழக்குகள் குறித்தும் ஆய்வு தேவை என்றும், "நமக்கும் நம் மக்களுக்கும் இது முக்கியமானது" என்றும் கூறியது.

> மதத்தைப் பரப்பும் உணர்வோடு உருவான இந்த நூல்கள், அந்த உணர்வு கொஞ்சம்கொஞ்சமாக விலகத் தொடங்கியபோது உலக இயற்கை பற்றிய ஆர்வம், வணிகம், அரசியல், மனிதநேயம் ஆகியன குறித்த கருத்துகள் மெல்லமெல்ல மறையலாயின. அந்த இடத்தை நிரப்ப எதுவும் இல்லை. தமிழ் குறித்து இரண்டு பரிதாபத்துக்குரிய அகராதிகள், மிகவும் பரிதாபத்துக்குரிய கொடுந்தமிழ் பற்றிய ஓர் இலக்கண நூல் இக்காலத்தே ஆங்கிலத்தில் வெளியாயின. ஆங்கிலம்–தமிழ்ச் சொற்கோவை ஒன்றும் அண்மையில் அச்சிடப்பட்டுள்ளது. இது இன்னும் கூடுதலான குறைபாடுடையதாக உள்ளது.

தமிழைப் போல் செழுமையானதோ, மூலநூல்களும் மொழிபெயர்ப்பு நூல்களும் கொண்டதோ இல்லையென்றாலும் தெலுங்கு தன்னளவில் பல இலக்கண நூல்களைக் கொண்டிருந்தது. அவற்றுள் முக்கியமானது நன்னய பட்டரின் 'ஆந்திர வியாகரணமு'. மேலும் இந்த இலக்கண நூல்கள் தெலுங்கிலல்லா சமஸ்கிருதத்தில் அமைந்திருந்தன. ஆங்கிலத்தில் தெலுங்கு இலக்கணம் எழுத நன்னய பட்டரின் நூலோடு 'ஆந்திர சப்த சிந்தாமணி'யும் (பட்டர் நூலின் உரை) இதுபோன்ற பிற நூல்களும் உதவின. சென்னைவாழ் தெலுங்கர் பலர் இதை மொழிபெயர்ப்பதில் திறமை பெற்றிருந்தனர். தக்க பரிசு பெறுவதற்காக அதைச் செய்யவும் விரும்பினர். இவற்றை அடியொற்றி ஆங்கிலத்தில் தெலுங்கு இலக்கணம் எழுதச்

சிறிது காலம் பிடிக்கும் எனக் குழு கருதியது. ஆனால் கல்லூரிச் செயலரான காம்பெல்தான் இதைப் பின்னர் எழுதினார். கல்லூரி அச்சகம் அதை 1816இல் வெளியிட்டது. அதே நேரத்தில் பிரெஞ்சு மொழியிலும் ஓர் இலக்கணம் எழுதப்பட்டிருந்தது. அதற்குப் பல ஆங்கில மொழிபெயர்ப்புகளும் மேற்கொள்ளப்பட்டன. அவை குறைபாடுடையனவாக இருந்தன என்றபோதிலும் மாணவர்களுக்குப் போதிய தகவல்களைத் தந்தன எனக் குழு கூறியது. இந்த இலக்கண நூல், தமிழுக்கென ஆங்கிலத்தில் எழுதப்பட்டு, புராட்டஸ்டன்ட் சபையினரால் வேப்பேரி அச்சகம் மூலம் வெளியிடப்பட்டு, பரவலாகப் பயன்பட்டு வந்த தமிழ் இலக்கணத்தைவிட எல்லா வகையிலும் உயர்ந்தது எனக் குழு நம்பியது.

ஒரு முழுமையான, அகரவரிசையிலமைந்த 'ஆந்திர தீபிகா' என்ற தெலுங்கு அகராதியை மாமடி வெங்கய்யா தொகுத்தார். அது முழுவதும் தெலுங்கில் இருந்ததால் அந்த மொழியில் நல்ல பயிற்சி இல்லாதவர்கள் அதை முழுமையாகப் பயன்படுத்த முடியவில்லை. எனவே, மாமடி வெங்கய்யாவின் பதிப்புரிமைக்கு எந்தப் பாதிப்பும் ஏற்படாதவண்ணம் இதன் அடிப்படையில் ஒரு தெலுங்கு—ஆங்கில அகராதி தயாரிப்பது உடனடித் தேவை எனக் குழு வலியுறுத்தியது. தெலுங்கு அகரவரிசையிலமைந்த சமஸ்கிருத அகராதி ஒன்றையும் வெங்கய்யா தொகுத்திருந்தார். தெலுங்கு, சமஸ்கிருத, பிரெஞ்சு அகராதி ஒன்றும் புழக்கத்தில் இருந்தது. தெலுங்கு—ஆங்கில அகராதி தயாரிப்பவருக்கு இது உதவக்கூடும் என்றாலும், அதில் தரப்பட்டிருந்த விளக்கங்கள் சரியாக இல்லாததும், சமஸ்கிருதம் குறையுடையதாக இருந்ததும், சொற்கள் தெலுங்கு அகரவரிசையில் அமையாது ரோமன் எழுத்து வரிசையில் அமைந்திருந்ததும் அதன் பயன்பாட்டைக் குறுக்கிவிட்டன.

கன்னடம், மலையாளம் இரண்டையும் "மிகவும் தரந் தாழ்ந்த கிளைமொழிகளாக"க் குழுக் கருதியது. கர்நாடகத்தை விசயநகர மன்னர்கள் ஆண்ட காலத்தில் தெலுங்கு அரசவை மொழியாக மட்டுமன்றி இலக்கிய மொழியாகவும் இருந்தது. நம்பூதிரிகள் கேரளியரை "அறிவு அடிமை"யாக்கி வைத்திருந்த தால் மலையாளம் வளரவில்லை. இருப்பினும், இந்த இரண்டு மொழிகளும் பிரிட்டிஷ் இந்தியாவில் அதிக மக்களால் பேசப்படுவதால் அவற்றைக் கற்பதற்கும் உரிய இடம் தர வேண்டும் எனக் குழு கருதியது. கன்னடம் ஒன்றிரண்டு இலக்கண நூல்களையும் அகராதிகளையும் கொண்டிருந்தாலும், ஐரோப்பிய மொழியில் இதற்கு இலக்கண அகராதி உண்டா என்பது குழுவுக்குத் தெரியவில்லை. மலையாளத்தைப் பொறுத்தவரை

டச்சு, போர்த்துகீஸ் மொழிகளில் அதற்கெனச் சில படைப்புகள் உள்ளதைக் குழு அறிந்திருந்தது. அதன் பார்வையில் பட்ட நூல் துருமோண்ட் *(Drummond)* எழுதிய இலக்கண நூல் ஆகும். "இந்த இலக்கணத்தைச் சரிப்படுத்த வேண்டும். ஏனெனில் இந்த மொழி தமிழின் குழந்தை. தமிழறிவு இந்த நூலைத் திருத்த உதவும்." ஆனால், இந்த மொழிக்கான அச்செழுத்துருக்கள் சென்னையில் கிடைக்காததால் பணி தடைப்பட்டது.

சமஸ்கிருதம் குறித்த குழுவின் கருத்து சுவையானது. சமஸ்கிருதம் தென்னிந்திய மொழிகளோடு தொடர்புகொண்டிருந்தாலும் தென்னிந்திய மொழிகளைக் கற்கப் பரந்துபட்ட சமஸ்கிருத இலக்கண அறிவு தேவை இல்லை என்றாலும், சொல்லாக்கம், விகுதிகளின் பொருள் அறிதல் என்ற நிலையில் அதன் பயிற்சி தேவை எனக் கருதியது. இளநிலைப் பணியாளர்கள் சமஸ்கிருதத்தை அறிந்துகொள்ளும்விதத்தில் தொடக்கநிலைப் பாடப்புத்தகங்கள் தரப்பட வேண்டும் என்றது. இந்த நூல்கள் கல்கத்தா கீழ்த்திசையியலர் வெளியிட்டவை. கோல்புரூக் சமஸ்கிருத இலக்கணத்துக்கான முதல் தொகுதியை வெளியிட்டார். அது ஒரு சிறந்த நூலாகக் கருதப்பட்டது. பெயர்ச்சொல்லாக்கம் குறித்த பல விதிகளை அது தந்ததோடு, தென்னிந்திய மொழிகளைப் படிப்பதற்குச் சில தேவையான தகவல்களையும் தந்தது. அமரசிம்மா தொகுத்த சொற்கோவையை இவர் மொழிபெயர்த்திருந்தார். காரேயும் வில்லியம்ஸும் தனித்தனியே சமஸ்கிருத இலக்கண நூல்களை வெளியிட்டனர். ஃபோஸ்டர் *(Forster)* என்பவரும் தமது சமஸ்கிருத இலக்கணத்தின் முதல் பகுதியை வெளியிட்டு, இரண்டாம் பகுதியை அச்சிடத் தந்திருந்தார். இந்திய ஆசிரியர்களும் பிரிட்டிஷ் மாணவர்களும் பயன்படுத்தும் நோக்கில் இந்த நூல்களின் சில படிகள் மதர்ஸாவில் வைக்கப்பட்டன.

"தொடக்கநிலை நூல்கள்" குறித்த குழுவின் அறிக்கை தான் இது என்றாலும், இதை ஒரு அரசாங்கத்துக்கான குழு அறிக்கை என்பதாக அல்லாமல், எல்லிஸின் தன்வரலாற்றுக் குறிப்பாகவும் வாசிக்கலாம். எல்லிஸ் பெஸ்கியிடம் அதிக ஈடுபாடுகொண்டிருந்ததோடு அவரது படைப்புக்களைத் தேடிப்பிடித்து படிக்கவும் செய்தார். தமது தமிழ்க் கல்விக்கும், தமிழுக்கும் பிற தென்னிந்திய மொழிகளுக்குமிடையே உள்ள உறவை அறியவும் பெஸ்கியின் படைப்புக்கள் இவருக்கு உதவின என்பதை இவரது பிற எழுத்துக்களிலிருந்து அறியலாம் *(MPC, 27–6–1800)*. புதுச்சேரி சேசு சபைப் பள்ளி ஆசிரியர்களும் இதில் உதவியிருக்கலாம். எல்லிஸ் இவர்களைப் பற்றியும் குறிப்பிடுகிறார்.

இந்தியா வந்ததும் எல்லிஸ் தமிழுக்கு அடுத்தபடியாகத் தெலுங்கைக் கற்க ஆர்வம் காட்டினார். இதற்கு மசூலிப்பட்டினம் மாமடி வெங்கய்யா பெரிதும் உதவினார். கன்னட, மலையாள மொழிகளைக் கற்கவும் எல்லிஸ் முனைந்தார்.

சமஸ்கிருத இலக்கியத்தில் எல்லிஸுக்கிருந்த ஆழ்ந்த அறிவு குறித்து இந்த அறிக்கை எதுவும் கூறவில்லை. மேலே விவரித்த எல்லாவற்றையும் வைத்துப்பார்க்கும்போது எல்லிஸ் தென்னிந்திய மொழிகள் குறித்துக்கொண்டிருந்த கருத்தும், அதன் பலனாகத் தோன்றிய திராவிடக் கருத்தும் தெளிவாகின்றன: நான்கு மொழிகளும் உறவுடையன; தமிழிலிருந்து அவை பிரிந்தனவேயொழிய சமஸ்கிருதத்திலிருந்து பிரியவில்லை; அவற்றில் காணப்படும் சமஸ்கிருதச் சொற்கள் கடன் சொற்களே யன்றி இயற்சொற்களல்ல.

கல்லூரியின் அமைப்பு

கல்லூரி தோன்றிய நான்காண்டுகளுக்குப் பிறகு கல்லூரி அச்சகம்வழி வெளிவந்த திராவிடச் சான்று என்ற கருத்தமை வுக்கும் கல்லூரிக்கும் என்ன தொடர்பு? நான் இந்த ஆய்வைத் தொடங்கும்போது திராவிடச் சான்று உருவாக இக்கல்லூரிதான் காரணம் எனக் கருதினேன். சென்னை அரசாங்கத்தின் ஆட்சிப் பகுதிகளில் வழங்கும் மொழிகளைக் கற்பிக்க வசதியாக ஒரு நிறுவனம், அதற்கான ஆசிரியர்கள், அவர்களுக்கிடையேயான கலந்துரையாடல், இலக்கணங்கள் – அகராதிகளைப் படித்தல், ஒப்பிடல் முதலியவை எல்லாம் இந்தக் கல்லூரியை மையப்படுத்தி இருந்ததால் திராவிடச் சான்று உருவாக அது உதவிற்று என்றும் எனக்குத் தோன்றியது.

கல்லூரியின் தோற்றமும் திராவிடச் சான்றும் தொடர் புடையன என்பது சரியே என்றாலும், 20–10–1811ஆம் நாளிட்ட குழுவின் அறிக்கையைப் படிக்கும்போது, மேலே உள்ள கருத்து மாறுதிசையில் செல்கிறது. அதாவது திராவிடக் கருத்தாக்கம் முன்பே வேர்கொண்டுவிட்டது; அதை வலுப்படுத்தவே கல்லூரி நிறுவப்பட்டது. அதாவது, திராவிடக் கருத்தாக்கத்துக்குக் கல்லூரி காரணம் அன்று; கல்லூரி தோன்ற திராவிடக் கருத்தாக்கம் காரணமாயிருந்தது. 1812இல் தோன்றிய இக்கல்லூரியின் கண்காணிப்புக் குழுவின் மூத்த உறுப்பினராக இருந்து, தமது இறுதிக்காலம்வரை எல்லிஸ் பணியாற்றினார். அக்காலகட்டத்தில் கல்லூரி செயலாற்றிய விதத்தை வரலாற்றுவழி ஆராய்வதைவிட, எல்லிஸ் இக்கல்லூரியை நிறுவத் திட்டமிட்டதையும் அதன்மூலம் திராவிடக் கருத்தாக்கத்தைச் செயல்படுத்தியதையும் ஆராய்வதே தேவையாகும்.

இளநிலைப் பணியாளர்களின் மொழிக் கல்வியை மேம்படுத்தும்வகையில் தரப்பட்ட திட்டத்தை அரசு ஏற்றாலும், ஏற்கெனவே செயலிலிருந்த ஆயிரம் வராகன் பரிசுத் தொகைத் திட்டம், பாடநூல், அகராதிகள் வெளியிடக் குறிப்பிட்ட அளவு நிதியுதவி என்பதற்கு மேல் செலவழிக்க அரசு தயங்கியது. இந்தக் குறுகிய நிதி நல்கை எதிர்பார்த்த பலனைத் தராதுபோயிற்று. பாரசீகம், இந்துஸ்தானி மொழிக் கல்வியில் தேர்ச்சி பெற்றுப் பரிசு பெறும் மாணவர்களை நோக்க, தென்னிந்திய மொழிகளில் பரிசு பெறும் மாணவர்கள் குறைவாக இருந்ததும் இதற்குக் காரணம். எனவே அரசுக்கு நிதிச் செலவில்லாத நல்லதொரு திட்டத்தை அளிக்கக் குழு முன்வந்தது. கல்கத்தாவிலுள்ள வில்லியம் கோட்டைக் கல்லூரி என்கிற கிழக்கிந்தியப் பல்கலைக்கழகத்தை மனதிற்கொண்டு ஒரு கல்லூரியை நிறுவத் திட்டமிட்டாலும் அதைவிடக் குறைந்த செலவில் அமைக்க எண்ணியது. செலவு குறைந்த திட்டத்தை அரசு ஏற்க முன்வந்தது. சென்னை ஆளுநரும், அவருக்கும் மேலாக இலண்டனிலிருந்த இயக்குநர் குழுவும் ஏற்கக்கூடிய விதத்தில் தரப்படும் பணத்திற்குப் பலனளிக்கும் தன்மையில் அத்திட்டம் இருக்க வேண்டியிருந்தது.

கல்கத்தா கல்லூரியிலிருந்த பெரும் ஊதியம் பெற்ற ஐரோப்பிய ஆசிரியர்களுக்குப் பதிலாக, கல்வி கற்பிக்க இந்திய ஆசிரியர்களையும் அவர்களைக் கண்காணிக்க இந்தியத் தலைமையாசிரியர்களையும் ஒரு கட்டுக்குட்பட்ட ஊதியத்தில் நியமிப்பதன் மூலம் செலவைக் குறைக்கத் திட்டமிடப்பட்டது. புனித ஜார்ஜ் கோட்டைக் கல்லூரியின் ஒட்டுமொத்தக் கண்காணிப்பும் செயலர் காம்பெல், அரசு சார்ந்த மொழிபெயர்ப்பாளர்கள் ஆகியோரை உள்ளடக்கிய கண்காணிப்புக் குழுவிடம் ஒப்படைக்கப்பட்டது. இவர்கள் எல்லாரும் வேறு பணியிலிருந்து ஊதியம் பெற்றார்கள். இந்தக் கல்லூரியின் கண்காணிப்புப் பணிக்கெனத் தனியே ஊதியம் எதுவும் இவர்கள் பெற்றதாகக் குறிப்பு இல்லை. செயலருக்கு மட்டும் 50 வராகன் ஊதியம் தரப்பட்டது. ஒரு கல்லூரி நிறுவுவதற்குக் கூடுதல் செலவாகும் என்றாலும் வில்லியம் கோட்டைக் கல்லூரியோடு ஒப்பிடும்போது புனித ஜார்ஜ் கோட்டைக் கல்லூரிக்கான செலவு குறைவானதே. செயல்படும் முறையில் இரண்டும் ஒன்றுதான் என்றாலும், சென்னைக் கல்லூரி பார்வைக்குச் சிறியதாகத் தோற்றமளித்தது. ஆனால், கூர்ந்து பார்த்தால் இதன் திட்டம் வேறுவிதமானது. மேலும், எதிர்பார்த்தபடி மதர்ஸா செயல்படாததாலும், இளநிலைப் பணியாளர்கள் மொழிப்பயிற்சியை முழுமையாக அங்கேயே பெறாததாலும் அதற்குரிய தொகையை இந்தக் கல்லூரிக்கு

வழங்கலாம் எனவும் குழு கூறியது. கூடுதல் செலவு பெருஞ் சுமையன்று; மிகவும் தேவைப்படும் மொழிக் கல்வியை இக்கல்லூரி வழங்கும் என்றது.

இக்கல்லூரித் திட்டம் குறித்துச் சிறிது விரிவாகப் பார்க்க வேண்டும். அப்படிப் பார்த்தால்தான் திராவிடக் கருத்தாக்கம் அங்கு தர்க்கரீதியாக எவ்வாறு செயல்பட்டது என்பதைக் காண முடியும். இந்திய ஆசிரியர்கள், தலைமையாசிரியர்கள், பாடமுறை, கல்லூரி அச்சகம் ஆகியவற்றுக்கு அத்திட்டத்தில் தரப்பட்டிருந்த இடம் பற்றியும் அறிதல் வேண்டும். கல்லூரி நிர்வாகம், சென்னை அரசாங்கத்தின் மொழிக் கொள்கையில் இக்கல்லூரி ஏற்படுத்திய மாற்றம் ஆகியன குறித்து முதலில் பார்க்கலாம்.

கண்காணிப்புக்குழு சென்னை அரசுக்கு ஏராளமான அறிக்கைகளை அளித்தது. அவற்றுள் கல்லூரியின் நிலை குறித்த ஆண்டறிக்கைகள், இளநிலைப் பணியாளர்களுக்கு ஆண்டுக்கு இருமுறை நடத்திய தேர்வு பற்றிய அறிக்கைகள், இந்திய ஆசிரியர்கள் மற்றும் சட்ட மாணவர்களுக்கான பயிற்சி பற்றிய அறிக்கைகள் ஆகியன அடங்கும். இவற்றுள் 1812இல் அளிக்கப்பட்ட முதல் அறிக்கையைக் கவனத்தில் கொள்வோம். இலண்டனிலுள்ள இயக்குநர் குழுவுக்கு அனுப்பப்படும் என்ற எதிர்பார்ப்போடு அரசுக்கு அளிக்கப்பட்ட அறிக்கை இது. 289 பத்திகளைக் கொண்ட ஒரு தனிப் புத்தகம் போன்ற விரிவான, 1–1–1813ஆம் நாளிட்ட இந்த அறிக்கை சென்னை அரசினர் பொதுத்துறை நடவடிக்கைகளில் *(Madras Public Consultations)* பிப்ரவரி 2இல் பதிவு செய்யப்பட்டுள்ளது. இந்தச் சமயத்தில், கல்லூரி தன்னை நிலைப்படுத்திக்கொண்டதோடு இலண்டனில் அனுமதியைப் பெறுதற்கேற்றவண்ணம் குழுவின் பரிந்துரைகளும் விதிகளாக விவரிக்கப்பட்டிருந்தன.

இந்த விதிகளின்படி கல்லூரியைக் கண்காணிப்புக் குழு ஒன்று நிர்வகிக்கும். அக்குழுவில் அரசு மொழிபெயர்ப்பாளரும் ஆளுநரால் நியமிக்கப்படும் உறுப்பினர்களும் இடம் பெறுவர். உறுப்பினர்கள் தங்கள் கருத்துக்களை மூத்த உறுப்பினர்வழி அளிப்பார்கள். மூத்த உறுப்பினர்களில் ஒருவராக எல்லிஸ் முதல் ஏழாண்டுகள் இருந்தார். கூட்ட நடவடிக்கையின்போது இளம் உறுப்பினர்களின் கருத்துக்கள் முதலிலும், மற்றவர்களுடைய கருத்துக்கள் அவர்கள் தரத்துக்கு ஏற்பவும் எடுத்துக்கொள்ளப்படும். சிக்கல் எழும்போது மூத்த உறுப்பினர்கள் வாக்களித்து அதற்குத் தீர்வு காண்பர். மாதத்துக்கு இருமுறை குழுக்கூட்டம் நடை பெறும். கல்லூரியின் அன்றாடப் பணியைக் கண்காணிப்பதைக்

குழு உறுப்பினர்கள் சுழற்சி முறையில் மேற்கொள்வர். (இது சரிப்பட்டு வராததால் பிறகு இந்த விதி நீக்கப்பட்டது.) அந்தப் பொறுப்பைச் செயலரே மேற்கொள்ளலானார். அதோடு தலைமையாசிரியர்கள், ஆசிரியர்கள், இளநிலைப் பணியாளர்கள் ஆகியோர் செயற்பாட்டைக் கண்காணிப்பது, குழுத் தீர்மானங் களை நடைமுறைப்படுத்துவது போன்றவற்றையும் அவரே செய்யத் தொடங்கினார். இளநிலைப் பணியாளர் தேர்வு ஆண்டுக்கு இருமுறை ஜூன், டிசம்பர் மாதங்களில் முதல் புதன்கிழமையில் நடத்தப்பட்டது. ஆண்டறிக்கை ஒவ்வோர் ஆண்டின் முதல் நாளில் அரசுக்கு அளிக்கப்பட்டது. இது இயக்குநர் குழுவுக்கு மேலனுப்பப்பட்டது.

புதிதாக வந்த இளநிலைப் பணியாளர்களின் வாழ்வில் பெரிய மாற்றங்களைக் கல்லூரி ஏற்படுத்திற்று. சிறுசிறு அரசுப் பணிகளில் அமர்த்தப்பட்ட அவர்கள், தாங்கள் குடியிருக்கும் வாடகை விடுதிகளில் ஆசிரியர்களை அமர்த்தி, ஊதியம் கொடுத்து, மொழியைக் கற்றுவந்தனர். கோட்டையிலுள்ள மதர்ஸாவிலிருந்து தள்ளி வசித்துவந்தனர். பணி முடித்துத் திரும்பியதும் அவர்களை யாரும் கண்காணிக்காததால் அவர்கள் ஓரளவு சுதந்திரமாக இருந்தனர். கல்லூரி மற்றும் அதன் கண்காணிப்புக் குழுவின் பார்வையின்கீழ் அவர்கள் மூன்றாண்டுகளுக்கு இருக்கவேண்டிவந்தது. மொழியில் நல்ல தேர்ச்சி பெற்றவர்களைக் கண்காணிப்புக் குழு முழுநேர அரசுப்பணிக்கு மாற்றப் பரிந்துரை செய்யும்வரை இந்த நிலை நீடித்தது.

ஹெர்ட்ஃபோர்டு கிழக்கிந்தியக் கல்லூரியில் இரண்டு ஆண்டுகள் கழித்துவிட்டு, சென்னையில் மூன்று ஆண்டுகள் பணியாற்றவந்த இளநிலைப் பணியாளர்களைத் தனது கட்டுப் பாட்டுக்குள் கொண்டுவந்தது கல்லூரியின் பெருஞ்சாதனையாகும். தொடக்கத்தில் கல்லூரிக்கெனத் தனி இடம் இல்லை. வாடகை அறைகளில் கல்லூரி நடந்தது. இளநிலைப் பணியாளர்கள் தங்களுக்கு விருப்பமான இடத்தில் தங்கிக்கொண்டனர். பின்னர், கல்லூரி எல்லா வசதிகளையும் பெற்று, இளநிலைப் பணியாளர்களையும் தன்னோடு வைத்துக்கொண்டதன் மூலம் அதன் கட்டுப்பாடு முழுமையுற்றது. மற்றொரு பெரிய மாற்றம் இவர்களைக் கல்லூரியில் முழுநேரம் படிக்க வைத்து, படிப்பு முடியும்வரை வேறு எங்கும் மாற்றாமல் சென்னையிலேயே இருக்கச் செய்ததாகும். இதனால் சில நிதிப்பிரச்சினைகள் வந்தாலும் அவை அரசுக்கு அளித்த அறிக்கையில் இடம்பெறவில்லை. இந்தியாவில் தங்கள் வாழ்க்கையைத் தொடங்க ஆர்வமுற்ற பிரிட்டிஷ் இளைஞர்கள் ஹெர்ட்ஃபோர்டு கல்லூரியில் இருந்தது

போலவே குழுவின் கண்காணிப்பில் வைக்கப்பட்டனர். இது நல்லதற்கான ஒரு மாற்றம் என அவர்கள் அறிந்திருக்க வில்லை. இளநிலைப் பணியாளர்களின் தொடக்க ஊதியமான 50 வராகனும் வீட்டுப்படிக்கான 10 வராகனும் மிகவும் குறைவானதென்றும், அதனால் வட்டித்தொழில் செய்வோரிடம் அவர்கள் கடன்பட வேண்டியிருந்தது என்றும் குழு கருதியது. எனவே 75இலிருந்து 100 வராகன் வரை படிப்படியாக ஊதியத்தை மாணவரின் மொழித்திறனுக்கேற்ப உயர்த்தலாம் எனக் கூறியது. மொழித்திறனுக்கான பரிசு பெறுவதோடு இந்த ஊதிய உயர்வு அவர்களது மொழிக்கல்வியை ஊக்கப்படுத்தும் என்றும் குழு கருதியது.

ஒவ்வொரு மாணவனுக்கும் ஒவ்வொரு ஆசிரியர் நியமிக்கப்பட்டதோடு, ஆண்டுக்கு இருமுறை தேர்வுக்கான பயிற்சி அளிக்கப்பட்டது. மொழித்திறனுக்கான 1000 வராகன் பரிசும் தொடர்ந்தது. ஆனால், இந்தப் பரிசு மராத்தி, சமஸ்கிருதம், இந்துஸ்தானி, பாரசீகம், அரபு மொழிகளை முதன்மைப்படுத்தாமல் தமிழ், தெலுங்கு, மலையாளம், கன்னடம் ஆகியவற்றுக்கு முக்கியத்துவம் தந்து, இந்த மொழிகளில் தேர்வு பெற்றிருக்கும் மாணவருக்குத் தரப்பட்டது. இது மிகப்பெரிய மாற்றமாகும். உண்மையில் இது ஒரு மொழிசார் புரட்சியும்கூட. கல்லூரி நிறுவப்பட்டதும் முன்ஷிக்களின் கட்டுப்பாட்டிலிருந்த மதர்ஸாவின் செயல்பாடு நிறுத்தப்பட்டது. அவர்கள் வெறும் மொழியாசிரியர்களாக, பத்தோடு பதினொன்றாக அமர்த்தப் பட்டனர். மொழிக்குத் தரப்பட்ட முன்னுரிமையிலும் பழைய முகாலய முறை பின்னுக்குத் தள்ளப்பட்டது. அதாவது பாரசீகம், இந்துஸ்தானி ஆகியவற்றுக்கு அரசு நடவடிக்கையில் தரப்பட்ட முதலிடம் தமிழ், தெலுங்கு, கன்னடம், மலையாளம் ஆகியவற்றுக்குத் தரப்பட்டது. அயலவர் படையெடுப்பால் கொண்டுவரப்பட்ட மொழிகளைவிட இந்த மண்ணுக்கேற்ற மொழிகள் இவையே எனத் தெளிவுபடுத்தப்பட்டது. இந்த வகையில் சென்னையிலிருந்த பிரிட்டிஷ் இந்திய அரசுப் பணியாளர்களின் மொழிக்கல்வியில் புதுமுறை ஏற்பட்டது. ஆனாலும், ராணுவப் பணியிலுள்ளவர்கள் பாரசீகம், இந்துஸ்தானி மொழிகளில் தேர்ச்சி பெறத் தொடர்ந்து கவனம் செலுத்திவந்தனர்.

திராவிட மொழிகள் என நாம் அழைக்கும் இந்த மொழிகளை வளர்க்க முயற்சி எடுக்கப்பட்ட அதே நேரத்தில் சமஸ்கிருதக் கல்வியை மேம்படுத்துவதிலும் கவனம் செலுத்தப்பட்டது. இங்கிலாந்தில் கிழக்கிந்தியக் கல்லூரியில் பயிற்சி பெற்ற இளநிலைப் பணியாளர்கள் இந்த மொழியை இரண்டாண்டுகள் அங்கு படித்ததும் இதற்குக் காரணமாகும். அந்தக் கல்லூரியில் இவர்கள்

படித்த பாரசீகம், இந்துஸ்தானி மொழிகள் தென்னகத்தில் அதிகம் பயன்படா என்று குழு கருதியது. அங்கு கற்பிக்கப்பட்ட வேறு இரு மொழிகள் வங்காளமும் சமஸ்கிருதமும் ஆகும். இவற்றுள் சமஸ்கிருதம் தென்னிந்திய மொழிக்கல்விக்கு ஓரளவு உதவலாம். எனவே சென்னை வரவிருந்த இளநிலைப் பணியாளர்கள் தென்னிந்திய மொழிகளைக் கற்க உதவும்வகையில் சமஸ்கிருதப் பின்னணியுடன் வருதல் நல்லது எனக் குழு பரிந்துரைத்தது. இந்தப் பரிந்துரையை இயக்குநர் குழு ஏற்றுக்கொண்டது. ஹெய்லிபரியில் போதிய அளவு சமஸ்கிருதம் படித்து இந்தியா வந்த இளநிலைப் பணியாளர்கள், இங்கு தங்கள் மொழிக் கல்வியிலும் முன்னேறி வருவதைக் குழு தனது 14–8–1816 நாளிட்ட கடிதத்தில் பாராட்டியது. தென்னிந்திய மொழிகளுக்கு முன்னுரிமை அளித்ததோடு, சமஸ்கிருதத்துக்கு முதலிடம் தந்து, சென்னை அரசாங்கத்தில் பாரசீகம், இந்துஸ்தானி மொழிகளுக்கு ஒரு பின்னடைவை ஏற்படுத்தியது.

இந்தியத் தலைமையாசிரியர்கள், ஆசிரியர்கள், மாணவர்கள்

இங்கிலாந்திலிருந்து இங்குவரும் மாணவர்களுக்குத் தேவையான மொழிக்கல்வியைத் தருவதே கல்லூரியின் நோக்கம் என்றாலும் அறிஞர்கள் கூடிப்பேசவும் தென்னிந்திய மொழிகளின் இலக்கியங்களை மீட்டெடுக்கவும் பயன்படக்கூடிய ஒரு மையமாகவும் இக்கல்லூரி செயல்பட்டது. இதற்கு எல்லிஸின் திட்டமே காரணம். அதை நன்கு நிறைவேற்றும்வகையில் தகுதியான ஆசிரியர்களை நியமிப்பதில் அக்கறை செலுத்தப்பட்டது. மாணவர்களுக்குப் போதிய பயிற்சி அளிக்கக்கூடிய தகுதிபெற்ற ஆசிரியர்கள் அப்போது இல்லை. ஆங்கில இலக்கண அறிவில் மட்டுமன்றி, தாங்கள் கற்பிக்கும் மொழி இலக்கண அறிவிலும் குறைபாடு உடையவர்களாக இருந்ததும், குறைவான ஊதியம் தரப்பட்டதும், பணி நிலைப்பின்மையும் இதற்கான காரணங்களாகக் கண்டறியப்பட்டன. இதைத் தீர்க்கும் நோக்கில் குழு எடுத்த முதல் நடவடிக்கை, மதர்ஸாவில் பணியாற்றும் ஆசிரியர்களின் தகுதியை ஆராய்ந்து சான்றளிக்க ஒரு குழுவை நியமித்ததாகும். அச்சான்றிதழின் அடிப்படையில் ஆசிரியப் பணியை நீட்டிக்க முடிவு எடுக்கப்பட்டது. இதன் பலனாக நல்லாசிரியர்களைத் தேர்ந்தெடுக்கும் பணி தொடங்கியது. இதற்கு நல்ல ஊதியம், நிலையான பணி, தக்க அறிஞர்களைக் கொண்டு இலக்கணப் பயிற்சி தருதல் என்பன அடிப்படையாக அமைந்தன. இதை அறிந்த பலர் இதில் ஆர்வம் காட்டினர்.

இந்தக் கல்லூரி இளநிலை அரசுப்பணியாளர்கள் மாகாண மொழிகளை மூன்றாண்டுகள் கற்பதற்கான நிறுவனமாக மட்டுமல்லாது, இந்திய ஆசிரியர்கள் ஆங்கில இலக்கணத்தையும், அவர்கள் கற்பிக்கவுள்ள மொழிகளின் இலக்கணத்தையும் கற்றுக்கொள்வதற்கான நிறுவனமாகவும் செயல்பட்டது. ஆசிரியர்கள் மட்டுமன்றி, "ஆங்கில இலக்கணத்தையும் தங்கள் தாய்மொழி இலக்கணத்தையும் நன்கு கற்றுக்கொடுக்கும் தலைமையாசிரியர்களை உருவாக்கவும் இக்கல்லூரி உதவியது. இந்த வசதி துபாஷிகளுக்கான பள்ளிகளில் இல்லை" (MPC, 3–3–1812, ப.1259). ஆசிரியர்களாக விரும்பும் இந்திய மாணவர்களைச் சேர்த்து, தக்க ஆசிரியர்களிடம் பயிற்சி பெறச்செய்து இளநிலைப் பணியாளர்களுக்குப் பாடம் கற்பிக்கும் அளவுக்கு அவர்களிடம் திறமையை வளர்க்கவும் இக்கல்லூரி துணை புரிந்தது. மேலும், இது தென்னிந்திய மொழிகளின் இலக்கண அறிவைப் பரப்பவும் வளர்க்கவுமான இடமாக அமைந்து, இந்தியர்களுக்கும் பிரிட்டிஷ் இளநிலைப் பணியாளர்களுக்கும் ஏற்றதொரு பள்ளியாகவும் விளங்கிற்று.

கல்லூரிக்கான திட்டம் முன்வைக்கப்பட்டபோது ஆசிரியர்களுக்கு ஊதிய உயர்வு குறித்த கருத்தும் தெரிவிக்கப்பட்டது. பொதுவகைச் செலவுகளைக் குறைப்பதன் மூலம் இந்த ஊதிய உயர்வைச் சரிக்கட்டலாம் என்றும் கருதப்பட்டது. உயர்ந்த ஊதியமாக 50 வராகன் நிர்ணயிக்கப்பட்டது. இளநிலைப் பணியாளர்கள் சென்னையில் தம் பணியைத் தொடங்கும்போது பெறும் ஊதியம் இது. ஆசிரியர்களுக்கு இந்த 50 வராகன் ஊதியம் போதாது என்ற கருத்தைக் குழு கொண்டிருந்தாலும் அரசு இதை ஏற்க வேண்டும் என்கிற எதிர்பார்ப்பில் அதைப் பரிந்துரைத்தது. இது குறைவானதென்றாலும் தகுதி வாய்ந்தவர்களை ஈர்க்க ஓரளவு இது உதவும் எனவும் கருதியது (மேற்படி,ப.1261). ஆங்கிலம், தமிழ், தெலுங்கு, சமஸ்கிருதம், பாரசீகம், இந்துஸ்தானி ஆகிய மொழிகள் ஒவ்வொன்றுக்கும் முழுநேரத் தலைமையாசிரியர்களை நியமிக்கக் குழு திட்டமிட்டது என்றாலும், தொடக்க நிலையில் ஒவ்வொரு மொழிக்கும் தலைமையாசிரியர் தேவையில்லை எனவும் கருதப்பட்டது. இதனால் தெலுங்கு, சமஸ்கிருதம் இரண்டுக்கும் ஒரே தலைமையாசிரியர் போதும் எனக் கருதப்பட்டது. ஏற்கெனவே பாரசீகம், இந்துஸ்தானி கல்வி நன்கு நடைபெற்றுக்கொண்டிருந்ததால் இவற்றுக்கான தலைமையாசிரியர் நியமனம் சிறிது காலத்துக்கு ஒத்திவைக்கப்பட்டது. உடனடியாக ஆங்கிலத் தலைமையாசிரியர் ஒருவரைப் பகுதி ஊதியத்தில் நியமிக்கும் தேவை உருவானது. இதன் மூலம் உயர்ந்த ஊதியம் ஒரு வரம்புக்குள் வைக்கப்பட்டது. வேண்டா வெறுப்போடு அரசு இதை ஏற்றுக்கொண்டது.

நிலைத்த பணி, தேவையான ஊதியம் இரண்டும் ஆசிரியர்களுக்கு முக்கியமானவை. இவை இரண்டும் கிடைத்தால்தான் "மதிப்புக்குரிய சுதேசிகளை இத்தகைய பணிகளில் ஈடுபட ஊக்குவிக்க முடியும்." இப்பணியில் ஈடுபட முன்வந்த ஆசிரியர்கள் மூன்றாக வகைப்படுத்தப்பட்டனர். 1. தகுதியும் திறமையும் உடைய மேலும் பயிற்சி வேண்டாத ஆசிரியர்கள் 2. தகுதியும் திறமையும் பெறுவதற்காகத் தலைமையாசிரியர்களிடம் பயிற்சி பெற்றுவரும் மாணவர்கள் அல்லது மற்றவர்கள்; இவர்களுக்கும் ஊதியம் தரப்படும். 3. தங்களுக்கு வேலை கிடைக்கும் என்ற ஆர்வத்தில் தலைமையாசிரியர்களிடம் பயிற்சி பெற்றுவரும் தன்னார்வ மாணவர்கள்; இவர்களுக்கு ஊதியம் இல்லை. முதல் வகை ஆசிரியர்களுக்கு 15 வராகன் ஊதியம். இவர்கள் ஒரு இளநிலைப் பணியாளருக்குக் கற்பிக்க வேண்டும். ஒன்று அல்லது அதற்கு மேற்பட்ட பணியாளர்களுக்குக் கற்பித்தால் 20 அல்லது 25 வராகனாக ஊதியம் உயர்த்தப்படும். இரண்டாம் வகை ஆசிரியர்களுக்கு ஊதியம் 4 முதல் 10 வராகன் வரை; இதன்மூலம் இவர்களைப் பயிற்றுவித்துத் தக்கவைத்துக் கொள்ளலாம். ஆண்டுக்கு எட்டு அல்லது பத்து இளநிலைப் பணியாளர்கள் இந்தியாவுக்கு வருவதால் இவர்களுக்கு வேலை தருவது இயலும் என்பதே இதற்கான காரணம். மூன்றாம் வகையான தன்னார்வ மாணவர்கள் தலைமையாசிரியர்களிடம் பயிற்சி பெற்று, இரண்டாம் பிரிவில் வாய்ப்பு வரும்போது பணியில் அமர்த்தப்பெறுவார்கள். இவர்களுக்கு ஊதியம் இல்லை. "மதிப்புக்குரிய சுதேசிகள் தங்கள் இளம் உறவினர்களைத் தக்க ஆசிரியர்களிடம் பயிற்சி பெறவைப்பதில் மகிழ்ச்சி அடைவர் என நாங்கள் நம்புகிறோம். இதன் மூலம் பொதுநன்மை ஏற்படுவதும், தகுதியுடைவர்கள் நிறுவனத்தில் சேர்ந்து பயில்வதும், ஆசிரியர்கள் மாணவர்களிடமிருந்து தக்க அன்பளிப்புக்களைப் பெறுவதும் இயல்பாக நடக்கக்கூடுமென நாங்கள் கருதுகிறோம்." (மேற்படி, ப.1270).

இந்தத் திட்டத்தின் கீழ் மூன்று தலைமையாசிரியர்களை நியமிக்கக் குழுவுக்கு அதிகாரம் வழங்கப்பட்டது. இந்த நியமனங்களில் மிகவும் சிறப்பானது பட்டாபிராம சாஸ்திரியின் நியமனமாகும். இவர்தான் 'சர்வதேவ விலாசத்தில்' சிறந்த பிராமணப் பண்டிதர் பட்டியலில் முதலிடம் ('விப்ரபிரபு') பெறுபவர். இவர் எல்லிஸுக்கு நன்கு அறிமுகமானவர். எல்லிஸ் தலைமையேற்ற வலங்கை–இடங்கை (1809) மோதல் பற்றிய விசாரணைக் குழுவிற்குத் தேவையான சான்றாதாரங்களைத் தந்தவர். இவற்றின் அடிப்படையில் எல்லிஸ் ஒரு அறிவார்ந்த அறிக்கையைத் தயாரித்தார். தலைமைத் தமிழாசிரியர்

சிதம்பர வாத்தியார். இவர் பண்டாரச் சாதியினர். உதயகிரி வெங்கடநாராயணய்யா, பகுதிநிலை ஆங்கிலத் தலைமையாசிரிய ராகத் தற்காலிகமாக நியமிக்கப்பட்டுப் பின்னர் தலைமையாசிரிய ராகப் பதவி உயர்வு பெற்றார். பாரசீகம், இந்துஸ்தானி மொழிகள் தற்காலிகமாகத் தலைமையாசிரியரின்றிச் செயல்பட்டதால் சில பின்னடைவுகள் ஏற்பட்டன. சையத் அப்துல் காதர் என்பவர் அவரது தகுதி கருதி, பாரசீக மொழித் தலைமையாசிரியராக நியமிக்கப்பட்டார். சுதேசி ஆசிரியர்கள் இருபதின்மரில் இவர் ஒருவர். இவர்கள் 10 வராகன் ஊதியம் பெற்றவர்கள். அடுத்தவகையினரான சுதேசி மாணவர்கள் 14 பேர். இவர்களுக்கு 4 வராகன் ஊதியம். இவர்களைத் தவிரச் சில தன்னார்வ மாணவர்களும் இருந்தனர்.

இந்து மற்றும் இசுலாமியச் சட்டங்களை இந்தியர்கள் கற்பதற்கும் கல்லூரி உதவிற்று. இவற்றைக் கற்பிப்பது தலைமை யாசிரியர்களின் பணிகளில் ஒரு பகுதியாக இருந்தது. சட்டத் தேர்வில் வெற்றி பெற்ற மாணவர்கள் நீதிமன்றங்களில் பண்டிதர் களாகவும் முன்சீபுகளாகவும் பணியாற்றும் வாய்ப்பைப் பெற்றனர். இளநிலைப் பணியாளர்களுக்கும் அடிப்படைச் சட்டமும் அரசாங்க நடைமுறைகளும் கற்பிக்கப்பட்டன. இந்திய மாணவர்களுக்குச் சட்டம் கற்பிக்கப்பட்டதை இங்குச் சிறப்பாகக் குறிப்பிட வேண்டும். சட்டம் பயின்று, அத்துறையில் பணியாற்ற இந்திய மாணவர்களுக்கு வாய்ப்பளித்த முதல் கல்வி நிறுவனம் புனித ஜார்ஜ் கோட்டைக் கல்லூரிதான் என்பது பலருக்குத் தெரியாத ஓர் உண்மையாகும். இக்கல்லூரி இளநிலைப் பணியாளர்களைப் பயிற்றுவிக்கும் நிறுவனமாக மட்டுமல்லாது இந்திய மாணவர்களின் கல்வி மையமாகவும் விளங்கியது என்பதும் குறிப்பிடத்தக்கது.

தலைமையாசிரியப் பதவி பெரிய அதிகாரம் கொண்ட பதவியாகும். தலைமையாசிரியர்கள் இந்திய மாணவர் குழுவுக்குத் தலைமை வகித்ததோடு, அவர்களுடைய இலக்கணம், சட்டக்கல்வி, பயிற்சி ஆகியவற்றையும் கண்காணித்து வந்தனர். மாணவர்களுக்குப் பயன்படும் வகையில் நூல்கள் எழுதவும் அவர்கள் ஊக்குவிக்கப்பட்டனர். அந்த நூல்களைக் கல்லூரி அச்சகம் வெளியிட முன்வந்தது. புதிய தலைமையாசிரியர்களை எல்லிஸுக்கு ஏற்கெனவே தெரியும். அவர்களுள் ஒருவர் முன்பே சொல்லப்பட்ட பட்டாபிராம சாஸ்திரி. இவரும் மற்றவர்களும் திராவிடச் சான்றுக்கு நேரடியாக உதவியவர்கள். உதயகிரி வெங்கடநாராயணய்யா, தெலுங்கு இலக்கணம் எழுத காம்பெல்லுக்கு உதவியவர். சங்கரய்யா அல்லது சங்கர சாஸ்திரி எல்லிஸின் கீழ் சிரேஸ்ததாராகப் பணிபுரிந்தவர். நீண்டநாள்

அப்பணியில் இல்லையென்றாலும் எல்லிஸின் கல்விசார் பணிக்கு முழுதும் துணைபுரிந்தவர். சுருக்கமாகச் சொல்ல வேண்டுமானால் எல்லிஸ், காம்பெல் அடங்கிய பிரிட்டிஷ் கண்காணிப்புக் குழுவுக்கும் சுதேசித் தலைமையாசிரியர்களுக்கும் இடையே நெருங்கிய உறவு இருந்தது; அதனால் தென்னிந்திய மொழிகள் குறித்த புது நூல்கள் வெளிவந்தன.

கல்லூரி அச்சகம்

குழு தனது *20–10–1811*ஆம் நாளிட்ட அறிக்கையில் முக்கியத் தென்னிந்திய மொழிகளின் இலக்கணம், அகராதி தொடர்பான பல 'தொடக்கநிலை நூல்கள்' உள்ளன என்றும், அவற்றை வெளியிட அரசின் உதவி தேவை என்றும் குறிப்பிட்டிருந்ததை முன்பே பார்த்தோம். ஆனால், இந்தப் பணியை எப்படி நிறைவேற்றுவது என்பதை அவ்வறிக்கை தெளிவாகக் குறிப்பிடவில்லை. இளநிலை அரசுப் பணியாளர் கல்வியை மேம்படுத்துவதற்கான எல்லிஸைத் தலைவராகக் கொண்ட கண்காணிப்புக்குழு, தனது *29–1–1812*ஆம் நாளிட்ட அறிக்கையில், அச்சகத்தைக் குழுவின் கவனிப்பில் வைக்க வேண்டும் என்றும், அப்பொழுதுதான் நூல்களைப் பிழையின்றி வெளியிட முடியும் என்றும் குறிப்பிட்டது (*MPC, 3–3–1812*). இக்கட்டத்தில் ஒரு வியத்தகு அறிவிப்பு வெளிவந்தது. "அரசின் ஒரு சிறு உதவி கிடைப்பின் இந்த இடர்ப்பாடு எளிதில் நீங்கும். நமது மூத்த உறுப்பினர் அச்சகத்தையும் தமிழ் அச்செழுத்துக்களையும் நிறுவனத்தின் பணிக்கு ஒதுக்கித்தருவதாகக் கூறியுள்ளார்." இந்த மூத்த உறுப்பினர் வேறு யாருமில்லை, எல்லிஸ்தான். ஆனால், அவரிடம் தனியாக ஒரு அச்சகமும் தமிழ் அச்செழுத்துருக்களும் இருந்ததற்கும், அவற்றை அவர் எதற்கு எவ்வாறு பயன்படுத்தினார் என்பதற்கும் தக்க விவரம் இல்லை. அந்த அறிக்கையின் ஒரு பகுதியில் தரப்பட்டுள்ள விவரம்: ஒரு பெரிய அச்சகம், ஒரு சிறிய அச்சகம், பெரிய அச்சகத்துக்கான இரும்பு எந்திரம், *400* பவுண்டு எடையுள்ள சிறிய அச்செழுத்துக்கள், *200* பவுண்டு எடையுள்ள பெரிய அச்செழுத்துக்கள், இவற்றோடு அரசு அச்சகக் கண்காணிப்பாளர், தெலுங்கு அச்செழுத்துக்கள், பணியாள், மை முதலியவற்றைத் தருவதாகவும், இதற்குப் பதிலாக அச்சடிக்கப்படும் சில நூல்களை விற்பதற்குத் தர வேண்டும் என்றும், அந்தப் பணம் அனாதையில்லத்துக்கு உதவும் என்று அவர் கூறியுள்ளதாகவும் அக்குறிப்பில் சேர்க்கப்பட்டிருக்கிறது; இது பிரிட்டிஷ் இராணுவத்தினரின் குழந்தைகளுக்கான அநாதை இல்லமாகும். தாள்களை வழங்குவதோடு பணியைக் கண்காணிப்போரின் செலவையும் அரசு ஏற்க வேண்டும் என்று

குழு கூறியது. அண்மையில் ஐரோப்பாவில் தயாரிக்கப்பட்ட ஆங்கில அச்செழுத்துருக்களை 2000 வராகன் கொடுத்து இறக்குமதி செய்ய வேண்டும்; இதுவரை இந்தியாவில் இறக்குமதி செய்யப்பட்ட அச்செழுத்துருக்களில் மிகவும் சிறப்பானது; இதனால் அச்சகப்பணியும் சிறப்பாக இருக்கும் என்றும் சொல்லப்பட்டது. எல்லிஸ் இது குறித்துக் கூடுதல் கவனம் செலுத்தியதாகத் தெரிகிறது.

இதன்பின் 1–1–1813இல் (MPC, 3–2–1813) தரப்பட்ட அறிக்கையில் சில மாற்றங்கள் செய்யப்பட்டன. அரசு அச்சகக் கண்காணிப்பாளர் கல்லூரி அச்சகத்துக்கு அனாதை விடுதியிலிருந்து ஐந்து சிறுவர்களை அனுப்பினார். ஆனால் இந்த ஏற்பாடு பலன் தரவில்லை. பயிற்சிபெற்ற இளைஞர்களே யாயினும் அச்சகத்தின் கடின உழைப்புக்கு அவர்களால் ஈடு கொடுக்க முடியவில்லை. அதற்குப் பதில், "இந்தத் தொழிலில் நன்கு பழக்கமுள்ள சுதேசிகளை நியமிப்பது தேவை" என்று கருதப்பட்டது. அவர்கள்: ஒரு கண்காணிப்பாளர் (10 வராகன்), ஒரு அச்சகர் (4 வராகன்), ஒரு இயக்குபவர் (3 வராகன்). ஆங்கிலம், தமிழ் அச்செழுத்துருக்கள் கைவசம் இருந்தன. பிற மொழிகளுக்கு அவை இல்லை. தெலுங்கிற்கு இரண்டு அச்செழுத்துருக்கள் கிடைத்தன – ஒன்று குழுவின் மூத்த உறுப்பினர் ஓராண்டுக்குமுன் தயாரித்தது. எல்லிஸின் தெலுங்கு ஆர்வம் ஏற்கெனவே தொடங்கிவிட்டது என்கிற ஓர் ஆச்சரியமான செய்தியை இது தருகிறது. இது அரசு அச்சகத்தில் பயன்படுத்திப் பின்னர் 'கிடப்பில் போடப்பட்டது'. இரண்டாவது எழுத்துரு ஐரோப்பாவில் வார்க்கப்பட்டு அரசு அச்சகத்தில் பயன்பட்டுவந்தது. இது, "அரசு விளம்பரங்கள், பொதுவான சில அரசுசார் செய்திகளை அச்சடிப்பதற்கு மேல் எதற்கும் பயன்படாது." புதிதாக எழுத்துருக்கள் தயாரித்தல், அதற்கான கருவிகள், பணியாள்களைக் கூலிக்கு அமர்த்துதல், கரி மற்றும் பிற பொருட்களை வாங்குதல் எனப் பலவற்றையும் கணக்கில் எடுத்தால் ஏராளமாகச் செலவாகும் என்றும் கூறப்பட்டது.

தெலுங்கு அச்செழுத்துருவை வார்க்க அரசின் அனுமதியை எதிர்பார்த்த நிலையில் கைவசமிருந்த ஆங்கில, தமிழ் அச்செழுத்துக்களைக் கொண்டு பெஸ்கியின் கொடுந்தமிழ் இலக்கணத்தை வெளியிடும் பணியைக் கல்லூரி அச்சகம் தொடங்கியது. அவரது இரண்டு இலக்கண நூல்களில் இது உடனடியாகப் பயன்தரத்தக்கது. இதைத் தொடர்ந்து, சுதேசி மாணவர்கள் எளிதில் புரிந்துகொள்ளக்கூடியவிதத்தில் தொல்காப்பியத்தைப் பின்பற்றித் தமிழ்த் தலைமையாசிரியர்

சிதம்பர பண்டாரம் எழுதிய 'தமிழ்ச் சுருக்க விளக்கம்' வெளியிடும் பணி மேற்கொள்ளப்பட்டது.

கல்லூரி அச்சகத்தின் வெளியீடுகள் குறித்து ஒரு நிறைவான நூலடைவைத் தயாரிப்பது தேவை. கல்லூரியின் பங்கு, தலைமையாசிரியர்கள் தென்னிந்திய இலக்கியங்களை மீட்டெடுக்கச் செய்த முயற்சி, ஏட்டுச்சுவடிகளிலிருந்து அவை அச்சுவாகனமேறிய வரலாறு, அரசர்கள் ஆதரவிலிருந்து அரசாங்க நிறுவனங்களின் ஆதரவுக்கு நூலாக்கம் மாறியது, அச்சான நூல்களின் விற்பனை விவரம் முதலியவற்றை அறிந்துகொள்ள இத்தகைய நூலடைவு பெரிதும் உதவும். பத்தொன்பதாம் நூற்றாண்டுத் தென்னிந்தியாவில் வெளியான நூல்கள், வாசகர் எண்ணிக்கை பற்றிச் சரியான விவரம் இல்லை. இதை ஆராய்வதும் உடனடித் தேவையாகும். பத்தொன்பதாம் நூற்றாண்டில் வெளியான ஒன்றிரண்டு நூலடைவுகள் மட்டும் இப்போதுள்ளன: ஜான் மர்டாக் (John Murdoch, 1865) தயாரித்த தமிழ் நூலடைவு, வில்லியம் டெய்லர் (William Taylor) தயாரித்த கீழ்த்திசைச் சுவடிகள் பட்டியல். ஆனால் இவற்றைவிடவும் விரிவான நூலடைவு தேவை. அது கல்கத்தா வெளியீடுகளுக்குக் காத்தரின் டயல் (Katherine Diehl) தயாரித்த நூலடைவுகளை முன்மாதிரியாகக் கொள்ளலாம். கல்லூரி அச்சகத்தைப் பொறுத்தவரை அதன் வெளியீடுகளின் எண்ணிக்கை குறைவு என்பது மட்டுமல்ல, அவற்றுள் பல இன்று நம் பார்வைக்குக் கிடைக்கவில்லை. அதன் தொடக்கமாக, 'புனித ஜார்ஜ் கோட்டைக் கல்லூரி அச்சகம் வெளியிட்ட, வெளியிடுகிற, வெளியிட உள்ள நூல் பட்டியலை'க் கொள்ளலாம். இந்தப் பட்டியல் கல்லூரி தொடங்கிய சில ஆண்டுகளுக்குப் பின் 22-12-1815இல் வெளியிடப்பட்டதாகும். அச்சகத்தின் பேராசையை இந்தப் பட்டியல் காட்டுகிறது.

தமிழ் நூல்கள்

1. பெஸ்கியின் கொடுந்தமிழ் இலக்கணம் *(A Latin Grammar of the Low Tamil: Grammatica Latino-Tamulica, sive de vulgari Tamilica linguae idiomate Kotuntamil dicto, by J.C. Beschi).* அச்சடிக்கப்பட்டது.

2. பெஸ்கியின் செந்தமிழ் இலக்கணம் *(A Latin Grammar of the High Tamil: Grammatica Latino-Tamulica, ubi de elegantiori linguae Tamulicae dialecto centamil dicto, cui adduntur Tamulica Poseos rudimenta).* அச்சுக்குத் தயாராக உள்ளது.

3. பெஸ்கியின் தமிழ்-இலத்தீன் அகராதி *(A Tamil and Latin Dictionary).* கொடுந்தமிழை மையப்படுத்திய

அகராதி. முழுமையான அகராதி தயாரிக்கும் பணிக்கு முன்னோடி. அச்சில் உள்ளது.

4. பெஸ்கியின் சதுரகராதி: பெயர், பொருள், தொகை, தொடை என நான்கு பகுதிகளைக் கொண்ட தமிழ் அகராதி. அச்சில் உள்ளது.

5. இராமாயண உத்தர காண்டம்: சமஸ்கிருத இராமாயணத்திலுள்ள உத்தர காண்டத்தின் தமிழாக்கம். மொழிபெயர்த்தவர் சிதம்பர வாத்தியார், கல்லூரித் தலைமைத் தமிழாசிரியர். கல்லூரி இளநிலை அரசுப் பணியாளர்க்கான பாடநூல். அச்சடிக்கப்பட்டது.

6. தமிழ்ச் சுருக்க விளக்கம்: கல்லூரியில் பயிலும் சுதேசி மாணவர்களுக்கான தமிழ் இலக்கண நூல். எழுதியவர் சிதம்பர வாத்தியார். தொல்காப்பிய நூற்பாக்களின் உரைநடை விளக்கம். அச்சிலுள்ளது.

7. மிதாக்ஷர விவகார காண்டம்: சமஸ்கிருதத்தில் விஞ்ஞானேசுவரர் எழுதிய ரிது மிதாக்ஷரத்திலுள்ள வியவகார காண்டத்தின் தமிழாக்கம்; மொழி பெயர்ப்பைத் தொடங்கியவர் காலஞ்சென்ற போரூர் வாத்தியார். திருத்தம் செய்து நிறைவு செய்தவர் சிதம்பர வாத்தியார். ஸ்மிருதி, சொல், பொருள், எளிய உரை விளக்கத்துடன் கூடியது. மனப்பாடம் செய்யவும் மூலத்தைப் புரிந்துகொள்ளவும் உதவும்வகையில் அமைந்துள்ளது. அச்சிடத் தயாராக உள்ளது.

தெலுங்கு நூல்கள்

1. ஜெண்டூ எனப் பொதுவாக அழைக்கப்படும் தெலுங்கு மொழி இலக்கணம் (*A Grammar of the Teloogoo Language, commonly termed Gentoo*). கண்காணிப்புக் குழு உறுப்பினர் ஏ.டி.காம்பெல் எழுதியது. தெலுங்கு நூல்களிலிருந்து திரட்டி, ஐரோப்பிய இலக்கண மரபையொட்டி எழுதப்பெற்ற நூல். "இந்த நூலின் பதிப்புரிமை அரசுக்கு உரியது." கல்லூரி அச்சகத்தில் வார்க்கப்பட்ட தெலுங்கு அச்செழுத்துருக்கள் நிறைவுறும் நிலையில் உள்ளதால் இந்த நூல் விரைவில் அச்சாகி வெளிவரும். அச்சுக்குத் தயாராய் உள்ளது.

2. ஆந்திரதீபிகா: ஒரு பெரிய சிறந்த தெலுங்கு அகராதி. தொகுத்தவர் மசூலிப்பட்டினம் மாமடி வெங்கய்யா. அகரவரிசையில் 30,000 – 40,000 சொற்களைக் கொண்ட நூல். மொழிக்கல்வியில் எதிர்கொள்ளும் இடர்ப்பாடு

களைத் தீர்க்க உதவுவது. தெலுங்கு-ஆங்கில அகராதி தயாரிக்க ஒரு முன்னோடி. இப்படி ஓர் அகராதி தொகுக்கப்படுமானால் அது கடின உழைப்பு மற்றும் நீண்டகாலப் பணியின் வெளிப்பாடாக இருக்கும். (பிறகு காம்பெல் ஒரு அகராதியைத் தயாரித்துக் கல்லூரி அச்சகவழி வெளியிட்டார்.) "மாமடி வெங்கய்யாவின் இந்த நூலில் தூய தெலுங்குச் சொற்கள் குறைவு. அகராதி யின் பல பகுதிகள் சமஸ்கிருத மூலச்சொற்களால் நிரம்பி யுள்ளன. பொருள் விளக்கமும் போதுமானதாக இல்லை. ஆனாலும், ஒட்டுமொத்தமாகப் பார்க்கும்போது இது பெருமதிப்புடைய நூலாகும். கல்வியில் சிறந்த சுதேசி அறிஞர்கள் இது போன்ற படைப்புக்களில் ஈடுபட இது ஊக்கம் தரும். இதன் பதிப்புரிமையைச் சொற்ப விலையில் அரசு பெற்றுள்ளது." அச்சுக்குத் தயாராய் உள்ளது.

3. ஆங்கில – தெலுங்கு அகராதி *(A Vocabulary, English and Teloogoo).* செவ்வியல் வழக்கிலிருந்து வேறுபட்ட பொதுவழக்குச் சொற்களைக் கொண்டது. தொகுத்தவர் ஜே. எம்'கெரெல் *(J.M'Kerrell);* அரசுப் பணியாளர், அரசுக் கான தெலுங்கு மொழிபெயர்ப்பாளர், கண்காணிப்புக் குழுவின் முன்னாள் உறுப்பினர். அச்சாக்கத்திற்குத் தயாராகி வருகிறது.

கன்னட நூல்கள்

1. கனரீஸ் எனப் பொதுவாக வழங்கப்படும் கர்நாடக மொழி இலக்கணம் *(A Grammar of the Carnataka Language commonly called Canarese).* செவ்வியல் வழக்கை உடையது. தொகுத்தவர் ஜே. எம்'கெரெல். அச்சாக்கத்திற்குத் தயாராகி வருகிறது.

2. ஆங்கில – கர்நாடக அகராதி *(A Vocabulary of English and Carnataka).* கன்னட மொழி வேர்ச்சொற்களைக் கொண்டது. தொகுத்தவர் ஜே. எம்'கெரெல். அச்சாக்கத் திற்குத் தயாராகிவருகிறது.

"பயன்பாட்டிலுள்ள இந்த மொழியின் இயல்பை நன்கு வெளிப்படுத்தியுள்ள இந்த நூல்கள் ஐரோப்பிய மொழிகளில் வரும் இம்மொழி சம்பந்தமான முதல் நூல்களாக இருக்கலாம் எனத் தோன்றுகிறது. இவை முழுமை பெறும்போது கல்லூரிக்குப் பெருமை சேரும். தென்தீபகற்பத்தில் வழங்கும் நன்கு அறியப்பட்ட மற்ற இரு மொழிகளைவிட ஓரளவே அறியப்பட்ட இந்த மொழிக்கான இவ்விரு நூல்களும் சேர்ந்து ஒரு

தொகுப்பாகி, தொடக்கநிலை நூல்களாக விளங்கும். தேவையான அச்செழுத்துருக்கள் கிடைத்ததும் இந்த இரண்டு நூல்களும் அச்சேற்றப்படும்."

ஆங்கில நூல்கள்

1. இந்தியத் தீபகற்ப மக்களின் காலக்கணிப்பு குறித்த ஆய்வுரை *(Dissertations on the Several Modes of Computing Time Observed by Inhabitants of Indian Peninsula).* ஐரோப்பியக் காலமுறையையும் இந்தியக் காலமுறையையும் ஒத்திட்டுக் கணித்தல். சென்னை 56வது காவலர் படைப்பிரிவுத் தலைவர் ஜே.வாரென் *(J. Warren)* எழுதியது. இதன் பதிப்புரிமை அரசுக்குரியது. இந்தக் காலக்கணிப்பு மூன்று முறைகளை உடையது. முகம்மது நபி மெக்காவிலிருந்து மதீனா சென்ற கி.பி. 620ஐ மையப்படுத்திய ஹிஜ்ரி காலமுறை. கி.பி. 78ஐ மையப்படுத்திய சக ஆண்டைக் கொண்டு கணக்கிடும் இந்து சூரிய முறை. இது தமிழ் பேசும் பகுதிகளில் வழங்குவது. சூரிய சந்திரரைக் கொண்டு கணக்கிடும் மற்றொரு சக ஆண்டு முறை தெலுங்கு பேசும் பகுதியில் வழங்குவது. இந்த நூலில் 'வாக்கியம்', 'சித்தாந்தம்' என்ற இரண்டு தமிழ் வானியல் நூல் களின் அடிப்படையில் பெஸ்கி தயாரித்த விதிகளையும் அட்டவணைகளையும், ஐரோப்பியர் – இந்துக்களின் காலமாற்றத்தைக் காட்டும் எடுத்துக்காட்டுகளையும் கொண்ட பனுவலும் அடங்கும். அச்சிடத் தயாராகும் நிலையில் உள்ளது.

2. தென்னிந்தியாவில் புழக்கத்திலுள்ள இந்துஸ்தானி கிளை மொழி அகராதி *(A Lexicon of that Peculiar Dialect of the Hindostanee Language which prevails in the Dekkan of South India).* ஹெச். ஹாரிஸ் *(H. Harris)* எழுதியது. இவர் சென்னை மாநில மருத்துவக் குழுவின் இரண்டாவது உறுப்பினர். இந்த அகராதி பிரித்தானியர் ஆளுகைக்குட் பட்ட சென்னை மாநிலத்தில் புழங்கும் இந்துஸ்தானி சொற்களைக் கொண்டது. கல்லூரி அச்சகத்திற்காகத் தயாரிக்கப்படவில்லை என்றாலும், அரசு உதவியுடன் கல்லூரி மூலம் வெளியிடுவதற்கான ஏற்பாடுகள் மேற்கொள்ளப்பட்டு வருகின்றன.

இந்தப் பட்டியலில் தமிழும் தெலுங்கும் முன்னுரிமை பெற்றிருப்பதைக் காணலாம். ஜான் எம்'கெரெல் எழுதி, கல்லூரி அச்சகம் வெளியிட்ட, ஆங்கிலத்தில் முதன்முதலாக வெளிவந்த கன்னட இலக்கணமும் சுட்டத்தக்கது. துருமோண்ட் எழுதிய

மலையாள இலக்கணத்தை வெளியிட எர்ஸ்கின் உதவியுடன் எல்லிஸ் முயன்றும் அச்செழுத்துருக்கள் கிடைக்காததால் அம்முயற்சி தடைப்பட்டது (Ellis to Erskine, 10-3-1813, NLS Mss. 36.1.5, ff. 62-71). "இலக்கியங்களை மீட்டெடுத்து அவற்றைச் சென்னை மாநில இந்திய அறிஞர்களிடையே பரவலாக்க"க் கல்லூரி அச்சகம் மூலம் மேற்கொண்ட முயற்சிகள், புதிதாக அறிமுகப்படுத்திய பதிப்புரிமை முறைகள், அவற்றை அரசு பெறுவதற்கான வேண்டுதல், அதன் மூலம் புலமையை வளர்த்தெடுத்தல் முதலியனவும் இந்தப் பட்டியல்வழித் தெரிய வருகின்றன.

கல்லூரியின் ஆசை நிறைவேறும் அளவு நிதிவசதி இல்லை. எனவே ஒரு சிறு வட்டத்துக்குள்ளேயே அது செயல்பட வேண்டியதாயிற்று. கல்லூரி முற்றத்தில் அச்சகம் இயங்கியது. திட்டங்கள் பன்முகப்பட்டவை. தமிழ், தெலுங்கு, கன்னட, ஆங்கில மொழிகளில் திறமை பெற்ற அச்சுக்கோப்போர் தேவைப்பட்டனர். போதுமான அளவு அச்செழுத்துக்கள் இல்லை. மீண்டும்மீண்டும் பயன்படுத்தக்கூடிய நிலையிலும் அவை இல்லை. அச்சிடத் தேவையான ஈயம் போன்ற பொருள்களை விற்பது எளிதாகையால் அவை திருடுபோயின. எனவே தீவிரக் கண்காணிப்பு தேவைப்பட்டது. நல்ல தாளை இங்கிலாந்திலிருந்து இறக்குமதி செய்ய வேண்டியிருந்தது. அதன் விலையும் அதிகம். கிடைப்பதிலும் தட்டுப்பாடு. இந்தச் சூழ்நிலையில் கல்லூரி அச்சகம் தனது எல்லை கடந்து செயல்பட்டது வியப்புக்குரியது.

எல்லிஸ் மறைந்ததும் கல்லூரிக்கான சில விதிமுறைகளில் திருத்தம் வேண்டி அரசுக்கு அனுப்பிய ஒரு கடிதவழி இது குறித்து ஓரளவு தெளிவாகிறது. எல்லிஸ் விட்டுச்சென்ற பணியை ஏனைய உறுப்பினர்கள் எவ்வாறு செய்வது என்பது பற்றியும் பேசப்பட்டது. கல்விக்கான ஏற்பாடுகள் ஒழுங்குபடுத்தப்பட்டன. தலைமையாசிரியர்களின் கீழ்ப் பணியாற்றத் தகுதிவாய்ந்த ஆசிரியர்கள் உருவாக்கப்பட்டனர். இந்தவகையில் கல்லூரியின் செயல்பாடு வெற்றிகரமாக அமைந்தது. பாடப்பிரிவுகளை முறைப்படுத்துதல், 'அரைகுறையாக' உள்ள கல்லூரி அச்சகத்தை ஒழுங்குபடுத்துதல் என்பதைப் பொறுத்தமட்டில் கல்லூரி தான் எதிர்பார்த்த அளவு வெற்றிபெறவில்லை (MPC, 4–12–1819, பத்தி 31). கல்லூரி தொடங்கப்பெற்ற 1812இலிருந்து நான்கு நூல்கள் மட்டுமே அச்சாயின. அவை பெஸ்கியின் கொடுந்தமிழ் இலக்கணம், இராமாயண உத்தர காண்டம் (மொழிபெயர்ப்பு), காம்பெல்லின் தெலுங்கு இலக்கணம், தெலுங்குக் கதைகள். அச்சிடவிருந்தவை என்று குறிப்பிடப்பட்டிருந்தவை வருமாறு:

1. சதுரகராதி – பெஸ்கி, 2. தமிழ் இலக்கணம் (The Treatise on Tamil Grammar) தலைமைத் தமிழாசிரியரால் எழுதப்பட்டு 1815இல் அச்சுக்குத் தயாராகி அரைப்பகுதியே அச்சிடப்பட்டுள்ளது, 3. உரைவிளக்கத்துடன் கூடிய எல்லிஸின் திருக்குறள் மொழிபெயர்ப்பு – 1818இல் அச்சேறி மூன்றில் இரண்டு பாகம் முடிவுற்ற நிலை, 4. பாபிங்டன் (Babington) மொழிபெயர்த்த பெஸ்கியின் செந்தமிழ் இலக்கணம் – அச்சுப்பணி தொடங்கப் பெற்றுள்ளது, 5. காம்பெல்லின் தெலுங்கு இலக்கணத்தின் இரண்டாவது பதிப்பு, நான்கில் ஒரு பங்கு அச்சாகியுள்ளது, 6. காம்பெல்லின் தெலுங்கு அகராதி – அச்சுப்பணி தொடங்கியுள்ளது, 7. தலைமை அரபு மொழி ஆசிரியரது அரபு மொழி இலக்கணம் – 1817இல் தொடங்கப்பெற்று மூன்றில் இரண்டு பாகம் அச்சாகியுள்ளது.

"சரியான ஏற்பாடுகள் இருந்திருந்தால் ஒன்றிரண்டு ஆண்டுகளாக முடிக்கப்பெறாத நூல்கள்கூட இரண்டு மாதங்களுக்குள் முடிக்கப்பெறக்கூடும்" (மேற்படி, பத்தி 34). இந்த நூல்கள் மட்டுமல்ல, அரசு நிர்வாக நடைமுறைகளின் மொழிபெயர்ப்புக்களையும் கல்லூரி அச்சகம் நன்கு வெளியிட முடியும். குறைந்த அளவிலான கூடுதல் செலவில் அச்சகத்தை எவ்வாறு மேம்படுத்துவது என்பதற்கான சில கருத்துக்களையும் குழு முன்வைத்தது. இரண்டு புதிய அச்சகங்களை வாங்குதல், தக்க ஊதியம் தருவதன் மூலம் ஒரு கண்காணிப்பாளரை நியமித்தல், ஆண்கள் அனாதை விடுதியிலிருந்துவந்த அச்சுக் கோப்பாளர் எண்ணிக்கையைப் பத்திலிருந்து ஒன்றாகக் குறைத்ததால், அச்சுப்பணியில் சுணக்கம் ஏற்படவே அவர்களைப் பயன்படுத்துவதை நிறுத்துதல் முதலிய கருத்துகள் தெரிவிக்கப்பட்டன. கூடுதல் ஆதரவு கிடைக்குமானால் கல்லூரி அச்சகம் நன்கு செயல்பட்டு நிறைய நூல்களை வெளியிட்டு அதன்வழி எல்லிஸின் நம்பிக்கையின் ஒரு பகுதியையாவது நிறைவு செய்யும் என்றும் தெரிவிக்கப்பட்டது.

மாமடி வெங்கய்யா

கல்லூரி குறித்து எல்லிஸ் எர்ஸ்கினுக்குப் பல கடிதங்கள் எழுதியிருக்கிறார். பம்பாயில் ஒரு கல்லூரி நிறுவுவதற்குச் சென்னைக் கல்லூரி ஒரு முன்மாதிரியாக அமையும் என்று எர்ஸ்கின் எண்ணிச் செயல்பட இக்கடிதங்கள் தூண்டுகோலாக இருந்தன. இளநிலைப் பணியாளர்களைப் பயிற்றுவிப்பதே கல்லூரியின் முதன்மை நோக்கம் என்றாலும் இந்தியர்களுக்கும்

கல்வியறிவு புகட்ட வேண்டும் என்று எல்லிஸ் குறிப்பிட்டார். கல்லூரி தொடங்கிய சில நாள்களில் எழுதிய ஒரு கடிதத்தில் (25-4-1812), "சுதேசிகளின் இலக்கியத் திறமையை வளர்க்க இக்கல்லூரி கல்கத்தா கல்லூரி போலச் செயல்பட்டு அவர்களை ஊக்குவிக்க வேண்டும்" என்று குறிப்பிட்டார். "நம்மிடம் சிறப்பான நூல்கள் உள்ளன என்பது என் நம்பிக்கை. ஆதலால், கல்கத்தாவைவிடச் சென்னை சிறப்பாகச் செயல்பட முடியும்" என்கிற நம்பிக்கையையும் தெரிவித்தார்.

உண்மையில், தென்னிந்தியாவில் இலக்கிய உணர்வு பெருகிவருகிறது. ஓரளவு தரமான கவிதைப் படைப்புக்களோடு, வேறு சில தரமான படைப்புக்களும் அண்மைக் காலத்தில் ஆக்கப்பட்டுள்ளன. இவற்றில் குறிப்பிடத் தக்கவை சமஸ்கிருத அகராதிகளிலிருந்து அகரவரிசையில் தொகுக்கப்பட்டவை, விஞ்ஞானேசுவர் உரையின் தமிழாக்கம் ஆகியவையாகும். கடின உழைப்பின் வெளிப் பாடான இவை புகழையோ செல்வத்தையோ எதிர்பார்த்து மேற்கொள்ளப்பட்டவை அல்ல. இம்மாதிரியான படைப்புக்களை நாம் ஊக்குவிக்க வேண்டும். கல்லூரி அச்சகம் இதற்கு ஏற்றதாக அமைந்தால் நல்லது (NLS Mss. 36.1.5, ff. 76-77).

கல்லூரிக்கு வெளியிலிருந்தும் படைப்புக்களைப் பெற்று வெளியிட அரசின் அனுமதி கிடைத்த மகிழ்ச்சியை 10-3-1813 தேதியிட்ட கடிதத்தில் எல்லிஸ் தெரிவிக்கிறார்.

இந்தக் கடிதத்துடன் சென்னைக் கல்லூரிக்கான விதி முறைகளைக் கொண்ட ஒரு அச்சுப்படியும் உள்ளது. அரசின் தாராள மனத்தை இது காட்டுகிறது. இளநிலைப் பணியாளர்களைப் பயிற்றுவிப்பதே கல்லூரியின் உடனடி நோக்கம் என்றாலும் அதனோடு தொடர்புடைய சுதேசி களையும் இலக்கியப் பணியில் ஈடுபடுத்தி ஊக்குவிக்க வேண்டும் என்பதும் மற்றொரு நோக்கமாக உள்ளது. நமக்கு இதில் உடன்பாடு என்றாலும் மற்றவர்களை இது தொடர்பாக நான் வற்புறுத்த விரும்பவில்லை. இருப்பினும், சுதேசிகள் மீது இக்கல்லூரி இந்தவகையில் செலுத்தியுள்ள தாக்கத்தையும், அதனால் அவர்கள் பெறவிருக்கும் பெரும் பயன்களையும் குறித்த எனது எதிர்பார்ப்பைத் தவிர்க்க முடியவில்லை. இந்தச் செல்வாக்கு இப்போதே செயல்படத் தொடங்கிவிட்டது. நிறுவனத்தோடு தொடர்புடைய சுதேசிகளின் படைப்புக்களை அச்சிட உள்ளோம். அதற்கேற்ப ஆசிரியர்களிடமிருந்து பதிப்புரிமையைப் பெறவும் நமக்கு அதிகாரம் தரப்பட்டுள்ளது. அதைச்

செயல்படுத்த உள்ளோம். இவ்வகையான ஊக்குவிப்பு நம் எதிர்பார்ப்பையும் மீறி நடைபெறலாம் *(ff. 62-63).*

இக்கல்லூரியின் உண்மையான நோக்கம் எல்லிஸ் எண்ணிய வண்ணம் தென்னிந்திய இலக்கியங்களை மீட்டெடுத்தலேயாகும் என்பது இதன் மூலம் தெளிவாகிறது. மாற்றத்துக்கு இடம் தந்துவரும் ஆட்சியில் இத்தகைய சூழலில் இலக்கிய மீட்டெடுப்பு என்பதைப் புரிந்துகொள்ள, மாமடி வெங்கய்யா பற்றியும் அவரது தெலுங்கு அகராதிக்கான பதிப்புரிமையை அரசு பெற்றது பற்றியும் அறிவது பயன் தரும். அதற்கு முன் சில செய்திகள்.

நல்லதொரு நூலகத்தை அமைக்கக் கல்லூரி முயற்சி எடுத்தது. இந்த நூலகம் கல்கத்தாவிலிருந்து வாங்கிய அச்சேற்றப்பட்ட மொழிக்கல்விக்கான நூல்கள், தனது சொந்த வெளியீடுகள், காலின் மெக்கன்ஸியின் தொகுப்புக்கள் மட்டுமன்றி சமஸ்கிருதம், தமிழ், தெலுங்கு மொழிகளிலுள்ள ஏட்டுச் சுவடிகளையும் கொண்டிருந்தது. கல்லூரியில் பணியாற்றிய இந்தியர்களில் ஒருவரை வடக்கிலும் மற்றொருவரைத் தெற்கிலும் அனுப்பி, தெலுங்கிலும் தமிழிலுமுள்ள ஏட்டுச்சுவடிகளைச் சேகரித்துவரும் பணியையும் கல்லூரி முறையாக மேற்கொண்டது. ஏட்டுச்சுவடிகளைப் படைத்தல், பாதுகாத்தல் முதலியன அருகிவந்த சூழலில் இந்தப் பணி மேற்கொள்ளப்பட்டது. இவ்வகைத் தேடலும் தொகுப்பும் பழமைக்கும் புதுமைக்கும் இடையே ஒரு பாலமாக அமைந்தன. இந்த இலக்கிய மீட்டெடுப்புக்கு, முன்பு அரசவைகள் உதவியது போல், புத்தக விற்பனையும் புதிய பண்பாட்டு நிறுவனங்களும் உதவின.

மாமடி வெங்கய்யா *(1764–1834)* மண்பாண்டம் மற்றும் பீங்கான் தொழிலில் ஈடுபட்ட ஒரு கோமுட்டி வணிகர். தமது உற்பத்திப்பொருள்களை ஹாலந்து, பிரான்சு, இங்கிலாந்திலுள்ள ஆலைகளுக்கு அனுப்பிக்கொண்டிருந்தவர். *1787*இல் “தக்க வேலைவாய்ப்புத் தேடி ஒதுங்கிப்போனார்.” தெலுங்கிலும் சமஸ்கிருதத்திலும் இளம் பருவத்திலேயே பயிற்சி பெற்றவர். வணிகத்திலிருந்து ஒதுங்கிய பின் தெலுங்கு, சமஸ்கிருத அகராதிகளைத் தொகுக்கும் பணியில் பதினான்கு ஆண்டுகள் ஈடுபட்டு அவற்றை நிறைவு செய்தார். இவரது அறிவாற்றலைக் கண்டு பொறுக்காத உள்ளூர் பிராமணர்கள் இரண்டு முறை இவரது வீட்டை இடித்துத் தள்ளித் தங்களது எதிர்ப்பைத் தெரிவித்தனர் *(MPC, 15-3-1811).* இந்த இரண்டு அகராதிகளையும் கல்லூரி வெளியிட விரும்பியது. சமஸ்கிருத அகராதியை வாங்க அரசு அனுமதிக்கவில்லை. காரணம், கல்கத்தாவில் இத்தகைய அகராதி ஒன்றை வெளியிடும் முயற்சியில் கோல்புரூக் ஏற்கெனவே ஈடுபட்டிருந்தார். ஆனால், தெலுங்கு அகராதியை

வெளியிடுவதற்கான பதிப்புரிமையைப் பெற அரசாங்கம் 1000 வராகன் அனுமதித்தது. இந்த வெளியீடு தொடர்பாக நல்ல விளம்பரம் தர வேண்டும் என்றும், நூல்களுக்கான பதிப்புரிமையை அரசு பெற்று வெளியிடும் என்பது எல்லாருக்கும் நன்கு தெரியவரின் மாமடி வெங்கய்யா போன்ற அறிஞர்கள் பலர் ஊக்கம் பெற்று எழுத்துப் பணியில் ஈடுபட உதவும் என்றும் குழு அரசுக்குத் தெரிவித்தது.

இந்த நேரத்தில் மாமடி வெங்கய்யா நோய்வாய்ப்பட்டு, உயிருக்குப் போராடிக்கொண்டிருந்தார். அதனால், கல்லூரிக்கும் மசூலிப்பட்டினம் ஆட்சியர் வழியாக வெங்கய்யாவுக்கும் இடையேயான இந்த ஒப்பந்தம் குறித்த நடவடிக்கை தாமதமானது. தென்னிந்தியாவில் முதன்முதலாக அறிமுகமாகிவந்த பதிப்புரிமை என்ற புதிய கருத்தாக்கத்தின் புரியாத்தனத்தை இந்தக் கடிதப் பரிமாற்றங்கள் தெளிவுபடுத்துகின்றன. இந்த ஒப்பந்தமுறை எளிமையானதுதான் என்றாலும், அதில் குறிப்பிடத்தக்க அம்சம் பதிப்புரிமையை விற்றுவிட்ட ஆசிரியர், அதை மீண்டும் பதிப்பிக்க முடியாது; ஆனால் அதை நகலெடுத்துக் கையெழுத்துப்படியாகப் பிறருக்கு வழங்கலாம் என்பதாகும். அச்சுத்தொழில்நுட்பம், புத்தக விற்பனை ஆகியவற்றின் அயல்தன்மை இதன்மூலம் விளங்கும்.

நோய்ப்படுக்கையிலிருந்து வெங்கய்யா ஆளுநருக்கு எழுதிய கடிதத்தில் 1000 வராகன் பெறுவதற்குத் தமக்குச் சம்மதமில்லை என்று மறுப்பு தெரிவித்தார். கடுமையான உழைப்பின் பயனான இந்த அகராதிகளைக் குழுவின் "மேதகு ஆளுநருக்கான அன்பளிப்பாகத் தாம் கருதியதாகவும், அதற்கேற்ப அவர் தம் குடும்பம் நன்கு வாழ உதவும்வகையில் பண உதவி செய்வார் என்று நம்பியதாகவும்" எழுதினார். நோய் காரணமாக அவர் சென்னை செல்ல இயலவில்லை.

இந்தப் பணியை மேற்கொண்டபோது, ஆளுநர் தாராள மனத்துடன், எனது குடும்பத்தைக் காப்பாற்ற உதவும் வகையில் தமக்குச் சரியென்றுபடுகிற ஒரு செலவுத் தொகையை (பணமாகவோ, நிலமாகவோ) அளிப்பதை நான் விரும்பினேன். ஆனால், அவ்வாறு செய்வது பொருந்தாது என அவர் கருதுவதால் இந்த நூல்களைப் பிறர் பயன்படுத்தும்வண்ணம் அச்சிட்டு வெளியிடுவதற்கு எனது அன்பளிப்பாகத் தருகிறேன். ஏனெனில், அவற்றை அச்சிடும் வசதி எனக்கில்லை.

இதுகாலம்வரை அரசவைகளில் ஒரு நூல் பலரது விமர்சனங்களுக்குப் பின் தக்க வெகுமதியோடு வெளியிடப்பட்டு

வந்தது. அச்சு, பதிப்புரிமை ஆகியன அறிமுகமாகுமுன் இருந்த நிலை இது. சென்னை ஆளுநர் அரசர்களைப் போல் ஒரு நல்ல புரவலராக நடந்துகொள்வார் என வெங்கய்யா எதிர்பார்த்தார். ஆனால் அவர் எதிர்பார்த்த வெகுமதி என்ன? இதைத் தெரியப்படுத்துமாறு கல்லூரிக் குழு கேட்டது. தனது இரண்டாம் கடிதத்தில் வெங்கய்யா, “இந்தப் பொருண்மையை அரசின் விருப்புக்கு விட்டுவிட்டேன். ஆனால், குழு இது பற்றிக் கேட்டிருப்பதால் ஒன்றைச் சொல்லக் கடமைப்பட்டுள்ளேன். என் குடும்பச்செலவு ஒரு நாளைக்கு ஒரு வராகன். அதை ஈடு செய்யும்வகையில் மசூலிப்பட்டினத்துக்கு அருகே எனக்கு நிலம் வழங்கினால் மனநிறைவு அடைவேன். இது என் மறைவுக்குப் பின்னும் தொடர வேண்டுமென்றும் விரும்புகிறேன்.”

இது ஏற்புடையதன்று என்று அரசு கூறினார். காரணம், அந்நிலம் ஜமீன்தார் ஒருவருக்கு உரியது. அதற்கு வெங்கய்யா, “ஜமீன்தார்களுக்கு நிலம் வழங்கும்போது அந்த நிலத்தைத் திரும்பப் பெறும் உரிமையை அரசு தன் அதிகாரத்தில் வைத்திருந்தது என்பதைத் தாங்கள் அறிவீர்கள். ஏனெனில், நீங்கள் எனக்கு மேலானவர். நிலத்தை நிரந்தரமாக நான் வைத்துக்கொள்ளும் அதிகாரத்தை எனக்கு வழங்கினால் எனக்குப் பின்னும் என் குடும்பத்துக்கு அது உதவும் என்கிற நம்பிக்கையில்தான் தாங்களுக்கு எழுதினேன்” எனப் பதில் அளித்தார். அதற்கு ஆட்சியர், “இந்த விவகாரத்தில் தாங்கள் வெற்றிபெற வாய்ப்பில்லை. ஜமீன்தாருக்கு வழங்கப்பட்ட நிலத்தை வேறொருவருக்குத் தருமாறு அரசு ஆணையிட முடியாது” என மறுமொழி தந்தார்.

இதற்கு வெங்கய்யாவின் மறுமொழி, “தங்களது 11ஆம் தேதியிட்ட கடிதம் கிடைத்தது. அதில் ஜமீன்தாருக்கு வழங்கப் பட்ட நிலத்தை வேறொருவருக்குத் தருமாறு அரசு ஆணையிட முடியாது எனக் குறிப்பிடப்பட்டிருந்தது. அரசு எதை வேண்டு மானாலும் செய்யலாம் என்பதால் என் குடும்பத்தைக் காப்பாற்ற அரசு எனக்குத் தர விரும்பும் மதிப்பூதியம் நிலமாக இருப்பின் நல்லது எனக் கருதுகிறேன். ஆனால், அது ஏற்புடையதன்று என்று தாங்கள் கருதுவதால், வழங்கப்படும் மதிப்பூதியம் நில வருவாயாகவோ, பணமாகவோ எதுவாக வேண்டுமனாலும் இருக்கட்டும் என்று அரசுக்குப் பரிந்துரைக்க வேண்டுகிறேன். இவற்றில் எது சரியென்று அரசு கருதுகிறதோ அதை நான் ஏற்றுக்கொள்கிறேன்.” நிலக்கொடை, நீண்ட கால ஓய்வூதியம் இரண்டும் ஏற்புடையதல்ல என அரசு கருதியதால் அவர் வாழ்நாளிலும் அவருக்குப் பின் அவரது மனைவியின் வாழ்நாள் வரையிலும் மாத ஊதியம் வழங்கப்படும் என முடிவு எடுத்தது.

மாமடி வெங்கய்யா அரசுடன் வலுவோடு மோதினார். தமது புலமையைப் பணத்துக்கு விற்க விரும்பாத ஓர் அறிஞரின் போராட்டம் இது. தமது புலமையை மதித்து அதற்குப் பரிசாக இறையிலி நிலத்தை நிரந்தரமாக அரசு வழங்கும் என்று அவர் எதிர்பார்த்தார். அரசாங்கம், நிலக்கொடையை விரும்பவில்லை. தனிச்சொத்துரிமையைப் பராமரிப்பதில் அக்கறை காட்டியது. நூலாசிரியர்களின் பதிப்புரிமையும் இவ்வகைப்பட்டதே. இலக்கிய மீட்டெடுப்பு என்பது முந்தைய இலக்கிய உற்பத்தி முறையை மீட்டெடுப்பதல்ல, புதிய நிலமைகளுக்கேற்ப அதனைத் தகவமைப்பதே ஆகும்.

அரசு விரும்பினால் ஜமீன்தார் நிலத்தைத் தமக்குப் பெற்றுத்தர முடியும் என்பதை வெங்கய்யா தெளிவுபடுத்தினார். ஆனால் அரசு அதற்கு இணங்க வில்லை. இயக்குநர் குழு *Tamil Expositor* என்ற நூலின் ஆசிரியரான சுப்பராய முதலியாருக்கு இறையிலி நிலத்தை வழங்கவில்லை *(MPC, 8-4-1817)*. மாறாக, தங்கத்தாலான மூக்குப்பொடிச் சிமிழ் ஒன்றை அளித்தது. ஆனால் மிதாக்ஷரத்தை மொழிபெயர்த்த சிதம்பர வாத்தியாருக்குத் தென்னர்க்காடு மாவட்டத்தில் யாத்ரீகர்களுக்கான ஒரு சத்திரத்தை கட்டிக்கொள்ள 1000 வராகன் அளித்ததோடு இறையிலி நிலமும் வழங்கியது *(MPC, 18-12-1818, 19-6-1819)*.

வெங்கய்யாவின் தெலுங்கு அகராதியை வெளியிடுவது தொடர்பான குழுவின் கடிதப்போக்குவரத்து அத்திட்டம் குறித்துப் பலமுறை பேசினும் அது வெளிவரவில்லை. காரணம், அது முழுவதும் தெலுங்கில் இருந்ததும், பிரிட்டனிலிருந்து வருகிற மாணவர்களுக்கு அதைப் பயன்படுத்தும் அளவு தெலுங்கு அறிவு இல்லாததுமாகும். இதற்கிடையே காம்பெல் தமது தெலுங்கு இலக்கணத்தை வெளியிட்டதோடு தெலுங்கு – ஆங்கில அகராதி ஒன்றையும் வெளியிட முற்பட்டார். இது மாமடி வெங்கய்யாவின் அகராதியிலிருந்து பல பகுதிகளை எடுத்தாண்டிருக்கக்கூடும். வெங்கய்யா நூலின் முக்கியத்துவம் அதன் முன்னுரையில் உள்ளது. சமஸ்கிருதத்திலுள்ள பழைய தெலுங்கு இலக்கணத்தை அடியொற்றி, தெலுங்கு இலக்கணத்தையும் அதன் வரலாற்றையும் முன்னுரையில் அவர் விரிவாக எழுதியுள்ளார். காம்பெல்லும் எல்லிஸும் இதை மேற்கோள் காட்டியுள்ளனர். காம்பெல்லின் நூலில் இது விரிவாக உள்ளது. அது எவ்வாறு திராவிடச் சான்றுக்கு உதவியது என்பதை அடுத்துக் காண்போம்.

5

திராவிடச் சான்று

பொதுக்கல்வியும் ஆய்வுரையும்

புனித ஜார்ஜ் கோட்டைக் கல்லூரி அமைவதற்கும் திராவிட மொழி குறித்த கருத்தாக்கத்திற்கும் நேர்த் தொடர்பு இருந்ததைச் சென்ற இயலில் பார்த்தோம். ஆனால், திராவிடம் பற்றிய கருத்தாக்கம் கல்லூரியிலிருந்து தோன்றியது என்று சொல்வதைவிடக் கல்லூரி உருவாக்கத்துக்கே இதுதான் அடிப்படையாக இருந்தது எனல் வேண்டும். இளநிலை ஆட்சிப்பணியாளர்களுக்கான பொதுக் கல்வித் திட்டத்தில் திராவிட மொழிக் கல்வி இருந்தது என்பதும் தெளிவு. இந்தக் கல்வியென்பது சுதேசி மொழி ஆசிரியரின் உதவியோடு மொழிகளைக் கற்கும் தனிப் பயிற்சியோடு சேர்ந்ததாகும்.

1811 அக்டோபர் 20ஆம் தேதியிட்ட கல்லூரித் திட்ட அறிக்கையிலிருந்து தொடங்குவோம். எல்லிஸ் குழு அளித்த, கல்வியின் குறிக்கோள் பற்றிய அந்த அறிக்கை கூறுவதாவது:

> இளநிலைப் பணியாளர்கள் தென்மாவட்டங்களில் எங்கு பணியமர்த்தப்படுவார்கள் என்பது நிச்சயமில்லையாததால் அவர்கள் ஒரு மொழியை மட்டும் கற்பதோடு நில்லாமல் தென்னிந்திய மொழிகளையும், அவற்றுக்கிடையேயான உறவு, எழுத்து வடிவம் முதலியனவற்றையும் அறிந்திருப்பது தேவையாகும் *(MPC, 10-12-1811).*

காலனியாதிக்கப் பயன்பாட்டுக்குதவிய திராவிடக் கருத்தாக்கம் இங்குதான் தோற்றம் கொள்கிறது. அதாவது, பணியிடம் எது என்பது முக்கியமல்ல, மொழியையும் எழுத்துக்களையும் கற்பதே முக்கியம் என்பது அது. இந்தப் பணியாளர்கள் சென்னைக்கு வருமுன்பே இங்கிலாந்திலுள்ள கிழக்கிந்தியக் கல்லூரியில் தென்னிந்திய மொழிகளுக்கான பயிற்சியைப் பெறுவார்கள் என்றுதான் இக்குழு உண்மையில் கருதியது. பாரசீகம், இந்துஸ்தானி மொழிப் பயிற்சியைப் போலவே தென்னிந்திய மொழிகள் பற்றிய தொடக்கநிலைக் கல்வியைத் தருவதற்கான சில ஏற்பாடுகளையும் செய்ய வேண்டும் என இக்குழு கூறியது. தென்னிந்திய மொழிகளில் காணலாகும் சமஸ்கிருதச் சொல் திரிபுகளை அறிந்துகொள்ளும் அளவுக்குப் போதிய சமஸ்கிருதக் கல்வியறிவு தரப்பட்டது. மேலும், கிடைக்கக்கூடிய தொடக்கநிலைத் தமிழ் நூல்களைப் பயன்படுத்துவதோடு நன்கு கற்ற, அறிவுமிக்க, மொழி கற்பிப்பதில் தகுதியுடைய, இங்கிலாந்திற்குப் பயணம் செய்ய மறுப்புக் கூறாத, புதுச்சேரிவாழ் கிறித்தவர்களையும் இதற்குப் பயன்படுத்தலாம் என்றும் இக்குழு கூறியது. ஹெர்ட்ஃபோர்டு கல்லூரியின் பாடத்திட்டத்தில் தமிழைச் சேர்க்க வேண்டும் என்ற பரிந்துரை ஏற்கப்படவில்லையென்றாலும், சென்னைக்கு வரும் பணியாளர்கள் சமஸ்கிருதம் கற்றிருக்க வேண்டும் என்ற பரிந்துரை ஏற்கப்பட்டு, உடனே செயல்படுத்தவும்பட்டது.

சென்னைக்கு வரும் முன்பு ஹெர்ட்ஃபோர்டு கல்லூரியில் படித்துத் தேர்ச்சிபெற்ற இளநிலைப் பணியாளர்க்கான கல்வித்திட்டம் குறித்த குழுவின் விரிவான அறிக்கையில் ‘பொதுக்கல்வி’ பற்றிய பகுதியில் திராவிடக் கருத்தமைவு குறித்த விளக்கம் பின்வருமாறு அமைகிறது: “படிக்கும் காலத்தில் ஒரு மொழியைக் கற்க வேண்டும் என நாங்கள் கூற விரும்பவில்லை. அது (பாரசீகம், இந்துஸ்தானி போல ஏதோ ஒரு மொழியைக் கற்பது) தனியொருவரின் விருப்பத்தைப் பொருத்தது. ஆனால் தானாகவே முன்வந்து படிக்கும்போது ஒரு குறிப்பிட்ட மொழிக் கல்வி தேவைப்படுகிறது.” அந்தக் கல்வி தென்னிந்திய மொழிகளுக்கிடையே பொதுவாகக் காணலாகும் இலக்கணம், மரபுத்தொடர், சொற்கோவை முதலியன குறித்த பொதுவிதிகளைப் படிப்பதாக இருக்க வேண்டும். அந்தப் படிப்பு ஒருவர் எங்கு பணியமர்த்தப்பட்டாலும் அந்தப் பகுதியின் மொழியைத் தான் கற்ற மொழிக்குச் சமமாகக் கற்றுப் பயன்பெற உதவும். இங்குச் சுட்டப்படும் மொழிக் கல்வி இந்த அறிக்கையில் குறிக்கப்பட்டுள்ள ஐந்து இன உறவு மொழிகளைப் (செந்தமிழ், கொடுந்தமிழ், மலையாளத்தமிழ், தெலுங்கு, கன்னடம்) பற்றியதாகும். பொது

இலக்கணம், மரபுத்தொடர், சொற்சேர்க்கை, சொல் திரிபு, சொற்கோவை–இவை எல்லாம் இந்த மொழிகளுக்கிடையே ஒத்துக் காணப்படும். இவற்றின் இலக்கணம், மரபுத்தொடர் முதலியன தமிழிலிருந்து பெறப்பட்டவையாகும். குறிப்பிட்ட சில வழக்கு வேறுபாடுகளுடன்கூடிய சொற்கள் தமிழிலிருந்தும் சமஸ்கிருதத்திலிருந்தும் பெறப்பட்டதாகும் *(MPC, 10–12–1811, 67வது பத்தி).*

ஆக, தென்னிந்திய மொழிகள் இலக்கணத்திலும் மரபுத் தொடரிலும் (இங்கு இது பெரிதும் வாக்கியங்களைக் குறிக்கிறது) ஒப்புமையுடையன. இலக்கணமும் வாக்கியங்களும் தமிழிலிருந்து பெறப்பட்டவை. சொற்கள் தமிழிலிருந்தும் சமஸ்கிருதத்திலிருந்தும் பெறப்பட்டவை. இந்த ஒப்புமைக் கூறுகள் குடகுமலைப் பகுதியில் பேசப்படும் கொடகு, கர்நாடகத்தில் வழக்கிலுள்ள துளு, திகலி *(Tuluvei, Tigali)* ஆகியவற்றிலும் காணப்படும் என்றும், இவை ஒரு வரையறுத்த எல்லைக்குள் பேசப்படுவதால் கவனத்தை அதிகமாக ஈர்க்கவில்லை என்றும் இந்த அறிக்கையிலுள்ள ஒரு குறிப்பு சுட்டுகிறது. எனவே, “இந்த ஐந்து மொழிகளில் மேற்படி எந்த மொழி இலக்கணத்தை முதலில் கற்க வேண்டும் என்பது இங்கு முக்கியமல்ல; ஒரு மொழியில் அறிவு பெற்றால் அது பிறமொழிக்கும் ஏற்புடையதாகும். வழக்கு வேறுபாடுகள் தான் ஓரளவு சிரமத்தைக் கொடுக்கும்” என்றாலும் இவற்றுள் தமிழுக்கு முதன்மை தர வேண்டும். காரணம், அந்த மொழிக்கான தொடக்கநிலைப் புத்தகங்கள் கிடைக்கின்றன. அதோடு, மற்ற மொழிக்கும் அது “பெற்றோர்” *(parent of the rest)* நிலையில் உள்ளது என்பதாகும். மேலும், சென்னை மாநிலத்தில் மூன்றில் இருபகுதியினரது மொழியாகவும் தமிழ் இருக்கிறது. “தீபகற்பம் முழுவதும், ஏன், ஓரளவு இந்தியா முழுவதிலும்கூட, அது மதச் சடங்கிற்கான மொழியாகவும் உள்ளது.” (இந்த இரண்டு கூற்றுகளும் தவறானவை. தென்னிந்திய மொழிகளில் தமிழுக்கும் முக்கியத்துவம் தரும் நோக்கில் குழுவும் அதன் தலைவர் எல்லிஸூம் இப்படி மிகைப்படுத்திக் கூறியிருக்கலாம்.)

பொதுக்கல்வியின் நோக்கம், தமிழ் இலக்கணப் பயிற்சி, சமஸ்கிருத இலக்கணத்தில் ஓரளவு அறிவு, குறிப்பாகப் பெயர்ச்சொற்களைப் பற்றிய அறிவு, “தென்னிந்திய மொழி களுக்கிடையேயான பொதுச்சொற்களை, அவை எதிலிருந்து பிரிந்துவந்ததாக இருப்பினும் அவற்றையும் அவற்றின் வழக்கு வேறுபாடுகளையும் முற்றாக அறிதல்”, இந்த மொழிகளின் எழுத்துவடிவத்தினை அறிதல் என்பதாகும். இந்த எழுத்து வடிவம் பற்றிய குறிப்பில் மலையாள எழுத்துக்கள் தமிழிலிருந்தும்,

கன்னட எழுத்துக்கள் தெலுங்கிலிருந்தும் கிளைத்தன என்றும் இவ்வறிக்கை கூறுகிறது.

கல்லூரியைத் தொடங்குவதற்கான திட்டம் குறித்த இந்தத் தொடக்கநிலைக் கருத்துக்கள், கோட்டையில் புனித ஜார்ஜ் கல்லூரியை நிறுவுவது குறித்த விதிமுறைகள் அடங்கிய, 1813 ஜனவரி 13ஆம் தேதியிட்ட, மிகப் பெரிய அறிக்கையில் விரிவுபடுத்தப்பட்டன. அந்த விதிகளில் குறிப்பிட்ட மொழிப் படிப்பு தொடர்பான தனிக் கல்வியோடு நான்கு பாடப்பிரிவு களுடன்கூடிய பொதுக்கல்வியும் சேர்க்கப்பட்டது.

பொதுக்கல்வியின் முதல் பாடம் தென்னிந்திய மொழிகளின் எழுத்துக்களைக் கற்றலாகும். தமிழ் எழுத்து, சமஸ்கிருதச் சொற்களை எழுதப் பயன்படுத்தும் தமிழ்க் கிரந்த எழுத்து, மலையாள மொழியில் பயன்படும் ஆரிய (ariyam) எழுத்து ஆகியவற்றை அவற்றின் ஒற்றுமை வேற்றுமைகளோடு ஒன்றிணைத்து ஒரு தொகுப்பாகக் கற்றல்; தெலுங்கு, கன்னட எழுத்துக்களின் ஒற்றுமை வேற்றுமைகளை அறிந்து கற்றல்; பாலாபந்த் (Balabund), மராத்தி, ஒரியா எனப் பல்வகைப்பட்ட நாகரி எழுத்துக்களையும் பலவகையாக எழுதப்படும் அரபு, பாரசீக எழுத்துக்களையும் கற்றல் (MPC, 2-2-1813, பத்தி 149).

இரண்டாவது பாடம் மூன்று பிரிவுகளைக் கொண்டது. முதல் பிரிவு தமிழ் இலக்கணம் மற்றும் தென்னிந்திய மொழிகளைக் கற்க உதவும் அளவிற்கான சமஸ்கிருத இலக்கணக் கல்வி; இரண்டாவது பிரிவு தமிழ், தெலுங்கு, கன்னட, மலையாள இலக்கணங்களுக்கிடையேயான ஒற்றுமை வேற்றுமை மற்றும் அவற்றின் மீதான சமஸ்கிருதச் செல்வாக்கு முதலியவற்றைக் கற்றல்; மூன்றாவது பிரிவு தென்னிந்திய மொழிகளுக்குப் பொதுவான சொற்களையும், தமிழிலிருந்தும் சமஸ்கிருதத்திலிருந்தும் சொற்களை ஆக்கிக்கொள்ளும் விதிகளையும் கற்றல்; மேலும் இந்த மொழிகளுக்கிடையேயான குறிப்பிட்டுச் சொல்லத்தக்க தனித்தன்மைகளை அறிதல்.

மூன்றாவது பாடம் கீழ்த்திசை இலக்கியங்களாகும். இது மாணவரின் விருப்பப்பாடம். சமஸ்கிருதம், செந்தமிழ், அரபு அல்லது பாரசீகம் ஆகியவற்றின் இலக்கணம், யாப்பு, அணி மற்றும் இவற்றின் இலக்கியங்கள், தெலுங்கு, இந்துஸ்தானி இன்ன பிற மொழிகளின் இலக்கண இலக்கியம் ஆகியவற்றில் தங்களுக்கு ஏற்றதை மாணவர்கள் தெரிந்துகொள்ளல். சமஸ்கிருதம், அரபு, பாரசீகம் ஆகியவற்றோடு தமிழை இணைத்திருப்பதும், தெலுங்கு, இந்துஸ்தானி முதலிய மொழிகளின் இலக்கிய வளர்ச்சிக்கு இவை

ஆதாரமாக இருப்பதும், இவற்றின் இலக்கணம், யாப்பு, அணி பற்றிய அறிவு பிறமொழி இலக்கியங்களைக் கற்கத் திறவுகோலாக இருக்குமென்பதும் இதன்மூலம் அறியக்கூடியதாக உள்ளன. இந்த நான்கு மொழிகளும் அடுத்துக் கூறப்பட்ட மொழிகளின் இலக்கியங்களுக்கு முன்னோடியாக அமைந்த செவ்வியல் இலக்கியங்கள் (classical literature – இந்த அறிக்கையில் இந்தச் சொல் இடம் பெறவில்லையென்றாலும்) எனக் கருதப்பட்டன என்று கூறலாம்.

நான்காவது பாடம் இந்து, இஸ்லாமியச் சட்டங்களை மூலமொழிகளிலும் ஆங்கில மொழிபெயர்ப்பு வழியாகவும் கற்றல்.

இந்தப் பாடப்பிரிவுகளில் முதல் இரண்டும் கட்டாயம்; பின்னிரண்டும் விருப்பப்பாடம். மாணவர்கள் ஆண்டுக்கு இரண்டு முறை தேர்வு எழுத வேண்டும். இந்த இரண்டு பாடங்களோடு அரசு அமைப்புடன் தொடர்புடைய வருவாய்த் துறை மேலாண்மை, நீதி, நிர்வாகம், பொதுமக்கள் சேவை தொடர்பான பலதுறை அறிவையும் மாணவர்கள் பெற வேண்டும் என்பதும், அதற்கான நூல்கள் வழங்கப்படும் என்பதும் பின்குறிப்பு போல இந்த விதிகளில் இணைக்கப்பட்டிருக்கின்றன.

இந்தக் கல்லூரி தொடங்கத் திட்டமிட்ட காலத்திலேயே திராவிடக் கருத்தாக்கம் வேர் கொண்டுவிட்டதோடு, கல்லூரிக் கான திட்டவரைவையும் அமைத்துள்ளது எனலாம். இதில் இரண்டு பொருண்மைகள் அடங்கியுள்ளன:

1. கல்லூரிக்கான கட்டமைப்பு
2. எதிர்கால நிலைப்பாடுகள் குறித்த எண்ணப்போக்கு

இதைச் செயல்படுத்தப் பொதுக்கல்வி ஓர் ஊடகமாக அமைகிறது. ஆனால், அதை இரண்டு காரணங்களால் உடனடியாக நிறைவேற்ற முடியவில்லை:

1. சென்னையின் பல பாகங்களிலுமுள்ள விடுதிகளில் மாணவர்கள் தங்கியிருப்பதால் தினமும் கல்லூரிக்கு வந்து திட்டமிட்டபடி கற்க இயலாமல்போவது.
2. யாரைக் கொண்டு கற்பிப்பது என்ற சிக்கல்.

ஆசிரியர்களுக்கும் ஆசிரியப் பயிற்சியாளர்களுக்கும் பாடம் எடுப்பதில் தலைமையாசிரியர்கள் முழுக் கவனம் செலுத்தினர். கண்காணிப்புக் குழு உறுப்பினர்கள் இதற்கென நேரம் ஒதுக்க முடியாதபடி முழு நேரப்பணியில் இருந்தனர். இந்தச் சூழலால் பொதுக்கல்வி தொடங்கப்படவில்லை. எல்லிஸ் மறைவுக்குப்

பின் இது கல்லூரி விதிமுறைகளிலிருந்தே நீக்கப்பட்டுவிட்டது. கல்லூரிப் பாடமுறை என்பதை இக்கல்வித் திட்டம் பெறவில்லை என்றாலும், திராவிடச் சான்றை உள்ளடக்கமாகக்கொண்ட தெலுங்கு ஆய்வுரையில் *(Dissertation on Telugu)* இது ஒரு செறிவான வடிவத்தைப் பெற்றுவிட்டது.

இந்தப் பொதுக்கல்வியை மனத்தில் கொண்டே, "தென்னிந்திய மொழிகளுக்கான ஆய்வுரைத் தொகுதி ஒன்றை அச்சிட்டதாக (ஆனால் வெளியிடப்படவில்லை)" எல்லிஸ் கூறியுள்ளார். (24–3–1817, எர்ஸ்கினுக்கு எழுதிய கடிதம்). பொதுக்கல்வி பயிலும் மாணவருக்கு உதவும் நோக்கில் இந்த ஆய்வேடுகள் திட்டமிட்டு எழுதி, அச்சிடப்பட்டன. எல்லிஸ் இது குறித்து எர்ஸ்கினுக்குத் தெரிவித்தவை.

1. இந்த மொழிகளின் தொடர்பையும் மூலத்தையும் தெளிவுபடுத்துதல்
2. தெலுங்கு ஆய்வுரை அச்சாகி விட்டது. மலையாள ஆய்வுரை அச்சில் உள்ளது.
3. இந்தத் தொகுதி முழுமை பெறும்பொழுது அது ஐந்து ஆய்வுரைகளைக் கொண்டிருக்கும்.

அவை:

அ. இந்திய மொழிகளின் எழுத்துமுறை குறித்துப் பொதுவாகவும், தென்னிந்திய மொழிகளின் எழுத்து முறை குறித்துச் சிறப்பாகவும் விளக்குதல். தென்னிந்திய மொழி எழுத்துமுறையில் சிங்களம், பர்மியம், ஜாவா மொழி எழுத்துக்களும் இடம்பெறும். காரணம், இவை தமிழ் எழுத்துமுறையிலிருந்து தோன்றியவை என்ற எல்லிஸின் நம்பிக்கை.

ஆ. செந்தமிழ் – கொடுந்தமிழ்

இ. தெலுங்கு – முன்பே அச்சாகி விட்டது

ஈ. மலையாளம் – அச்சில் உள்ளது

உ. கன்னடம், கொடகு, துளு முதலிய மொழிகளை உட்கொண்டது.

"எனக்கு நாற்பது வயது நிறையும் முன் எதையும் வெளியிடுவதில்லை எனப் பல ஆண்டுகளுக்கு முன்பே முடிவெடுத்திருந்தேன். அம்முடிவு இன்றுவரை தொடர்கிறது. இந்த ஆண்டு முடியும்போதுகூட எனக்கு நாற்பதாண்டு நிறைவடையாது. ஓர் இலக்கியப் படைப்பு என்கிற நிலையில்

ஒரே ஓர் ஆய்வுரை மட்டும் அச்சிட்டுள்ளேன் (தெலுங்கு பற்றியது). அதை உனக்கு அனுப்புகிறேன்” என்று எல்லிஸ் அக்கடிதத்தில் கூறியுள்ளார் (*Ellis to Erskine, 24–3–1817*). இதுதான் திராவிடச் சான்று.

நாம் முன்பே கூறியது போல இரண்டு ஆய்வுரைகள் மட்டும் அச்சாகி வெளிவந்தன. அவை 1816இல் வெளியான காம்பெல் எழுதிய தெலுங்கு இலக்கணம் பற்றிய நூலில் உள்ள தெலுங்கு ஆய்வுரையும், எல்லிஸ் மறைவுக்குப் பின் *Indian Antiquary* இதழில் வெளியான மலையாள ஆய்வுரையும் ஆகும். மலையாள ஆய்வுரையைத் தென்னிந்தியக் கல்வெட்டியல் ஆய்வில் புகழ்பெற்ற ஏ.சி.பர்னெல் (*A.C. Burnell*) உரிய குறிப்புக்களுடன் பதிப்பித்தார். எல்லிஸ் குறித்த அவரது கருத்து வருமாறு:

> தெலுங்கு குறித்த கட்டுரையோடு சேர்த்து இந்த ஆய்வுரையும் வரலாற்று முக்கியத்துவம் வாய்ந்ததாகும். ஆரிய மொழிகளுக்கு மட்டுமல்ல, திராவிட மொழிகளுக்கு இடையேயும் ஒப்பிலக்கணத்துக்கான சாத்தியப்பாடு உண்டு என்பதை 1816க்கு முன்பே எல்லிஸ் அறிந்திருந்ததை இது மெய்ப்பிக்கிறது. ஐரோப்பாவில் ஒப்பிலக்கணத்தின் தொடக்கம் எனக் கருதப்படும் வினைத்திரிபு முறை (*conjugations system*) என்ற நூல் பாப் (*Bopp*) என்பவரால் எழுதப்பெற்று 1816க்கு முன்வரை வெளியிடப்படவில்லை... அன்றைய காலத் தகவல்தொடர்பு நிலையைக் கருத்தில் கொண்டு பார்க்கும்போது எல்லிஸ் இந்த நூலைப் பார்த்திருக்கவோ, இதைப் பற்றிக் கேள்விப்பட்டிருக்கவோகூட முடியாது. காரணம், அவர் 1819இல் இறந்துவிட்டார். இந்த நூற்றாண்டின் அறிவியல் முன்னேற்றத்தின் மூலகர்த்தர்களில் ஒருவராக அவர் மதிக்கப்படுவார். நாற்பது வயதிலேயே அவருக்கு ஏற்பட்ட எதிர்பாராத மரணம் அவரது பல பணிகளைத் தடுத்து நிறுத்திவிட்டது. என்றாலும், அவருக்குப் பின் வாழ்ந்து சாதனை படைத்த பலரால் அவருக்குரிய இந்தப் புகழைத் தட்டிச் செல்ல முடியாது (*Ellis, 1878*).

மலையாளம் குறித்த கட்டுரை, மலையாளம் செந்தமிழிலிருந்து (இந்தக் கட்டுரையில் இது *pure Tamil* – தூய தமிழ் – என்று குறிக்கப்படுகிறது) பிரிந்தது என்பதைத் தக்க காரணங்களோடு விளக்குகிறது. செந்தமிழ், கொடுந்தமிழ், மலையாளச் சொற்கள் ஆகியவற்றின் ஒப்பீடு, இம்மூன்றிலும் இடம்பெறும் சமஸ்கிருதச் சொல்லமைதி, தமிழ் – மலையாளப் பெயர்ச்சொல்

வினைச்சொல் திரிபுகள், மரபுச்சொற்கள் ஒப்பீடு என்ற வகையில் ஓர் ஒப்பாய்வுக் கட்டுரையாக இது அமைந்துள்ளது. கடைசிப்பகுதியிலுள்ள 'கேரளோற்பத்தி' நூலின் ஒரு பகுதிக்கான தமிழ் மொழிபெயர்ப்பு (எல்லிஸே இதைச் செய்திருக்கக்கூடும்) இரண்டு மொழிகளுக்குமிடையேயான ஒற்றுமை வேற்றுமைகளை அறிய உதவுகிறது. பிற பகுதிகள் 'வியவஹார சமுத்ரம்' என்கிற சட்ட நூலிலிருந்தும் இராமாயணத்திலிருந்தும் எடுக்கப்பட்டுள்ளன. இராமாயணத்திலுள்ள கலப்பு மொழி மலையாள மொழி ஈறுகளை எடுக்காத சமஸ்கிருத மூலச்சொற்களையே கொண்டிருக்கின்றன. மொழி குறித்த எல்லிஸின் சில கருத்துக்கள் (மேற்படி, 280–281) இப்பொழுது காலங்கடந்தவையாகிவிட்டன. சான்றாக, ஒன்று:

> மனித மொழியின் முன்னேற்றம் பொதுவாகச் சிக்கலிலிருந்து எளிமை நோக்கி அமைகிறது. வரலாற்றுப் போக்கில் ஒரு மொழி தனது பழமைக்கு ஏற்பச் செயற்கைத்தன்மை உடையதாகவும், சொல்லீறுகளில் வளமிக்கதாகவும், சொல் திரிபுகளில் அளவு கூடியதாகவும், சொல் வளம் மிக்கதாகவும் அமைகிறது. கடந்த 150 ஆண்டுகளில் ஆசியாவிலும் ஐரோப்பாவிலும் காணப்படும் மொழிகளுக்கிடையேயான சொற் கலப்பு அல்லது சொல் வழக்கிழப்பு காரணமாக ஏற்பட்ட மாற்றம் அம்மொழிகளின் சொல் வளத்தைக் குறைத்துவிட்டன.

இலத்தீனிலிருந்து ஸ்பானிஷ், பிரெஞ்சு முதலான ரொமான்ஸ் மொழிகள் கிளைத்தது போல் செந்தமிழிலிருந்து மலையாளம் கிளைத்தது என்பதை மெய்ப்பிக்கும் சான்றாக இந்த வரிகள் தரப்பட்டுள்ளன. தெலுங்கு, மலையாள ஆய்வுரைகள் மூலம் தென்னிந்திய மொழிகள் ஒன்றோடொன்று உறவுடையன, சமஸ்கிருதச் செல்வாக்கு என்பது சொற்களில் உள்ளதே தவிர இலக்கணத்தில் இல்லை, இம்மொழிகள் எல்லாம் ஒரே வினையடிச் சொற்களை உடையவை, தமிழ் மற்ற மொழிகளுக்கு மூலம் என்கிற கருத்துக்களை எல்லிஸ் முன்வைத்தார்.

திராவிடச் சான்றுக்கான தளம் மலையாள ஆய்வுரை அல்ல. மலையாளமும் தமிழும் ஒன்றிலிருந்து ஒன்று படிப்படியாகப் பிரிந்தன என்பதும் அவற்றுக்கிடையேயான உறவை எடுத்துக் காட்டுவது எளிது என்பதால் இது பற்றி நிலவிவரும் பொதுக் கருத்துக்கு எதிராகச் செயல்பட வேண்டியதில்லை என்பதும் நாம் அறிந்ததே. திராவிடச் சான்றுக்கான காரணங்களை முழு அளவில் எடுத்துக்காட்டுவது தெலுங்கு பற்றிய ஆய்வுரைதான். இனிவரும் பகுதிகளில் இது தெளிவுபெறும்.

பிராகிருத இலக்கணியர்

ஏற்கெனவே கூறியது போல் காம்பெல்லின் தெலுங்கு இலக்கண நூலில் அவரது முன்னுரையை அடுத்து, 'முன்னுரைக்கு ஒரு குறிப்பு' என்ற தலைப்பில் எல்லிஸின் தெலுங்கு ஆய்வுரை இடம்பெற்றது. இருவரது எழுத்துக்களும் ஒரே தடத்தில் சென்ற போதிலும் காம்பெல் தமது முன்னுரையைத் தெலுங்கோடு நிறுத்திக்கொள்ள, எல்லிஸ் தென்னிந்திய மொழிகளோடு தெலுங்கைத் தொடர்புபடுத்தி எழுதுகிறார். இரண்டு உரைகளும் கல்கத்தாவிலுள்ள கீழ்த்திசையியலாரது வாதங்களுக்கு மறுப்பாக, குறிப்பாக 1814இல் செரம்பூர் அச்சகத்தின்வழி வெளியான தெலுங்கு இலக்கண நூலின் ஆசிரியர் காரே, பிராகிருதம் பற்றிய தமது கட்டுரையில் இந்திய மொழிகளுக்கெல்லாம் மூலம் சமஸ்கிருதமே என்ற கருத்தை முன்வைத்த கோல்புரூக் (1805) ஆகிய இருவரது வாதங்களுக்கும் எதிராக அமைகின்றன. கல்கத்தா கீழ்த்திசையியலாரின் நிலைப்பாட்டைத் தாக்கி எழுதும் காம்பெல்லும் எல்லிஸும் தங்கள் வாதத்துக்கு வலுவான ஆதாரமாக ஏராளமான இந்திய நூல்களை எடுத்துக்காட்டினர். இந்த வாதத்தின் உள்ளுறை தெலுங்கு மொழியிலுள்ள இயற்சொற்களின் தன்மை பற்றியதாகும். சுருக்கமாகச் சொல்வதானால், திராவிடச் சான்றுக்கான ஆதாரமாகத் தெலுங்கிலுள்ள இயற்சொற்களின் ஊற்றுக்கண் சமஸ்கிருதம் அன்று, தென்னிந்திய மொழிகளே என்பதை நிலைநாட்டுவதாகும்.

இரண்டாவது இயலில் கூறியபடி இயற்சொற்கள் பற்றிய கருத்து வியாகரணப் பகுப்பாய்வுவழி வெளிவந்ததாகும். இந்தப் பகுப்பாய்வு முதலில் சமஸ்கிருதத்துக்கு எழுதப்பட்டு, பின்னர் பிராகிருத மொழிகளுக்கும் விரிவுபடுத்தப்பட்டதாகும். இதன்வழி, சமஸ்கிருதமும் பிராகிருதமும் உறவுடைய மொழிகள் ஆகலாம் என்கிற கருத்து முன்வைக்கப்பட்டது. ஆனால், இந்த உறவு எத்தகையது என்பதில் கருத்து வேறுபாடுகள் நிலவின.

இந்தக் கருத்து பற்றி அறிய உதவும் ஒரு பழைய நூல் 'நாட்டிய சாஸ்திரம்' ஆகும். இது பல கலைகளின் ஊற்றுக் கண்ணாக உள்ள ஒரு நூல். சமஸ்கிருத நாடகங்களில் மேட்டுக்குடி சார்ந்த கதாபாத்திரங்கள் தவிர ஏனைய கதாபாத்திரங்கள் பிராகிருதமே பேசுவர் என்பதை இந்த நூல் எடுத்துரைப்பது இதன் முக்கியத்துவத்துக்குக் காரணம். இந்த நூலில் பிராகிருத மொழி திருத்தம் இல்லாதது, சமஸ்கிருதம் திருத்தம் உடையது; பிராகிருத என்றால் 'இயற்கையானது' – 'திருத்தமுறாதது' என்றும் சமஸ்கிருதம் என்றால் 'செம்மைப்பட்டது'/'நிறைவானது' என்றும்

பொருள் சொல்லப்படுகிறது. இதன்படிப் பார்த்தால் சமஸ்கிருதம் என்பது இயற்கையான, திருத்தமில்லாத பேச்சுக்களின் திருத்தமுற்ற வடிவமாகும். அதற்குக் காரணம், பாணினி கூறுவது போல, அது கற்றவர் மொழியாக இருப்பதும், புலவர்களால் பண்பட்டுத் தனக்கேயுரிய இலக்கணம் உடையதாகவும் இருப்பதும்தான். ஆனால், பிராகிருத மொழிகளும் இலக்கிய மொழிகளாயின. புலவர்களும் அரசர்களும் அவற்றை ஆதரித்து வளர்த்தது இதற்குக் காரணம். அவையும் தங்களுக்கென இலக்கணத்தைப் பெற்றன அல்லது சமஸ்கிருத வியாகரணம் இவற்றுக்கும் விரிவுபடுத்தப்பட்டது. இதனால், பிராகிருத இலக்கணங்களில் *நாட்டிய சாஸ்திரத்தினின்றும்* வேறுபட்ட ஒரு வரையறையைப் பிராகிருதம் பெற்றது. பிராகிருத இலக்கணியருள் ஒரு பிரிவினர் 'பிரகிருதி' என்ற சொல்லின் பொருள் 'அடிப்படை' என்பதாகும், எனவே பிராகிருதத்தின் அடிப்படை சமஸ்கிருதம் ஆகும் என்றனர். அதாவது பிராகிருதம் சமஸ்கிருதத்திலிருந்து கிளைத்தது என்றனர்.

சமஸ்கிருதத்தில் எழுதப்பட்டுள்ள பிராகிருத இலக்கணங்கள் எல்லாமே அச்சொல்லின் பிறப்பாராய்ச்சி அடிப்படையில் பிராகிருதம் சமஸ்கிருதத்தை மூலமாகக் கொண்டது என்றன. வரருசியின் 'பிராகிருத பிரகாசம்' என்ற இலக்கண நூல் பிராகிருத மொழிகளில் ஒன்றான மகாராஷ்டிரி மொழிக்குரிய சில இலக்கண விதிகளை விளக்கிவிட்டு, எஞ்சிய விதிகள் எல்லாம் சமஸ்கிருத்தில் உள்ளவை போன்றனவே என முடிகிறது. பிற பிராகிருத மொழிகள் பற்றிய அடுத்த இயல் – இது இடைச்செருகலாகலாம் – சௌரசேனி என்கிற மொழி பைசாசி, மாகதி ஆகிய மொழிகளுக்கு மூலம் என்றும், சமஸ்கிருதம் சௌரசேனிக்கு மூலம் என்றும் தொடங்குகின்றது. இவற்றிலிருந்து தெரிவது, பிராகிருதம் சமஸ்கிருத இலக்கணம் இன்றி முழுமை பெறாதது, சமஸ்கிருத இலக்கணத்தை ஆதாரமாகக் கொண்டு வளர்ச்சி பெற்றது, சமஸ்கிருதத்திலிருந்து பிராகிருதம் கிளைத்ததற்குரிய விதிகளை உருவாக்கிக்கொண்டது என்பதேயாகும்.

பிராகிருத இலக்கணியரின் இந்தக் கருதுகோள்களைப் பிராகிருதத்தைத் தங்களது புனித மொழியாகக் கொண்ட சமண, பௌத்த சார்பினர் மறுத்தனர். ஹேமச்சந்திரர் என்ற புகழ்பெற்ற சமண அறிஞர் பழைய மரபைப் பின்பற்றியே தமது இலக்கணத்தை எழுதினார். ஆனால், வேறு சிலர் மாற்றுக்கருத்தை முன்வைத்தனர். ருத்ரதா *(Rutrata)* என்பாரின் 'காவ்யாலங்கார' நூலுக்குத் தாம் எழுதிய உரையில் நமிசாது என்ற சமண அறிஞர் இந்த மாற்றுக் கருத்தை தருகிறார். 'ப்ராகிரித' என்பதன் மூலமான

'பிரக்ரிதி' என்பது உலக மக்களின் இயல்பான பேச்சையே குறிக்குமல்லாது இலக்கணத்தால் திருத்தப்பட்டது என்றல்ல என்பது அவர் வாதம். 'ப்ராக்ருத' என்றால் 'முதலில் தோன்றியது' என்று பொருள். அதாவது குழந்தைகளும் பெண்களும் எளிதில் புரிந்துகொள்ளக்கூடியதும் பிற மொழிகளுக்கு மூலமாகவும் உள்ள மொழி பிராகிருதம் என்பது இதன் உட்பொருள். இது கடவுள் மற்றும் முனிவர்களின் மொழியுமாகும். எங்கும் ஒரேமாதிரியாகப் பொழியும் மழையைப் போல் பிராகிருதம் எங்கும் ஒரே தன்மையானதே. பாணினி போன்ற இலக்கணியர் உருவாக்கிய விதிகளால் அது செம்மையும் திருத்தமும் பெறுகிறது. ஆகவே, சமஸ்கிருதத்தின் மூலம் பிராகிருதமாகும். (இக்கருத்துக்கள் கிருஷ்ண சந்திர ஆச்சாரியாவின் நூலில் விளக்கமாகக் கூறப்படுகின்றன – *Acharya 1968.)*

பழமையான சமணப் பனுவல்கள் எழுதப்பட்ட அத்தமாகஹா அல்லது அர்த்தமாகதி என்ற மொழியே மூலமொழி என்பதும் அதிலிருந்தே மற்ற மொழிகள் கிளைத்தன என்பதும் சமணர்களின் நம்பிக்கை. மகாவீரர் இம்மொழியிலேயே தம் கொள்கைகளைப் பரப்பினார் என்பது இதற்கு அடிப்படை. இந்த மொழியைப் பேசிய ஆரியராலும் ஆரியரல்லாதாராலும் விலங்குகளாலும் பறவைகளாலும் மற்றுமுள்ள உயிர்களாலும் இது காலப்போக்கில் மாற்றமுற்றது என்றாலும், எல்லாவற்றுக்கும் இதுவே மூலம். பௌத்த நூல்களும் பாலி இலக்கணங்களும் பாலி (மாகதி என்றும் இது அழைக்கப்படும்) மொழியே அனைத்து மொழிகளின் தாய் என்று கூறின. சுருங்கக்கூறின் சமஸ்கிருதத்திலிருந்து பிராகிருதம் கிளைத்தது என்பதைச் சமணர்களும் பௌத்தர்களும் ஏற்கவில்லை.

சமஸ்கிருதத்திலிருந்து பிராகிருதம் தோன்றியது என்ற நம்பிக்கையுடைய பிராகிருத இலக்கணியர் எழுதிய சமஸ்கிருத இலக்கணங்களில், இலக்கிய பிராகிருதத்தையும் கவனத்தில் கொண்டு அதற்கேற்பச் சில புது விதிகளை உருவாக்கி, தங்கள் இலக்கணத்தை விரிவுபடுத்தினர். பிராகிருத இலக்கணங்கள் சொற்கள் பற்றிக் கூறும் மூன்று பிரிவுகளை நாம் அறிந்து கொண்டால் 'திராவிடச் சான்று' எவ்வாறு தோன்றியது என்பதை எளிதில் புரிந்துகொள்ளலாம். பிராகிருதத்திலுள்ள சமஸ்கிருதச் சொற்கள் பொதுவாக இரண்டு பிரிவின. 1. சமஸ்கிருதத்தில் உள்ளது போலவே இருப்பவை *(Samskrita-sama)* 2. சமஸ்கிருதத்திலிருந்து உருவாக்கப்பட்டவை *(Samskrita-bhava)*. இவற்றைச் சுருக்கமாகத் தற்சமம், தற்பவம் என்பர். சமஸ்கிருதச் சொற்களை அப்படியே – ஒன்றிரண்டு பிராகிருத விகுதிச் சேர்க்கைகளைத் தவிர்த்து – எடுத்துக்கொள்வது தற்சமச் சொற்களாகும்.

சமஸ்கிருதச் சொற்களில் மாற்றங்கள் செய்து எடுத்துக்கொள்வது தற்பவச் சொற்களாகும்.

மூன்றாவது பிரிவு தேசி அல்லது தேசியச் சொற்களாகும் (இயற்சொல்). தற்சமம், தற்பவம் ஆகிய சொற்களுக்கு நேரெதிரான தன்மை கொண்டவை இவை. ஏனெனில் இவை நேரிடையாக, வெளிப்படையாக சமஸ்கிருதத்திலிருந்து ஆக்கப்பட்டவை அல்ல. 'தேசிநாம மாலை' என்னும் தேசியச் சொற்களஞ் சியத்தில் ஹேமச்சந்திரர் கூறுவது: இச்சொற்கள் இலக்கண விதிகளால் ஆக்கப்பட்டவை அல்ல. சமஸ்கிருத அகராதிகளில் காணப்படாதவை. சமஸ்கிருதச் சொற்களின் உருவகத் தன்மை கொண்டு ஆக்கப்பட்டவை அல்ல. சமஸ்கிருதச் சொற்கள் எங்கும் எவ்விடத்துக்கும் ஒரே மாதிரியாக இருப்பது போல இயற்சொற்கள் இருக்கமாட்டா. இவை நெடுங்காலமாகத் தேசத்துக்குத் தேசம் வெவ்வேறு வழக்கைக் கொண்டிருப்பவையாகும். மேலும், இயற்சொற்கள் சமஸ்கிருதத்தில் உள்ளது போல வேர்ச்சொற்களி லிருந்தும் ஒட்டுக்களிலிருந்தும் ஆக்கப்படும் இயல்பு குன்றிக் காணப்படுகின்றன என்று ருத்ரதா சொல்லுகிறார்.

இயற்சொற்கள் பற்றிய கருத்து இன்றுவரை தீர்க்கப்படாத ஒரு சிக்கலாக உள்ளது என்பார் ஆச்சாரியா. பாணினி வகுத்த சொல்லாக்க விதிகளுக்கு உட்படாத இந்த இயற்சொற்களைக் கொண்டுள்ள பிராகிருதம் சமஸ்கிருதத்தை மூலமாகக் கொண்டது என்பது ஒரு முரண்பாடாகத் தோன்றுகிறது. இயற்சொற்கள் சமஸ்கிருத வேர்ச்சொற்களிலிருந்து ஆக்கப்படக் கூடியவை அல்ல என்பது இதன்வழி நாம் புரிந்துகொண்டதாகுமா? தெளிவான விடை இல்லை. இந்தச் சிக்கலின் இன்னொரு அடையாளம், பிராகிருதம், அபபிரம்சா ஆகிய மொழிகளின் இலக்கணத்தைத் தமது விரிவான சமஸ்கிருத இலக்கணத்தில் எடுத்துரைத்த ஹேமச்சந்திரர் இந்த இயற்சொற்கள் பற்றிய விதிகளைப் பிராகிருதத்தில் எழுதித் தம் நூலில் சேர்த்துள்ளதேயாகும். ஆச்சாரியா அடையாளம் காட்டிய ஒரு தவறான போக்கை இது போதிய அளவு எடுத்துக்காட்டுகிறது.

இலக்கியப் பிராகிருதத்தில் இயற்சொற்கள் ஒரு குறிப்பிட்ட அளவிலேயே காணப்படுகின்றன. இந்த இயற்சொற்களைப் புலவர்கள் தங்கள் படைப்புக்களில் பயன்படுத்தியிருப்பதால் பிராகிருத இலக்கணியர்கள் இவற்றைக் குறிக்க நேர்ந்தது. மற்றபடி, இந்தச் சாதாரணப் பேச்சு வழக்கைப் பகுப்பாய்வு செய்வது அவர்களது நோக்கமன்று. அதன் காரணமாகவே 'தேஸ்ய' (desya) என்ற சொல் 'தேசச் சொல் ('country' words) போன்ற ஏதோ ஒன்றைச் சுட்டுகிறது. (தமிழில் இது 'இயற்சொல்'

எனப்படும்.) அதாவது, புலவர்கள் பயன்படுத்தியதால் ஓரளவு செம்மையுற்ற, ஆனால் தரப்படுத்தப்படாத சொற்களின் தொகுப்பு இவை என்பது இதன் பொருள். மற்றொரு காரணமும் உண்டு. பலதரப்பட்ட பிராகிருத இலக்கணியருள் பிற்கால இலக்கணியரான மார்க்கண்டேயா நான்கு வகைச் சொற்களை இனம் காண்கிறார். பாஷா, விபாஷா, அபபிரம்சா, பைசாசிகா என்பன அவை. இவற்றுள் குறிப்பாக, கடைசிப் பிரிவில் உள்ள பல பெயர்கள் – காஞ்சி தேசியா, தக்ஷிணாத்யா, திராவிட என்பன போன்றவை – ஒரு தென்னிந்தியப் பின்னணியைச் சுட்டுவதாகத் தெரிகிறது. பிராகிருத இலக்கணியர் பகுப்பாய்வு செய்த பிராகிருதம் இந்தோ–ஆரிய மொழிகளைச் சார்ந்தவையே யன்றித் திராவிட மொழிகளைச் சார்ந்தவை அல்ல. தென்னிந்தியப் பெயர்களாகத் தெரிபவைகூடத் தென்னிந்திய அரசவைகளில் வழங்கிய இந்தோ–ஆரிய மொழிகளின் இலக்கிய வடிவங்களாகும் என்பதும் அறியக்கூடியதே. எது எப்படியாயினும் பிராகிருத இலக்கணியர் இந்தோ–ஆரிய மொழிகளோடு, குறிப்பாக சமஸ்கிருத இலக்கண விதிகளோடு தொடர்புடைய சொல்லாக்கம் பற்றி இலக்கணம் வகுத்ததால் இயற்சொற்கள் பற்றி மிகச் சுருக்கமாகவே சொல்லியுள்ளனர். இயற்சொல்லுக்குச் சமஸ்கிருத மூலம் காண முயன்றாலும் அது சமஸ்கிருத இயல்புக்குரியதாக இல்லை என்பது தெளிவாயிற்று. ஒட்டுமொத்தமாகப் பார்க்கையில் இலக்கியப் பிராகிருதத்தில் சமஸ்கிருதமல்லாத சொற்கள் குறைவாகவே உள்ளதும், அதனால் அது குறித்த சிக்கல் பெரியதாகத் தலையெடுக்கவில்லை என்பதும் தெரிகின்றன.

பிராகிருத இலக்கணியர் தங்கள் கவனத்தைத் தெலுங்கின் பால் திருப்பியபோது சொற்கோவையில் இயற்சொற்கள் மிகுதியாக இருப்பது தெரியவந்தது. இதிலிருந்து திராவிடச் சான்று குறித்த கருத்து முகிழ்த்தது.

சமஸ்கிருத மூலமற்ற தெலுங்கு

அலெக்ஸாண்டர் டங்கன் காம்பெல் (Alexander Duncan Campbell) கல்லூரியின் கண்காணிப்புக் குழுவின் செயலர். இளநிலைப் பணியாளர். எல்லிஸின் அரவணைப்புக்குள்ளாகி அவருடன் இணைந்து பணியாற்றியவர். 1813இல் தெலுங்கு மொழித் தேர்வில் வென்று பரிசு பெற்றவர். மாணவர் பயன்பாட்டுக்கென எழுதிய இவரது தெலுங்கு இலக்கணத்தையும் அகராதியையும் கல்லூரி வெளியிட்டது. இத்திட்டம் குறித்த நீண்ட நெடிய சுவையான மதிப்புரைகளை அக்கால அரசு ஆவணங்கள் கொண்டிருக்கின்றன.

இம்மதிப்பீடுகளில் எல்லிஸின் கைவண்ணமும் இருக்கலாம். தேவை கருதி, அவரது தெலுங்கு இலக்கணம் மட்டும் இங்கு ஆய்வு செய்யப்படுகிறது.

மக்கள் பேசும் பொதுவழக்கில் உள்ள மொழிக்கு மாறாக, உயர் வழக்கிலுள்ள தெலுங்கின் இலக்கணத்தைப் பயன்பாட்டிலுள்ள மரபுவழி இலக்கணங்களைப் பின்பற்றி, புனித ஜார்ஜ் கோட்டைக் கல்லூரி மாணவருக்காக எழுதப்பட்டதாகும் இந்த இலக்கணம். மேல்/கீழ், இலக்கணமுடையது/கொச்சையானது (செந்தமிழ், கொடுந்தமிழ்) என்ற பிரிவு தமிழ் இலக்கணம் வரைந்த பெஸ்கியின் பாகுபாட்டைப் பின்பற்றியதாகும். காம்பெல்லுக்கு பெஸ்கி முன்மாதிரி எனலாம். இப்பாகுபாடு தெலுங்கு, தமிழ், கன்னடம் அனைத்துக்கும் பொதுவானது என்பதில் காம்பெல் உறுதியாக இருந்தார். மேல்வழக்குத் (இலக்கிய வழக்கு) தெலுங்கிற்கான விதிகளை வரையறுப்பது இவரது நோக்கம் என்றாலும், கீழ் (கொச்சை) வழக்கின் சில சிறப்புக் கூறுகளையும் சுட்டிச் செல்கிறார். மக்களுக்கிடையேயான உரையாடல், அலுவலக நடவடிக்கைகள் முதலியவற்றில் கீழ்வழக்கே பயன்படுவதால், நீதிபதிகளாகவும் ஆட்சியர்களாகவும் பணியாற்றவிருந்த ஆங்கில அரசு ஊழியர்களுக்கான கல்வியில் மேல்வழக்கு மொழியைக் கற்பிப்பது ஏற்புடையதன்று என்ற கருத்துக்கெதிராக, இரு வழக்குகளையும் அவற்றுக்கான விதிகளோடு மாணவர்கள் அறிந்துகொள்ள வேண்டும் என்பதே தமது நோக்கம் என்றும், அதை மனதில் கொண்டே தம் இலக்கணம் அமைந்துள்ளது என்றும் காம்பெல் அமைதி கூறினார். எனவே, மரபுவழி இலக்கணத்தைப் பின்பற்றி இம்மொழியின் மூலமாக அவர் கருதிய மேல்வழக்கையும், மக்களின் அன்றாட வழக்கிலுள்ள கொச்சை வழக்கையும் சேர்த்து இலக்கணம் எழுதினார். பெஸ்கியை அடியொற்றி எல்லிஸும் தமிழ் கற்பித்தலில் இம்முறையையே பின்பற்றினார்.

தெலுங்கு இலக்கணத்தின் மூல ஆசிரியர் காண்வா என்பது மரபு என்றாலும், மகாபாரதத்தைத் தெலுங்கில் மொழிபெயர்த்த நன்னய பட்டரின் ‘ஆந்திர சப்த சிந்தாமணி’யும் அதன் உரைகளுமே காம்பெல்லுக்கு கிடைத்தன. அரசவைச் செய்யுள் மொழியினை மையமாகக் கொண்ட இவை அனைத்தும் பிராமணர்கள் சமஸ்கிருதத்தில் எழுதியவையாகும். அரசுக்கு அளிக்குமுன் தமது நூலின் எழுத்துப்படியை மேலாய்வு செய்த அலுவலர் ஸ்டோக்ஸ், நூலைக் குறித்து நல்ல கருத்துக்களை வழங்கிய கல்லூரிக் கண்காணிப்புக் குழுவினர், சிறப்பாக எல்லிஸ் மற்றும் மௌஸ்லே, உதயகிரி வெங்கடநாராயணா, பட்டாபிராம சாஸ்திரி ஆகியோருக்கு நன்றி தெரிவித்துள்ளார்.

உதயகிரி வெங்கடநாராயணா காம்பெல்லிற்குத் தெலுங்கு கற்பித்தவர். கூர்த்த அறிவும் ஆற்றலும் உடைய இந்த பிராமணர், தம் தகுதியால் புனித ஜார்ஜ் கோட்டைக் கல்லூரியின் ஆங்கிலத் துறைத் தலைவராக உயர்ந்தார். பின்னர், மாநில உச்சநீதி மன்றத்தில் மொழிபெயர்ப்பாளர் என்ற மதிப்புறு பதவியையும் வகித்தார். இக்கல்லூரியின் சமஸ்கிருதம் மற்றும் தெலுங்குத் துறையின் தலைவராகப் பட்டாபிராம சாஸ்திரி இருந்தார். வெங்கடநாராயணா, காம்பெல்லின் தெலுங்கு இலக்கண நூலாக்கத்திற்கு அனைத்து நிலையிலும் உதவி, வழிகாட்டியாக விளங்கினார். பட்டாபிராம சாஸ்திரி ஆங்காங்கே இடையிட்டுச் சில முக்கியக் கருத்துக்களை முன்வைத்தார். (பட்டாபிராம சாஸ்திரியின் சில முக்கியமான இடையீடுகள் குறித்து அடுத்துப் பார்க்கலாம்.) சுருக்கமாகச் சொன்னால், காம்பெல்லின் இலக்கணம் கல்லூரியைச் சுற்றியிருந்த சென்னைக் குழுவின் ஆக்கம் என்பதும் அது எல்லிஸின் நோக்கங்களோடு முற்றும் இசைந்தது என்பதும் ஆகும்.

காம்பெல் தமது முன்னுரையில் வில்லியம் காரேயைத் தாக்கி எழுதுகிறார். "வில்லியம் கோட்டைக் கல்லூரியின் கற்றறிந்த பேராசிரியர்களுள் ஒருவ"ரான இவர் இரண்டு ஆண்டு களுக்கு முன் வெளியிட்ட தமது தெலுங்கு இலக்கண நூலின் முன்னுரையில், "சொல்மூலம் உறுதி செய்யப்படாத நிலையிலுள்ள பேரளவுச் சொற்களை", அதாவது இயற்சொற்களைத் தம்முள் கொண்டிருப்பதில் வேறுபாடு காணப்பட்டாலும் தெலுங்கு, தமிழ், மலையாளம், கன்னடம், சிங்களம் ஆகிய தென்னிந்திய மொழிகள் பிற வடஇந்திய மொழிகளைப் போல் சமஸ்கிருதத்திலிருந்து கிளைத்தவையாகும் என்று குறிப்பிட்டார். "பிற தென்னிந்திய மொழிகளைக் காட்டிலும் தெலுங்கில் அதிகளவில் சமஸ்கிருதச் சொற்கள் கலந்திருப்பினும் தெலுங்கும் சமஸ்கிருதமும் வெவ்வேறானவை என நம்புவதில் தடையில்லை" என்று காம்பெல் உறுதிபட எழுதினார். கல்கத்தா, வில்லியம் கோட்டைக் கல்லூரியின் பேராசிரியர்களிடமிருந்து விடுபட்டு, தனிவழி செல்வதற்கான ஒரு அறிவிப்பாக இது அமைந்ததோடு காம்பெல்லின் விவாதம் எல்லிஸின் திராவிடச் சான்று குறித்த சிந்தனையோடு நெருங்கிச் செல்வதையும் காட்டுகிறது.

சமஸ்கிருதமும் தெலுங்கும் வெவ்வேறு மூலங்களை உடையன என்ற காம்பெல் கருத்து அவரது தெலுங்கு இலக்கணக் கல்வியைச் சார்ந்ததாகும். அவர் குறிப்பிடும் ஆந்திர கௌமுதியின் 'ஆதர்வன வியாகரணம்' போன்ற சில இலக்கண நூல்கள் சொல்லும் செய்தி: ஆந்திரராயலு என்னும் அரசன் கிருஷ்ணா நதிக்கரையில் ஸ்ரீகாகுளம் பகுதியிலிருந்து

திராவிடச் சான்று 203

கோதாவரி நதிக்கரையிலுள் ராஜமுந்திரி பகுதிக்குப் புலம் பெயர்ந்து செல்லுமுன் தூய ('அச்ச') தெலுங்குச் சொற்களைக் கொண்ட தெலுங்கு மொழியே 'நாட்டு மொழியாக' ('தேஸ்ய') இருந்தது. இது பழமையானது; பிரம்மாவால் உண்டாக்கப்பட்டது. அரசனை அடுத்திருந்தவர்கள் தெலுங்கு ஈறுகளைச் சேர்த்து சமஸ்கிருதச் சொற்களையும் (தற்சமம்), "காலப்போக்கில் சமஸ்கிருதத் திரிபுச் சொற்களையும்" சரியான ஒலிப்புமுறை குறித்த கவனமின்மையால் சேர்த்துக்கொண்டனர். "அந்தக் காலத்தின் சில எச்சமிச்சங்களையும் கொண்டிருப்பதன் மூலம் தங்கள் மொழி ஒரு காலத்தில் சமஸ்கிருதத்தோடு தொடர்பின்றித் தனித்து இயங்கியது என்பதை இது குறிப்பால் உணர்த்துகிறது." நன்னய பட்டர் முதல் தற்காலத்து இலக்கணியர்வரை இவ்விரண்டு மொழிகளும் வெவ்வேறு மூலங்களிலிருந்து கிளைத்தவை என்று கருதினர் என்பது சொற்களை இயற்சொல், தற்சமம் அல்லது சமஸ்கிருத ஆக்கங்கள், தற்பவம் அல்லது சமஸ்கிருதப் பிறழ்வுகள், 'கிராம்ய' அல்லது வட்டார வழக்குகள் என நான்காகப் பிரித்ததன்வழி அறியலாம். இந்த நான்கோடு பிற்கால ஆசிரியர்கள் அந்நிய தேசிய (அயல்மொழிச்) சொற்களையும் சேர்த்தனர்.

காம்பெல்லுக்கும் காரேக்கும் இடையேயான வாக்கு வாதம் இயற்சொற்களை விளக்குவது தொடர்பானதாகும். இயற்சொல்லின் மூலங்கள் உறுதிசெய்யப்படாதவை என்னும் காரேயின் கூற்று, இயற்சொற்கள் சமஸ்கிருத வேர்ச்சொற்களையும் ஒட்டுக்களையும் சேர்த்து சமஸ்கிருத வியாகரண அடிப்படையில் உருவானவை அல்ல என வழிவழியாகப் பிராகிருத இலக்கணியர் கூறிவருவதைச் சார்ந்ததேயாகும். காரே இந்த இடத்தில் முழுவதுமாகத் தவறு செய்துள்ளதாகக் கருதும் காம்பெல் 'தேச' என்ற சொல்லின் மூலத்தை அணுகி, அவ்வகைச் சொற்கள், "குறிப்பிட்ட தேசத்துக்கு/நிலத்துக்கு உரியன" என்று விளக்கினார். தெலுங்கில் "அதிக விழுக்காட்டில்" இச்சொற்கள் உள்ளன எனக் காரே கருதுவதற்கு மாறாக, இவ்வகைச் சொற்களே புதுப்புதுச் சொல் வகைகள் அந்தந்த மொழிகளில் உருவாகக் காரணமாக உள்ளன என்கிறார். தமது நூலைப் படிக்கிற சமஸ்கிருத அறிஞர்கள் தெலுங்கு உருபனியலும் தொடரியலும் சமஸ்கிருதத்திலிருந்து முற்றிலும் வேறுபட்டன என்பதை வெளிப்பட அறிவர் என்றும், தமிழ், கன்னட அறிஞர்கள் "இந்த மொழிகளுக்கிடையேயுள்ள உறவை உடனே தெரிந்துகொள்வர்" என்றும் கூறுவார். இந்தோ–ஐரோப்பிய மொழிக் குடும்பத்தை முன்வைத்த ஜோன்ஸ் அவற்றிற்கிடையேயான உறவு இயல்பாகவே ஒருவருக்குத் தெரியவரும் எனக் கூறியது போலவே

காம்பெல்லும் திராவிட மொழிகளுக்கிடையேயான உறவு அவற்றை ஆராய்பவருக்கு உடனடியாகத் தெரியவரும் என்றார். காம்பெல் சொல் ஒப்புமை குறித்த கோட்பாட்டை இவ்வாறு விளக்குகிறார்:

> மனித உடலுறுப்புகள், உணவுப் பண்டங்கள்/பாத்திரங்கள், ஆடை வகைகள், இருப்பிடப் பகுதிகள், உறவுச் சொற்கள், சுருங்கச் சொன்னால் பழமை சான்ற கருத்துக்கள், பொருள்கள் போன்றவற்றுக்கு, முந்தைய காலச் சமூக மக்கள் பயன்படுத்திய சொற்களைப் படிக்கும் ஒருவர் இவை தூய தெலுங்குச் சொற்கள் அல்லது அந்த நாட்டுக்கேயுரிய சொற்கள் என்பதை உணர முடியும்.

காலப்போக்கில் சமஸ்கிருதச் சொற்கள் தெலுங்கில் கலந்தன என்பதை ஏற்றுக்கொள்ளும் காம்பெல், இவ்வகைப் பழமை சான்ற கருத்துக்கள்/பொருள்கள் சிலவற்றுக்கு வேறு சமஸ்கிருதச் சொற்களும் பயன்பட்டிருக்கலாம் என்றார். ஆனால், இது பெருவழக்கு அல்ல. தெலுங்கு ஏற்றுக்கொண்டுள்ள சமஸ்கிருதச் சொற்கள் பெரும்பாலும் நுண் பொருள், அறிவியல், மதம், சட்டம் தொடர்பானவையே என்னும் அவர், இந்தக் கலப்புநிலையை ஆங்கிலத்திலுள்ள கிரேக்க, இலத்தீன் சொற்களோடு ஒப்பிட்டுக்காட்டுவார். தெலுங்கில் நுழைந்த இந்தச் சமஸ்கிருதச் சொற்கள்கூட அப்படியே ஏற்கப்பட வில்லை என்றும், சமஸ்கிருதம் அறியாத இலக்கண விதிகளுக்கு உட்பட்டு மாற்றம் செய்யப்பட்டே பயன்படுத்தப்பட்டன என்றும் விளக்கினார். தூய தெலுங்கு என்னும் ஆடை அலங்காரத்தோடு வந்தால் மட்டுமே இச்சமஸ்கிருதச் சொற்கள் ஏற்கப்பட்டன என்றார்.

தென்னிந்திய மொழிகளை ஒரு தொகுதியாக நினைத்துப் பார்த்திராத மிகப் பழங்காலத்தே எழுந்த இந்திய இலக்கண நூல்களை முன்தீர்மானமின்றி நேரிடையாகப் படித்தால் தெலுங்கிற்கு சமஸ்கிருதம் மூலம் இல்லை என்பது வெளிப் படையாகத் தெரியும் என்பதே காம்பெல் சொல்லவருவது. இதன்மூலம் பழைய தெலுங்கு இலக்கணியர் தமக்கு அரணாக இருப்பதாகவும் காரே பக்கம் இல்லை என்றும் காட்டினார். இந்த வாதத்தின் மூலாதாரம், பழைய சொற்களும் (இயற்சொற்களும்) கடன் சொற்களும் உருவானதற்கான கோட்பாடேயாகும். தெலுங்கு இலக்கணியர் காம்பெல்லுக்குக் கைகொடுத்தாலும், அவர் சொல் ஒப்புமைக் கோட்பாட்டு அடிப்படையில் இயற்சொற்களை விளக்கியதே உண்மையில் அவருக்கு உதவிற்று எனலாம். இல்லாவிடின் சமஸ்கிருத மூலமில்லாத தெலுங்குச்

சொற்கள் விளக்கம் பெறாமலே போயிருக்கும். பிராகிருத இலக்கணத்தைப் பிடித்துத் தொங்கிய காரேயின் அறியாமையும் வெளிப்படாதுபோயிருக்கும். பழைய ஆசிரியர்களின் கூற்றுக்கு வெளிப்படப் பொருள் கூறியதாகக் காம்பெல் நினைத்தாலும், உண்மையில் அவர் சென்னைவாழ் பிரிட்டிஷ் – இந்தியப் புலவர்களின் கூட்டு முயற்சியோடு சேர்ந்து உருவான ஐரோப்பிய–இந்திய மரபு தழுவிய பகுப்பாய்வுமுறை சார்ந்த ஒரு புதிய கருத்தை நன்கு விளக்கினார் என்றே சொல்ல வேண்டும்.

எல்லிஸும் திராவிடச் சான்றும்

திராவிடச் சான்று குறித்து இப்பொழுது நேரிடையாகப் பார்ப்போம். அது காம்பெல் நூலின் 'முன்னுரைக்கு ஒரு குறிப்பு' என்றும், 'தெலுங்கு ஆய்வுரை' என்றும் வழங்கப்படும் எல்லிஸின் எழுத்தாகும் (காண்க: பிற்சேர்க்கை1).

கல்கத்தா கீழ்த்திசையியலாருக்கு எதிரான ஒரு கருத்தைக் காம்பெல் போல எல்லிஸும் முன்வைத்தார்: "தெலுங்கு பற்றி எழுதியவருக்குத் தெலுங்கின் உண்மையான மொழித் தொடர்பு குறித்துத் தெரியவில்லை" எனக் காரே, சார்லஸ் வில்கின்ஸ், கோல்புரூக் ஆகியோர் முதலில் சுட்டப்படுகின்றனர். முக்கியமாகக் காரேயும் அவர் எழுதிய பல பத்திகளும் எல்லிஸின் கணைகளுக்கு இலக்காயின. காரே தமது சமஸ்கிருத இலக்கணத்தில் (1804) இந்துஸ்தானி, தமிழ், குஜராத்தி, மலையாளம் ஆகியவை சமஸ்கிருதத்திலிருந்து கிளைத்தவை என்பது தெளிவு என்றாலும் முதலிரண்டு மொழிகளிலும் அயல்மொழிச் சொற்கள் ஏராளமாகக் கலந்துள்ளன என்றும், வங்காளி, மராத்தி, ஒரியா, கன்னடம், தெலுங்கு ஆகியவை முற்ற முழுக்க சமஸ்கிருதச் சொற்களால் ஆனவை என்றும் எழுதினார். மேலும் தமது தெலுங்கு இலக்கணத்தில், "இந்திய மொழிகள் எல்லாம் முக்கியமாகச் சமஸ்கிருதத்திலிருந்து பிறந்தவையே" என்றும் எழுதினார். மத்திய, வட இந்திய மொழிகள் மொழிக் கட்டமைப்பில் ஒன்றுபோலவே உள்ளன. தெலுங்கு, கன்னடம், தமிழ், மலையாளம், சிங்களம் ஆகிய தெற்கத்திய மொழிகள், வடஇந்திய மொழிகளைப் போல ஒரே மூலத்தைக் கொண்டிருந்தாலும், உறுதி செய்யப்படாத மூலத்தை உடைய ஏராளமான சொற்களைக் கொண்டிருப்பதால் மட்டும் அவற்றிலிருந்து வேறுபடுகின்றன எனவும் கூறினார். இவை பிராகிருத இலக்கணங்களில் குறிக்கப்பட்ட இயற்சொற்களைக் குறித்த வரைவிலக்கணத்தோடு ஒத்தது எனலாம். தமிழ், தெலுங்கு, கன்னடம், மலையாளம், மராத்தி, குஜராத்தி ஆகியவற்றில்

சமஸ்கிருதம் மண்டிக்கிடப்பதால் அதன் உதவியின்றி ஒரு வாக்கியத்தைக்கூட இந்த மொழிகளில் வெளிப்படுத்த முடியாது என்றார் வில்கின்ஸ் (1808). பிராகிருத மொழிகள் குறித்த கோல்புரூக்கின் கட்டுரையும் (1801) வட, தென்னிந்திய முக்கிய மொழிகள் அனைத்தும் சமஸ்கிருதத்திலிருந்து கிளைத்தவை என்ற கருத்தைக் கூட்டல் குறைத்தலின்றிக் கூறியது.

கல்கத்தாவின் இந்த ஒட்டுமொத்தக் கருத்துக்கும் எல்லிஸின் பதில்: "கீழ்க்காணும் கருத்துப் பதிவுகள் மூலம் முன் பகுதியில் எடுத்தாளப்பட்டுள்ள மேற்கோள்கள் தவறானவை என்பதையும், தமிழ், தெலுங்கு மற்றும் அவற்றின் இன மொழிகள் சமஸ்கிருதத்திலிருந்து கிளைத்தவை அல்ல என்பதையும், சமஸ்கிருதம் இம்மொழிகளை மெருகூட்டப் பயன்பட்டிருந்தாலும் இவற்றின் இருப்புக்குத் தேவையில்லாதது என்பதையும், அவை தமக்கென்று ஒரு மொழிக் குடும்பத்தை அமைத்துக்கொண்டுள்ளன என்பதையும், பிற்காலத்தே சமஸ்கிருதக் கலப்பு நிகழ்ந்தாலும் அது இவற்றின் வேர்ச்சொற்களோடு தொடர்புகொள்ளவில்லை என்பதையும் எடுத்துக்காட்டுவதே நமது நோக்கம்."

நாம் இப்போது திராவிடம் என்றழைக்கிற மொழிக் குடும்பம் சார்ந்த மொழிகளை எல்லிஸ் பட்டியலிடுகிறார்: செந்தமிழ், கொடுந்தமிழ்; இலக்கணமுடைய தெலுங்கு, அதன் கொச்சை வழக்கு; பழைய, புதிய கன்னடம்; மலையாளம் மற்றும் கர்நாடகத்தில் பேசப்படும் துளு; குடகு மாவட்டத்தில் பேசப்படும் துளு மொழியின் ஒரு வகையான கொடகு (Kodagu) மற்றும் சிங்களம், மராத்தி, ஒரியா. "இவை ஒரே (திராவிட) மூலத்தைக் கொண்டவையல்ல என்றாலும் இவற்றிலிருந்து ஏராளமான சொற்களைக் கடன் பெற்றுள்ளன." இது ஒரு நுட்பமான கூற்றாகும். "வடக்கிலுள்ள நாகரிகமில்லாத ராஜ்மகால் மலைவாசிகள் பேசும் மொழி ஒரே மூலத்தைக் கொண்டிருக்கவில்லை என்றாலும் தமிழ், தெலுங்கு மொழிகளில் பொதுவாகக் காணப்படும் சொற்களை இவையும் ஏராளமாகக் கொண்டுள்ளன" என்றும் எல்லிஸ் எழுதுகிறார். மால்டோ (Malto) என அழைக்கப்படும் இம்மொழி, தென்னிந்தியாவிலிருந்து நெடுந்தொலைவிலுள்ள கங்கை நதிப் பகுதியில் பேசப்பட்டாலும் இதுவும் ஒரு திராவிட மொழியேயாகும். இந்த மொழியைத் திராவிட மொழிக் குடும்பத்தைச் சேர்ந்ததாக எல்லிஸ் எண்ணியுரைத்தது மிகவும் நுட்பமானதாகும். இந்த மொழிக்கான தரவு குறித்து அவர் குறிப்பிடவில்லை என்றாலும், இவ்வகையான ஒரு கருத்தை முன்வைக்க அவருக்கு உதவியது 1807 இல் *Asiatic Researches* என்ற இதழில் வெளியான சொற்பட்டியலாகும். இது மேஜர் ராபர்ட்ஸ் (Roberts, 1808) என்பவர் வெளியிட்டது. இப்பட்டியல்

மொழிகள்—தேசங்கள் பற்றிய திட்டத்தின் ஒரு பகுதியான லீப்நித்ஸ் சொற்பட்டியலோடு ஒருவகையில் தொடர்புடையது. இதை அடிப்படையாகக் கொண்டு வட இந்திய மொழியைத் திராவிட மொழியோடு தொடர்புபடுத்தி ஒரு சரியான முடிவுக்கு எல்லிஸ் வந்தார். இரண்டு நூற்றாண்டுகளுக்கு முன்பே எல்லிஸ் சில கூட்டல்குறைத்தல்களோடு வெளியிட்ட இந்தக் கருத்தை இன்று பல வல்லுநர்கள் உறுதி செய்துள்ளனர். திராவிட மொழியாக மால்டோவை அன்றே எல்லிஸ் இனங்கண்டது பெரும் பாராட்டுக்குரியதாகும்.

தெலுங்கு தனக்கென வேர்ச்சொற்களைக் கொண்டுள்ளது; அவை சமஸ்கிருதத்தோடு தொடர்புடையவை அல்ல. "தென்னிந்தியாவில் வழங்கப்படும் இன மொழிகளோடு தொடர்புடையன. இவற்றுக்கிடையே அங்கொன்றும் இங்கொன்றுமாக ஒலி வேறுபாடு காணப்பட்டாலும்" பொதுவாக ஒத்துச்செல்வன. தமிழ், தெலுங்கு, கன்னடம் ஆகியவற்றில் காணப்படும் சொல் வேறுபாடுகள் அவற்றின் விகுதிகளைப் பொறுத்தனவேயன்றி வேர்ச்சொற்களைப் பொறுத்தவை அல்ல. "வேர்ச்சொற்கள் வெறும் ஒப்புமை உடையன மட்டுமல்ல, ஒரே தன்மையனவும்" ஆகும்.

சமஸ்கிருத—தென்னிந்திய மொழிகளுக்கிடையேயான வேர்ச்சொல் வேறுபாடு, திராவிட மொழிகளுக்கிடையே காணப்படும் ஒத்த வேர்ச்சொல் தொகுப்பு ஆகிய கருத்துக்களை எல்லிஸ் பின்னர் விரிவுபடுத்தினார். முதல் கட்டமாக சமஸ்கிருத 'தாதுமாலா' அல்லது வேர்ச்சொல் பட்டியல் (இது பாணினியின் *dhatupatha*வோடு தொடர்புடையதாகலாம்), கல்லூரியின் சமஸ்கிருதம் – தெலுங்கு மொழித் துறைத் தலைவரான பட்டா பிராம சாஸ்திரியின் சிறந்த படைப்பான தெலுங்கு 'தாதுமாலா' ஆகியவற்றின் அடிப்படையில் சமஸ்கிருத—தெலுங்கு வேர்ச்சொற்களை ஒப்பிடுகிறார்; இதற்காக அ,க,ப,வ எழுத்துக்களில் தொடங்கும் பத்து வேர்ச்சொல் மாதிரிப் பட்டியலையும் தருகிறார். இவற்றை ஒப்பிட்டுப் பார்க்க வசதியாக வில்லியம் ஜோன்ஸ் பயன்படுத்திய ரோமன் எழுத்துக்களில் ஒரு சில மாற்றம் செய்து சமஸ்கிருத—தெலுங்கு சொற்களைத் தருகிறார். இரண்டு மொழிகளிலும் காணப்படும் வேர்ச்சொல் தொகுப்பு முழுதும் வேறுபட்டுள்ளது இதன்வழித் தெளிவாயிற்று.

"தெலுங்கிலும் பிற தென்னிந்திய மொழிகளிலும் காணப்படும் வேர்ச்சொற்களின் மிக நெருக்கமான உறவை ஒப்பிட்டுக் காட்டுதல்" எல்லிஸின் அடுத்த படியாகும். இதற்கும் ஒரு சொல் அட்டவணையை அவர் தயாரித்தார். இது

இம்மொழிகளுக்கிடையேயான வேற்றுமையைவிட ஒப்புமையைக் காட்டப் பெரிதும் பயன்பட்டது. அ, க எழுத்துக்களில் தொடங்கும் பதினைந்து வேர்ச்சொல் மூலத்தை உடைய சொல் அட்டவணையை அகர வரிசையில் தந்தார். இதற்குப் பட்டாபிராமரின் தெலுங்கு 'தாதுமாலா', கல்லூரித் தமிழாசிரியர் சிதம்பர வாத்தியார் தொகுத்த தமிழ் வேர்ச்சொல் பட்டியல், பெஸ்கியின் சதுரகராதி, சமஸ்கிருதத்தில் விளக்கப்பட்டுள்ள கன்னட வேர்ச்சொற்களைக் கொண்ட ஒரு பழைய பட்டியல் ஆகியன எடுத்துக்கொள்ளப்பட்டன. இந்த அட்டவணை மூன்று பிரிவுகளைக் கொண்டது. அவை தெலுங்கு, கன்னடம், தமிழ் என்ற மூன்று மொழிகளுக்கிடையே அல்லது ஏதேனும் இரண்டு மொழிகளுக்கிடையே காணலாகும் வேர்ச்சொற்கள் ஒப்பிட்டுக் காட்டின. இந்த அட்டவணையைத் தயாரிக்க எவ்வளவு உழைப்பும் ஆற்றலும் தேவை என்பதை எல்லிஸ் சுட்டாவிட்டாலும் வாசகர்கள் அதை எளிதில் உணர்ந்து கொள்ளலாம்.

அடுத்த கட்டமாக, இந்த வேர்ச்சொற்களிலிருந்து உருவான தெலுங்கு, கன்னட, தமிழ்ச் சொற்களை ஒப்பிடுதல். இந்தச் சொல் ஒப்புமை வேர்ச்சொல் ஒப்புமையோடு நோக்க, அவ்வளவு நெருக்கமானதல்ல. காரணம், கருத்து வெளிப்பாட்டிற்கேற்பச் சொல்லாக்கம் அமைந்ததாகலாம். இந்தச் சொல் ஒப்புமை களோடு மாமடி வெங்கய்யா தொகுத்த 'ஆந்திரதீபிகா' என்கிற தெலுங்கு அகராதியில் காணப்படும் தெலுங்குச் சொற்கள் பயன்படுத்தப்பட்டன. எல்லிஸின் வற்புறுத்தலின் பேரில் சென்னை அரசாங்கத்தால் பதிப்புரிமை பெறப்பட்ட இந்த அகராதியில் பழைய தெலுங்கு இலக்கணியர்களை அடியொற்றி எழுதப்பட்ட தெலுங்கு இலக்கணம் பற்றிய நீண்ட முன்னுரை உள்ளது. தற்சமம், தற்பவம், தேசிய, கிராமிய வகை சார்ந்த சொற்கள் தொடர்பான பகுதியையும் உள்ளடக்கிய இந்த முன்னுரையின் ஒரு பகுதியை எல்லிஸ் மொழிபெயர்த்திருக்கிறார். மரபுவழி இலக்கணியர் எல்லிஸ் கருத்தோடு உடன்பட்டும் கல்கத்தா கீழ்த்திசையியலாரோடு மாறுபட்டும் உள்ளனர் என்பதையும், கல்கத்தா அறிஞர்கள் அவர்களைத் தவறாக விளக்கியுள்ளனர் என்பதையும் காட்டும் ஒரு உத்தியாகவும் இது பயன்பட்டது எனலாம். எல்லிஸின் மொழிபெயர்ப்பினைச் சுருக்கமாக இங்கு காண்போம். இதன்வழி எல்லிஸின் புரிதலையும் உணர முடியும்.

தற்சமச்சொற்கள் அல்லது "தெலுங்கு பெற்றுக்கொண்ட தூய சமஸ்கிருதச் சொற்கள்," சமஸ்கிருதம் – தெலுங்கு என்ற முறையில் ரோமன் எழுத்துக்களில், ஆங்கிலப் பொருளுடன் பட்டியலிட்டுக் காட்டப்பட்டுள்ளன:

சமஸ்	தெலுங்கு	பொருள்
Vanam	*Vanamu*	காடு
Gauth	*Govu*	மாடு

சமஸ்கிருதத்திலிருந்து நேராக அல்லது 'வைக்ரதசந்திரகா'வில் காணப்படும் விதிகளுக்கேற்ற எழுத்து மாற்றங்களோடு மகாராஷ்டிரி, சௌரசேனி, மாகதி, பைசாசி, சூலிகா அல்லது சூலிகபைசாசி, அபபிரம்சா என்னும் ஆறு பிராகிருத மொழிகள் மூலமாகப் பெறப்பட்ட தற்பவச் சொற்களைக் கொண்ட பட்டியலை எல்லிஸ் அடுத்து தருகிறார். பிராகிருதம் குறித்த தமது நீண்ட குறிப்பில், தெலுங்கில் காணப்படும் தற்பவச் சொற்களில் சமஸ்கிருத தற்பவம் அரைப்பகுதி, மகாராஷ்டிரி தற்பவம் கால்பகுதி, சௌரசேனி பத்தில் ஒரு பங்கு, மாகதி இருபதில் ஒரு பங்கு, பைசாசி, சூலிகா, அபபிரம்சா பத்தில் ஒரு பங்கு என எல்லிஸ் மதிப்பிகிறார். அபபிரம்சா, "ஒழுங்கான இலக்கணமில்லாத ஒரு குழுவினர் மொழி" என்னும் கோல்புருக் கருத்தை மாற்றும்வண்ணம், லட்சுமிதரரின் 'ஸத்பாஷா சந்திரிகா' என்கிற பிராகிருத இலக்கணத்தில் காணலாகும் ஒரு சமஸ்கிருதப் பகுதியை எல்லிஸ் மேற்கோள் காட்டுகிறார். இந்தப் பனுவல் ஆறு பிராகிருத மொழிகளில் காணப்படும் தற்சம, தற்பவச் சொற்களை மையப்படுத்தி அமைந்தது என்றாலும் இந்த ஆறும் தமக்குரிய இயற்சொற்களையும் கொண்டுள்ளன என்பதையும் தெளிவாக எடுத்துரைக்கிறது. லட்சுமிதரர் பைசாசி மொழி பற்றிக் கூறுவது: "இவை பைசாசிகளின் தேசம். ஒவ்வொரு தேசியச் சொல்லும் தனக்கென ஒரு தன்மையைக் கொண்டுள்ளது."

'ஆந்திர தீபிகா'விலிருந்து மேலும் சில மொழிபெயர்ப்புப் பகுதிகள்: தேசிய என்கிற ஆந்திர அல்லது தெலுங்குச் சொற்கள் இருவகைப்படும். 1. தெலுங்கானாவில் வழங்கும் சொற்கள், 2. அந்தச் சொற்களோடு கலந்துவிட்ட அயற்சொற்கள். தெலுங்கானா அல்லது திரிலிங்க தேசத்தின் பகுதிகளில் வழங்கும் சொற்களைக் காட்ட 'ஆதர்வன வியாகரணம்' என்கிற நூல் சுட்டப்பட்டது. தூய தெலுங்கு என்பதை விளக்க எடுத்துக் காட்டப்படும் 'அப்ப காவியம்' என்கிற நூல், 'ஆந்திராவில் வழங்கப்படும் தூய வழக்கு' எனத் தேசியச் சொற்களை விளக்குகிறது (சுத்த – ஆந்திர – தேசியம்). இவ்வகைச் சொற்களாலான பட்டியல் ரோமன் எழுத்துக்களில் ஆங்கிலப் பொருள் விளக்கத்துடன் தரப்பட்டுள்ளது. சான்றாக, பாலு (பால்); பெருகு (தயிர்); நெய் (நெய்); ரோலு (உரல்) எனச் சில. 'தெலுங்கில் இடம் பெற்ற அயல்நாட்டுச் சொற்கள்' எனக் கூறப்படும் அந்நிய தேசச் சொற்கள் அடுத்துத் தரப்படுகின்றன. இதை விளக்கும் 'அப்ப காவியம்' பகுதியும் தரப்படுகிறது.

இது பிற நாடுகளில் வாழும் அறிஞர்கள் அந்த நாட்டுச் சொற்களைத் தங்கள் மொழியான தெலுங்கில் கலந்து வழங்குதல். ‘ஆந்திர தீபிகா’வில் தரப்படும் சில அந்நிய தேசச் சொற்களில் தெலுங்கிற்கேயுரிய முப்பது எழுத்துக்களில் இடம் பெறாத உயிர்ப்பொலிகளைக் கொண்ட சொற்கள் காணப்படுவதாக எல்லிஸ் குறிப்பிடுகிறார். (எ.கா.) *bhalu* (வியப்பொலி); சொல் லிறுதியில் நெட்டுயிர்ச்சொற்கள் *ana* (அணா); கடினச்சொற்கள். *kalanu* (போர்க்களம்); *toyelli* (பெண்); *menu* (மேனி); *vullamu* (உள்ளம்). எல்லிஸ் குறிப்பு: உயிர்ப்பொலியுடைய முதல்வகைச் சொற்களின் ஆக்கம் தெளிவில்லாமல் உள்ளது. நெட்டுயிர்களை உடைய இரண்டாம் வகைச் சொற்கள் இந்துஸ்தானி அல்லது இறுதி உயிரை இயல்பாக நீட்டி உச்சரிக்கும் சிலவகைச் சொற்களைச் சார்ந்ததாகலாம். கடினச்சொற்கள் என்னும் மூன்றாம் வகைச் சொற்கள், “தென்னிந்திய மொழிகளில் பொதுவாகக் காணப்படுபவை”. இவற்றுக்கான திராவிட மொழி இனச்சொற்களாக அவர் தருவது: *kalanu* – (தமிழ்) *kal<kala* – (கல் ‹கல, ‘சேர்’) தெலுங்கு, தமிழ், கன்னடம் மூன்றிலும் பொது. *toyelli* – (தமிழ்) *tai* (தை, அழகுபடுத்து), *menu* –(தமிழ்) *meni<mel* – (மேனி ‹மேல் ‘உயரம், வெளியே’), – (தமிழ்) (உள், உள்ளே, ‘மனம்’).

நான்காவது வகையான கிராமியச் சொற்கள், “இலக்கண விதிகளுக்குட்படாததும் ஒழுங்குமீறி எழுத்துக்கள் சேர்ந்தும் விடுபட்டும் வரக்கூடியதுமான சொற்களாகும்.” ‘ஆந்திரா தீபிகா’வின் மொழிபெயர்ப்பு இத்துடன் நிறைவுபெறுகிறது. அந்த நூலைக் குறித்து எல்லிஸ் எழுதுவதாவது:

> மேலே காட்டிய பகுதிகள் மூலம் ஆசிரியர் சமஸ்கிருதத்திலிருந்து நேராகவோ, பிற மொழி மூலமாகவோ பெறப்பட்டுள்ள சொற்கள், அயல்மொழிச் சொற்கள் தவிர்த்து, எஞ்சியுள்ள சொற்கள் எல்லாம் தூய சொற்கள் என்பதை ஆதாரபூர்வமாக விளக்கியுள்ளார். மனம், உடல் சார்ந்த செயல்முறைகளை விளக்குகிற உறவுமுறைச் சொற்களும் பல்வகைப் பொருள்களைக் குறிக்கிற ஏராளமான சொற்களும் இவற்றில் அடங்கும். சமயம், தொழில்நுட்பம் சார்ந்த ஒரு சில கலைச்சொற்களைத் தவிர ஏனையவற்றுக்கு சமஸ்கிருதத்தின் உதவி தெலுங்கிற்குத் தேவையில்லை. இந்தத் தூய இயற்சொற்கள் கிளை மொழிக்கேயுரிய சிற்சில மாற்றங்களுடன் தெலுங்கில் காணப்படுவதோடு தமிழ், கன்னடம் முதலான பிற தென்னிந்திய மொழிகளுக்கும் பொதுவானவை ஆகும்.

இந்தச் சொற்பட்டியலிலிருந்து இயற்சொல் – கடன் சொல் பற்றிய தெளிவு நமக்குக் கிடைக்கிறது. தெலுங்கின் இயற்சொல் பற்றி ஐயந்திரிபற விளக்குவதால் மாமடி வெங்கய்யாவின் பனுவல் விரிவாக எடுத்தாளப்பட்டுள்ளது. இதன் அடிப்படையில் எல்லிஸ் தரும் விளக்கமும் 'அப்ப காவியம்' வரிசைப்படுத்தும் தெலுங்கு இயற்சொற்களுக்கு இணையாக எல்லிஸ் தரும் தமிழ், கன்னடச் சொற்களும் தென்னிந்திய மொழிகளின் பொதுமைக்குச் சான்றாகின்றன. எல்லிஸின் மூன்று வரிசை சொற்பட்டியல், வேர்ச்சொல் ஒற்றுமையை மட்டுமன்றி அவற்றிலிருந்து கிளைத்த சொற்களின் ஒற்றுமையையும் காட்டுகிறது. இன்னும் கூடுதலாக ஒப்புறு சொற்களைத் தந்திருக்கலாம் என்றாலும் வடமொழி வல்லுநரும் தெலுங்கு மொழி தவிர்த்த ஏனைய தென்னிந்திய மொழிகளில் பயிற்சியில்லாதவருமான அப்ப கவியின் அதிகாரபூர்வமான, நம்பிக்கைக்குரிய நூலை அடிப்படையாகக் கொண்டதால், அவர் தந்துள்ள தெலுங்குச் சொற்களுக்கு இணையான தமிழ், கன்னடச் சொற்களை மட்டும் தந்துள்ளதாக எல்லிஸ் குறிப்பிடுகிறார். அப்ப கவியின் சொற்பட்டியலை ஆதாரமாக்கியதால் பாலு (தெலுங்கு), ஹாலு (கன்னடம்), பால் (தமிழ்) போன்ற இனமொழிச் சொற்கள் தரப்பட்டன. இதை எல்லிஸ் சிறப்பாகவும் செம்மையாகவும் செய்துள்ளார்.

இவற்றின் அடிப்படையில் எல்லிஸ், தெலுங்கு மொழி இலக்கணியர் பயன்படுத்திய சொற்களை ஏற்று, முறைப்படுத்தி நால்வகையாகப் பிரிக்கிறார்.

1. இயற்சொல் (தேசிச்சொல்): இது மொழிக்கே இயல்பான தூய சொற்கள்; தன்னோடு ஒத்த தென்னிந்திய மொழிச் சொற்கள்.
2. அயன்மொழிச் சொற்கள்: பிற திராவிட மொழிகளிலிருந்தும் அயல் மொழிகளிலிருந்தும் பெறுவது.
3. தற்சமம்: தெலுங்கு விகுதிகளோடு கூடிய தூய சமஸ்கிருதச் சொற்கள்.
4. தற்பவம்: சமஸ்கிருதத்திலிருந்து நேரடியாகவோ, ஆறு பிராகிருத மொழிகள் மூலமாகவோ பெறப்பட்டவை.

கிராமிய என்பது தூய தெலுங்கின் இலக்கண விதிகளுக்குட்படாத ஒருவகைத் திரிபாகுமே தவிர, அதன் கட்டமைப்பின் பகுதி அன்று. தெலுங்கின் சொற்கோவையில் தூய தெலுங்கு அரைப்பகுதி, அயல் மொழிச்சொற்கள் பத்தில் ஒன்று; தற்சமம் இருபதில் மூன்று பங்கு; தற்பவம் கால் பகுதி. தெலுங்கு இலக்கணியர் தழுவிக்கொண்ட பிராகிருத இலக்கண

வகைப்பாட்டை ஒட்டி, அவற்றுக்குப் புதிய விளக்கம் தந்து, தென்னிந்திய மொழிகளை ஒரு குழுவாகக் கொண்டு ஒப்பிட்டு ஆராய்ந்து அவற்றின் வரலாற்றையும் கட்டமைப்பையும் எல்லிஸ் தெளிவாக விளக்கினார்.

இதுவரை வெளிப்படத் தெரியாதிருந்த மொழி வகைப்பாடு குறித்த கருத்துக்கு மதிப்பளிக்கும் ஒரு மறு விளக்கமாகத் திராவிடச் சான்று அமைகிறது. டார்வின் தமக்கு முன்பே லினயஸ் (Linneaus) செய்திருந்த உயிர்களின் பரிணாமவளர்ச்சி குறித்த வகைப்பாட்டை மேலும் தெளிவுபடுத்தியதோடு இதை ஒப்புமைப்படுத்திப் பார்க்கலாம். உயிர்களின் வகைப்பாட்டுக்கு டார்வின் மொழி-தேசம் பற்றிய திட்டத்தில் பயன்படுத்திய அதே மரம்-கிளை என்ற படிமத்தைக் கையாண்டு உயிர்களின் பரிணாம வளர்ச்சியையும் வகைப்பாட்டையும் விளக்குவார். உலகெங்கும் பேசப்படும் மொழிகள், வழக்கொழிந்த மற்றும் மாறிவரும் மொழிகள் ஆகியவற்றின் வகைப்பாடு மனித இனத்தின் குடிவழி வகைப்பாட்டோடு தொடர்புடையது என்றும், ஒரே மூலத்தை உடைய மொழிகளுக்கிடையேயான மாற்றம் அவற்றின் குழுக்களிலும் உட்குழுக்களிலும் விளக்கம் பெறும் என்பார் டார்வின் (Darwin, 1859: 422-423). இதே போல எல்லிஸும் குடிவழி அட்டவணையைப் பயன்படுத்தி, தெலுங்கு தொடர்பான வியாகரண வகைப்பாட்டு விளக்கத்துக்கு ஒரு மறுவிளக்கம் அளித்து அதன் மதிப்பை உயர்த்தியதோடு புலப்படாதிருந்த தர்க்கத்தையும் வெளிப்படுத்தினார்.

திராவிடச் சான்று குறித்த கடைசிப் பகுதியில் மொழியின் மரபுத்தொடர்கள் பற்றி எல்லிஸ் விளக்குகிறார். இது எல்லிஸ் ஆழங்கால் பதித்திருந்த வாக்கியங்கள், யாப்பு ஆகியவற்றோடு தொடர்புடையது. இதன் தொடக்கம் (இதில் சில குறைகள் தென்படினும்) இன மொழிகளின் வேர்ச்சொற்களிலும் ஆக்கச் சொற்களிலும் ஒற்றுமை காணப்படினும், மரபுத்தொடர்களின் அமைப்பில் வேறுபடுகிறது என்றும், ஒரு மொழியின் மரபுத்தொடரைப் புரிந்துகொள்ள மற்றொரு மொழியின் உதவி கிடைப்பது அரிதே என்றும் கூறுகிறது. அரியது என்பது உண்மையில் இதற்கு நேர்மாறானது. அதை முடிவுரையில் கூறுகிறார். முடிவுரையில் ஒரு சிறு சமஸ்கிருத மூலத்தைக் கொடுத்து, அதற்கான தெலுங்கு, கன்னட, தமிழ் மொழிபெயர்ப்பைத் தந்து வாக்கியங்களைப் பகுப்பாய்வு செய்கிறார். இந்தப் பகுதி *When thou art an anvil, endure like an anvil; When a hammer, strike like a hammer* என்கிற ஆங்கில வாக்கியத்தின் தமிழ், தெலுங்கு, கன்னட, சமஸ்கிருத மொழிபெயர்ப்போடு முடிகிறது. தமிழ் மொழிபெயர்ப்பு குறள் வெண்பாவாகவும், தெலுங்கு, கன்னட

மொழிபெயர்ப்பு துவிபத யாப்பிலும், சமஸ்கிருத மொழிபெயர்ப்பு அனுஸ்துப யாப்பிலும் அமைந்திருக்கின்றன. பேராற்றலும் பேரழகும் கொண்ட ஒரு விவாதத்தின் முத்தாய்ப்பாக இது விளங்குகிறது.

'தாது மாலை'

திராவிடச் சான்று குறித்த எல்லிஸின் கருத்து ஆகாயத்திலிருந்து குதித்தன்று என்பதும், புனித ஜார்ஜ் கோட்டைக் கல்லூரி அறிஞர் குழுவின் கூட்டுறவால் உருவானது என்பதும் தெளிவு. தெலுங்கு, சமஸ்கிருத வேர்ச்சொல் வேற்றுமை, தெலுங்கு-கன்னடம்-தமிழ் வேர்ச்சொல் ஒற்றுமை ஆகியவைதாம் இதன் மையமாகும். இம்மூன்று மொழிகளுக்கும் பொதுவான வேர்ச்சொல் பட்டியல் தயாரிப்புக்குக் கன்னடத்தின் ஒரு பழைய சுவடியும், கல்லூரியின் சமஸ்கிருத, தெலுங்கு ஆசிரியர் பட்டாபிராம சாஸ்திரி தயாரித்த தெலுங்கு வேர்ச்சொல் பட்டியலும், கல்லூரியின் தமிழ் ஆசிரியர் சிதம்பர வாத்தியார் தயாரித்த தமிழ் வேர்ச்சொல் பட்டியலும் உதவின எனலாம். இந்தச் சான்றுக்கும் காம்பெல் இலக்கணத்துக்கும் உதவிய தெலுங்குப் பட்டியல் இவற்றுள் முக்கியமானதாகும் என்பது சென்னை அரசு மூலம் இலண்டனிலுள்ள இயக்குநர் குழுவின் ஒப்புதலுக்காக அனுப்பப்பட்ட காம்பெல் எழுத்துப்படி மீதான அறிக்கையை ஆராயும்போது தெரிகிறது.

காம்பெல்லின் தெலுங்கு இலக்கணத்தின் முதல் வரைவு மீதான மேற்பார்வையாளர் குழுவின் இந்த அறிக்கை குறிப்பிடத்தக்க ஓர் ஆவணமாகும். இந்தக் குழுவின் செயலராகக் காம்பெல் இருந்ததால் அறிக்கையில் ஒருசார்புத் தன்மையும் புகழ்ச்சித் தொனியும் நூலை வெளியிட வேண்டும் என்ற பரிந்துரையும் காணப்பட்டபோதிலும், இது ஒரு மேலோட்டமான ஏதோ கடமைக்காக எழுதப்பட்ட வாலாயமான அறிக்கையாக இல்லை என்பதை அதில் காணப்படும் கூர்மையான திறனாய்வும் திருத்தங்களும் காட்டுகின்றன. இந்தியச் சொற்களை ரோமன் எழுத்தில் தருவதில் காட்டும் அக்கறையினையும் வெளிப்படுத்தும் இந்த அறிக்கையை எல்லிஸே எழுதியிருக்கலாம் என்பதற்கு ஏராளமான அறிகுறிகள் காணப்படுகின்றன என்பதோடு அவரின் தெலுங்குப் புலமைக்கும் சான்றாக விளங்குகிறது எனலாம். இந்த அறிக்கை நீண்டது. தெலுங்கு எழுத்துக்களால் எழுதப்பட்ட தெலுங்குச் சொற்களைக் கொண்டது. இதன் திட்ப நுட்பம் தெலுங்கு மொழியும் தெரிந்தவர்களால் பெரிதும் பாராட்டப்படும். எனவே சென்னை ஆளுநராலோ,

சென்னைக் குழுவாலோ, இயக்குநர் குழுவாலோ இது முழுமையாகப் புரிந்துகொள்ளப்பட்டிருக்கும் என்று சொல்ல முடியாது. காம்பெல்லின் எழுத்துப்படியை ஆராய்ந்த குழுவின் கடுமையான உழைப்பை நீண்டதும் சிக்கலானதுமான இந்த அறிக்கை எடுத்துக்காட்டுகிறது. இந்த எழுத்துப்படியை வெளியிடுவதற்கான ஒப்புதலைப் பெற இதுவே போதும் எனலாம். இந்த அறிக்கையைக் காம்பெல் கவனமாகப் படித்து, உரிய திருத்தங்களைச் சேர்த்துள்ளார் எனத் தெரிகிறது. நான் இந்த அறிக்கையைக் கண்டறியும்வரை இதை யாரும் படித்திருப்பதாகத் தெரியவில்லை.

காம்பெல்லின் எழுத்துப்படி மீதான முக்கியமான திறனாய்வு வினையியல் பற்றியதாகும். காம்பெல்லின் இலக்கணம் எழுதப்பட்ட பிறகு, பட்டாபிராம சாஸ்திரி தொகுத்த ஒரு நூலை ஆதாரமாகக் கொண்டு இந்தத் திறனாய்வு எழுந்துள்ளதாகத் தெரிகிறது. “இதில் வினை, வினைத்திரிபுகள், அவற்றின் இலக்கணம், பொது வழக்குகள் முதலியன விளக்கப்பட்டிருப்பதோடு, அந்த மொழியிலுள்ள எல்லா வேர்ச்சொற்களும் தொகுக்கப்பட்டு, சமஸ்கிருத வேர்ச்சொல் பட்டியல் முறைப்படி ஒவ்வொன்றின் பயன்பாடும் காட்டப்பட்டுள்ளது” *(MPC, 22–12–1815)*. பட்டாபிராம சாஸ்திரியின் பட்டியல் விரிவானது. திராவிடச் சான்றை உறுதிப்படுத்துவதில் தவிர்க்க இயலாதது. ‘வினையமைப்பு’ பற்றிய ஆய்வாகவும் அது அமைந்துள்ளது. காம்பெல் நூலின் வினையியல் குறித்த குழுவின் திறனாய்வுக்கும் உதவியது.

வினைச்சொல்லமைப்பில் முக்கியமான வேர்ச்சொல், இடைநிலை, மூவிட விகுதி என்ற மூன்று கூறுகளைப் பற்றி இந்தத் திறனாய்வு அமைகிறது. மூவிட விகுதிகளைத் தெளிவாக அறியலாம் என்றாலும் அவை இடைநிலை சார்ந்து மாறவும் செய்யும். மாணவர்களின் எளிமை கருதி, விகுதிப்பட்டியலில் சில இடங்களில் இடைநிலை–விகுதி வேறுபடும் விதத்தைக் காம்பெல் காட்டவில்லை போலும். ஆனால், இந்த விடுபாடு தெலுங்கு வினையமைப்பை மாணவர்கள் நன்கு விளங்கிக்கொள்ள உதவாமல் போவதோடு, தெலுங்கு–தமிழ்–கன்னடம் முதலான தென்னிந்திய மொழிகளின் வினையமைப்பும் இதே முறையில் அமைவதையும், வேர்ச்சொல்லும் மூவிட விகுதியும் ஒன்றாக இருப்பினும் இடைநிலை காரணமாகச் சிற்சில திரிபுகள் ஏற்படுவதையும் தெரிந்துகொள்ள முடியாமலும் போகிறது என்பது இந்தத் திறனாய்வுக் குறிப்பின் அடிக்கருத்தாகும். இந்தப் பகுதியில் திராவிட ஒப்பிலக்கண முறையில் தெலுங்கு விரிவாக விளக்கப்படுகிறது.

திராவிடச் சான்று குறித்த கருத்துருவாக்கத்திற்குப் பட்டாபிராம சாஸ்திரியின் தெலுங்கு வினைச்சொல் பகுப்பாய்வு எந்த அளவுக்கு முக்கியமானது என்பது அதன் விரிவான குறிப்பாலும் எடுத்துக்காட்டாலும் அறியலாம். தமிழ், கன்னடம், தெலுங்கு என்ற மூன்றிலும் வினையமைப்பு எவ்வாறு உள்ளது என்பதை அந்தக் குறிப்பு கூறுகிறது. சான்றாகத் தரப்பட்டுள்ள வேர்ச்சொற்கள்: 'பாடு'; 'படு' என்ற இரண்டுமாகும். தமிழில் இன்/து என்ற இடைநிலையைக் கொண்டு இறந்த காலம் அமைகிறது. 'பாடு', 'இன்' என்பதனோடு மட்டும் வரும்; 'து' வராது. பாடு+இன்+ஏன்=பாடினேன்; கன்னடம் 'இன்' எடுக்காது. தமிழ் 'து' என்பதோடு ஒத்த 'இது' என்பதை ஏற்கும். தெலுங்கு இரண்டையும் ஏற்கும். பாடு+இன்+அனு = பாடினனு, பாடு + இது + இனி = பாடிதினி. இறந்த காலத்தில் காணப்படும் வேறுபாட்டுக்குக் காரணம் வேர்ச்சொல்லோ மூவிட விகுதியோ அல்ல, இடைநிலையே என்பது தெளிவாகும். இலக்கண விதிகளை மீறிய சில வினைகளை (irregular verbs) இந்த மூன்று மொழிகளும் ஒன்றுபோலவே அமைக்கின்றன. தமிழிலும் கன்னடத்திலும் 'படு' என்ற வினை இடைநிலை 'து'வை இணைத்து, வேர்ச் சொல் 'உ'வை நீக்கி, இடைநிலை மெய்யெழுத்தையும் வேர்ச் சொல் மெய்யெழுத்தோடு 'ட்ட' என ஆக்கிக்கொள்ளும். இவற்றோடு மூவிட விகுதி சேரும். தமிழில் படு+து+ஏன் = பட்டு+ஏன் > பட்டேன், கன்னடத்தில் $padu + du + anu > pattu + anu$ or $pattanu$ (படு +து + அனு > பட்டு + அனு > பட்டனு), தெலுங்கில் $padu + du + anu > paddu + anu / paddanu$ (படு + து + அனு > பட்டனு). படினன்னு, படுதினே (padinnanu and padutine) என்கிற ஒழுங்கான வடிவங்களும் தெலுங்கில் உண்டு. முன்பே கோடிட்டுக்காட்டிய இந்தத் திராவிடச் சான்றிலிருந்து, குடியேற்ற ஆட்சியின் மொழிக்கல்வித் திட்ட மதிப்புக் குறித்த கீழைத்தேய அறிஞர்களின் முடிவை எடுத்துக்காட்டி இந்தக் குறிப்புக் கீழ்க்காணுமாறு நிறைவுறுகிறது:

> அவர்கள் எதை மெய்ப்பிக்க விரும்பினார்கள் என்பதை இந்தச் சான்றுகள் எடுத்துக்காட்டுகின்றன. அதாவது, ஒவ்வொரு மொழியின் இலக்கண விதிகளையும் நன்கு அறிந்து ஒன்றுக்கு மேற்பட்ட மொழிகளைக் கற்றுப் பயனடையும் தன்மை. ஒருவர் ஒரு மொழியைச் சரியாக அறிந்துகொண்டால் அந்த அறிவு மற்றொன்றைக் கற்க உதவும். இல்லையேல் அவருக்கு எதுவும் உதவாது. தன் உழைப்பை மீண்டும் மீண்டும் புதுப்பித்துக்கொள்ள வேண்டியிருக்கும்.

இவ்வாறு திராவிடச் சான்று குறித்த கருத்தை வெளியிடுவதில் அந்தக் கல்லூரி ஆசிரியர்கள் முக்கியப் பங்காற்றினர். ஆனால், நாம் முன்பே கண்டபடி, திராவிடக் கருத்து கல்லூரி தோன்றுவதற்கு முன்பே முகிழ்த்து, அதன் உருவாக்கத்துக்கான எல்லிஸின் தர்க்கரீதியான திட்டத்துக்கு உதவியது என்பது குறிப்பிடத்தக்கது. திராவிடம் பற்றிய கருத்தின் முந்தைய கூற்றுக்களைக் தேடுவதன் மூலம் திராவிடச் சான்றின் முன்வரலாற்றை அடையாளம் காண இனி முயல்வோம். அரசின் மிக முக்கிய ஆவணங்களில் ஒன்றான வில்லியம் பிரௌன் *(William Brown)* எழுதிய தெலுங்கு இலக்கணம் இதற்கு உதவும்.

தெலுங்கு

தென்னிந்திய மொழிகள் தம்முள் உறவுடையன; அவை சமஸ்கிருதத்திலிருந்து பிறந்தவை அல்ல என்பதன் மூலம் திராவிடச் சான்றினை முதன்முதலில் வெளியிட்டவர் எல்லிஸ்தான் என்றாலும், இதன் கண்டுபிடிப்பாளரோ, அதன் மூலகர்த்தாவோ அவர் அல்ல. திராவிடச் சான்று குறித்த ஆவணங்களைத் தேடும்போது நமக்கு வேறு சில சிறுசிறு தரவுகளும் கிடைக்கின்றன.

இவ்வகைத் தரவுகளில் பழமையானது எல்லிஸின் தமிழ் இலக்கணம் மற்றும் அகராதி தயாரிக்கும் திட்டத்தின் வரைவுக் குறிப்பாகும். 1800இல் (MPC, 2–5–1800; 27–6–1800) தமிழ் இலக்கணம்–அகராதி தயாரித்தல் தொடர்பாக அரசு வெளியிட்ட விளம்பரத்தை அடியொற்றி எல்லிஸின் வரைவு அமைந்தது. தமிழுக்கு இலக்கணம் எழுதுவதில் தாம் ஏற்கெனவே ஈடுபட்டுள்ளதாகவும், இந்திய மொழிகளில் பலவற்றைப் படிப்பதில் உள்ள ஆர்வமே இதற்குக் காரணம் என்றும், ஒரு மொழியைப் படிப்பதன் மூலம் மற்றதையும் படிக்கலாம் என்றும், அவற்றுக்கிடையேயான உறவை அறிவது இதற்கு உதவும் என்றும் இதில் எல்லிஸ் குறிப்பிட்டுள்ளார். இதற்குச் சான்றாக, தாம் மேற்கொண்ட தமிழ்–தெலுங்கு–தமிழ் மொழிபெயர்ப்பைச் சுட்டி, "ஆயிரத்தில் ஒரு இடத்தில்கூட ஒரு சொல்லின் வருகையை மாற்ற வேண்டியதில்லை" என்றார் (மேற்படி, 27–6–1800). இவரது திட்டத்தை அரசு ஏற்காவிட்டாலும், இவர் எழுதிய தமிழ் இலக்கணம் கிடைக்காவிட்டாலும், திராவிடச் சான்று குறித்த பிற்காலச் சிந்தனைக்கு அது ஊக்கம் அளித்தது என்பது உறுதி.

நாம் முன்பே கூறியபடி 1803இல் சென்னை வந்த ஜான் லெய்டன் சில நாட்களுக்குள்ளாகவே எல்லிஸை அறிமுகப்படுத்திக்கொண்டதோடு, திராவிடக் கருத்து

குறித்தும் அவரிடமிருந்து ஓரளவு தெரிந்துகொண்டார். திப்பு சுல்தானை வென்று பெற்ற மைசூரில் வழங்கும் மொழிகளைப் பரப்பாய்வு செய்ய இவர் மெக்கன்ஸி தலைமையில் அங்கு அனுப்பப்பட்டார்; உடல்நலம் குன்றியதால் அவரது ஆய்வு முழுமை பெறவில்லை. உடல்நலம் தேறியபின் இவர் பெகு என்கிற இடத்துக்கு அனுப்பப்பட்டார் என்றாலும் இவரது ஆய்வறிக்கை எழுதப்பட்டது; ஆனால் வெளிவரவில்லை. இந்திய, இந்தோ–சீன மொழிகள் குறித்த ஆய்வின் நான்கு பகுதித் திட்டத்தின் ஒரு பகுதியான இந்த அறிக்கையைச் சிலர் கல்கத்தாவிலுள்ள அரசுக்குப் பின்னர் அளித்தனர்.

"தென்னகத்தின் பழைய வரலாறு, பழமை, மொழி, இலக்கிய ஆய்வு குறித்த இந்தப் பெரும்திட்டத்தின்" முதல் பகுதியில், திராவிட என்கிற சொல்லைக்கூட இவர் பயன்படுத்தி யுள்ளார் *(1801)*. தர்மசாஸ்திரங்கள் கூறும் 'பஞ்சகௌடர்கள்', 'பஞ்ச திராவிடர்கள்' என்பவற்றை மொழிகளுக்கும் பொருத்தி எழுதப்பட்ட பிராகிருதம் குறித்த கோல்புரூக்கின் கட்டுரையை *(1801)* அடியொற்றி லெய்டன் 'திராவிட' என்கிற சொல்லையும் பயன்படுத்தியிருக்கிறார். தெற்கத்திய இந்துப் பழங்குடிகள் என லெய்டன் அழைக்கும் இவர்களுள் தமிழர், தெலுங்கர், கன்னடியர், மராத்தியர், குஜராத்தியர் அடங்குவர். இவர்களோடு கோல்புரூக் வழியில் ஒரியாவையும் தெக்கண மொழிகளையும் ஒன்றாகச் சேர்ப்பார் என்றாலும், அவரிடமிருந்து இவர் முற்றிலும் வேறுபட்டு, சமஸ்கிருதம் தெக்கணத்திற்குரிய மொழி அன்று; சமயப்பரப்புகை, அந்நிய ஆதிக்கம் காரணமாக அது திணிக்கப்பட்டது என்றும், அது பெரிதும் சமயம், அறிவியல் சார்ந்த மொழியாகும் என்றும் கூறினார் *(BL Add. Mss. 26,600, ff. 3-4)*. "தெக்கண மொழிகள் தெற்கிலிருந்து வடக்கே பரவியபோது வெளித்தெரியாவகையில் தமக்குள் படிப்படியாக உறவுகொண்டு பின்னர் பிற இந்துஸ்தான மொழிகளோடும் கலந்தன" என்பது இவரது பொதுக் கருதுகோளாக இருந்தது. தெற்கில் தமிழ், வடக்கில் சமஸ்கிருதம் என வரையறுத்து, பிற மொழிகளை இவற்றுக்கிடையே வகுத்தும் பகுத்தும் காணலாம் என்றார். தமிழ் தென்பகுதிக்கு உரியது என்றும், அதன் தூய வழக்கு சமஸ்கிருதத்தோடு சிறிதேனும் ஒப்புமை உடையதன்று என்றும் கூறினார். மலையாளம், தமிழோடு மிகவும் நெருக்கமுடையது. பழங்கன்னடம்கூட ஓரளவு ஒத்ததன்மை உடையதே. தமிழ், மலையாளம், கன்னடம் என்ற மூன்றைக் காட்டிலும் தெலுங்கு கூடுதலான கலப்புடையது. "தனது மூலச்சொல் தொகுப்பில் சேர்ப்பதற்கெனப் பல பகுதிகளிலிருந்தும் சொற்களைப் பெற்றது" என எழுதினார். தமிழுக்கும் சமஸ்கிருதத்துக்கும் இடையிலுள்ள

மொழிகளின் வெளிப்படத் தெரியாக் கலப்பு குறித்த கருத்து, திராவிட மொழிகளை வரையறுக்க, திராவிடச் சான்று உதவியது போல உதவவில்லை என்றே தோன்றுகிறது. மராத்தி, குஜராத்தி, ஒரியா மூன்றையும் எதனோடு சேர்ப்பது என்பதில் தெளிவில்லை. மற்றொரு தெளிவின்மை/குறை, பழந்தமிழோடு சிங்களத்தைச் சேர்த்ததாகும்; "ஒன்றிரண்டு சமஸ்கிருதக் கலப்பு காணப்படினும்" சிங்களப் பெயர், வினைகளின் அமைப்பு தமிழ்ப் பெயர், வினை அமைப்போடு தொடர்புடையது என்கிறார் அவர். தெக்கண மொழிகளில் உள்ள இலக்கணங்கள், அகராதிகளை அடியொற்றி விரிவாக எழுதப்பட்ட இந்த 41 தாள்கள் கொண்ட அறிக்கையில் லெய்டன் இவற்றின் வரலாற்று வழிப்பட்ட உறவை நன்கு சுட்டிக்காட்டி உறுதி செய்தபோதிலும் போதிய சான்றுகள், விளக்கங்கள் மூலம் அந்த உறவைத் தெளிவுற நிறுவவில்லை.

மெக்கன்ஸி குழுவினரின் ஆய்வுரை, எல்லிஸிடமிருந்து அவர் பெற்ற தகவல் ஆகியவற்றின் அடிப்படையில் பழங்கன்னடம் குறித்த லெய்டனின் குறிப்பு அமைந்ததாகலாம் என எண்ணத் தோன்றுகிறது. கோதாவரி மாவட்ட ஆவணங்களிலிருந்து ரமா மண்டேனா கண்டெடுத்த மெக்கன்ஸி 1807இல் எழுதிய கடிதம், 'சென்னை மாகாணம் குறித்த தகவல்களை'ப் பெறுவது தொடர்பானதாகும். இதில் தென்னிந்திய மொழிகளின் மூலம், சமஸ்கிருதத்தோடு அதற்கில்லாத உறவு பற்றி அறிவது முக்கியமானதாகக் குறிக்கப்பட்டுள்ளது.

> தென்னிந்திய இந்து மொழிகள் சமஸ்கிருதத்திலிருந்து கிளைக்கவில்லை என்பதும், பிராமணர்கள் தங்கள் மொழியோடும் சமயத்தோடும் வடக்கிலிருந்து வந்தனர் என்பதும் மரபு சார்ந்த சான்றுகளால் உறுதிப்படுகின்றன. வடமொழியாகிய சமஸ்கிருதம் எப்போது இங்கு அறிமுகமா யிற்று என்ற வினா பெரிதும் ஆர்வம் ஊட்டக்கூடியதாக உள்ளது.

> தென்பகுதி மொழிகளை ஒப்பிடுதல், சமஸ்கிருதத்திலிருந்து அவை பெற்றவை, அவை வழங்கும் எல்லைகள் பற்றி அறிதல்.

> தென்னிந்தியாவின் மிகத் தொன்மையான எழுத்து வடிவம் எது, இப்போது வழக்கிலுள்ள தென்னிந்திய மொழிகளின் மூலம் எது என்பதை அறிவதற்கான அடையாளம் உண்டா? இருப்பின், அதன் பெயர் என்ன? அது எங்கு வழக்கிலுள்ளது? பிற தென்னிந்திய மொழிகளின் உருவாக்கத்தில் அது எந்த அளவு தாக்கம் செலுத்தியுள்ளது?

திராவிடச் சான்று

பழங்கன்னடம் இந்த வினாவுக்கு ஏதேனும் ஒருவகையில் விடை தருமா? கல்வெட்டுக்களிலிருந்து பெறப்பட்ட இந்த மொழிக்கான எழுத்து வடிவம் கற்றறிந்த சமண பிராமணர்கள்வழி கிடைக்கும் எனத் தெரிகிறது. இவர்களுள் ஏதேனும் ஒரு பிரிவினர் இப்போதும் இருப்பார்களானால் அவர்கள் மூலம் தெளிவு பெறலாம்.

அச்சில் வெளிவராதபோதிலும் இந்தக் குறிப்புகள் மெக்கன்ஸி, எல்லிஸ் மற்றும் அவரது குழுவினரின் திட்டத்துக்கு உதவும்வண்ணம் திராவிடச் சான்று பற்றிய கருத்தை முன்வைத்தது என்பது தெளிவு. தென்னிந்திய மொழிகளை மெக்கன்ஸி அறிந்திராத காரணத்தால் இதை வெளியிடும் தகுதியையும் அவர் இழந்தார். திராவிடச் சான்று வெளியிடப்படும் முன்பே எல்லிஸின் சிரேஸ்ததாரரும், 'சர்வதேவ விலாச'த்தில் புகழப்பெற்றவரும் சிறந்த அறிஞருமான சங்கரய்யா திராவிடக் கருத்து குறித்து வெளியிட்டுள்ளமை சிறப்பானதாகும். தெலுங்கு இலக்கணம் எழுதுதல் தொடர்பாக வில்லியம் பிரௌன் என்பவர் (இவர் சி.பி. பிரௌன் அல்ல) அனுப்பிய திட்டவரைவு தொடர்பாக சங்கரய்யா தெரிவித்த இந்தக் கருத்து இந்த நூலுக்காக நான் அதைத் தேடி எடுக்கும்வரை அரசு ஆவணங்களில் புதையுண்டு கிடந்தது.

வில்லியம் பிரௌன் தெலுங்கு இலக்கணம் எழுதி 1817இல் வெளியிட்டார். சில ஆண்டுகளில் மூன்றாம் பதிப்பும் வர இருந்தது. இந்த நூல் காரே (1814), காம்பெல் (1816) நூல்களை அடுத்து வெளிவந்ததாகும். இந்தக் காலகட்டத்தில் தெலுங்கு மொழியின் முக்கியத்துவத்தை பிரிட்டிஷார் அறிந்திருந்தனர் என்பதற்கு இந்த வெளியீடுகள் சான்றாகும்.

தென்னிந்திய மொழிகளின் இலக்கணம், அகராதி ஆகியவற்றை வெளியிடுவதற்கு நிதியுதவி அளிக்கச் சென்னை அரசாங்கம் முன்வந்ததால் 1810இல் வில்லியம் பிரௌன் தமது திட்டவரைவை அளித்தார். தெலுங்கு மொழியறிந்த வில்லியம் தாக்கரே (William Thackeray), வில்லியம் சாண்டர்ஸ் (William Sanders) என்ற இருவர் குழு இந்தத் திட்ட வரைவை மேலாய்வு செய்ய அமைக்கப்பட்டது. சென்னை அரசாங்கத்தின் தெலுங்கு மொழிபெயர்ப்பாளராக இருந்த தாக்கரே, பின்னர் கல்லூரி நிறுவுவதற்கான மேலாளர் குழுவின் உறுப்பினராகவும் செயல்பட்டவர். பிரௌனின் இலக்கணத்தை மதிப்பிடுவதற்கு மசூலிப்பட்டினத்தைச் சார்ந்த சந்திரகுலா, கோபால்ராவ், புருஷோத்தம், பந்தலு, மாமடி வெங்கய்யா ஆகியோருக்கு அதை அனுப்பினார். மாமடி வெங்கய்யாவைச் சென்னைக்கு

அழைத்து, தெலுங்கு கற்பிக்கும் பணியில் ஈடுபடுத்த இந்தக் குழு முன்பே பரிந்துரை செய்திருந்ததாகவும் தெரிகிறது. அவரைப் பற்றி: "ஒரு சிறந்த மனிதர், வணிக வகுப்பினர். பிராமணர்களின் எதிர்ப்புக்கும் அழிவு நடவடிக்கைக்கும் அஞ்சாமல், அயராது இலக்கியப் பணியாற்றியவர். இரண்டு நல்ல அகராதிகளைத் தயாரித்தவர். இவற்றில் ஒன்றிலிருந்து ஆங்கில – தெலுங்குச் சொற்களை பிரௌன் தம் நூலில் எடுத்தாண்டுள்ளார்" (MPC, 15-3-1811). எனினும் இந்தப் பண்டிதர்களிடமிருந்து மதிப்பீடுகளை பெறும் முயற்சி வெற்றி பெறவில்லை.

பிறகு, இந்தத் திட்டவரைவு சங்கரய்யா என்ற பிராமணருக்கு மதிப்பீட்டிற்காக அனுப்பப்பட்டது. சங்கரய்யாவின் மதிப்பீடு கடுமையாக இருந்தது. மிக நீண்டதும் விரிவானதுமான குழுவின் அறிக்கையும் சங்கரய்யாவின் மதிப்பீடும் அரசுக்கு அனுப்பப் பட்டன. அரசு அதன் நகலை பிரௌனுக்கு அனுப்பியது. அறிக்கை மீதும், அதனால் தம் எழுத்துப் படி மறுதலிக்கப்பட்டதும் கண்ட பிரௌன் சினமுற்றார். இதற்கான தமது நீண்ட மறுப்பையும், சங்கரய்யாவின் மதிப்பீடு மீதான தமது ஆசிரியர் மசூலிப்பட்டினம் புருஷோத்தமனின் நெடிய திறனாய்வையும் அரசுக்கு பிரௌன் அனுப்பினார் (புருஷோத்தமன் மாநில நீதிமன்றத்தின் வழக்கறிஞர், MPC, 15-12-1818). இதற்கிடையில் காம்பெல் இலக்கணம் வெளிவந்ததால் அரசின் உதவியின்றிச் சொந்த முயற்சியில் தமது நூலை வெளியிட பிரௌன் முனைந்தார். சென்னை அரசின் பொதுத்துறை ஆவணங்களில் கவனிப்பாரற்றுக் கிடக்கும் ஏறத்தாழ 400 பக்கம் கொண்ட குழுவின் அறிக்கையையும் பிரௌனின் மறுப்புரையையும் இதுவரை யாரும் படித்ததாகத் தெரியவில்லை. இதில் மூன்று பிரிட்டிஷ், இரண்டு இந்திய அறிஞர்களின் தெலுங்கு குறித்த கருத்துரைகள் ஐந்து பக்க அளவில் இடம்பெற்றுள்ளன. அக்காலத்துச் சென்னையில் வழக்கிலிருந்த மொழிகளின் ஒற்றுமை வேற்றுமை குறித்த இந்திய ஐரோப்பியரின் கருத்துநிலையைப் புரிந்துகொள்ளவும் இது உதவுகிறது. தெலுங்கு குறித்த இந்த விவாதங்களில் சங்கரய்யாவின் கருத்தும் புருஷோத்தமனின் கருத்தும் முக்கியமானவையாகும்.

பிரௌனின் நூல் குறித்த சங்கரய்யாவின் மதிப்பீடு பலதரப்பட்டது. அவற்றில் ஒன்று, வேற்றுமை பற்றியது. ஆங்கிலத்திலும் இலத்தீனிலும் உள்ள ஐவகை வேற்றுமை அமைப்பைப் பின்பற்றி பிரௌன் தெலுங்கு வேற்றுமைகளை விளக்குகிறார். ஆனால், இந்திய இலக்கண மரபுப்படி விளி வேற்றுமையும் சேர்த்து, தெலுங்கில் எட்டு வேற்றுமைகள்

உண்டு. காம்பெல் நூல் பற்றிய திறனாய்வில் இதைக் குறிப்பிடும் எல்லிஸ், இந்திய வேற்றுமைப் பகுப்பாய்வு இயல்பானதென்றும், இந்திய ஆசிரியரும் பிரிட்டிஷ் மாண வரும் கருத்துத் தொடர்புகொள்ள இது உதவக்கூடியதே என்றும் தெரிவிப்பார். பிரிட்டிஷ் மாணவருக்கு மிகவும் பழக்கமான ஐந்து வேற்றுமைக் கொள்கையைப் பின்பற்றியதில் பிரௌனும் காம்பெல்லும் ஒத்தகருத்தினரே. பாரசீக, ஆங்கில நீதி நிர்வாகத் கலைச்சொற்களைத் தெலுங்குமயப்படுத்தி வழங்குவதை பிரௌன் ஏற்றுக்கொள்கிறார். இதைத் திறனாய்ந்த சங்கரய்யா, சமஸ்கிருதத்திலிருந்து இதற்கான புதுச்சொற்களை உருவாக்கலாம் என்பார். இந்தக் கருத்தைத் தாக்கரேயும் சாண்டர்ஸூம் ஏற்க வில்லை. மொழியாய்வில் மேற்கொள்ளப்படும் வியாகரண மரபின் எதிரொளியாக இவ்வகைத் திறனாய்வுகள் அமைந்திருக்கின்றன.

தெலுங்குச் சொற்களுக்கான வேர்ச்சொற்களை சமஸ்கிருதம், தமிழ் ஆகியவற்றின் வேர்ச்சொற்களோடு ஒப்பிட்டு, அதனால் தெலுங்கு இந்த இரண்டு மொழிகளின் கலவை என்று கூறுவதன்மூலம், சங்கரய்யா வியாகரண மரபுக்குக் கற்பனை கலந்த புதிய ஒரு விளக்கம் அளிக்கிறார். தெலுங்குச் சொற்களில் ஒரு பகுதி சமஸ்கிருத வேர்ச்சொற்களைக் கொண்டது எனக் கூறும் அவர், தற்பவச் சொற்கள் உள்ளிட்ட சில சொற்களைக் கொண்ட பட்டியலையும் தருகிறார். அப்பட்டியலிலுள்ள *divi, kamcu, pavadamu* என்பன *dvipa* (தீவு), *kamsya* (வெண்கலம்), *pravala* (பவளமணி) என்கிற சமஸ்கிருதச் சொற்களிலிருந்து கிளைத்தவை என்பார். தெலுங்கில் அதிகமாகக் காணப்படும் இயற்சொற்களுக்குத் தமிழில் காணப்படும் இனச் சொற்களையும் எடுத்துக்காட்டுவார். *moru, mala, kadali, ceppu* என்ற தெலுங்குச் சொற்களுக்கு இணையாக மோர், மலை, கடல், செப்பு ஆகிய தமிழ்ச் சொற்களைத் தருகிறார். தெலுங்கில் உள்ள நான்கு வினைத்திரிபுகளில் மூன்று தூய தமிழ் சார்ந்து நன்னூலில் தரப்படும் இலக்கண விதிகளுக்குட்பட்டு அமைவன எனலாம். நான்காவதான திரிபாக்கம் சமஸ்கிருத வியாகரண மரபுக்கேற்ப சமஸ்கிருத வினைத்திரிபைக் கொண்டது என்றும் கூறுகிறார்.

இந்திய இலக்கணப் பகுப்பாய்வு முறைகளை ஏற்றுக் கூறப்பட்டதென்றாலும், சங்கரய்யா கூறும் சமஸ்கிருத–தமிழ் வேர்ச்சொற்களை மூலமாகக் கொண்ட தெலுங்கு ஒரு கலவை என்ற கூற்று முன்னெப்போதும் கேள்விப்படாத ஒன்றாக எனக்குத் தோன்றுகிறது. முன்னெப்போதும் கேள்விப்படாதது என்பது (தமக்குள் நெருக்கமில்லாவிட்டாலும், ஏதோ ஒரு நிலையில் ஓரளவு ஒப்புமை உடைய) சமஸ்கிருத–தமிழ் இலக்கண

மரபுகளை இணைப்பதும், அவற்றை மூன்றாவது மொழியான தெலுங்கிற்குப் பொருத்திப்பார்ப்பதும்தான். இக்கருத்து எவ்வளவு புதுமையானது என்பதை அளவிட அவரது மதிப்புரை மீதான புருஷோத்தமனின் எதிர்வினை உதவுகிறது. பிராகிருதம் மற்றும் தெலுங்கு இலக்கணியரின் வழியைப் பின்பற்றிப் புருஷோத்தமன் எடுக்கும் நிலைப்பாடு, சமஸ்கிருதம், பிராகிருதம் என்ற வரிசையில் தெலுங்கைக் கடைசியில் வைக்கிறது. இதற்குச் சில தற்பவச் சொற்களையும் சான்றாகக் காட்டுகிறார். அவை சமஸ்கிருதம் –பிராகிருதம் – தெலுங்கு என்ற முறையில் அமைகின்றன. *simha (Skt), singha (Pkt), simgamu (Tel)* - சிங்கம்; *laksa (Skt), lakka (Pkt), lakka (Tel)* – அரக்கு. எந்த அளவு முடியுமோ அந்த அளவுக்குத் தெலுங்குச் சொற்களைச் சமஸ்கிருதத் தற்பவச் சொற்களாக விளக்க இந்தப் போக்கு உதவுகிறது. புருஷோத்தமன் இயற்சொற்களைக் குறிக்கவில்லை. அவை கண்டறிய முடியாத பழைய மூலத்தை உடையவை என்பது தெலுங்கு இலக்கணியரின் பொதுவான கருத்தாகும்.

பிரௌன் இலக்கணம் காலத்துக்கு ஒவ்வாததாகவும், கல்கத்தாவிலும் சென்னையிலும் இருந்த கீழைத்தேய அறிஞர்களின் மொழியியல் ஆய்வின் முன்னேற்றத்துக்கு ஈடுகொடுக்க இயலாததாகவும் இருந்ததால் கவனிப்பாரற்றுப் போயிற்று. பிரிட்டிஷ் அரசு ஊழியர்கள் மொழியை ஓரளவு புரிந்துகொண்டு பேசவும், குடியேற்ற நோக்கத்தைப் பேரளவு செயல்படுத்தவும் உதவும்வகையில் அமைந்த ஒரு தொடக்கநூலே அது. புதிய போக்குகளை அவர் ஏற்கவில்லை என்பதற்கு ஒரு சான்று, தெலுங்கு – தமிழ் என அன்று வழக்கிலிருந்த பெயர்களுக்குப் பதிலாக ஜெண்டூ, மலபார் என்ற பெயர்களைக் கையாண்டதைக் கூறலாம்.

சமஸ்கிருதத்தை எதிர்க்கும் அவர், தமது குருவான சமஸ்கிருத ஆதரவு புருஷோத்தமனுடன் ஒத்துப்போவது அவருக்குள்ளிருந்த முரண்பாட்டைக் காட்டும். “ஒரு காலத்தில் சமஸ்கிருதக் கூட்டின்றிச் செழித்த தெலுங்கு, தற்போது அதனால் மூழ்கடிக்கப்பட்டுவிட்டது” என்ற பிரௌனின் கருத்தைப் புருஷோத்தமன் ஏற்று எழுதியதால் இந்த ஒத்திசைவு ஏற்பட்டிருக்கலாம். மசூலிப்பட்டினத் தெலுங்குப் பண்டிதர்கள் உதவியோடு எழுதப்பட்டதாலும், சென்னையைச் சார்ந்த பண்டிதர் சங்கரய்யாவின் கருத்துக்களை அப்பண்டிதர்களுள் ஒருவர் மூலம் மறுத்து எழுதியதாலும் தமது இலக்கணம் சிறந்தது என்று பிரௌன் உரிமை கொண்டாடினார். அதே நேரத்தில், தெலுங்கைக் கற்க சமஸ்கிருதத்தையும் அதன் இலக்கணத்தையும்

பயன்படுத்துவதையோ, தெலுங்கில் சமஸ்கிருதக் கூறுகள் இருப்பதையோ அவர் ஏற்கவில்லை. பிரௌனின் வாதம் முன்பின் தொடர்பற்றதாக உள்ளது.

தாக்கரே, சாண்டர்ஸ் விவாதத்திலும் சில பலவீனங்கள் உள்ளன. தெலுங்கையும் அதன் இலக்கணத்தையும் கற்க சமஸ்கிருத அறிவு உதவுவதைப் பாராட்டும் அவர்கள், தெலுங்கை சமஸ்கிருதம் கலப்படம் செய்துவிட்டது என்ற குற்றச்சாட்டுக்கு ஊகத்தின் அடிப்படையில் தந்த மறுமொழியில் தெலுங்கின் முன்னேற்றத்துக்கு உண்மையில் அது உதவியது; சரியாகச் சொல்ல வேண்டுமானால் இந்தக் கலப்பு ஆங்கிலப் பெண்குதிரையும் அரபு ஆண்குதிரையும் கலந்ததைப் போன்றது என்றும் கூறினர். தங்களுக்கு சமஸ்கிருதம் அதிகம் தெரியாது என ஒப்புக்கொள்ளும் அவர்கள், பிரௌனை உயர்ந்த இடத்தில் வைக்கவேண்டுமென்றும், அவரது நூலை மதிப்பிடும் தகுதி தங்களுக்கு உண்டென்றும் ஒரு பாதுகாப்பு வளையத்தையும் அமைத்துக்கொண்டனர். இதன் மூலம் நாம் அறிவது, எல்லிஸிடமிருந்தும் கோல்புரூக் (1801), ஹாமில்டன் (1809) ஆகிய கீழைத்தேய அறிஞர்களின் படைப்புக்களிலிருந்தும் அவர்கள் பெற்ற இந்தோ–ஐரோப்பிய மற்றும் திராவிட மொழிகள் குறித்த புதிய மொழியியல் கருத்துக்கள் அவர்களது சமஸ்கிருத அறிவைவிட முன்னோடிச் சென்றுள்ளன என்பதையேயாகும்.

சமஸ்கிருதத்தின் தாக்கமின்றித் தெலுங்கு ஒரு காலத்தில் வழக்கிலிருந்தது என்ற பிரௌன் கருத்து திராவிடச் சான்றுக்கு இசைவானது; தெலுங்கின் வளர்ச்சிக்கு சமஸ்கிருதம் உதவியதா இல்லையா என்பதில்தான் அவர் தாக்கரே, சாண்டர்ஸ் ஆகியோருடன் முரண்பட்டார். தாக்கரேயும் சாண்டர்ஸும் தங்களது நீண்ட ஆய்வுரையில் அக்காலத்தில் வழக்கிலிருந்த இந்திய மொழிகள் சமஸ்கிருதத்திலிருந்து தோன்றியவை என்ற பிராமணிய அறிஞர்களின் கருத்தை ஏற்று எழுதினார். "சமூகத்தின் குழந்தைப் பருவத்தில் வாழ்ந்த மனிதர்களின் கவனத்தை ஈர்த்த பொருள்களைக் குறித்த சொற்கள் எல்லாம் ஒரே தன்மையன" என்ற கருத்தை அடிப்படையாகக் கொண்டு தயாரிக்கப்பட்ட சொற்பட்டியல் ஐரோப்பிய அறிஞர்களை கிரேக்கம், இலத்தீன், கோதிக், பாரசீக மொழிகள் சமஸ்கிருதத்திலிருந்து கிளைத்தவை அல்லது "எல்லாவற்றுக்குமான ஒரு பொது மொழியிலிருந்து பிறந்தவை" எனக் கூற வைத்தது. சுருங்கக்கூறின், இது ஜோன்ஸ், ஹாமில்டன் ஆகியோரின் இந்தோ–ஐரோப்பிய மொழிக் குடும்பம் குறித்த கருத்தை ஒத்தது. ஒப்பீட்டுச் சொல்லாய்வு முறை சமஸ்கிருதத்திலிருந்து தெலுங்கு பிறந்தது என்பதை உறுதிப்படுத்தவில்லை என்றாலும், "இந்தியாவிலுள்ள ஒவ்வொரு

மொழியும் சமஸ்கிருதச் சொற்களைக் கொண்டுள்ளதால் இந்திய மொழி ஒன்றை அறிந்தவர் மற்றொரு மொழியிலுள்ள சொற்களில் பாதியையாவது எளிதில் புரிந்துகொள்ள முடியும்" என்றனர். சமஸ்கிருதத்திலிருந்து தெலுங்கு வேறுபட்டது என்ற பிரௌனின் கருத்தை இவர்கள் இருவரும் ஏற்றாலும், அது இவ்விரு மொழிகளின் வினைத்திரிபாக்கம், தொடக்க காலத்திய உணர்வுகளைத் தூண்டிய பொருள்கள் மற்றும் பொது வாழ்க்கை தொடர்பான சொற்கள் அதாவது, இயற்சொற்கள் ஆகிய இரண்டை மட்டும் மையப்படுத்தியதாகும் என்றனர்.

எல்லிஸ் கருத்தை ஏற்றதால் தமிழ் தவிர்த்த எல்லா இந்திய மொழிகளிலும் அறிவியல், கலை, சமயம், நீதி தொடர்பான சொற்கள் சமஸ்கிருதத்திலிருந்து பெறப்பட்டுள்ளன என்றும் (தமிழ் தவிர்க்கப்படக் காரணம் எல்லிஸின் அறிவுறுத்தலாகும்), எனவே சமஸ்கிருதமே பொதுமொழி என பிராமணர்கள் கூறியதில் வியப்பில்லை என்றும் தாக்கரேயும் சாண்டர்ஸூம் கூறினர். சிந்துவெளியிலிருந்து பெகுவிற்கு, கன்னியாகுமரியிலிருந்து திபெத்திற்குப் பயணிக்கும் ஒரு பைராகி, புனிதம், அறிவியல், கலை, தெய்வம், மனிதனின் சிந்தனை, உடலுறுப்புக்கள், சூரியன், சந்திரன், விண்மீன்கள், ஆண்டு, மாதம், கிழமை, சடங்குகள், நூல்கள் என அனைத்துத் துறை சார்ந்த சொற்களிலும் சமஸ்கிருதச் செல்வாக்கைக் காண முடியும். அப்பா, அம்மா, பசு, நாய், குதிரை, ஆறு, தீ, நீர் முதலிய சில பொருள்களைக் குறித்த கொச்சை வழக்குகள் சமஸ்கிருதத்தோடு தொடர்பற்றன என்பதைக் காணும் அவர், "ஓரளவு தற்சார்பற்றவராகவும் மொழிநூல் அறிவு உள்ளவராகவும் இருப்பினும், இச்சொற்கள் சமஸ்கிருதத் திரிபுகளா, தற்பவமா அல்லது சமஸ்கிருதம் அறியப்படும் முன்பே வழக்கிலிருந்த ஒரு மொழியின் மிச்சசொச்சங்களா என்பதை அறியக்கூடும்".

சமஸ்கிருதம் ஒரு புதுப்புனைவு, மூலத்தெலுங்கு ஒரு செழுமையான மொழி என்பது பிரௌனின் கருத்து. இதைப் பற்றி அவர்கள் எழுதும்போது, "மனித சமூகத்தின் குழந்தைப் பருவத்தில் கருத்துக்களுக்கும் பொருள்களுக்கும் தெலுங்கில் இடப்பட்ட சொற்கள் சமஸ்கிருதத்திலிருந்து வந்தவை அல்ல" என்ற முக்கியமான கருத்தை பிரௌன் கவனத்தில் கொள்ள வில்லை எனக் குறிப்பிட்டனர். இந்தச் சொற்கள் உண்மையில் சமஸ்கிருதம், பாரசீகம், இலத்தீன், கிரேக்கம், கோதிக் மொழிகளில் காணப்படும் சொல் ஒப்புமை அடிப்படையில் மொழிகள்–தேசங்களுக்கான ஒரு பொது மூலம் இருப்பதாகக் கருதும் அறிஞர்கள் பதிவு செய்த சொற்களேயாகும். இந்தோ–ஐரோப்பிய மொழிகளில் காலப்போக்கில் வளர்ச்சி பெற்ற

அறிவியல், கலை தொடர்பான சொற்கள் பலவகையினவாகும். வில்கின்ஸின் சொற்பட்டியலாக்கக் கோட்பாடு குறித்த ஹாமில்டனின் மதிப்பீட்டை அவர்கள் மேற்கோள் காட்டினர். "சமூகத்தின் குழந்தைப் பருவத்திலும் நாகரிகம் தோன்றுவதற்கு முன்னும் சில பொருள்களைக் குறிக்க இடப்படும் சொற்கள் தம்முள் தொடர்புடையனவாக இருக்கக்கூடும். எனவே, வெவ்வேறு நாடுகளில் வாழும் ஒரு தொகுப்பைச் சார்ந்த மக்கள் இவ்வகைச் சொற்களைப் பயன்படுத்துவர் என்று நாம் உறுதியாகக் கூறலாம்" (Hamilton 1809: 372). இதன் மூலம் அவர்கள் சொல்லவருவது, இந்தோ-ஐரோப்பிய மொழிச்சூழல் இங்குத் தலைகீழாக மாறியிருப்பதால் தெலுங்கும் பிற இந்திய மொழிகளும் சமஸ்கிருதத்திலிருந்து வேறுபட்ட ஒரு மூலத்தைச் சார்ந்தவை என்பதும், அறிவியல், கலை தொடர்பான தென்னிந்திய மொழிச் சொற்கள் தூய சமஸ்கிருதச் சொற்களே என்பதும், தொல்பழங்கருத்துக்களைத் தெரிவிக்கும் சொற்கள் சமஸ்கிருதத்தோடு தொடர்புடையன அல்ல என்பதும் ஆகும். சுருக்கமாகச் சொல்வதென்றால், அவர்களது பகுப்பாய்வு திராவிட மொழிகளில் ஒரு மொழியை (தெலுங்கு) நோக்கியதென்றாலும், இது திராவிட மொழிக் குடும்பம் பற்றிய பொதுக்கருத்தாகவே உள்ளது.

சமஸ்கிருதத் தொடர்பில்லாத இந்த இயற்சொற்கள் சில மொழிகளில் காணப்படுவதால் இந்திய மொழிகள் பற்றி விவாதித்த ஜோன்ஸ் போன்ற அறிஞர்கள், இந்தச் சொற்கள் சமஸ்கிருதத்திலிருந்து வேறுபட்ட அல்லது அதற்கு முற்பட்ட ஒரு மூலமொழியை அடையாளம் காட்டுகின்றன என்ற கருத்தை முன்வைக்க வழிகாட்டின எனத் தாக்கரேயும் சாண்டர்ஸும் கற்பனை செய்துகொண்டனர். இந்தச் சொற்கள் மூலத் தெலுங்கை அடையாளம் காண உதவுகின்றது என்றோ, "இந்திய அறிஞர்கள் சிலர் கூறுவது போல இந்தச் சொற்கள் தமிழிலிருந்து வந்தன" என்றோ நினைக்கத் தோன்றுகிறது என்றும் அவர்கள் கூறினர். இரண்டாவது கருத்தினர் சங்கரய்யாவும் பிறரும் ஆவர். ஆனால், அவர்கள் இருவரும் கலை, அறிவு, நாகரிகம் முதலியன பற்றிய சொற்கள் சமஸ்கிருதச் சொற்கள் என்பதிலும், அவை சிந்து முதல் பெகு வரையுள்ள இந்தியா முழுவதிலும் தம் சுவட்டைப் பதித்தன என்பதிலும் உறுதியாக இருந்தனர்.

இக்கருத்துதான் பிரௌனின் கையெழுத்துப்படி மீதான அறிக்கையின் கடுமைக்கும், அதற்கான பிரௌனின் மறுப்புக்கும் காரணமாயிற்று. பிரௌனின் குற்றச்சாட்டு அறிக்கையின் உள்ளடக்கத்தைக் குறித்து மட்டும் அமையவில்லை. சமஸ்கிருதத்தை அளவு கடந்து பாராட்டும் பெயர் தெரியாத

வெளியாட்கள் சிலரின் செல்வாக்கு தாக்கரேயின்மீது படிந்ததும் இதற்குக் காரணம் என்றார் பிரௌன். 1809இல் தமது தெலுங்கு இலக்கணத்தையும் சொற்கோவையையும் தாக்கரேயிடம் தந்தபோது, தாக்கரே அது குறித்துத் தமக்கு எழுதிய கடிதத்தையும் இதற்கு ஒரு சான்றாகக் காட்டினார். அந்தக் கடிதத்தில் அலுவலகரீதியிலன்றியும் மேலோட்டமான ஆய்வின் அடிப்படையிலும் அவற்றைப் "பெரிதும் ஏற்பதாகவும், அவை மாணவர்களுக்கு நன்கு பயன்படக்கூடும்" என்றும் எழுதியிருந்தார். இதை எழுதிய தாக்கரே, சாண்டர்ஸுடன் சேர்ந்து எழுதிய அறிக்கையில் ஏன் எதிர்நிலை எடுத்தார் எனக் கேட்டு இதற்கு மற்றவர்கள்மீது குற்றம் சுமத்தினார் பிரௌன்:

> சமஸ்கிருத விதிகள் மண்டிக் கிடக்கும் இந்த அறிக்கைக்கு மாறுபட்ட, சமஸ்கிருதச் செல்வாக்கிற்கு ஆளாகாத, தாக்கரேயின் உண்மையான கருத்து அறிக்கையில் இடம் பெற்றிருக்குமானால் அந்தப் புனிதமான மொழியைக் கண்மூடித்தனமாகப் பாராட்டாத எனது படைப்பின் மதிப்பு சமஸ்கிருதம் சார்ந்த ஒருதலைப்பட்சமான குழுவின் மதிப்பீட்டிலிருந்து நிச்சயம் வேறுபட்டதாக இருந்திருக்கக்கூடும் (MPC, 15-12-1818, பத்தி 99).

கருத்தளவில் இது சரி என்றே தோன்றுகிறது. தாக்கரேயின் இந்த மனமாற்றத்திற்கு எல்லிஸின் பங்கும் உண்டென நான் நம்புகிறேன். இந்த அறிக்கையில் மூன்றிடங்களில் எல்லிஸ் குறிப்பிடப்படுகிறார். அவரோடும் அவர் எழுத்தோடும், இந்த அறிக்கையும் அது கூறும் தெலுங்கு பற்றிய கருத்தும் தொடர்பு கொண்டிருப்பதோடு வேறு சில குறிப்புக்களும் உள்ளன. இத்தொடர்பில் முக்கியமானவர் சங்கரய்யா. அவர் கும்பகோணத்திலும் சென்னையிலும் எல்லிஸின் சிரேஸ்ததாராக இருந்ததையும், ஆங்கிலத் தலைமையாசிரியராக இருந்ததையும் மனங்கொள்ள வேண்டும். எல்லிஸும் சங்கரய்யாவும் தமிழ், தெலுங்கு, சமஸ்கிருதம் குறித்து விவாதித்திருக்கலாம் என்பதும், பிரௌனின் தெலுங்கு இலக்கணம் பற்றிய சங்கரய்யாவின் அறிக்கையை அவர்கள் தாக்கரேக்குத் தெரிவித்திருக்கக்கூடும் என்பதும் உறுதி.

சமஸ்கிருதம், தமிழ் ஆகியவற்றின் கலப்பே தெலுங்கு என்ற சங்கரய்யாவின் கருத்து எல்லிஸிற்கும் உடன்பாடானதா? எல்லிஸ் அதைத் தெளிவுறக் கூறவில்லை. அவர் தமது ஆய்வில் தெலுங்கு, தமிழ், கன்னடம் என்ற மூன்று மொழிகளுக்கும் தனித்தனியே வேர்ச்சொல் பட்டியல் தருகிறார். சங்கரய்யாவோ தெலுங்கு இயற்சொற்கள் நன்னூலில் காணக்கூடியது என்கிறார்.

திராவிடச் சான்று

ஆனால், இந்த மூன்று மொழிகளிலுமுள்ள வேர்ச்சொற்கள் வெறும் ஒப்புமைமட்டுமுடையவை அல்ல, ஒன்றே தான்; அவை வெவ்வேறு மூலத்தை உடையன அல்ல, ஒரே மூலத்திலிருந்து வந்தவையே என்கிறார். எல்லிஸ் தென்னிந்திய மொழிகளில் தமிழ் பெரிதும் தூய்மை காக்கிறது என்றும், மற்ற மொழிகள் அதன் கிளையே என்றும் பிறிதோரிடத்தில் தெளிவாக எழுதியுள்ளார். எல்லாவற்றையும் ஒருசேரப் பார்க்கும்போது தெலுங்கு குறித்த சங்கரய்யாவின் கருத்திலிருந்து இது பெரிதும் வேறுபட்டதாகத் தெரியவில்லை.

காம்பெல்லின் இலக்கணத்தைக் கல்லூரி வெளியிட்டதும், தமது வெளியீட்டுக்கு நிதி உதவி தராததும் தமது நூலுக்கெதிரான சூழ்ச்சி என்றே பிரௌன் ஐயுற்றார். தமக்கு ஏற்பட்ட இத்துன்பத் திற்குக் காரணமானவரை பிரௌன் கிட்டத்தட்ட இனம் கண்டார் என்றே சொல்ல வேண்டும்.

எல்லிஸூம் அவரைச் சுற்றிக் கல்லூரியிலும் சென்னையிலும் இருந்த காம்பெல், சங்கரய்யா, பட்டாபிராம சாஸ்திரி, சிதம்பர வாத்தியார், உதயகிரி வெங்கடநாராயணா முதலியோரோடும், தென்னிந்திய மொழிகள் மற்றும் சமஸ்கிருதம் குறித்து ஆழ்ந்து விவாதித்துப் புதுப்புதுக் கருதுகோள்களை முன்னெடுத்துச் சென்றபோது, ஐரோப்பாவை ஆட்டிப்படைத்த மொழி–தேசம் என்ற கருத்தோடு பாணினிய–தொல்காப்பிய இலக்கண மரபுகளும் கலக்கவே, புதியதும் எதிர்பாராததுமான கலவை மொழிக் கோட்பாடு ஒன்று உருவாகியது. தெலுங்கு குறித்த சங்கரய்யாவின் கருத்தும் இதன் வெளிப்பாடே.

சங்கரய்யா சென்னைவாசி; அதன் வட பகுதியில் வழங்கும் தெலுங்கில் புலமையுடையவர். ஆனால் புருஷோத்தமர் "தெலுங்கைத் தாய்மொழியாகக் கொண்ட நல்ல புலமையாளர். எனவே தென்பகுதியில் வசித்த ஒரு அந்நியரைவிட இவரே உயர்ந்தவர்" என பிரௌனும் புருஷோத்தமரும் தங்கள் சார்பில் உண்மை விளம்பினர். தெலுங்கு வழங்கும் மையப்பகுதியிலிருந்து நோக்குவோர்க்கு சங்கரய்யா அந்நியராகத் தெரிந்தாலும், தெலுங்கும் தமிழும் வழங்கும் பகுதிகளுக்கு இடைப்பட்ட சென்னையில் வசிக்கும் அவர் தெலுங்குப் பிராமணர் என்பதும் தெலுங்கு, தமிழ், சமஸ்கிருதம், ஆங்கிலம் ஆகிய மொழிகளை அறிந்தவர் என்பதும் அவரது பலமாகும். தெலுங்கு பேசும் பகுதியான மசூலிப்பட்டினத்தில் வசித்த புருஷோத்தமர், வியாகரண மரபைத் தழுவிய தமது சொல்லாடலில் மாறாது இருந்தார். தெலுங்கு, தமிழ், ஆங்கிலம் கலந்து உறவாடும் குடியேற்றப் பெருநகரமாகச் சென்னை இருந்ததும், வியாகரணம்,

நன்னூல், பழமரபுப் பிடியிலிருந்து வெளிப்பட்டு வளர்ந்த புதிய மொழியியல் ஆகியன முட்டியும் மோதியும் அங்கு செயல்பட்டதும் சங்கரய்யாவின் புதிய பகுப்பாய்வுக்குப் பின்புலமாயின. இந்த ஐரோப்பிய – இந்தியக் கலப்பின் காரணமாகப் புதியன சில தோன்றின.

திராவிட மொழிகளில் தெலுங்கை மட்டுமே பகுப்பாய்வு செய்யவும், சமஸ்கிருதத்தோடு அதற்குள்ள உறவை எடுத்துக் காட்டவும் நெறிப்படுத்தும்வகையில் அமைந்த தமது இலக்கணத்துக்கான முன்னுரையில் காம்பெல் முன்வைக்கும் சொல்லாடல் தாக்கரே, சாண்டர்ஸ் அறிக்கையின் கட்டமைப் போடு இசைந்து செல்கிறது. சங்கரய்யாவின் அறிக்கையில் காணப்படும் தெலுங்கு–சமஸ்கிருதம்–தமிழ் என்ற முக்கோண ஆய்வு சுருக்கமாக இருப்பினும் அதன் கட்டமைப்பில் அது எல்லிஸின் திராவிடச் சான்றோடு ஒத்ததாகும். மணிச்சுருக்கமாக சொல்வதானால் இதுதான் திராவிடச் சான்று. சமஸ்கிருதமும் இரண்டு திராவிட மொழிகளும் அடங்கிய இந்தச் சிறிய தரவுதான் தென்னிந்திய மொழிகள் தம்முள் உறவுடையன, சமஸ்கிருதத்திலிருந்து அவை பிறக்கவில்லை என்கிற கருத்தை மெய்ப்பிக்கும் சான்றாகும். அந்த இரு மொழிகளும் தமிழும் தெலுங்குமாகத்தான் இருந்திருக்க வேண்டும் என்பதில்லை. ஆனால், திராவிடக் குடும்பத்தைக் கண்டெடுக்கப் பல நிலைகளிலும் பொருத்தமான இணையாக அவை உள்ளன என்பது குறிக்கத்தக்கதாகும். அடிமுடி காணும் கதையின் மகிழ்ச்சியான பகுதி இது. இதை சங்கரய்யா எல்லிஸிடமிருந்து பெற்றாரா, எல்லிஸ் சங்கரய்யாவிமிருந்து பெற்றாரா என்பதை நாம் உறுதியாகச் சொல்ல முடியாது. 1800ஆம் ஆண்டிலேயே – அதாவது எல்லிஸுக்கும் சங்கரய்யாவுக்கும் தொடர்பு ஏற்பட்டதற்கான ஆதாரம் கிடைக்கும் காலத்திற்கு முன்பே – திராவிடக் கருத்தையொத்ததோர் எண்ணத்தை எல்லிஸ் வெளிப்படுத்தி விட்டார் என்பதையும் நினைவில் கொள்ள வேண்டும். நாம் முடிவாகச் சொல்லக் கூடியது என்னவென்றால் திராவிடக் கருத்து என்பது சென்னையில் வாழ்ந்த பல அறிஞர்களினுடைய சிந்தனைகளின் இணைவின் விளைவு என்பதேயாகும்.

6
தொடரும் மரபு

தென்னிந்திய வரலாறு, இலக்கியம், சாதி, மதம், சட்டம், நிலவுடைமை ஆகியவற்றை உள்ளடக்கிய அதன் பண்பாடு குறித்த புதிய செய்திகளை அறிவதில் எல்லிஸ் முழுமூச்சுடன் ஈடுபட்டார். இவற்றில் குறிப்பாக, சங்கரய்யாவுடன் சேர்ந்து உருவாக்கிய மிராசு உரிமை குறித்த ஆய்வுரையும் ரயத்துவாரி முறை அறிமுகமும் பாரதூரமான விளைவுகளை ஏற்படுத்தித் தென்னிந்தியாவில் புதிய அரசின் நடைமுறைக்கு வழிவகுத்தன. இவற்றைப் பற்றி விரிவாக இப்போது பார்க்க வேண்டியதில்லை. எல்லிஸின் இதயத்துடிப்பாக இருந்த திராவிடச் சான்றை விளக்குவதே எனது நோக்கமாகும். இதுவும்கூடப் பழமை குறித்து அறிதல் என்ற விரிந்த பார்வையின் ஒரு பகுதியாகும் என்பதை மனங்கொள்ள வேண்டும்.

நீதிக்கட்சி முதல் திராவிட முன்னேற்றக் கழகம் மற்றும் அதன் பிரிவுகள் வரையிலான திராவிட அரசியல் இயக்கங்கள் இந்தத் திராவிடச் சான்றின் மரபில் வருகின்றன. இந்த அரசியல் இயக்கங்களின் அமைப்பில் 'திராவிடம்' என்ற சொல் ஒரு வலுவான நிலையைப் பெற்றுள்ளது. திராவிடச் சான்றுக்கும் அதன் பெயரிலான திராவிட இயக்கங்களுக்கும் மரபுசார் தொடர்பு இருப்பினும், இதன் தொடர்பை அவ்வளவு எளிதில் விளக்கிவிட இயலாது. கால்டுவெல்லின் திராவிட மொழிகளின் ஒப்பிலக்கணம் வெளிவந்து (1856)

எழுபதாண்டுகளுக்குப் பின், எல்லிஸ் திராவிடச் சான்றை முன்னொழிந்து (1816) நூறாண்டு கழிந்த பின், திராவிட இயக்கங்கள் தோற்றம் கொள்கின்றன. திராவிடச் சான்றோடு திராவிட இயக்கத் தோற்றத்தை நேரடியாகத் தொடர்புபடுத்துவது இரண்டுக்கும் இடைப்பட்ட காலகட்டத்தில் நிகழ்ந்த பல வரலாற்று நிகழ்வுகளின் தாக்கத்தைப் புறக்கணிப்பதாகும். மேலும், திராவிட இயக்கம் தமிழ்நாட்டோடு நின்றுவிட்டது மட்டுமல்ல, அது பிராமண எதிர்ப்பையும் தன் தோற்றத்துக்கான முக்கியக் காரணமாகக் கொண்டிருந்தது. இவை திராவிடச் சான்றிலிருந்து நேரடியாக முகிழ்த்தவை அல்ல; மேலும், திராவிடச் சான்று குறித்த ஆய்வில் எல்லிஸுடன் ஈடுபட்ட சங்கரய்யா, பட்டாபிராம சாஸ்திரி ஆகியோர் தெலுங்கு பிராமணர்களாவர் என்பதும் மனங்கொள்ளத்தக்கது.

புனித ஜார்ஜ் கோட்டைக் கல்லூரி, அதன் மொழியியல் செயல்பாடுகள் ஆகிய இதுவரை நன்கு ஆராயப்படாத செயல் பாடுகளை இந்த இயலில் ஆராயலாம். முதலில் நாம் எல்லிஸின் மறைவு, அவரது மறைவுக்கு முன்னும் பின்னும் கல்லூரி செயல்பட்ட விதம் குறித்துப் பார்க்கலாம். அதன்பின் இக் கல்லூரியில் படித்த இந்திய மாணவர்களின் கல்வித்திட்டம், குறிப்பாகச் சட்டக்கல்வி பற்றிப் பார்க்கலாம். இறுதியில் கல்லூரித் தலைமையாசிரியர்கள் தமிழிலும் தெலுங்கிலும் வெளியிட்ட நூல்களைப் பார்ப்போம். பழைய இலக்கியங்களைத் தேடியெடுத்து, அச்சிட்டு வெளியிட்டதன் மூலம் அளப்பரிய பங்களிப்பை இவர்கள் செய்தனர். இதன்மூலம் கல்லூரியின் நோக்கமான இலக்கிய மீட்டெடுப்பு நன்கு ஈடேறியது.

எல்லிஸின் மறைவு

கல்லூரி தொடங்கி, அது செயல்பட்ட ஆரம்ப காலங்களில் கல்லூரியும் எல்லிஸும் சென்னை அரசாங்கத்தின் நன்மதிப்பைப் பெற்றிருந்ததை அறிய முடிகிறது. சர் ஜார்ஜ் ஹிலாரோ பார்லோ ஆளுநராக இருந்தபோது (1807–1813) இளநிலை அரசுப் பணியாளர்களுக்கான மொழிக் கல்வியை மேம்படுத்துவதற்கான திட்டம் ஒன்றைத் தருமாறு எல்லிஸும் தேர்வுக்குழு உறுப்பினர் களும் கேட்டுக்கொள்ளப்பட்டதன் விளைவாக, புனித ஜார்ஜ் கோட்டைக் கல்லூரியை உருவாக்கும் திட்டம் முன்வைக்கப்பட்டு, அரசால் உடனே ஏற்கப்பட்டது. கல்லூரியின் அன்றைய செயல்பாடுகளில் அரசும், இலண்டனிலிருந்த இயக்குநர் குழுவும் மகிழ்ச்சியடைந்தனர்.

16–9–1814இல் எலியட் (Hugh Elliot) சென்னை ஆளுநராகப் பொறுப்பேற்க வந்தார். அவருடன் வந்தவர்கள் – திருமதி எலியட், செல்வி எம்மா எலியட், செல்வி ஹாரியட் எலியட், செல்வி கரோலின் எலியட், மார்டின் ஃபிரடெரிக் எலியட், ஹெச். எலியட் (முகாம் உதவியாளர்), ஹெச்.எம். எலியட் (எழுத்தர்), கர்னல் தாமஸ் மன்ரோ, திருமதி மன்ரோ ஆகியோர் ஆவர்.

எலியட் பதவி ஏற்றதும் நிகழ்ந்த திடீர் மாற்றத்தால் கல்லூரிக்கு அரசு ஒத்துழைப்பு கிடைப்பதில் இடையூறு ஏற்பட்டது. கல்லூரி பெரிதும் மொழியியல் சார்ந்ததாக இருந்தது என்றும் குடியேற்ற ஆட்சிக்கேற்றவண்ணம் மொழிப் பயிற்சி தருவதில் போதுமான அக்கறையில்லை என்றும் அரசு கருதியது. கல்லூரியில் நடந்த எதிர்பாராத ஒரு நிகழ்ச்சி இதற்குக் காரணமாயிற்று. மொழிக்கல்வி பெற்ற மாணவர்களின் மொழித் திறன், முன்னேற்றம் குறித்து ஒரு பட்டியல் தயாரித்து 15–6–1815இல் கண்காணிப்புக் குழு ஒரு அறிக்கை அளித்தது. தமிழ் கற்ற மாணவர்கள் அந்தப் பட்டியலின் கீழ்வரிசையில் இருந்தனர். "தமிழ் மாணவர் பட்டியலில் கீழே உள்ள நால்வரும் அடுத்த தேர்வை நன்கு எழுதி, சாதகமான அறிக்கை அளிக்க எங்களுக்கு உதவுவர் என்று கருதுவதால் அவர்களைப் பற்றி எதையும் தற்போது சொல்ல விரும்பவில்லை" என்று அவ்வறிக்கை குறிப்பிட்டிருந்தது (MPC, 3–11–1815, பத்தி 28). கீழ் வரிசையில் இருந்த நான்கு தமிழ் மாணவர்களில் ஒருவர் ஆளுநரின் மகன் ஹெச்.எம். எலியட். ஆளுநரின் மகன் தமிழில் தேர்ச்சி பெறாததால் எழுந்த இந்தச் சிக்கல், ஆளுநருக்கும் கல்லூரிக்குமான உறவில் விரிசலை ஏற்படுத்திற்று. அடுத்த அறிக்கை டிசம்பரில் தரப்பட வேண்டும். ஆனால், நிலைமையைச் சரிசெய்யும் நோக்கில் எலியட்டுக்கும் மற்றொரு எழுத்தருக்கும் செப்டம்பரிலேயே ஒரு தேர்வு நடத்தப்பட்டது. அவர்களின் வேண்டுகோளை ஏற்று நடத்திய தேர்வில் மனநிறைவு தரும் முன்னேற்றம் உள்ளதாக ஆளுநருக்குக் குழு கடிதம் அனுப்பியது.

> திரு. கிரெளலி, திரு. எலியட் ஆகிய இருவரும் தமிழ் இலக்கண அறிவை வளர்த்துக்கொண்டதோடு இந்த மொழியில் ஓரளவு நல்ல பயிற்சியும் பெற்றுள்ளனர். ஆனால், அவர்களது சொல்லாற்றல் ஒரு வரம்புக்குள் உள்ளது. அதனால், எளிய பகுதிகளை மொழிபெயர்ப் பதில்கூடத் தவறும் குறையும் காணப்படுகின்றன. சுதேசிகளோடு உரையாடுவதும் ஓர் எல்லைக்குள்ளேயே இருக்கிறது. என்றாலும், அவர்களது மொழி பயிலும் ஆர்வமும் அதில் காட்டும் முன்னேற்றமும் பாராட்டக் கூடியதாக இருப்பதால் அவர்களது மாதாந்திரப்படியில் 75

வராகன் உயர்த்திக்கொடுக்குமாறு பரிந்துரை செய்கிறோம். இந்த உயர்வு அவர்களது பயிற்சி ஆர்வத்தை மேலும் தூண்டும் (மேற்படி, பத்தி 2).

ஆளுநரின் மகன் எதிர்பார்த்த அளவு மொழித்திறன் பெறவில்லை என்றாலும் அவர் அடுத்த கட்ட உதவித்தொகை பெறுவதற்கு ஏற்றவராகக் குழு பரிந்துரைத்தது. இந்த அறிக்கையில் எல்லிஸின் கையொப்பமில்லை. அச்சமயத்தில் அவர் மூன்று மாத விடுப்பில் வங்காளம் சென்றிருந்தார் (MDR, 22-8-1815). அவர் இல்லாத சமயத்தில் அவசர அவசரமாகத் தேர்வு நடத்தி, அறிக்கையைக் குழு அளித்ததாகத் தெரிகிறது. விடுப்பில் செல்லாமலிருந்திருந்தால் இதற்கு எல்லிஸ் ஒரு தடையாக இருந்திருக்கக்கூடும். ஆனால், தக்க சான்று கிடைக்காத நிலையில் இது வெறும் ஊகமே. தனது ஜூன் 15ஆம் நாளிட்ட அறிக்கையின் மீது ஆளுநர் எந்த நடவடிக்கையும் எடுக்கவில்லை என்பதையும் இக்கடிதம் நயமாக நினைவூட்டியது.

தமது நவம்பர் மூன்றாம் தேதி கடிதத்தில், "நீண்ட நெடிய நோய் காரணமாக உடன் பதிலளிக்க இயலவில்லை" என்று காலதாமதத்துக்கு ஆளுநர் மன்னிப்பு கேட்டார். இளநிலை அரசுப் பணியாளர்களுக்கான இத்திட்டம் புதுமையானதாகவும் முக்கியமானதாகவும் இருந்ததும் மற்றொரு காரணமாகச் சொல்லப்பட்டது. இங்கிலாந்திலிருந்து புறப்படுவதற்கு முன் இக்கல்லூரி பற்றியும், அதன் செலவினங்கள் பற்றியும், இளநிலைப் பணியாளர்கள், அரசின் பல துறைகளிலும் பணியாற்றுதற்கு ஏற்றவண்ணம் இந்திய மொழிகளில் போதிய அறிவு பெறுவதற்கு உதவும் இக்கல்லூரியின் நோக்கம் பழுதுறாவண்ணம் செலவினத்தை எப்படிக் குறைக்கலாம் என்பது பற்றியும் தாம் சில முறையீடுகளைக் கேட்டதாகவும் குறிப்பிட்டிருந்தார் (MPC 3-11-1815, பத்தி 3). மாணவர்களின் பாடத்திட்டம் குறித்தும் கருத்து வேறுபாடுகள் இருந்ததாகவும் ஆளுநர் சுட்டிக்காட்டினார்.

> மாணவர்கள் இந்த மொழிகளில் நன்கு புலமை பெற வேண்டும் என்றும், தீபகற்பத்தின் பல பகுதிகளில் தற்போது வழக்கிலுள்ள மொழிகளின் மூலத்தைக் காணக் கடும் முயற்சி மேற்கொள்ள வேண்டும் என்றும் இந்திய இலக்கியத்தில் ஆழ்ந்த புலமை பெற்றோர் கருதுகின்றனர் என்பது ஒருபுறமிருக்க, கம்பெனியின் பணியாளர்கள், உடனடியாகத் தற்போது பேச்சிலும் எழுத்திலும் உள்ள மொழிகளை அரசாங்க அலுவல்களில், சிறப்பாக நீதித்துறை மற்றும் வருவாய்த் துறைகளில், சுதேசிகளோடு நன்கு தொடர்பு கொள்ளும்வண்ணம் கற்றுத் தேர்ந்தால்

திராவிடச் சான்று

போதும் என்று மற்றொரு பிரிவினர் கருதுகின்றனர் (மேற்படி, பத்தி 4).

இந்த எதிரெதிர் கருத்துக்களில் முதலாவது எல்லிஸின் திட்டமாகும். ஆளுநரின் போராட்டக் களமும் இதுவே. இதைப் பின்னர் பார்த்துக்கொள்ளலாம் என்று ஆளுநர் ஒதுக்கிவைத்தது கல்லூரிக் குழுவுக்கு உவப்பளித்திராது. தமது மகன் தொடர்பான செய்தியைக் கையிலெடுத்த ஆளுநர், குழு தனது செப்டம்பர் ஏழாம் தேதியிட்ட கடிதத்தில்,

> கிரௌலியும் எலியட்டும் தமிழ் இலக்கண அறிவை வளர்த்துக்கொண்டதோடு, இந்த மொழியில் ஓரளவு நல்ல பயிற்சியும் பெற்றுள்ளனர் என்று கூறப்பட்டுள்ளது; ஆனால், அவர்களுக்குச் சார்பாக உள்ள வரியில் நிறைய குறைபாடுகள் சுட்டப்பட்டுள்ளன; அவை அவர்களுக்குப் படி உயர்வு அளிக்க ஏற்றதாக இல்லை

என்று குறிப்பிட்டு 75 வராகன் ஊதிய உயர்வை அளிக்க மறுத்து விட்டார். ஜூன் 15 தேதியிட்ட அறிக்கையில் கண்டிருந்தபடி மற்றவர்களைப் போல் இவர்களும் தகுதி பெற்றுள்ளதாகக் குழு அறிக்கை அளித்தால் இது கவனத்தில் கொள்ளப்படும் என்றார். மேலும், "சொல்லாற்றல், மொழிபெயர்ப்பு, சுதேசிகளோடு உரையாடுதல் முதலியவற்றில் உள்ள குறைபாடுகள் காரணமாக இதைக் கவனத்தில் கொள்ள இயலாது" எனவும் எழுதினார்.

சிக்கலைத் தீர்ப்பதற்குக் குழு எடுத்த நடவடிக்கை சிக்கலை மேலும் பெரிதாக்கியது. ஆளுநர் கருணை நோக்கின்றிக் கல்லூரி நடவடிக்கையில் அளவுக்கு மீறிக் கவனம் செலுத்தலானார். இறுதியில், அவரது மகன் தமிழ் படிப்பதைக் கைவிட்டதோடு, பணியிலிருந்தும் விலகினார்.

இப்படி ஏதாவது நிகழக்கூடும் என்பதை இரண்டாண்டு களுக்கு முன்பே எல்லிஸ் எதிர்பார்த்திருந்தார். இதை ஒழுங்கு செய்யக் கிழக்கிந்தியக் கம்பெனி இயக்குநர்களைச் சந்தித்து, ஆதரவு திரட்டி, தேவையான நடவடிக்கைகளை மேற்கொள்ள இங்கிலாந்து செல்லவும் அவர் திட்டமிட்டிருந்தார். இதை எர்ஸ்கினுக்கு எழுதிய ஒரு கடிதத்தில் (10–3–1813) பின்வருமாறு குறிப்பிட்டிருந்தார்.

> எவ்வளவு விரைவில் இங்கிலாந்திற்குச் செல்கிறேனோ அவ்வளவு விரைவில் கல்லூரிக்கு நல்லது செய்ய முடியும் என்று முன்பே கருதியிருந்தேன். இதனால், தற்காலிகமாகத் தம் பணிக்கு ஏற்படும் தடைகளைச் சமாளித்து அடுத்த

ஆண்டின் தொடக்கத்தில் அங்கிருந்து தொடரலாம் என்றும் தெரிவித்தேன். சர் ஜார்ஜ் பார்லோ இந்த நிறுவனத்துக்கு, தம் அதிகாரத்துக்குட்பட்டுச் செய்யக்கூடிய அனைத்தையும் நன்றாகவே செய்தார். அவருக்குப் பிற வேலைகள் இருப்பதால் இதைத் தொடர முடியுமா என்பது சந்தேகமே. குழு இயக்குநர்கள் என்ன நினைக்கிறார்கள், புதிய ஆளுநரின் கருத்து என்ன என்பதை எளிதில் தீர்மானிக்க இயலவில்லை. எனவே, இது தொடர்பாக அங்கேயே சென்று நேரில் உரியவர்களைச் சந்தித்துப் பேசுவது நல்லது என்று கருதுகிறேன். இங்கிலாந்தில் இருந்தால் நிறுவன நன்மைக்கும் எனது பணியார்வத்திற்கும் வேண்டியதைச் செய்ய முடியும் என்பதில் எனக்கு எந்தச் சந்தேகமுமில்லை. இந்தியாவிலிருப்பதால் கிடைக்கும் பயனைவிட இங்கிலாந்து செல்வது என் கடமையை நன்கு செய்ய உதவும்.

இதற்கான கடல்வழிப்பயண ஏற்பாடுகளைக் குறைந்த செலவில் செய்வதற்கு ஆவன செய்யுமாறும் எர்ஸ்கினைக் கேட்டுக் கொண்டார் எல்லிஸ்.

எல்லிஸின் இந்தப் பயண ஏற்பாடு குறித்து எடுக்கப்பட்ட உடனடி நடவடிக்கை என்ன என்பது தெளிவாகத் தெரிய வில்லை. அதே ஆண்டு ஆகஸ்டு மாதத்தில் காப்டன் டிக்பியுடன் சேர்ந்து எல்லிஸ் செல்வதற்கான சாத்தியக்கூறுகளை எர்ஸ்கின் கேட்டபோது, எல்லிஸ் அதற்கான வாய்ப்பு இல்லையென்று தெரிவித்திருக்கிறார். நீண்ட சிந்தனைக்குப் பின், “இரும்பை வடித்து எடுப்பது போன்ற ஒரு பணியில் ஈடுபட்டிருப்பதால் அடுத்த ஆண்டு பார்க்கலாம்” என்று தம் பயணத்தைத் தள்ளிப்போட்டார். மேலும், “கல்லூரியில் அச்சாக்கப் பணி எதிர்பார்த்ததைவிட மெதுவாக நகர்வதால் அதில் கவனம் செலுத்துவது ஒரு காரணமாக இருந்தது.” வாழ்நாளில் பெரும் பகுதியை இந்தியாவில் கழித்துவிட்டு, இங்கிலாந்து செல்வதில் அவருக்கு ஒரு தயக்கமுமிருந்தது.

ஒரு மனிதன் தான் திட்டமிட்டபடி குறிப்பிட்ட கால கட்டத்துக்குள் தன் பணிகளை நிறைவேற்ற முடியுமா எனச் சொல்ல இயலாது. இதைப் பொறுத்தமட்டில் எவ்வளவுக்கெவ்வளவு முடியுமோ அவ்வளவுக்கவ்வளவு என் பணியை இங்கிலாந்து செல்லுமுன் செய்து முடிக்க நினைக்கிறேன். ஐரோப்பிய வாழ்க்கை எந்த அளவு மாற்றங்களை ஏற்படுத்தும் என எனக்குத் தெரியாது.

ஆனால், எனது பல பணிகள் நான் அங்கே தங்குவதால் தமது மதிப்பை இழக்கலாம். ஐரோப்பாவைப் பற்றி உண்மையில் நான் ஒவ்வொன்றையும் நன்கு அறிந்து, என்னை ஐரோப்பியமயமாக்கிக்கொள்ள வேண்டும். அதற்கேற்ப நான் இந்தியத்தன்மையிலிருந்து நீங்கியும் விடுவேன் (எர்ஸ்கினுக்கு எல்லிஸ் எழுதிய கடிதம், 10-3-1813).

1815இல் எழுதிய கடிதத்தில், "ஒன்பது முறை ஒத்திவைத்த பயணத்தை வருகிற 1816ஆம் ஆண்டு மேற்கொள்ளத் தீர்மானித்திருப்பதாக" எல்லிஸ் தெரிவித்திருக்கிறார்.

பிப்ரவரி – மார்ச் மாதங்களில் புறப்படும் அரபுக் கப்பல் நேரே மோர்ச்சா (Morcha) செல்லும். ஆனால், எல்லிஸ் இதற்குப் பதில் ஈராக்கிலுள்ள பஸ்ரா பாலைவனத்தின்வழியே பயணம் செய்ய விரும்பினார். அங்கிருந்து சிரியா, டமாஸ்கஸ் வழியாக செருசேலம் செல்லவும் விரும்பினார். இது கொஞ்சம் திசை மாறிய பயணம் என்றாலும், செருசேலத்தைப் பார்க்க அவர் விரும்பினார். பயணம் பற்றிய தகவல்களை எர்ஸ்கினுக்கு எழுதிய பதில் கடிதத்தில், "நோய், இறப்பு அல்லது பிற காரணங்களால் தடை ஏற்படாதிருந்தால் இந்தப் பயணத்தை நிச்சயம் நான் மேற்கொள்வேன்" என எழுதினார். ஆனால் இந்தப் பயணத்துக்கு முன்பே சாவு தலையிட்டது. இத்துயர நிகழ்வை முன்கூட்டியே சொல்வதுபோல் இந்த வாசகம் அமைந்துவிட்டது நம்மைக் கலங்கவைக்கிறது. 1815இல் வங்காளத்தில் இருந்தபோது, இந்தியாவை விட்டுச்செல்லும் நாள் நெருங்கிவிட்டதாக எல்லிஸ் கருதினார். ஆனால், அதையும் தள்ளிப்போட நேர்ந்தது. காரணம், சென்னை மாவட்ட ஆட்சியராக இருந்த காலத்துக் கணக்குவழக்குகளை ஒழுங்கு செய்து ஒப்படைப்பதுதான். "கணக்கு வழக்கு சரிசெய்யப்படுகிறதோ இல்லையோ, நான் 1817ஆம் ஆண்டின் இலையுதிர் காலத்தில் கண்டிப்பாகப் பயணம் செய்வேன்" என்று எல்லிஸ் குறிப்பிட்டிருந்தார்.

கல்லூரிக்கு எல்லாவிடத்தும் நாளுக்குநாள் புகழ் கிடைத்து வந்தது – சென்னையைத் தவிர. இதற்குக் காரணம், ஆளுநர் எலியட் என்று எல்லிஸ் கருதினார். "தலைமைப் பொறுப்பிலுள்ள அந்தப் பெரிய மனிதர் எங்களுக்குக் கருணை காட்டவில்லை. அவரது மகனின் தகுதி/தகுதியின்மை குறித்து நேர்மையான அறிக்கையை நாங்கள் அளித்தோம். அதைக் காரணமாக வைத்துத் தமது மகனைப் பணிநீக்கம் செய்தார். எங்களது தேர்வு குறித்த அறிக்கைகளை வெளியிடவும் தடைபோட்டார். இப்போது அவர் மகன் பணியில் இல்லை. இருப்பினும், தக்க

காரணமின்றித் தடை தொடர்கிறது. இலண்டனிலுள்ள பெரிய அதிகாரிகள் மனம் வைத்தால் கல்லூரி வளர்ந்தோங்கும்."

இங்கிலாந்துக்கு எல்லிஸ் பயணம் மேற்கொண்டிருந்தால் எவ்வளவு நன்றாக இருந்திருக்கும்! அதற்குப் பதிலாக ஒரு மருத்துவ நிகழ்வு இராமநாதபுரத்தில் அவருக்கு விரைவில் சமாதியைக் கட்டிவிட்டது. 1808இல் லெய்டனுக்கு எழுதிய கடிதம் ஒன்றில், தமது உடல்நலக் குறைவு பற்றிக் குறிப்பிட்டு, தம்மை இது இங்கிலாந்திற்கோ சாவிற்கோ இட்டுச்செல்லும் என்று எல்லிஸ் குறிப்பிட்டிருந்தார். தஞ்சாவூர் மன்னரின் குற்றச்சாட்டை ஏற்று, தஞ்சையிலிருந்து இரண்டு ஆண்டுகளுக்கு முன்பே மாவட்ட நீதிபதியாக மசூலிப்பட்டினத்திற்கு அவர் மாற்றம் செய்யப்பட்டிருந்த காலம் அது. அந்தக் கடிதத்தில், "தமது பணிக்காலத்தில் தாம் தொடர்ந்து ஓடிக் கொண்டேயிருந்ததாகவும், மூன்று மாதம்கூடச் சேர்ந்து ஓரிடத்தில் அரிதாகவே இருந்ததாகவும்" குறிப்பிட்டிருந்தார். "என் பணி முன்னேற்றம் குறித்து நான் ஆராய்ந்தபோது என்னை அதிர்ச்சிக்குள்ளாக்கிய இரண்டு நிகழ்வுகளை எண்ணிப் பார்த்தேன். ஒன்று, தஞ்சையிலிருந்து மாற்றியதும் அதனால் தொடர்ந்து தென்பகுதியோடு தொடர்புகொள்ளாதிருக்கும்வண்ணம் ஏற்பட்ட தடையாகும். மற்றொன்று, கடந்த ஐந்து மாதங்களாக என்னைப் பெரிதும் பாதித்துவரும் வயிற்று மந்த நோயாகும். இந்த நோய், இறுதியாக, என்னை இங்கிலாந்துக்கு விரட்டும் அல்லது உலகைவிட்டே விரட்டிவிடும் என்று அஞ்சுகிறேன்." தமிழறிஞர் எல்லிஸ் எத்தகைய துயரை அனுபவித்தார் என்பதை இதிலிருந்து ஒருவர் புரிந்துகொள்ள இயலும். ஒரிசாவிலுள்ள ஜெகந்நாத்திலிருந்து தென்முனையிலுள்ள குமரிக்குப் பயணிக்க அனுமதிக்கப்பட்டபோதிலும், தமிழகத்திலிருந்து தெலுங்கு நாட்டுக்குப் பணியிடம் மாற்றப் பட்டது அவருக்கு அதிர்ச்சி தந்தது. இந்த அதிர்ச்சியிலிருந்து அவர் மீளவில்லை. அவரைப் பாதித்த நோயிலிருந்தும் மீளவில்லை.

பத்தாண்டுகளுக்குப் பிறகு உடல் நலக்குறைவைக் காரணம் காட்டி மூன்றுமாத விடுப்புக்கு விண்ணப்பித்தார். உரிய மருத்துவச் சான்றிதழையும் இணைத்திருந்தார். வயிற்று நோயோடு ஈரல் சீர்குலைவும் இருப்பதாகச் சொல்லப்பட்டது. குளிர்ப்பகுதிக்கு மாறிச்செல்வது நல்லது என்றும் பரிந்துரைக்கப்பட்டிருந்தது (MDR, 18–11–1818). ஆனால், எல்லிஸ் மதுரைக்குச் சென்று, ஆட்சியர் ரோஸ் பீட்ரேயுடன் தங்கினார். பிறகு, இராமநாதபுரம் சென்றார். நோயின் தீவிரப்பாதிப்பு இடமாற்றத்தை வேண்டினாலும், ஆய்வுப்பணி தொடர்பாக அவர் மேற்கொண்ட அலைச்சல்

அதைத் தடுத்தது. இராமநாதபுரத்தில் அவர் எதிர்பாராதவிதமாகக் காலமானார்.

இறக்கும் தறுவாயில் எல்லிஸ் எழுதிய மூன்று ஆவணங்கள்வழி அவரது இறுதிப்பயணம் குறித்து ஓரளவு அறிய முடிகிறது. *1808* முதல் அவர் வயிற்றுமந்த நோயினால் பாதிக்கப்பட்டதும், மருந்திற்குப் பதில் நஞ்சை உட்கொண்டதும், அதன் காரணமாக அவர் காலமானதும் தெளிவாகின்றன. அவர் திடீரென்று சாகவில்லை என்பதும், அந்தக் கால அளவிற்குள் அவர் மூன்று பகுதிகளாக ஒரு உயிலை எழுதுவித்தார் என்பதும் தெளிவாகின்றன *(OIOC L/AG/34/29/219,* ப. *44–45)*. இராமநாதபுரம், *9–3–1819* எனத் தேதியிட்ட உயிலின் முதல் பகுதி தரும் செய்தி:

> என் சகோதரர் ஜார்ஜிற்கு *5000* பவுண்டும், ஜான் ஹோவெத்தின் *(John Howeth)* மூத்த மகளுக்கு *2000* பவுண்டும், ஜான் ஹோவெத்தின் மகனுக்கு *1000* பவுண்டும், மேலே சொல்லப்பட்ட ஜான் ஹோவெத்தின் ஆண், பெண் குழந்தைகளுக்குத் தலா *500* பவுண்டும், சாவுச்சடங்கிற்கான பொருள்களை வாங்க ஜான் ஹோவெத் சென்னுக்கு *100* பவுண்டும், எனது அத்தை டயனா ஹோவெத்திற்கு *500* பவுண்டும் அளிப்பது போக, எஞ்சிய எனது அனைத்துச் சொத்துக்களையும் என் தாய் எலிசபெத் ஹபார்டுக்கு *(Elizabeth Hubbard)* அளிக்கிறேன்.

அதைத் தொடர்ந்து இரண்டாவது பகுதி:

> எனது சாவுச்சடங்கிற்கான செலவுத்தொகை போக எஞ்சியதில் சங்கரய்யாவிற்கு *50* வராகனும், வீராசாமிக்கு *60* வராகனும், வெங்கடசாமி மற்றும் டேனியலுக்கு *30* வராகனும் கொடுக்கும்படி கேட்டுக்கொள்கிறேன். இதற்குப் போதுமான தொகை இல்லையெனில் எனது துபாஷியாகிய மம்பா ரங்கையா நாய்க் என்பாரிடமிருந்து கேட்டுப்பெறலாம். எனது சொத்துக்கள் அவர் பொறுப்பில் உள்ளன.

தம் துபாஷிக்கு எழுதியது மூன்றாம் ஆவணம் வருமாறு:

> அன்புக்கினிய ரங்கையா நாய்க்,
>
> எனது பத்திரங்கள் அனைத்தையும் நீதிமன்றப் பதிவாளரிடம் தருக. இராமநாதபுரத்தில் மருந்துக்குப் பதில் நஞ்சைச் சாப்பிட்டுவிட்டேன். சாகும் நிலையில் உள்ளேன்.

எல்லிஸ் சொல்ல யாரோ எழுதியவை இவை என்பதை இவற்றிலுள்ள கையெழுத்து, இந்தியப் பெயர்களை எழுதுவதில் காணப்படும் தவறுகள் ஆகியவற்றைக் கொண்டு அறியலாம். ஒவ்வொன்றிலும் எல்லிஸ் கையொப்பமிட்டுள்ளார். சாட்சிகள் – ஏ. காம்பெல் (இவர் தெலுங்கு இலக்கணம் எழுதிய காம்பெல் அல்ல போலும்.); டி.ஸ்கிரெய்வோய்டு *(D. Schreyvoyd)*.

எல்லிஸ் தம்முடைய சொத்துக்களை நிர்வகிக்க இந்தியாவில் தம் சொந்தக்காரரர் யாரையும் நியமிக்கவில்லை. அன்றைய நிலவரப்படி இரண்டு லட்சம் ரூபாய் மதிப்புள்ள அவரது சொத்து ஒரு சிறந்த நூலகத்தையும் கொண்டிருந்தது. அதில் 550க்கு மேற்பட்ட சமஸ்கிருத, தமிழ் நூல்களும் சுவடிகளும் இருந்தன. அவற்றுள் பெரும்பாலானவை மொழிநூல் சம்பந்தப்பட்டவை. அவர் மேற்கொள்ளாமல்போன இங்கிலாந்து பயணத்துக்கு உதவும் வழிகாட்டி நூல்களும் இருந்தன. மதுரையிலும் சென்னையிலும் இருந்த சொத்துக்கள் அனைத்தும் ஏலமிடப்பட்டன. அவரது நூலகம் பிரிக்கப்பட்டுச் சிதறிப்போனது பெருந்துயர் தருவதாகும். என்றாலும், அவற்றை எடுத்துச்சென்றவர்களின் அறிவு வளர்ச்சிக்கு அவை உதவியிருக்கக்கூடும் எனக் கருதலாம். அவருடைய கையெழுத்துப்படிகளின் கதை வேறு. அவை ரோஸ் பீட்ரே வீட்டில் அடுப்பெரிக்கப் பயன்பட்ட கதையை ஏற்கெனவே சொன்னேன். எல்லிஸின் மறைவுக்கு ஓராண்டுக்குப்பின் அவரது சொத்துக்களின் கணக்குவழக்குகளை ஒழுங்கு செய்ய இயக்குநர் குழு ஜார்ஜ் ஹபார்டு, ஜான் ஹோவெத் என்ற இருவரையும் சென்னைக்கு அனுப்பியது *(MPC, 1–11–1820, ப. 551, பத்திகள் 5–6)*.

சென்னை இலக்கியக் கழக வரலாற்றாசிரியர் ஒருவர் குறிப்பிலிருந்து எல்லிஸ் மறைவுக்குப் பின், அவர் ஆர்வமுடன் செயல்பட்டுவந்த மேற்படி கழகம் செயலிழந்துபோனதாகவும், சிலகாலத்திற்குப்பின் அது புதுப்பிக்கப்பட்டதாகவும் தெரிய வருகிறது *(Ramaswami 1985)*. அப்பொழுது வெளியான கழக நடவடிக்கை குறித்த இதழில் எல்லிஸின் இந்துச் சட்டங்கள் குறித்த கட்டுரை இடம்பெற்று, அவருக்குப் புகழஞ்சலி செலுத்தப்பட்டது. சென்னை இலக்கியக் கழகம் இன்றும் ஏதோ செயல்பட்டுவருகிறது.

நிறுவப்பட்ட ஏழாண்டு காலத்துக்குள் கல்லூரி சிறப்பாகச் செயல்பட்டு வந்ததோடு, அதன் நிறுவனரின் மறைவுக்குப் பின்னும் நன்கு செயல்படும் தன்மையைப் பெற்றிருந்தது. கல்லூரிப் பணிக்கான எல்லிஸின் கடைசிப் பங்களிப்பு காம்பெல்லின் தெலுங்கு–ஆங்கில அகராதி பற்றிய அறிக்கை

யாகும். நூல் வெளிவந்தபோது, காம்பெல் அதை எல்லிஸிற்குக் காணிக்கையாக்கினார்.

> சென்னை அரசுப் பணியாளராகச் செயல்பட்டவரும், புனித ஜார்ஜ் கோட்டைக் கல்லூரியை நிறுவத் திட்டமிட்டு, அதற்கு அணியாகவும் ஆதரவாகவும் வாழ்நாள் முழுவதும் இருந்தவருமான காலஞ்சென்ற பிரான்ஸிஸ் ஒயிட் எல்லிஸிற்கு அக்கல்லூரியின் வெளியீடான இதை நூலாசிரியரின் நட்பின் அடையாளமாகப் படையல் செய்கிறேன்.

எல்லிஸ் தாம் சாதிக்க நினைத்த அளவு சாதித்துப் புலமைத்தளத்தில் முத்திரை பதிக்கவில்லை. அவர் மேலும் வாழ்ந்திருந்தால் நிச்சயமாக அதைச் செய்திருப்பார். இருப்பினும், அவரது பங்களிப்பு கவனத்துக்குரியது. அவரது புகழ் தொடர்ந்தது. பலர் அவரது நினைவைப் போற்றவும் அவரது பங்களிப்பை ஆவணப்படுத்தவும் முயன்றனர். கல்லூரியில் தமிழ், இந்துஸ்தானி மொழிக்கான பரிசுகளைப் பெற்றவரும் பின்னர் அங்கு பணியாளராகி, சிறந்த கீழ்த்திசையியல் அறிஞரானவருமான வால்டர் எலியட், எல்லிஸின் படைப்பு களைத் தேடி எடுத்ததோடு, மலையாள மொழி குறித்த அவரது ஆய்வுரையினையும் வெளியிட்டார். ஆக்ஸ்போர்டு பல்கலைக்கழகத் தமிழ்ப் பேராசிரியராக இருந்த ஜி.யூ. போப், எலியட் மூலம் எல்லிஸின் படைப்புக்களைப் பெற்று, குறள், நாலடியார் பற்றிய எல்லிஸின் எழுத்துக்களை வெளியிட்டார்; மற்ற படைப்புக்களை ஆக்ஸ்போர்டு நூலகத்தில் பாதுகாப்பாகச் சேர்த்தார். எல்லிஸை நாத்திகராகக் கருதிய பாதிரியார் வில்லியம் டெய்லரும்கூட அவரது புலமையைப் பாராட்டத் தவற வில்லை. கீழ்த்திசையியல் அறிஞர்களைக் குறித்து நல்ல கருத்துச் சொல்லத் தயங்கிய சிறந்த தெலுங்கு அறிஞரான சி.பி. பிரௌன் எல்லிஸைப் பொறுத்தமட்டில் அவரது குறைநிறைகளை எடுத்துச் சொன்னார். மிகச்சிறந்த தொல்லெழுத்தியல் அறிஞரும் இலக்கண வரலாற்றாசிரியருமான ஏ.சி. பர்னெல் எல்லிஸின் திராவிடச் சான்றை அதே காலகட்டத்தில் புகழ்பெற்ற இந்தோ –ஐரோப்பியச் சான்றோடு இணைத்துப் பேசினார்.

கல்லூரியில் உடனடியாகச் சில மாற்றங்கள் நடந்தேறின. நன்கு செயல்படாதிருந்த பாடத்திட்டங்கள், எல்லிஸின் மறைவிற்குப் பின் திருத்தப்பட்டன; சில கைவிடப்பட்டன. சுணக்க மாகச் செயல்பட்டுவந்த கல்லூரி அச்சகம் திருத்தியமைக்கப்பட்டு, ஒரு முழுநேர மேற்பார்வையாளரின் பொறுப்பில் விடப்பட்டது. சமஸ்கிருதம் அறிந்த ஒருவர் குழுவுக்குத் தேவைப்பட்டார்.

கல்லூரி அதன் நிறுவனரின் மறைவுக்குப் பின்னும் – 1854 வரை – செயல்பட்டது. ஹெய்லிபரி கல்லூரியும் வில்லியம் கோட்டைக் கல்லூரியும் மூடப்பட்டதையொட்டி இதுவும் மூடப்பட்டது. இளநிலை அரசுப் பணியாளருக்குப் பயிற்சிதரும் பொறுப்பு இங்கிலாந்திலுள்ள பல்கலைக்கழகங்களிடம் ஒப்படைக்கப்பட்டது. இக்கல்லூரி பழைய விதிகளுக்கேற்ப 1836 வரை செயல்பட்டுவந்தது. பிறகு, அது ஒரு தேர்வு மைய மாக ஒடுங்கியது. ஊழியர்கள் வெளியே சென்றனர். நூலகம் செயலிழந்தது. இதற்குக் காரணம், அப்போது எழுச்சி பெற்ற டிரெவெலின், மெக்காலே ஆகிய ஆங்கிலமயவாதிகள் கல்கத்தா கீழ்த்திசையியல் அறிஞர்களை வீழ்த்தியதே ஆகும். தனது குறுகிய வாழ்நாளில் இந்தியச் சமூகத்தில் அது செலுத்திய செல்வாக்கை, ஒரு திட்டவட்டமான மதிப்பீடாக அன்றி, எதிர்கால ஆய்வுக்கு வழிகாட்டும் நோக்கில் ஒரு தொடக்கநிலை ஆய்வாக இங்கே முன்வைக்க விரும்புகிறேன்.

சுதேச மாணவர்கள்

ஆழ்ந்கன்ற சிந்தனையோடு எல்லிஸ் தயாரித்த கல்லூரி நிறுவனத் திட்டம், கல்லூரி இளநிலைப் பணியாளர் கல்வியோடு மட்டு மல்லாது, தென்னிந்திய மாணவர்களையும் கல்வித் துறையில் ஊக்குவிக்க வேண்டும் என்ற உள்ளக்கிடக்கையினையும் கொண் டிருந்தது. 1812இல் எர்ஸ்கினுக்கு எல்லிஸ் எழுதிய கடிதத்தில் இத்திட்டம் குறித்த விவரம் உள்ளது. அதன் சுருக்கம் வருமாறு:

இளநிலை அரசுப் பணியாளர்களுக்குத் தென்னிந்திய மொழிகளைக் கற்பிக்க உதவும் நோக்கில் கல்கத்தாவில் உள்ளது போல் சென்னையிலும் ஒரு கல்லூரி நிறுவப்பட்டு வருகிறது. கல்லூரிக்கான செலவு, ஆசிரியர் நியமனம் ஆகியவற்றில் கல்கத்தா கல்லூரியிலிருந்து இது வேறுபட்டதாக இருக்கும். குறைந்த செலவில் கல்லூரி செயல்படும். மொழிகளைக் கற்பிக்க, ஐரோப்பிய ஆசிரியர்களுக்குப் பதிலாக இந்தியர்களே நியமிக்கப்படுவர். இதற்கேற்றவகையில் ஆங்கிலம், தமிழ் முதலிய மொழிகளைக் கற்று, உரிய பயிற்சி பெறத்தக்கவகையில் இந்திய மாணவர்கள் சேர்க்கப்படுவர். முதுநிலை அரசுப் பணியாளர்கள் குழுவின் மேற்பார்வையில் கல்லூரி இயங்கும். கல்லூரியின் மற்றொரு குறிக்கோள் தென்னிந்திய மொழிகளில் பாடநூல்களும், அரசுப் பணியாளர்களுக்குப் பயன்படக் கூடியதான இந்திய இலக்கியம், வரலாறு, பழக்கவழக்கங்கள் முதலியன குறித்த நூல்களும் வெளியிடுவதாகும். இதற்குத் தேவையான ஆங்கிலம், தமிழ், தெலுங்கு அச்செழுத்துருக்கள் உள்ளன. காலப்போக்கில் மற்ற மொழிகளுக்கும் அச்சுருக்கள்

தயாராகும். கல்லூரி அச்சகம்வழி நூல் வெளியீட்டுப் பணியில் எல்லிஸ் ஈடுபட்டிருப்பதாகக் கூறியதால், எர்ஸ்கின் இது குறித்து அதிகம் அவரிடம் கேட்கவில்லை. கத்தோலிக்கப் பாதிரிமார்கள் தென்னிந்திய மொழிகள் பற்றி ஏராளமான சிறந்த நூல்களை வெளியிட்டிருப்பினும் இன்னும் நிறையச் செய்ய வேண்டியிருப்ப தாக எல்லிஸ் கருதினார். கல்கத்தாவில் கில்கிரிஸ்ட் என்பவர் வணிக நோக்கில் இந்துஸ்தானி நூல்களை ஏராளமாக வெளியிட்டிருப்பது போல் கல்லூரியும் வெளியிடக்கூடும் என எர்ஸ்கின் எதிர்பார்த்திருக்கத் தேவையில்லை. ஆனாலும் கலப்பு மொழியான இந்துஸ்தானியை விட "முன்னொரு காலத்தில் நன்கு பண்பட்டிருந்த மொழியின் புதைந்துபோன அழகுகளையும் வளங்களையும் வெளிப்படுத்துவது நன்கு பயன்தரத்தக்கதும் போற்றுதற்குரியதுமானது" என்பது எல்லிஸின் எண்ணமாக இருந்தது (*NLS Mss. 36.1.5, 25-4-1812, f. 74*).

தென்னிந்தியாவின் பழக்கவழக்கங்கள் குறித்து, சிறப்பாக சாதி முறைகள் பற்றி ஆபெ துபே எழுதிய நூலைத் திருத்துவது குறித்தும், 'எடின்பரோ ரெவ்யூ'வில் வெளியான வில்க்ஸின் *(Wilks)* 'மைசூர் வரலாறு' என்ற நூலைப் பற்றியும் குறிப்பிட்ட எல்லிஸ், "சுதேச மக்களின் இலக்கிய ஆர்வத்தைத் தூண்டும் வண்ணம் கல்லூரி எடுக்கும் முயற்சிகள்" பற்றியும் குறிப்பிடுகிறார். கல்கத்தாவில் இவ்வகை முயற்சிகள் மேற்கொள்ளப்படுவதைச் சுட்டிக்காட்டி, அதனினும் நன்றாகச் சென்னையில் செய்ய முடியும்; காரணம் நம்மிடம் சிறப்பான நூல்கள் உள்ளன என்ற தம் நம்பிக்கையே என்றார்.

> உண்மையில் தென்னிந்தியாவில் இலக்கிய உணர்வு பெருகிவருகிறது. ஓரளவு தரமான கவிதைப் படைப்புக் களோடு சில தரமான வேறு படைப்புக்களும் அண்மையில் ஆக்கப்பட்டுள்ளன. இவற்றில் குறிப்பிடத்தக்கவை சமஸ்கிருத அகராதிகளிலிருந்து அகரவரிசையில் தொகுக்கப்பட்டவை (மாமடி வெங்கய்யாவுடையது); விஞ்ஞானேசுவரர் உரையின் தமிழாக்கம் (சிதம்பர வாத்தியார் தயாரிப்பு) ஆகியவையாகும். கடின உழைப்பின் வெளியீடான இவை புகழையோ செல்வத்தையோ எதிர்பார்த்து மேற்கொள்ளப்பட்டவை அல்ல. இம்மாதிரி யான படைப்புக்கள் வெளிவர நாம் ஊக்குவிக்க வேண்டும். கல்லூரி அச்சகம் இதற்கு ஏற்றதாக அமைதல் நல்லது (மேற்படி, ப.77).

தென்னிந்திய இலக்கியங்களை மீட்டெடுப்பதற்கான வாய்ப்பு பெருகியதாகவும், கல்லூரியும் தேவையான ஊக்கம் அளித்ததாகவும் இதன்மூலம் தெரிகின்றன.

“சுதேசிகளின் இலக்கிய உணர்வைத் தூண்டுதல் அல்லது தென்னிந்திய இலக்கியங்களை மீட்டெடுத்தல் என்பது கல்லூரியின் முதன்மை நோக்கமாக இருத்தல் வேண்டும்” என்பதை மனத்தில் கொண்ட எல்லிஸ், கல்கத்தா கல்லூரியைவிடக் குறைந்த செலவில் பிரிட்டிஷ் இளநிலைப் பணியாளர்களுக்குப் பயிற்சியளிப்பதையும் கருத்தில் கொண்டு செயல்பட்டார். எலியட் போன்ற இரக்கமில்லா ஆளுநர்களுக்கு இதுகூட அதிகமான செலவாகத் தெரிந்தது. ஆனாலும், சுதேச இந்திய மாணவர்களை அதிக அளவில் சேர்த்து, தலைமையாசிரியர்களிடம் பயிற்சி பெறவைத்த கல்கத்தா கல்லூரியை விடவும் குறைந்த செலவில், எளிய முறையில் கல்லூரியை எல்லிஸ் செயல்படவைத்ததால் அரசு ஆதரவு தொடர்ந்தது.

ஒரு காலத்தில் பெருமைக்குரியதாக இருந்து, அண்மையில் கவனிக்கப்படாதுபோயிருந்த இலக்கியங்களை மீட்டெடுத்தல் என்ற கருத்து முக்கியத்துவம் பெறலாயிற்று. காம்பெல் தமது தெலுங்கு இலக்கண நூலின் முன்னுரையில் தெலுங்கு இலக்கியத்தின் சிறப்பைப் பற்றி எழுதியுள்ளார். தெக்காணத்தில் ஏற்பட்ட அரசியல், மத மாற்றங்களால் செழுமையான முற்கால இலக்கியங்களில் பல கிடைக்கவில்லை, சிலவே புழக்கத்தில் உள்ளன என்றும் குறிப்பிட்டுள்ளார் *(Campbell, 1816 : xi)*. கிருஷ்ணதேவராயர் காலத்துப் பல படைப்புக்கள் அவரது பாளையக்காரரர் வசமுள்ள நூலகங்களில் இன்னும் காணப்படுவதாகவும் சுட்டியுள்ளார். ஆனால், விசயநகர அழிவுக்குக் காரணமான இசுலாமியரின் செயல்களால் பல பழைய இலக்கியங்கள் பெயரளவில் மட்டுமே அறியப்படுகின்றன என்றும் குறிப்பிடுகிறார் (மேற்படி, *xiii*). “பிரிட்டிஷ் அரசாங்கத்தின் நல்லெண்ணத்தினால் கிழக்கிந்திய மொழி களில் சிறப்பான ஒன்றாக மதிக்கப்பட்ட தெலுங்கு மீண்டும் தன் பழைய பெருமையைப் பெறும் என்றும், சட்டமன்றத்தின் தாராளக்கொள்கை தெலுங்கு மக்களிடையே ஒரு காலத்தில் மகிழ்ச்சியூட்டும் விதத்தில் செயல்பட்ட இலக்கிய, அறிவியல் உணர்வை மீண்டும் புதுப்பிக்கவும் இந்து மன்னர்கள் காலத்திய தங்கள் நல்வாழ்வை நினைத்துப்பார்க்கவும் உதவக்கூடும்” என்றும் நம்பிக்கையை வெளிப்படுத்துகிறார். “இலக்கியத்தை மீட்டெடுத்தல், வளப்படுத்தல், இந்தியர்களுக்கு அதற்கான ஊக்கம் தருதல், பிரிட்டிஷ் ஆட்சிப்பகுதியில் வாழும் மக்களுக்கு அறிவியல் கல்வி புகட்டுதல், அதை மேம்படுத்துதல் முதலியவற்றுக்கு” ஆளுநர் ஆண்டுதோறும் ஒரு லட்சம் ரூபாய் அளவில் செலவழிக்க அனுமதிக்கும் நாடாளுமன்ற விதியையும் ஒரு குறிப்பில் எடுத்துக்காட்டியுள்ளார். இவற்றை

உள்ளடக்கிக் கிழக்கிந்தியக் கம்பெனி 1813இல் நிறைவேற்றிய, இருபது ஆண்டுகளுக்குச் செல்லத்தக்க இந்தச் சட்டம், 1830இல் சார்லஸ் டிரெவெலின், மெக்காலே ஆகிய ஆங்கிலமயவாதிகள் எல்லிஸ் மறைவிற்குப்பின் கீழ்த்திசையியலார் மீது தொடுத்த கல்விப் போராட்டத்துக்கான களமாக அமைந்தது. இந்தப் போராட்டம் கல்லூரியையும் அதன் செயல்பாடுகளையும் ஆழமாகப் பாதித்தது. அது இந்த நூலுக்கு அப்பாற்பட்டதாதலால் இங்கு எடுத்துக்கொள்ளப்படவில்லை.

தொன்மையான கிரேக்க இலக்கியங்களையும் பிறதுறைப் படைப்புக்களையும் மீட்டெடுக்க ஐரோப்பாவில் மேற்கொள்ளப்பட்ட முயற்சியை பிரிட்டிஷார் ‘மறுமலர்ச்சி’ என்ற அழைத்தனர். ‘இலக்கிய மீட்டெடுப்பு’ என்ற தொடரும் அதோடு தொடர்புடையதே. ‘இசுலாமியர் நுழைவுக்கு’ முன் தென்னிந்தியா வளமான இலக்கியங்களைக் கொண்டிருந்தது; பிரிட்டிஷ் அரசாங்கம் இசுலாமிய ஆட்சியை இல்லாததாக்கி, இந்து ஆட்சியை மீட்டெடுத்துத் தரும் என்பது எல்லிஸ், காம்பெல் ஆகியோர் கருத்தாக இருந்தது. தென்னிந்திய மொழிகளிலுள்ள பழைய இலக்கியப் பெருமையை மீட்டெடுப்பதுடன், புதிய படைப்புக்களை ஊக்குவித்தலும் மறுமலர்ச்சியின் நோக்கமாகும். இது தொன்மைசார் கீழ்த்திசையியலாரின் நிலைப்பாடாகும். ஆங்கிலமயவாதிகள் தங்களது தனிப்பட்ட மறுமலர்ச்சி பற்றிய கருத்தியல் அடிப்படையில் இதை எதிர்த்தனர். ஆங்கிலோ–சாக்ஸன் மக்களை இலத்தீன் கல்வி பண்படுத்தியது போல இந்திய மக்களைப் பண்படுத்தப் பெரிதும் செழுமையுள்ள உலக மொழியான ஆங்கிலமே ஏற்றது என்பது அவர்களின் கருத்தாக இருந்தது. இந்தியாவிற்கான ஆங்கில மறுமலர்ச்சியாக இது இருக்கக்கூடும் என்றும் அவர்கள் கருதினர்.

‘இலக்கிய மீட்டெடுப்பு’ என்பதும் ‘இந்தியருக்கான கல்வியை ஊக்குவித்தல்’ என்பதும் எல்லிஸ் மற்றும் அவரது கூட்டாளிகளின் கண்டுபிடிப்பல்ல; பிரிட்டிஷாரிடையே நிலவிய பிரிட்டிஷ் இந்திய நாடாளுமன்றச் செயல்பாடுகள் குறித்த கருத்தாக்கமே இவை. இந்தியாவில் கல்விநிலை குறைவாகவே இருப்பதற்குக் காரணம் இசுலாமியர் ஆட்சியின் “பொறுமையில்லாச் செயல்களும், இந்துக்கள் மீதான வெறுப்பும்தான்” என்றும், அவற்றை நீக்கி மீண்டும் இந்து ஆட்சியின் பெருமையை பிரிட்டிஷ் அரசாங்கம் கொண்டுவரும் என்றும் கீழ்த்திசையியலார் கருதினர். கல்லூரி மாணவர், ஆசிரியர் சேர்க்கை பற்றிய எல்லிஸ் பார்வையின் அடித்தளமாக இக்கருத்து இருந்தது.

7–4–1813இல் கல்லூரி முதலாவது தேர்வை நடத்தியது. கல்லூரியில் பயிலும் சுதேச மாணவர்களின் தரம் போதுமான

தாக இல்லை என்றும், இவர்களிடமிருந்து தகுதி வாய்ந்த ஆசிரியர்களைப் பெறுவதும் கடினமாக உள்ளதென்றும் தேர்வு அறிக்கை சொல்லியது. ஆசிரியர்கள் சிலருக்கு ஆங்கில இலக்கணம் முழுமையாகத் தெரியவில்லை என்றும், தமிழ் இலக்கணத்தில் ஓரளவு அறிவே இருந்ததாகவும், தெலுங்கு இலக்கண நூல்கள் சமஸ்கிருதத்தில் இருந்ததால் அதிலும் போதிய பயிற்சி இல்லை என்றும் அறிக்கை தெரிவித்தது. எனவே, இந்தப் பாடங்களை நன்கு கற்றுத்தர ஆங்கிலத்திற்கும் (தற்காலிகமாக உதயகிரி வெங்கடநாராயணா) தமிழிற்கும் (சிதம்பர வாத்தியார்) தெலுங்கு மற்றும் சமஸ்கிருதத்திற்கும் (பட்டாபிராம சாஸ்திரி) தலைமையாசிரியர்கள் நியமிக்கப் பட்டனர். மாணவர்களுக்கு அவர்கள் இந்த மொழிகளில் தினமும் வகுப்பெடுத்தனர். மேலும், ஆங்கில ஆசிரியர் தெலுங்கு இலக்கணம் பற்றிய சமஸ்கிருத நூலை மொழிபெயர்த்ததாகவும், தமிழாசிரியர் எளிய தமிழிலக்கண நூலொன்றை எழுதியதாகவும், அவை இரண்டும் கல்லூரி அச்சகத்தில் வெளியிடுவதற்காகத் தரப்பட்டுள்ளனவென்றும், தெலுங்கு இலக்கணத்தைப் செய்யுள் வடிவில் தெலுங்கு – சமஸ்கிருத ஆசிரியர் எழுதியுள்ளார் என்றும் பதிவுசெய்யப்பட்டுள்ளது. இவ்வாறு, தொடக்கம் முதல் தென்னிந்திய மொழிகளில் நல்ல நூல்களை வெளிக் கொணரக் கல்லூரி ஊக்கத்துடன் செயல்பட்டது.

சுதேச ஆசிரியர்கள், மாணவர்கள் மொழியறிவில் பெரிய முன்னேற்றம் இருப்பதாக அறிக்கை கூறியது. தேர்வுகள் மூன்று நாள்கள் தொடர்ந்து நடந்தன. ஆங்கிலம், தமிழ், தெலுங்கு, பாரசீகம், இந்துஸ்தானி மொழிகளில் வினாத்தாள்கள் இருந்தன. தாய்மொழிகளிலிருந்து ஆங்கில மொழிபெயர்ப்புக்கும் தேர்வு நடந்தது. தமிழ், தெலுங்கு மொழிகளில் முழு அறிவு பெற்றுள்ள இவர்கள் ஆங்கில மொழியைக் கற்கத் தொடங்கியிருப்பதையும் அறிக்கை தெரிவித்தது. இது குழுவுக்குப் பெரும் மனநிறைவளித்தது. “கல்லூரி தொடக்கத்துக்கான முதன்மை நோக்கங்களாகிய இலக்கிய மீட்டெடுப்பு, இலக்கியப் படிப்பு என்பன நன்கு நிறைவேறியிருப்பதை இது காட்டுவதாகவும், சொந்த மொழியறிவும் ஆங்கில அறிவும் நன்கு வளர்த்தெடுக்கப்பட்டுள்ளதாகவும், தகுதி வாய்ந்த பலர் உருவாக்கப்பட்டு வருவதாகவும், இவை பிற துறைப் பணிகளுக்கும் அவர்கள் தற்போது செயலாற்றிவரும் துறைப்பணிக்கும் துணைபுரியும்” என்றும் அறிக்கை கூறியது (*MPC*, 22–6–1813, பத்தி 6). அரை ஊதியம் பெற்று ஆங்கிலத் தலைமையாசிரியராகத் தற்காலிகப் பொறுப்பிலிருந்த உதயகிரி வெங்கடநாராயணாவைப் பாராட்டிய இந்த அறிக்கை அவருக்கு முழு ஊதியம் வழங்க வேண்டும் என்றும் பரிந்துரைத்தது. சமஸ்கிருதத்திலும் தெலுங்கிலும் நல்ல புலமையும், பேச்சுத்தமிழ்ப்

பயிற்சியும் உடைய இவர் ஆங்கில இலக்கணத்தையும் குறைவறக் கற்றவர் என்றும், மேலும் சில மொழிகளையும் பயின்றவர் என்றும் குறிப்பிட்டது.

தகுதி வாய்ந்த ஆசிரியர்களை நியமிப்பதோடு, தொடக்க நிலை நூல்களை உருவாக்கும் நோக்கத்தையும் கல்லூரி கொண்டிருந்தது. அதையொட்டி, இந்த நூல்களைப் பெற 150 வராகன் தேவை எனக் குழு கேட்டுக்கொண்டது. இதற்காக, உரிய இடங்களுக்கு சுதேச அறிஞர்களை அனுப்பி ஏட்டுச்சுவடிகளைப் பெற நடவடிக்கை மேற்கொண்டது. புத்தகங்களைப் பாதுகாத்து வைக்கத் தேவைப்படும் அலமாரிகளை வாங்கக் கூடுதலாக 250 வராகன் கேட்டது. இவ்வகையில் கல்லூரியின் நூலகமும் சுவடித்தொகுப்புப் பணியும் தொடங்கின.

அரசு இதற்கு அனுப்பிய பதிலில் இலக்கணக் கல்விக்குக் கல்லூரி முக்கியத்துவம் தருவது குறித்த கருத்தைத் தெரிவித்தது. இது பிற்காலத்தே எலியட் எழுப்பிய குற்றச்சாட்டை எதிர் நோக்கியதாக இருந்தாலும், குழுவின் சாதகமான பதிலுக்கு இடந்தருவதாகவும் அமைந்தது.

> ஆசிரியர்களைப் பயிற்றுவிப்பது, அவர்கள் பணியைப் பயன்படுத்துவது குறித்து ஆளுநர் மனநிறைவடைந் துள்ளார். எனினும், இளநிலை அரசுப் பணியாளர்களை அவர்களுக்கு ஒதுக்கப்படும் பணிகளுக்குத் தகுதி உடையவர்களாகச் செய்யும் கல்லூரியின் முதன்மை நோக்கத்தை நிறைவேற்றுவது முக்கியம் என்பதையும், இலக்கணக் கல்விக்குக் குழு முக்கியத்துவம் தருவதன் மூலம் மொழியின் செயற்பாங்கான அறிவைக் குறைத்து விடக்கூடாது என்பதையும் கவனத்தில் கொள்ள வேண்டும். இதை ஆளுநர் குறிப்பிடக் காரணம், கல்லூரி தொடக்கம் முதல் சுதேச மொழிக் கல்வியைச் சிறப்பாகச் செய்துவருவதையும், அதனால் கிடைக்கும் முன்னேற்றம் முக்கியப் பணிகளை நிறைவேற்றுவதைக் குறைத்துவிடக் கூடாது என்பதையும் கருத்தில் கொண்டதாலேயேயாகும். பயிற்சித் திட்டம் குறித்து தங்களது கடிதத்தில் தரப்பட்டுள்ள கருத்து அவருக்கு இசைவளிப்பதாகவும் மகிழ்ச்சி தருவதாகவும் உள்ளது (MPC, 22–6–1813, பத்தி 1).

சுதேச மாணவர்களுக்கான சட்டப்படிப்பு பின்னர் தொடங்கப்பெற்றது. திருமணம், தத்தெடுத்தல், மரபுரிமை முதலியவற்றை உள்ளடக்கிய குடும்பம் சார்ந்த இந்து, இசுலா மியச் சட்டங்களை அறிந்த பண்டிதர்களும் மௌல்விகளும் நீதிமன்றங்களுக்குத் தேவைப்பட்டனர். இத்தேவை கருதியே

இப்படிப்பு தொடங்கப்பெற்றது. அரசுசார் வழக்கறிஞர்கள் தகுதியை மேம்படுத்துவது இரண்டாவது நோக்கம். எனக்குக் கிடைத்த தென்னிந்தியக் கல்வி குறித்த வரலாற்று ஆவணங் களில் இவ்வகைச் சட்டக்கல்லூரி நடைபெற்றதற்கான எந்தக் குறிப்புமில்லை. எனவே, இது காலனியத் தென்னிந்தியாவின் முதல் சட்டக்கல்வி நிறுவனம் என்ற சிறப்பைப் பெறுகிறதெனலாம். அரசின் தேவைக்குப் பயன்படும்வகையில் இதற்கான சான்றிதழ் வழங்குவதற்கான தேர்வுகளும் நடத்தப்பட்டன. பிரிட்டிஷாருக்கு முந்தைய இந்தியாவில் சட்டப்படிப்பு படித்த பண்டிதர்களும் மௌல்விகளும் தங்கள் திறமையைக் காட்டினர். ஆனால், இந்த ஆண்டுத்தேர்வு அனைவருக்கும் பொதுவானதாக அமைந்தது. அதனால், சுதேச மாணவர்கள் பலர் இதில் தகுதிபெறும் வாய்ப்பு ஏற்பட்டது. இந்தவகையில் தகுதி வாய்ந்த பண்டிதர்கள், மௌல்விகள், வழக்கறிஞர்கள் உருவாவதற்கு இக்கல்லூரி ஒரு நுழைவாயிலானது.

1816இல் நடந்த சட்டக்கல்வித் தேர்வையொட்டிச் சில புதிய விதிகளைக் குழு முன்மொழிந்து அரசின் ஒப்புதலும் பெற்றது. அந்த விதிகளின்படி, சட்டக்கல்லூரி மாணவர்கள் மூன்று பிரிவில் அடங்குவர். ஒவ்வொரு பிரிவிலும் ஆறு பிராமணர்களும் ஆறு சன்னி முஸ்லிம்களும் இருப்பர். இதுவன்றி, நான்காவது பிரிவு அனைத்து முஸ்லிம்களுக்கும் 'தூய சாதி' இந்துகளுக்கும் உரியது. இதை வழக்கறிஞர் பிரிவு என்றனர். தலைமையாசிரியர்களின் பணியில் சட்டக்கல்வியும் அடங்கியது. முதல் மூன்று பிரிவு மாணவர்களும் மாதத்துக்கு 4 முதல் 10 வராகன் வரை ஊதியம் பெற்றனர். வழக்கறிஞர் பிரிவுக்கு ஊதியமில்லை. குழு நடத்தும் ஆண்டுத் தேர்வுக்குத் தலைமையாசிரியர்களும் இந்து, இசுலாமியச் சட்ட அறிஞர்களும் துணை செய்தனர். ஆளுநருக்கு அந்த அறிக்கை பின்னர் அனுப்பப்பட்டது. கல்லூரியில் சேர்ந்து படிக்காத மேல் வகுப்பு மற்றும் பிராமண, சன்னி முஸ்லிம் மாணவர்கள் தேர்வெழுதவும், வெற்றி பெற்றால் உரிய சான்றிதழ் பெறவும், அதன்மூலம் சட்ட அலுவலர் பட்டியலில் இடம்பெற்று அந்தப் பணியை மேற்கொள்ளவும் அனுமதிக்கப்படுவர். நீதிமன்றங்களில் பணிவாய்ப்புக்காகக் காத்திருக்கும் காலத்தில் அவர்களுக்கான ஊதியம் தொடரும் என்பதோடு ஆசிரியர்களாகவும் நியமனம்பெற வாய்ப்புண்டு. ஊதியம் பெறாத வழக்கறிஞர் பிரிவு மாணவர்களும் கல்லூரியில் பயிலாத மற்றவர்களும் தேர்வெழுதிச் சான்றிதழ் பெறவும் வழக்கறிஞர் பணிப்பட்டியலில் இடம் பெறவும் அனுமதி பெற்றனர். இந்த மாணவர்களுக்காக 1816இல் நடத்தப்பெற்ற தேர்வு முடிவுகள் பெரிதும் மனநிறைவு தருவதாகக் குழு தன்

அறிக்கையில் தெரிவித்ததோடு, அவர்களது படிப்பார்வம், கடின உழைப்பு, தன்னம்பிக்கை, தங்களது தகுதிக்கான வெகுமதியைப் பெறும் திறமை ஆகியன குறித்தும் பாராட்டியது (*MPC, 23–4–1816*, பத்தி *3*).

இது, குறிப்பாக இந்து மாணவர்களைப் பொறுத்தமட்டில் உண்மையாக இருந்தது. அவர்கள் தங்களது விடைகளிலும் பிற விவாதங்களிலும் சமஸ்கிருதத்தைப் பயன்படுத்தினர். மேலும், அவர்களும் தலைமையாசிரியர்களும் நீதிமன்றச் சட்ட அலுவலர்களின் பாராட்டைப் பெற்றனர். முஸ்லிம், இந்து மாணவர்களுக்கு வழங்கப்பட்ட சான்றிதழ்கள் பற்றியும் தெரிவிக்கப்பட்டது. இந்தச் சட்டப்பிரிவு பெற்ற வெற்றியைக் கண்டு குழு பெரிதும் மகிழ்ந்தது. தென்னிந்தியாவில் "தற்போதும் புழக்கத்திலிருக்கிற ஆனால் தனிப்பட்ட தகுதிகளைக் கருதாது, பரம்பரை பரம்பரையாக வருவதால் தவறாகப் பயன்படுத்தப்படுகிற" பரம்பரைப் பட்டங்களை உயிர்ப்பித்துப் பயன்படுத்துவது குறித்தும் குழு கருதிப்பார்த்தது. இவ்வகைச் சிறப்புப் பட்டங்களைப் பெற உரிமை கொண்டாடி அதை நிலைநாட்டிக் காட்டுவோருக்குக் 'கல்லூரி முத்திரை'யோடு கூடிய இப்பட்டங்களுக்கான சான்றிதழ்களைக் கண்காணிப்புக் குழு மற்றும் இந்து, முஸ்லிம் தலைமையாசிரியர்கள் முன்னிலையில் வழங்குவதென்றும் தீர்மானித்தது. புலமையாளர்களை மதித்து விருது வழங்கிச் சிறப்பிக்கும் கல்லூரி நிகழ்ச்சியும் ஒரு அரசவை விழா போல் நிகழ்த்த வேண்டும் என்பது இதன் உள்நோக்கமாக விருந்தது.

> பல்வேறு பகுதிகளைச் சார்ந்த சட்டக்கல்லூரித் தேர்வு எழுதிய மாணவர்கள் போட்டியிட்டுத் தங்கள் திறமையை வெளிப்படுத்தியதால் இந்தத் திறமையைப் பாராட்டிச் சிறப்புச் செய்தல் என்பது எல்லா நாகரிக சமுதாயத்திலும் நிகழக்கூடியதாகும். இந்தியாவில் ஒரு காலத்தில் இந்நிலை இருந்தது. அடுத்தடுத்து நிகழ்ந்த புரட்சிகள் இதை மாற்றின. அமைதியும் செழிப்புமிக்க இக்காலத்தில் அவற்றைச் சரிசெய்து வெற்றிகரமாகப் புதுப்பித்துச் செயல்படுத்தலாம் என்பதில் எங்களுக்கு எவ்வித ஐயமுமில்லை. கற்றறிந்த பலரையும் சந்தித்து உரையாடியபோது இவ்வாறு வழங்கப்படும் விருதுகளை நன்றியுடன் பெற்று, அவற்றிற்குரிய மதிப்பும் அளிக்கப்படும் என்று தெரிவித்து, எங்களது இக்கருத்துக்கு முழு இசைவு அளித்தனர் என்பதையும் தெரிவித்துக்கொள்கிறோம்.

இது தொடர்பாகக் குழு மேலும் பல தகவல்களைத் திரட்டி அரசுக்கு அளித்தது. அரசும் அதை ஊக்குவித்தது.

சட்டக் கல்வி, அதற்கான தேர்வுக் குழு, தக்கவர்களுக்குச் சான்றிதழ் அளித்தல் முதலிய இப்பணிகள் இக்குழுவிற்கு இது போன்றதொரு செயல்பாட்டை, முன்பு ஓங்கி வளர்ந்து இப்போது மங்கிக்கொண்டிருக்கும் இலக்கியத் துறையிலும் மேற்கொண்டு விரிவுபடுத்தும் ஊக்கத்தை அளித்தன. இதுவே கீழ்த்திசையியல் மறுமலர்ச்சித் திட்டமாகும்.

பேரார்வமிக்க இந்தத் திட்டம் எல்லிஸின் வியத்தகு திறமைகளை, குறிப்பாக சமஸ்கிருதத்தில், பெருமளவு சார்ந்திருந்ததை எல்லிஸின் மறைவுக்குப்பின் அதை மேலெடுத்துச் செல்லும்பொழுது ஏற்பட்ட இடர்ப்பாடுகள் காட்டின. அரசுக்குக் குழு எழுதிய ஒரு கடிதத்தில் (MPC, 29–11–1819) கல்லூரி வளர்ச்சியில் எல்லிஸ் காட்டிய தொய்வில்லாத ஆர்வத்தையும் தென்னிந்திய மொழிகள், இலக்கியம், பண்பாடு பற்றி அவருக்கிருந்த உள்ளார்ந்த அறிவையும் விரிவாகக் குறிப்பிட்டிருந்தது. குழு உறுப்பினர் ஒருவரின் கண்காணிப்பின் பயனை சமஸ்கிருதக் கல்வி பெற முடியாமல்போனதற்கு அவரது மறைவு ஒரு காரணமாயிற்று. சென்னையில் பணிபுரிய விழைந்த பல இளம் மாணவர்களுக்கு ஹெய்லிபரியிலுள்ள கிழக்கிந்தியக் கல்லூரியில் அப்போது சமஸ்கிருதம் கற்பிக்கப்பட்டது. சென்னை அரசால் ஆதரிக்கப்பெற்று, இயக்குநர் குழுவால் ஏற்கப்பட்ட கல்லூரிக் குழுவின் பரிந்துரைக்கேற்ப இது நடந்தது. அந்த மாணவர்கள் தற்போது தென்னிந்திய மொழிப் பயிற்சியில் விரைந்து முன்னேறுவதையும், அவர்களது சமஸ்கிருத அறிவும் சிறப்பாக இருப்பதையும் குழு சுட்டிக்காட்டியது. இந்து சாஸ்திரப்படி அளவையியல், சட்டம் ஆகியவற்றைப் படிக்க சமஸ்கிருதம் மட்டுமே உதவுவதையும் குழு சுட்டிக்காட்டியது. சட்டம் பயிலும் மாணவர் எண்ணிக்கை கூடிவருவதையும், பண்டிதர், வழக்கறிஞர் பணிகளுக்குத் தங்களைத் தகுதிப்படுத்திக்கொள்வதில் அவர்கள் ஆர்வம் காட்டுவதையும், அதற்குத் தேவையான சமஸ்கிருத அறிவைப் பெறுவதில் அவர்கள் முன்னேறிச் செல்வதையும், அதனால் "வழக்கு விவாதங்களில் காலநேரம் பார்க்காது தேவையான அளவு விரிவாகவும் தடையின்றியும் பேசும் திறனை" அவர்கள் பெற்றிருப்பதையும் குழு தனது அறிக்கையில் தெளிவுபடுத்தியது. சமஸ்கிருதம் தக்க கலைச்சொற்களைத் தந்துதவுவதால் மெய்யியலைத் தெளிவாகக் கற்கவும் அதுபற்றி எளிதாகப் பேசவும் முடிகிறது என்றும் குழு கூறியது.

எல்லிஸ் மறைவுக்குப் பின் கல்லூரியில் உயர்தர சமஸ்கிருதக் கல்வி அளிக்கப்பட்டுவந்ததா எனத் தெரியவில்லை. ஆனால், அவர் காலத்திலும் அவருக்குப் பின்பும் கணிசமான அளவில் தென்னிந்திய மாணவர்களுக்கு இலக்கணம், இலக்கியம்,

சட்டம் முதலியவற்றைக் கல்லூரி கற்பித்துவந்ததோடு, அதன் தலைமையாசிரியர்கள் இத்துறைகளில் பல படைப்புக்களைக் கொண்டுவரவும் ஊக்குவித்தது. இந்திய மாணவர்களுக் கான கல்வியில் இக்கல்லூரியின் பங்களிப்பு பெருமளவு மறக்கடிக்கப்பட்டுவிட்டது. இதை மேலும் விரிவாக ஆராய வேண்டும். கல்லூரியின் முக்கியத்துவம் அங்கே கல்விப் பணியாற்றிய தலைமையாசிரியர்களின் பணியை ஆராய்வதன் மூலம் தெளிவுபடும்.

தமிழ் மறுமலர்ச்சி

எல்லிஸ் மறைந்தாலும் அவரது நினைவு மறையவில்லை. இன்றும் அவர் தமிழுலகில் 'எல்லிஸ் துரை' எனப் போற்றப்படுகிறார். புனித ஜார்ஜ் கோட்டைக் கல்லூரி சென்னைக் கல்விச் சங்கம் என்ற பெயருடன் நினைவுகொள்ளப்பெறுகிறது. கற்றறிந்த புலவர்கள் முன் கவி பாடி, பாராட்டுப் பெற்ற பல புலவர்களைக் கொண்டிருந்த பழங்காலச் சங்கத்தினின்றும் வேறுபட்ட ஒன்று இது. இப்புதிய சங்கம் தலைமையாசிரியர்கள் சங்கமாகும்.

நாம் ஏற்கெனவே 'சர்வதேவ விலாசம்' நூல் குறிப்பிடும் பட்டாபிராம சாஸ்திரி, சங்கரய்யா ஆகியோரின் கல்வித்திறன், அரசுப் பணி ஆகியன குறித்து அறிந்துள்ளோம். இவ்வகை அறிஞர்களின் வரலாற்றுச் சிறப்பு குறித்து அறிவது தேவை. அதற்கு இத்துறையில் முன்னோடியாகத் திகழும் கமில் சுவலபிலின் நூல் உதவுகிறது.

கமில் சுவலபிலின், 'தமிழ் இலக்கிய வரலாற்றுத் துணைவன்' *(Companion Studies to the History of Tamil Literature, 1992)* என்ற நூலின் ஆறாம் இயல், 'தொன்மைக்காலத் தமிழ் இலக்கியங்களை மீளக்கண்டெடுத்தல்: தமிழின் மறுமலர்ச்சி' என்பதாகும். தொன்மைக்கால, செவ்வியல் 'சங்க' இலக்கியங்களை மீட்டெடுக்கும் பணி பத்தொன்பதாம் நூற்றாண்டில் தொடங்கியது என்பர். அதுவரை அறியப்படாதிருந்த பல தமிழ்ச் செவ்வியல் நூல்கள் 1850–1925க்கு இடைப்பட்ட காலத்தே கண்டெடுக்கப் பட்டு, படிப்பதற்கும் ஆராய்வதற்கும் ஏற்றவண்ணம் அச்சாயின. சமஸ்கிருதத்தோடு சேர்த்து எண்ணத்தக்க வகையில் இந்தியா மற்றுமொரு தொன்மையான செவ்வியல் மொழியைக் கொண்டிருந்தது என்பதை இதன்மூலம் பல அறிஞர்கள் அறிந்தனர். சுவலபிலினுடைய ஆய்வின் தொடக்கம் புனித ஜார்ஜ் கோட்டைக் கல்லூரியின் இறுதிக்காலத்தோடு ஒத்திருக்கிறது. ஆறுமுக நாவலர், மழவை மகாலிங்கையர், சைமன் காசிச் செட்டி, சி.வை. தாமோதரம் பிள்ளை என்ற பழைய நூல்களைக்

கண்டெடுத்துப் பதிப்பித்த மரபில் உ.வே. சாமிநாதையரின் பணி சிகரமாகும். தமிழின் மறுமலர்ச்சி வரலாற்றைப் பத்தொன்பதாம் நூற்றாண்டின் தொடக்கத்திற்கு அவர் எடுத்துச்செல்கிறார். "தமிழின் செவ்வியல் நூல்களை அடையாளம் கண்டு, பதிப்பித்து, வெளியிடுதல் பற்றிய வரலாற்றையறிய நாம் சைமன் காசிச் செட்டி காலத்துக்கும் அரை நூற்றாண்டுக்கு முன்னே செல்ல வேண்டும். அப்போது நாம் இன்று கிட்டத்தட்ட மறந்துவிட்ட, முத்துசாமிப் பிள்ளை என்ற அறிஞரைக் கண்டுகொள்ள முடியும்" (1992 : 158). இது நம்மை நேரடியாகப் புனித ஜார்ஜ் கோட்டைக் கல்லூரிக்கு இட்டுச் செல்கிறது.

தமிழ் இலக்கியங்களைக் கண்டெடுத்து அச்சிட்டு வெளி யிடும் பணிக்கான தொடக்கப்புள்ளியாகக் கல்லூரி விளங்கிற்று. அந்தப் பணியை மேற்கொண்டு செயல்பட்ட முதன்மையாளராக, சுவலபில் கருத்துப்படி, அப்பு முத்துசாமிப் பிள்ளை (மறைவு, 1840) திகழ்கிறார் (மேலது, 158-159). முத்துசாமிப் பிள்ளை புதுச்சேரி தமிழ்க் கிறித்தவர். எல்லிஸ் பெரிதும் புகழ்ந்த புதுச்சேரி சேசு சபைக் கல்லூரியில் கற்றவர். இவர் தமிழ், சமஸ்கிருதம், தெலுங்கு, ஆங்கிலம், இலத்தீன் ஆகிய மொழிகளில் புலமை பெற்றவர். 1816இல் தென்னகத்தின் பல பகுதிகளுக்கும் சென்று தமிழ்ச் சுவடி களைத் திரட்டும் பணிக்காகக் கல்லூரிக் குழு இவரைத்தான் அனுப்பியது. தெலுங்குச் சுவடிகளைச் சேகரிக்க மற்றொருவர் அனுப்பப்பட்டார். பத்தொன்பதாம் நூற்றாண்டில் தமிழின் மறுமலர்ச்சிக்கான ஒரு தோற்றப்புள்ளியாக இந்தக் கல்லூரியின் சுவடித் தொகுப்புக்கள் இருந்தன என்பதை இதன்வழி அறிய முடிகிறது. இது பற்றிப் போதுமான தகவல்கள் கிடைக்காதது ஒரு பெருங்குறையாகும். தமிழின் மறுமலர்ச்சி குறித்த விரிவான ஆராய்ச்சிக்கு இச்சுவடிகளின் உள்ளடக்கத்தை அறிவது பெரிதும் வேண்டத்தக்கது. வில்லியம் டெய்லர் தெளிவுபடத் தயாரித்த அரசு நூலகத்திலுள்ள கீழ்த்திசைச் சுவடிகள் பட்டியல் (*A Catalogue raisonne of Oriental Manuscripts in the Government Library, 3 vols, 1857-62*) இதற்கான தொடக்கப்புள்ளியாக அமையலாம். 1854இல் கல்லூரி மூடப்பட்ட பிறகு இத்தொகுப்பு சென்னைப் பல்கலைக்கழக வளாகத்திலுள்ள அரசு கீழ்த்திசையியல் சுவடி நூலகத்தில் சேர்க்கப்பட்டது. இந்த நூலகத்தின் பட்டியலிலிருந்து கல்லூரி நூலகத்திலிருந்து பெறப்பட்ட சுவடிகளைத் தனியே இனங்காண்பது கடினமாவுள்ளது.

சுவலபிலின் நூல் அங்குமிங்கும் சில தவறுகளைக் கொண்டிருப்பினும், தமிழ்ச் செவ்வியல் நூல்களைக் கண்டெடுத்து, அச்சிட்டு, வெளியிடும் பணி குறித்த பல தகவல்களைத் தக்க சான்றுகளுடன் தருவதால் நமது ஆழ்ந்த கவனத்துக்

குரியதாகிறது. தமிழ் கற்பிக்க நியமிக்கப்பட்ட ஆசிரியர்களைப் பற்றி சுவலபில் குறிப்பிடுகிறார். ஆனால், இவர்கள் பிரிட்டிஷ் இளநிலை அரசுப் பணியாளர்களுக்குத் தமிழ் கற்பித்த ஆசிரியர்கள் அல்லர் என்றும், தமிழ் கற்பிக்கும் ஆசிரியர்களைக் கண்காணித்த தலைமையாசிரியர்கள் என்றும் நமக்குத் தெரியும். கல்லூரியில் இவர்கள் பெரும் பொறுப்புகளை வகித்தனர். இவர்களது செல்வாக்கும் பரவியது. சுவலபில் குறிப்பின்படி அடுத்தடுத்துப் பதவியேற்ற தலைமையாசிரியர்கள் பட்டியல் வருமாறு: சிதம்பர பண்டாரம் (மறைவு, *1832*); தாண்டவராய முதலியார்; முத்துசாமிப் பிள்ளை; பி. நயணப்ப முதலியார்; சிவக்கொழுந்து தேசிகர்; என். கந்தசாமிப் பிள்ளை முதலானோர். இவர்கள் கல்லூரி மூலமாகவும் பிற பதிப்பகங்கள் வழியாகவும் கணிசமான அளவில் தமிழ் நூல்களை வெளியிட்டனர். தமிழின் மறுமலர்ச்சியென்பது தமிழ் நூல்களைக் கண்டெடுப்பது மட்டுமன்றி, அவற்றை அச்சிட்டுப் பரவலாக்கியதுமாகும். மேலும், தமிழ்ச் சுவடித் தொகுப்பு, தலைமையாசிரியர்களின் கல்விப்பணி, அச்சகம்வழித் தமிழ் நூல் வெளியீடு என வேறு மூன்று பிரிவுகளிலும் தமிழின் மறுமலர்ச்சிக்கான பணியைக் கல்லூரி செய்தது. மேலே குறித்த தலைமையாசிரியர் சிலரின் வெளியீடுகள் பற்றி, சுவலபில் வழி நின்று காண்போம்.

சிதம்பர பண்டாரம் 'மானவதர்ம சாஸ்திரம்' என்கிற நூலைத் தமிழில் மொழிபெயர்த்தவர் என்றும் அதற்காக ஓராயிரம் வராகனைப் பரிசாகப் பெற்றவர் என்றும் ஆனால் அவரது மொழிபெயர்ப்பு வெளியிடப்பட்டதாகத் தெரியவில்லை என்றும் சுவலபில் குறிப்பிடுகிறார். இதில் ஒரு சிறு பிழை உண்டு. அவர் மொழிபெயர்த்தது மனுவின் நீதி நூல் அல்ல, யாக்ஞவல்கியரின் 'மிதாக்ஷரம்' மீதான விஞ்ஞானேசுரரின் உரையாகும். நாம் முன்பே குறிப்பிட்டது போல இது பேரூர் வாத்தியாரால் தொடங்கப்பெற்று, அவரது மறைவுக்குப்பின் நிறைவுபெறாத நிலையில், அவரது தம்பியும் கல்லூரியின் முதல் தமிழ்த் தலைமையாசிரியருமான சிதம்பர வாத்தியாரால் முடிக்கப் பெற்றது. இந்த நூலுக்கான பதிப்புரிமையைப் பெறுமாறு அரசைக் குழு வற்புறுத்தியது. மொழிபெயர்த்தவரும், அவரது அண்ணனின் விதவை மனைவியும் அதற்கு இசைவு தெரிவிக்கவே அவர்களுக்கு *1000* வராகன் கொடுத்து அவ்வுரிமை பெறப்பட்டது. இந்தத் தொகை சென்னையிலிருந்து திருச்சி வரும் யாத்ரீகர்கள் தங்குவதற்காக, அன்று பெரிதும் வேண்டப்பட்ட ஒரு சத்திரம் கட்டுவதற்குப் பயன்பட்டது. இந்தத் தொகையோடு அந்தச் சத்திரத்தை நடத்த உதவும் வகையில் இறையிலி நிலமும் கொடுக்கப்பட்டது (*MPC, 19–1–1819*).

பேரூர் வாத்தியார் இந்த மொழிபெயர்ப்பின் பெரும் பகுதியைச் செய்து முடித்தார் என்றும், "அவர் முடிக்காத பகுதியை முடித்ததோடு, முழுவதையும் ஒருமுறை திருத்தும் பணியும்" அவரது தம்பியின் மேற்பார்வையில் நடைபெற்றது என்றும் எல்லிஸ் குறிப்பிடுகிறார். யாக்ஞவல்கியரின் மூலப்பனுவலோடு பிற அடிப்படையான சட்டப்பனுவல்களையும் (மூல ஸ்மிருதிகள்) கொண்டிருந்த இந்த நூலின் மொழிபெயர்ப்பு செய்யுள் வடிவில் அமைந்தது. மூலபாடத்தின் விளக்கமும் உரையும் உரைநடையில் உள்ளன. ஓரளவு கல்வி கற்றவர்களும் எளிதில் புரிந்துகொள்ளும்வண்ணம், "இலக்கண வரம்பு மீறாது தெளிவான நடையில்" இந்த நூல் தரப்பட்டது. எல்லிஸ் மேலும் கூறுவதாவது,

> தமிழ் வழங்கும் பகுதிகளில் இந்த நூலுக்குச் செல்வாக்கு இருந்தது. இந்து அரசுகள் மறைந்தபின் மனம் போன போக்கில் செயல்பட்டுவந்த சட்டத்துக்கு மாறாக, ஒழுங்குபடுத்தப்பட்ட ஒரு சட்டமுறை நடைமுறைக்கு வர இது உதவிற்று. இதன் சிறப்புக்கூறு, பிராமணர்களின் செல்வாக்கைக் குறைக்கும்வண்ணம் சூத்திரர்களும், பிராமணர்கள் தரும் தற்சார்பான விளக்கங்களுக்கு அப்பாற்பட்டுத் தாமே சுதந்திரமாகச் சட்ட நுணுக்கங்களை அறியும் வாய்ப்பைப் பெற்றதுதான். இதனால் தென்னிந்திய மக்கள் தவறு கண்டு பொறுக்காத மனநிலையைப் பெற்றனர். நமது அரசும் இதை முழுவதுமாக விலக்கி வைக்க முனையவில்லை. இதனால், பிறர் குறுக்கீடின்றி இந்தச் சட்டம் செயல்பட முடிந்தது (எல்லிஸ் குறிப்பு: எர்ஸ்கின் தொகுப்பு, *OIOC Mss Eur.D.30*, ப. 294–5).

நீதிபதிகளுக்கும் வழக்குத் தொடுப்பவர்களுக்கும் இந்துச் சட்டம் உடனடியாகத் தெரிய வேண்டும் என்கிற நோக்கில் தமிழ், ஆங்கில மொழிபெயர்ப்புக்களோடு இந்த நூல் அச்சிடப்பட்டது. ரிஜூ மிதாக்ஷரம் நூலின் பெரும்பகுதியைத் தாம் மொழிபெயர்த்திருப்பதாக மற்றோரிடத்தில் எல்லிஸ் குறிப்பிடுகிறார். இது ஒருவேளை இத்திட்டத்துக்குட்பட்ட ஆங்கில மொழிபெயர்ப்பின் பகுதியாக இருக்கலாம். இதன் அச்சுத் தாள்கள் சிலவற்றை நான் பார்த்துள்ளேன்; நூலாக வெளிவந்ததா என்பதை உறுதிப்படுத்த முடியவில்லை. இதன் கையெழுத்துப்படி வகுப்புகளில் பயன்படுத்தப்பட்டிருக்கலாம் எனத் தோன்றுகிறது.

தாண்டவராய முதலியார் (மறைவு, 1850) கல்லூரி மாணவராக இருந்து, பின் தலைமையாசிரியரானவர். இந்தப் பொறுப்பில்

1839வரை நீடித்தார். பிறகு, செங்கல்பட்டு நீதிமன்றத்தில் நீதிபதியாக நியமிக்கப்பட்டார். கல்லூரியின் தலைசிறந்த அறிஞர்களுள் ஒருவரான இவருக்குத் தமிழ், ஆங்கிலம், தெலுங்கு, கன்னடம், மராத்தி, இந்துஸ்தானி, சமஸ்கிருதம் ஆகிய . மொழிகளில் நல்ல பயிற்சி உண்டு. 1824இல் பெஸ்கியின் சதுரகராதியை இவர் பதிப்பித்தார். இவரது 'இலக்கண வினாவிடை' 1825இல் எழுதி முடிக்கப்பெற்று, 1828இல் வெளியானது. 1826இல் பஞ்சதந்திரக் கதைகளை மராத்தியிலிருந்து தமிழாக்கி வெளியிட்டார். 'கதாமஞ்சரி' என்றழைக்கப்பட்ட இந்த மொழிபெயர்ப்பு நூலை (1826, 1846), "உரைநடையில் அமைந்த முற்காலத் தமிழ்க் கதை நூல்களில் ஒன்றாகும்" எனச் சுவலபில் குறிப்பிடுகிறார். இது பல பதிப்புக்களைப் பல வடிவங்களில் பெற்று வெளிவந்தது. பத்தாம் நூற்றாண்டைச் சார்ந்த சமணப் பேரகராதியான சூடாமணி நிகண்டின் முதல் பத்து பாகங்களை இவர் 1856இல் பதிப்பித்தார். கொற்றமங்கலம் இராமசாமிப் பிள்ளையுடன் இணைந்து, ஒன்பதாம் நூற்றாண்டைச் சார்ந்த திவாகர நிகண்டின் எட்டுப் பாகங்களைப் பதிப்பித்தார். இது பல பதிப்புகளைக் கண்டது. நன்னூல், அகப்பொருள்விளக்கம், புறப்பொருள் வெண்பாமாலை முதலியவற்றை உள்ளடக்கிய இலக்கணப் பஞ்சகம் (1835) என்ற இலக்கண நூல் தொகுப்பில் முத்துசாமிப் பிள்ளையுடன் இணைந்து செயல்பட்டவர் இவர். இந்தத் தகவலைத் தரும் சுவலபில், தாண்டவராய முதலியார் பல நாடகங்களையும் கவிதைகளையும் இயற்றியுள்ளார் என்றும் குறிப்பிடுகிறார்.

முத்துசாமிப் பிள்ளை கல்லூரிக்காகச் சுவடிகளைச் சேகரித்த பெரும் பணியைப் பற்றி முன்பே குறிப்பிட்டேன். தாண்டவராய முதலியாரோடு சேர்ந்து இலக்கணப்பணியில் ஈடுபட்டதோடு, கத்தோலிக்க வழிபாட்டுப் பாடல்கள், சடங்குகள், கொள்கைகள் அடங்கிய 'ஆத்துமவுத்தியானம்' (1817) என்ற நூலையும் இயற்றினார். இவரது 'நானார்த்த தீபிகை' என்பது நிகண்டுகளை அல்லது தமிழ், சமஸ்கிருத அகராதிகளைப் பின்பற்றித் தொகுக்கப்பட்டதாகும். அதைச் சென்னைப் பல்கலைக்கழகம் 1936இல் வெளியிட்டது. பெஸ்கியின் வரலாற்றை 1822இல் தமிழில் எழுதினார். அதன் ஆங்கிலத் தலைப்பு *Brief Sketch of the Life and Writings of Father C.J. Beschi or Vira-Mamuni (1840)*; தமிழ் நூலின் தலைப்பு தரப்படவில்லை.

பி. நயணப்ப முதலியாரை (1779–1845), "தமிழ் நூல் ஆராய்ச்சிப் பதிப்புக்களின் முன்னோடி" என்று சுவலபில் குறிப்பிடுகிறார் (மேலது, 160). பாடவேறுபாடுகளைக் கணக்கிலெடுத்து, உரிய திருத்தங்களுடன் இவர் நூல்களைப் பதிப்பித்தார். இவரது

பதிப்புக்களில் குறிப்பிடத்தக்கவை: பொய்யாமொழிப்புலவரின் தஞ்சைவாணன் கோவை – 1834, நேமிநாதம் – 1836, நாலடியார் – 1844, திவாகர நிகண்டு (பாகம் 9,10), சூடாமணி நிகண்டு சில பாகங்கள். தமது நாற்பதாம் வயதில், வில்லி பாரதத்தைப் பதிப்பிக்கும் பணியில் ஈடுபட்டிருந்தபோது எதிர்பாராதவிதமாக இயற்கையெய்தினார்.

தஞ்சை சரபோஜி மன்னரின் அரசவைப் புலவராக இருந்தவர் கொட்டையூர் சிவக்கொழுந்து தேசிகர். அரசரின் ஒப்புதலோடு – தாண்டவராய முதலியார் தலைமையாசிரியராக இருந்தபோது – கல்லூரிக்கு மாற்றப்பட்டார். சுவலபில் கருத்துப்படி, நினைவைவிட்டு அகலாத இவரது பெரும்பணி மாணிக்கவாசகரின் திருவாசக ஆராய்ச்சிப் பதிப்பாகும் (1857). இது தவிர வேறு பல புராணங்களையும் பிரபந்தங்களையும் இவர் வெளியிட்டார்.

சுவலபிலின் இந்த முன்னோடிகள் பட்டியலில் சேர்க்கப்பட வேண்டியவர் சங்கரய்யா. இவர் கல்லூரியில் சில ஆண்டுகள் ஆங்கிலத் தலைமையாசிரியராகப் பணியாற்றியவர். இவரது வாழ்க்கையில் பெரும் பகுதி நிர்வாகத்தில், குறிப்பாகச் சென்னை மாவட்ட ஆட்சியரகத்தில், எல்லிஸின் சிரேஸ்த தராகக் கழிந்தது. மேலே குறிப்பிடப்பட்டுள்ளவர்களைப் போல இவர் தமிழ் இலக்கிய நூல் பதிப்பில் ஈடுபட்டவர் இல்லை. ஆனாலும், இவரது சமஸ்கிருத அறிவால், பலராலும் நன்கு அறியப்பட்டவராக இருந்தார். ராம்மோகன் ராயின் வேதாந்தம் குறித்த கருத்துக்களை மறுத்து, 'மதராஸ் கூரியர்' (Madras Courier, 31–12–1816) என்ற இதழில் கட்டுரையொன்றை எழுதியதாக சூசன் நெய்ல்டு குறிப்பிடுகிறார் (Neild 1976: 235). இலக்கியக் கழகமொன்று நிறுவுவதற்கான தொடக்ககால முயற்சிகளிலும் ஈடுபட்டவர் (Mantena 2002: 94). 'சர்வதேவ விலாச'ப் பாட்டுடைத் தலைவர்களுள் ஒருவர். கூரியர் கட்டுரையைத் தவிர, எனக்குத் தெரிந்தமட்டில் இவரது மற்றொரு வெளியீடு மிராசுதாரர் உரிமை குறித்த ஆய்வுரையில் நிலவுரிமை தொடர்பான வினாக்களுக்கு இவர் அளித்த விடைகளாகும்.

தொடங்கிய காலம்தொட்டுப் பத்தொன்பதாம் நூற்றாண்டின் இடைக்காலத்தில் மூடப்படும்வரை தமிழகத்தில் இலக்கிய மீட்டெடுப்புப் பணியைச் செவ்வனே செய்துவந்த தனியொரு மையமாகக் கல்லூரி திகழ்ந்தது என்பதை சுவலபிலின் ஆய்வு காட்டுகிறது. அதற்குப் பின் இந்த இலக்கிய மீட்டெடுப்பு பல்வேறு கோணங்களில் செயல்படலாயிற்று. பழைய நூல்களைக் கண்டெடுத்தல், அவற்றைப் புதிய ஊடகமான அச்சில் பதிவு செய்தல் என்ற இரண்டும் தமிழ் மறுமலர்ச்சிப் பணிகளாக

இருந்தன. அரசர்கள், வணிகர்கள் தந்த ஆதரவைப் பெற்று வளர்ந்த பழைய இலக்கிய மரபுக்குப் பதிலாக, கல்லூரி போன்ற நிறுவனங்கள் அந்த ஆதரவை தரத் தொடங்கின. பழைய தமிழ் இலக்கியச் சுவடிகளைத் தேடியெடுத்துப் பாதுகாத்து அவற்றை அச்சிட்டு வெளிக்கொணரும் பணியைக் கல்லூரி நல்லவண்ணம் செய்தது. கல்லூரி நூலகத்தில் சுவடிகள் சேர்த்துவைத்தல் (இது குறித்து மேலும் ஆய்வு செய்ய வேண்டும்), கல்லூரித் தலைமை யாசிரியர்கள் பழைய நூல்களைக் கல்லூரி அச்சகத்திலும் வெளியிலும் அச்சிட்டு வெளியிடுதல் மூலம் பத்தொன்பதாம் நூற்றாண்டின் முதற் பாதியில் தமிழ் மறுமலர்ச்சி இயக்கத்துக்கான தனியொரு மையமாகக் கல்லூரி திகழ்ந்தது.

தெலுங்கின் நவீனவாக்கம்

தெலுங்கைப் பொறுத்தமட்டில், அச்சு மற்றும் உரைநடை யுகத்துக்கேற்ப அதன் வளர்ச்சியில் கல்லூரியின் தெலுங்கு மொழித் தலைமையாசிரியர்கள் ஆற்றிய பணி சிறப்பான தாகும். லீஸா மிச்செல்லின் (Mitchell 2002) ஆய்வேடு தெலுங்குத் தலைமையாசிரியர்கள் மூவரைப் பற்றிய பல குறிப்புக்களைத் தருகிறது. இவர்கள் இந்திய மாணவர்களுக்குத் தெலுங்கு மொழியைக் கற்பித்ததோடு அவர்களைத் தகுதி வாய்ந்த ஆசிரியர்களாக உருவாக்கும் பணியையும் தெலுங்கு இலக்கண நூல்களை வெளியிடும் பணியையும் செய்துவந்தனர். அவர்கள் வேதம் பட்டாபிராம சாஸ்திரி (1760–1820), ரவிபதி குருமூர்த்தி சாஸ்திரி (1770–1836), பரவஸ்து சின்னயசூரி (1802–1860) என்ற மூவரும் ஆவர்.

பட்டாபிராம சாஸ்திரி கல்லூரியின் முதல் சமஸ்கிருத, தெலுங்கு மொழித் தலைமையாசிரியராகத் தம் மறைவுவரை பணியாற்றினார். இலக்கணத்தையும் தர்மசாஸ்திரத்தையும் கற்பித்தார். வலங்கை–இடங்கை (1809) சாதிப் போராட்டம் நடந்த காலத்தில் அது தொடர்பாக அமைக்கப்பட்ட குழுவிற்குத் தேவையான சான்றாதாரங்களைத் தந்தவர் இவர். ‘சர்வதேவ விலாச’த்தில் புகழ்ந்து பேசப்பட்டவர். எல்லிஸ் தமது திராவிடச் சான்று ஆய்வுரையில் இவரைப் பலமுறை குறிப்பிடுவதோடு, அவரது புலமையை நன்கு மதித்தார். திராவிடச் சான்றுக்கான ஒரு முக்கியத் தரவாகத் திகழ்ந்த இவரது தெலுங்கு வேர்ச்சொற் பட்டியலை சி.பி. பிரௌன் போன்றவர்கள் பெரிதும் மதித்தனர். இவர் எழுதிய ‘ஆந்திர வியாகரணமு’ 1825இல் வெளிவந்தது.

இவரை அடுத்துவந்த தெலுங்குத் தலைமையாசிரியர் களும் தெலுங்கு இலக்கண நூல்களை வெளியிட்டனர். ரவிபதி

குருமூர்த்தி சாஸ்திரியின் 'தெலுங்கு வியாகரணமு' 1836இலும், சின்னயசூரியின் 'பால வியாகரணமு' 1858இலும் வெளிவந்ததாக மிச்செல் குறிப்பிடுகிறார். இதன்மூலம், தெலுங்கு இலக்கண நூல்களை வெளியிடுவதில் கல்லூரி குறிப்பிடத்தக்க செல்வாக்கு செலுத்தியதை அறியலாம். உயர்வழக்கை மையப்படுத்திய வியாகரண மரபுக்கும், அரசுப் பணியாளர்களும் மற்றவர்களும் எளிதில் புரிந்துகொண்டு பயன்படுத்தும்வகையில் பேச்சு வழக்கிலுள்ள தெலுங்கை மையப்படுத்தி கர்ணங்கள் எழுதிய புதிய உரைநடை மரபுக்கும் இடையே ஒரு கருத்துப் போராட்டம் நடைபெற்றதையும் உணர முடிகிறது.

இந்தக் கருத்துப்போராட்டம் குறித்தும் இது போன்ற வேறு சில சிக்கல்கள் குறித்தும், தெலுங்கு அறிஞரும் தெலுங்கு நூல்களைக் கண்டெடுத்துப் பதிப்பித்து, அச்சிட்டு, வெளியிட்ட வருமான பீட்டர் ஸ்மித்தென்னர் எழுதியுள்ள பிரௌன் வாழ்க்கை வரலாற்று நூலிலிருந்து தெரிந்துகொள்ள முடிகிறது (Schmitthenner 1991, 2001). கல்லூரியின் கண்காணிப்புக் குழுவில் எல்லிஸ் இருந்த காலத்தில் கல்லூரியால் உருவாக்கப்பட்ட பிரௌன், காம்பெல்லின் இலக்கணவழித் தெலுங்கைக் கற்றார். ஆனால், கல்லூரியோடும் காம்பெல்லின் நூலோடும் அவருக்கிருந்த தொடர்பு இணக்கமானதாக இல்லை. பிரௌன் யாரோடும் ஒத்துப்போகாதவர், தமக்கெனச் சில வலுவான கருத்துக்களை உடையவர், தமக்குப் போட்டி எனக் கருதுபவரைக் கடுமையாக விமர்சிப்பதில் வேகமும் போற்றுவதில் மெத்தனமும் காட்டுபவர் என்பதை பிரௌனின் நூலைப் படிக்கும் எவரும் எளிதில் உணர முடியும். காம்பெல் பற்றியும் அவரது நூல் குறித்தும் அங்கங்கே சில இடங்களில் அவர் எழுதியுள்ள கோபத்தையும் கொந்தளிப்பையும் வெளிப்படுத்தும் குறிப்புக்கள் இதற்கான சான்றுகளாகும். அந்தக் குறிப்புக்களைப் படிக்கும்போது காம்பெல் குறித்த பிரௌன் உணர்வுகள் இடிபஸ் உணர்வை ஒத்தவை என்றே ஒரு மருத்துவர் கூறுவார். அந்நூலின் ஓரத்தில், 'வீணான உழைப்பு', 'மிகவும் அற்பமானது', 'தவறானது', 'குப்பை', 'பயனற்றது' என்று பலவாறு அவர் குறித்துள்ளார். காம்பெல்லைத் தெலுங்கு இலக்கண முன்னோடி, ("ஒவ்வொரு வாக்கியத்திலும், ஒவ்வொரு பக்கத்திலும், தவறுடைய, மிகவும் வருத்தத்தைத் தரக்கூடிய நூல்" எனக் குறிப்பிடத்தக்க) காரேயின் இலக்கணத்தைவிடச் சிறந்த நூலைத் தந்தவர், "அன்பான மனிதர், என்னை மரியாதையுடன் நடத்தியவர்" என்ற வகையில் மதித்தாலும், மொத்தத்தில் தாம் தெலுங்கு இலக்கணம் கற்கத் தொடக்கத்தில் உதவிய அவரது நூலின் மீது வெறுப்பையே கொட்டினார். காம்பெல்லின் இலக்கண நூலைத் தம்முடைய

இலக்கண நூல் வென்றுவிட்டதில் அவருக்குப் பெரும் மனநிறைவு (Brown, 1840, 1857). எந்த நிறுவனத்தின் கட்டுப்பாட்டுக்கும் உட்படாத அவர் தன்னிச்சையாகச் செயல்பட்டுப் பலரது விமர்சனத்துக்கு ஆளானபோதிலும் அவரது புலமைத்திறன் காரணமாக ஏராளமான நூல்கள் வெளிவந்தன. பலராலும் போற்றப்படும் இவை இன்றும் அச்சில் உள்ளன.

பிரௌனின் நூல்கள் வழியே தெலுங்கு இலக்கணப் பதிவுகளின் முன்னைய – பின்னைய போக்குகளை அறிய முடிகிறது. காம்பெல்லின் இலக்கணம் உயர்வழக்கு சார்ந்த வியாகரண மரபைப் பின்பற்றியதாக இருந்ததால் அன்றாடப் பேச்சு வழக்கிலிருந்து மிகவும் விலகிச் சென்றது. இதற்கு மாறாக, தூய தெலுங்கென அவர் கருதிய பேச்சு வழக்கிலும் பாடல்களிலுமுள்ள தெலுங்கை மையப்படுத்தி அகராதிகளை உருவாக்கினார் (1852). பேச்சு வழக்கிலும் சட்ட ஆவணங்களிலும் இடம்பெற்ற அயல்மொழிச் சொற்களையும் பின்னிணைப்பாகச் சேர்த்து தனியொரு அகராதியையும் (1854) வெளியிட்டார். அயல்மொழி கலவாத தூய தெலுங்கு என்ற எண்ணத் துடிப்பை இதன் மூலம் காட்ட முயன்றாலும், மரபுவழிப்பட்ட இலக்கண முறையை ஒரு அடிமையைப் போல் காம்பெல் பின்பற்றினார் என்ற அவரது விமர்சனத்தோடு இது இசைந்து செல்லவில்லை.

பிரௌன் விந்தையான மனிதர். சிறந்த மொழியியலாளர். தெலுங்கின் புகழ்பாடி. ஆனால், அவரது கிறித்துவ மத நம்பிக்கை இந்து மதத்தை மறுத்தது. இந்தப் பண்பு காம்பெல், எல்லிஸ், லெய்டன் ஆகியோரிடம் காணப்படாதது. இதனால் அவர் தம் ஆய்வுப் பரப்பின் சில பகுதிகளைச் சரிவரப் புரிந்துகொள்ள முடியாதுபோயிற்று. புராட்டஸ்டென்ட் கிறித்துவ மதம் பிராமணர்கள் மீது வைத்த விமர்சனத்தை அவர் ஏற்றபோதிலும் தனிப்பட்ட முறையில் பிராமணர்களைப் பணிக்கமர்த்தி, அவர்களிடம் நல்லுறவு கொண்டிருந்தார். கல்லூரியால் உருவாக்கப்பட்ட அவர், எல்லிஸ், காம்பெல் மரபில் வந்த ஒரு நல்ல கீழ்த்திசையியல் அறிஞர். என்றாலும், அவர்கள் மீது பொறாமை கொண்டிருந்தார். தெலுங்கு நூல்களைத் திறம்பட அச்சிட்டு வெளியிட்டதன் மூலம் சிறந்த முறையில் தெலுங்கு நூல்கள் வெளிவர இவர் ஒரு முன்னோடியாக இருந்தார் எனத் தெலுங்கு அறிஞர்கள் பெரிதும் போற்றுகின்றனர்.

கல்லூரித் தலைமையாசிரியர்கள், மாணவர்கள் பற்றிக் குறிப்பிட்டதோடு, சென்னைக் கீழ்த்திசையியல் பள்ளியின் மற்றொரு முனையில் செயல்பட்ட மெக்கன்ஸியின் திட்டம் குறித்துச் சில சொற்கள் சொல்ல வேண்டும். மெக்கன்ஸியின்

உதவியாளர்களாக இருந்த காவலி சகோதரர்கள் மூவர் தெலுங்கு இலக்கிய வரலாற்றின் ஊடாகத் தெலுங்கு உரைநடையில் வரலாறு எழுதுவதை எவ்வாறு வளர்த்தெடுத்தார்கள் என்பதை ரமா மண்டேனாவின் ஆர்வமூட்டும் ஆராய்ச்சி மூலம் அறிய முடிகிறது. அரசவைகளில் ஆவணங்கள் தொடர்பான பணியைச் செய்த மெக்கன்ஸியின் குழுவிலிருந்த தெலுங்கு நியோகி பிராமணர்களின் பங்கு பற்றி ஃபிலிப் வாகெனெரின் அண்மைக்கால ஆய்வுகள் மூலம் அறிய முடிகிறது (Wagoner 2003). இவர்களின் மொழித்திறன் வியந்து போற்றத்தக்கது; வியாகரண மரபிலிருந்து சிறிது வேறுபட்டது; பல மொழிகளிலுள்ள சட்டம் மற்றும் அரசு சார்ந்த ஆவணங்களை மதிப்பிடுதற்கும், குறிப்பாக அவற்றிலுள்ள பித்தலாட்டத்தைக் கண்டறிவதற்கும் ஏற்றமுறையில் பயன்பட்டது. மண்டிக் கிடந்த கல்வெட்டுக் களைக் கண்டுபிடித்து, அளவிட்டு, பதிவு செய்ய மெக்கன்ஸிக்கு இந்த மொழியறிவு உதவிற்று. அலெக்ஸாண்டர் கன்னிங்ஹாம் பத்தொன்பதாம் நூற்றாண்டின் இடைப்பகுதியில் உருவாக்கிய இந்தியத் தொல்லியல் கழகம் இப்பணியைத் தொடர்ந்து மேற்கொண்டது.

தமிழ், தெலுங்கு வழங்கும் பகுதிகளில் அவற்றின் பண்பாடு வளர்ந்து பரவுவதற்குக் கல்லூரி மாணவர்களும் தலைமை யாசிரியர்களும் செலுத்திய செல்வாக்கின் சில கூறுகளை மட்டுமே இங்குச் சுருக்கமாகத் தரமுடிந்துள்ளது. இது குறித்த விரிவான ஆய்வை மற்றவர்களிடம் விட்டுவிடுகிறேன். கன்னட, மலையாளப் பண்பாட்டு வளர்ச்சி குறித்த இவர்களது பங்களிப்பு குறைவானதே. முதன்முதலாக ஆங்கிலத்தில் எழுதப்பெற்ற கன்னட இலக்கண நூலைக் கல்லூரி வெளியிட்டது. இதை எழுதியவர் ஜான் மக்கெரல் (McKerrell 1820). மலையாளம் குறித்து எல்லிஸ் ஓர் ஆய்வுரை எழுதினார். இது அவரது மறைவுக்குப் பின் வெளிவந்தது (1878). நான் அறிந்தவரையில் இந்த இரு மொழிகளைக் குறித்த கல்லூரியின் பங்களிப்பு இவை மட்டுமே. எல்லிஸ் காலத்தில் இம்மொழிகளுக்கான தலைமையாசிரியர்கள் இல்லை. கல்லூரியின் மிகப்பெரிய, என்றும் நின்று நிலைக்கக்கூடிய பணி தமிழ், தெலுங்கு மொழிகளைச் சார்ந்ததாகும். இந்த இரு மொழிகள் சார்ந்த இலக்கிய மீட்டெடுப்புப் பணிக்குக் கல்லூரி தனித்ததொரு பங்களிப்பைச் செலுத்திய என்பதில் ஐயமில்லை.

7
முடிவுரை

திராவிடச் சான்று, அதன் தோற்றத்துக்கான சூழல், இந்தியாவில் அது ஏற்படுத்திய தாக்கம் ஆகியன குறித்த ஆய்வை முடித்துள்ள நிலையில், மொழிகளும் தேசங்களும் என்ற பெருந்திட்டத்தினூடான இந்தியத் தொடர்பு, இந்திய மொழி ஆய்வு மரபு ஆகியன குறித்து மீண்டும் பார்க்கலாம். திராவிடச் சான்று காட்டும் வெளிச்சத்தில், மொழிகளும் தேசங்களும் என்ற ஆய்வின் தற்போதைய போக்கை பிரிட்டிஷ் – இந்திய கீழ்த் திசையியலோடு தொடர்புபடுத்தி, குறிப்பாக பிரிட்டிஷ் இந்தியாவின் இந்தப் புதிய கீழ்த்திசையியலுக்கு அடிப்படையான சான்றுகளின் வலிமையில் காணத் தொடங்கலாம். இதையடுத்து, நூலின் முடிவாக இரண்டு தலைப்புக்களை எடுத்துக் கொள்கிறேன். ஒன்று, இனமும் வரலாற்றின் இனக்கோட்பாடும் என்பது. மொழிகளும் தேசங் களும் என்ற திட்டத்தின் மையக்கருத்தாக இருந்த இது பத்தொன்பதாம் நூற்றாண்டில் வலுவிழக்கத் தொடங்கியது. மொழிகளுக்கும் தேசங்களுக்குமான உறவு குறித்த கருத்து கேள்விக்குள்ளாக்கப்பட்டதால் "இன அறிவியல்" தானே ஒரு முடிவுக்கு வர நேர்ந்தது. அடுத்து இடம்பெறுவது இன்றைய மொழி குறித்த கருத்தாக்கத்தில் இந்திய மொழிக் கோட்பாடுகளின் பங்கு பற்றிய சுருக்கமான ஆய்வு.

மொழிநூல், கீழ்த்திசையியல், திராவிடச் சான்று

மொழிகளும் தேசங்களும் என்ற திட்டம், அடிக்கடி கூறப்படுவது போன்று, மதத்தின் பிடிப்பிலிருந்து விலகி நின்ற தூய அறிவியல் சார்ந்த ஒன்றல்ல. மாறாக, அது விவிலியத்தில் கூறப்படும் மனித குலத்தை அழித்த ஊழிப் பெருவெள்ளம், அதிலிருந்து மீண்ட நோவா மற்றும் அவரது மூன்று மகன்களின் வழிவந்த தேசங்களின் குடிவழி ஆகியவற்றோடு தொடர்புடையதாகும். கிறித்துவ ஐரோப்பாவில் இது கால்கொண்டதற்கும், புறச்சமயம் சார்ந்த கிரேக்கத்திலும் ரோமிலும் இது கால்பதிக்காததற்கும் இதன் விவிலிய மூலமே காரணம். தேசங்களுக்கிடையேயான உறவைக் காண, விவிலியம் கூறும் குடிவழிக் கருத்தை—மோசேயினுடைய மனித இனவியல் என நான் அழைக்கும் இந்த முறையை—யூதர், கிறித்தவர், இசுலாமியர் பகிர்ந்துகொண்டனர். ஆனால் ஐரோப்பாவில் மட்டுமே தேசங்களுக்கான விவிலியக் குடிவழி அட்டவணை ஏற்றுக்கொள்ளப்பட்டு மொழிகளின் குடிவழிக்கும் நீட்டிக்கப்பட்டது. பின்னர், மொழிகளின் குடிவழி, தேசங்களின் குடிவழியைக் காண எடுத்தாளப்பட்டது. பாபேல் கோபுரத்தின் மொழிக் குழப்பம் குறித்து 4000 ஆண்டுகளுக்கு முந்தைய, செவிவழிச் செய்தியின் அடிப்படையில் அமைந்த இந்த விவிலியம் கூறும் தேசம்–மொழி பற்றிய வரலாற்று உறவைப் பிறகு வந்த மொழி ஆய்வு செம்மைப்படுத்தும் என நம்பப்பட்டது.

விவிலியம் பின்பற்றப்படும் ஒரு பகுதியிலிருந்து மட்டுமே இந்தத் திட்டம் தோன்றியதிலிருந்து இதன் தோற்றுவாய் விவிலியம் அல்ல; மாறாக விவிலியம் பற்றிய குறிப்பிட்டதொரு பொருள்கொள்ளலேயாகும் எனலாம். இதற்குக் கால மாற்றமும் கருத்து மாற்றமும் காரணமாகும். உலகின் குறிப்பிட்ட ஒரு பகுதியில், குறிப்பிட்ட ஒரு காலச் சூழலில் இது ஏற்பட்டதற்கான வரலாற்று நிகழ்வுகள் என்னவென்பதையும் காண வேண்டும். மதத்துக்கும் அறிவியலுக்கும் இடையே கறாரான ஒரு கோடு போட்டு இக்கருத்தின் தோற்றத்தை அடையாளப்படுத்த முடியாது.

இந்த நூலில் இது குறித்து ஒரு பகுதியே ஆராயப்பட்டது. இன்னும் ஆய்வதற்கு நிறைய உள்ளது. வில்லியம் ஜோன்ஸ், குயிர்டோ பாதிரியார் ஆகியோரின் இந்தோ–ஐரோப்பியக் கருத்து குறித்த ஆய்வுகளை ஒப்பிட்டுப்பார்க்கும்போது சமஸ்கிருதம், கிரேக்கம், இலத்தீன் முதலான மொழிகளுக்கிடையேயான குடிவழி உறவு குறித்த ஜோன்ஸின் கருத்தமைவும், அண்டை நாட்டு மொழிகளுக்கிடையே ஏற்படும் மொழிக்கலப்பு பற்றிய கோயர்டோவின் கருத்துரையும் மொழிகள் பற்றி

திராவிடச் சான்று 261

அந்தக் காலத்தே நிலவிய இருவேறுபட்ட விளக்கமுறைகளை நமக்குக் காட்டுகின்றன. இரண்டையும் ஒப்பிட்டு நோக்கும் போது இவர்களுக்கு முன்பும் இது குறித்த விளக்கங்கள் வெளியாகியுள்ளன என்பதோடு இந்தோ-ஐரோப்பியக் கருத்து உருவாக்கமும் ஏற்பட்டிருந்தது என்பதிலும், எனவே இவர்கள் முதல்வர்கள் அல்லர் என்பதிலும் எனக்கு ஐயமில்லை. இவற்றின் சுவடுகளைக் காண்பதல்ல, மொழிகளின் குடிவழி, மொழிக் கலப்பு என்ற இரண்டு கருத்துக்கள் போட்டியிட்ட சூழலைச் சுட்டிக்காட்டுவதே என் நோக்கம். ஒப்பீட்டு மொழிநூல் வளர்ச்சிபெற்ற பிற்காலத்தே மொழிக் கலப்பு இரண்டாம் இடத்திலும், குடிவழி உறவு முதலிடத்திலும் வைக்கப்பட்டதோடு, மொழியின் கருப்பகுதியாகவும் அது கருதப்பட்டது. எல்லா மொழிகளும் உண்மையில் ஏதோ ஒருவகையில் கலப்பு மொழிகளே என்றாலும், பத்தொன்பதாம் நூற்றாண்டின் ஒப்பீட்டு மொழிநூல் இந்த 'மொழிக் கலப்பை' இயல்பான ஒன்றெனக் கருதி ஒதுக்கிவிட்டது. ஒரு மொழியின் அடையாளம், அதன் எழுதப்பட்ட இலக்கணம் காட்டும் கலப்பற்ற மூலக்கருவைக் கொண்ட இயல்புகளின் அடிப்படையில் காணப்பட்டது.

மொழிகளின் குடிவழி உறவு அவற்றின் வினையடிகள், இலக்கண வடிவங்களைப் பொறுத்தே அமையும். இந்த இரண்டிலும் இந்தோ-ஐரோப்பிய மொழிகளுக்கிடையேயான ஒப்புமையைச் சிறப்பாக எடுத்துக்காட்டினார் ஜோன்ஸ். இவ்விரண்டு கூறுகளும் அண்டைத் தேச மொழிகளின் கலப்புக்கு விரைவில் இடந்தராதவை. இந்த ஒப்புமையை மேலோட்டமாகப் பார்த்தாலே இவை "தற்போது ஒருவேளை மறைந்துபோன ஒரு மூலமொழியிலிருந்து" கிளைத்தவை என்பதை மொழிநூலார் எளிதில் அறிந்துகொள்ள முடியும். இதைக் கூறும் அவர், மொழியின் இலக்கணத்தை முன்கூட்டியே வடிவமைத்து, அதற்கான இலக்கணங்களை எழுத வேண்டும் என்கிற ஒரு உயர்வான செயல்முறையை அதற்குரியதாக்குகிறார். மொழிகளின் குடிவழி உறவை உறுதிசெய்ய வேண்டுமெனில் இவ்வகை இலக்கண ஆக்கத்தை எல்லா மொழிகளுக்கும் பொதுமைப்படுத்த வேண்டும். 'இலக்கணப் பட்டறையில் ஏற்பட்ட பேரெழுச்சி'யாகிய இந்தச் செயல்பாடு பதினெட்டாம் நூற்றாண்டில் சிறப்பாக நடைபெற்று இன்றுவரை தொடர்கிறது.

18, 19ஆம் நூற்றாண்டுகளில் மொழிகளை ஒப்பிட்டுக் காணும் ஆய்வுக்கு அடித்தளமாகச் சொல் ஒப்பீட்டுப் பட்டியல் அமைந்தது. மலேய-பாலினேசிய மொழிகளையும் ரோமானிய மொழிகளையும் ஒப்பிட்டுக் காண மார்ஸ்டென் இம்மாதிரியான

ஒரு சொற்பட்டியலையே பயன்படுத்தினார். மொழிகளின் ஒப்புமையை மேலோட்டமாகக் கண்டறிய உதவும் இவ்வகைச் சொற்பட்டியலைக் கட்டுடைத்துப்பார்க்கும்போது அவை எவ்வாறு ஆக்கப்பட்டன, அதிலேற்பட்ட சிக்கல் என்ன என்பன தெரியவரும். நான் முன்பே காட்டியது போல இவ்வகைச் சொற்பட்டியல்கள் போகிறபோக்கில் கிடைக்கும் சொற்களைக் கொண்டு தயாரிக்கப்பட்டவையல்ல. அவை மையம் – விளிம்பு, உள்ளகம் – அயலகம், மூலம் – கடன், எளிமை – கலவை, கீழ்வழக்கு – மேல்வழக்கு எனப் பல இருமைகளைக் கொண்டவை யாகும். மொழிகளை அவற்றின் மையத்தைக் கொண்டு அடையாளமிட வேண்டுமேயன்றி விளிம்பைக் கொண்டன்று என்பதே இதன் உட்பொருள். மொழிகளின் குடிவழி உறவு என்பது அவற்றின் மையங்களுக்கிடையேயான உறவாகும். அவற்றில் காணப்படும் அயல்மொழிச் சொற்களையும் அவற்றின் வழிப் பெறப்படும் தவறான கருத்துக்களையும் ஒதுக்கிவைப்பதன் மூலம் இது அறியக்கூடியதாகும். சொற்பட்டியலின் கட்டமைப்பு, அதைப் பயன்படுத்தும் முறைக்கான கருத்தமைவு குறித்து அடையாளம் காண முற்பட்டபோது அது நம்மை லீப்னித்ஸிடம் அழைத்துச்சென்றது. மொழிகளின் வெறும் பட்டறிவு மூலம் இவ்வகைச் சான்றுகளைப் பயன்படுத்தி மொழிகளின் குடிவழி உறவைக் காண்பதில் ஏற்படும் தவறுகளைக் களைவதும், ஒப்பீட்டுக்கு உள்ளாகும் மொழிகள் எந்த அளவு கட்டமைக்கப்பட் டுள்ளன என்பதைக் காட்டுவதும் இந்த ஆய்வில் எனது நோக்கமாகும்.

இந்தியாவில் நீண்டகாலமாக இருந்துவரும் செழுமையான ஒலியியல், இலக்கணவியல் மரபுகளை பிரிட்டிஷ் இந்தியா அறிந்திருந்த காரணத்தால், தனது மொழி – தேசம் என்ற திட்டத்துக்கு உதவும்வகையில் அகராதிகளிலும் இலக்கணங் களிலும் பயன்படுத்தப்பட்டுவரும் சொற்களைத் திரட்டி, அவற்றின் அடிப்படையில் ஒப்பீட்டாய்வை மேற்கொள்ளும் முயற்சியில் கவனம் செலுத்திற்று. ஐரோப்பிய ஏகாதிபத்தியம் இந்தியாவுக்குக் கொண்டுவந்த மொழி – தேசம் என்ற திட்டம், தன் வளர்ச்சிக்கேற்ற வளமான ஓரிடமாக இந்தியாவைக் கண்டது.

ஜோன்ஸின் ஆய்வு ஆண்டு விழா உரையானதால் சுருக்கமாக அமைந்திருந்தது. எல்லிஸின் திராவிடச் சான்று ஆய்வுரையாக எழுத்துவடிவில் விரிவாக அமைந்ததால் மொழி – தேசம் என்ற திட்டத்துக்கும் பிரிட்டிஷ் இந்தியாவின் கீழ்த்திசையியல் ஆய்வுக்கும் இடையேயான உறவை நன்கு புரிந்துகொள்ள நமக்குப் பெரிதும் உதவுகிறது.

எட்வர்டு சைத் (*Edward Said*) கருத்துப்படி, "கீழ்த்திசையியல் என்பது கீழ்த்திசை நாடுகளோடு இணைக்கப்பட்டுக் கட்டமைக்கப் பட்ட ஒரு நிறுவனமாகும்; கீழ்த்திசை குறித்த அறிக்கை தருதல், அது தொடர்பான கருத்துக்களை ஏற்றல், விளக்குதல், கற்பித்தல், சரிப்படுத்தல், ஆட்சிக்கு உட்படுத்துதல் என்பதாகும். சுருக்கமாகச் சொல்ல வேண்டுமானால் கீழ்த்திசையியல் என்பது கீழைநாடுகளின் மீது மேற்கின் மேலாதிக்கம், மறுகட்டமைப்பு, அதிகாரம் ஆகியவற்றை நிலைப்படுத்துதலாகும்" (1978 : 3). மேலைநாட்டாரின் கீழ்த்திசையியல் பற்றிய கருத்து இதுவாகவே இருந்தது. ஆனால், பிரிட்டிஷ் இந்தியா இந்த விளக்கத்துக்கு ஓரளவு உட்பட்டிருந்தாலும், அது இந்திய மொழிகளில் கொண்டிருந்த புலமைத் திறனையும் அடிப்படையாகக் கொண்டிருந்தது.

பிரிட்டிஷ் இந்தியாவில் கீழ்த்திசையியல் என்பது குறிப்பிட்ட ஒரு கருத்தியலோடு தொடர்புடைய, தன்னுணர்வுடன் கூடிய அறிவுருவாக்கமாக இருந்தது. ஆசிய மக்களின் மனவுணர்வு களையும் எண்ணப்போக்குகளையும் அறிந்துகொள்ள அவர்களது மொழிகளைக் கற்றுத் தேர்ந்ததை அடிப்படையாகக் கொண்டு கீழ்த்திசையியல் பற்றிய இந்தக் கருத்து தோன்றியது. இது ஹெரடோட்டஸ், துசிடைடஸ் ஆகியோரிடமிருந்து தொடங்கும் மனித இனவரைவியல் பற்றிய வரவாற்றுப்பார்வை சார்ந்த கிரேக்கர்கள் கூறும் தன்னோக்கு என்கிற இயல்புக்கு எதிரான தாகும். வங்காள மாநிலத்தோடு தொடர்புடைய ஆர்வமூட்டும் வரலாற்று நிகழ்வுகள் (*Interesting historical events relative to the provinces of Bengal*) என்ற தமது நூலில் ஜான் ஜெஃபானியா ஹால்வெல் (*John Zephaniah Holwell*) கீழ்த்திசையியல் குறித்து எழுதும், "அனைத்துத் தற்கால எழுத்தாளர்களும் இந்துக்கள் மூடத்தனமும் உருவ வழிபாடும் கொண்ட இனத்தவர்கள்" எனக் குறிப்பிடுவதைக் கடுமையாகத் தாக்குகிறார்:

> ஒரு நாட்டைப் பற்றிய புவியியல் விளக்கம் எப்படி அந்த நாட்டின் சட்டம், ஆட்சியமைப்பு பற்றி அறிய உதவுவதில்லையோ, அப்படித்தான் ஒரு நாட்டு மக்களின் மதமும், அவர்களின் புறப் பழக்கவழக்கங்கள் பற்றிய மேலோட்டமான பார்வையும் அவர்களைப் பற்றிய உண்மையான கருத்தை அறிய உதவுவதில்லை. ஒரு பயணி, தன் ஆய்வில் மூழ்கி எடுத்த கருத்துக்களை வாசகர் மகிழ எழுதிவைக்கலாம். கிழக்கு அல்லது மேற்கு இந்திய மக்கள் இப்படிப்பட்டவர்கள், அவர்கள் இந்தக் கல்லை அல்லது இந்தக் கம்பத்தை அல்லது இந்த பயங்கர உருவத்தை வணங்குகிறார்கள் என்றெல்லாம் கூறலாம். இது நம்மைப் போன்ற பிற உயிர்களை மட்டமாக மதிப்பிடச் செய்யும்.

ஆனால், அந்த மக்களின் மொழியைக் கற்று அவற்றின் சொற்பிறப்பு, தொடர்கள் முதலியவற்றில் போதிய அறிவு பெற்று, அவர்களது இறையியல் கோட்பாட்டின் மறைபொருளை அறிந்து, அவற்றையெல்லாம் விளக்கினால் அந்த மக்களின் வழிபாட்டுமுறைக்கான அடிப்படை, தோற்றுவாய் என்ன என்பதை நாம் தெரிந்துகொள்ள ஓரளவு உதவியாக இருக்கும் *(Holwell, 1765–71, 2 : 9).*

பிரிட்டிஷ் – இந்தியக் கீழ்த்திசையியலின் தன்மையை இந்தக் கூற்று விளக்குகிறது எனலாம். முதலாவதாக அது மொழியை அடிப்படையாகக் கொண்டது. மொழியே முற்ற முடிந்ததல்ல என்றாலும், இங்கு இந்துக்களின் இயல்பைப் புரிந்துகொள்ள அவர்களின் மொழி ஒரு கருவியாக உள்ளது. இந்தவகையில் இது மொழி – தேசம் என்ற திட்டத்தின் உண்மையான வெளிப்பாடாக அமைகிறது. அதாவது, மொழியும் தேசமும் நெருக்கமான உறவுடையவை என்பதும், ஒன்றை அறிவது மற்றொன்றை அறிய உதவும் என்பதும் ஆகும். இரண்டாவதாக, அது இந்தியா பற்றிய கத்தோலிக்க பாதிரிமார்கள் போன்றவர்களின் கருத்துக்களுக்கு மாறாக ஒரு புதிய கருத்தை முன்வைத்ததோடு, 'நான் அங்கிருந்தேன், எனது சொந்தக் கண்களால் பார்த்தேன்' என்பதான தன் நோக்குத் தன்மையை, அகநிலை – புறநிலை ஆய்வுகளின் தனித்தன்மையை ஆதாரமாகக் கொண்டு விலக்கிவைக்கிறது. கடைசியாக, இந்தியர்கள் பற்றிய ஆய்வுக்குத் தேவைப்படும் மூலங்களையும் அவற்றைப் பயன்படுத்தும் முறையையும் தெளிவுபடுத்தி, இதற்கு மாறாகக் கண்ணுக்குப்பட்டதையெல்லாம் ஆதாரமாகக் கொண்டு இந்தியர்களிடம் உண்மையான ஈடுபாடின்றி, போகிறபோக்கில் வெறுப்புமிக்க கருத்துகளை வெளிப்படுத்தும் தவறான போக்கையும் சுட்டிக்காட்டுகிறது.

ஹால்வெல்லின் இந்தக் கருத்தாக்கம், இந்தியா பற்றி எழுதிய, 'அனைத்து தற்கால எழுத்தாளர்களையும்' தூக்கி எறிந்துவிட்டது. பிரிட்டிஷ் இந்தியாவில் தலையெடுத்த புதிய போக்கை இது இனங்காட்டிற்று. கோட்பாட்டு அடிப்படையில் இது பயணிகள், கிறித்தவப் பாதிரிமார்களின் கருத்தை மறுத்தாலும், செயல்பாட்டளவில் முந்தைய அறிவுச்செல்வத்திலிருந்து தேவையானவற்றை எடுத்துக்கொண்டது. கல்கத்தா கீழ்த்திசையியல் இந்தவகையில் ஒரு புதிய கீழ்த்திசையியலை *(New Orientalism)* உருவாக்கியது. (இது என்னுடைய சொல்லாக்கம். ஆனாலும், கல்கத்தா கீழ்த்திசையியலார் படைப்புக்களிலும் இந்தப் புதுமை வெளிப்பட்டிருந்தது.) இது ஹீப்ரு, அரபு, பாரசீகம் ஆகியவற்றைத் தளமாகக் கொண்ட விவிலியம் சார்ந்த படிப்பின்

விரிவாக அமைந்த பழைய ஐரோப்பியக் கீழ்த்திசையியல் மரபிலிருந்து முற்றிலும் வேறுபட்டதாகும். கல்கத்தாவில் வாழ்ந்த முந்தைய பிரிட்டிஷ்–இந்தியக் கீழ்த் திசையியலார் பாரசீகம், இந்துஸ்தானி மொழிகளின் வழி இந்தியாவைப் புரிந்துகொண்டபோது, சமஸ்கிருத அறிவும் விவிலியத்திலிருந்து மாறுபட்ட, மனித இனத்தின் தொடக்கநிலையை வெளிக் காட்டும் நற்சான்றாக உள்ளதுமான வேதத்தின் மீட்டெடுப்பும் புதியதொரு புரிதலைப் பெற உதவும் என்று நம்பினர். மனித இனம் பல திசைநோக்கிப் பிரியத் தொடங்கியது. டி'நொபிலி, பெஸ்கி ஆகியவர்களின் படைப்புக்களோடு ஒப்பிட்டுக் காண்கையில் கொஞ்சம் அதிகப்படியாகவே தனது புதுமை பற்றிச் சொல்லிக்கொண்டபோதிலும், கல்கத்தா கீழ்த்திசையியலில் தெளிவானதொரு புதிய போக்கு ஏற்பட்டது. சமஸ்கிருதத்தையும் வேதத்தையும் அடிப்படையாகக் கொண்ட கல்கத்தாவில் பிறப்பெடுத்த இந்தப் புதிய கீழ்த்திசையியல் ஐரோப்பாவில் இரண்டாவது மறுமலர்ச்சியாக எவ்வாறு உருவானது என்பதை ரேமண்ட் ஸ்வாப் தமது ஆய்வில் தெளிவுபடுத்தியுள்ளார். இதைக் கீழ்த்திசை மறுமலர்ச்சி என்று எட்கர் குயினெட் *(Quinet)* அழைப்பதாகவும் அவர் குறிப்பிடுவார் *(Schwab 1984 : 11)*. கிரேக்க இலக்கியங்களை மையப்படுத்திய முதலாவது மறுமலர்ச்சியைப் போல இது இன்னும் சிறிது மேம்பட்ட நாகரிக வளர்ச்சிக்கு இட்டுச்செல்லும் என்றார். இந்த நம்பிக்கை ஐரோப்பாவில் ஒருவித இந்தியமயமாக்க இயக்கத்துக்கு இடமளித்தது. இதற்கு பிரிட்டிஷ்–இந்தியாவின் கல்கத்தா மையப்புள்ளியாக இருந்து, பல ஆண்டுகள் ஆதிக்கம் செலுத்திவந்தது.

இந்தியரிடமிருந்தும் இந்தியப் பனுவல்களிலிருந்தும் பெறப்பட்ட இந்தக் கீழ்த்திசையியலின் அதிகாரம் புதிதாகக் கண்டுபிடிக்கப்பட்டதோ திணிக்கப்பட்டதோ அல்ல; ஏற்கெனவே உள்ளவற்றிலிருந்து ஆக்கப்பட்டவையாகும். எல்லிஸின் மிராசுரிமை குறித்த ஆய்வுரை இதற்கொரு நற்சான்றாகும். வருவாய்த்துறையினரின் வினாக்களுக்கு விடையளிக்கும் விதத்தில் அமைந்த இந்த ஆய்வுரையில் எல்லிஸின் சிரேஸ்ததார் சங்கரய்யா நம்பகத்தன்மையுடைய மூலத்திலிருந்து பல மேற்கோள்களையும் சான்றுகளையும் தமிழில் தந்ததையும், எல்லிஸ் அவற்றை ஆங்கிலத்தில் மொழிபெயர்த்ததையும் இங்குச் சுட்டிக்காட்டலாம். இந்தச் சான்றுகள் மெக்கன்ஸியும் பிறரும் தென்னிந்தியாவின் பிற பகுதிகளிலிருந்து திரட்டிய கல்வெட்டுச் சான்றுகளோடு ஒத்துள்ளன.

திராவிடச் சான்று இதற்கான மற்றொரு எடுத்துக்காட்டாகும். இதன் பெரும்பகுதி மாமடி வெங்கய்யா எழுதியவற்றுக்கு

எல்லிஸின் மொழிபெயர்ப்பாகும். திராவிடக் கருத்தாக்கம் தெலுங்கு இலக்கணங்களில் இழையோயிருந்தது என்பதையும் பிற தென்னிந்திய மொழிகளுக்கும் விரிவுபடுத்திப் பொதுமைப்படுத்த வேண்டும் என்பதையும் இது வெளிப்படுத்திற்று. இது தமது சொந்தப் படைப்பு என்று மார்தட்டிக் கொள்ளாது, எல்லிஸ் பெருமுயற்சி எடுத்து இந்திய இலக்கண மரபில் வெளிப்படத் தெரியாதிருந்த திராவிடக் கருத்தை ஒப்பீட்டு நோக்கில் கண்டறிந்து, பலரும் அறிய முன்வைத்தார். இதற்கு, இந்திய மரபில் காணலாகும் மொழிசார் அணுகுமுறையை அல்லது புனித ஜார்ஜ் கோட்டைக் கல்லூரி ஆசிரியர்களுக்குத் தெலுங்கு மொழியைக் கற்பிக்க உதவும்வகையில் பட்டாபிராம சாஸ்திரி தமது தெலுங்கு வேர்சொற் பட்டியலைத் தயாரிக்கப் பின்பற்றிய இந்த மண் சார்ந்த அணுகுமுறையைப் பயன்படுத்துவது தேவை என்பதையும் கூறினார்.

திராவிடச் சான்றில் வெளிப்பட்ட இந்திய இலக்கண ஆய்வு மரபு தனக்கே உரியவாறு குறிப்பிட்டதொரு முறையில் விளக்கப்பட்டது. இந்த விளக்கத்தின் வலுவான போக்கு மொழிகளின் வரலாற்றையும் ஒப்புமையையும் கருத்தில் கொண்ட ஐரோப்பிய மொழி–தேசம் திட்டத்தை நோக்கி நகர்ந்தது. இதை விளக்கமாகச் சொல்ல வேண்டுமெனில் ஐரோப்பிய மொழியாய்வு மரபு, மொழிகளின் வரலாற்றை நோக்கிற்றென்றால், இந்திய மரபு மொழிகளின் கட்டமைப்பில் ஆழ்ந்த கவனம் செலுத்திற்று எனலாம்.

இந்தக் கருத்து அதன் தகுதியறிந்தே இங்குக் கூறப்படுகிறது. எல்லா மொழிகளிலும் காணப்படும் இலக்கணக் கூறுகளை இனங்கண்டு அவற்றின் அடிப்படையில் உலகப் பொது இலக்கணம் காணும் மரபு ஐரோப்பிய மொழியாய்வில் இடம் பெற்றிருந்தது. இந்த முறைக்கு என்ன காரணம் என்பதை இங்கு நாம் சொல்லியாக வேண்டும். மொழி–தேசம் திட்டம் மொழிகளின் வரலாற்று உறவை அறிய முற்பட்டபோது உலகப் பொது இலக்கணம், மொழிகளின் கட்டமைப்பை அவற்றின் காலவரையறைக்குட்பட்ட நிகழ்வுகளில் கவனம் செலுத்தாது, ஒரே கட்டமைப்பு உடையதாக்க முயன்றது. நமது காலத்தில் நோம் சாம்ஸ்கியால் மீண்டும் கொண்டு வரப்பட்ட இந்தக் 'கார்டீசிய மொழியியல்' *(Cartesian Linguistics)* மொழிகளுக்கிடையேயான வேறுபாடுகளையும் அவற்றின் குடிவழி உறவுகளையும் அதிகமாகக் கவனத்தில் கொள்ளவில்லை. மேலும், கொள்கையளவில் எந்த மொழியாக வேண்டுமானாலும் இருக்கலாம் என்றாலும் செயலளவில் ஒரு மேலை ஐரோப்பிய மொழியைப் படிப்பதன் மூலமே இந்தக் கருத்தை முன்வைத்தது.

இந்த உலகப் பொது இலக்கணம், ஐரோப்பாவுக்குள்ளேயே முடங்கிப்போய்விட்டது ஒருவகையில் புதிரே.

ஆனால், இந்த மொழி – தேசம் திட்டம் பதினெட்டாம் நூற்றாண்டு ஐரோப்பிய மொழியியல் ஆய்வில் ஒரு வலுவான போக்கைக் கடைப்பிடிக்கப் பல வகைகளில் உதவிற்று. தேசங்களின் குடிவழி உறவைக் காணப் புதிதுபுதிதாகக் காணப்படும் மொழிகளின் குடிவழி உறவு மட்டும் ஒரு கருவியாக இராது, ஒரு குறிப்பிட்ட மொழி பற்றிய முழு விளக்கமும் பெறப்பட்டு, அதன்மூலம் அதோடு நெருங்கிய தொடர்புடைய மொழிகளை அறிவதும் தேவைப்பட்டது. எனவே, எந்த ஒரு மொழியும் தன்னளவில் முழுமைபெற்றதென்றோ, அதை அதன் அடிப்படையிலேயே விளக்க முடியும் என்றோ கருதி ஆய்வுக்குட்படுத்தாது, வரலாற்று அடிப்படையில் அதனோடு தொடர்புடைய பிற மொழிகளையும் கவனத்தில் எடுத்து ஆய்வு மேற்கொள்ளப்பட்டது. இதற்கு சரியானதொரு சொற்பிறப்பியல் பார்வை தேவைப்பட்டது. இதன் பின்னணியில், பதினெட்டாம் நூற்றாண்டு ஏராளமான சொற்பிறப்பியல் திட்டங்களைக் கண்டது. இந்த இரு போக்குகளையும் சாமுவேல் ஜான்சனின் (1755) பெரிய அகராதியின் முன்னுரையாக அமைந்த ஆங்கில இலக்கணத்தில் காணலாம். இது கிரிம் விதிகள் மற்றும் இந்தோ –ஐரோப்பிய மொழிகளின் ஒலி மாற்றங்கள் குறித்த பிற ஆய்வுகளுக்கும் முந்தியதாகும். ஜாக்கோப் கிரிமின் ஜெர்மன் இலக்கணம் இந்தோ–ஐரோப்பிய மொழிகளை விரிவாகப் படித்தறிந்து எழுதப்பட்டதாகும். அவர் அதில் தந்துள்ள ஒலிமாற்ற விதிகள் இந்தோ–ஐரோப்பிய மொழிகள் பிரிந்துவந்த பல்வேறு காலகட்டங்களையும் சுட்டுவதோடு தற்கால ஜெர்மன் மொழி அவற்றிலிருந்து கிளைத்த தன்மையையும் எடுத்துரைக்கின்றன. மேலும், ஒலியியல் என்கிற தன்னம்பிக்கைமிகுந்த ஒரு புதிய அறிவியல் துறை தோன்றவும் வழிகாட்டின. ஒப்பீட்டு மொழிநூலில் ஜெர்மன் முன்கை எடுக்க இது தொடக்கமாக அமைந்தது. கிரிம் விதி என நாம் அழைக்கும் இந்த விதிகளை உருவாக்க, கிரிம் ஆழ்ந்த ஆய்வில் ஈடுபட்டதற்கு முன்பே, ஒரு மொழியை அதனோடு தொடர்புடைய மொழிச்சூழலில் அவற்றின் சொற்பிறப்பு வழி ஆராய வேண்டும் என்கிற உணர்வை ஜான்சனின் அகராதி எடுத்துக்காட்டியிருப்பது தெரிகிறது.

இந்த வரலாற்றுணர்வும் சொற்பிறப்பியல் ஆய்வும் ஐரோப்பிய மொழியியல் ஆய்வு மரபில் சரியான முடிவை எட்டும் நோக்கில் நீண்டகாலமாகச் செயல்பட்டுவந்தன. பதினெட்டாம் நூற்றாண்டில் ஒலிமாற்ற விதிகளைக் கண்டு

பிடிப்பதற்குமுன் எவ்வித விதிமுறைகளுக்கும் உட்படாத ஒருவகை கட்டுமீறிய சொற்பிறப்பியல் ஆய்வுப் போக்கும் நிலவியது. ஜாக்கோப் பிரையாண்டின் சொற்பிறப்பியல் கருத்துக்களை வில்லியம் ஜோன்ஸ் கடுமையாக விமர்சிப்பார். ஆனால், அவருடையதும் எந்தவகையிலும் சிறந்ததன்று என்பது மட்டுமல்ல, பல பிழைகளையும் கொண்டிருந்தது (Trautmann, 1997:43–47). ஹான்ஸ் ஆர்ஸ்லெஃப் (Hans Aarsleff 1967) பிரிட்டிஷார் ஆங்கில சாக்ஸனில் நல்ல புலமை பெற்றிருந்ததையும் அதற்கு ஹார்ன் தூக் (Horne Tooke) என்பவரின் சொற்பிறப்பியல் முறை உதவிற்று என்பதையும் குறிப்பிட்டு இந்தச் சொற்பிறப்பியல் முறை பின்னர் முற்ற முழுதாகத் தூக்கி எறியப்பட்டு, மறக்கடிக்கப்பட்டு விட்டது என்றும், அடுத்த தலைமுறையினர் தங்களது பழைய பனுவல்களை எவ்வாறு படிக்க வேண்டும் என்பதை ஜெர்மன் பல்கலைக்கழகங்களிலும் கிரிம் விதிகளின் வெளிச்சத்திலும் கண்டுகொண்டனர் என்றும் எழுதுகிறார். பதினெட்டாம் நூற்றாண்டைய கட்டுமீறிய சொற்பிறப்பியல் ஆய்வுக்கு முற்றுப்புள்ளி வைத்து, அறிவியல்வழியிலான ஒலிமாற்ற விதிகளைப் பின்பற்றி மொழிகளை ஆராய வேண்டும் என்பதைத் தெளிவுபடுத்தியதுதான் ஒப்பீட்டு மொழிநூலின் சாதனையாகும்.

இந்திய மொழியாய்வு மரபிலும் பல பிரிவுகள் உள்ளன. சான்றாக, பிராகிருதம் சமஸ்கிருதத்தின் பிறப்பிடம் (சமண, பௌத்த இலக்கணியர்கள்), பிராகிருதம் சமஸ்கிருதத்திலிருந்து பிறந்தது (சமஸ்கிருதத்தில் எழுதிய பிராகிருத இலக்கணியர்) என்கிற இன்றும் விவாதப்பொருளாக இருக்கிற இருவேறு கருத்துக்களை எடுத்துக்காட்டலாம். இலக்கணப் பகுப்பாய்வில் பல வரலாற்றுக்கூறுகள் உள்ளன. பல பகுப்பாய்வு முறைகள் வரலாற்றுவழியிலும் கட்டமைப்புவழியிலும் மேற்கொள்ளப் படுகின்றன. ஐரோப்பிய மொழி-தேசம் குறித்த திட்டம் உருவாக்க நினைக்கும் எல்லா மொழிகளுக்குமான குடிமரபுக் கிளைவழிப் படத்துக்கு இணையான எதுவும் இந்திய இலக்கண மரபில் காணப்படவில்லை என்பதும் சொற்பிறப்பியல் குறித்த ஒரு முறையான பார்வையும் மொழிகள் அடுத்தடுத்து தோன்றுவதற்கான விதிசார்ந்த கருத்துக்களும் இந்திய மரபில் காணப்பட, ஐரோப்பிய மரபில் இவை பெரிதும் வேண்டப்படுபவையாக இருந்தன என்பதும் சுட்டத் தக்கனவாகும்.

பிராகிருத இலக்கணியர் சமஸ்கிருத இலக்கணத்தில் பல நூற்பாக்களைச் சேர்த்து, ஏராளமான சொற்கள் சமஸ்கிருதத் திலிருந்து ஆக்கப்பட்டவை என்பதை இனங்கண்டதோடு, சமஸ்கிருத வேர்ச்சொற்களில் இந்த நூற்பாக்களின் செயல்

பாட்டால் ஏற்படும் உருபனியல் மாற்றங்களையும் எடுத்துக் காட்டினர். பிரிட்டிஷ் கீழ்த்திசையியலார் இந்த மொழிக் கட்டமைப்பு மாற்றங்களை வரலாற்று உணர்வோடு முறையாகப் படித்தனர். பாணினியின் நூற்பாக்கள் முழுமையான ஒரு கட்டமைப்புத் தன்மையைக் கொண்டிருக்க, பிராகிருத இலக்கணியரின் துணை நூற்பாக்கள் கிரிம் விதிகளைப் போல ஒருவகை வரலாற்றுப்பூர்வமான ஒலிமாற்ற விதிகளாக இருப்பதையும் அறிந்துகொண்டனர். பிராகிருத தற்சமம், தற்பவம் பற்றிய பகுப்பாய்வு இவ்வகை வரலாற்றுவழிப்பட்ட விளக்கத்துக்கு உதவிற்று. இயற்சொற்கள் இந்தப் பகுப்பாய்வுக்கு அப்பாற் பட்டவை. அவற்றை சமஸ்கிருத வேர்ச்சொற்களிலிருந்து ஆக்கிக் கொள்ள முடியாது. இயற்சொற்கள் குறிப்பிட்டதொரு வட்டத்தைச் சார்ந்தவை என்கிற தெலுங்கு இலக்கணியரின் கருத்தாக்கமும் வரலாற்றுணர்வுடன் உள்வாங்கிக்கொள்ளப்பட்டது. இந்திய மொழியாய்வு மரபு அறிவுப் புதுமைக்கு மிகவும் பயனுள்ளதாக இருந்தது. காரணம், ஐரோப்பிய மொழி–தேசம் திட்டத்துக்குப் பெரிதும் தேவைப்பட்ட முறையான ஒலிமாற்ற விதிகள், சொற்பிறப்பியல் ஆய்வுமுறை இரண்டையும் அது தன்னுள் கொண்டிருந்ததேயாகும். பிரிட்டிஷ் இந்தியாவின் ஒரு புதிய, வளமான அறிவாக்கத்தின் கருவாக அது அமைந்திருந்தது.

மொழி, தேசம், இனம்

மொழிகளுக்கும் தேசங்களுக்குமிடையேயான நெருங்கிய உறவு குறித்த ஐரோப்பியச் சிந்தனையின் ஆக்கப்பணிகளில் ஒன்று கீழ்த்திசையியலாகும். மக்களின் வாழ்க்கையை அறிய அவர்களின் மொழியில் புலமை பெறுதல் தேவை என்கிற மையக்கருத்து மேலும் விரிவு பெற்று சமூகவியல், பண்பாட்டு மானிடவியல் எனப் பல தளங்களுக்கும் பரவியது. இன்றும் அக்கருத்து உயிர்த்துடிப்புடன் செயல்பட்டுக்கொண்டிருக்கிறது. ஆனால், பத்தொன்பதாம் நூற்றாண்டின் இடைப்பகுதியில் மொழி–தேசம் உறவு குறித்த கருத்து மறுஆய்வு செய்யப்பட்டு, புதிய முயற்சிகளுக்கு இடந்தந்து, தொய்ந்துபோனது. இது தொய்ந்துபோனாலும் இதனால் சில நன்மைகளும் கிடைத்தன. அவற்றை விளக்குவது இந்த நூலின் நோக்கத்துக்கு அப்பாற்பட்டது என்றாலும் சென்னைக் கீழ்த் திசையியல் பள்ளியின் செயல்பாடுகளை அறிய அது உதவக் கூடும் என்பதால் சுருக்கமாக இங்கே தரப்படுகிறது.

ஒன்றோடொன்று இணைந்திருந்த இரண்டு வளர்ச்சிப் போக்குகளால் இந்த மொழி–தேசம் திட்டத்தில் பத்தொன்பதாம் நூற்றாண்டின் இடைப்பகுதியில் தொய்வு ஏற்பட்டது. முதலாவது,

நாம் எல்லோரும் நன்கு அறிந்துள்ள மொழி–தேசம்–இனம் ஆகியவற்றுக்கிடையேயான உறவு ஒரு கட்டாய நிகழ்வாக இருக்கவேண்டுமென்பதன்று, அது ஒரு தற்செயல் நிகழ்வாகவும் இருக்கலாம் என்பதே. ஆகவே, ஒரு தேசத்தினர் அல்லது இனத்தினர் பல மொழிகளைப் பேசக்கூடும். அதேபோல ஒரு மொழியை வெவ்வேறு தேசத்தினர் அல்லது இனத்தினர் பேசக் கூடும் என்ற கருத்து முற்றிலும் ஏற்புடையதே. ஆனால் 1860களில் பல எழுத்தாளர்கள் இதை ஒரு புதுக் கருத்தாகவும், வியப்பூட்டும் உண்மையாகவும் எழுதிச்சென்றனர். மொழி – தேசம் உறவு குறித்த கருத்தின் தகுதிப்பாடு பற்றிய ஐயத்தின் மீதான ஆய்வு முதன்முதலாக இக்காலகட்டத்தே நடந்தபோது புதிய ஒளி கிடைத்தது. மொழி – தேசம் – இனம் ஆகியவற்றுக்கிடையே யான கட்டாய உறவு எதுவும் இருக்க வேண்டியதில்லை எனச் சொல்வதால் அவற்றுக்கிடையே உறவு எதுவும் இல்லை என்று பொருள் கொள்ள வேண்டியதில்லை. இக்கருத்து அவற்றுக்கிடையேயான உறவு சிக்கலானது என்பதையும் அது வரலாற்றுச் சூழல்களைச் சார்ந்தது என்பதையும் கூறுவதாகவே கொள்ள வேண்டும்.

இரண்டாவது, ஒன்றுக்கொன்று மாற்றாக இருந்த தேசம் –இனம் என்ற இரண்டும் தம்முள் பிரிந்து தனித்தனிப் பண்பு களைப் பெற்றன. பதினெட்டாம் நூற்றாண்டு பிரிட்டிஷ் எழுத்தாளர்களுக்கு தேசம் – இனம் இரண்டும் அதிகம் வேறுபட்டவை அல்ல; இன்னும் சொல்லப்போனால் தேசம் என்பதே பெருவழக்கிலிருந்தது. இந்தக் கருத்தில்தான் மொழி– தேசம் திட்டம் பற்றி எழுதும்போதும் நான் தேசம் என்பதைப் பயன்படுத்தலானேன். ஆனால், தேசம் என்பது இன்றைய பொருளில், இனத்தினின்றும் தனித்ததாக, பயன்படுத்தப்பட வில்லை என்பதையும் புரிந்துகொள்ள வேண்டும். இவையிரண்டும் பத்தொன்பதாம் நூற்றாண்டில் பிரிந்தன. தேசம் என்பது ஒரு வலுவான அரசியல் சார்புடையதாயிற்று. மக்கள் தங்கள் பொதுப்பிரதிநிதித்துவ அடிப்படையில் இதை அமைத்துக்கொண்டனர். தேச–அரசு (nation-state) என இதை நாம் இன்று அழைக்கிறோம். அமெரிக்க, பிரெஞ்சு புரட்சிகளின் விளைவாக தேசம் என்பது வரலாற்றின் முன்னோக்கிய பயணம் என்ற கருத்தும் பத்தொன்பதாம் நூற்றாண்டில் உறுதிப்பட்டது. அதே நேரத்தில் இனம் என்பது உடலியல் சார்ந்ததாக ஆனது. எனவே, மொழி–தேசங்களுக்கிடையேயான உறவில் தளர்ச்சி ஏற்பட்டது. சிக்கலும் தோன்றியது. இவ்விரண்டுக்கும் இடையே கட்டாய உறவு இருக்க வேண்டும் என்பதில்லை என்பதே

இன்று நிலவும் கருத்து. இதனால், இப்போது இரண்டு அல்ல மூன்று சொற்கள் புழக்கத்தில் உள்ளன.

மாக்ஸ் முல்லராலும் அவரைப் பின்பற்றி மற்றவர்களாலும் அடிக்கடி கூறப்பட்டுவந்த கருத்திலிருந்து எனது பார்வை வேறுபட்டதாகும். மாக்ஸ் முல்லர் (1854 : 29) கிளைவின் இராணுவத்தினரது இரத்தமும் கறுப்பு வங்காளியரின் இரத்தமும் ஒன்றுதான் என்றார். தோலின் நிறம் குறித்த ஆய்வுக்கு மாறுபட்டதாக இருந்தபோதிலும் இந்தக் கருத்து ஆங்கிலமும் வங்காளமும் தொடர்புடையவை, இந்தோ–ஐரோப்பியக் குடும்பத்தைச் சார்ந்தவை என்கிற மொழிசார் உறவுமூலம் மெய்ப்பிக்கப்படுவதாகவும் கூறினார். ஆகவே, மொழி என்பது இரத்த உறவுடைய இனத்தின் குறியீடு என்று சொல்லப்பட்டது. மாக்ஸ் முல்லர் தமது இறுதிக்காலத்தில் இனக்கொள்கையின் வளர்ச்சியால் ஏற்பட்ட நிலை கண்டு அலறி வருத்தம் தெரிவித்ததோடு, மொழிநூலையும் மனித இனவியலையும் வேறுபடுத்திப் பார்க்க வேண்டும் என்பதையும் ஏற்றுக்கொண்டார். இனத்தையும் மொழியையும் ஒன்றிணைத்தால் பெருந்தீமை விளையுமென்றும், அதனால் இரண்டையும் பிரிக்க வேண்டும் என்றும் நம்பினார். பத்தொன்பதாம் நூற்றாண்டில் வேர்கொண்ட இந்த மொழி–இன உறவு அடிப்படையிலான ஆரியக் கோட்பாடு இன வெறுப்பு அரசியலின் மையமாக அமைந்துவிட்டது. இன்றும் இது குறித்து விவாதிக்கப்படுகிறது. இக்கருத்து தவறானது; இதன் மறுநிலையே உண்மையானது. அதாவது பத்தொன்பதாம் நூற்றாண்டின் முற்பகுதியில் எழுந்த இனம்–மொழி உறவு பற்றிய பார்வையில் தீமை ஏற்பட்டது என்பதைவிட (அது அப்போதே போதுமான அளவு தீமையை ஏற்படுத்தியிருப்பினும்) இடைப்பகுதியில் இந்த இரண்டையும் பிரித்ததால்தான் தீமை ஏற்பட்டது என்பதே உண்மை. இந்தக் கருத்து இன்று நிலவிவரும் கருத்தோடு ஒத்துப்போகாதது என்பதால் இதைச் சிறிது விளக்க விரும்புகிறேன்.

மொழிநூலையும் மனித இனவியலையும் பிரித்துக் காணும் மொழி–இன உறவுக் கருத்தை முன்வைத்ததில் ஜேம்ஸ் கோல்ஸ் பிரிசார்டுக்கு (James Cowles Prichard) முக்கியப் பங்கு உண்டு. பத்தொன்பதாம் நூற்றாண்டின் முதல் பகுதியில் பிரிட்டனில் மேற்கொள்ளப்பட்டிருந்த இனவியல் ஆய்வின் அடிப்படையில் இவருடைய நூல்கள் பலமுறை விரிவாக்கப்பட்டு, மறுபதிப்புகள் கண்டன. இவர் ஒரு நல்ல மருத்துவர்; இனங்கள் தொடர்பான உடலியங்கியல்சார் கருத்துக்களில் கவனம் செலுத்தியவர்; மொழிகளின் வகைப்பாடு குறித்த பல படைப்புக்களோடு இந்தோ

–ஐரோப்பிய, திராவிட மொழிக் குடும்பங்களையும் உட்படுத்திய பல படைப்புக்களையும் ஆழமாகப் படித்தவர். உடலியல் கூறுகளையும் மொழிப் பாகுபாடுகளையும் தொடர்புபடுத்தும் ஆய்விலும் அதிக கவனம் செலுத்தினார். மனித இனத்துக்கும் மொழிக்கும் நெருங்கிய தொடர்பு உண்டு, மனித இனத்தை உடலியல் கூறுகள் இனங்காட்டுவது போல மொழிகளும் காட்டுகின்றன என்கிற கருத்தில் நம்பிக்கை கொண்டவர். மொழி வரலாற்றின் வளர்ச்சி, மனித இனப்பிரிவுகளைக் காட்டும் உடலியல் கூறுகள் பற்றிய புதிய அறிவாக்கம் ஆகியன ஒன்றிணைந்த அவரது நூல், பத்தொன்பதாம் நூற்றாண்டின் முற்பகுதியில் ஒரு கையேடாகவே திகழ்ந்தது எனலாம். அவரது மனித இனவியல் கருத்து மொழி – தேசம் திட்டத்தின் குழந்தை எனலாம்.

மொழி – இன உறவு குறித்த கருத்திலிருந்த வேறுபட்ட கருத்தை முன்வைத்தவர்களுள் குறிப்பிடத்தக்கவர்கள் பிரிட்டிஷ் இனவியலார் ராபர்ட் கார்டன் லதாம், ஜான் கிராஃபர்டு *(Robert Gordon Latham, John Crawfurd)* ஆகியோர். மொழி, இனம் குறித்து விரிவாக எழுதிய லதாம் ஒரு ஆங்கில மொழி அறிஞர் *(Latham 1850, 1859a, 1859b, 1862)*. கிராஃபர்டு தென்னிந்தியாவில் மருத்துவ அதிகாரியாகப் பணியாற்றியவர். தமது பணிக்காலத்தின் பெரும்பகுதியைத் தென்கிழக்காசியாவிலுள்ள பினாங்கில் கழித்தவர். மலாய்மொழி பற்றியும் தமது பணிகள் குறித்தும் எழுதியவர் *(Crawfurd, 1830, 1834, 1852)*. இருவரும் மொழிநூல் அறிஞர்கள்; பிரிசார்டினைப் போற்றிய அடுத்த தலைமுறையினர். ஆனால் மொழி–தேசம் குறித்த பிரிசார்டு கருத்திலிருந்து இவர்கள் விலகிச் சென்றார்கள். இன அறிவியல், மொழி – இன உறவு குறித்த கருத்து முரண் – குறிப்பாக இந்தோ–ஐரோப்பிய மொழிக் குடும்பம் தொடர்பானது – ஆகியன விவாதிக்கப்பட்டுவந்த இலண்டன் மனித இனவியல் கழகத்தில் இருவரும் முக்கியப் புள்ளிகள். இந்தோ – ஐரோப்பியரின் பிறப்பிடம் லித்துவேனியா என்று கூறிய லதாம், வேதங்கள் *3000* ஆண்டு பழமையுடையன, இலத்தீனும் அதனோடு தொடர்புடைய மொழிகளும் ஆசியாவோடு தொடர்புடையன என மொழிநூலறிஞர்கள் கூறிய கருத்துக்கள் குறைந்தபட்சம் ஆயிரம் ஆண்டு, ஆயிரம் மைல் தூரம் தவறானவை என்று கூறினார் *(Latham 1862 : 619)*. உடல்கூறு மறுப்பதை மொழிக்கூறு மெய்ப்பிக்கும்; அதற்கான சான்று ஆங்கில – வங்காள உறவு என்கிற மாக்ஸ் முல்லரின் கருத்தைத் தாக்கி எழுதினார். அரேபியர், யூதர் செமித்திய மொழிகளைப் பேசுபவர்கள் ஆகியோரைத் தவிர வங்காளம் முதல் ஐரோப்பா வரை உள்ள அனைவரும் ஒரே இனத்தவர்

என்ற கோட்பாட்டைக் கிராஃபர்டு குறிப்பிட்டு, மொழி – தேசம் உறவு பற்றிய இது, "உடலமைப்பு அல்லது அறிவுத் திறனைக் கவனத்தில் கொள்ளாது" ஊகத்தின் அடிப்படையில் தோன்றியதால் வலுவிழந்தது என்றார். இங்கு மொழி – தேசம் திட்டத்தின் அடிப்படையையே தகர்க்கும் போக்கையும், அவற்றிலிருந்து இனத்தை விடுவிப்பதையும் தெளிவாகக் காண முடிகிறது. லதாமைப் போலவே கிராஃபர்டும் மாக்ஸ் முல்லரின் கருத்து ஏற்படுத்திய விளைவைக் கண்டித்து வெளிப்படையாகவே எழுதினார்:

> *ஐரோப்பிய, ஆசிய மொழிகள் எல்லாம் – வங்காளத்திலிருந்து பிரிட்டிஷ் தீவுகள் வரையுள்ள மொழிகள் எல்லாம் – சிற்சில வேறுபாடுகளைக் கொண்டிருப்பினும் ஒரே மூலத்திலிருந்து பிறந்தவை, அவற்றைப் பேசும் மக்கள் எல்லாரும் அட்டக்கறுப்பு, கறுப்பு, மாநிறம் என நிறவேறுபாடு கொண்டிருப்பினும் ஒரே மனித இனத்தைச் சார்ந்தவர்கள் என்னும் கருத்துக்கள் அடிப்படையற்றவை; இக்கருத்து கற்றறிந்த ஒருவரின் சாதாரணக் கற்பனை என்ற என் முடிவைத் தக்க சான்றுகளுடன் இக்கட்டுரையில் எழுதியுள்ளேன். கிளைவின் இராணுவ வீரனின் இரத்தமும் இந்துக்களின் இரத்தமும் ஒன்றே என்னும் அந்த ஆக்ஸ்போர்டு பேராசிரியரின் (மாக்ஸ் முல்லர்) கருத்தும் எனக்கு ஏற்புடையதன்று (மேலது, 285).*

பிரான்சிலும் ஜெர்மனியிலும் நடந்த இன அறிவியல் ஆய்வுகளை மதிப்பீடு செய்த பிற்கால எழுத்தாளர்களில் ஒருவரான ஐசக் டெய்லர் தமது 'ஆரியர்களின் தோற்றம்' (1889) என்ற நூலில், 'சமஸ்கிருதவாதிகளின் கொடுமை' இனம் குறித்த உண்மையான, அறிவியல் சார்ந்த புரிதலில் குறுக்கிட்டதைக் குறிப்பிட்டு எழுதினார். அதாவது, இந்தோ–ஐரோப்பியக் குடும்ப மொழிகளையும் வெவ்வேறு இன மக்களையும் ஒரு கட்டுக்குள் அடைத்ததன் மூலம் இனம் குறித்த அறிவை அது மழுங்கடித்தது என்பதாகும். மொழி – தேசம் திட்டம் இவர்களுக்கு ஒரு தவறான புரிதலைத் தந்தது என்றும், இன அறிவியல் இப்போது தனது பழைய இடிபாடுகளிலிருந்து விடுபட்டுவிட்டது என்று கூறலாம் என்றும் எழுதினார். தேசம் – மொழி என்ற இரண்டும் பிரிந்ததும் இனம் என்பது மட்டும் உண்மையில் தலைதூக்கலாயிற்று என்கிற கருத்து இதன்வழி வெளிப்படலாயிற்று (*Trautmann, 1997: 165–185*).

வரலாற்றியக்கத்தின் அடிப்படைக் காரணியாக இனம் முழுமையாக இடம்பெற்றுள்ளதை ஆர்துர் தெ கோபினே விடம் (*Arthur de Gobineau, 1853–55*) காணலாம். தற்கால

இனக்கோட்பாடுகளின் தாய்மூலம் இதுவேயாகும். அவருக்கு முன்பே இனம் சார்ந்த கருத்துக்கள் நிலவியபோதும் வரலாற்றில் இனக் கோட்பாட்டைக் கண்டுபிடித்தவர் இவர்தான். இங்கு நான் சொல்லவருவது, வரலாற்றின் பல கூறுகளில் ஒன்றாக இனமும் செயல்பட்டது என்றில்லாமல் இனம்தான் மூலம், வரலாற்று நிகழ்வுக்கான காரணி என்பதான ஒரு கோட்பாட்டை இவர் உருவாக்கினார் என்பதையே.

கோபினே கருத்துப்படி உலகில் பத்து நாகரிகங்களே உண்டு; அவை எல்லாம் வெள்ளை இனம் உருவாக்கியவை. வெள்ளை இனம் நாகரிக வளர்ச்சிக்கு உதவிற்று. இனக்கலப்பு பேரரசுகளின் வீழ்ச்சிக்கு வழிகோலிற்று. ஐரோப்பா கட்டமைக்கப்படக் காரணமாக இருந்த ரோமப் பேரரசின் அழிவு உட்படப் பல பேரரசுகளின் சோகத்துக்குப் பேரரசுகளின் விரிவாக்கத்தால் அடுத்தடுத்து நடந்த இனக்கலப்பே மூலகாரணியாகும். மொழிகளின் பக்கம் கவனம் திரும்பியதும் வரலாற்றின் திறவுகோலான இனமும் இனக்கலப்பும் மறையத் தொடங்கின. ஆனால், மொழியும் இனமும் தமக்குள் எவ்விதக் கட்டாய உறவும் கொண்டிருக்கவில்லை. ஆகவே, கோபினேயின் கோட்பாடு, மனித இனவியலின் திறவுகோலான ஒப்பீட்டு மொழிநூலையும் அதன்மூலம் மொழி – தேச உறவை உறுதிப்படுத்தியதையும் வெளிப்படையாக மறுதலித்து உருவானது எனலாம்.

வரலாற்றியக்கத்தின் அடிப்படை இனம் என்கிற இந்தப் புதிய ஐரோப்பிய சிந்தனை இந்திய வரலாற்று ஆய்வில் ஆழ்ந்த பாதிப்பை ஏற்படுத்தியது. இதை 'இந்திய நாகரிகத்தின் இனக்கோட்பாடு' எனலாம் (Trautmann, 1997: இயல் 7). இந்தக் கோட்பாட்டின்படி, இந்திய நாகரிகம் என்பது செம்மேனியரான சமஸ்கிருத மொழி பேசும் நாகரிகமிக்க ஆரியப் படையெடுப்பாளர்களும் கறுத்த மேனியரான திராவிட மொழி பேசும் இந்தியக் காட்டுமிராண்டிக் குடிமக்களும் முட்டிமோதிக் கலந்ததால் உருவானதாகும். இந்த மோதலின் வெளிப்பாடான சாதி அமைப்பே இந்தப் புதிய நாகரிகத்தின் மைய நிறுவனமாகும். இந்திய நாகரிக வரலாற்றை விளக்க நெடுங்காலம் பயன்பட்ட இந்த இனஞ் சார்ந்த பார்வை தற்போது மறுஆய்வுக்கு உட்பட்டுள்ளது. இந்தோ – ஐரோப்பிய மொழிகளும் திராவிட மொழிகளும் மோதிக்கொள்ளக் காரணமாக உள்ள இந்த இனஞ்சார்ந்த கருத்தை உறுதிப்படுத்த வேண்டுமெனில் பனுவல்களை எந்த அளவுக்குக் கடுமையாகத் திரிக்க வேண்டியிருக்கும் என்பதையும், நாகரிகத்தை வெள்ளை நிறத்தோடும் காட்டுமிராண்டித்தனத்தைக் கறுப்பு நிறத்தோடும் பொருத்திப் பார்க்கும் இந்த இனவியல்

அடையாளம் எவ்வளவு தவறானது என்பதையும் மேற்படி நூலில் விரிவாக எழுதியுள்ளேன்.

கோட்பாட்டில் இந்தியா

இன்றைய அறிவுலகில் இந்திய மொழியாய்வின் நிலை எத்தகையது என்பதைச் சுருக்கமாகவேனும் சொல்ல வேண்டியுள்ளது. இந்த நூலில் பல நிலைகளில் கோட்பாடு பற்றிக் குறித்துள்ளோம். இது குறித்து விரிவாக இல்லையென்றாலும் மேலோட்டமாகவேனும் சொல்ல வேண்டும். திபேஷ் சக்கரவர்த்தி இந்திய ஆய்வில் கோட்பாடு குறித்துக் கூறியுள்ளதிலிருந்து இதைத் தொடங்கலாம்.

> இன்று பல பல்கலைக்கழகங்களில் உள்ள சமூக அறிவியல் துறைகளில் ஐரோப்பியச் சிந்தனை மரபு மட்டுமே வாழ்ந்துகொண்டிருக்கிறது. குறிப்பிட்ட சில சிந்தனை மரபுகளை மட்டுமே தமது காலத்தில் மட்டுமல்லாது இன்றும் வாழ்ந்துகொண்டிருப்பனவாகக் கொண்டு சில சிந்தனையாளர்களையே நாம் கணக்கிலெடுத்துக் கொள்கிறோம். சமூக அறிவியலில் 'ஐரோப்பிய' அல்லது 'மேற்கத்திய' மரபுசார் சிந்தனையாளர்கள் மட்டுமே கண்ணுக்குத் தோன்றுகின்றனர். தொல்பழங்காலத்துடன் தொடர்புபடுத்தும் இந்த 'ஐரோப்பியச் சிந்தனை மரபு' அண்மைக்கால ஐரோப்பாவின் கட்டுக்கதை என்பது எனக்குத் தெரியும். இப்படி ஒரு நீண்ட நெடும் மரபு எவ்வித உடைவுமின்றி தொடர்ந்து வந்துள்ளதையும் அதை 'ஐரோப்பிய மரபு' என அழைப்பதையும் மார்டின் பெர்னல், சமீர் அமின் முதலியோர் விமர்சனத்துக்குள்ளாக்கி யுள்ளனர். இது கட்டுக்கதையோ இல்லையோ, இந்தச் சிந்தனையோட்டத்தில் சமூக அறிவியலார் தங்களையும் சேர்த்துக்கொண்டுள்ளனர் என்பதுதான் இங்கு நான் கூறவருவது. தற்கால இந்தியாவின் சமூகவியலார் எவரும் 13ஆம் நூற்றாண்டைச் சேர்ந்த தர்க்கவியலார் கங்கேசருடனோ, 5–6ஆம் நூற்றாண்டைச் சேர்ந்த இலக்கண மொழியியல் தத்துவஞானி பர்த்ருஹரியுடனோ, 10–11ஆம் நூற்றாண்டைச் சேர்ந்த அழகியல் அறிஞர் அபிநவ குப்தருடனோ உள்ளார்ந்த அக்கறையுடன் விவாதிக்கின்றனரா? வருத்தத்துக்குரியது என்னவென்றால் தென்னாசியாவில் ஐரோப்பியக் குடியேற்ற ஆட்சியின் விளைவாக சமஸ்கிருதம், பாரசீகம், அரபு மொழிகளில் தொடர்ந்து வாழ்ந்துவந்த இந்தச் சிந்தனை மரபு இந்தப் பகுதியில் வாழும் சமூகவியல் அறிஞர்களுக்குக்

கூட ஒரு வரலாற்று ஆய்வுக்கான தரவாக மட்டுமே தென்படுவதுதான். அவர்கள் இந்த மரபை வரலாறாக, அதாவது இறந்துபோனதாகக் கருதுகிறார்கள் (Chakrabarty 2000:5–6).

இது ஓர் உண்மையை உறுதி செய்கிறது. இந்தியா ஒரு கோட்பாட்டைக் கொண்டிருந்தது; ஆனால் அது இறந்து விட்டது. அதற்கான காரணம் கடந்த கால இந்தியச் சிந்தனை யாளர்கள் இன்றும் பொருத்தமானவர்களே என்பதை ஆழ்ந்த கவனத்துடன் விளங்கிக்கொள்ளாமல்போனதுதான். அவர்களை நம் காலத்துக்கும் உரியவர்களாக நினைக்காததால் அவர்கள் வரலாற்று நாயகர்களாகவும் வரலாற்று ஆய்வுக்கான தரவுகளைத் தருபவர்களாகவும் வணக்கத்துக்குரியவர்களாகவும் மட்டுமே நின்றுவிட்டனர்.

பண்டைய இந்தியக் கோட்பாட்டாளர்கள் தர்க்கம், மொழி, அழகியல் போன்ற பல பொருண்மைகள் சார்ந்து வெளிப்படுத்திய கோட்பாடுகள் உண்மையில் செத்துவிட்டனவா? ஆம் என்றால் அது எவ்வாறு நிகழ்ந்தது? இந்தியக் கோட்பாடு வரலாறு ஆனது எப்படி? இறந்தது எப்படி? ஐரோப்பாவில் முளைத்த கோட்பாடுகளுக்கான தரவுகளாக ஆனது எப்படி?

கீழ்த்திசையியலின் தொடக்க காலத்தில் ஐரோப்பாவின் முன்னேற்றத்தில் ஐயம் சிறிதும் கொண்டிராதபோதிலும் இந்திய மற்றும் ஐரோப்பியக் கீழ்த்திசையியல் அறிஞர்கள் இந்தியக் கோட்பாடு செத்துவிட்டதாகக் கருதவில்லை. வில்லியம் ஜோன்ஸ் ஆசியவியல் கழகத்தின் செயல்பாடுகள் குறித்த தமது முதலாண்டு உரையில் எண்கணிதம், முக்கோண கணிதம், வடிவகணிதம், நிலஅளவியல், இயந்திரவியல், கண் மருத்துவம், வானியல், பொது இயற்பியல், அறம், இலக்கணம், சொல்லாடல், வழக்காடல், அறுவை மருத்துவம், மருத்துவம், உடற்கூறியல், வேதியியல் போன்றவற்றில் ஆசிய வளர்ச்சிப்போக்குகளையும் ஆராய வேண்டும் என்றே குறிப் பிட்டார் (Jones 1787). இரண்டாவது உரையில், ஐரோப்பியத் திறமையின் மேன்மையைக் குறிப்பிட்டதோடு, "பயன்பாட்டில் உள்ள அனைத்து அறிவுத்துறைகளிலும் நமது பங்கு மேலானது" என்றும், ஆசியாவோடு தொடர்புபடுத்திக் காணும்போது அனைத்துவகையிலும் "ஐரோப்பிய மனம் காரணகாரியத்தோடு கூடியது என்றும், ஆசியப் போக்கு கற்பனையின் உயர் முகடு" என்றும் சொன்னார். மேலும், ஆசியாவின் அறிவியல் வளர்ச்சியை "மேற்கத்திய நாடுகளோடு ஒப்பிடும்போது அது ஒரு குழந்தையைப் போன்றது" என்றார். இதன்படி, ஆசிய அறிவியல்

ஆய்வு குறித்த எதிர்பார்ப்புக்கள் ஓர் எல்லைக்குட்பட்டவையே என்பது பெறப்படுகிறது. இந்திய இசை மரபில் ஜோன்ஸுக்கு அதிக ஆர்வம் இருந்தது. “நம்முடையதைவிட இது உண்மையான கோட்பாட்டின் அடிப்படையில் உருவானது” என்றும், கிரேக்க இசை மரபை அறிந்துகொள்ள இந்திய இசைமரபின் அறிவு உதவும் என்றும் குறிப்பிட்டார். ஜோன்ஸின் இந்தக் கருத்து இந்திய யாப்பியல் (சமஸ்கிருதம், தமிழ் சார்ந்தவை) ஐரோப்பிய யாப்பியலைப் புரிந்துகொள்ள உதவும் என்ற எல்லிஸின் கருத்தோடு ஒத்துச்செல்கிறது. தொடக்கநிலைக் கணிதக்கூறுகளை மட்டுமே கொண்டிருந்த ஒரு சமஸ்கிருதக் கணித நூலைக் குறித்த ஆய்வு ஜோன்ஸுக்கு ஏமாற்றமளிப்பதாக இருந்தது. ஈரான், துர்கிஸ்தான், இந்தியா முதலிய நாடுகளிலுள்ள வடிவ கணித நூல்களிலிருந்து எந்தப் புதுமையையும் நியூட்டனின் ஐரோப்பா எதிர்பார்க்கவில்லை என்றும் அவர் நம்பினார். தற்காலக் கணிதவியலின் வரலாறு மேம்பட, அதன் பொருண்மையில் இல்லையென்றாலும், ஆசிய நூல்களிலிருந்து பெறும் அறிவு உதவும் எனக் கருதினார். எனினும், இந்திய அறிவியல் குறித்த ஆய்வு தொடர வேண்டும். அது குறித்துச் சிறந்த கட்டுரை எழுதுபவருக்குப் பரிசு தர வேண்டும் என்றார். ஐரோப்பாவில் பழைமையை விளக்கவும் புதுமையைத் தூண்டவும் இந்திய இலக்கியம் வழிவகுக்கும் என நம்பப்பட்டது. ஐரோப்பாவின் ரொமாண்டிசிச இயக்கத்தில், ஜோன்ஸினூடாக, இந்திய இலக்கியத்திற்கு ஒரு பங்கு இருந்தது; ஆயினும் இந்திய அழகியல் கோட்பாடுகளை இந்தியர் உட்படப் பலரும் பொருட்டாக எடுத்துக்கொள்ளவில்லை.

ஜோன்ஸ் காலத்திய கீழ்த்திசையியலார் பார்வையில் இந்திய, உண்மையில், ஆசியக் கோட்பாடு பெரிதும் பழமை சார்ந்ததாகவும், வரலாற்று மீட்டுருவாக்கத்துக்கேற்ற தரவுகளைக் கொண்டிருப்பதாகவும், ஓரளவே அக்கால ஐரோப்பியரின் கவனத்தை ஈர்க்கக் கூடியதாகவும் இருந்தது. ராம்மோகன் ராய் போன்ற ஒரு சில இந்திய அறிஞர்களே இந்தப் பழைய கோட்பாட்டாளர்களை பிரிட்டிஷார்வழி இந்தியாவுக்கு வந்த புத்தொளிக் காலச் சிந்தனையாளர்களோடு உறவுபடுத்தி வாழவைத்தனர்.

இரண்டாவது இயலின் தொடக்கத்தில் குறிப்பிட்டபடி, இந்தியக் கோட்பாடு மற்றும் அதன் கோட்பாட்டாளர்கள் மறைவுக்குக் காரணம், கீழ்த்திசையியலாரோ இந்திய நவீனத்துவ வாதிகளோ அல்ல; ஜேம்ஸ் மில், ஹெகல் ஆகிய கீழ்த்திசையியல் எதிர்ப்பாளர்களேயாவர். இவர்கள் இருவரும் இந்திய நாகரிகம்

குறித்த கீழ்த்திசையியலாரின் படைப்புக்களை ஊன்றிப் படித்தனர். ஆசிய நாகரிகம் குறித்த கீழ்த்திசையியலாரின் ஆக்கபூர்வமான கருத்துக்களை மறுத்தனர். பிரிட்டிஷ் ஆட்சியில்தான் இந்திய நாகரிகம் தூக்கி நிறுத்தப்படும் என இருவரும் கருதினர். இந்திய நாகரிகம் மிகவும் தாழ்ந்த நிலையில் இருந்தது; தற்போது, பிரிட்டிஷார் அதைத் தூக்கி நிறுத்துவதைப் போல முன்பு இசுலாமியர் ஆட்சியால் அது உயர்ந்த நிலைக்கு வந்தது என்று ஜேம்ஸ் மில் மதிப்பிட்டார். திபேஷ் சக்கரவர்த்தி குறிப்பிடும் கிரேக்கத்திலிருந்து பிளவுபடாது தொடர்ந்துவரும் நீண்ட நெடிய ஐரோப்பிய மரபு குறித்த கட்டுக்கதையின் முன்னோடியாகிய ஹெகல், கோட்பாடு, மெய்யியல் ஆகியவற்றைக் குறிக்கும் *theoria, philosophia* ஆகிய இரண்டும் கிரேக்கச் சொற்கள் என்றார். மேலும், அவர் இந்தியாவுக்கென்று வரலாற்று உணர்வு இல்லை என்றும், அப்படி இருப்பினும் அது பழைய கிரேக்க மெய்யியல் போல் உயர்ந்ததன்று என்றும் உறுதிபட எழுதினார். இந்திய வரலாறு, இந்திய மெய்யியல் அல்லது கோட்பாடு பெற்றிருந்த ஒரு வரையறைக்குட்பட்ட இந்தச் சாதனைகூட கிரேக்கத்துக்கு முந்திய அல்லது தொடக்ககால கிரேக்க வளர்ச்சியோடு சேர்ந்தவை என்றும், அவை தற்காலத்து அறிவுத்திரட்சியின் மீது கட்டப்பட்ட ஐரோப்பிய வரலாற்றுவழிப்பட்ட ஆய்வுக்கான பொருண்மைகளே ஆகும் என்றும் கருதப்படலாயின. ஹெகலைப் பொறுத்தமட்டில், வாழ்ந்துகொண்டிருக்கும் இந்தியக் கோட்பாட்டு மரபு என ஒன்றில்லை. தற்காலத்தில் கருதத்தக்க பழைய இந்திய அறிஞர்கள் என எவரும் இல்லை. ஷோபன்ஹெயர் *(Schopenhauer)* இந்தக் கருத்திலிருந்து மாறுபட்டார். அவரைப் பின்பற்றியவர்களும் இதை எதிர்த்தனர். ஆனால், இவர்கள் சிறுபான்மையினராக இருந்ததால் ஹெகல் மற்றும் அவரது ஆதரவாளர்களின் செல்வாக்கால் இவர்களின் கருத்து எடுபடாமல் போயிற்று *(Halbfass 1988; Droit 1989).*

ஹெகலின் கருத்தை மார்க்ஸ் தமக்கேற்ற முறையில் தழுவிக்கொண்டார். ஆக, ஐரோப்பியச் சிந்தனை மரபில், இடதுசாரி,வலதுசாரி என்ற வேறுபாடின்றி இந்தியக் கோட்பாடு கடந்த கால நிகழ்வு மட்டுமே என்கிற ஒரு முற்ற முடிந்த உண்மையாக இடம்பெற்றது. மில், ஹெகல் ஆகியோரின் செல்வாக்கால் ஓரம்கட்டபட்ட கீழ்த்திசையியல் புலமை, ஜோன்ஸின் ஒரு எல்லைக்குட்பட்ட பாராட்டையும் மீறி, கீழ்த்திசையியல், ஆசியவியல் கல்வியின் பெருமையைக் குலைத்து ஒரு எதிர்மறை முடிவுக்கு வழிசெய்துவிட்டது. வழக்கு தன் போக்கில் சென்றது; முடிவில், "ஐரோப்பாவுக்கு வெளியே கோட்பாடு என ஒன்றும் இல்லை" என்று தீர்ப்பு வழங்கப்பட்டது.

இதுதான் முடிந்த முடிபா? ஹெகலும் மில்லும் மேற்கத்திய சிந்தனையில் பெருஞ்செல்வாக்கு செலுத்தியபோதிலும் அதற்கு எதிரான கருத்தும் நிலவியது. அவற்றுள் மொழியாய்வு தொடர்பான இரண்டு கருத்துக்களை எடுத்துரைப்பது தேவை எனத் தோன்றுகிறது.

முதலாவது, ஒரு நம்பிக்கையூட்டும் கருத்து. பாணினியின் பழைய கோட்பாடு இன்றும் வாழ்கிறது, அதில் ஈடுபாடு கொண்டோர் மீண்டும்மீண்டும் அதன்மூலம் பயன் பெற முடிகிறது என்று கூறுகின்றனர். பாணினியை மொழியியலின் அரிஸ்டாட்டில் என்று சித்தரித்துக்காட்டும் ஃபிரிட்ஸ் ஸ்டாலின் நம்பிக்கை தரும் கருத்தாகும் அது. இது எந்த அளவு சரியானது எனக் கேட்கத் தோன்றும். ஏராளமான மொழியியலார் பாணினியைச் சிறந்த அறிஞராகக் கருதுகின்றனர். சிலர் அறிவார்ந்த நிலையில் அவரது பனுவலில் ஈடுபட்டனர். அவரது பனுவலின் கடுமை காரணமாகவும், அது இந்தியாவுக்கே உரியது என ஓரம்கட்டப்பட்டதாலும் (மில்), ஐரோப்பியருக்கு ஏற்றதன்று எனக் கூறப்பட்டதாலும் (ஹெகல்) பாணினி பற்றிய ஆய்வு குறிப்பிட்ட எல்லைக்குள்ளேயே நின்றது. மொழியியலின் பொதுத்தளத்தில் அது போதிய அளவு இடம்பெறவில்லை. இந்த நிலை மாறும் என நம்பலாம். தற்போதைக்கு இது ஒரு நம்பிக்கை மட்டுமே.

இந்த நம்பிக்கை முழுவதும் தவறானது என்று மெய்ப்பிக்கப்பட்டாலும்கூட, இன்றும் வழக்கிலுள்ள சிந்தனையோட்டத்தோடு இந்தியக் கோட்பாடு தெரிந்தும் தெரியாமலும் இணைந்துள்ளது என்பதும், இந்தியாவின் பழம்பெரும் அறிஞர்கள் பெயர் அறியப்படாத நிலையிலும்கூட இன்றும் ஓரளவு தேவைப்படுகிறார்கள் என்பதும் இரண்டாவது கருத்தாகும். இந்தியாவின் எண் இடக்குறியீட்டு முறை (*place notation of numbers*), சுழி (*zero*) பற்றிய கருத்தமைவுகளை அல்லது இந்திய இயற்கணிதம் மற்றும் முக்கோண வடிவியல் வித்தகத்தை இக்காலக் குழந்தைகள், இன்றைய வாழ்வின் தேவை கருதி அவை எங்கிருந்து வந்தன என்பதை அறியாமலேயே கற்றுவருகின்றன. இந்திய மொழியாய்வுக் கோட்பாடுகளும் இவ்வாறே இன்றைய மொழியியல் கோட்பாடுகளில் உள்ளடங்கி வாழ்ந்துகொண்டிருக்கின்றன. சமஸ்கிருத ஒலிகள் குறித்த பகுப்பாய்வு பிராமி மற்றும் அதனோடு தொடர்புடைய எழுத்து வடிவங்களை ஒழுங்குபடுத்தியதையும், அவை இந்திய மதங்களும் பண்பாடும் பரவிய மத்திய ஆசியா, கிழக்காசியா, தென்கிழக்காசியா முதலிய நாடுகளுக்கும் கொண்டுசெல்லப் பட்டதையும் முன்பே கண்டோம். ஜோன்ஸின் முதல் கட்டுரை

இந்த ஒலியியல் பகுப்பாய்வு, ஆசிய மொழிகளை ரோமன் எழுத்துக்களில் எழுத்துப்பெயர்ப்பைச் செய்யவும், பன்னாட்டு ஒலியியல் நெடுங்கணக்கை *(International Phonetic Alphabet)* உருவாக்கவும் எந்த அளவு உதவிற்று என்பதையும் ஏற்கெனவே பார்த்தோம்.

இந்திய மொழியியல் பகுப்பாய்வு, சிறப்பாகப் பிராகிருத இலக்கணியரின் ஆய்வு, மொழி–தேசம் குறித்த திட்டத்துக்கும், ஒலியியல், உருபனியல், சொற்பிறப்பியல் குறித்த அதன் தேவைகளை மிகவும் துல்லியமாக அறிவதற்கும் ஏற்ற இடமாக இந்தியா இருந்ததை முன்பே சொல்லியுள்ளோம். ஐரோப்பிய –இந்திய உறவு, சிறப்பாக சமஸ்கிருதத்துடனான உறவு நிகழ வில்லை என்றால் இன்றுள்ள அளவுக்கு ஒப்பீட்டு மொழிநூல் வளர்ந்திருக்க முடியாது. வரலாற்றின் ஒரு முக்கியமான காலகட்டத்தில் ஐரோப்பியர்கள், ஒப்பீட்டு மொழிநூலும் வரலாற்று மொழியியலும் தம்முள் கொண்டிருந்த இந்திய மொழிகளின் கட்டமைப்பு குறித்த பகுப்பாய்வினை நன்கு அறிந்துகொண்டனர். பாணினி, தொல்காப்பியர் போன்ற பழம்பெரும் இந்திய மொழியறிஞர்கள் நம் காலத்துக்கும் ஏற்றவர்கள் என நாம் அறிந்திருக்கவில்லை என்றாலும், அவர்களைப் பற்றிய ஆய்வில் முழுமையாக ஈடுபடவில்லை என்றாலும் அவர்கள் உண்மையில் நம் காலத்துக்கும் ஏற்றவர்களே. குடியேற்ற ஆட்சி அவர்களைக் கொன்றுவிடவில்லை. மாறாக நம்மோடு, நம் புதிய சிந்தனைகளோடு அவர்களை அமைதியாக ஒன்றிணைத்துவிட்டது. அவர்களது படைப்புக்கள் நம் அறிவுக்கு எட்டியும் எட்டாமலும், மற்ற பழம்பெரும் அறிஞர்களின் படைப்புக்களைப் போலவே இன்றும் வாழ்கின்றன. அவற்றை மீண்டும்மீண்டும் நாம் ஆய்வுக்குட்படுத்துவதன்மூலம் அவை தொடர்ந்து வாழும்.

பிற்சேர்க்கை 1
எல்லிஸின் திராவிடச் சான்று

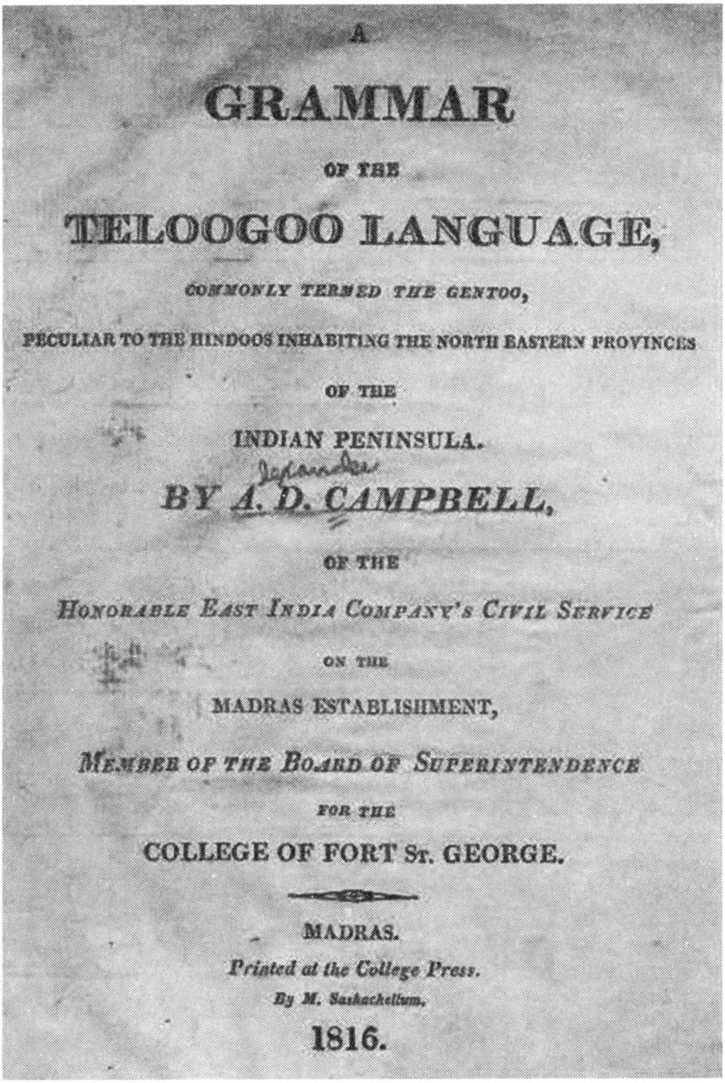

A
GRAMMAR
OF THE
TELOOGOO LANGUAGE,
COMMONLY TERMED THE GENTOO,

PECULIAR TO THE HINDOOS INHABITING THE NORTH EASTERN PROVINCES

OF THE

INDIAN PENINSULA.

BY A. D. CAMPBELL,

OF THE

HONORABLE EAST INDIA COMPANY's CIVIL SERVICE

ON THE

MADRAS ESTABLISHMENT,

MEMBER OF THE BOARD OF SUPERINTENDENCE

FOR THE

COLLEGE OF FORT St. GEORGE.

MADRAS.
Printed at the College Press.
By M. Sashachellum.
1816.

NOTE TO THE INTRODUCTION.

In support of what I have ventured to advance, in the preceding introduction, on the subject of the structure and derivation of the Teloogoo language, it is peculiarly gratifying to me to be allowed to quote the high authority of my friend Mr. Francis W. Ellis, at the head of the Board of Superintendence for the College of Fort St. George, as contained in the following observations with which he has favoured me. The knowledge which this Gentleman possesses of the various spoken dialects of the Peninsula, added to his acquirements as a Sanscrit scholar, peculiarly qualify him to pronounce a judgment on this subject.

The real affiliation of the Telugu language appears not to have been known to any writer, by whom the subject has been noticed. Dr. Carey in the preface to his Sanscrit Grammar says—" The Hindoostanee and *the Tamil*, with the languages of Gujarat and *Malayala*, are *evidently derived from the Sanscrit, but the two former are greatly mixed with foreign words.* The Bengalee, Orissa, Maratta, *Kurnata*, and *Telinga* languages *are almost wholly composed of Sanscrit words.*" In the preface to a Grammar of the Telugu lately published by him he, also, says—" The languages of India are principally derived from the Sanscrit": &c. " The structure of most of the languages in the middle and north of India, is generally the same, the chief difference in them lies in the termination of the nouns and verbs, and in those deviations from Sanscrit orthography which custom has gradually established in the countries where they are spoken. The languages of the south of India, i. e. *The Telinga, Karnatic, Tamil, Malayala,* and Cingalese, *while they have the same origin with those of the north,* differ greatly from them in other respects: and especially in having a large proportion of words, the origin of which is unascertained."—To this testimony Dr. Wilkins adds the weight of his authority, when he says in the preface to his Grammar of the Sanscrit—" *the Tamil, the Telugu, the Carnatic, the Malabar,* together with that" (the idiom) " of the Marratta states and of Gujarat so abound with Sanscrit, that *scarcely a sentence can be expressed in either of them without it's assistance.*"—Mr. Colebrooke, also, in his dissertation on the Sanscrit and Pracrit languages in the 7th Volume of the Asiatick Researches, though he has not given so decided an opinion, yet, by including these under the general term Pracrit, appropriate only to dialects of Sanscrit derivation and construction, and by the tendency of his remarks, appears to favor the received notion of their origin; he states indeed in express terms that the *Tamil* (which word he writes Támla, deducing it from Támraparnà the Sanscrit name of the river of Tirunelvéli) is written in a character which is greatly corrupted from the present Dévanágari, and that both the " *Carnata*" and " *Telingana*" characters are from the same source. In arrangement the two latter, which are nearly the same, certainly follow the Nágari, but in the form of the letters, mode of combination, and other particulars, there is no resemblance; and the T*amil is totally different,* rejecting all aspirates, and having many sounds which cannot be expressed by any alphabet in which the Sanscrit is written.

It is the intent of the following observations to shew that the statements contained in the preceding quotations are not correct; that neither the Tamil, the Telugu, nor any of their cognate dialects are derivations from the Sanscrit; that the latter, however it may contribute to their polish, is not necessary for their existence; and that they form a distinct family of languages, with which the Sanscrit has, in latter times especially, intermixed, but with which it has no radical connexion.

The members, constituting the family of languages, which may be appropriately called the dialects of Southern India, are the high and low Tamil; the Telugu, grammatical, and vulgar; Carnátaca or Cannadi, ancient and modern; Malayálma or Malayálam, which, after Paulinus a St. Bartholomæo may be divided into Sanscrit (Grandonico-Malabarica) and common Malayálam, though the former differs from the latter only in introducing Sanscrit terms and forms in unrestrained profusion; and the Tuluva, the native speech of that part of the country to which in our maps the name of Canara is confined.

Besides these, there are a few other local dialects of the same derivation, such as the Códugu, a variation of the Tuluva spoken in the district of that name called by us Coorg; the Cingalese, Mahàrástra and the Oddiya, also, though not of the same stock, borrow many of their words and idioms from these tongues. A certain intercommunication of language may indeed, always be expected from neighbouring nations, however dissimilar in origin, but it is extraordinary that the uncivilized races of the north of India should in this respect bear any resemblance to the Hindus of the south; it is, nevertheless, the fact, that, if not of the same radical derivation, the language of the mountaineers of Rájmahàl abounds in terms common to the Tamil and Telugu.

The Telugu, to which attention is here more specially directed, is formed from it's own roots, which, in general, have no connexion with the Sanscrit, nor with those of any other language, the cognate dialects of Southern India, the Tamil, Cannadi &c. excepted, with which, allowing for the occasional variation of consimilar sounds, they generally agree; the actual difference in the three dialects here mentioned is in fact to be found only in the affixes used in the formation of words from the roots; the roots themselves are not similar merely, but the same.

The roots of the Telugu Language, like those of the Sanscrit, are mostly the themes of verbs, but they may often be used in the crude form, or with a single affix, as nouns or adjectives, and many of them are used only in the latter acceptation; thus గుద్దు, as a noun, signifies *a blow with the fist* and is the root of the verb గుద్దడము *to strike with the fist*: thus also, నడు *nadu*, with the affix క *ca*, నడక *Nadaca*, signifies, as a noun, *a step, progress, conduct, manner*, and is the root of the verb నడవడము *naḍavaḍamu to walk*. In this use of the roots, all the dialects differ; the root that is used as a noun only in Tamil and Telugu may serve as the theme of a verb in Cannaḍi, and *vice versâ*: thus in Tamil the term அக்கறை, *accarei* is used as a noun in such impersonals sentences as எனக்கக்கறையில்லை *yenac' accareiyillei, it is not a* want *to me—I do not require it*; in Cannaḍi అక్కఱియు *accariy* is the root of the verb అక్కఱియుడు *accariyudu to be desired—to be endeared to*. It frequently happens, also, that a term occurs which cannot be referred to any root of the tongue to which it belongs, though it is readily traced to a radical in one of the cognate dialects; thus in the compound అగపడడము *agupaḍaḍamu*, (which signifies in Telugu *to take* in the sense in which it is used in such sentences as అదిధూమముగానాకుఅగపడింది *adi d,húmamugà nácu agupaḍindi, I* take *it to be smoke* - దానికినర్థమునాకగపడలేదు *dánikin art,hamu nác' agapaḍa lédu, I do not* take, *or comprehend, the sense of it*, but in Tamil *to take* in general, *seize, obtain*, as குருவியெனக்ககப்பட்டது *curivi yenac' agapattadu, I have* caught *the bird*) the first member అగ *aga* or అగు *agu* has no separate meaning in Telugu, in Tamil அகம் *agam* signifies the *interior* and, in both languages, the root படு *padu to suffer*.

To shew that no radical connexion exists between the Sanscrit and Telugu, ten roots in alphabetic order, under the letters *A, C, P*, and *V*, have been taken from the common d,hátu-málà or list of roots, and with them have been compared ten Telugu roots, under the same letters taken from a Telugu d,hátu-málà compiled by Patáb,hi-ráma Śástri, the Head Sanscrit and Telugu Master at the College; these will be found in the following lists, the mere inspection of which will shew, that, among the forty Telugu roots, not one agrees with any Sanscrit root. To facilitate a comparison of the several languages treated on, each of which has a distinct alphabet, the Roman character is used throughout:

the orthography is generally that of Sir Wm. Jones, as explained in the 1st Volume of the Asiatic Researches, but the grave accent is used instead of the acute, to mark a naturally long syllable when final or formed by *Sand,hi*, and *K*, is occasionally substituted for *C*, before *i* and *e* in words belonging to the southern dialects only : other variations of trifling importance will be observed.

ROOTS UNDER THE LETTER

A.

SANSCRIT.	TELUGU.
Ac *to mark-move-move tortuously.*	Accálu *to contract the abdominal muscles.*
Ag *to move-move tortuously.*	Agalu *to separate - break.*
Anca or Anga *to mark.*	Aggu *to worship.*
Ag,h *to move - despise - begin - move quickly.*	Aggalu *to be insufferable - be excessive.*
Ag,ha *to sin.*	Ats *to give by compulsion - incur debt.*
Ach *to honour - serve.*	Ántu *to touch or stick - adhere - anoint the head.*
Anch *to move - speak unintelligibly - speak intelligibly.*	Ádangu *to be destroyed - submit - be subdued, or suppressed.*
Aj *to throw - move - shine.*	Ádaru *to shine - shoot at.*
Át or Át,h *to move.*	Ádalu *to weep bitterly.*
Ad *to occupy - undertake.*	Adu *to slap.*

ROOTS UNDER THE LETTER.

C.

SANSCRIT.	TELUGU.
Cac *to hint desire - go.*	Caccu *to vomit.*
Cacc *to laugh.*	Cats *to play dice, chess &c.*
Cac,h *to laugh.*	Crats *to want.*
Cacc,h *to laugh.*	Caťťu *to tie - build - become pregnant.*
Cag *to move.*	Cádugu, *to wash.*

SANSCRIT.	TELUGU.
Cach *to tie - shine.*	Cadangu or Canangu } *to swell, boil.*
Caj *to hiccup.*	Catacu or Cadagu } *to lick as a dog.*
Cat *to move - skreen - rain.*	Cadaru *to call aloud - exclaim.*
Cat,h *to fear - recollect anxiously.*	Cadalu *to move or shake.*
Cad *to eat - rejoice - divide - preserve.*	Cadi *to approach - obtain.*

ROOTS UNDER THE LETTER

P.

Pach *to cook-explain-stretch.*	Pagalu, or Pangalu } *to break - make forked.*
Pad *to shine - move.*	Panchu *to devide into shares - send away - appoint - divide by figures.*
Pat,h *to speak.*	Pattu *to seize - touch - begin - knead the limbs - understand - contain - unite intimately, as colour with that which is coloured, &c.*
Pan *to traffic - praise.*	Padu *to suffer - fall.*
Pat *to rule - move.*	Pandu *to reprove - produce - lie down.*
Pat,h *to move.*	Padayu *to obtain.*
Pad *to move - be fixed.*	Pantangu *to vow.*
Pan *to praise.*	Padaru *to act precipitately - speak nonsense - threaten.*
Pamb *to move.*	Pannu *to join steers to a plough - prepare.*
Parbb *to move.*	Panatsu *to send - employ.*

ROOTS UNDER THE LETTER

V.

SANSCRIT.	TELUGU.
Vak *to be crooked - move.*	Vaga or Vagu *to grieve - pretend grief - consult.*
Vag *to be lame.*	Vagir *to speak deceitfully - bark as a dog.*
Vach *to speak - order.*	Vangu *to stoop.*
Vaj *to move - renew or repair.*	Vats *to come.*
Vaí *to surround - share - speak.*	Vantsu *to bind - pour water from a vessel.*
Vatá *to surround - share.*	Vrats *to divide.*
Vańta *to share.*	Vaṫu *to become lean.*
Vaṫ,h *to go alone - be able.*	Vattu *to dry up.*
Vaḋ *to shine - surround.*	Vattru *to shine.*
Vań *to sound.*	Vaddu *to serve food.*

To shew that an intimate radical connection exists between the Telugu and other dialects of Southern India, fifteen roots have been taken in alphabetical order from the Dhàtu-màla above mentioned, under the first vowel and first consonant, with which the correspondent roots of the Tamil and Cannaḋi are compared: the Tamil roots are from a list compiled by the Head Tamil Master at the College, compared with the Sadur Agaràdi and other dictionaries and the Cannaḋi roots are from an old list explained in Sanscrit.

TELUGU.	CANNAḊI.	TAMIL.
	Accarey *to feel affection for, love.* This root, in Telugu *accara* and in Tamil *accarei*, is used as a noun, only in these languages.	
Accaĺu *to contract the abdominal muscles.* This root is never used without the formative syllable intsu in Telugu, but in Can. which gives an active sense to primitive roots, and a causal sense to the derivative themes of verbs.	Accaĺu *as in Telugu.*	
Aggalu *to separate.*	Agalu *as in Telugu*-also, *to become extended- to ext.nd - lament.*	Agal *as in Telugu* - also, *to keep at a distance - pass beyond.* Ag[illegible]vu, *to call, play.*

TELUGU.	CANNADI.	TAMIL.
	Agaĺu *to dig.*	Agaźh *as in Cannadi* in which language the Tamil *źh* is usually converted into *ĺ*.
	Agey *to be afraid - be pleased.*	Agei *to beat - cut - break in two.*
Aggalu *to become insufferable - be excessive.*		
Aggu *to worship.*		Ahgu *to decrease.*
		Angar *to gape.*
Ats *to give by compulsion-incur debt.*	Atchu *as in Telugu.* The consonant in this root, which agrees with the first of the second series of consonants in the Sanscrit alphabet, is pronounced *tsa* and *cha* in Telugu; *cha* in Can. and *sa*, *sha*, *cha*, and *ja* in Tam. according, as it is final or medial, single or double.	
	Anju* *to be alarmed - fear - frighten.*	Anju *as in Can.*
Ańtu *to touch - stick or adhere - anoint the head.*	Ańtu *to join - stick together.*	Ańtu *to join - adjoin - approach - befit.* This root, spelt with the same letters in the three dialects, is in Tamil pronounced *Ándu.*
Ad́angu, Ańangu, Aańugu } *to be destroyed - submit - be subdued or suppressed.*	Ad́agu or Ad́angu } *to be contained - enclosed - subdued or suppressed - submit-recede.*	Ad́angu *as in Can.*
Ad́aru *to shine - shoot at.* In the second sense it takes the formative *intsu.*	Ad́aru *to ascend - climb ride.*	Ad́aru *to throng - press together - be connected.*
Ad́alu *to weep bitterly.*		
Ad́u *to slap.*	Ad́u *to cook.* This root with a final *e ade,* means the same as in Telugu, and, also it *to obtain-move.*	Ad́u *to join - be near - be connected - to kill - fight - cook.* With a final *ei* this root means, as in Can. *to obtain* and, also, to *tie-unite.*

NOTE. This root is the primitive of all those in the three languages commencing with the letters *ad*, in which the leading idea of *nearnes -junction*, variously modified, is very apparent : the several modes of forming the secondary root by inserting a nasal before the final syllable, as in Andu, or Antu, or by adding the syllables ei or e, ar, al, gu, angu, &c. as here exemplified, is common to them all. This formation of a number of secondary roots from a primitive by the adjuncts mentioned, is constantly observable under every letter of the alphabet: the primitive is found sometimes in Tam. sometimes in Can. and sometimes in Tel. sometimes it exists in all three, sometimes in none of them.

TELUGU.	CANNADI.	TAMIL.
Adugu *to ask - beg alms.*		
Addagu *to interrupt - prevent.*	Addagu *as in Tel.*	
Caccu *to vomit.*	Caccu *as in Tel.*	Caccu *as in Tel.*
	Cangedu *to become lean.*	
	Cargu *to become black, by fire &c.*	Carugu *as in Can.*
Cats *to play dice, chess &c.*		Casa *to be modest, or diffident.*
		Casangu *to be bruised by the hand - squeezed.*
		Casi *to be moist or damp - to weep - entreat.*
	Cachini *to join together two things of the same kind - pair.*	
	Carchu *to bite-wash rice.*	Cada *to pass beyond.*
		Cadavu *to pay - fulfil - give attention - reflect - nail up.*
Cattu *to tie - build - become pregnant,* said of cattle only.	Cattu *to tie - build.*	Cattu *as in Can.*
Cadugu *to wash off,* as dust from the hands - *wash out,* as stains from a cloth.		This root in Tamil is pronounced Cazhavu; *da* in Tel. and *ta* in Can. are constantly substituted for the Tamil Zh *ழ* and roots of which the final is *gu* in the former end in the latter in *vu*; thus the root meaning to *stroke gently - caress* is in Tam. Tazhuvu in Tel. Tadugu &c.
Cadangu or Canangu } *to swell - boil or bubble.*	Cadangu *as in Tel.* In both languages this verb is primarily used of water, and secondarily of the affections of the mind, in expressions similar to *the sea swells, his anger boils, his wealth overflows.*	This root is not in Tam. but it is evidently the same in meaning and derivation with the two following, the last of which, Cadu, is the primitive of all those commencing with Cad in the three languages.

திராவிடச் சான்று   ௸ 293 ௸

NOTE TO THE INTRODUCTION.

TELUGU.	CANNADI.	TAMIL.
	Cadi *to cut - bite.*	Cadí *to cut - bite - guard-swell or be angry.*
		Cadu *to cut - plough - snatch or seize suddenly - steal - be angry.*
	Cadekey *to hurry - hasten.*	Cadagu *as in can.*
	Cadé *to churn.*	Cadei *to stir up with a stick &c. - to turn by a lath-*
	Canmalei *to think - conceive in the mind.* This is evidently a compound of the simple root *can*, but the second member, *malei*, has no separate meaning.	Can or Cani *as in Can. also to consider - mark - determine.*
	Cattu *to kill.*	Cattu *to call aloud - roar or bellow - croak.*
	Cadadu *to dissolve in liquids.*	
Cadaru - *to call aloud from any affection of the mind - to exclaim.*	Cadaru *to call or weep aloud - bellow as a beast.*	Cadaru *as in Can.*
Cadalu or Cadulu } *to move or shake.*	Cadalu *as in Tel.*	Cadalu *as in Tel.*
	Cadi *to steal.*	Cadi *to sound - make a noise - be haughty.*
Cadiy *to approach - obtain.*		
Cadu *to draw gold or silver.*		
Cadumu *to push away.*		
		Caduvu *to be confused or perplexed.*
	Cadrucu or Cadruncu } *to peck as a bird.*	

TLUGU.	CANNADÍ.	TAMIL.
Candu *to fade or decay as flowers and fruit by heat.*	Candu *as in Tel.*	Candu *as in Tel. & Can.* It has this meaning in Tam. when the last syllable is writen *ru* but pronounced *du*; when written with the same final consonant as in Tel and Can. it signifies *to be spoiled - to perish* generally.
	Canam *to become rancid- to acquire a bad taste or smell by smoke or keeping.* This root is used as a noun in Telugu in the same sense.	
Canalu *to become angry - fade.*	Canalu *to kindle as fire - to become angry.*	Canal and Candal } *to become angry.* Used as a noun, Canal means fire.
Canu *to see - to bring forth a child.*	In the first sense, *to see*, this root in the present and future of the Can. and Tam. is written with a long *á* and with the nasal of the third series of consonants *Càń* and *Cánu*; in the past it is short *Candén-Candenu*, as in Tel: the second sense is peculiar to the latter language; but *Candu a calf* in Tamil is evidently derived from it.	
Cappu *to cover.*	Cappu *to dig a pit - excavate - hollow out.*	This root is not used in Tam. either in it's Tel. or Can. sense, but it is evident that from it in the latter acceptation is derived the Tamil terms, *Capparu a hollow bason* carried by beggars, and *Cappel a ship.*

But though radical connection may be proved to exist between languages, their actual connection, as regards terms used for the expression of ideas, may not be intimate and it becomes necessary, therefore, to establish this point, to enter further into detail and compare the words of the three cognate dialects, as well as the roots whence they are derived. Mámidi Vencaya, the author of the Ánd,hra Dìpaca, an excellent Dictionary of the Telugu, has, in the preface to this work, introduced a concise analysis of the language, the substance of which, as affording the means of making this comparison, is translated in the following paragraph.

"The modes of derivation in the Ánd hra language are four; they are Tatsaman, Tad,bbavan, Désyam and Grámyam.

" OF PURE SANSCRIT TERMS RECEIVED IN TELUGU."

" Tatsamam consists of Sanscrit terms, pure as spoken in heaven, the Telugu terminations being substituted for those of the original language, of which the following are examples.

SANSCRIT.	TATSAMAM.	
Rámah	Rámandú	*a proper name.*
Vanam	Vanamu	*a forest.*
Gangá	Ganga	*the river.*
Harih	Hari	*a proper name.*
B, hagavatì	B, hagavati	*a goddess.*
'Sríh	'Srì	*prosperity.*
Sambuh	Sambuvu or Sambundu	*a proper name.*
Vad, huh	Vad, hu	*woman.*
Gauh	Govu	*a cow.*
Glau	Glau	*the moon.*
Vác	Váccu	*a word.*
Bishag	Bishacu	*a physician.*

SANSCRIT.	TATSAMAM.	
B, hub, hrüt	B, húb, hrüttu	*a king.*
Hanuman	Hanumá, ha-numantúdu and hanumánudu	*a proper name.*
Sampad	Sampadu and Sampattu	*wealth.*
Cshut...... and Cshud......	Cshuttu	*appetite.*
Ápah	Appu	*waters.*
Dyau	Divamu	*the heavens.*
Payah	Payasu	*milk.*
Anadwán	Anadwáhamu	*an ox.*

" OF TERMS DERIVED FROM THE SANSCRIT.

" Tadb,havam consists of terms formed, either from the Sanscrit direct, or through one of the six Pracrits, varied by the interposition of syllables, and by the substitution, increment, and decrement of letters, as explained in the Vai-crüta-chundrica : the several modes of derivation, here indicated, are exemplified in the following lists.

" TADB,HAVAM TERMS DERIVED IMMEDIATELY FROM SANSCRT.

SANSCRIT.	TADBHAVAM.	
Samudrah	Sandaramu	*the sea.*
Chandrah	Tsandurundu	*the moon.*
Cánanam	Cána	*a forest.*
Cudyam	Góda	*a wall.*

SANSCRIT.	TADBHAVAM.	
Yátrà	Dzatara	*pilgrimage.*
Áturam	Átramu	*hurry.*
Pangtih	Banti	*a line or row.*
C, huralí	Garidí	*a fencing school.*

"*TADB,HAVAM TERMS DERIVED FROM SANSCRIT THROUGH THE PRACRUTAM SPOKEN IN THE COUNTRY OF MAHARASTRA.*

SANSCRIT.	PRACRIT.	TELUGU.	
Chacravácah	Chaccaváyò	Dzaccavu	*a species of water fowl.*
Upád,hyáyah	Ojjháo	Oddza	*a preceptor.*
Brahmà	Bambà	Bomma	*Brahma.*
Dwípah	Dívo	Dívi	*an island.*
Cámsyam	Camso	Cantsu	*bell metal.*
Yas'ah	Jaso	Asamu	*fame.*

"*TADB,HAVAM TERMS DERIVED THROUGH SAURASENI, THE LANGUAGE OF THE COUNTRY OF SURASENA.*

SANSCRIT.	SAURASENI.	TELUGU.	
Yejnópavítam	Dzannóvídam	Dzannidamu	*the Brahminical thread.*
Prátijnyátam	Padinnádam	Pannidamu	*a vow.*
Hintálah	Hindálò	'Indu	*a date.*
Haritálah	Haridálò	Aridalamu	*orpiment.*
D,hátu	Dádu	Dzádu	*colour.*

"*TADB,HAVAM TERMS DERIVED THROUGH THE MAGAD,HI, SPOKEN IN THE COUNTRY OF MAGAD,HA.*

SANSCRIT.	MAGAD,HI.	TELUGU.	
Nédisht,ham	'Nédistam	Néi	*friendship.*
Géhast,hah	Géhastè	Gésta	*a householder.*
Cashtam	Castam	Casti	*difficulty.*
Rámà	Láma	Léma	*a woman.*

"*TADB,HAVAM TERMS DERIVED THROUGH THE PAISACHI, SPOKEN IN THE COUNTRIES OF PANDYA AND CECAYA.*

SANSCRIT.	PAISACHI.	TELUGU.	
Alactah	Alatto	Latuca	*lac-dye, prepared for painting the feet.*
'Sashculì	Sack,huli	Tsackilamu	*a contorted cake.*
Urnà	Unná	Unni	*wool.*
Trilingah	Tilingo	Telungu / Telugu / Tenugu	*the Telugu Language.*
S'wernam	Sannam	Sonna	*gold.*
Nis'réní	Nísena	Nittsena	*a ladder.*

" *TADB,HAVAM TERMS DERIVED THROUGH THE CHULICA OR CHULICA-PAI-SACHI, SPOKEN IN THE COUNTRIES OF GANDARA, NEPALA AND CUNTALA.*

SANSCRIT.	CHULICA.	TELUGU.	
Bründah	Pundo	Pindu	*an assemblage.*
Búd,hah *intelligent*	Puddo	Pedda	*great*; peddavándu *a wise man &c.*
Swernam	Panaò	Ponnu	*gold.*
Mrügah	Mícò	Mécamu	*a beast.*
Brad,hnah	Paddo	Produ & Poddu	*sun rise.*

" *TADB,HAVAM TERMS DERIVED THROUGH THE APAB,HRAMSA SPOKEN IN THE COUNTRY OF AB,HIRA AND THE COAST OF THE WESTERN OCEAN.*

SANSCRIT.	APABHRAMSA.	TELUGU.	
Bráhmanàh	Bamb,hadu	Bápadu	*a Brahman.*
Abad,ham	Abadd,hu	Baddu	*an untruth.*
Stanam	Tanu	Tsanuu	*the bosom.*
'Srutam *heard*	Sudu	Tsaduvu	*reading or learning."*

NOTE. Apabramśa means, literally, *corrupted language*; but the author says the word is not to be taken in this sense, but as the proper name of the dialect, and to this purpose quotes a verse from Appacavi, one of the commentators on the Nannayab,hattiyam, who states the same, and adds it was the speech of the goddess Saraswati in her youth, and that it's terms, therefore, are without exception, pure. Words which have passed through this dialect to the Telugu are, however, more frequently used by the 'Súdra tribes than by the Bráhmans.

The proportion of corrupt, or, more appropriately, permuted terms in Telugu of the several derivations above noticed, may be stated as follows; Sanscrit Tadb,havam *one half*; Prácrit, *one quarter*; Sauraséni *one tenth*; Mágad,hi *one twentieth*; the Paiśáchi, Chúlicà, Apabramśa together *one tenth.* Mr. Colebrooke, in his dissertation on the Sanscrit and Pracrit languages, admits but of three distinctions; these two and the Magad,hi, or Apabramśa, which he considers the same. The six Prácrits here enumerated, however, are six distinct dialects, each formed, as to terms, according to it's own rules of permutation, but all following the idiom, collocation and, with special exceptions, the general grammar of the Sanscrit: in the Shadbáshà-chandricà by Lacshmid,hara, a joint grammar of the six Prácrits, after general rules applying to all, the Prácrit

NOTE TO THE INTRODUCTION. 15

ҹaŕἰξoχҹᵥ (*Pracrütam mahàrástr' ódb,havam*) is deduced immediately from the Sanscrit, the Sauraséni from the Prácrit and Sanscrit and so on; the Mágadhi, Paisáchi, Chúclica - Paisáchi, and Apabramśa, each declining a degree in purity and the last varying more than any of the rest from the parent stock; this, however, the author does not allow to be, as Mr. Colebrooke considers it, "a jargon destitute of regular Grammar," for he says-*Apab,hramśas tu b,háshà syàd ab,hiràdi giránchayah - cavi prayóg'ànerhetwàn n'àpasabdas sa tu cwachit, Apabramśa is the language spoken in Ab,hira and other countries, and, as it is used by the poets, it is not in any respect corrupted*—and he proceeds, accordingly, to detail it's grammatical rules.

The work here noticed is confined to these dialects, as they now exist in the Nátacas, and treats, therefore, only of Tatsamam and Tadb,havam terms of Sanscrit origin; it is expressly stated, however, that each possessed its proper Désyam, or native, terms, and it is probable, as many of these dialects prevailed in countries far distant from each other, that each was connected with Désyam words of various derivations, in conjunction with which they produced spoken languages differing considerably from each other; this in fact is declared to be the case with respect to Paisáchi in the following passage - *Pisácha désa niyatam Paisáchi dwitoyam viduh - Pisácha desàstu vrüdd,hair uctáh-Pándya Cécaya Cháhlica Sahya Népála Cuntalàh Sud,hésha B,hóta Gánd,hára Haiva Canójanàs tat,hà-. Etè paisácha désàs syus tad désyas tad guno b,havati.* The two Paisáchi dialects are said to prevail in all the countries here mentioned, commencing with Pándyam at the southern extremity of India, and extending to Canoj (*Canójána*) in the north, and Siam (*Sayha*) to the east, and it is added. *These are the Paisáchi countries, and the Désyam terms of each have their own particular quality.*

"Desyam, in other words 'And,hra, or Telugu, is of two kinds; the language which originated in the country of Telingana and Anya-désyam, or the language of foreign countries intermixed with it.

"*OF TERMS WHICH ORIGINATED IN TRILINGAM.*

"Previously to shewing what part of the language originated in Trilingam, the following stanzas from the Ad,haravana Vyácaranam are here inserted, to describe the country to which this name applies."

A quotation from the Adharavana Vyácaranam is omitted: the author explains that part which relates to the boundaries of Trilingam as follows:

"As it is here said, in the country between Srisailum, the station of Bhímeswara at Dracharàmam, the greater Cálèśwaram and, as the fourth, the mountain of Mahéndra, in these holy places were three Lingams, and the language which originated in the country known by the name of the Trilinga Déśam, is that now under consideration; this is the *Atsu* or pure Telugu, and is thus described in the Appacavíyam.

VERSE.

"All those words which are in use among the several races who are aborigines of the Country of A,nd,hra, which are perfectly clear and free from all obscurity, these shine forth to the world as the pure native speech of A,nd,hra (Sudd,ha A,nd,hra Dés,yam.)

"OF THESE THE FOLLOWING ARE EXAMPLES.

Pálu	*milk.*
Perugu	*curdled milk.*
Ney	*clarified butter.*
Rólu	*a mortar.*
Róncali	*a pestle.*
Utti	*a long net for holding pots &c.*
Pudami	*the earth.*
Padatuca	*a woman.*
Pasidi-paindi	*gold.*
Bangáru	*gold.*
Coducu	*a son.*
Códalu	*a daughter in-law.*
Tala	*the head.*
Nela	*the moon, a month.*
Vésavi and Vésangi	*sultry weather.*
Gudi	*a temple.*
Madi	*a field.*
Puli	*a tyger.*
Tsali	*cold.*
Madugu	*a natural pool or lake.*
U'ru	*a village.*
Magavandu	*a man.*
'Andadi	*a woman.*
Aluca	*vexation-displeasure.*

"OF TERMS INTRODUCED INTO TELUGU FROM FOREIGN COUNTRIES.

"The following verse is from the Appacavíyam.

"O Césava, the natives of A'nd,hra having resided in various countries, by

using Telugu terms conjointly with those of other countries, these have become Ánd,hra terms of foreign origin.

"The people of 'And,hra, otherwise called Trilingam, have, as Appacavi states above, frequented other countries and mixed their language with that of these several contries; of such Anya-dés yam terms the following are examples.

The examples are of Anya-dés yam terms in which aspirates, not belonging to the thirty letters proper to the Telugu, occur: such as, *b,halà* an eulogistic exclamation; *avad,háru* an exclamation of entreaty; *t,havu a place-station*; *d.háca a haughty, high spirited man*: of those which have a final long vowel; such as, *anà the sixteenth of a Rupee*; *navalà an excellent woman*; *códì a flag*; *jirà armour*: and, lastly, of difficult words, inappropriately ranked among Any-adés yam terms; such as, *calanu battle*; *toyyeli a woman*; *ménu the body*; *ullamu the mind.* Of the list given by the author as examples of the several kinds of Anya-désyam terms, the whole of the words in the first are of uncertain derivation: those in the second are either Hindustáni or they are terms the last syllable of which has been casually lengthened; thus *códì*, is the same as *códi* and *navalá* is either of Sanscrit derivation from *nava new*, or a native term from the Tamil *navam affection.* Most of those in the last list are common to the southern dialects; thus *calanu*, in Tamil *cal*, is derived from the root *cala to join*, common to the three dilalects; *toyyeli*, in Tamil *taiyel*, from *tai to beautify*, *ménu*, in Tamil *méni*, from *mêl upward-outward*, and *ullumu* from *ul inward-mind.*

" *OF TERMS AND FORMS OF RUSTIC OR VULGAR SPEECH.*

"Terms which cannot be subjected to the rules of Grammar, and in which an irregular increment or decrement of letters occur are called Grámyam; they are corruptions, and are described in the following verse from the Appacaviyam.

VERSE.

" Such Tenugu words as are commonly used by rustic folk are known as Grámyam terms; these lose some of their regular letters and are not found in poetry, unless, as in abusive language, the use of them cannot be avoided, for example,

Vastádà Hari Somulu
Destádà golladanti dittaca carunan
Tsústádà caungili níd'
Istádà tsepamannan ivi grámyóctul."

In this verse *vastádà* for *vatstsunnándà*; *testádà* for *tetstsutsunnándà*; *tsústádà* for *tsútsutsunnádà*; *istádà* for *itstsutsunnándà* and *tseppamu* for *tseppumu*, are Grâmyam terms

In the preceding extracts, the auther, supported by due authority, teaches, that, rejecting direct and indirect derivatives from the Sanscrit, and words borrowed from foreign languages, what remains is the *pure native language of the land*: this constitutes the great body of the tongue and is capable of expressing every mental and bodily operation, every possible relation and existent thing; for, with the exception of some religious and technical terms, no word of Sanscrit derivation is *necessary* to the Telugu. This pure native language of the land, allowing for dialectic differences and variations of termination, is, with the Telugu, common to the Tamil, Cannadi, and the other dialects of southern India: this may be demonstrated by comparing the Désyam terms contained in the list taken by Vencaya from the Appacavíyam, with the terms expressive of the same ideas in Tamil and Cannadi. It has been already shewn that the radicals of these languages, *mutatis mutandis*, are the same, and this comparison will shew that the native terms in general use in each, also, correspond.

It would have been easy to have selected from the three dialects a far greater number of terms, than these, exactly agreeing with each other; but it is considered preferable to follow a work of known authority, and to which no suspicion of bias to any system can attach: the author, though a good Sanscrit scholar, was ignorant of all the dialects of southern India, his native tongue excepted.

NOTE TO THE INTRODUCTION. 19

TELEGU.	CANNIDI	TAMIL
Pálu *milk*	Hálu When *P* begins a word in Tamil or Telugu, it is in Cannadí changed to *H*, as Tamil *Palli* Tel; *Palle*. Can. *Halli asmall village*: but in the old Can. all such words may, also, be written with a *P*.	Pál.
Perugu *curdled milk* Ney *clarified butter*	The Telugu term is not used by itself in Can. but is found in compounds as *Bennè, white ghee-butter*.	Perugu. Ney. Of these terms the fist and last are common to the high and low Tamil, the second is confined to the high dialect.
Rólu *a mortar* Róncali *a pestle*	Orulu Onake	Urul. High Tamil. Uroncali. H. Tam. The Telugu terms are contractions of these: many similar instances might be adduced, thus *ira* night in Tamil becomes *re* in Telugu, *irandu two rendu*; *aven that man, iven this man become vándu and víndu*.
Ut́t́i *a long net for holding, pots or other household utensils.*	This term may be used in Can. but nelu is more correct.	Uri In Tamil when the letter r̄ (ற) is doubled it, it is pronounced t̄t̄ and in similar Tel. terms, is written t́t́ (ట్ట)
Puḍami *the earth* Paḍatuca *a woman* This term is probably a compound, but it is not easy to reduce it to its elements.	Poḍavi	Puḍavi. H. Tam.
Pasiḍi or Painḍi *gold*	Pasaru or Hasaru with which the Telugu term is derivatively connected, is used in Can. in the acceptation of *green colour* only.	Pasuppu *golden colour.* *Pasamei green colour*, whence this term is derived, means, also, *beauty-purity*; *pasum*, the adjective derived from it is frequently contracted to *paim as pasumpon-paimpon pure gold* and from this contraction the secon of the Tel. terms is derived.
Bangáru *gold*	Bangáru	Bangáru L. *Tam.*

TELUGU.	CANNDI.	TAMIL.
Codúcu *a son*........ Códalu *a doghter in law*........	....	Cuzhandi, Cuzhavi... } *H. Tam.* and Cozhandei *L. Tam.* signify *a child of either sex*. These are the same as the Tel. terms the anomalous letter z'h (ழ) being, as usual, changed to *d́* and the dialectic terminations added.
Tala *the head*	Tale.	Talgi. A short *a* ends all words in Tel. which in Tamil end in *ei*.
Nela *the moon, a month*		Nilavu *the moon*.
Vésavi and Vésangi } *sultry weather- the hot season*	Besagi. As usual in Cannadi the Telugu V is here changed to B.	This compound is not used as a noun in Tamil though it may be as in epithet. as *vésavi cálam* it is derived from *Vé* heat and *savi* light.
Gudi *a temple*	Gudi	Cudi or Gudi. This used in Tamil signifies any *habitation*; *tiru-gudi*, or *devercudi is a temple*; the first member of the lattercompound may be added or omitted in Tel.
Madi *a field*	Madi. In Can. this word properly means *beds in which vegetables are sown; the subdivision of salt pans*.	Madi. This word may be used in the same sense as in Tel. but it means. derivatively *a section*, from the root *madu* to *devide into sections*.
Puli *a tiger*	Huli	Puli.
Ṭsali *cold*	Chali	....
Madugu *a natural pool or lake*	Mudugu	Madu.
U'ru *a village*	U'ru	U'r.
Magavándu *a man*. *Vándu* is here merely the personal termination equivalent to *en* in Tamil; without this termination the word means a male of any species, and *magadu* in the Mas. therefore, is a *husband*	Magenu. This word in Can. has exclusively the second of the Tamil meanings.	Magen. This word in Tamil [illegible], first, *a man, a male of the human species*, secondly, *a male child, a son*.

TELUGU.	CANNÁDI.	TAMIL.
'Andádi *a woman.*	....	'Adável. The termination only differs; the nasal in the first syllable of the Telugu Word being scarcely heard in pronunciation.
Aluca *vexation - displeasure.*	....	Alappu. The only difference is the termination.

From the preceding extracts and remarks on the composition of the Telugu language, as respects terms, it results that the language may be divided into four branches, of which the following is the natural order. Dés'yam or Atsu-Telugu *pure native terms,* constituting the basis of this language and, generally, also, of the other dialects of southern India: Anya-dés'yam *terms borrowed from other Countries,* chiefly of the same derivation as the preceding: Tatsamam, *pure Sanscrit terms,* the Telugu affixes being substituted for those of the original language: Tadb,havam, *Sanscrit derivatives,* received into the Telugu, direct, or through one of the six Prácrits, and in all instances more or less corrupted. The Grámyam (literally the *rustic* dialect from *Grámam* Sans. *a village*) is not a constituent portion of the language, but is formed from the Atsu-Telugu by contraction, or by some permutation of the letters not authorized by the rules of Grammar. The proportion of Atsu-Telugu terms to those derived from every other source is *one half*; of Anya-dés'yam terms *one tenth*; of Tatsamam terms in general use *three twentieths*; and of Tadb,havam terms *one quarter.*

With little variation, the composition of the Tamil and Cannádi are the same as the Telugu and the same distinctions, consequently, are made by their grammatical writers. The Telugu and Cannádi both admit of a freer adoption of Tatsamam terms than the Tamil: in the two former, in fact, the discretion of the writer is the only limit of their use; in the high dialect of the latter those only can be used, which have been admitted into the dictionaries by which the language has long been fixed, or for which classical authority can be adduced; in the low dialect the use of them is more general—by the Bráhmans they are profusely employed, more sparingly by the Súdra tribes. The Cannadí has a greater and the Tamil a less proportion of Tadb,havam terms than the other dialects; but in the latter all Sanscrit words are liable to greater variation than is produced by the mere difference of termination, for, as the alphabet of this language rejects all aspirates, expresses the first and third consonant of each regular series by the same character, and admits of no other combination of consonants than the duplication of mutes or the junction of a nasal and a mute, it is obviously incapable of expressing correctly any but the simplest terms of the Sanscrit; all such, however, in this tongue are accounted Tatsamam when the alteration is regular and produced only by the deficiencies of the alphabet.

But, though the derivation and general terms may be the same in cognate dialects, a difference in idiom may exist so great, that, in the acquisition of one, no assistance, in this respect, can be derived from a knowledge of the other. As regards the dialects of southern India this is by no means the case, in collocation of words, in syntaxical government, in phrase, and, indeed, in all that is comprehended under the term idiom, they are, not similar only but the same. To demonstrate this and to shew how far they agree with, or differ from, the Sanscrit, the following comparative translations of examples taken from the section on syntax in Dr. Wilkins Sanscrit Grammar have been made into Tamil, Telugu, and Cannadí; from these, also, will appear the relation these languages bear to each other in the minuter parts of speech and in casual and temporal terminations.

SANSCRIT.

1 2, 3 4 5 6
Cumáràs seratè swairam rórúyantè cha náracàh
7 8 9 10 11
Jégiyantí cha gitajnyà mémriyanti rujájilàh.

TRANSLATION.

1 2 3 5 6 6 4 4 4
The children sleep freely and the infernal beings are continually crying;
9 7 7 7 8 11 11 11 11 10 10
The songsters are always singing, and those overcome by disease are always
10
dying.

NOTE TO THE INTRODUCTION.

TELUGU.

1 _Cumárulu_ 3 _swéch,hagà_ 2 _nidrintsutsunnáru_ 6 _naracamulón_ 6 _undedivarunnu_ 5 _mickili_ 4 _arutsutsunnáru_ 9 _gayaculu_ 7 _mickili_ 7 _pádutsunnáru_ 11 _rogamuchéta_ 11 _cottabaddavárunnu_ 8
10 _bahu_ 10 _tsattsutsunnáru._

CANNADI.

1 _Cumáreru_ 3 _yad,héchch,héyági_ 2 _nidrisut'táre_ 6 _naracadalli_ 6 _iruvarunnu_ 4 _héral'a_
4 _cúguttáre_ 9 _gayacaru_ 7 _ad,hicavági_ 7 _háduttáre_ 11 _rogadinda_ 11 _hodeyel-pattaverunnu_
10 _bahala_ 10 _sayittáre._

TAMIL.

1 _Cuz'hendeigal'_ 3 _tam_ 3 _manadin_ 3 _padiccu_ 2 _nitterei-pannuchirárgal_ 6 _naragattil_
6 _ullaveryálum_ 5 _nillámel_ 4 _cáppidugirárgal'_ 9 _páduvàr_ 7 _migavum_ 7 _páduckirárgal'_
11 _rogottinàl_ 11 _oducca-pattavergalum_ 8 _cureiyámel_ 10 _shágirárgal'._

The construction of the Sanscrit sentence is as follows. The figures throughout refer to the collocation of the Sanscrit.

1. A noun in the 1st case plural governing 2 a verb in the 3rd. per. plu. pres. of *sété he sleeps*. 3 a noun in the 2d case neu. used adjectively, composed of *swa own* and *iram motion*. 4 the 3d per. plu. pres. of the reiterative form, medial voice, of *rauti he roars*. 5 a conjunction. 6 a derivative from *naracah* by the *tadd,hita* affix *an* with the meaning of the 7th or locative case, *being in a place*. 7 the same as 4 from *gáyati to sing*. 8 the same as 5. 9 a compound formed of *gitah* a song and *gnyah* part. past act. (*capratéya*) from *jánáti* to know. 10 the same as 4 from *mrityati to die*. 11 a compound from *rujà* disease fem. and *jitah* past part. pas. (*ctapratéya*) from *jayati to conquer*.

The construction of the Telugu sentence is;

1. Sans. a noun in the first case plural. 3 an adverbial phrase, formed from *swéchch,ha*, of Sanscrit derivation, being from *swa own* and *ichch,hà desire*, and *gà*, changed from *cà* by *sandhi*, the inseparable part. from *cávadamu to be-become*. 2 the 3rd pers. plu. of the compound present, formed by *nidrintsutsu*, the gerund of the present tense, derived from *nidrà* Sans. *sleep*, and *unnáru*, the third per. plu. pres. of *undadamu to be-exist*. 6 Sans. a noun in the seventh

or locative case. 6. a compound formed by the aorist part. of *undádamu* and the plu. pro. *vádu he- that man.* 5 a conjunction ; it is inseparably attached to the word it conjoins. 4 an adverb qualifying the following verb. 4 the same as 2 from the Telugu verb *aravadámu to roar.* 9 the same as 1. 7 an adverb. 7 the same as 2 from the Telugu verb *pádadámu to sing.* 11 Sans. a noun in the 3d, or instrumentive case. 11 a Telugu compound from *cótta* the inf. of *cóttadámu to beat, báddá,*by *sand,hi* for *páddá,* the past part. of *pádadámu to suffer,* used to form the passive voice, and the plu. of *vádu.* 8 the same as 5. 10 Sans. an adverb. 10 the same as 2 from the Tel. verb *tsávadámu to die.*

The construction of the Cannadi is exactly the same as the Telugu, one or two of the compounds only differing

3 is composed of Sans. adverb *yathá as* and *ich,ha.* The verbs marked 2,4,7 and 10 are not compounds. 6 the 7th case is formed by the adiunct *alli place,* united to *naracadá* the genitive form of *naracam.* 7 is a compound used adverbially from *ad,hica excessive,* a Sans. crude noun, and *ági* the gerund of the past tense *agavadu to become.* The compound marked 11 is from the verbal noun *hodeyel the beating,* instead of the inf. as in Tel.

The construction of the Tamil is ;

1 as in Tel. 3. the gen. plu. of the pronoun *tàn himself.* 3 the gen. of *manadu,* from the Sans. *mannas mind, will.* 3. the dat. of *padi a measure,* used as a preposition and signifying *according to.* 2 a hybrid compound formed from *nitterei,* the same as *nidrà* Sans. and *pannudel to do-make,* the Tamil seldom allowing a simple verb to be formed from a Sanscrit word with a long final vowel. 6 as in Tel. 6 a compound formed by *ul'la,* indefinite part. of the defective verb *ul' to be- have,* and *avergal'* the plu. of the pro. *aven he- that man.* 5 as in Tel. 4 the neg. part. of *nilludel to stand-stay.* 4 this with 7 and 10 are simple verbs, as in Cannadi, not compounds, as in Tel. 9 an attributive noun from *pádudel to sing.* 7 the inf. of *migudel to increase,* with the conjunction *um* used adverbially. 7 as in Cannadi. 11 as in Telugu. 11 a compound from *oducca* the

inf. of *oducucudel to oppress* and *pat'ta* the same as in Tel. and Can. 8 as in Tel. 10 the neg. part. of *cureidel to lessen.* 10 as in Can.

In the preceding sentence the Sanscrit differs in every point from the southern dialects; in the following, the variation, except in the formation of cases, is not so great.

SANSCRIT.

1 2 3 4 5 6
Samyamáya s'rutam d,hattè narò dhermáya samyamam,

7 8 9 10 11 12
D,hermam mócsháya mèd,hávì d,hanam dànáya b,huctayé.

TRANSLATION.

9 4 3 2 2 1 6 5
A wise man keepeth the divine law for constraint, constraint for religion (and)
7 8 10 11 12
religion for salvation; wealth for donation (and) for enjoyment.

TELUGU.

9 4 1 2 5 6
Méd,haviyaina narudu samyamamucoracu srutamunu dhermambucoracu samyama-
8 7 11 12 10
munu mócshambucoracu d,herrmamunu dánamucoracunu bhucticoracunu dhana-
3
munun dharintsutstunnádu.

CANNADI.

9 4 1 2 5 6
Méd,háviyáda manushyenu samy amaccóscara srutavannu d,hermaccóscara samya-
8 7 11 12
mavannu mócshaccóscara d,hermavanna dánaccóscaravágiyu b,huctigóscaravágiyu
10 3
d,hanavannu d,harisuttánè.

TAMIL.

9 4 1 2 5 8
Arivall'a manaden adaccattaccága vedatteiyun deramattuccága adacatteiyum mattic-
7 11 12 10 3
cága derumatteiyum dánattuccágavum bógattaccàgavum danatteiyung càchirán.

CONSTRUCTION OF THE SANSCRIT.

1 a noun sub. neu. in the 4th or dative case. 2 the same in the 2d, or ac. governed by the following verb. 3 the third person sing. pres. medial voice, governing the several accusatives in the sentence. 4 noun sub. masc. in the 1st or nom. 5, 6, 7 and 8 the same as 1 and 2 respectively. 9 a noun of quality agreeing with *narah*; this word *méd,hávì*, has the force of an adjective, though it is actually a substantive. 10 the same as 2. 11 and 12 the same as 1 &c.

CONSTRUCTION OF THE TELUGU.

9 a compound having the force of an adjective, formed by affixing, to the Sanscrit word, *aina* the past part. of *cávadamu to become.* 4 as in the Sans. formed by affixing the Tel. termination *udu.* 1 as in Sans. except that, in place of being declined, the case is formed from the sixth in *cu* by the adjunct *orucu for the sake of;* when *orucu* or *ósaram,* which has the same meaning, are added to this case the *drüttam* or nunnation, if interposed between the theme and affix is dropped; thus these compounds, though derived from *danamunucu,* become *danamuc' orucu* and *dánamuc' ósaram.* 2 as in the Sans. 5,6,8,7, 11 and 12, as in the Sanscrit, with the Tel. terminations and affixes; the two last are connected by the conjunction *nu and,* repeated after each. 10 as in the Sans. it takes the *drüttam* before the following *d,ha.* 3 the third person sing. pres. *of d,harintsadamu to dress - assume,* from the Sanscrit.

Note. The compound dative, answering to the Tádarthya chaturt, hi of the Sanscrit and to the noun governed by the proposition *for* in English, is formed in the three dialects from the fourth case in *cu* by the addition of the same or similar adjuncts; in Tel. by *ai, orucu* and *ósaram;* in Can. by *ági* and *óscaram,* and in Tamil by *ága* and *ósaram : ai* and *ági,* are the gerunds and *ága* is the inf. derived from the root *á be - become ; ósaram* in Tel. signifies *a side, inclination, bias,* but this and *orucu,* from *oray to join - obtain,* intimately correspond with the English term *sake,* as, like the latter, they are used only in the formation of this dative, the meaning of which may always be appropriately expressed by the phrase *for the sake of.*

The Canadi construction is exactly the same as the Tel. the datives are formed by adding *óscara for the sake of* to the fourth case in *cu.* 11 and 12 *ági,* the gerund of the past tense of *ágavadu to become,*is added to these datives, and the conjunction copulative *nu* is changed to *yu,* to mark their special connection with the following word.

CONSTRUCTION OF THE TAMIL.

9 a compound having the form of an adjective from *arivu knowledge* and *ul'lu* the part of the defective *ul' to have.* 4 as in Sans. 1 the dative case formed by adding *ága,* the inf. of *ádel to become,* to the dative of declension in *cu.* The sentence does not differ, otherwise than as here noticed, from the Telugu.

In the following short sentence and all similar constructions the Sanscrit agrees exactly with the southern dialects.

SANSCRIT.

1 2 3 4
Tasya bahu d,hanam esti.

TRANSLATION.

" *He possesses, or hath much wealth*: " or, nearer in Latin, *Illi multa res est.* (1 2 3 4)

TELUGU.

1 2 3 4
Vániki bahu d,hanam unnadi.

CANNADÍ.

1 2 3 4
Avenge héral'a d,hana vide.

TAMIL.

1 2 3 4
Avenuccu micca porul' undu.

Again, in constructions like the following, when the *sati saptami*, or ablative case absolute, is used, as in Latin, or when the relative pronoun occurs, the Sanscrit idiom is totally different from that of the southern dialects; in these there is no relative pronoun, but the interrogative may, as these examples will shew, be used for it.

SANSCRIT.

1 3 4 5 6 7
Yas sa, servéshu b,hútéshu nasyetsu, na vinás'yeti.

TRANSLATION.

1 3 5 7 6 7 2 2
" *He who upon all things perishing does not perish*: " or in Latin *Ille qui,*
3 3 5 7
omnibus entibus periuntibus, non perit.

TELUGU.

1 4 5 1 67 2
Samastamaina b,hùtamulu nasintsutsnudagà yevadu nas'intsadó ? vándu.

CANNADÍ.

1 4 5 1 2
Samasta b,hútangal' unasisuttirel ági yávenu nasisenò ? avenu.

TAMIL.

1 3 4 5 5 7 1 2
Bútangal' ellámum násam adeiyum pozhudil násamadeiyàn eveno ? avené.

In the Sanscrit sentence 3-4 and 5 have the form of the 7th or locative case and are in the grammatical connection denominated the ablative case absolute;

in Tel. this meaning is expressed by the gerund of the present tense of the verb *nasintsadámu,* united with the inf. of *undádumu to be,* and followed by the inseparable gerund of *Cávadamu to become;* literally *the destroying becoming to be.* The Can. is the same execpt that instead of the inf. the verbal noun *the being,* is used. The Tamil differs; in this the future part. of the verb compounded of *násam* Sans. *destruction* and *ádeidel to obtain-arrive* is followed by the 7th case of *poz,hadu time,* and the literal meaning, therefore, is *in the time in which (when) destruction shall have reached.* Again 1 and 2, the relative and it's antecedent, is in each of the southern dialects expressed by the interrogative pronoun *yevadu* with ò, the sign of dubitative interrogation, added, either to it, or to the verb it governs, followed by the words respecting which the doubt is expressed, or the question asked, so that the sense is *who may it be that is not destroyed? he.* The relative, however, may be as well, if not better, expressed, by any of the participles followed by the word which in the Sanscrit connection, would be the antecedent; thus this example is properly in Telugu translated by (3) *samastamaina* (4) *bh,útamaulu* (5) *nasintsutsundagá* (1-2-6, 7) *nasintsanivándu* the last term being composed of *nasintsani* the negative of *nasintsadámu* united with the indicative pronoun *vándu.*

The preceding translations have been made into what may, not inappropriately, be called the Sanscrit dialect of the southern tongues; the terms employed being chiefly from that language, and, when they could be used without affectation, the same as in the original passages: in the translations of the following sentence, the pure native terms of the three dialects only are used.

SANSCRIT.

1 *Dadátu* 2 *sadbhyah* 3 *sa* 4 *suc,ham* 5 *Haris* 6 *smarát*
7 *Gopi* 8 *ganó* 9 *suyati* 10 *cupyati* 11 *irshàti,*
12 *Sma-róchatè* 13 *druhyati* 14 *tisht,'hatè* 15 *hnutè*
16 *'Slaghista* 17 *yasmai* 18 *spriihayaty* 19 *as' apta* 20 *cha.*

TRANSLATION.

"(1) *Let* (5) *Hari* (1) *grant* (4) *happiness* (2) *to* (2) *the* (2) *just,* (11) *for whom the* (7) *females of the* (7) *cowherds.*

6 6 9 9 10 10 12 11 17
from desire, were calumnious, shewed anger, were pleasant, shewed malice,
15 13 16 18 20 19
waited, were sly and insidious, flattered, hoped & cursed."

Note. It will be observed that the English translation does not exactly express the meaning of the original, and, as this is carefully preserved in the other versions, it of course, disagrees with them.

TELUGU.

17 17 7 6 8 6 6 9
Yeveni gurinchi golla-ádavari gumpu tamacamu vella leni-tappul-encheno-
10 11 12 13 14 15 16
alegenò ortsaccapoyenò impayenò chedocórenò cátsiyundenò bonkenò pogadenò
18 19 3 5 2 1 2
córenò tit'tenò á Hari ped'dalacu hayn'itsugáca.

CANNADÍ.

17 17 7 8 6 9 10
Yávanan curittu gollatica gumpu soccuninda al'cájum-pattidò muniytó
11 12 13 14 15 16 18 19 3
sanasitò baitó keda-gorittó cădaconditió bonkitò hogal'itò gorittò baytò, antà
5 6 1 1
Hari val'l'evange sompannu codali.

TAMIL.

17 7 8 6 9 10
Evenuccága videiyàl' cùt'tam naseiyenàl az'haccàru-pattdidò munindadò
11 12 13 14 15
poràd'irundadó vinb'ànadò kèdaccorinadó càttucond'irundadó poccan-chon-
16 18 19 3 5 2
nadópugez'hndadò coradò túvinadò averri nellavugal' uccuchelvam coduccavum

The observations made on the preceding example, respecting the construction of the relative and antecedent in Sanscrit, and the modes of supplying it in the southern dialects, may be made on this. The original, in the work whence it is taken, exemplifies the government of the fourth or dative case by the several verbs which therein occur; in Telugu and Cannadí these verbs do not govern this case, but the *upapada dwitiya* of the Sanscrit with the *upaserga prati*; this, in these languages, is expressed by the accusative governed by *gurinchi or curitu-mark, determine,* used as a preposition: in Tamil these verbs may have the same government, or as in the translation into this language, they may govern the dative, as in the Sanscrit, with the preposition *for* as explained in the note on the foregoing example.

In translating this last sentence into the southern dialects, the difficulty has rather been in the selection of appropriate terms whereby to express the shades of meaning which the verbs, in the original, convey; in general, however, it ill be found difficult to express any sentiment clearly and precisely in Telugu or Cannadi, without using Sanscrit words in a greater or less proportion, while in Tamil, in the higher dialect (*Shen Tamiz'h*) especially, this may always be done with facility. Thus in the present examples, *smarah,* a name of the Indian Cupid, but signifying, the cause being put for the effect, *love,* is appropriately translated in Tamil *nasel. sexual love* : in the other two dialects, however, there is no such native word, the Sanscrit *cámam* being used for it; *tamacamu,* the word substituted in Telugu, means *lust* merely, and *soccu* in Cannadi *desire* in general. Again, *csapta* the third person of the past tense *lang* of *sopati he curses,* cannot be rendered strictly into any of the three dialects, except by a term from the same root; *tittádamu* in Telugu, and *bayvadu* in Cannadi, mean to *vilify-abuse,* either of these, *v* being substituted for the *b* of the last, may be used in Tamil, but *turidel* is preferred, as it is more frequently applied when abuse by women is meant. Again *hnuti* in Sanscrit means to *dissemble* this is exactly rendered by *bonkadamu* in Tel. and Can. but *poccam* in Tam. though derived from the same root, scarcely extends to this meaning, nor is it in common use.

To enable a comparison to be made of the superior dialects of the southern languages with each other, and with the Sanscrit, the following versions of an English sentence have been made; they are necessarily in verse as this is the appropriate style of the three dialects and, and with the preceding observations, will sffiuciently establish the positions maintained at the commencement of this note, relative to the affiliation of the Telugu.

```
   1     2         3     4       5       6
When thou art an anvil, endure like an anvil;
   7    8
when a hammer, strike like a hammer.
```

TAMIL.

CURAL-VENBA.

```
 6 ,     5      4              41 2 3
Adeiyel át't  at'tel ád'ngi ad'eiyelày
 12      11     10    10
Sultiyel at't àt :el ud i.
```

TELUGU.

DWIPADA.

6 5 4 1·2·3 10
Dáy velan an'igi diyyai venca
12 11
Tíyaça suttiya tiruna cot'tu.

CANNADÍ.

DWIPADA.

Ádigallu sari baggi yági yà gallu.
Man'di tirasada chamalige saribadi.

SANSCRIT.

ANUSH'TUP-VRUTTAM.

Cútò b,hútwà cúta iva vinamya twam ayóg,hanah
B,hùtwà'yog,hanavad gad,ham d,hairyavàn prahara dwishah.

பிற்சேர்க்கை 2

கால்டுவெலும் அவர் வாழ்ந்த காலமும்

நீ. கந்தசாமிப் பிள்ளை

சென்ற நூற்றாண்டில் தமிழ் மொழிக்குத் தொண்டு செய்த மேல்நாட்டு அறிஞருள் பலவழியாலும் முன்னணியில் வைத்து எண்ணக் கூடியவர் போதகர் தலைவர், அறிஞர் இராபர்த் கால்டுவெல் *(Bishop Dr Robert Caldwell)* என்னும் பெரியாராவார். இவருடைய அறிவியற் கட்டளைகட்குட்பட்ட காய்தலுவத்தலில்லாத நுண்ணிய ஆராய்ச்சியால் தமிழ் மொழியின் தொன்மையையும் தூய்மையையும் தொன்றுதொட்டுத் தொடர்ந்து வாழ்ந்துவரும் வன்மையையும் எம்மொழியின் கூட்டும் வேண்டாது இயங்கவல்ல தனிமையையும் அறிஞருலகம் தெளிவாகத் தெரிந்துகொள்ளும் வாய்ப்பு கிடைத்தது.

தமிழகத்தின் தொன்மை, வரலாறு, மக்கட்பண்பு, வழிபாட்டுமுறை முதலிய பல துறைகளிலும் இவர் ஈடுபட்டுச் சில அரிய கருத்துக்களை வெளியிட்டிருந்தாலும் இவருடைய தனிச் சிறப்புக்கு இவர் இன்றைக்கு நூறாண்டுகளுக்கு முன்னர், 1856ஆம் ஆண்டில், ஆய்ந்து வெளியிட்ட 'திராவிட மொழிகளின் ஒப்பிலக்கணம்' என்னும் சிறந்த மொழிநூலே காரணமாகத் திகழ்கின்றது. இந்நூல் இப்பெரியாராலேயே பலவாறு விரித்து 1875ஆம் ஆண்டில் இரண்டாவது முறை வெளியிடப்பெற்றுள்ளது. 1913ஆம் ஆண்டில் இவருடைய மருகர், கேம்பிரிட்ஜ் பல்கலைக்கழகத் தமிழாசிரியர் வியத் *(Rev. J.L. Wyatt)* என்பவரும், சென்னைப் பல்கலைக் கழகத் திராவிட

மொழிப் பாடதிட்டக் குழுத் தலைவர் தோ. இராமகிருஷ்ண பிள்ளையும் சேர்ந்து இந்நூலின் மூன்றாவது பதிப்பைச் சில மாறுதல்களுடன் பதித்தார்கள். இது நூறாண்டுகளுக்கு மேலாகத் தன் துறையில் தனி நூலாகத் திகழ்ந்து வருகின்றது.

கால்டுவெல் *1814*ஆம் ஆண்டில் அயர்லந்து தேயத்தில் ஒரு சிற்றூரில் பிறந்தார். இவர் பிறந்த சில ஆண்டுகளில் இவருடைய பெற்றோர்கள் தங்கள் தாய்நாடாகிய சுகாத்லந்துக்கு *(Scotland)*த் திரும்பி, கிளாஸ்கோ *(Glasgow)* நகரத்தில் தங்கள் வாழ்க்கையைத் தொடங்கினார்கள். இவர் பதினாறாவது வயதுவரை பெற்றோருடனிருந்து கல்வி பயின்றார். பின்னர், அயலூரிலிருந்த ஒரு கலைத்தொழிற் பள்ளியிற் சேர்ந்து பயின்று ஓவியத்துறையில் தேறி, பரிசும் பெற்றார். எனினும் ஓவியத் தொழிலையே தன் வாழ்க்கைக்கு உரிய தொழிலாகக் கொண்டு வாழ மனம் கொள்ளாது, தெய்வப் பணியில் தொண்டு செய்வதே வாழ்க்கையின் குறிக்கோளாகக்கொண்டு, இருபதாவது வயதில், இலந்தன் சமய சங்கத்தில் *(London Mission)* தொண்டராகச் சேர்ந்தார். பின்னர், அச்சங்க ஆதரவில் கிளாஸ்கோ பல்கலைக் கழகத்தில் மாணவனாகச் சேர்ந்து பயின்று கலைமாணிப் *(Bachelor of Arts)* பட்டமும் பெற்றார்.

இவர் மாணவராகப் பயிலுங்காலத்தில் ஐரோப்பாவில் மொழிநூற் பயிற்சி சிறப்பாகப் போற்றப்பெற்று வந்தது. மொழிநூற் பயிற்சியால் மக்கள் வரலாற்றிலும் வாழ்க்கையிலும் பல உண்மைகளைக் காணவியலும் என்ற கருத்து அறிஞர் உள்ளத்தில் இடம்பெற்று வளர்ந்தது. மொழி ஆராய்ச்சி அறிவியலுக்குட்பட்ட வரையறைகளுடனும் முறையுடனும் நெறிப்படுத்தப் பெற்றுத் தொடங்கிய காலம் அது. அக்காலத்தில் இத்துறையில் ஜர்மனியரே முன்னேறிவந்தார்கள். ஆங்கிலப் பல்கலைக்கழகங்களில் இத்துறையில் வல்லவர்கள் அருகியே காணப்பெற்றனர். ஆனால், கிளாஸ்கோ பல்கலைக்கழகத்தில் கிரேக்கமொழிப் பேராசிரியராக இருந்த தானியேல் சாந்த்போர்த் *(Sir Daniel Sandford)* என்பவர் ஒப்பியல் மொழிநூலில் *(Comparative Philology)* சிறந்த புலமையுடையவராக விளங்கித் தன் மாணவர்களுக்கும் இப்புதிய துறையில் ஊக்கம் பிறப்பித்துப் பல மொழிகளின் பண்புகளையும் பயிற்றிவந்தார். இயற்கையிலேயே இத்துறையில் விருப்பம் கொண்டிருந்த கால்டுவெலுக்கு இப்பேராசிரியருடைய ஆர்வத்தாலும் பழக்கத்தாலும், ஏதேனும் வாய்ப்பு நேருமானால், தானும் இத்துறையில் சிறந்ததொரு தொண்டு செய்யவேண்டும் என்ற வேட்கை தோன்றி, உள்ளத்தில் உறுதியாக இளமையிலேயே உறைவதாயிற்று.

அந்த நாட்களில் ஆங்கில நாட்டில் தமிழ் மொழியின் இலக்கணத்தைத் தெரிந்துகொள்ளுவதற்குப் போதிய நூல்கள் கிடையாது. 1828ஆம் ஆண்டில் வெளிவந்த, ஆங்கிலத்தில் எழுதப்பெற்ற தமிழ் இலக்கணம் ஒன்றுதான் கிடைக்கக்கூடியதாக இருந்தது. அந்த இலக்கணத்தை எழுதியவர் அந்தர்சன் *(Robert Anderson)* என்பவர். (இவர் சென்னை அரசாங்கத்தில் வேலை பார்த்தவர். உடல் நலம் குன்றியமையால் 1819ஆம் ஆண்டில் ஓய்வுபெற்று, இங்கிலாந்தில் கிழக்கு இந்திய வணிகக் குழுவினர் நடத்திவந்த கல்லூரியில் கீழைநாட்டு மொழிகளின் துணைப்பேராசிரியராகப் பணியாற்றிவந்தார்.) மற்றொரு தமிழ் இலக்கணம் ஜர்மனிலும் ஆங்கிலத்திலும் எழுதப்பெற்று 1836ஆம் ஆண்டு வெளிவந்தது. இது வீரமாமுனிவர் இலக்கண நூல்களை அடிப்படையாகக்கொண்டு தெளிவாகவும் கற்போருக்குப் பயன்தரும் முறையிலும் எழுதப்பெற்றிருந்ததேனும் சொற்றொடரியல் நன்கு எழுதப்பெறவில்லை; இலக்கண விதிகளுக்கு எடுத்துக்காட்டுகளும் இலக்கியங்களிலிருந்து காட்டப்பெறாமல் விதிகளுக்கேற்பப் புதுவதாகப் படைத்துக் காட்டப்பெற்றிருந்தன. இதன் ஆசிரியர் இரேனியூஸ் *(Rhenius)* என்பவர் ஜர்மனியில் புரஸ்யா *(Prussia)*வைச் சேர்ந்தவர்; ஆற்றலும் அஞ்சா நெஞ்சமும் கொண்டவர்; உலையாத ஊக்கமுடையவர்; 1814ஆம் ஆண்டு, அதாவது கால்டுவெல் பிறந்த ஆண்டு, சென்னைக்கு வந்து சமயப்பணி தொடங்கியவர்; சென்னையில் 1817ஆம் ஆண்டு, தங்கசாலைக்கு அருகில் ஒரு இடத்தை வாங்கிக் கிறிஸ்தவக் கோயில் ஒன்று கட்டத் தொடங்கினார்; அம்முயற்சி அருகிலிருந்த இந்து சமய மக்களால் தடை செய்யப்பெற்று, அக்கோயில் போபாம் பெருவழியில் பின்னர் கட்டப்பெற்றது. திருநெல்வேலிப் பாளையங்கோட்டையிலேயே நீண்ட நாளிருந்து தமிழ்ப் புலவர்களிடம் கல்வியையும் அன்பையும் பெற்றார். தமிழ் மக்கள் நல்ல நெறியுடையவர்கள்; எச்சமயத்தாராயினும் எவ்வாறு அவர்களை வியந்து பாராட்டினார்கள் என்பதை இவர் இறந்தபோது திருநெல்வேலி, நெல்லையம்பலப் புலவர், திருப்பாற்கடனாதக் கவிராயர் பாடிய கையறு நிலையுள்

வேதங்கள் யாவும் அறிந்தவர் போலும்
  மெய்மையாம் தன்மையை விளக்கும்
போதகர் போலுங் கோலத்தாற் காட்டிப்
  பொருட்படாத் தீமையே யியற்றும்
பாதக ரிருக்க விரேனியூ சென்போன்
  பண்புள்ள குருவென வறிந்தும்
ஏதமில் லாத மரணமே யவனை
  யேற்றதா லென்பய னடைந்தாய்

என்னும் செய்யுள் காட்டுகின்றது.

பல்கலைக்கழகப் பயிற்சி முற்றுப்பெற்றவுடன், 1837ஆம் ஆண்டில் இவரை இலந்தன் சமய சங்கத்தார் தென் இந்தியாவில் சமயப்பணி செய்வதற்காகத் தேர்ந்தெடுத்து, கப்பலில் ஏற்றி விட்டார்கள். அக்காலத்தில் ஆங்கிலத் துறைமுகங்களிலிருந்து இந்தியாவிற்கு வரும் கப்பல்கள் எல்லாம் ஆப்பிரிக்காவின் தென்முனையைச் சுற்றி வரவேண்டியிருந்ததால் கப்பல்கள் சென்னை வந்து சேருவதற்குக் குறைந்தது நான்கு மாதமாகும். கப்பலில் தங்கவேண்டிய காலத்தையும் வீண்போக்காது ஏதேனும் கற்க வேண்டும் என்று விரும்பிய இளைஞன் கால்டுவெலுக்கு ஒரு நண்பர் அகப்பட்டார். அவர் சென்னை அரசாங்கத்தில் பணியாற்றுபவர்; பிரவுன் (Charles Philip Brown) என்னும் பெயரினர்; ஆரியம் நன்கு கற்றவர்; ஆந்திரமொழியில் சிறந்த பயிற்சியுடையவர்; அம்மொழியின் யாப்பமைதியை ஆராய்ந்து 1827ஆம் ஆண்டில் ஆங்கிலத்தில் 'தெலுங்கு யாப்பிலக்கணம்' ஒன்று எழுதி வெளியிட்டிருந்தார். இந்த ஆராய்ச்சிக்காகச் சென்னை அரசாங்கக் கல்விக் கழகத்தார் இவருக்கு ஓராயிரம் வராகன் பரிசளித்தார்கள். வேமன்னாவின் பாடல்களை ஆங்கிலத்தில் மொழிபெயர்த்திருந்தார்; இன்னும் பல அரிய வேலைகளைச் செய்து சிறந்த ஆந்திரமொழி அறிஞராக விளங்கினவர். இவருடைய துணையால் கால்டுவெல், ஆந்திரம், ஆரியம் இரண்டின் பல பண்புகளையும் விளக்கமாகத் தெரிந்துகொண்டார். இவர்கள் ஏறிவந்த கப்பல் 1838ஆம் ஆண்டு ஜனவரி மாதம் சென்னைத் துறைமுகம் வந்துசேர்ந்தது.

அக்காலத்தில் சென்னை செல்வவளம் பெருகிய பட்டினமாகவும் பெருக்கும் பட்டினமாகவும் திகழ்ந்தது. தென்னாட்டில் ஆட்சிக்கேயன்றிக் காட்சிக்கும் தலைநகராக விளங்கியது. இவற்றுக்கு மேலாகத் தமிழ்ப்பயிர் தழைத்தோங்கும் செழும்புலமாகவும் இலங்கியது. இங்கு கிறிஸ்தவச் சமயத்தைப் பரப்பவந்த அயல்நாட்டாரும் ஆட்சித் துறையிலமர்ந்துள்ள ஆங்கிலேயரும் தாம் தாம் மேற்கொண்ட பணி இனிது நிறைவேறுதற்குத் தமிழ் மொழியைத் திறம்பெறக் கற்கவேண்டிய நெருக்கடியும் ஏற்பட்டிருந்தது. செல்வவளம் பெற்றிருந்த தமிழ்மக்கள் பண்டுபோல் புலவர்களைப் போற்றினார்கள். பல வேலைகளிலும் அமர்ந்து பகல் எல்லாம் உழைத்து இல்லம் திரும்பிய பொதுமக்கள், தங்கள் உள்ளத்திற்கும் உணர்வுக்கும் ஆறுதலாகவும் பயனாகவும் சமயத் தொடர்பான பெருநூல்களைத் தக்கோர் வாயிலாகக் கேட்டு இன்புற விழைந்தனர். எனவே, பலவழியாலும் பலதிறப்பட்ட புலவர்களுக்கும் சென்னை நல்வரவளித்தது. தொன்றுதொட்டுவந்த தமிழ்ப் பயிற்சியும் மறையாமல் அங்கங்கு உயிர் வைத்துக்கொண்டிருந்தது.

திருவாவடுதுறைச் சிவஞான முனிவருடைய மாணவ வழியினர் பலர் சென்னையில் தங்கினார்கள். அவ்வாறே திருவாரூர் வைத்தியநாத நாவலர் மாணவ மரபினருட் சிலரும் சென்னையை இருப்பிடமாகக் கொண்டனர். எடுத்துக்காட்டாக இராமாநுசக் கவிராயர், மழவை மகாலிங்க ஐயர் முதலியவர்களை முற்கூறிய பகுதிக்கும், சிதம்பரப் பண்டாரம், கொட்டையூர் சிவக்கொழுந்து தேசிகர் முதலியோரைப் பிற்கூறிய பகுதிக்கும் கூறலாம். இவர்களெல்லாம் பழைய முறையைக் கைவிடாது பாதுகாத்தவராவார்.

1812ஆம் ஆண்டில், நாட்டு மொழிகளின் பயிற்சிக்காக, சென்னை அரசாங்கத்தார் ஒரு கல்விச் சங்கம் (College of the Fort St. George) அமைத்தார்கள். இக்கல்விச் சங்கக் கல்லூரியின் நோக்கம், முதன்மையாக, அரசாங்கப் பணியாளர்களுக்கு நாட்டு மொழிகளில் தேர்ச்சிபெறத்தக்க பயிற்சியளிப்பதே யெனினும் இம்மொழிகளின் பொதுவான இலக்கண முறைகளைக் காணலும், இம்மொழிகளுள் ஒன்றுக்கு ஒன்றுள்ள தொடர்பை அறிதலும், இம்மொழிகளின் மூலத்தை ஒருவாறு பார்த்தலும் இதன் நோக்கமாகவும் கொள்ளப்பெற்றிருந்தது. அகராதி, இலக்கணம், மொழிபெயர்ப்பு முதலிய பணிகளுக்குப் பொருளுதவி செய்வதையும் மேற்கொண்டிருந்தனர். இக்கல்விச் சங்கத்தைத் தோற்றியமைத்தவர்களில் மொழிநூற் புலமையும் தமிழ்ப் புலமையும் மிக்க எல்லீசும் (Francis White Ellis) தெலுங்கு மொழியில் வல்ல காமெலும் (A.D. Campbell) குறிப்பிடத் தக்கவராவார். இந்த இரு பேரறிஞர்களுடைய கட்டுரைகளாலும், அதிலும் சிறப்பாக எல்லீசின் மொழிநூற் புலமையாலும் பதினெட்டாவது நூற்றாண்டில் நிலவிவந்த, 'எல்லா இந்திய மொழிகளும் சமஸ்கிருதத்திலிருந்து தோன்றியவை என்னும் கொள்கை' தென்மொழிகளுக்குப் பொருந்தாது என்பதை அறிஞருலகம் தெரிந்துகொண்டது. இக்கல்விச் சங்கம் புதிய முறையில் தமிழை வளர்க்கத் தொடங்கியது. 1814ஆம் ஆண்டு மநுநூலின் இரண்டு பகுதிகளைத் தமிழில் மொழிபெயர்த்த இக்கல்விச் சங்கத் தலைமைத் தமிழாசிரியராகிய சிதம்பரப் பண்டாரத்துக்கு ஓராயிரம் வராகன் பரிசு வழங்கியது. இவ்வாசிரியர் தமிழ் மொழியின் அமைப்பை விளக்கி ஒரு சிறு நூலும் செய்திருந்தார். இப்புலவர் தான் பெற்ற பரிசைத் தனக்குப் பயன்படுத்திக்கொள்ளாமல் ஒரு சத்திரத்தைக் கட்டிவைத்தார். இச்சங்கம் மேலும் 1825ஆம் ஆண்டில், தாண்டவராய வாத்தியார் தொகுத்த 'அமரகோசம்' முதலிய மூன்று நூல்களுக்கு ஒரு பரிசு அளித்தது. ஞானமுதலி மொழிபெயர்த்த 'அராபிக் கதைக'ளுக்கு ஆதரவளித்தது. தமிழ்ப் புலவர்களுக்குப் புதுமுறையில்

பயிற்சியளித்து நற்சான்று வழங்கிவந்தது. கம்பராமாயணத்தை முதன்முதலாகப் பதிப்பித்த திரு. வேங்கடாசல முதலியார் இச்சங்க நற்சான்று பெற்றவர்களுள் ஒருவராவார். இச்சங்கத்தில் இரண்டு சிறந்த தமிழ்—ஆங்கில அகராதிகளும், வீரமாமுனிவர் அகராதி, இலக்கண நூல்களும், வேறு சில சிறு இலக்கண நூல் களும் வெளிவந்துள்ளன. இச்சங்கம் 1812ஆம் ஆண்டு தோன்றி, தனக்கு எனத் தனியாக ஒரு அச்சுக்கூடம், நூல்நிலையம், நூல் வெளியீட்டுப்பகுதி முதலிய எல்லா உறுப்புக்களும் பெற்று, அரசாங்க ஆதரவும் பெற்று 1854ஆம் ஆண்டுவரை நிலைத்திருந்தும், தமிழ் மக்களின் ஊக்கக் குறைவால் தக்கவாறு பயன்தராது மறைந்தது. கொட்டையூர் சிவக்கொழுந்து தேசிகர், தாண்டவராய முதலியார், விசாகப்பெருமாளையர் முதலிய சிறந்த புலவர்கள் இச்சங்கத்தில் வேலைபார்த்திருக்கிறார்கள். என்ன பயன்? ஆதரவும் வாய்ப்பும் கொடையும் பெருகிவருங்காலங்களில் கண்ணை மூடிக்கொள்ளுவது நம்மவர் பழக்கமாகவிருந்து வருகிறது. (இப்போது மொழிவளர்ச்சிக்கு ஒரு ஆக்கமான காலம். பலவழியாலும் ஆதரவும் கொடையும் கிடைக்கின்றன. தமிழ் வளர்ச்சியைச் சிறு எண்ணங்கள் கூடிச் சிதைக்குமா? பேரெண்ணம் கூடிப் பெருக்குமா? தமிழறிஞர்கள் விழித்திருக்கவேண்டிய நாள் இது!)

கால்டுவெல் சென்னையில் 1838ஆம் ஆண்டு ஜனவரி மாதத்தி லிருந்து மூன்றாண்டுகள் தங்கி, தான் மேற்கொள்ளவிருக்கும் பணிக்குத் தக்கவாறு தன்னைப் பண்படுத்திக்கொண்டார். அப்போது, இவருக்கு, தக்க தமிழறிஞர்களும் கல்வித்துறையில் வல்லவர்களும் அரசாங்க அலுவலிலுள்ள அறிஞர்களும் உற்ற நண்பராயினர். இவருடன் நெருங்கியிருந்தவர்களில் சமயத் தொண்டர்களாகிய துரு *(Rev. W.H. Drew)*, பவர் *(Rev. Dr Henry Bower)*, அந்தர்ஸன் *(John Anderson)* என்பவர்களும் அரசாங்க அலுவலிலிருந்த தாம்ஸன் கிளார்க் *(Thomson Clarke)* என்பவரும் குறிப்பிடத் தக்கவர்களாவர்.

இவர்களுள் துரு சிறந்த தமிழறிஞர். இராமானுஜக் கவிராயரிடம் தமிழ் பயின்றவர். திருக்குறளில் அறுபத்துமூன்று அதிகாரங்களை ஆங்கிலத்தில் மொழிபெயர்த்திருந்தார். திருக்குறளைப் பரிமேலழகர் உரைக்கு விளக்கத்துடனும், நன்னூலைப் புதிய உரையுடனும் கவிராயர் வெளியிடுவதற்குத் துணையாகவிருந்தவர். சிந்தாமணியை வெளியிடுவதற்குச் சில பகுதி வரையில் செப்பம் செய்துவைத்திருந்தார். பவர் சிறந்த தமிழறிஞர். சிந்தாமணியை நச்சினார்க்கினியர் உரையுடனும், ஆங்கிலத்தில் சுருக்கமான தலைப்புக்களுடனும், சமண சமயத்தைப்

பற்றிய தெளிவான கட்டுரையுடனும் நாமகளிலம்பகம் வரையில் அழகான முறையில் 1864ஆம் ஆண்டில் வெளியிட்டவர். இவர் சிந்தாமணிக் கருத்துக்களையும் சமய நுட்பங்களையும் இலக்கியப் பண்புகளையும் தஞ்சையிலிருந்த ஒரு சமண சமயப் புலவரிடம் தெரிந்துகொண்டார் என்று, ஐம்பது ஆண்டுகளுக்கு முன்பு, கரந்தை இராசாராம் முதலியார் என்னும் ஒரு முதியவர் தெரிவித்தார். பவர் விவிலிய நூலின் தமிழ் மொழிபெயர்ப்பையும் புகழ் நூலையும் இறுதியாகச் செப்பனிட்டவர். கால்டுவெலுக்கு இலக்கியத் தமிழிலும் வழக்குத் தமிழிலும் பயிற்சியளித்தவர். இவருடைய சமயப் பண்பையும் தொண்டையும் போற்றி, கந்தர்புரி தெய்வமாக்குரவர் (Archbishop of Canterbury) 'தெய்வ நூலறிஞர்' (Doctor of Divinity) என்னும் சிறப்பை இவருக்கு அளித்தார். அந்தர்ஸன் என்பவர் சென்னையில் கல்விப் பெருக்கத்துக்குத் தொண்டாற்றியவர். இவர் 1837ஆம் ஆண்டு நிறுவியதும் அந்தர்ஸன் பள்ளிக்கூடம் என்று வழங்கப்பெற்றதுமான கல்வி நிலையந்தான் இப்பொழுது 'கிறிஸ்தவக் கல்லூரி' என்று புகழ்பெறச் சென்னை யில் விளங்குகின்றது. கிளார்க் அரசாங்க அலுவலிலிருந்தவர். இராமனுஜக் கவிராயரிடம் தமிழ் பயின்றவர். மதுரை மாவட்டத்தில் துணைத் தண்டற்றலைவராக வேலை பார்த்தவர். கொடைக்கானலில் முதல்முதலாக வீடு கட்டிக் குடியிருந்தவர் களில் ஒருவர். இவருடைய வீட்டில்தான் கால்டுவெல் கொடைக்கானலில் குடியிருந்தார்; இறுதி எய்தியதும் அங்குதான்.

சென்னையில் இவர் தங்கியிருந்த நாட்களில் தென்னாட்டுக் கல்வி வரலாற்றில் ஒரு நிகழ்ச்சி ஏற்பட்டது. கிழக்கு இந்திய வணிகக் குழுவினர் மக்களுடைய கல்விப் பெருக்கத்தைக் குறித்துப் போதிய ஏற்பாடுகள் செய்யவில்லை என்பது இந்திய மக்களுக்கும் ஆங்கிலப் பாராளுமன்றுக்கும் (British Parliament) ஒரு பெருங்குறையாகவே இருந்துவந்தது. சென்னை அரசாங்கமும் சிறுபான்மை கல்வித் துறையில் ஏற்பாடுகள் செய்ததேயன்றி நிலைத்த திட்டம் வகுத்து ஒன்றும் செய்ய வில்லை. இதனால் மனப்புழுக்கம் கொண்ட சென்னை மக்கள் எழுபதினாயிரவர் கையெழுத்திட்டு, அப்போது மா-மன்றாடி (Advocate General)யாகவிருந்த ஜியார்ஜ் நார்த்தன் (George Norton) என்பவரை முன்வைத்து, மாநில ஆட்சித் தலைவரிடம் ஒரு பெருவிண்ணப்பத்தின் வழியாகத் தங்கள் குறைகளை 1839ஆம் ஆண்டு நவம்பர் 14ஆம் நாள் அறிவித்தார்கள். அவ்விண்ணப்பத்தில் கல்வியின் பயனால் எல்லா நாடுகளும் முன்னேறுவதைக் கண்கூடாகக் காணும் தங்களுக்கு அக்கல்வியை உயர்ந்தபடி யிலும் பரந்த நோக்கிலும் பயிற்றிவைக்க நிலையங்கள் வேண்டும்

என்பதையும், இந்தியாவின் ஏனைய பகுதிகள் கல்வியின் பயனைத் துய்த்துப் பல்வளமும் பெருக்கிக்கொண்டிருக்க, சென்னை மக்கள் இருளிலிருத்தல் முறையல்ல என்பதையும் வற்புறுத்தினார்கள். அக்காலம் இந்திய அரசினர் ஆங்கிலமுறைக் கல்வியைப் பரப்ப முடிவு செய்த காலம். இவற்றின் பயனாக, ஒரு தமிழ்ப் புது ஆண்டு நாளில் (1841ஆம் ஆண்டு ஏப்ரல் 14ஆம் நாள்) சென்னையில் மாநில ஆட்சித் தலைவருடைய தலைமையில், செல்வர்களும் அறிஞர்களும் ஆட்சிப் பகுதி நீதிப் பகுதிகளின் தலைவர்களும் கூடிய ஆயிரத்தைந்நூற்றுவர்கட்கு மேற்பட்ட ஒரு சிறந்த கூட்டத்தில், உயர்நிலைக் கல்வியைப் பயிற்றுவதற்கான ஒரு கல்வி நிலையம் நிறுவப்பெற்றது. இது, முன்னரே அமைந்திருந்த ஆசிரியர் பயிற்சிப்பள்ளியை அடிப்படையாகக் கொண்டது; சென்னை மாநிலக் கல்லூரிக்கும் சென்னைப் பல்கலைக் கழகத்திற்கும் அடிப்படையாகவுள்ளது. இந்த உயர்நிலைப் பள்ளியின் தலைமை ஆசிரியராக, திங்கள் ஒன்றுக்கு எழுநூறு ரூபா ஊதியத்தில், பவல் (Eyre Burton Powell) என்னும் அறிஞர் நியமிக்கப்பெற்றார். மழவை மகாலிங்கம் ஐயர் தமிழ் ஆசிரியராக நியமனம் பெற்றார். ஆங்கில மொழிவழியாகவே கல்வி பயிற்றப் பெற்றது. இந்தக் கல்வி நிலையத்திற்கும், முன்னர் எல்லீசு, காமெல் முதலியவர்கள் முயற்சியால் நிறுவப்பெற்ற கல்விச் சங்கத்திற்கும் எவ்விதத் தொடர்புமில்லை. மேலும் அக்கல்விச்சங்கத்தின் புலமை மரபு இப்பள்ளியில் பின்பற்றப்பெறவில்லை என்றும், நாட்டு மொழிகளின் வளர்ச்சிக்கு இப்பள்ளியின் திட்டம் அவ்வளவு பயனளிக்காது என்றும் சில மேல்நாட்டு அறிஞர்கள் கருதினார்கள்.

சென்னையில் தங்கியிருந்த காலத்தில், கால்டுவெல், தமிழ்ப் புலமையின் பண்டைய மரபையும் புதுமுறைப் புலமையையும் கல்வியில் மக்களுக்குள்ள கருத்தையும் நன்கு தெரிந்துகொண்டார். தமிழ் மொழி, பண்பு, நாடு முதலியவற்றைப் பற்றி நூல்கள், கட்டுரைகள் வழியாகவும், அறிஞருடன் பழகிய பழக்கத்தாலும், தானே நேரில் ஆய்ந்தும் பல செய்திகள் தெரிந்துகொண்டார். பிறகு, தான் சமயத்தொண்டாற்றவேண்டிய திருநெல்வேலி மாவட்டத்துக்குப் புறப்பட்டு, கால்நடையாக நடந்து சென்றார். இவ்வாறு நடந்து செல்லுவதில் வழியிலுள்ள பல இடங்களையும் அமைதியாகப் பார்க்கலாம் என்பதும், மக்களுடைய பழக்க வழக்கங்களையும் பண்புகளையும் நேரிலேயே தெரிந்து கொள்ளலாம் என்பதும் இவருடைய நோக்கம்.

சோழ நாட்டிலுள்ள சிதம்பரத்தையும் கோயிலையும் கண்டார். பின்னர், தரங்கம்பாடியில் சில நாள் தங்கி, அங்கு

தேனியச் சங்கத்தாரது (*Danish Mission*) சமயத் தொண்டையும் தமிழ்ப் பணியையும் அறிந்தார். பின்னர் தஞ்சையில் சில நாள் தங்கி, பெருவுடையார் கோயிலைக் கண்டு வியந்தார். அங்கு, அரசனது ஆதரவுபெற்றவரும் கிறிஸ்தவ சமயத்தொண்டருள் தூய்மையாலும் தொண்டாலும் உண்மையன்பாலும் உயர்ந்தவருமான சுவார்த் (*Rev. Schwartz*) என்பவர் பணிகளைக் கண்டு பணிந்தார். சுவார்த் தொகுத்துவைத்திருந்த ஒன்பதினாயிரம் சொற்கள் அடங்கிய தமிழ்–இலத்தீன் அகராதியை இவர் பார்க்க நேர்ந்ததோ இல்லையோ என்பது தெரியவியலவில்லை. அடுத்தபடி, நீலகிரி மலைக்குச் சென்று, அங்கிருந்த போதகர் தலைவர் ஸ்பென்ஸர் (*Bishop Spencer*) என்பவருடன் ஒரு திங்கள் வரை தங்கியிருந்தார். பிறகு கோயம்புத்தூர் வழியாக மதுரை வந்துசேர்ந்தார். வழியில் இவருற்ற இடர்கள் பல.

பாண்டியர் பழம்பதியாகிய மதுரை மூதூர் இவருக்கு ஆறுதலளித்தது. கோயிலின் சிறப்பும் கோமகன் மாளிகையும் இவர் உள்ளத்தைக் கவர்ந்தன. அப்பொழுதுதான், சில ஆண்டுகளுக்கு முன்னர் (*1834*), அதுவரை யாழ்ப்பாணத்தில் சமயப்பணி செய்துகொண்டிருந்த அமரிக்க சமய சங்கத்தார் (*American Mission*) தங்கள் நிலையம் ஒன்றை மதுரையில் நிறுவிப் பணிசெய்துகொண் டிருந்தார்கள். இந்த அமெரிக்க சமய சங்கத்தாருள் பலர் சிறந்த தமிழறிஞர்களாக இருந்தார்கள். முதன் முதலாக வந்தவர்களில் ஹாய்சிங்டன் (*Hoisington*) சைவ சித்தாந்த நூல்களுள் சிலவற்றை ஆங்கிலத்தில் மொழிபெயர்த்தவர். திரேசி (*Rev. Dr W. Tracy*) என்பவர் செந்தமிழும் வழக்குத் தமிழும் தெளிவாகத் தெரிந்தவர்; கிரேக்க மொழியில் புலமைமிக்கவர்; அப்போது திருமங்கலத்தில் தங்கிப் பணியாற்றிவந்தார்; பிற்காலத்தில் விவிலியநூல் மொழிபெயர்ப்பில் சிறந்த தொண்டாற்றியுள்ளார். கால்டுவெல் இவருடன் ஒரு நாள் திருமங்கலத்தில் தங்கியிருந்தார். இந்த திரேசியின் மகனார் திரேசி (*Rev. J.E. Tracy*) பழங்காசுகள் பல சேர்த்துவைத்திருந்தார். அவைகளைக் கொண்டு நாட்டு வரலாற்றை ஆராய்ந்து 'பாண்டியர், சேதுபதிகள் காசுகள்' என்ற ஒரு கட்டுரை ஆங்கிலத்தில் எழுதி எழுபது ஆண்டுகளுக்குமுன் வெளியிட்டார். இந்த அமரிக்க சமய சங்கத்தாரால் 1842ஆம் ஆண்டு திருமங்கலத்தில் தொடங்கப்பெற்ற கல்வி நிலையம் நாளடைவில் வளர்ந்து இப்போதைய அமரிக்கன் கல்லூரி யாக மதுரையில் புகழ்பெற நிற்கின்றது. இச்சங்கத்தாருள் வழிவழித் தமிழ்த் தொண்டாற்றியவர்களும் உண்டு. இதன் தொடக்கக்காலத்தில் புகழ்பெறப் பலவாண்டுகள் மதுரையில் தொண்டாற்றிய சாந்தலர் (*Rev. Chandler*) என்பவரின் மகனார்

சாந்தலர் என்பவரே சென்னைப் பல்கலைக்கழகத் தமிழகராதிக்கு முதல் பதிப்பாசிரியராகவிருந்து அப்பணியைத் தொடங்கி வைத்தவர். இச்சங்கத்தைச் சார்ந்த சத்தர் (Schudder M.D.) என்பவர் நூறாண்டுகளுக்கு முன்னரே சிந்தாமணியை வெளியிடுவதற்குப் பல சுவடிகளையும் ஒப்புநோக்கி உண்மைப் பாடங்களைக் கண்டு ஒரு நல்ல படி செய்துவைத்திருந்தார். இப்போது அந்தக் கையெழுத்துச் சுவடியும் குறிப்புக்களும் எங்கேனும் அமெரிக்க நூல்நிலையங்களிலிருக்கக்கூடும். இதைச் சார்ந்த தொண்டர்கள் வழியாகத் தமிழ் மொழியின் பெருமையை உணர்ந்த வித்னி (Wm. Dwight Whitney) என்னும் தலைசிறந்த அமரிக்க மொழிநூற்புலவர் குறிப்பிடுவதிலிருந்து* இத்தொண்டர்களின் தமிழ்ப்பற்றையும் ஆர்வத்தையும் நாம் தெரிந்துகொள்ளலாம்.

இவ்வாறு கால்நடையாகவே மெய்வருத்தம் பாராது பசி நோக்காது மெல்ல நடந்து, பலவூர்களையும் பலதிறப்பட்ட மக்களையும் பார்த்துக்கொண்டு, தான் பணியாற்றவேண்டிய எல்லையாகிய நெல்லை நாட்டை 1841ஆம் ஆண்டு நவம்பர் மாதம் அடைந்தார். அந்நாட்டில் கிறிஸ்தவ சமயம் வேரூன்றி நின்ற நாசரத் என்னும் ஊரிலுள்ள கிறிஸ்தவக் கோயிலில் அம்மாதம் 28ஆம் நாள் ஞாயிற்றுக்கிழமை,

> கங்குல் கழிந்தது காண்! காலையுங் கையது காண்!
> காரிருட் செயல்களெலாங் கழற்றி எறிவோமே;
> பொங்கொளி போர்க்கவசம் போர்த்து செயல் புரிவோம்;
> புண்ணியன் ஏசுவினை நண்ணிய வாழ்வீரே!†

என்னும் பொருளுள்ள விவிலியத் திருமொழியை அடிப்படையாகக் கொண்டு ஒரு ஞானப்பேருரை நிகழ்த்தினார். சில நாட்கள் அந்த ஊரிலும் அருகிலிருந்த முதலூரிலும் தங்கி, மறு ஞாயிற்றுக்கிழமை முதலூர் கிறிஸ்தவர்களுக்கு ஒரு ஞானப்பேருரை நிகழ்த்திவிட்டு, பின்னர், தான் பணியாற்றுவதற்கெனத் திருவருள் வகுத்துவைத்த இடையன்குடிக்குப் போய்ச்சேர்ந்தார்.

---

* The Dravidian tongues have some peculiar phonetic elements, are richly polysyllabic, of general agglutinative structure, with prefixes only, and very soft and harmonious in their utterance; they are of a very high type of agglutination, like Finnish and Hungarian; and the author has been informed by an American who was born in Southern India and grew up to speak its language vernacularly along with his English, a man of high education and unusual gifts as a preacher and writer, that he esteemed the Tamil a finer language to think and speak in than any European tongue known to him. – *The Life and Growth of Language.*

† 'The night is far spent, the day is at hand; let us therefore cast off the works of darkness, and let us put on the armour of light.' – Romans 13:12

இடையன்குடி, திருநெல்வேலிக்குத் தென்கிழக்கில் நான்கு காவதத் தொலைவில், பனங்காடுகள் அடர்ந்த செம்மணற் பரப்பில் பாலை நிலத்தின் பண்பெல்லாம் குறைவற நிறைந்த ஒரு சிற்றூர். கதிரவன் வெம்மையால் எப்போதும் அவ்வூர் கொடிய வெப்பம் மிகுந்ததாகவேயிருக்கும். கோடையும் கடுங்கோடையுமான இரு பருவங்களேயன்றி வேறு பருவங்கள் அங்கு நுழைவதில்லை. குளிர்மிக்க நாட்டிற் பிறந்து வளர்ந்த ஒரு இளைஞன் இத்தகைய கடுவெயில் மிக்க, எவ்வித இயற்கை வளனும் செயற்கை நலனுமில்லாத ஒரு பட்டிக்காட்டில் தன் வாழ்நாள் முழுவதும் கழிக்கத் துணிவு கொண்டதை (பட்டிக்காட்டிற் பிறந்து வளர்ந்து சில நாட்கள் பட்டினங்களில் பழகியமையால் சிற்றூர் வாழ்க்கையை வெறுக்கும் இளைஞர்களைக் காணும்) நாம் கருதும்போது இவருடைய உள்ளத்தின் உறுதியும், தெய்வப்பணியில் கொண்டுள்ள திட்பநிலையும், ஊன்நோக்கும் இன்பம் வேண்டி உழலாது வான்நோக்கும் வழி நிற்கும் வன்மையும் நம்மை அறியாமலே இவரையும் இவர்போன்ற உறுதியுடையாரையும் வணங்கி வாழ்த்துகிறவர்களாகின்றோம். இடையன்குடியாகிய பாலை தமிழ்ப்புலவர்கள் உள்ளத்தில் தமிழ் வளரும் சோலையாக மாறிவிட்டது; இவரை வாட்டிய கோடை நம்மைக் குளிர்விக்கின்றது. எதனால்? இவரது செயற்கரும் தமிழ்ப் பணியால். ஒவ்வொரு தமிழனும் தன் வாழ்க்கையில் ஒருநாளேனும் சென்று வணங்கவேண்டிய தமிழ்த்திருப்பதி இடையன்குடி என்றால் மிகையாமோ? மொழிநூற்புலவர் கூட்டம் ஐந்தாண்டுக்கு ஒரு முறையேனும் அங்கு நடைபெறாவிடில் நாம் நன்றியுடையோமாவோமா?

இடையன்குடிக் கோயிலும் வேதியர் இல்லமும் குடியிருப்பும் சீர்கேடாகவுள்ளதைக் கண்ட கால்டுவெல் முதலில் அவற்றை அச்சூழலின் நிலைக்கு ஏற்றமுறையில் சீர்பெற அமைத்தார். கல்வியின் இன்றியமையாமையை அவ்வூர் மக்கள் நன்கு உணருமாறு செய்து, ஆண் மக்களும் பெண் மக்களும் கல்வி பயிலுவதற்கான வாய்ப்புக்களை ஏற்படுத்தினார். பெண் கல்வியில் மக்களுக்கு இருந்த மாறுபாட்டைப் போக்கினார். சமயத்துறையில் மக்கள் ஈடுபட்டு உண்மையான பயனைப் பெறவேண்டி முயன்றார். தான் இளமையிலேயே உறுதிகொண்ட மொழிநூல் வேலைக்கு ஆகவேண்டிய குறிப்புக்களையெல்லாம் தன் வேலையோடு வேலையாகச் சேர்த்துவந்தார்.

இடையன்குடியில் இவர் பணிசெய்துகொண்டிருக்கும்போது அதற்கு மூன்று காவதத் தொலைவிலுள்ள சாயர்புரத்தில் போப்பையர் *(Rev. G.U. Pope)* தெய்வப்பணியும் கல்விப்பணியும்

செய்துகொண்டிருந்தார். அங்கு ஒரு கல்விச்சாலை அமைத்து, தமிழ், ஆங்கிலம், இலத்தீன், கிரேக்கம், எபிரேயம் முதலிய மொழிகளையும், எண், தத்துவம் முதலிய கலைகளையும் கற்பித்துக்கொண்டிருந்தார். பள்ளிக்கூடமும் மாணவர்கள் உண்ணும் காலமும் உறங்கும் காலமும் போக மற்ற எல்லாக் காலத்திலும் நடந்துவந்தது. போப்பையரும் இரவு 11 மணிவரை கற்பித்து வந்தார். இவருக்குத் துணையாக, கேம்பிரிட்ஜ் பல்கலைக்கழகத்தில் முதன்மையாகத் தேறிய செய்மூர் என்னும் ஞானக்கண் ஒன்றேகொண்ட அறிஞர் கல்வி பயிற்றிவந்தார். அக்காலத்தில் இவ்வளவு மொழிகளும் கலைகளும் ஒரே இடத்தில் ஒருங்கே நம் நாட்டில் எந்தக் கல்வி நிலையத்திலும் பயிற்றப்பெற வில்லை. மேல்நாட்டுப் பல்கலைக் கழகங்கள் போன்ற ஒரு கல்வி நிலையமாக சாயர்புரத்தைக் கொண்டுவரவேண்டுமென்பதே போப்பையரின் கனவு. இதன் திறமையைத் தெரிந்த ஆக்ஸ்போர்டு பல்கலைக்கழகத்தார் இதற்கு ஒரு நூல்நிலையம் அமைப்பதற்காக 1848ஆம் ஆண்டு பொருளுதவி செய்தார்கள். சமயப்பணியிலும் சிறந்த தொண்டுகள் செய்தார். அவ்வூரில் புதிதாக ஒரு கோயில் கட்டினார்; சமய சம்பந்தமான சில சிறு நூல்கள் வெளியிட் டிருந்தார். திருநெல்வேலி மாவட்டத்தில் தொண்டுசெய்தோருள் முதலணியில் வைக்கக்கூடியவரென்றும் கல்வித் தொண்டில் இவரே முதல்வரென்றும் பாராட்டினார்கள். எனினும், இவர் 1850ஆம் ஆண்டில் அவ்வூரை விடும்படியாயிற்று. மக்கள் பண்பையும் மாணவர் தகுதியையும் நன்கு உணராமல் அளவுக்கு மேற்பட்ட அறிவைப் புகட்டியமையாலும், மாணவரை வரையறைகட்கு உட்படுத்தும்வகையிலும் கற்பிக்கும் வகையிலும் தவறு கண்டவிடத்துக் கொடிய தண்டனைகளைக் கையாண்டுவந்தமையாலும் பலரும் இவரிடம் வெறுப்புக் கொண்டனர்.

> நன்றாற்ற லுள்ளும் தவறுண்டு அவரவர்
> பண்பறிந் தாற்றாக் கடை

என்னும் தமிழ் மறையின் பொருளை அவர் நன்குணராக் காலம்.

இடையன்குடிக்கு ஐந்து மைல் தொலைவில் சுவிசேஷபுரத்தில் சச்சந்தர் (*Edward Sargent*) என்பவர் சமயப்பணி ஆற்றிவந்தார். பல இனிய பண்புகள் வாய்ந்தவர். தமிழ் மொழியை நன்கு பயின்றிருந்ததோடு தமிழர்கள் போலவே தமிழ் பேசும் பழக்கமுடையவர். நாட்டுப் பழக்கவழக்கங்கள், மக்கள் பண்புகள், கருத்துக்கள் முதலியவெல்லாம் நன்கு தெரிந்திருந்தார். இவருடன் அடிக்கடி கலந்து பேசிப் பல செய்திகளைத் தெரிந்து

கொண்டது தான் பணிதொடங்கிய நாட்களில் பெரிதும் பயனுடையதாகவிருந்ததெனக் கால்டுவெல் குறிப்பிட்டுள்ளார்.

அந்த நாட்களில் நாகர்கோயிலில் கிறிஸ்தவச் சமயத் தொண்டர்களின் நிலையம் சிறந்த பணியாற்றிவந்தது. அதில் இலந்தன் சமய சங்கத்தைச் சார்ந்தவரான மால்த் *(Rev. Charles Mault)* என்பவர் ஒரு அச்சுக்கூடம் வைத்துப் பல தமிழ் நூல்களை வெளியிட்டுவந்தார். அவருடைய மனைவியார் ஆங்கில நாட்டில் முடிசூடா மன்னனாக அரசு செலுத்திய வரலாற்றுப்புகழ் பெற்ற ஆலிவர் கிராம்வெலின் *(Oliver Cromwell)* மகள் மரபில் வந்தவர். இவர்களுடைய முதல் மகள் எலிஜா *(Eliza)* என்பவரும் தந்தையாருடைய தொண்டில் ஈடுபட்டுத் தமிழ் நூல்கள் அச்சுக்கோப்பதைப் பார்த்தல், பிழைதிருத்தல் முதலிய தமிழ்த் தொடர்பான வேலைகளைச் செய்து வழக்குத் தமிழில் வல்லவராக இருந்தார். கால்டுவெல் தன்னுடைய இருபத்தொன்பதாவது ஆண்டில், இருபத்தொரு ஆண்டு நிரம்பிய அந்த எலிஜா அம்மையாரை மணம் செய்து கொண்டார். இருவரும் மனையற வாழ்க்கையை மாண்புடன் இடையன்குடியில் தொடங்கிச் செம்மையாக யாவரும் போற்ற நடத்திவந்தார்கள்.

இடைவிடாது உள்ளத்தானும் உடலாலும் உழைக்கும் கால்டுவெலுக்குக் கடுங்கோடையில் இடையன்குடியின் வெம்மை தாங்க முடியாதாயிற்று. இவருடைய உள்ளமோ உழைப்பின்றி வெயிலுக்கு அஞ்சி அயர்ந்திருக்க இடந்தரவில்லை. அருகே உவரிக்கரையில் தண்ணிய இடமாக அமைந்திருந்த இளஞ்சுனை என்னும் இடத்தில் தன் மாணவர்களுடன் சென்று தங்கிக் காலத்தை வீண் போக்காது வேலைசெய்துவந்தார். கோடையைக் கழிக்கப் பல இடங்களைக் கருதினார். இவர் பார்த்த இடங்களிற் சில நச்சுக் காற்றும் நீரும் உடையனவாகத் தோன்றினமையால் கொடைக்கானலைக் குடியிருப்பாகக் கொள்ளும் காலம்வரையில் வெம்மையினின்று விடுதி பெறவியலவில்லை. சாரற் காலங்களில் குற்றாலம் இவரைக் குளிர்வித்தது.

உலகத்தின் பழ இலக்கியங்களாகிய எபிரேயம், கிரேக்கம் இரண்டினும் காணப்பெறும் பல செய்திகள் தமிழகத்தோடு தொடர்புடையனவாக இவருக்குத் தோன்றின. உவரிக்கரையைப் பார்த்தவுடனே எபிரேய இலக்கியத்தில் பழமையாகக் காணப்பெறும் ஓபர் *(Ophir)* இவருடைய நினைவுக்கு வந்தது. எபிரேயம், அராபியம் முதலிய செமிதேய மொழிகளில் சிறந்த அறிஞராயும் ஐரோப்பிய இலக்கிய வுலகில் புகழ்பெற்றவராயும் விளங்கிய ரெனான் *(Ernest Renan)* என்னும் பிரஞ்சு நாட்டுப் பெரியார்

‘பலர் எண்ணுகிறபடி ஒபர் என்பது ஆபிரிகாவிலுள்ளதல்ல, இந்தியாவின் மேற்கரையிலுள்ளதே என்பது என் துணிவு’ எனப் பேசியுள்ளதையும் எண்ணித் தொடர்பு படுத்தினார். தமிழகத்தின் தெற்குக் கோடியில் கோட்டாறு, குமரித்துறை, பண்டைய கொற்கையிருந்த இடம் முதலியவற்றுள் ஒருவகைப் பெரிய மரங்களைக் கண்டார். அவை ஆபிரிக்காவைச் சேர்ந்தவை என்பதையும் நீண்டகாலம் இருக்கக்கூடியவை என்பதையும் உணர்ந்திருந்தமையாலும், அம்மரவகையின் பெயர்கூட இந்தியாவில் வழங்கப்பெறாமையாலும் பண்டை நாட்களில் தமிழகத்தோடு வாணிகம்செய்த அயல்நாட்டார் கொணர்ந்து தாங்கள் தங்கிய இடங்களில் பயிர் செய்ததாக இருக்கலாம் என்று துணிவுகொண்டார். அவ்வாறு கொணர்ந்தோர் கிரேக்கரோ, பொனேசியரோ அல்லது விவிலிய நூலின் பழம் பகுதியில் புகழ் பெற்ற சாலமன் மன்னனின் தூதர்கள்தானோ என்று ஐயுற்று, பண்டைய தமிழகத்தை மனக்கண்ணில் கண்டுகளித்தார். எபிரேய மொழியில் மயிலுக்கு வழங்கப்பெறும் ‘துகி’ என்னும் சொல் தமிழ் மொழியின் ‘தோகை’யே என்பதைக் கண்டார். ‘அரிசி’, ‘இஞ்சிவேர்’ முதலிய சொற்கள் மேல்நாட்டுப் பண்டைய மொழிகளில் பயின்றுள்ள பாங்கையும் அறிந்தார். மலையாளக் கரையில் கிடைத்தனவும் திருவாங்கூர் மன்னரால் தொகுத்துவைத்திருந்தனவுமான பழங்காசுகளையும் சின்னங்களையும் பார்த்து ஆய்ந்து, அவை ரோம் சக்ரவர்த்தி அகஸ்ட்டஸ் காலத்திலிருந்து நீரோ ஆட்சி வரையிலுள்ளன என்பதை விளக்கமாகக் கண்டு 1851ஆம் ஆண்டு ஒரு சிறு நூல் எழுதி, திருவாங்கூர் மன்னர் மூலமாக வெளியிட்டார்.

இவையெல்லாம் மேலும் மேலும் பண்டைய தமிழகத்தின் உயரிய நிலையை அவர் உள்ளத்தில் பதிவித்தன. சமயத் தொண்டிலேயே பெரும் பொழுதையும் கழிக்கவேண்டிய கடமையுடையவரானமையால் இவற்றை எல்லாம் தொகுத்து வெளியிடற்கேற்ற ஓய்வு கிடைக்கவில்லை. தான் கண்டவை, கற்றவை, கேட்டவைகளை எல்லாம் முறையாகக் குறித்துச் சேர்த்துவைத்தார். மேலும், அக்காலத்தில் இந்தியாவைப் பற்றிய பழஞ்செய்திகளைத் தெரிந்துகொள்ளுவதற்கான நூல்களும் வெளியீடுகளும் ஜர்மன் மொழியில் அதிகமாக இருந்தபடியால் அந்த மொழியை நன்கு கற்று, அதிலுள்ள நூல்களை எல்லாம் வாங்கி, தெளிவாகப் பயின்று குறிப்பெடுத்துவைத்தார். மொழியியல், இனவியல், வரலாறு, இவைகளில் மிகவும் ஈடுபட்டு அப்பகுதி நூல்களை இடைவிடாது பயின்றார். மொழியியல், வரலாறு முதலியவைகளைப் பொருளாகக்கொண்டு எழுதும் நூல்களிலும் கட்டுரைகளிலும் நேர்மை, தெளிவு, வரையறை

முதலிய தகுதி ஒரு சிறிதும் குறையக்கூடாதென்பதும், இத்தகுதி பெறுவதற்குப் பரந்த பயிற்சியும் தெளிந்த நோக்கமும் உண்மையில் ஊக்கமும், இவைகளுக்கெல்லாம் மேலாக மாசில்லாத அன்பும் இன்றியமையாதன என்பதும் இவருடைய கொள்கை. அறிவும் ஆற்றலும் உடையார் செய்யும் ஆராய்ச்சி அன்பு இல்லாத இடத்து உண்மை காண இயலாது ஒழிவதும், அன்பு ஒன்றே உடையார் ஆராய்ச்சி அறிவும் ஆற்றலும் இல்லாத இடத்து நகைக்கு இடமாதலும் நாம் என்றும் காணும் உண்மைகளல்லவா?

இடையன்குடியில் பணியேற்ற முதல் நாளிலிருந்தே அவ்வூர்க் கோயிலை அழகுபெற அமைக்கவேண்டும் என்ற எண்ணம் கால்டுவெல் உள்ளத்தில் வளர்வதாயிற்று; பலவாறு முயன்று 1847ஆம் ஆண்டில் தான் எண்ணிய கோயிலுக்குக் கால் நாட்டினார். பின்னர் இந்தக் கோயிலைச் சிறப்புறக் கட்ட வேண்டிய முயற்சியிலேயே பெரிதும் ஈடுபட வேண்டியதாயிற்று. இதற்கான அமைப்புகள் ஒவ்வொன்றையும் தானே வரைந்தும் தொழிலாளர்களுக்கு நேர் நின்று காட்டியும் இடைவிடாது வேலை செய்தார். இவர் வேண்டுகோளுக்கு இயைந்து இலந்தனிலுள்ள ஒரு 'கட்டிடக் கழகத்தார்' கோயில் அமைப்பதற்கான படம் ஒன்று எல்லா விளக்கப் படங்களுடனும் அனுப்பி வைத்தார்கள். அக்கழகத்தாருள் ஒருவரேனும் இவருக்கு அறிமுகமுடையவர்களல்லர். எனினும் இவர் கடிதம் பெற்ற மறு அஞ்சலிலேயே கோயிலமைப்புக்கான படங்களை அனுப்பி வைத்தது இவருடைய உள்ளத்தை உருக்கியது. 'இதுவன்றோ ஆங்கிலேயர் பேருள்ளம்' என வியந்து பாராட்டினார். அந்தப் படங்களை வரைவதற்கு அக்காலத்தில் ஐம்பது பவுனுக்கு மேலாகும் எனக் கருதினார்.

இடைவிடாத உழைப்பும் பதினாறு ஆண்டுகளாக வெப்ப மிகுந்த நாட்டில் தங்கியதும் இவருடைய உடல் நலத்தை நலிவித்தன. உடல் நலத்தைக் கருதியும் சமய சங்க வேலைகளைக் கருதியும் 1854ஆம் ஆண்டு ஆங்கில நாட்டுக்குச் சென்று மூன்று ஆண்டுகள் தங்கவேண்டியதாயிற்று. குளிர்ந்த தன் தாய்நாட்டுக்குச் சென்றவுடனேயே, தான் இதுவரை குறித்துவைத்திருந்த தென்இந்திய மொழிகள், வரலாறு முதலியவற்றைப் பற்றிய குறிப்புக்களை எல்லாம் தொடர்புபடுத்தி ஒரு நூலாக எழுதத் தொடங்கினார். ஓய்வு கிடைக்கும் என்று எண்ணிச் சென்ற தாய்நாட்டிலும் சமயப் பணிகள் இவரைச் சூழ்ந்துகொண்டன. எனினும் அந்த வேலைகளுக்கு இடையே இவ்வேலையையும் விடாது செய்வதற்கு அந்நாட்டின் குளிர்ச்சி இவருக்கு இடங்கொடுத்தது. இந்நூலைத் தொடங்கி ஓராண்டு

பத்துத் திங்களில் முற்றுவித்து, 1856ஆம் ஆண்டு ஜூன் மாதம் இரண்டாம் நாள் இலந்தன் நகரத்தில் இதன் முகவுரையையுங் கையெழுத்திட்டு வெளியிட்டார்.

இதன் முன்னுரையைக் கண்ட அறிஞருலகம் தமிழ்நாட்டின் பழமையையும் பெருமையையும் தெரிந்துகொண்டது. இந்திய வரலாற்றில் இருண்டிருந்த ஒரு மூலையில் இதன் ஒளிவீசிப் பல உண்மைகளை விளக்கியதோடு இன்னும் ஆராய்ந்து காணவேண்டியன பலவுள என்பதையும் அறிவுறுத்தியது. 'திராவிட, அல்லது தென் இந்தியக் கொத்து, மொழிகளின் ஒப்பியல் இலக்கணம்' (A Comparative Grammar of the Dravidian or South Indian Family of Languages) என்ற தலைப்புப் பெயரில் இந்நூலை வெளியிட்டார். நூலுட் செறிந்துள்ள பல உண்மைகளும் அவைகளை ஆயும் முறைகளும் கண்டவற்றை வகைப்படுத்திய நெறியும் மொழி நூல் உலகத்துக்கே ஒரு விருந்தாய்த் திகழ்ந்தன.

தென் இந்திய மொழிகள் ஒன்றுக்கொன்று தொடர்புடையவை என்பதும், சமஸ்கிருதத்தினின்று தோன்றியவையல்ல வென்பதும், இவை ஆரிய மொழிக் கூட்டத்தைச் சேர்ந்தனவல்ல வென்பதும், தென்மொழிச் சொற்கள் வடமொழிகளில் பல கலந்துள்ளன வென்பதுமான எண்ணங்கள் இவரிடம் தோன்றியபோது இவ்வெண்ணங்கள் இவரிடமே முதன்முதலாகத் தோன்றியன வென்று எண்ணினர். பின்னர் இவ்வெண்ணங்களை ஆராய்ந்து சான்றுகளைக் கண்டு முறைப்படுத்தும்போது தான் பிறப்பதற்கு முன்னரே இத்தகைய தோற்றம் சில சிறந்த மொழிநூலறிஞர்களுக்கு உண்டாகியிருந்ததை அறிந்தார்.

ஐரோப்பாவில் பாப் (Franz Bopp 1791–1867) என்னும் மொழிநூல் முதல்வர்களில் ஒருவர் ஒப்பியல் இலக்கண முறைகளை வகுத்துக்கொண்டிருக்கும்பொழுது சென்னையில் எல்லீசு தென்மொழி ஒப்பியற்பண்புகளை வகுத்துத் தமிழ் முதலிய தென்மொழிகள் ஆரியத்தில் வேறானவை எனக் கண்டிருந்தார்; இவர் கருத்துக்களுட் சில 1816ஆம் ஆண்டு வெளிவந்த காமல் தெலுங்கு மொழி இலக்கண நூலின் முன்னுரையில் குறிக்கப்பெற்றிருந்தன. மொழிநூல் முதல்வர்களுள் ஒருவரும், மற்றொரு முதல்வராகிய ஜர்மானியப் பேரறிஞர் கிரிம் (Jacob Grimm 1785–1863) என்பவருடன் கூடிப் பல ஆராய்ச்சிகள் செய்தவரும், பழஞ்சுவடிகளைத் தேடி 1819ஆம் ஆண்டிலிருந்து 1822ஆம் ஆண்டு வரை பம்பாய் முதல் கொழும்புவரை சுற்றிக் கொண்டிருந்தவருமான இராஸ்க் (Rasmus Kristian Rask 1787–1832) என்னும் மொழிநூல் முதல்வர், 'திராவிட மொழிகள்,

இந்தோயீரோப்பிய மொழிகளோடு சேர்க்கப்படக்கூடியனவல்ல, சிதேயமொழிக் கூட்டத்தில், அதிலும் பின்னிஸ் அல்லது அக்ரீயன் *(Finnish or Ugrian)* தொகுப்புக்கு நெருக்கமாகச் சேர்க்கப்பெற வேண்டியன' எனக் குறிப்பிட்டிருந்தார். இவர் தேடித் தொகுத்த சுவடிகளெல்லாம் கோப்பன்ஹேகன் நூல் நிலையங்களிலிருக்கின்றன; துருவிப்பார்த்தால் அரிய தமிழ்ச் சுவடிகளும் காணக்கூடும். பம்பாயிலிருந்த ஸ்டீவன்ஸன் *(Rev. Dr Stevenson)* என்பவர் வடநாட்டில் வழங்கும் மொழிகளில் ஆரிய மொழிப் பண்புகளோடு ஒட்டாத மொழிப் பண்புகளும் ஆரியத் தொடர்பற்ற சொற்களும் தென்னாட்டு மொழிகளோடு தொடர்புடையனவே எனக் காட்டி, சில கட்டுரைகள் பம்பாய் ஆசியச் சங்க வெளியீடுகளில் எழுதியிருந்தார்.

இவைகளைப் பார்க்கும்போது இத்தோற்றங்கள் தனக்குத் தான் முதல்முதல் தோன்றியனவென்ற எண்ணம் கால்டுவெலுக்குக் குறைந்தது. எனினும் இத்தோற்றங்களை உருப்படுத்தி அறிவுலகம் ஐயமறக் கொள்ளும்படிச் செய்தது இவருடைய எழுத்துக்களே என்பதை அறிந்தார்; ஏனையோரும் அவ்வாறே ஒப்புக்கொண்டு மகிழ்ந்தார்கள். பிற்காலத்தில், நாளதுவரையில், இவருடைய 'ஒப்பியல் இலக்கணமே' திராவிட மொழித் தொகுதிக்கு ஒரு தனி நூலாக உலகத்தில், ஆங்கில மொழியில் விளங்கிவருகின்றது. இதன் வரையறைகளை மாக்ஸ் மூலர் *(Max Muller)* முதலிய மொழி நூலறிஞர்கள் வியந்தார்கள்; தங்கள் நூல்களில் ஆதரவாகவும் காட்டினார்கள். ஐரோப்பிய மொழிநூற் புலவர்களுள் சிலர் திராவிட மொழிவரையில் இவர் கூறியுள்ளவற்றை மிகவும் வியந்து போற்றினார்களெனினும் இம்மொழிக் கொத்துக்கு ஒரு மொழிக் கிளையை நாடிய முயற்சி அவ்வளவு பயனுடையதல்லவெனவும், அதற்காக இவர் இவ்வளவு பாடுபடவேண்டியதில்லை யென்றும் கருதினார்கள். எவர் எவ்வாறு கூறினும் திராவிட மொழிக்கு இவர் நூலே வேதமாக நாளதுவரையில் நிற்கின்றமையின் இவரே திராவிட மொழித் துறைக்குத் தலைவரும் வழிகாட்டியும் என்பதில் ஐயமில்லை. இந்த அரிய ஆராய்ச்சியின் பயனாகத் தோன்றிய ஒப்பியல் இலக்கணத்தை வியந்து இவர் இளைமையில் பயின்ற கிளாஸ்கோ பல்கலைக்கழகத்தார் இவருக்குப் பேரறிஞர் *(LL.D.)* என்னும் பட்டம் வழங்கிச் சிறப்பித்தனர்.

இந்நூல் வெளிவந்த காலத்தில் தமிழ் இலக்கணத்துறையில் வேலை செய்துள்ள வேறு சில அறிஞர்களையும் ஒரு சிறிது கருதுவோம். 1856ஆம் ஆண்டில் ஜெர்மனியில் கிரால் *(Dr Graul)* என்னும் அறிஞர், 'தமிழ் மொழி இலக்கணம்' ஒன்று ஆங்கிலத்தி லும் ஜெர்மன் மொழியிலும் வெளியிட்டார். இவர் செய்த ஒரு வரையறையால் தமிழ் மொழியைக் கற்கும் அயலார்க்கு ஒரு

நன்மை உண்டாயிற்று. இலக்கண வரம்பு நன்கு கட்டப்பெற்ற இம்மொழியில் வினைப் பகுதிகள் முக்காலங்களைக் காட்டும்போது அவை பெறும் காலக் குறிகளையும் மாறுபாடுகளையும் அடிப்படையாகக் கொண்டு அவற்றை வரையறை செய்து வகைப்படுத்தப்பெறாமலிருந்தது இம்மொழியைக் கற்கும் அயலாருக்கு ஒரு குறையாகத் தோன்றிற்று. நம் இலக்கண ஆசிரியர்களோ இந்த இடர்ப்பாட்டை உணர்ந்தார்களேனும் விளக்கி வகைசெய்ய முயலாமல் 'கா, சா, தா இவை முறையே காத்தான், செத்தான், தந்தான் எனவும், கல், நில், புல், சொல் இவை கற்றான், நின்றான், புல்லினான், சொன்னான் எனவும் ஒரு நிகராகிய பகுதிகள் பலவிதமாக விகாரப்படுதலால் அவையெல்லாந் தனித்தனிச் சொல்லப்புகின் விரியுமாதலால் செய்யுள் வழக்கத்தையும் உலக வழக்கத்தையும் பார்த்துச் செய்யுள் விகாரமும் புணர்ச்சி விகாரமுங்கொண்டு அமைத்துக்கொள்க' எனக் கட்டளையிட்டுப் போயினர். ஆனால், வினைப் பகுதிகள் அடையும் மாறுபாடுகள் அயலாரை மிகவும் இடர்ப்படுத்தின. 'தொழு' என்பது 'தொழுதான்' என மாறுவதைத் தெரிந்த அயல் மாணவர் 'விழு' என்பதை 'விழுதான்' என்றும், 'ஆள்' ஆண்டான் ஆனால் 'கேள்' கேண்டானாகும் என்றும், 'கொடு' கொடுத்தான், 'சுடு' சுடுத்தான் என்றும் எண்ணி இடர்ப்பட்டனர். இக்குறையை நீக்க வீரமாமுனிவர் முயன்றார். ஆனால், கிரால்தான் தன் இலக்கணத்தில் இந்த வினைப் பகுதிகளை எல்லாம் அவை முக்காலங்களைக் காட்டுவதற்குப் பெறும் குறிகளைக்கொண்டும், அக்குறிகளைப் பெறும்போது அடையும் வேறுபாடுகளைப் பார்த்தும் (சமஸ்கிருதம், இலத்தீன் முதலிய மொழிகளில் பிரித்துள்ளதுபோல்) பன்னிரு கணங்களாகப் பிரித்து, *1. செய்–, 2. ஆள்–, 3. கொல்–, 4. அறி–, 5. ஆக்கு–, 6. நடு–, 7. உண்–, 8. தின்–, 9. கேள்–, 10. கல்–, 11. தீர்–, 12. நட–* என்ற வாய்பாடுகளில் அமைத்தார். இம்முறையையே சென்னைப் பல்கலைக்கழகத் தமிழகராதியிலும் அதன் முதல் பதிப்பாசிரியர் சாந்தலர் பின்பற்றி இப்பன்னிரு கணத்துள்ளும் அடக்கவியலாத வினைப் பகுதிகளாகிய *த–, சா–, காண்–* போன்றவற்றைப் பதின்மூன்றாவது கணமாக அமைத்தார்.

சென்ற நூற்றாண்டின் பிற்பகுதியிலும் இந்த நூற்றாண்டின் தொடக்கத்திலும் வினைப் பகுதிகளைக் கணங்களாகப் பிரித்துப் பயிற்றுவிக்கும் இலக்கண முறை சில ஆங்கிலப் பள்ளிகளிலிருந்ததேனும் தமிழைத் தாய்மொழியாகவுடையவர் களுக்கு இம்முறை வேண்டப் பெறுவதில்லையென விட்டுவிட்டார்கள். எவ்வாறாயினும் ஒரு மொழியின் இலக்கணத்துக்கு இம்முறை வேண்டப்பெறுவதுதான்

என்பதை உணர்ந்த தமிழ்ப் பேராசிரியர் இராவ்சாகேப் மு. இராகவையங்காரவர்கள் இவ்வினை விகற்ப முறையைத் தமிழ் இலக்கண மரபுக்கேற்பச் சூத்திரங்களாகச் செய்து விளக்கவுரையும் எழுதியுள்ளார்கள். விரைவில் வெளிவரக்கூடும். பேராசிரியர் தெ.பொ. மீனாக்ஷிசுந்தரம் பிள்ளையவர்களுடைய மேற்பார்வையில், அவர்களுடைய ஆராய்ச்சி மாணவர் ஒருவர் தமிழிலுள்ள வினைப்பகுதிகளையெல்லாம் இந்தப் பிரிவின்படி அட்டவணை செய்துவைத்திருக்கின்றார். இனி, தமிழ் இலக்கணத்திற்கு அயலார் கூறும் இக்குறை குறைவதாகும். இந்த கிரால் தமிழைப் பற்றி பல அரிய கட்டுரைகள் ஜர்மன் மொழியில் எழுதியுள்ளார்; திருக்குறளையும் ஜர்மனில் மொழிபெயர்த்துள்ளார். இவர் நூலெல்லாம் நூறாண்டுகளுக்கு முன் வெளிவந்தவை.

*1855*ஆம் ஆண்டில் தஞ்சையிலிருந்து போப்பையர் ஆங்கிலம் அறிந்தார் பயிலுவதற்குத் துணையாக ஒரு கைச்சுவடி வெளியிட்டார். அது பல பதிப்புக்கள் வெளிவந்துள்ளது. இன்றும் அதுதான் அத்துறையில் சிறந்து விளங்குகின்றது. பின்னர் 1857ஆம் ஆண்டில் ஒரு தமிழ் இலக்கண நூல் வெளியிட்டார். அதில் முதலில் எளிமையாக இலக்கணவிதிகளை வினாவிடையாகவும், பின்னர் நன்னூலை உரையுடனும், யாப்பருங்கலம் மூலமும் இலக்கண அகராதியும் ஆங்கிலக் குறிப்புக்களும் சேர்த்து அழகிய முறையில் அச்சிட்டும் கொடுத்திருந்தார். இந்த இலக்கணநூலை அப்போதுதான் தொடங்கிய சென்னைப் பல்கலைக்கழக முதல் தலைவர் ஹாரிஸ் பெருமகனுக்கு *(Lord Harris)* உரிமை செய்து, "பெருமகனாகிய தாங்கள் தலைமை தாங்கும் பல்கலைக் கழகத்தில் பயிலவிருப்போரில் பெரும்பாலர் (தமிழர்), அவர்கள் தாய்மொழியை – இனிமையில், குழைவில், நிறைவில், ஆற்றலில் எதற்கும் குறைவுபடாததொரு மொழி – நிறைதவிராது அறிவியல் முறையில் பயில்வது ஏனைய உலக நூற் பயிற்சியோடு ஒத்த பயன்தருவதோடு, அப்பயிற்சி உள்ளத்தைப் பொறுமையான ஆராய்ச்சி முறையிலும் நுணுகிய நோக்கத்திலும் இயல்பாகவே பழக்கிவைக்கும் பண்பு எண்நூல் போன்று இளைஞர்களுக்கு நலம்தரும் நெறியையும் நல்கும்"* என இலக்கணப் பயிற்சியின்

* To The Right Honourable George Francis Robert Lord Harris, Governor of Madras, First Chancellor of the Madras University: 'I believe you share in the conviction that to the majority of those who shall be trained there, the accurate and scientific study of their own language - a language hardly inferior to any in sweetness, flexibility, copiousness and force - is calculated to be as useful as any other secular study, while its tendency to train the mind to habits of patient research and close analysis must render it as beneficial a discipline to the young as a study even of the mathematics themselves.' (G.U. Pope)

இன்றியமையாமையையும் குறிப்பிட்டிருந்தார். தமிழ் இலக்கணப் பயிற்சியை நூறாண்டுகளுக்கு முன்னர் அறிஞர் இவ்வாறு கருதிப் பணி செய்தனர்.

*1858*ஆம் ஆண்டில் சிறந்த தமிழ்ப்புலவர் ஒருவர் ஒப்பியல் முறைகளில் மேற்கொண்ட முயற்சியையும் பார்ப்போம். தஞ்சை மாவட்டத்தில் தரங்கம்பாடிக்கு அருகிலுள்ள பிறையாறு என்னும் ஊரில், சோழிய வேளாளர் மரபில், சைவசமயத்தைச் சார்ந்தவரும் வழிபாடு முதலியவற்றை முறையாகச் செய்பவருமான தாண்டவராய பிள்ளை (வாத்தியார்?) என்ற ஒரு சிறந்த தமிழ்ப் புலவர் இருந்தார். அவருடைய மகன் சிறந்த இலக்கணப் புலமை வாய்ந்தவர். தான் பிறந்த சமயத்தைவிட்டு, கிறிஸ்தவராக மாறி சாமுவேல் பிள்ளை என்று பெயர் வைத்துக்கொண்டார். தரங்கம்பாடியிலிருந்த ஜர்மானிய அறிஞர்களுடனும் சென்னை யிலிருந்த ஆங்கில அறிஞர்களுடனும் பழகி, மேல்நாட்டு மொழிநூல் முறைகளை நன்கு தெரிந்திருந்தார். வீரமாமுனிவர், இரேனியூஸ், கால்டுவெல் முதலியோர்களுடைய இலக்கண ஆராய்ச்சிகளில் கண்ட சில கருத்துக்களும் முறைகளும் இவருக்கு புதிய முறையில் ஊக்கம் அளித்தன. பழைய முறைகளிலும் புதிய முறைகளிலும் உள்ள நற்பண்புகளை ஒன்றுசேர்த்து இலக்கண இலக்கியப்பணி செய்யவேண்டும் என்ற எண்ணத்துடன் 'கிரந்த மந்தணகூடம்' *(Tamil Museum and Review of Oriental Philology)* என ஒன்று நிறுவி, தான் வெளியிடவிருப்பனவற்றைப் பன்னிரண்டு வகையாகப் பிரித்து வேலை செய்யத் தொடங்கினார். தான் நன்கு தெளிந்த துறைகளிலே அமைந்த நூல்களையே வெளியிடப் போவதாகக் கூறினார். அவருடைய பன்னிரண்டு பிரிவுகளில் ஒப்பியல் மொழி நூற்பகுதியும் ஒன்று. இருக் வேதத்தை தமிழில் மொழிபெயர்த்தலும் ஒன்றாக இருந்தது. இந்த முயற்சியில் இவருக்கு துணையாகவிருந்தவர் வால்ற்றர் ஜாயீஸ் *(Walter Joyes)* என்பவர். இந்தக் கலைக்கூடத்தின் முதல் வெளியீடாக *1858*ஆம் ஆண்டில், 'தொல்காப்பிய நன்னூல்' என்னும் அரிய இலக்கண நூல் வெளி வந்தது. அதில் இரண்டு இலக்கண நூல்களுக்குமுள்ள ஒற்றுமை வேற்றுமைகளைக் காட்டியிருந்ததோடு பலவகையான குறிப்புக்களும் அட்டவணைகளும் கொடுத்திருந்தார்கள். ஆங்கிலத்தில் விளக்கமும் தரப்பெற்றிருந்தது. இந்நூலை, "ஐந்திரபாணிநீயம் என்றும் சமரசபாஷிய சித்தாந்தம் என்றும் இனிப் பெயர்பெறும் பெற்றிக்கேற்ப உத்தேசித்து, வடமொழி வழக்கும் தமிழ்மொழி வழக்கும் ஐங்கிலிய வழக்குங் கொண்டிருக்கின்ற சம்பந்தாசம்பந்தங்காட்டிப் பூரணவிருத்தியா யெழுதப் புகுந்திருக்குமுரை நூலுக்கு முதற்பிரயத்தன"மாக வெளியிட்டார்கள். தொல்காப்பியத்தின் சொல்லதிகாரமும்

பொருளதிகாரமும் முதன்முதலாக இந்த நூலில்தான் அச்சிடப் பெற்றிருந்தது. சூத்திரங்களின் அடைவும் பொருட் சுருக்கமும் மிகத் தெளிவாகக் காட்டப்பெற்றிருந்தன. அறிவுடைய மாணவன் உரைகளின் துணையின்றித் தொல்காப்பியத்தையும் நன்னூலையும் ஒருசேரத் தெரிந்துகொள்ளுவதற்குப் பெரிதும் துணை செய்தது. இந்த ஆசிரியர் சாமுவேல் பிள்ளையுடைய திட்டங்களை இங்கு எழுதுவதென்றால் அது ஒரு ஆராய்ச்சிக் கட்டுரையாகப் பெருகிவிடுமாகையால் சுருக்கமாகக்கூட எழுதவில்லை.

எனினும், அக்காலத்தில் இலக்கணம், மொழிநூல், தமிழுக்கு ஆற்றவேண்டிய பணி முதலியவற்றைப் பற்றி ஒருசார் அறிஞர் எவ்வாறு கருதினார் என்பதைத் தெரிந்துகொள்ளவேண்டுவது மொழியாராய்ச்சிவரலாற்றுக்கு இன்றியமையாதது என்பதை எண்ணி, சாமுவேல் பிள்ளை, தன் நோக்கத்தைப் புலப்படுத்திய இரண்டு ஆசிரியப்பாக்களை மட்டும் இங்கு தருகின்றோம். இந்த எண்ணங்களெல்லாம் நூறாண்டுகளுக்கு முற்பட்டவை.

மன்பதைத் தொகுதிவாழ் வளாக வையகந்
தன்னிடை முந்துநூன் மன்னிய பன்மொழி
ஒருங்கெலா மொருபகு தியதெனுந் துணிபினை
மருங்குலா மொற்றுமை நயவளம் வல்லுநர்
கண்ணண்டு சமரச பாடியங் கண்டனர்
அண்டர்நாட் டதுவெனு மாரிய மாதியாங்
கூரிய பழமையின் கோட்பா டுடைய
ஆரிய மொழிகளு மமிழ்துறழ் தமிழார்
கிளைபடு மொழிகளுங் கிழக்குரி யனவும்
விளைந்தியல் விரிந்த மேற்கிடைப் பட்டவும்
முற்றியன் மொழிக்கொடுஞ் சேமியன் மொழிகொடும்
உற்றுணர்ந் துய்த்துணர் வைப்பெனு முத்தியான்
ஒற்றுமை வேற்றுமை தம்முண் முடித்தனர்
பட்டபல் பாடைக் கொருப்பட வொன்றா
இலக்கண சித்தாந்த மெனவிரித் தியற்றிய
இலக்கணங் களையே யியற்றமிழ் முதலிய
பஞ்ச திராவிடம் பாற்பட வொருநெறி
யெஞ்சலி லிளம்பூ ரணமொடு சேனா
வரையமு நச்சினார்க் கினியமு மாறாத்
திரைபுரை யுரைபுத் தம்புது ரைத்தேம்
நமச்சி வாயனு ஞானதே சிகனும்
அமச்சவுந் தீக்கத னறைஞ்ச விவேகமும்
நன்னூனி றுத்த முறைக்குண் ணடக்கும்
பன்னூற் றொல்காப் பியம்படர் பதார்த்தம்
வெளிப்பட விரிந்த வேற்றிலக் கணங்களும்
தெளிதமிழ்க் கண்ணுந் தெரிந்து விளங்கச்
செந்தமிழ் நடைமற் றேனைய நடைக்குப்
பிந்திய தன்மை பெரிதுஞ் சிறப்பத்

தொல்காப் பியநன்னூ லெனுந்தொல் பெயர்க்
கெல்லாங் கொள்கையி னிதுபெய ராகச்
சமரச விருத்தி சாலத்
தமிழ்மொழிப் படுவதாஞ் செயப்படு பொருளே.

~

உலகம் விரிந்த வொருசொல் லதுபோற்
பலகம் பலைப்படப் பட்டபல் பாடையும்
ஆதியின னாதியா னருளுபு மானவர்க்
கோதிய வொருமுதல் வழிப்பிறந் தனவவ்
வாதிநூ லொருசா ரறிவின ரம்மதம்
வாதநூல் வழாஅ மரபின ருணர்த்தின்
பகுதிய தொருமையும் விகுதிய தொருமையும்
பகுதிவேற் றுமையும் விகுதிவேற் றுமையும்
திரிபது மரபுந் தெரியா விகாரமும்
உரிமையும் பொதுமையும் பாற்பட வோர்ந்து
பன்மையாப் படர்ந்தவற் றினஞ்சில கண்டு
சின்மை யிலக்கணந் திறப்படத் தெரிந்தாங்
கவ்வத் தொகைவகை விரிகளை யவையவை
யெவ்வெவ் வழிகளி னியலுமவ் வழிகளிற்
சேர்த்தித் தெளிந்த திறன்மூ வகைய
பாத்தவை யாகிய வைரவப் பாலன;
ஓரசை யொருமொழி யுள்ளசை முழுமொழி
ஓரிரு மொழியுஞ் சேமியஞ் சீனமா
ஆரிய மநாரிய மாமிரண் டொருபொது
வாகிய வுறுப்பியன் மொழிகளிப் பரதமா
நிலன்பெற நிகழ்வன வனைத்தையு முணர்த்திய
இலக்கண மொருகலை யெனும்பொது வாய்பாட்
டியற்கையே சமரசஞ் சிறப்பிலக் கணங்கள்
வயின் வயினொழிய மாறா மரபுடை
வாய்மையு முண்மையு நிலைஇய வழக்காற்
சேய்மையின் முனைவன் றெரித்தது மொன்றே
அவனு மொருவனே யவனருண் மனுவோ
ரவர்முத லதுவுமா ரொன்றவர் குலமும்
பாடையி னிலத்திற் கொள்கையிற் படர்ச்சியிற்
கூடிய பிரிந்தன கொண்டன விண்டன
பலவும் பலவாய்ப் பல்கியு மவற்போல்
நிலவிய வொருமையே நிறுப்புணர்த் திந்நூன்
முடிவினை மொழிவது சமரச பாடியம்,
கடைப்பிடிக் கருவிகள் கருதிய நிறுத்திற்
சித்தாந்த மென்னுஞ் செம்பெயர் பெறுமால்,
உத்தியு முகமு மொருமுத லனந்தன்
செப்புமா பாடியஞ் செப்பிய பதஞ்சலி
யிப்புவித் தமிழி னியற்கையுந் தழீஇக்
கொண்டகோள் பிழையாகக் கூறிய தாகலின்

வண்மையந் திராவிட மாபாடி யமெனா
வகத்திய முதலாச் சான்றோ ரறைந்தவை
யிகத்திக லாமை யியலும் பாலதென்
றறிவறி யாரிய ரரிறீத்
திறையு மிலேன்செய லினிதுகொள் குவரே.

~ ~

கால்டுவெல் 1857ஆம் ஆண்டு தன் தாய்நாட்டிலிருந்து தமிழ்நாட்டுக்குத் திரும்பினார். அவர் ஆற்றவேண்டிய சமயத் தொண்டுகள் பெருகிவிட்டன. கோயிலைக் கட்டிமுடிக்கவேண்டிய வேலையில் இடைவிடாது ஈடுபடவேண்டியவராயினார். பொருள் தேட வேண்டியதும், கிடைத்த பொருளைச் சிக்கனமாகச் செலவிட வேண்டுவதும், திருப்பணியைத் தொடர்ந்து நடத்திக் கோவிலைக் கவின்பெற அமைக்க வேண்டுவதும் இவர் பொறுப்பாயின. மேலும் விவிலிய நூலைத் தமிழில் மொழிபெயர்க்கும் குழுவில் உறுப்பினராக அமர்ந்து பதினோராண்டுகள் அந்த வேலையையும் செய்யவேண்டியதாயிற்று. அப்பணி முடிந்தவுடன் மேற்கொண்டு ஓராண்டு, 'வழிபாட்டுநூலைத்' தமிழிலாக்கும் வேலையில் நிற்க வேண்டியதாயிற்று. வேறு வேலைகளைப் பார்க்கவியலவில்லை யென்றாலும் வாய்ப்பு கிடைக்கும்போதெல்லாம் எப்போதும் போலவே வரலாறு, பழமை, மொழியியல், பண்பாடு முதலியவை களைப் பற்றிய செய்திகளைச் சேர்த்துக்கொண்டே வந்தார். கிரேக்க நூலாசிரியர்கள் குறிப்பிடும் இடங்களில் ஏதாவது ஒன்றையேனும் அகழ்ந்து பார்க்கவேண்டும் என்ற ஆர்வத்தால் 'கொற்கை', 'காயல்' முதலிய இடங்களில் சிறிது அகழ்ந்து பார்த்தார். போதிய வாய்ப்பின்மையின் இவர் எண்ணப்படிப் பார்க்கவியலவில்லை. வரலாற்றுக் குறிப்புக்கள் பல இடங்க ளிலிருந்தும் சேர்த்துவைத்தார். இவையெல்லாம் ஓய்வு கிடைத்த போது செய்தனவே.

1868ஆம் ஆண்டில் சென்னை மாநில ஆட்சித் தலைவர் பெருமகன் நேப்பியர் பெருமாட்டியுடனும் பரிவாரங்களுடனும் இடையன்குடியில் தங்கினார். பெரும் பட்டினங்களிலும் செல்வவளம் நிறைந்த இடங்களிலுமே ஆட்சித் தலைவர்கள் தங்குவது வழக்கம். அவ்வாறிருந்தும் எங்கோ ஒரு மூலையிலிருக்கும் சிற்றூராகிய இடையன்குடியில் தங்கியது கால்டுவெலின் கல்வியின் பெருமையும் கடவுட்பணியுமேயாகும். பெருமகன் பல செய்திகளைக் கால்டுவெலுடன் உசாவித்தெரிந்து மகிழ்ந்தார். இவர் கட்டும் கோயில், இவரே தன் சிற்பத்தினால் ஓவியப்படுத்தியிருந்த பலகணிகளின் அழகு பெருமகனைக் கவர்ந்தது. ஒரு பலகணி செய்வதற்காகும் செலவாகிய ஐந்நூறு

ரூபாவை நன்கொடையாகக் கொடுத்தார். நற்றாமரைக் கயத்தில் நல்லன்னம் சேர்ந்தாற்போல் கற்றோரிருவரும் உளங்கலந்துபேசி ஒரு வாரத்துக்கு மேலாக மகிழ்ச்சியாகப் பயனுடன் பொழுது கழித்தனர்.

1872ஆம் ஆண்டில் கால்டுவெலுடைய மகிழ்ச்சி நிறைந்த குடும்பத்தில் ஒரு துன்பம் நிகழ்ந்தது. கால்டுவெலின் மனைவி இளமையிலேயே சமயத் தொண்டில் ஈடுபெற்றவரானமையால் இடையன்குடியிலும் பெண்களுக்கெனப் பள்ளிக்கூடம் ஒன்று வைத்துப் பெண்களுக்கு வீட்டிற்காகவேண்டிய வேலைகளிலும் எழுத்து எண் முதலியவற்றிலும் பயிற்சியளித்து ஊரெங்கும் தாய் எனப் போற்றுமாறு வாழ்ந்து வந்தார். நோயுற்ற மக்களுக்கு மருந்து அளித்தும் நோயடையாவண்ணம் வாழும் வகைகளைக் கற்பித்தும் அந்த ஏழை மக்களின் வாழ்க்கையை முன்னேற்றி ஊரெங்கும் மகிழ்ச்சி நிலவுமாறும் செய்துவந்தார். இவர்களுக்கு ஒரு ஆணும் இரு பெண்ணுமாக மூன்று குழந்தைகள் பிறந்தனர். ஆடிங்தன் (Addington) என்பது ஆண் குழந்தையின் பெயர்; இம்மகன் மருத்துவக் கல்லூரியிற் பயின்று, ஆஸ்த்திரேலியாவில் சிறந்த மருத்துவராகப் பணியாற்றிவந்தார். மூத்த மகள் திருச்சிராப்பள்ளியில் சமயப்பணியாற்றிவந்த வியத் என்பவரை மணந்து, தன் அன்னை போன்று பெண்மக்களுக்குக் கல்வியைப் பெருகச் செய்யும் பணியை மேற்கொண்டு யாவரும் புகழும்வண்ணம் சிறப்பொடு வாழ்ந்து வந்தார். இளைய மகள் லூயிசா (Louisa) என்பவர் பொறிவலாளர் பயிற்சி பெற்று விளங்கிய செப்பர்டு (Lt. Shepherd R.E.) என்பவரை மணந்து, சில ஆண்டுகளுக்குள், தன்னுடைய இருபத்துமூன்றாவது ஆண்டுக்கு இரண்டு திங்கள் முன்னரே 1872ஆம் ஆண்டு அக்டோபர் மாதம் 28ஆம் நாள் இறைவன் திருவடியை அடைந்தார். இப்பிரிவு மகிழ்வுற வாழ்ந்த ஒரு குடும்பத்தில் மாறாத துன்பத்தை உண்டுபண்ணிவிட்டது. கடந்த ஞானியும் கடப்பரோ தம் மக்கள்மீது காதல்?

ஓயாத உழைப்பாலும், வெப்ப மிகுந்த பகுதியில் நெடு நாள் தங்கியமையாலும், இடையே நோய்வாய்ப்பட்டு, இனி ஒரு பணியும் செய்யவியலாது என்ற நிலைமைக்கு வலு குறைந்து விட்டமையாலும், இவற்றுக்கெல்லாம் மேலாகத் தன் இளைய மகளை இழந்த சோகத்தாலும் நலிவுற்று வாட்டமடைந்த கால்டுவெல் 1873ஆம் ஆண்டு தன் தாய்நாடு சென்று இரண்டு ஆண்டுகள் தங்கினார். தன் நாட்டின் குளிர்நிலை உடலைச் சிறிது வலுவுறச் செய்தமையின் இலக்கணப் பணியை மேற்கொள்வதற்குத் துணிவு பிறந்தது. இவருடைய 'ஒப்பிலக்கணம்' முதற்பதிப்பு

வெளிவந்த சில நாட்களில் செலவாகிவிட்டமையால் அதைக் கற்க விரும்புவோர்க்குக் கிடைப்பதரிதாயிற்று. இரண்டாவது பதிப்பை வெளிகொணரத் தொடங்கி, முதற்பதிப்புக்குப் பின்னர் இடைப்பட்ட பத்தொன்பது ஆண்டுகளில் தான் தொகுத்துவைத்துள்ள குறிப்புக்களையும் பெருக்கிக்கொண்ட மொழியாராய்ச்சி அறிவையும் கொண்டு இரண்டாவது பதிப்பைப் பெருக்கியும், சில இடங்களில் புதுக்கியும் பயில்வோர் எளிமையாகச் செய்திகளைத் தெரிந்துகொள்ள வேண்டிப் பல வாய்பாடுகளையும் அட்டவணைகளையும் பிற்சேர்க்கைகளையும் சேர்த்து 1875ஆம் ஆண்டில் வெளியிட்டார். இப்பதிப்பில் இலக்கிய வரலாற்றைக் குறித்தும், காலத்தைக் குறித்தும் கூறிய சில செய்திகள் பிற்காலத்து ஆராய்ச்சிகளால் பிழைபட்டனவாகத் தெரியினும் இலக்கணப் பகுதிவரையில் ஈடும் எடுப்புமற்றதென்று எளிதாகக் கூறிவிடலாம். கன்னடம், தெலுங்கு, மலையாளம் முதலிய மொழிகளின் அமைப்பைக் கொண்டு தமிழ் மொழியின் இலக்கணத்தை நன்கு தெரிந்துகொள்ளலாம் என்று எண்ணி முதன்முதல் அம்மொழிகளின் அமைப்பை ஆயத்தொடங்கிய இவர், பின்னர் தமிழ் மொழிப் பயிற்சியே ஏனைய திராவிட மொழிகளைத் தெரிந்துகொள்வதற்குப் பெருந்துணைபுரிவதைக் கண்டு தமிழ் இலக்கணப் பண்புகளை மேலும் போற்றியதோடு, இத்தகைய இலக்கணம் தோன்றிய மக்கட் பகுதியின் பேரறிவையும் வியந்து புகழ்ந்தார்.

~ ~

'ஒப்பிலக்கணத்தின்' முதற்பதிப்பு வந்த 1856ஆம் ஆண்டிலிருந்து இரண்டாம் பதிப்பு வந்த 1875ஆம் ஆண்டுக்குள் தமிழ்ப் பயிற்சியின் நிலைமையும் தமிழைப் புற நாட்டார் பயிலும் முயற்சியும் பெரும் மாறுபாடு அடைந்துவிட்டது. 1858ஆம் ஆண்டில் கிழக்கு இந்திய வாணிகக் குழுவின் ஆட்சி மாறி, இந்திய நாடு பிரிட்டிஷ் அரசின் ஒரு பகுதியாகி ஆங்கில அரசின் ஆட்சிக்கு உள்ளாகிவிட்டது. கல்வியைப் போற்றுவது ஆட்சியாளரின் கடமைகளுள் ஒன்றாக வந்துவிட்டது. மூன்று பல்கலைக் கழகங்கள் நிறுவப்பெற்று தங்கள் வேலையைத் தொடங்கின. தமிழ் மொழியின் வளர்ச்சி சென்னை ஆட்சியாளர் கையிலும் பல்கலைக்கழகத்தார் பார்வையிலும் அகப்பட்டுக்கொண்டது. பாடத் திட்டங்களும் அவர்களே மேல்நாட்டு முறைப்படி அமைத்துக் கற்பிக்கத் தொடங்கினார்கள். ஆங்கில மொழியே கல்வி கற்பிப்பதற்கு உரிய மொழியாகி, இளமை முதல் கற்போர் உள்ளத்தை ஆட்சி செய்யத் தொடங்கிவிட்டது. நாட்டு மக்களிற் கற்றவர்களெல்லாம் ஆங்கில மொழியைத் தெரிந்து அதன்வழித்

தங்கள் அலுவல்களைப் பார்க்கும் நிலைக்கு வந்துவிட்டபடியால் அயல்நாட்டிலிருந்து ஆட்சிப் பகுதியிலோ சமயப் பகுதியிலோ வாணிகப்பகுதியிலோ இங்கு வருபவர்களுக்கு முன்போல இந்நாட்டு மொழியைப் பயிலவேண்டாது போயிற்று. தமிழ் மொழி பள்ளிக்கூடங்களிலும் கல்லூரிகளிலும் ஒதுக்கிடம் பெற்று புதிய முறையில் பயிற்றுவிக்கப்பெற்று வந்தது. ஆங்கில மொழிப் பயிற்சி வாழ்க்கையில் பல நன்மைகளையும் சிறப்பையும் பெறுவதற்கு வாய்ப்பளித்தமையின் மக்கள் உள்ளம் அதையே நாடியது. தமிழ்ப் புலவர்களும் பள்ளிக்கூடங்களிலும் கல்லூரிகளிலும் குறைந்த ஊதியம்பெற்றுப் பணியாற்றவேண்டியவராயினர். பல்கலைக்கழக நிலையில் ஒரு காலத்தில் தமிழ்ப்பாடக் கேள்விகளெல்லாம் ஆங்கில மொழியிலேயே கேட்கப்பெற்றும், விரும்பினால் மாணவர்கள் தமிழில் விடை எழுதலாம் என்ற உரிமை கொடுக்கப்பெற்றும் வந்தது. கால்டுவெல் இங்கு வந்த காலத்தில் நாட்டில் பரந்து காணப்பெற்ற தமிழ்ப் பள்ளிகளும் கற்றுச்சொல்லிமுறையும் பழமையான தமிழ்ப் பயிற்சியும் கல்விப் பயிற்சியும் சிறுகச் சிறுகக் குறைந்துகொண்டே வந்து மறைந்துவிட்டன. ஆங்கில மக்களின் ஆற்றலுக்கு அடிமைப்பட்ட நம் நாட்டு அறிஞர்கள் தமிழன்னையை அறவே மறந்தார்கள். ஒரு காலத்து மூவேந்தரும் பணியச் செங்கோலோச்சிய தமிழ்த்தாயும் காலங்கருதி தன்னகத்திலேயே துச்சிலிருந்து துயர் உறுவாளா யினாள். பழைய முறையிலேயே பயின்ற தமிழ்ப் புலவர்களுக்கு மடங்களும் குறுநில மன்னர் மாளிகைகளும் நிலக்கிழவர் இல்லங்களும் உழவர் குடில்களும் நிழலளித்து வந்தன.

இந்த இருபது ஆண்டுகளில் (1856–1876) மேல்நாட்டு அறிஞர்கள் தமிழ் மொழிக்குச் செய்துவந்த தொண்டுகளும் குறைவனவாயின. ஆனால், இரண்டு சிறந்த வெளியீடுகள் அவர்களால் வந்துள்ளதைத் தமிழகம் என்றும் மறக்கமுடியாது.

யாழ்ப்பாணத்தில் பல காலமாக நைட் *(Rev. J. Knight)*, ஸ்பால்டிங் *(Rev. L. Spaulding)* முதலிய கிறிஸ்தவ சமயத் தொண்டர்கள் தொகுத்துவைத்திருந்த தமிழ் அகராதிக்கு வேண்டிய சொற்களையும் விளக்கங்களையும் வின்ஸ்லோ *(Rev. M. Winslow)* என்பவர் சென்னைக்குக் கொண்டுவந்து, மிக முயன்று, ஒரு தமிழ்–ஆங்கில அகராதியை நன்முறையிற் பதித்து 1862ஆம் ஆண்டு ஜூலை மாதம் வெளியிட்டார். இது வின்ஸ்லோ அகராதி என்று பெயர் பெறும். அமரிக்காவில் வெளிவந்த வெப்ஸ்டர் *(Webster)* ஆங்கில அகராதி போன்று அக்காலத்தில் தமிழுக்கு விளங்கியது. தமிழ் மொழியின் சிறப்பை வின்ஸ்லோ குறித்திருந்தது எல்லோர் உள்ளத்தையும் கவர்ந்தது. இந்த அகராதி

வேலையில் இவருக்குத் துணையாகச் சில காலம் பார்சிவல் *(Rev. P. Percival)* இருந்தார். இராமாநுசக் கவிராயர், விசாகப்பெருமாள் ஐயர், வீராசாமிச் செட்டியார் முதலிய சிறந்த தமிழ்ப் புலவர்கள் சென்னையில் இவ்வேலையில் கலந்துகொண் டிருந்தார்கள். இது காலத்துக்கேற்பப் பதிக்கப்பெறின் எக்காலத்தும் தமிழ் மொழிக்கு ஒரு சிறந்த அகராதியாகத் திகழும் சிறப்புடையது என்பதை எவரும் மறுக்கார்.

மற்றொரு சிறந்த நூல் பர்னல் *(Dr A.C. Burnell)* என்பவருடைய 'தென் இந்திய பண்டைய எழுத்துக்கள்' *(Elements of South Indian Palaeography)* என்னும் அரிய நூல். இந்நூல் நாம் பேசும் காலத்திலேயே எழுதப்பெற்றிருந்தும் 1878ஆம் ஆண்டுதான் வெளிவந்தது. தமிழ் எழுத்துக்களின் வரிவடிவை மிகத் தெளிவாக ஒவ்வொரு நூற்றாண்டிலும் இருந்தவண்ணம் அழகாகக் காட்டியிருந்தார். இதன் முகவுரை ஒவ்வொருவரும் தெரிந்துகொள்ளவேண்டிய தென்னாட்டைப் பற்றிய பல செய்திகளை வரையறையுடன் குறிப்பிட்டிருந்தது. பர்னல் 1840ஆம் ஆண்டில் பிறந்தவர். கேம்பிரிட்ஜ் பல்கலைக்கழகத்தில் தேர்ச்சிபெற்று அரசாங்க வேலையை மேற்கொண்டு 1860ஆம் ஆண்டில் சென்னைக்கு வந்தவர். தென்னாட்டு மொழிகளிலும் பழஞ்செய்திகளிலும் கல்வெட்டு, பண்பாடு முதலியவற்றிலும் ஈடுபட்டுப் பல அரிய வேலைகளைச் செய்தார். தஞ்சையிலேயே பல ஆண்டுகள் வேலை பார்த்தார். தஞ்சை சரபோஜி மன்னனின் நூல்நிலையத்திலுள்ள சமஸ்கிருத நூல்களுக்கு இவர் தொகுத்த அட்டவணை யாவராலும் உலக முழுதும் புகழப்படுகின்றது. பரந்த நூற்பயிற்சியில், நுண்ணிய அறிவில், உள்ளத்தோடு உழைக்கும் தன்மையில், உண்மையைக் காணும் வேட்கையில் எவர்க்கும் எடுத்துக்காட்டாக நின்றார். பல அரிய கட்டுரைகள் எழுதி, தென்னாட்டின் உயர்வை உலகம் அறியச்செய்தார். ஐந்திரவியாகரணத்தைப் பற்றி ஒரு கட்டுரை எழுதிச் சில இலக்கண நெறிகளைக் காட்டினார். தஞ்சையில் இலக்கணவாசிரியர் மருதமுத்து உபாத்தியாயரிடம் தமிழ் பயின்றார். இவ்வாசிரியரே போப் தஞ்சையிலிருந்தபோது அவருக்குத் தமிழ் பயிற்றியவர்.

அக்காலத்தில் இலக்கண முறைகளை இரண்டு வகையாக ஒருசார் தமிழறிஞர்கள் கருதினார்கள். ஐந்திர முறை ஒன்று, பாணினி முறை மற்றொன்று. தொல்காப்பியம் முன்னையதைச் சார்ந்ததென்றும் நன்னூல் பின்னையதைச் சார்ந்ததென்றும் ஒரு எண்ணம் இவர்களிடம் பரவிவந்தது. சில இலக்கணவாசிரியர் களும் இருவகையாகப் பிரிந்துகொண்டனர். மருதமுத்து

உபாத்தியாயர் முன்னைய பிரிவைச் சேர்ந்தவர். இவ்வகைப் பிரிவு எல்லோராலும் கொள்ளப்பட்டதல்ல. பர்னலுடைய கருத்துக்களில் ஒன்று தென்னாட்டில் தோன்றிய அரிய எண்ணங்களெல்லாம் வடநாட்டை வசப்படுத்திப் புகுந்து பின்னர் வடநாட்டுக் கருத்துக்களென உலகெங்கும் பரவலாயின என்பது. தமிழ்நாட்டிலுள்ள கோயில்களின் அமைப்பையும் சிற்பச் சிறப்பையும் பார்க்கும்போதெல்லாம் 'கோயில்கள் இங்கு இருக்கின்றன; ஆனால் இவைகளை அமைக்கும் முறைகளைக் கூறும் நூல் தமிழில் இல்லை; அத்தகைய நூல்கள் சமஸ்கிருதத்திலுள்ளன; ஆனால் அவைகட்கேற்ற கோவில்கள் அங்கில்லை. இலக்கியம் தெற்கே இருக்கின்றது; இலக்கணம் வடக்கே இருக்கின்றது. காரணம் என்ன?' என்று அடிக்கடி கேட்பதுண்டு என அவரிடம் சில நாட்கள் வேலைபார்த்த என் தந்தையார் சொல்லுவார்கள். தமிழ்ப் பெயர்கள் சமஸ்கிருதப் பெயர்களாக மாற்றப்பெற்ற முறைகளை நான்கு வகையாக இவர் பிரித்துக்காட்டினார். முதலாவது தமிழ்ப் பெயர்களை நேரே சமஸ்கிருதத்தில் மொழிபெயர்ப்பது; மறைக்காடு, இடைமருது, என்பன வேதாரண்யம், மத்யார்ச்சுனம் என மாறியது போல் மொழிபெயர்க்கும்போது பொருளறியாமல் பொருளைப் பிழைபடக்கொண்டு மொழிபெயர்த்தல்; அரிசில்கிழான் வெட்டிய ஆறு அரிசாலாறு என்பதை அறியாமல் அரிசில் என்பதை அரிசி எனப் பிழைபடக் கொண்டு அர்ஜீலநதி என மொழிபெயர்த்தல்; வெட்டாறு என்பதை வட்டாறு எனக் கொண்டு விர்த்த நதி என்றல்; விண்ணன் வெட்டிய ஆறு விண்ணாறு என்பதறியாது வெண்ணாறு எனக் கொண்டு ஸ்வேத நதி எனல். இரண்டாவது, தொகையாக வரும் பெயர்களை ஒரு பகுதியை மொழிபெயர்த்து மற்றொரு பகுதியை ஒலிபெயர்த்தல். அண்ணாமலை என்பதை அர்ணா—அசலம் எனல். மூன்றாவது, புராணங்களில் வரும் பெயர்களுக்கேற்ப ஒலிகளை மாற்றி வடமொழிக் கதைகளோடு தொடர்புபடுத்தல்; திட்டை என்ற ஒலியை வசிஷ்ட என மாற்றல்; இராஜராஜபுரம் என்பதின் மரூஉவாகிய தாராபுரம் என்பதை தாருகன் என்னும் அசுரனோடு இணைத்து தாராசுரம் எனல். நான்காவது, இயல்பாகவுள்ள பெயரோடோ அல்லது அங்குள்ள தெய்வப் பெயரோடோ ஸ்தலம், புரம் என்பவற்றைச் சேர்த்தல்.

பல பழஞ் செய்திகளையும் சொற்களையும் தெரிந்துகொள்ளு வதற்குப் பயன்பெறுவதான ஹாப்ஸன் ஜாப்ஸன் *(Hobson Jobson)* என்ற ஒரு நூலை யூல் *(Sir H. Yule)* என்பவருடன் சேர்ந்து பர்னல் தொகுத்தார். அந்நூல் 1886ஆம் ஆண்டில்தான் வெளிவந்தது. 'ஹாப்ஸன் ஜாப்ஸன்' என்னும் சொல்

இப்போது மொழிநூல் குறியீடுகளில் ஒன்றாய் ஒலிச்சிதைவின் ஒருமுறையைக் குறிப்பிடுகின்றது. இவர் இளமையிலே தனது நாற்பத்திரண்டாவது வயதில் காலமாகிவிட்டார். இவர் தொகுத்திருந்த சுவடிகளையெல்லாம் இந்தியா ஆபீஸ் நூல்நிலையத்தில் சேர்த்துவிட்டார். எல்லீசும் பர்னலும் சில ஆண்டுகள் உயிரோடு இருந்திருப்பார்களானால் தமிழும் தமிழ்நாட்டு வரலாறும் இன்னும் பல விளக்கம் அடைந்திருக்கும்.

அக்காலத்தில் அரசாங்கத்தாரின் கல்விப் பகுதியார் தமிழ் வளர்ச்சிக்குச் செய்ததாகச் சிறப்பித்துக் கூறக்கூடியது ஒன்றுமில்லை. சென்னை நாட்டுமொழிப் புத்தகச் சங்கத்தாரால் 1870ஆம் ஆண்டு தொடங்கப்பெற்று, இருபது ஆண்டுகள் தொடர்ந்து நடந்து வந்த 'ஜநவிநோதினி' என்னும் திங்கள் வெளியீடு சிறப்பாகக் கருதத்தக்கது. அதில் வெளிவந்த கட்டுரைகளும் படங்களும் மக்கள் அறிவை வளர்ப்பதற்குப் பெரிதும் பயன்படுவன. உரைநடை சிறந்ததெனக் கூறக்கூடியதல்லவெனினும் தெளிவுடையது. தமிழ்வழியாகவே பலவகைப்பட்ட அறிவையும் அடையக்கூடும் என்பதற்கு அது ஒரு எடுத்துக்காட்டு எனக் கொள்ளலாம். அக்கால உரைநடை எவ்வாறிருந்ததென்பதற்கு, "அப்பாடசாலையில் 1841ஸ்ரீ பிரவேசித்து, மாதவராயர் அப்போது அப்பாடசாலைக்கு அத்தியக்ஷராயிருந்த மேஸ்தர் பவல் துரையவர்களுடைய கற்பனையினால் மிகத் தேர்ச்சிபெற்று, அதில் முதல்தரமாய்த் தேறினவர்களுள் தாமும் ஒருவராகி, அங்கு அதற்கேற்ற வெகுமதியும் பெற்றார். அவர் அப்பாடசாலையைவிட்டு நீங்கும்பொழுது பவல்துரை அவர்க்கு யோக்கியதா பத்திரிகையொன்று அளித்தார். அதைக் கேட்டால் அனைவரும் ஆனந்திக்கும்படியாகும். அதன் கருத்தாவது: "த. மாதவராயருக்கு உள்ள கல்வித்திறம் இந்தியாவில் அநேகமாய் எந்த வாலிபர்க்கும் இல்லையென்னலாம். கணித சாஸ்திரத்திலும் பவுதிக சாஸ்திரங்களிலும் இவருடைய சாமர்த்தியம் மிகவும் அதிகமானது. இந்த விஷயங்களில் இவர்க்குள்ள சாமர்த்தியம் கேம்பிரிட்ஜ் சர்வகலாசாலையிலுங்கூட இவர்க்கு ஒரு கவுரவமான பதம் கிடைப்பிக்கத்தக்கதாய் அவ்வளவு சிறந்திருக்கின்றது . . . . மேலும் மாதவராயருடைய குணங்களும் நடக்கைகளும் பெருந்தன்மையுடையவையாகவேயிருக்கின்றன. ஆதலின் இனி இவர்க்கு இவ்வுலகில் இதற்கேற்ற சிறப்பு உண்டாகுமென நான் உறுதியாக நம்புகிறேன்" என்னும் சொற்றொடர்களைப் பார்க்கலாம். எத்தனையோ பழைய நூல்களை மறுமுறையும் பதிப்பிக்கும் இக்காலத்தில் இந்த 'ஜநவினோதினி' இருபது புத்தகங்களும் வருமாயின் தமிழ் மக்களுக்கு ஒரு நல்விருந்தாகும்.

~ ~

அக்காலம் மரபாக வந்த தமிழ்க் கல்வியின் மாலைக்காலம் என்றே சொல்லலாம். பழமையான முறையைக் காப்பாற்றிப் பரவச் செய்துகொண்டிருந்தது ஒரே ஒரு பல்கலைக்கழகந்தான். இக்கழகத்திற் பயின்ற மாணவர்களே சென்ற நூற்றாண்டின் பிற்பகுதியிலும் இந்த நூற்றாண்டின் முற்பகுதியிலும் பள்ளிக்கூடங்களிலும் கல்லூரிகளிலும் தமிழாசிரியராகவும், நாட்டுப்புறங்களில் தனிப்பட நின்று தமிழ் பயிற்றுவோராகவும் தமிழையும் தமிழ்ப் பண்பையும் உண்மை நிலையில் நிலைக்கச் செய்துகொண்டிருந்தார்கள். எந்த இடத்தில் தமிழ் பயின்றவர்களாயினும் இக்கல்லூரியின் நிழலில் சில நாள் தங்கிய பின்னர்தான் தகுதியுடையவர்களாகத் தங்களை எண்ணிக்கொண்டார்கள். உலகமும் அவ்வாறே கருதியது. அப்பல்கலைக் கழகந்தாம் ஒரே இடத்தில் ஊன்றியதாகவில்லாது நாடெங்கும் உலவுவதாகவிருந்தது; உயிரற்றதாகவில்லாது உயிருடையதாகவிருந்தது. அது எது? அதுதான் மகாவித்வான் மீனாட்சிசுந்தரம் பிள்ளை. அவருடைய மாணாக்கர்களே சென்னை மாநிலக் கல்லூரியில், பயிற்சிக் கல்லூரியில், குடந்தைக் கல்லூரியில், தஞ்சைக் கல்லூரியில், திருவனந்தபுரம் கல்லூரியில், இன்னும் பல கல்விச்சாலைகளில் தமிழாசிரியர்களாகவிருந்த புரசை பொன்னம்பல முதலியார், சுப்பராயச் செட்டியார், தியாகராசச் செட்டியார், ஐயாசாமிப் பிள்ளை, சாமிநாத தேசிகர் முதலிய பெரும்புலவர்கள். பிள்ளையவர்களது கூட்டம் என்றால் தமிழ்ப் புலமை மட்டுமல்ல, தமிழ்ப் பண்பும் நிறைந்த கூட்டம். சீலத்தால், நோன்பால், செறிவால், அறிவால் சிறந்த கூட்டம். ஆசிரியர்களுக்கு மாணாக்கர்களிடமிருந்த தாயனைய அன்பும், மாணாக்கர்களுக்கு ஆசிரியர்களிடமிருந்த நன்றியும் வணக்கமுங்கொண்ட பணிந்த அன்பும், உடன் பயின்ற மாணவர்கள் ஒருவருக்கொருவரிடத்திலுள்ள உள்ளங்கலந்த உலையா அன்பும் அப்பேரறிஞர் கூட்டத்தில் நிறைந்திருந்தது. இந்தக் கூட்டத்தால் தமிழ் கற்றவர்களுக்கு நாட்டிலிருந்த நன்மதிப்பு நிலைபெற்றிருந்தது. மேலகரம் சுப்பிரமணிய தேசிகர் ‘நாம் இறைவனிடம் ஏதேனும் ஒன்று பெறவேண்டுவோமானால் நம் வித்வான் தாண்டவராயத் தம்பிரானை மீண்டும் பெறவேண்டுவோம்’ எனக் கூறினார் என்றால் தமிழ்ப் பண்பு எத்தகையது? அக்காலத்தில் குடந்தைக் கல்லூரியில் தியாகராயச் செட்டியாரிடம் தமிழ் பயின்ற தஞ்சை ராவ்பகதூர் சீநிவாசம் பிள்ளை ‘உலகத்தில் பலவாறு அலைப்புண்டு வறண்ட உள்ளம் குளிர்வதற்கு, எங்கள் ஐயா (தியாகராய செட்டியார்)வின் உருவத்தையும் உரையையும் நினைப்பேன்’ என்பார். சீநிவாசம் பிள்ளையும், குடந்தை திவான்பகதூர் இராமாநுஜாச்சாரியரும் செட்டியாரவர்களைப் பற்றியும் அவருடைய தமிழ் வகுப்பைப்

பற்றியும் ஒரு நாள் பேசிக்கொண்டிருந்த மகிழ்ச்சியை இன்று எண்ணும் உள்ளமும் மகிழ்கின்றது.

> தவலருந் தொல்கேள்வித் தன்மை யுடையார்
> இகலிலர் எஃகுடையார் தம்முட் குழீஇ
> நகலி னினிதாயிற் காண்பா மகல்வானத்து
> உம்ப ருறைவார் பதி.

என்ற வேளாண் வேதம் பொய்யாத காலம் அது. 1876ஆம் ஆண்டு மீனாட்சிசுந்தரம் பிள்ளை தன் மாணவர் கூட்டத்தைத் தமிழ்ப் பணியைத் தொடர்ந்தாற்றுமாறு நல்வாழ்வில் வைத்து மறைந்தார்.

அக்காலம் இலக்கணத்துறையில் மாணவர்களுக்கான இலக்கண நூல்கள் வெளிவந்தனவேயன்றி, சிறப்புடையதாகக் கூறத்தக்கதொன்றுமில்லை. உறையூர் முத்துவீர உபாத்தியாயரும் திருவாவடுதுறையைச் சேர்ந்த சாமிநாதக் கவிராயரும் பழைய முறையில் எழுதிக்கொண்டிருந்தார்கள். முன்னையது சூத்திரங்களாகவுள்ளது; பின்னையது விருத்த யாப்பில் அமைந்தது. முத்துவீரியம் வெளிவந்துள்ளது; சாமிநாதம் முழுதும் வெளிவரவில்லை; அண்மையில் வரலாம். (தஞ்சை சரஸ்வதிமகால் நூல்நிலையத்தில் வித்வான் கோவிந்தசாமிப் பிள்ளை ஏடுகளைப் பார்த்து வருகின்றார்.)

~ ~

கால்டுவெல், கிறிஸ்தவச் சமயத்துக்குச் செய்த அளப்பருந்தொண்டினை வியந்து போற்றிய அச்சமயத் தலைவர் களும் சங்கங்களும் இவரைப் பாராட்டவேண்டி, இவர் நிலையை 'போதகர் தலைவராக' (Bishop) உயர்த்தினார்கள். சீலத்தால் அத்தலைமைக்குரிய பண்புகளெல்லாம் நிறைந்த இவரைக் கோலத்தாலும் அணி செய்தார்கள். 1877ஆம் ஆண்டு, மார்ச்சு மாதம் கல்கத்தாவில் போதகர் தலைவர் பலரும் பெருங்கோயிலில் கூடிய ஒரு சமயக்கூட்டத்தில், இந்தியாவின் போதகர்மாத்தலைவரிடம் போதகர் தலைவர் என்ற பட்டமும் அதற்குரிய ஆடை அணிகலன் முதலிய சின்னங்களும் பெற்றுத் திரும்பினார். இவருடைய சமயப்பணியை வியந்த தர்ஹாம் (Durham) பல்கலைக்கழகம் இவருக்குத் 'தெய்வநூலறிஞர்' (D.D.) என்னும் பட்டம் கொடுத்துப் பாராட்டியது. அந்த ஆண்டு தமிழகத்தை ஒரு கொடிய பஞ்சம் அலைத்தது; அதன் கொடுமையைக் குறைக்க அரசாங்கத்தார் மேற்கொண்ட

நற்பணியில் இவரும் கலந்து உழைத்து மக்களது அன்பை மேலும் பெற்று மகிழ்ந்தார்.

இவர் பொதுவாகக் கல்விக்கும் சிறப்பாகத் தென்மொழி களுக்கும் செய்துள்ள சிறந்த தொண்டை உளங்கொண்ட சென்னைப் பல்கலைக்கழகத்தார், அக்கழகத்தின் இருபத்திரண் டாவது ஆண்டுவிழாவில், பட்டம்பெறும் மாணவர்களுக்கு அறிவுரை வழங்குவதற்குத் தேர்ந்தெடுத்தார்கள். 1879ஆம் ஆண்டு நடைபெற்ற அவ்விழாவில் அறிவுடையோர் ஒவ்வொருவரும் தங்கள் நாட்டின் பழைய நிலையை நன்குணரவேண்டு மென்பதையும், பல மொழிகளையும் பயின்று மொழியியல் உணர்வதற்கு, திராவிட மொழிகளுக்குத் தாயகமாய், பதினான்கு பெருமொழிகளும் முப்பது குறுமொழிகளும் பயிலும் சென்னைப் பல்கலைக்கழக எல்லையிலுள்ள இடங்களிலும் சிறந்ததோர் இடம் எங்கும் இல்லை என்றும், இத்திராவிட மொழிகளுடன் ஆரியம், ஆங்கிலம், இந்துஸ்தானி மொழிகளும் இங்கு இயல்பாகவே பயிலக் கிடக்கின்றனவென்றும், இலக்கண அறிவின் நுண்மையில் இந்தியரினும் சிறந்தார் பண்டும் இன்றும் எங்கும் இலர் என்றும், இவர்களுடைய அறிவின் நுட்பத்திற்கு இலக்கண அறிவும், உள்ளத்தின் நேரிய வளர்ச்சிக்குப் பண்பமைந்த மொழிகளுமே அடிப்படையாக விருக்கின்றன வென்றும், பல மொழிகளை ஒத்துப்பார்த்து அறிவியல் வரையறைகளுடன் மொழியைப் பற்றிய ஆராய்ச்சிகளை மேற்கொள்ளவேண்டும் என்றும் பல அரிய கருத்துக்களும் கொண்டொழுக வேண்டிய நெறிகளும் பொதிந்த ஒரு பேருரையை நிகழ்த்தினார். இப்பேருரை நிகழ்வதற்குச் சில திங்களுக்கு முன்னர் மச்சேறித் தூங்கி மங்கிய பல நூல்களையும் அச்சேற்றுவித்தவரும், எளிய நூல்களாலும் சொற்பொழிவுகளாலும் சைவசமயத்தை மக்கள் உணர்ந்து பின்பற்ற அரிய பணிகள் செய்தவரும் சைவத் தொண்டரும் தமிழ்த் தொண்டருமாய்த் திகழ்ந்த ஆறுமுக நாவலர், ஏட்டுச்சுவடிகளை அச்சேற்றும் பொறுப்பைச் சில காலம் சென்னை மாநிலக் கல்லூரியின் தமிழாசிரியராகவிருந்தவரும் சென்னைப் பல்கலைக்கழகத் தேர்வுகள் தோன்றிய முதலாண்டிலேயே கலைமாணிப் (B.A.) பட்டம் பெற்றவரும், அப்போது அரசாங்க அலுவலிலிருந்தவருமான தமிழ்ப் பேரறிஞர் சி.வை. தாமோதரம் பிள்ளையிடம் ஒப்புவித்துவிட்டு, தமிழகம்

வேதம்வலி குன்றியது மேதகுசி
  வாகமவி தங்கள்வலி குன்றினவடற்
சூதன்மொழி மூவறுபு ராணம்வலி
  குன்றியது சொல்லரிய சைவசமயப்

போதம்வலி குன்றியது பொற்பொதிய
மாமுனிபு கன்றமொழி குன்றியது நம்
நாதனிணை ஞாலமிசை நாடறிய
ஆறுமுக நாவலரடைந்த பொழுதே

என இரங்கி ஏங்க மறைந்தார்.

கால்டுவெல் முப்பத்துமூன்று ஆண்டுகளுக்கு முன்னர் கால் கோள் விழா எடுத்த திருக்கோயில் 1880ஆம் ஆண்டில் எல்லா உறுப்புக்களும் இனிது அமைந்து முற்றுப்பெற்றது. இக்கோயில் கட்டுவதற்குப் பொருளுதவி செய்தாரையும் பணி செய்தாரையும் இறைவன் அருள் பெறுமாறு வாழ்த்தி, இப்பெருங் கோயிலின் ஒலி மணி பல்லாயிரம் மக்களை அழைக்க ஆண்டவனுக்கு உரிமையாக்கினார். இத்திருக்கோயில் செம்மணற் பாலையில் இவருடைய உலையா ஊக்கத்தையும் உண்மைப் பற்றையும் காட்டும் வெற்றித் தூணம்போல் நின்று பல்லாயிரம் மக்கள் ஆண்டவனை வழிபட்டு அருள்பெறுதற்கேற்ற நிலையமாகத் திகழ்கின்றது.

1881ஆம் ஆண்டில் இவர் நீண்ட நாட்களாகச் சேர்த்தும் ஆய்ந்தும் வைத்திருந்த பழைய வரலாற்றுச் செய்திகளையெல்லாம் வெளியிடும் வாய்ப்புக் கிடைத்தது. அரசாங்க ஆதரவில் 'திருநெல்வேலி மாவட்ட வரலாறு' என்று ஒரு வரலாற்று நூல் வெளியிட்டார். அவ்வரலாற்றிலும் ஏறக்குறைய இரண்டாயிரம் ஆண்டுகளில் நிகழ்ந்தனவற்றை ஒருவாறு தொகுத்துக் கூறினார். ஸ்ட்றாபோ *(Strabo)* என்னும் வரலாற்றாசிரியர், கி.பி. முதல் நூற்றாண்டின் முற்பகுதியில் பேசுகிற அகஸ்த்தஸ் சக்ரவர்த்தி *(Emperor Augustus)* யிடம் வந்த இந்திய அரசாங்கத் தூதர்கள் பாண்டியர்களால் அனுப்பப்பட்டவர்களே என்பதையும், அலக்சாந்தர் என்னும் பேரரசனால் தொடங்கப்பெற்ற இந்தியத் தொடர்பு வடநாட்டு மன்னர்களால் கைவிடப்பெற்ற பிற்காலத்தில் மேல்நாட்டுத் தொடர்பின் பயனை உணர்ந்து தொடர்ந்து காப்பாற்றியவர்கள் பாண்டியர்களே என்பதையும், அக்காலத்திய முத்து வாணிபத்தையும் நன்கு விளக்கியுள்ளார். பழங்காயலுக்கு அருகே கிடைத்த பொற்காசுகள், பதினான்காம் நூற்றாண்டுக்கு முற்பட்டவை என்பதையும், அவற்றுள் ஆரகன் மன்னன் பீட்டர் *(Peter of Aragon)* என்பவனது காசுகள் இருப்பதையும், காயற்பட்டினத்து அக்காலத்து நடந்த வாணிகத்தின் சிறப்பையும் விளக்கமாக எழுதியுள்ளார். இந்த நூலை எழுதும்போது தான் ஒரு தமிழனாகவே உணர்ச்சிகொண்டு எழுதுகிறார் என்பது மட்டுமல்ல, தான் ஒரு நெல்லை நாட்டவராகவே எழுதுகிறார். சிறந்த தமிழ்ப் புலவர்களை எல்லாம் நெல்லை நாட்டவராகவே

கொள்ள ஆசைப்படுகிறார். வீரமாமுனிவரை நெல்லை நாட்டுக்கு உரியவராகக் கொள்வதற்கு இவர் மன்றாடுவதைப் பார்க்கும்போது நமக்கே மனம் இரங்குகிறது. 'நெல்லை நாட்டில்தான் வீரமாமுனிவர் முதன் முதல் ஐந்தாண்டுகள், ஏன்? ஏழாண்டுகள் தங்கித் தமிழ் பயின்றார் ஆகையால் அவரைத் தமராகக்கொள்ள நெல்லை நாட்டுக்கு உரிமையுண்டு' என்கிறார். எவ்வளவு அன்பிருப்பினும் உண்மையிலேயே உறைத்த உள்ளமானபடியால் என்ன செய்வது, அவர் ஒரு செய்யுளோ உரைநடையோ நெல்லையிலிருந்து எழுதவில்லையே?' என்று கூறி விட்டுவிடுகின்றார். வரலாறுகளை நன்கு ஆய்ந்து ஒரு முடிவுகட்டும் திட்பத்தை மதுரை நாயக்கர்கள் ஆட்சியைப் பற்றி இவர் கூறும், "நன்மை எது தீமை எது என்று இப்போதைய ஐரோப்பிய வரையறைப்படி சீர்தூக்கினால் மட்டுமல்ல, இந்துக்களுடையவும் மகமதியர்களுடையவுமான நெறி நூல்களில் கண்டபடியும், நாயக்கர்கள், அரசர்கள் என்ற தங்கள் கடமையிலிருந்து மிகவும் விலகி வீழ்ந்தவர்களாகவேதான் முடிவு செய்யவேண்டும். உள்ளத்தில் ஒரு நோக்கத்தை வைத்துக்கொண்டு கோயில்களுக்கும் குருக்களுக்கும் ஆரவாரமான கொடையைக் கொடுத்து, அதன் மூலமாக பிராமணர்களுடையவும் கவிராயர்களுடையவும் போலிப் புகழ்மொழிகளைப் பெற்று, திரளான மக்களைத் தங்கள் நெறிதவறிய ஆட்சியில் பொறுமையுடன் தங்கும்வண்ணம் வைத்துக்கொண்டதேயல்லாமல் இவர்களுடைய ஆட்சி மானமிழந்த காமக் களியாட்டமும் துரோகமும் கொள்ளையும் கொடுமையும் கொலையும் குழப்பமும்கொண்ட பட்டியலைத் தவிர வேறொன்றுமில்லை" என்னும் சொற்றொடர்களால் தெரியலாம்.

இது சிறந்த நூலாயினும் வரலாற்று உண்மைகள் பிற்கால ஆராய்ச்சிகளால் விளங்கியுள்ளமையின் சில செய்திகளை இதில் கண்டபடியே கொள்ளுவதற்கில்லை. இந்நூல் வெங்கடசாமி ராயர், நெல்ஸன் *(Nelson)*, லோகன் *(Logan)* என்னும் அறிஞர் தஞ்சை, மதுரை, மலையாளம் மாவட்டங்களைப் பற்றி எழுதிய வரலாற்றுக் கைச்சுவடி வரிசையில் வைக்கத் தகுந்தது.

இதுகாறும் வடநாட்டுப் பழம் பொருளாராய்ச்சியிலேயே ஈடுபட்டிருந்த இந்திய அரசாங்கத்தார் இந்த ஆண்டு *(1881)* தென்னாட்டையும் நோக்கத் தொடங்கினர். இந்தியாவின் மேற்குப் பகுதிக்குப் பழம் பொருளாராய்ச்சித் துறையில் பணியாற்றிக் கொண்டிருந்த பர்ஜஸ் *(James Burgess)* என்பவருடைய பார்வையில் தென் இந்தியாவும் ஒப்புவிக்கப்பட்டது. இவருக்குத் தமிழ்ப் பகுதிக்குத் துணையாகவிருந்தவர் இராமநாதபுரம் அரசவைப்

புலவர் அஷ்டாவதானம் முத்துசாமி ஐயங்காராவார். இவர் தமிழ்ப் பேராசிரியர் மு. இராகவையங்காருக்குத் தந்தையும் மகாவித்வான், ரா. இராகவையங்காருக்கு அம்மானும் ஆசிரியருமாவார். 1886ஆம் ஆண்டு பர்ஜஸ் இந்தியப் பழம்பொருளாராய்ச்சிப் பகுதிக்குத் தலைவராக உயர்த்தப்பெற்றார்.

ஆங்கிலக் கல்வியைப் பரப்பவேண்டி, சாயர்புரத்தில் போப்பையர் நிறுவிய கல்லூரியைத் தூத்துக்குடிக்கு மாற்றி மேல்வகுப்புப் பாடங்களைக் கற்பிக்க ஏற்பாடு செய்யப்பெற்றது. கால்டுவெலுடைய முயற்சியாலும் செல்வாக்கினாலும் அவர் பெயரால் தொடங்கப்பெற்ற இக்கல்வி நிலையத்துக்குக் கிறிஸ்தவ சமய சங்கங்களிலிருந்து பெரும்பொருள் நன்கொடையாக வந்ததெனினும் இக்கல்வி நிலையம் கல்லூரியாக நில்லாது, 'கால்டுவெல் உயர்நிலைப் பள்ளி'யாகவே நின்றுவிட்டது.

முதுமை அணுகவும் கொடுமையான வெப்பத்தைத் தாங்கவியலாமல் ஆறுதலாகக் கொடைக்கானலில் தங்கத் தொடங்கினார். அங்கு ஆங்கில கிறிஸ்தவக் கோயில் ஒன்று இல்லாத குறையைத் தீர்க்க எண்ணினார். அவ்விடத்திலேயே நிலையாகத் தங்கியிருந்த லெவிஞ்ச் (Vere Henry Levinge) என்பவர் இந்த முயற்சியில் இவருக்குப் பெரிதும் துணையாக விருந்தார். லெவிஞ்ச் 1860 முதல் 1867 வரை மதுரை மாவட்டத் தண்டற்றலைவராகவிருந்து ஓய்வு பெற்ற பின்னர் கொடைக்கானலிலேயே நிலையாகத் தங்கியவர்; அவ்வூர் சிறந்து முன்னேறுவதற்குப் பலவகையிலும் தொண்டாற்றியவர். 1883ஆம் ஆண்டு கோயில் கட்டுவதற்காக நேபோ (Mount Nebo) என்னும் குன்றில் இடம் அடமானம் செய்யப்பெற்றது.

1883ஆம் ஆண்டு மூன்றாம் முறை தன் தாய்நாட்டிற்குச் சென்றார். தமிழ்நாடே தனக்குத் தாய்நாடாகிவிட்டபடியால் ஆங்கில நாட்டிலேயே தங்கும்படி அவருடைய அன்பர்களெல்லாம் வேண்டியும் இயையாமல், 'எந்த மக்களுக்காக நான் இவ்வளவு நாள் பணியாற்றினேனோ அந்த மக்களிடையே விழியாத் துயில் கொள்ள விரும்புகிறேன்' என்று சொல்லிவிட்டு 1884ஆம் ஆண்டு தமிழ்நாட்டுக்குத் திரும்பிவிட்டார். தான் கொடைக்கானலில் கட்ட எண்ணிய கோயிலை 1886ஆம் ஆண்டில் கட்டி முடித்துக் கர்த்தனுக்கு உரிமையாக்கித் தானும் பிறரும் வழிபடுவதற்கு அந்த மலையில் ஒரு இடத்தை அமைத்துவிட்டார்.

இந்தக் காலவெல்லையில் தமிழ்ச் செய்தியாகக் குறிப்பிடத் தக்கன, ஆக்ஸ்போர்டு பல்கலைக்கழகத்தில் 1885ஆம் ஆண்டில் ஜி.யூ. போப் தமிழ்ப் பேராசிரியராக நியமனம் பெற்றமையும் அவருடைய திருக்குறள் ஆங்கில மொழிபெயர்ப்பு எல்லாக்

குறிப்புக்களுடனும் முன்னைய மொழிபெயர்ப்புகளுடனும் வெளிவந்தமையுமேயாகும். பிற்காலத்தில் தமிழ்ப் பதிப்பாசிரியர் களின் தலைமணியாக விளங்கிய சாமிநாதய்யர் சிந்தாமணியைப் பதிப்பித்துக் கொண்டிருந்ததும் இக்காலமே. அப்பதிப்பு 1887ஆம் ஆண்டு வெளிவந்தது. தாமோதரம் பிள்ளை பல சிறந்த நூல்களைப் பதிப்பித்துக்கொண்டிருந்தார். அரசாங்கத்தார், தென் மொழிகளிலுள்ள கல்வெட்டுக்களை ஆராய்வதற்கென ஒருவரை 1886ஆம் ஆண்டு நியமித்ததமையும் குறிப்பிடத்தக்கதாகும்.

மூப்பாலும், அரை நூற்றாண்டுக்குமேல் வெப்பமிகுந்த நாட்டில் விடாது உழைத்தமையாலும் இவருடைய வன்மைமிக்க உடலும் தளர்ச்சியடைந்தது. தன்னுடைய போதகர்தலைவர் என்ற நிலையிலுள்ள சமயத்துறைக் கடமைகளை ஆற்றுவதற்குத் தக்க வலு இருக்குமோ என்று ஐயுற்று, கோடைக்கானலிடையே தங்கி, தானும் கடவுளும் தனித்து நிற்கும் நிலையில் நின்று ஆண்டவனை வழிபட எண்ணினார்; கோடைக்கானலிலேயே தங்கினார்; அமைதியாகத் தெய்வப்பணியைச் செய்துவந்தார். இவ்வாறு அமைதியாகத் தன் முதுமையைக் கழித்துவரும் நாட்களில் (1891) ஒருநாள் குளிரால் பிணிப்புண்டு, சிலநாள் நோய்வாய்ப்பட்டு, மனைவியும் மைந்தனும் அருகிருக்க இவ்வுலக வாழ்வை விட்டு விலகினார். இவருடைய உடலத்தை இவர் தகுதிக்கேற்ற சமயச்சடங்குகளுடன் இடையன்குடிக்குக் கொண்டு சென்று அடக்கம் செய்தார்கள். பலவழியாலும் மக்களுக்கு நன்மை செய்துவந்த இவருடைய பிரிவு எல்லா மக்களையும் வருத்தியது. 1891ஆம் ஆண்டு அக்டோபர் மாதம் 19ஆம் நாள் வெளிவந்த இலந்தன் டைம்ஸ் (The London Times) என்ற ஆங்கில, நாள்வெளியீட்டில்,

> திருநெல்வேலியின் போதகர் தலைவர், வணக்கஞ்சால் அறிஞர் கால்டுவெலின் பிரிவால் திருநெல்வேலியில் கிறிஸ்தவ சமயம் போற்றுதற்குரிய சிறந்த தந்தையருள் ஒருவரை இழக்கின்றது. இந்தியக் கல்வி, அதன் முதற்படி தொண்டருள் ஒருவரை இழக்கின்றது. கால்டுவெல் ஒதுங்கி நிற்கும் இயல்புடையவராக விருந்தும் அரை நூற்றாண்டுக்கு மேலாகக் கிறிஸ்தவ சமயப் பணியின் தலைவர், இயக்கும் உயர்நிலை என்பதோடுமட்டுமல்லாது தன்னுடைய தனிப்பட்ட அறிவுத் துறையில் இணையற்ற புலவர் என்றும், இந்தியாவிலுள்ள தன் நாட்டவரிடத்தே முதன்மைப் பதவியை அடைந்து வந்தார். இவருடைய 'திராவிட மொழிகளின் ஒப்பிலக்கணம்' இந்தக் காலத்தின் தலைசிறந்த பணிகளில் ஒன்றாய் என்றும் நிலை நிற்கும்; ஆனால், இப்பணியிலும் இவர் தளராது பணியாற்றிய

> ஏனைய பணிகளையொப்ப ஒரு சமயத்தொண்டு என்ற உறுதியிலே ஊக்கம்பெற்றுவந்தார். இவர் தான் செய்த இலக்கியப் பணியாகப் பெரிதும் மகிழ்ந்தது பதினோராண்டுகளாகத் தமிழ் மொழியிலுள்ள விவிலிய நூலைத் திருத்தியதிலும், அப்பணி முற்றிய பின்னர் தமிழிலுள்ள பொது வழிபாட்டு நூலைத் திருத்தியதிலும் தான் ஈடுபட்டிருந்தமையேயாகும்.

என ஒரு இரங்கற் குறிப்பு வெளிவந்தது.

பிரிட்டிஷ் பேரரசின் முதலமைச்சர் கிளாட்ஸ்ஸன் *(Gladstone)* பேரரசியின் நன்கொடையாக நூற்றைம்பது பவுன் இவர் மனைவியாருக்கு அளித்துத் தன் இரக்கத்தைத் தெரிவித்தார்.

திருநெல்வேலி மாவட்டத்தில் இவருடைய முயற்சியால் கிறிஸ்தவ சமயம் மிகவும் பரவியது; கிறிஸ்தவர்களுடைய வாழ்க்கை நிலையும் வளம் பெற்றது. இவர் பணியாற்றத் தொடங்கிய காலத்தில் ஆறாயிரம் கிறிஸ்தவர்களே இருந்த ஒரு எல்லையில் இவர் பணி முற்றிய காலத்தில் நூறாயிரம் கிறிஸ்தவர்கள் வாழ்ந்தார்கள். ஆறாயிரத்தை நூறாயிரமாகச் செய்வது அருமையினும் அருமையன்றோ? இவர் பணியாற்றத் தொடங்கிய காலத்தில் நாட்டுக் கிறிஸ்தவர்களைச் சோற்றுக் கிறிஸ்தவர்கள் என்று அரசாளும் ஆங்கிலர் எள்ளினார்கள். ஏனையோர், 'அறியாமையும் பசிப்பிணியும் தோற்றிவைத்த ஒரு புதுமையான இழிகுலம்' எனத் தூற்றினர். இவருடைய முயற்சியால் நாட்டுக் கிறிஸ்தவர்களிடையே பரவிய கல்வி பிற்காலத்தில் அரசாங்கக் கல்வித் தலைவரையும் திடுக்கிடச் செய்தது. 'இந்த கிறிஸ்வர்களிடையே இதே முறையில் கல்வி வளருமானால் உலக வாழ்க்கையில் தலைமை இடங்களையெல்லாம் தங்களுக்கே உரிமையாகச் செய்துவிடுவார்கள்' எனக் கல்விப் பகுதித் தலைவர் தெளிவாக எழுதினார். இவ்வளவு பெருக்கமும் எதனால்? கால்டுவெலின் அரிய உழைப்பால்!

ஆண்டவனின் உண்மையான ஊழியனாக நின்று, தான் பணியாற்றிய கிறிஸ்தவ மக்களின் உடல், உள்ளம், உயிர், வாழ்க்கை எல்லாம் வளம்பெறச் செய்வதே தன் ஒரு பெரும் பணியாகக் கொண்டு, தனக்கென வாழாது நெல்லைநாட்டுக் கிறிஸ்தவர்களுக்கெனவே வாழ்ந்தார். நலம் மிக்க இல்லங்களும் நேரான தெருக்களும் பள்ளிக்கூடங்களும் மருத்துவச்சாலைகளும் தெய்வ ஒளி வீசும் பெருங்கோயிலும் இடையன்குடியை எழில்மிகு சிற்றூராகச் செய்தது இவருடைய பலதிறப்பட்ட தொண்டல்லவா? இத்தகைய உண்மைத் தொண்டரை இவர்

தொண்டால் வளம்பெற்று வாழும் மக்கள் நன்றியுடன் நினைத்துப் போற்றுகின்றார்களா? இவர் பெயராலும் முயற்சியாலும் கல்லூரியாகத் தோற்றப்பெற்ற கல்வி நிலையம் உயர்நிலைப் பள்ளியாகத் தாழ்ந்தல்லவா நிற்கின்றது?

கால்டுவெல் கட்டழகமைந்த உடலும் வனப்பும் எழிலும் தோற்றப்பொலிவும் உடையவர். ஆறு அடிக்குமேல் வளர்ந்தவர்; நூற்றறுபத்தெட்டு பவுன் எடையுள்ளவர். உழைப்பால் உறுதி பெற்ற உடலும் தெய்வப் பணியால் தூய்மைபெற்ற உள்ளமும் உடையவர். முதுமையில் இவருடைய வலம்புரி புரையும், வானரை முடியும், மாசற இமைக்கும் மேனியும், செற்றம் நீங்கிய மனமும், கற்றோர் யாவரும் அறியா அறிவும், ஞானம் கொழிக்கும் முகமலர்ச்சியும் கண்டோருள்ளத்திலெல்லாம் கடவுளுணர்ச்சியைப் புகட்டிக் கவின்பெற விளங்கின. ஒரு நாள் இவர் கோவிற் பூங்காவில் உலாவிக்கொண்டிருக்கும்போது அங்கு கிணற்றில் தண்ணீர் இறைத்துக்கொண்டிருந்த வேலைக்காரன் கால் நழுவி கிணற்றில் விழுந்துவிட்டான். அருகிலிருந்தோர் கிணற்றின் ஆழத்தைக் கண்டு அஞ்சி நின்றனர். இவர் ஓடோடியும் வந்து உடனே கிணற்றில் குதித்து, தண்ணீரில் தடுமாறிய வேலைக்காரனைத் தூக்கி எடுத்துக் காப்பாற்றினார். ஒரு நாள் இவரும் இவருடைய விருந்தினராக வந்திருந்த வங்கநாட்டுப் போதகர் தலைவர் காட்டன் என்பவரும் *(Bishop Cotton)* குமரித் துறையில் நீராடிக்கொண்டிருந்தபொழுது காட்டன் விரைந்துவந்த ஒரு பேரலையில் அகப்பட்டு நிலைகுலைவாராயினர். உடனே இவர் அவரைத் தூக்கிவந்து காப்பாற்றினார். இவை இவருடைய உடல் வன்மையையும் பிறர் இடுக்கண் கண்டவிடத்து அஞ்சாது சென்று உதவி செய்யும் ஆண்மையையும் காட்டுகின்றன.

ஓயாது நூல்களைப் படித்தும், பொருள்களையும் நிகழ்ச்சிகளையும் கூர்ந்து நோக்கி அவற்றின் உண்மைகளை உணர்ந்தும் அறிவைப் பெருக்கிக்கொண்டேயிருந்தார். பல மொழிகளைப் பயின்றிருந்தார்; பதினெட்டு மொழிகள் இவருக்கு நன்கு தெரியும் என்று இவரோடு நெருங்கிப் பழகியவர்கள் சொல்லுகின்றார்கள். உலகில் சிறந்த சமஸ்கிருத அகராதியாகிய சென் பீட்டர்ஸ்பர்க் அகராதியின் *(St. Petersburgh Sanskrit Dictionary)* பதிப்பாசிரியர், போதலிங்கர் *(Otto Bohtlingh)* கூறும் “நாம் செம்மையாகவும் தெளிவாகவும் தெரிந்துகொள்ளாத மொழிகளைப் பற்றி எழுதுவது இடர்ப்பாடு விளைக்கும்” என்ற அறிவுரையை உறுதியாக உள்ளத்தில் கொண்டிருந்தார். எவ்வளவு படித்தாலும் அவ்வளவையும் மறவாது உள்ளத்தில் வைத்திருக்கும் ஒரு பேராற்றலைத் தேடிக்கொண்டார். காலத்தை

வீணாக்காது வேலை செய்யும் இவருடைய வன்மை எவரையும் மருளச் செய்யக்கூடியது.

ஒப்பிலக்கணத்தின் முதற்பதிப்பை ஒழுங்குபடுத்திப் பதிப்பித்துக்கொண்டிருந்த இருபத்திரண்டு மாதங்களில் ஆங்கில நாட்டில் பலவேறு இடங்களிலுள்ள இருநூற்றைம்பது போதக வட்டங்களைச் (*Parish*) சுற்றிப் பார்த்தும், இந்தியாவைப் பற்றியும் இந்தியாவில் நடைபெறும் சமயப் பணியைப் பற்றியும் முந்நூற்றைம்பது விரிவுரைகள் நிகழ்த்தியுமிருக்கின்றாரெனின் இவர் உழைப்பையும் வன்மையையும் என் சொல்லுவது?

இவ்வளவு நுணுக்கமாக, காலத்தை வீண் போக்காது அறிவுத்துறையில் பயன்படுத்தும் இயல்புடைய இவர், தன் சமயப் பணிகளைச் செய்யும்போது தன் சமய மக்களால் எவ்வளவு காலம் வீணாகச் செலவாக நேர்ந்தாலும் பொறுமையுடனும் புன்னகையுடனுமேயிருப்பர். இவருடைய எல்லையிலுள்ள பல வட்டங்களையும் பார்வையிடச் செல்லும்போது அந்தந்த வட்டத்தி லுள்ள மக்கள் வரவேற்பதற்காகச் செய்யும் ஆரவாரங்களையும் கொட்டு முழக்குகளையும் ஒவ்வொரு இடத்திலும் நிறுத்திவைத்து, தீவர்த்திகளோடும் மத்தாப்புக்களோடும் அதிர்வெடிகளோடும் ஊர்வலம் செய்து அழைத்துப்போவதையும், மணிக்கணக்காக அவரவர்கள் குறைகளைச் சொல்லிக்கொள்ளுவதையும், வாழ்த்தி வணங்குவதையும், களியாட்டங்கள் ஆடுவதையும் பாடுவதையும் மிக அமைதியாகவே பார்த்துக்கொண்டிருப்பார். பல நாழிகையாக இவ்வாறு உட்கார்ந்திருப்பதிலுள்ள உடற்றளர்ச்சியையும் காலக் கழிவையும் ஒரு சிறிதும் கருதார். தன் மக்கள் மனம் மகிழவேண்டும் என்ற ஒரே எண்ணத்தையே கொண்டிருப்பார். தளர்ந்த பருவத்திலும் இவர் உடல் வளைந்து நிற்பதில்லை. வரவேற்போருடைய களியாட்டங்களெல்லாம் முடிந்த பின்னர், ஞானத்தூணம் என எழுந்து நின்று ஆசி கூறுவார். அப்போது இவரது வெண்நுரையன்ன குஞ்சியும் அணலும், தண்ணளி தயங்கும் திருமுகப்பொலிவும், உண்ணிறை காதலும், பண்ணமர் மொழியும், 'விண்ணினின்றிழிந்த தேவ நற்றூதனோ இவன்' என யாவரையும் போற்றச் செய்யும்.

இவருக்கு எளிய மக்களிடமும் சிறுவர்களிடமும் பழகுவதிலும் அவர்களுடைய மனநிலையைத் தெரிந்துகொள்வதிலும் மிகுதியும் ஆர்வம் இருந்திருக்கிறது. எங்கே ஏழை மக்களைக் கண்டாலும் உடனே அவர்களுடன் வேற்றுமையின்றி உள்ளம் கலந்து பேசுபவராகவிருந்திருக்கிறார். திருச்சிராப்பள்ளியில் பொதுநல வேலைத்தலைமைப் பொறிவலாளராகவிருந்த (*engineer*) இவருடைய நண்பர் ஒருவருடன் சிலநாள் தங்கியிருந்தபோது,

கல்லணையில் நடைபெற்றுக்கொண்டிருந்த பழுதுபார்க்கும் வேலை ஒன்றைப் பார்ப்பதற்கு அடிக்கடி வந்துகொண்டிருந்தார். வார முடிவில் கூலியாள்களுக்குக் கூலி கொடுப்பதற்கான பட்டியலை அவ்வேலையின் கண்காணிப்பாளர் *(overseer)* எழுதியபோது தானும் ஒன்றைத் தனியாக எழுதினார். மறுநாள் கூலி போடுவதற்குக் கண்காணிப்பாளர் வேலை செய்தவர் களைக் கூப்பிட்டபோது இவர் அவர்கள் பெயரையெல்லாம் தான் எழுதிக்கொண்டிருந்தபடியால் தானே வேலை செய்தோரைக் கூப்பிட்டுக் கூலியைத் தன் கையாலே கொடுக்க விரும்பினார். கண்காணிப்பாளரிடம் "நீங்கள் தொகையை மட்டில் எண்ணி என்னிடம் கொடுங்கள், நான் ஆள்களைப் பார்த்துக் கொடுத்துவிடுகிறேன்" என்றார். கண்காணிப்பாளர் "தாங்கள் பெயரைத்தானே குறித்துக்கொண்டீர்கள், அந்தப் பெயருடையவன் எவன் என்பது தங்களுக்குத் தெரியாதே, ஆகையால் தாங்கள் சிரமம்பட வேண்டாம்" என்றார். இவர் "எனக்கு ஒவ்வொருவரையும் அடையாளம் தெரியும், வேண்டுமானால் சோதித்துக்கொள்ளலாம்" என்றார். கண்காணிப்பாளர் இவரை சோதிப்பதற்காகவே, இவர் ஒருவன் பெயரைக் கூப்பிட்டபோது மற்றொருவனைப் போய் நிற்கும்படி செய்துவிட்டார். உடனே இவர் 'அந்தப் பெயருடையவன் இவன் அல்ல' என்று சொல்லிக் கூட்டத்திலிருந்த அந்தப் பெயருடையவனைக் குறிப்பிட்டுக் கையைக் காட்டினார். ஒரு நாளில் எவ்வாறு இவ்வளவு தெளிவாகத் தெரிந்துகொண்டார் என்று எல்லோரும் வியந்தார்கள். இவர், 'வியப்பு ஒன்றுமில்லை' எனச் சொல்லி, தன் பட்டியலைக் காண்பித்தார். அந்தப் பட்டியலில் ஒவ்வொரு பெயருக்கும் பக்கத்தில் அவ்வப் பெயருடையவருடைய உருவத்தையும் (நெஞ்சளவில்) ஓவியம் வரைந்திருந்தார்.

இவருடைய நண்பர் இவ்வளவு விரைவில் எவ்வாறு ஓவியங்களை எழுதவியன்றது என்று கேட்டபொழுது பெயர்களை எழுத்தால் எழுதுவதைவிட உருவத்தை ஓவியத்தால் குறித்துக் கொள்ளுவது ஒன்றும் கடினமானதல்ல எனக் கூறினார். உடனிருந்த ஆங்கில நண்பர்கள் இத்தகைய ஓவியத் திறன் இப்பக்கங்களில் எவர்க்கும் இல்லை எனப் புகழ்ந்தபோது உலகம் புகழத்தக்க ஓவியத் திறமை திருச்சிராப்பள்ளியிலேயே ஏசு சங்கத் தொண்டருள் ஒரு பிரஞ்சுக்காரரிடம் இருப்பதாகக் கூறினார். இவர் எழுதிய ஓவியக் குறிப்புக்களைக் கூர்ந்து பார்த்துக்கொண்டிருந்த அந்தக் கண்காணிப்பாளர் தம்பியைப் பார்த்து, அவர் உருவத்தையும் ஒரு துண்டுத்தாளில் வரைந்து கொடுத்து, 'நீ இப்படி எழுதவியலுமா?' எனக் கேட்டாராம்.

‘இயலும்’ என்று விடையளித்த சிறுவரை வியந்து ‘என்னைப்போல் ஒன்று எழுது’ எனச் சொல்ல, அச்சிறுவரும் முயன்று ஒன்று வரைந்து காட்டினார். அதைக் கண்டு மகிழ்ந்து “நன்றாக எழுதிவிட்டாய்; இப்போது பயமில்லை; எனக்குக் கல்யாணம் ஆவதற்குமுன் உன்னைக் கொண்டு என் உருவத்தை எழுதச் சொல்லி வெளியிட்டிருந்தேனானால் ஒருத்தியும் என்னை மணந்துகொள்ளத் துணிந்திருக்கமாட்டாள்” என்று நகைத்து, எல்லோரிடமும் காட்டினார். பின்னர் அச்சிறுவருக்கு ஒரு சிறு ஆங்கில நூலை *(‘Spelling Book Superceded’)* பரிசளித்தார். அப்போது மிகச் சிறிய கடிகாரம் ஒன்று இவருடைய கைவிரல் மோதிரத்தில் பதித்து வைத்திருந்தார்.*

சுகாத்லந்த் நாட்டினராகிய கால்டுவெல், அயர்லாந்தில் பிறந்தார்; ஆங்கிலத்தில் பயின்றார்; எபிரேயர் சமயமும், கிரேக்கர் *(Greeks)* கலையும், ரோமவர் *(Romans)* நெறிமுறைகளும், பிற்கால *(Modern)* அறிவியலும் ஒன்றிக் கலந்து செழித்த ஒரு பண்பாட்டில் வளர்ந்தார். நிலையானது எது, நிலையாதது எது என்பதை இளமையிலேயே திருவருள் உணர்த்த ஐயத்தினின்றும் தெளிந்தார். வையகத்தினும் வானகத்தை இனியதாகவும் நணியதாகவும் கண்டார். பிறவியின் பயன் அறவன் அடிக்கு ஆட்செய்வதே எனத் துணிந்தார். வையகத்து வாழ்க்கையை முறைப்படி வாழ்ந்தே வானுறையும் தெய்வத்திற்கும் பணிசெய்யவியலும் என்பதையும் கண்டார். தான் பிறந்ததும் தன் உள்ளத்திற்கு உகந்ததுமான கிறிஸ்தவ சமயத்தைப் பரவச்செய்வதே தனக்கு இறைவன் வகுத்த வழி என்று உறுதிகொண்டார். இப்பணியையும் வாழ்க்கை வளம் மிகுந்த நகரங்களிலிருந்து செய்திருக்கலாம். ‘கொள்ளேன், புரந்தரன், மால், அயன்வாழ்வு’ என வாழ்க்கை இன்பம் தரவல்ல இடங்களை விடுத்தார். ‘நள்ளேன் நினது அடியாரோடு அல்லால்’ எனச் சமயப் பணியாற்றும் அடியவர் கூட்டத்தையே விழைந்தார். ‘நரகம் புகினும் எள்ளேன், திருவருளாலே இருக்கப்பெறின்’ எனக் கனல்வீசும் வறிய இடையன்குடியில் புகுந்தார். ‘உள்ளேன் பிற தெய்வங்கள் உன்னையல்லாது; எங்கள் உத்தமனே’ எனத் தன் தொண்டில் வாழ்க்கையின் இறுதிவரையில் உறைத்து நின்றார். சமயத்தைப் பரப்புவதற்காகத் தமிழ் மொழியைப் பயின்றார். பின்னர் மொழியாராய்ச்சியிலும் வரலாற்று ஆராய்ச்சியிலும் ஈடுபட்டார். தன்னேரில்லாத் தமிழ் மொழியின் மாண்பை உணர்ந்து இன்புற்றார். ‘நான் பெற்ற இன்பம் பெறுக, இவ்வையகம்’ என உலகறிய வெளியிட்டார்.

---

* இச்செய்தியைத் தெரிவித்தவர்கள், மேலே குறிப்பிட்டுள்ள கண்காணிப்பாளராகிய என் பெரிய தந்தையாரும், சிறுவராகிய என் தந்தையாருமே. நிகழ்ந்த காலம் 1871, 72ஆக இருக்கலாம்

இவருடைய ஆராய்ச்சிமுறையில் நாம் ஒன்று கூர்ந்து நோக்க வேண்டும். இவர் இங்கு வந்த நாட்களிலிருந்து தென்னாட்டில் வளர்பிறையென்ன பிரிட்டிஷ் ஆட்சி வளர்ந்து பேரரசாகி, உலகத்திலேயே உயர்ந்த வல்லரசு என்ற நிலைக்கு இவருடைய இறுதிக் காலத்துக்குள் வந்துவிட்டது. இவருடைய நரம்புகளில் ஓடுகிற செந்நீரோ ஆட்சி செலுத்தும் பிரிட்டிஷ் செந்நீர். இவருடைய உள்ளத்தில் உறைந்துள்ளதோ மேல்நாட்டு மொழிகளும் கலைகளும். இவர் உயிரோ கிறிஸ்துவின் திருவடிகளில் கட்டுண்டது. இவ்வாறிருந்தும் இவையொன்றேனும் இவருடைய ஆராய்ச்சிகளில் உண்மை காணும் ஊக்கத்தையும் நெறியையும் தடைசெய்தனவல்ல; பிறழச்செய்தனவுமல்ல. எச்சமயமாயினும் என்ன? உண்மைத் தொண்டர்களுக்கு இறைவன், 'பொய்யாயினவெல்லாம் போயகல வந்தருளி மெய்ஞ்ஞானமாகி மிளிர்கின்ற மெய்ச்சுடர்' அல்லவா?

தமிழகத்தின் பழமையையும் தமிழ் மொழியின் அமைப்பையும் ஆற்றலையும் சூழ்ந்து ஆராய்ந்து, அவற்றின் உண்மை நிலைகளில் சில பகுதியை நன்குணர்ந்த கால்டுவெல் நாளாக நாளாகத் தமிழ்த் தாயின் உண்மை மகனாகவே மாறிவிட்டார்.

இவர் தமிழ் மக்கள் ஊக்கமும் விடாமுயற்சியும் உடையவர்களென்றும், குருட்டுக் கொள்கைகள் அதிகமாக இல்லாதவர்களென்றும், எங்கெங்கே வாய்ப்பிருக்கின்றதோ அங்கெல்லாம் சென்று பொருள் ஈட்டும் துணிபு உடையவர்க ளென்றும் கருதினார். பழைய முறையில் பயின்று வந்த இலக்கண நூல்முறை எவ்வாறு மக்கள் உள்ளத்தைத் தெளிவுபடுத்தியுள்ளதென்பதையும் மொழிகளைச் செம்மை படுத்தியுள்ளதென்பதையும் உணர்ந்தார். அக்காலப் புலவர்கள், ஒரு துறையிலே நின்று, அதில் ஆழ்ந்துசென்றிருக்கும் அறிவை வியந்தார். அவர்களுக்குப் பரந்த பயிற்சி இன்மையால் மொழி களின் பொதுத் தன்மையையும் தொடர்பையும் உள்ளத்தே கொள்ளமுடியவில்லை என்பதையும் கண்டார். ஆங்கிலப் பயிற்சியும் மேல்நாட்டுக் கல்விமுறைகளும் இந்நாட்டில் புகுந்தவுடனே அப்பயிற்சியைப் பெற்றவர்கள் மேல்நாட்டவருக்கு ஓரளவும் குறையாமல் பல துறைகளிலும் சிறந்த ஆற்றலுடன் வெளிவருவதைக் கண்டார். ஐரோப்பாவில் கலை நலம் பெற்றவர்கள் தங்கள் தங்கள் மொழிகளை ஆராய்வதிலும், ஊர், நாடு முதலியவைகளின் வரலாறுகளையும் பழமையையும் கண்டறிவதிலும் கொண்டுள்ள ஆர்வமும் முயற்சியும் போல் தமிழகத்திலும் ஒவ்வொரு மாவட்டத்துக்கும் ஒரு சிலரேனும் கருத்திற்கொள்வார்களானால் இதுவரை தெளிவு பெறாத பல செய்திகள் தெளிவுபெறுமே என எண்ணினார்.

'இந்தியப் பழமை' (*Indian Antiquary*) என்னும் பெயரால் பம்பாயிலிருந்து வெளிவரத் தொடங்கிய பழங்கலைத்தாளில் இந்தியர்களால் வடநாட்டுப் பழஞ்செய்திகள் எழுதப்பெற்று வந்ததைக் கண்டு மகிழ்ந்தார். அக்கட்டுரைகளால் அதுகாறும் வரலாற்று உண்மைகளைக் காணும் வேட்கையும், எதையும் பாகுபடுத்தி அவற்றின் பொதுத்தன்மைகளைக் காணும் ஆற்றலுமாகிய இரண்டு பண்புகளும் ஐரோப்பிய உள்ளத்திற்கே தனி உரிமை என நிலவிவந்த எண்ணம் பொய்ப்பட்டதை உணர்ந்தார். வடநாட்டிற் காணப்பெறும் பழஞ்செய்திகளிலும் தென்நாட்டில் காணப்பெறுபவை குறைந்தனவல்லவே, வடநாட்டாரிலும் தென்நாட்டார் அறிவிலும் ஆற்றலிலும் குறைந்தவரல்லவே, அவ்வாறிருந்தும் தென்நாட்டைப் பற்றிய கட்டுரைகள் தென்நாட்டவரால் ஒன்றும் எழுதப்பெறவில்லையேயென உள்ளத்தில் வருந்தினார். இத்துறையில் தென்நாட்டுச் செய்திகளையும் மொழிகளையும் பற்றி அயல்நாட்டு அறிஞர்கள் செய்துள்ள பணி, தென்நாட்டவருக்கு ஊக்கம் அளிக்கும் என்று எண்ணினார். மொழியை ஆராய்ச்சி செய்வார்களானால், 'மொழிக்கு என ஒரு தனி வரலாறு உண்டு, அவ்வரலாறு ஏனைய வரலாறுகளை விளக்கும் ஒளி' என்பதையும், 'மக்களினப் பண்பையும் பழமையையும் காட்டும் கருவி' என்பதையும் உணர்ந்து பயனடைவார்களே என்று எண்ணினார். உண்மை காணும் பண்பமைந்த உள்ளம் மொழியைத் தூய்மை செய்தலும் தூய்மையான மொழி உள்ளத்தைத் தூய்மை செய்தலும் ஒன்றுக்கொன்று செய்யும் உதவியாகவிருக்க, காணவியலாத உள்ளத்தைக் காட்டும் கண்ணாடியாகிய மொழியைக் கொண்டு உள்ளத்தை உணர்ந்து உயர்வடைய முயலவேண்டாமா என வினவினார். மொழியாராய்ச்சியைச் செவ்விய முறையில் மேற்கொள்ளல் சீரிய இலக்கியம் வளர்வதற்குத் தோற்றுவாயாகவிருக்க, இம்மக்கள் இத்துறையில் உழைக்காதிருக்கின்றார்களே எனக் கவன்றார்.

தமிழ்மக்கள் இத்துறையில் ஈடுபடவேண்டும் என்பதை மிகத் தெளிவாகவும் இனிமையாகவும் ஒருவரையும் தாக்காமலும் இவர் சொல்லுவது வயதும் அறிவும் நிரம்பியும் கடமையை உணராத ஒரு மைந்தனுக்கு அம்மைந்தன்பால் மாறாத காதலுடைய வயது சென்ற தந்தை பரிந்துரைக்கும் அறிவுரைபோல் குறிப்பாகவும் கனிவாகவுமிருக்கின்றது. ஓரிடத்தில் "இந்நூல் எழுதும்போது . . . அயல் நாட்டாருக்கு வேண்டப்படுவதைவிட இந்நாட்டாருக்கு வேண்டப்படுவதையே மிகவும் சிந்தித்தேன். திராவிடமொழிகள் வழங்கும் நாட்டிலுள்ளவர்களை அவர்கள் மொழிகளை ஒப்பிட்டுப் பார்த்துப் பயில்வதில் அறிவும் கருத்தும்

உடையவர்களாகும்படி ஊக்கவேண்டுமென்பதே என்னுடைய உளமார்ந்த இடைவிடா விருப்பமாக இருந்துவருகிறது" எனக் கூறினார். மற்றோரிடத்தில், 'இந்தியப் பழமை'யில் வெளிவரும் ஆராய்ச்சிகளைப் பற்றிப் பேசும்போது, "இக்கட்டுரைகள் தம்மளவில் பயனுள்ளனவாக விருப்பதோடு புலமையுள்ள தென் இந்தியர்கள் இதே கருத்துடனும் ஆராய்ச்சியுடனும் இத்தகைய இதுகாறும் புறக்கணிக்கப்பட்ட, அவர்களுக்கே உரியதெனக் கருதலாமாகிய இலக்கண இலக்கியத்துறைப் பணியில் புகுவார்களானால், எதிர்பார்க்கக்கூடிய பயனுக்கு உலகத்துக்கு ஒரு எடுத்துக்காட்டாகவும் பயன்படுகின்றனவென எனக்குத் தோன்றுகிறது" எனக் கூறுகின்றார். இச்சொற்றொடர்களை ஆழ்ந்து பார்ப்போமானால் ஆங்கிலமும் செந்தமிழும் ஆர்வமுறக் கலந்து மணம் வீசுவதைக் காணலாம். எவ்வளவு சுற்று? எவ்வளவு கவலை? எவ்வளவு அன்பு? இச்சொற்களைப் பார்க்கும்போதும் அவர் எதிர்பார்ப்பதை நோக்கும்போதும் இராமகாதையில் சீற்றங்கொண்ட இளவலின் சீற்றந்தணிக்க இராமன் கூறிய, 'என்சொல் கடந்தால் உனக்கு ஆவதோர் ஈனமுண்டோ' என்ற சொற்களும், அச்சொற்களின் ஆற்றலை அறிந்த கம்பன் அத்தகைய சொற்களைக் கூறிய இராமனைத் 'தென்சொல் கடந்தான் வடசொற்கடற்கு எல்லை தேர்ந்தான்' எனப் புகழ்வதும் நினைவுக்கு வருகின்றன.

இவர் எண்ணியதும் எதிர்பார்த்ததும் எண்பத்துமூன்று ஆண்டுகட்கு முன்னர். இவருடைய மிக முதிர்ந்த வயதில் ஒரு நாள், "நான் தமிழ்நாட்டில், தமிழில் முதன்முதல் என் இளமையில் பேசியபோது 'கங்குல் கழிந்தது, காலையும் வந்தது' என ஆர்வத்துடன் பேசினேன். ஆண்டுகள் பலவாயின; இன்னும் காலை வரவில்லை; ஆனால், எப்படியும் வந்துவிடும் என்ற உறுதி என் உள்ளத்தினின்றும் அகலவில்லை" என்று மிக்க கனிவாய்க் கூறினாராம். அப்போது தமிழ் நிலையை எண்ணாதிருந்திருப்பாரா? நமக்கோ இன்னும் கங்குல் கழியவில்லை; கதிரவனும் வரவில்லை; என்னவாயினானோ தெரியவில்லையே?

அரவங் கரந்ததோ? அச்சு மரமிற்றுப்
புரவி கயிறுருவிப் போயிற்றோ – இரவிதான்
செத்தானோ? இல்லையோ? செந்தமிழ்தேர் நற்புலவீர்!
எத்தால் விடியும் இரா?

இந்த எண்ணங்களெல்லாம் வெளிவந்து ஓராயிரம் பிறை தோன்றி மறைந்தது. நாம் எவ்வளவு இத்துறைகளில் முன்னேறியிருக்கின்றோம் என்பதை நன்கு அறிவோம். அப்போது

நம்மிடமிருந்து தோன்றும் ஆராய்ச்சிகள் எவ்வாறு இருக்கும் என்று கால்டுவெல் எதிர்பார்த்தார் என்பதைப் பார்த்தோம். இப்போது நம் புலமையும் ஆராய்ச்சிமுறைகளும் எவ்வாறுள்ளன என்பதைப் பற்றி ஒரு அயல்நாட்டு அறிஞர் கூறுவதையும் பார்ப்போம். *ஜான் ஸ்பயர்ஸ் என்பவர் "சமஸ்கிருதத்திலோ தமிழிலோ உள்ள புராணங்களிலிருந்து தோன்றும் கற்பனை நோக்கங்களை, உண்மை வரலாற்று ஆதரவுகளாகக் கொண்டுவருதல் வரலாற்றையோ அந்தஅந்த மொழிகளையோ நடுநிலையோடு சீர்தூக்கியதாகாது. . . மற்றொரு புலமைக்குறை இந்திய வரலாற்று ஆராய்ச்சியில் காணப்படுவது எழுதுவோரும் தனிப் புலமையுடையோரும் தங்களுக்குள்ளேயே ஒருவரை ஒருவர் ஆதாரமாகக் காட்டிக்கொள்ளும் தந்தோற்றத் தந்நலத் தம் பெருமை', அவன் உவனை ஆதாரமாகக் காட்டும் இவன் இவனை ஆதாரமாகக் காட்டலும், உவன் அவனையும் இவனையும் ஆதாரமாகக் காட்டலுமாகவே போய்க்கொண்டிருக்கிறது. உயர்ந்த புலமையாராய்ச்சியாகத் தகுதியான கலைக்கழகப் போர்வைகளுடன் வெளிவந்து நடமாடுபவற்றுள் மிகுதியானவை ஒருவரை ஒருவர் போற்றிக்கொள்ளும் மடிமைப் புகழ்ச்சியின் வேறல்லாதனவும், அறிவுள்ள பள்ளிச் சிறுவன் ஆராய்ச்சிகளைவிட உயர்ந்தனவல்லாதனவுமாகவே இருக்கின்றன" எனக் கூறுகின்றார். இது போதுமே? என்னதான் மறுமொழி கூறுவது? என்ன கூறினும் என்ன? மன்னன் மனைவி மாசுரைக்க வாழலாமா? இப்போது அன்போ நிறைந்துள்ளது; அடியாரோ மலிந்துள்ளார்; ஆற்றலோ சிறந்துள்ளது; அறிவுக்கோ குறைவில்லை. முன்னேறினோமோ? சொல்லவியலவில்லையே; எங்கேனும் குறையுளதோ?

இதுகாறும் கால்டுவெலைப் பற்றிப் பேசிய தென்றலில் திளைத்த நமக்கு மேலே கூறியவை வாடையாக வந்தது. வாட்டம் வேண்டுவதில்லை. முயற்சி திருவினையாக்கும். உண்மையன்போடு ஒரு சிலராவது புகழ்ச்சியையும் இகழ்ச்சியையும் பொருட்படுத்தாது தமிழ்ப் பணியே தலைப்பணியாகக் கொண்டு உழைப்போமானால் நூறாண்டில் இயலாதவற்றை ஆறாண்டில் இயற்றி நம் செந்தமிழ் அன்னையின் சீர் உலகெலாம் பரவச் செய்யலாம்.

"இந்த உலகத்தில் பழையனவாகப் போயினவற்றையல்லாது புதியனவாகவுள்ளன ஒன்றும் இல்லை. முன்னரே நன்கு தெரியப்பெற்றினவாயிருந்து மறக்கப்பெற்றவைகளையே அடிக்கடி நாம் புதிதாகக் கண்டுபிடிக்கின்றோம்" என்று சான் போ *(Saint Beuve)* என்னும் மேல்நாட்டு அறிஞர் கூறுகிறபடி இக்கட்டுரையில்

---

* *John Spiers, vide 'Tamil Culture', Caldwell Centenary Number.*

ஒன்றும் புதியனவல்ல. எல்லாம் பழஞ்செய்திகளே. ஆனால், பழஞ்செய்திகளைப் புதிதாகப் பார்க்கும்போது நமக்கு ஒரு புதுவுணர்வு உண்டாகின்றது. அவ்வுணர்வினால் அறிவும் ஆற்றலும் பிறந்து, நம்மைப் பல நல்ல பணிகளில் புகுவிக்கின்றது.

இக்கட்டுரையும் பழஞ் செய்திகளே. ஆனாலும், இது யாரேனும் ஒருவரைக் கால்டுவெல் வகுத்த பணிகளில் ஒன்றையேனும் செய்யத் தூண்டினாலோ, அவருடைய நினைவை நிலைநாட்டும் வழிகளை வகுக்கச்செய்தாலோ, எவ்வழியிலேனும் அன்போடு திராவிட மொழிகளை ஆராய்ந்த அறிஞரிடம் அன்பை உண்டாக்கித் தமிழ்த் தொண்டில் இயக்கினாலோ பயனுடையதொன்றென்றே கருதலாம். தமிழ் மொழியும் இலக்கியமும் மக்களும் உலகில் உயர்ந்ததோர் இடத்தைப் பெற்றுச் சிறப்பும் பயனுமுறவேண்டுமென விழைந்த கால்டுவெலின் நினைவை வாழ்த்தி அவ்வாறே அருளுக என அவருடன் எல்லாம் வல்ல இறைவன் திருவருளை வணங்கி நிற்போமாக.

வாழ்க தமிழ்!

தமிழ்ப் பொழில், 34(4), ஆடி 1958

நீ. கந்தசாமிப் பிள்ளை (1898–1977). கரந்தைத் தமிழ்ச் சங்கம், புதுச்சேரி பிரெஞ்சு இந்தியவியல் நிறுவனம், தஞ்சை சரசுவதி மகால் நூலகம் ஆகியவேற்றோடு தொடர்புகொண்டிருந்த தமிழறிஞர்.

சான்றுப் பட்டியல்

ABBREVIATIONS

BC   Board's Collections
BL   British Library
NLS   National Library of Scotland
OIOC Oriental and India Office Collections, British Library
MBR   Madras Board of Revenue
MDR   Madras District Records
MJC   Madras Judicial Consultations
MPC   Madras Public Consultations

MANUSCRIPT COLLECTIONS

Tamil Nadu Archives, Chennai
    Madras Board of Revenue Proceedings
    Madras Board of Revenue Miscellaneous
    Madras District Records
    Madras Public Consultations

Asiatic Society of Mumbai, Mumbai
    Minute Book

Oriental and India Office Collections (formerly India Office Library and Records), British Library, London

    Walter Elliot Collection

    William Erskine Collection

    John Leyden Collection

    Colin Mackenzie Collection

    Board's Collections

    Board of Revenue Proceedings

    Madras Despatches

    Madras Judicial Consultations

    Madras Public Proceedings

National Archives of India, New Delhi

National Library of Scotland, Edinburgh

    William Erskine Collection

        Letters of Ellis to Erskine Mss. 36.1.5, ff. 27–124

    John Leyden Collection

Oriental Manuscripts Library, Bodleian Library, Oxford University

    F.W. Ellis Papers

School of Oriental and African Studies, London University

    William Marsden Collection

Harry Ransom Library, University of Texas, Austin

    William Jones Collection

Angus Campbell

    Alexander Duncan Campbell diary

PUBLICATIONS OF FRANCIS WHYTE ELLIS

    1810 Note, by Mr. Ellis, on the 239th and 243d verses of the eighth chapter of Menu. In *Historical sketches of the south of India*, by Mark Wilks, 2nd ed., 2 vols. (Mysore: Government Board Press, 1930), appendix 1, 817–21.

1816 Note to the introduction. In *A grammar of the Teloogoo language*, by A.D. Campbell, 1–20. Madras: College Press of Fort St. George.

1818 *Replies to seventeen questions proposed by the Government of Fort St. George relative to mirasi right with two appendices elucidatory of the subject*. Madras: Government Gazette Office. Reprinted in C.P. Brown, ed. 1852, and in Bayley and Hudleston 1862. Generally called *The treatise of mirasi right*.

c.1819 Translation of Tirukurral of Tiruvalluvar. 304 quarto plates without title or date. Madras: College of Fort St. George. Copies are in the Indian Institute Library, Oxford, and OIOC.

1822 Account of a discovery of a modern imitation of the Védas, with remarks on the genuine works. *Asiatic researches* 14:1–59.

1827 On the law books of the Hindus. A selection from the papers of the late F.W. Ellis, Esq. of the H.C. Civil Service, Collector of Madras. *Transactions of the Literary Society of Madras*, pt. 1 (1827):1–25. Part 1 of the *Transactions* published a selection of papers previously given to the Madras Literary Society but not hitherto published due to the death or removal from India of several of its most able contributors shortly after its formation.

1844 Analysis of the copper grant in possession of the Jews of Cochin. By the late F.W. Ellis of the Madras Civil Service. *Madras journal of literature and science* 13.2, no. 31:1–11. Note initialed by WE (Walter Elliot): "Since the publication of No. 30 we have met with the following translation of the Jewish Sasanam by the late Mr. Ellis among some old papers in the College...."

1878 Dissertation on the Malayalam language. *The Indian antiquary* 7:275–87. Preceded by a note by Walter Elliot: "The late F.W. Ellis's essays on South-Indian languages," which explains that this piece is printed from proof-sheets found by Elliot in the College of Fort St. George.

1955 *Tirukkural: Ellis' commentary*. Ed. R.P. Sethu Pillai. Madras: University of Madras.

1958 *Naladiyar; with translations in English by G.U. Pope, and F.W. Ellis*. Foreword by M. Varadarajanar. Tirunelveli, Madras: South India Saiva Siddhanta Works Publishing Society, xxiv, 214 p. port. (publication no. 927).

OTHER PUBLICATIONS

Aarsleff, Hans

    1967 *The study of language in England, 1780–1860.* Princeton: Princeton University Press

    1982 *From Locke to Saussure: Essays on the study of language and intellectual history.* Minneapolis: University of Minnesota Press.

Abu'l Fazl

    1783–86 *Ayeen Akbery, or, the institutes of the Emperor Akber.* 3 vols. Trans. Francis Gladwin. Calcutta: n.p.

    1908 *The Akbar Nama of Abu-l-Fazl.* 2 vols. Trans. H. Beveridge. Reprint, Delhi: Ess Ess Publications, 1977.

Acharya, Krishna Chandra

    1968 Introduction to Markandeya's *Prakrtasarvasva*, ed. Acharya. Ahmedabad: Prakrit Text Society.

Allen, W.S.

    1953 *Phonetics in ancient India.* London: Oxford University Press.

Anderson, Perry

    1983 *Imagined communities.* London: Verso.

Anquetil-Duperron, Abraham Hyacinthe

    1808 Le Premier fleuve de l'Inde, le Gange, selon les anciens, expliqué par le Gange, selon les moderns. *Mémoires de littérature, tirés des registers de l'Académie Royale des Inscriptions et Belles-Lettres*, 1784–93, vol. 49, 519–646; Supplément au mémoire qui précède, 647–712. The Supplément publishes correspondence of G-L. Coeurdoux with the Académie des Inscriptions of about 1768.

Arnold, David

    1993 *Colonizing the body: State, medicine and epidemic disease in nineteenth-century India.* Berkeley: University of California Press.

Asiatic Society

    1995 *Proceedings of the Asiatic Society 1801–1816.* Vol. 2. Ed. P. Thankappan Nair. Calcutta: The Asiatic Society.

1996 *Proceedings of the Asiatic Society 1817–1832*. Vol. 3, bk. 1. Ed. P. Thankappan Nair. Calcutta: The Asiatic Society.

Barton, Benjamin Smith

1797 *New views on the origin of the tribes and nations of America*. Philadelphia: the author.

Bayer, Gottlieb Siegfried

1738 *Historia regni Graecorum Bactriani in qua simul Graecarum in India coloniarum vetus memoria explicatur.* St. Petersburg: Academy of Sciences.

Bayley, W.H., and W. Hudleston, eds.

1862 *Papers on mirasi right selected from the records of government and published by permission*. Compiled by W.H. Bayley of the Madras Board of Revenue. Madras: Pharoah and Co. Athenaeum Press.

Beattie, James

1788 *The theory of language*. Facsimile reprint, Menston, England: The Scolar Press, 1968.

Belvalkar, Shripad Krishna

1915 *An account of the different existing systems of Sanskrit grammar*. Poona: the author.

Beschi, Constantius Josephus

1822 *The adventures of the Gooroo Paramartan: A tale in the Tamul language: accompanied by a translation and vocabulary, together with an analysis of the first story*. By Benjamin Babington of the Madras Civil Service. London: J.M. Richardson.

1920 *The adventures of the Gooroo Paramartan*. Trans. Benjamin Babington. Ed. Charles Clinch Bubb. Cleveland: The Rowfant Club.

1971 [1728]. *A grammar of the common dialect of the Tamil language called kodnamil*, tr. George William Mahon. Thanjavur: The Tanjore Maharaja Serfoji's Sarasvati Mahal Library.

1974 [1730]. *A grammar of the high dialect of the Tamil language called centamil*, tr. Benjamin Guy Babington. Thanjavur: The Tanjore Maharaja Serfoji's Sarasvati Mahal Library.

Bombay Branch of the Royal Asiatic Society

    1954 *Sardha-Satabdi celebrations (150th anniversary) (1804–1954)*. Bombay: Bombay Branch of the Royal Asiatic Society.

Bopp, Franz

    1816 *Über das Conjugationssystem der Sanskrit Sprache in Vergleichung mit jenem der griechischen, persischen und germanishen Sprache*. Frankurt: Andraeäischen Buchhandlung.

    1833 *Vergleichende Grammatik des Sanskrit, Zend, Grieschischen, Lateinischen, Littausischen, Gothischen und Deutschen*. Berlin: F. Dummler

    1845–53 *A comparative grammar of the Sanskrit, Zend, Greek, Latin, Lithuanian, Gothic, German and Slavonic languages*. 3 vols. Trans. Lieut. Eastwick. Ed. H.H. Wilson. London: Madden and Malcolm.

Boswell, James

    1791 *Life of Johnson*. Reprint, Oxford: Oxford University Press, 1970.

Brimnes, Niels

    1999 *Constructing the colonial encounter: Right and left hand castes in early colonial South India*. Richmond, Surrey: Curzon.

Brown, Charles Philip

    1840 *A grammar of the Telugu language*. Madras: Vepery Mission Press.

    1852 *A dictionary, Telugu and English, explaining the colloquial style used in business and the poetical dialect, with explanations in English and Telugu*. Madras: CKS Press.

    1854 *A dictionary of the mixed dialects and foreign words used in Telugu, or dictionary of mixed Telugu, with an explanation of the Telugu alphabet*. Madras: CKS Press.

    1857 *A grammar of the Telugu language*. 2nd ed. Madras: CKS Press. Reprint, New Delhi, Asian Educational Services, 1981.

Brown, Charles Philip, ed.

    1852 *Three treatises on mirasi right: By the late Francis W. Ellis, collector of Madras*, a.d. 1817. Lieutenant Colonel Blackburne, Resident at Tanjore, 1804. Sir Thomas Munro, Governor of Madras,

1824. With the remarks made by the Hon'ble the Court of Directors, 1822 and 1824. Madras: Christian Knowledge Society's Press, Vepery.

Brown, I.M.

c.1965 John Leyden (1775 – 1811): His life and works. Ph.D. dissertation, University of Edinburgh.

Brown, Lloyd A

1949 *The story of maps*. New York: Little, Brown and Co. Reprint, New York: Dover Publications, 1977.

Brown, William

1817 *A grammar of the Gentoo language; as it is understood and spoken by the Gentoo people; residing north and north - westward of Madras*. Madras: The Commercial Press.

Bryant, Jacob

1744 – 76 A *new system; or, an analysis of antient mythology.* 3 vols. London: T. Payne.

Bühler, Georg

1907 *Indian palaeography*. Reprint, Calcutta: Indian Studies Past and Present, 1959.

Burnell, A.C.

1875 *On the Aindra school of Sanskrit grammars*. Reprint, Varanasi: Bharat - Bharati, 1976.

Burrow, T., and M.B. Emeneau

1984. *A Dravidian etymological dictionary*, 2nd ed. Oxford: Clarendon Press; New York: Oxford University Press.

Caldwell, Robert

1856 *A comparative grammar of the Dravidian or South - Indian family of languages.* London: Harrison.

1913 *Comparative grammar of the Dravidian or South - Indian family of languages.* 3rd ed. Rev. and ed. J.L. Wyatt and T. Ramakrishna Pillai. Reprint, New Delhi: Oriental Books Reprint Corporation, 1974.

Campbell, Alexander Duncan

> 1816 *A Grammar of the Teloogoo language, commonly termed the Gentoo, peculiar to the Hindoos inhabiting the North Eastern provinces of the Indian Peninsula.* Madras: College Press.

> 1820 *A Grammar of the Teloogoo language, commonly termed the Gentoo, peculiar to the Hindoos inhabiting the North Eastern provinces of the Indian Peninsula. 2nd ed. Madras*: College Press. 3rd ed., 1849.

Cardona, George

> 1976. *Panini: A survey of research.* The Hague: Mouton.

Carey, William

> 1804 *A grammar of the Sungscrit language, composed from the works of the most esteemed Hindoo Grammarians.* Serampore: Mission Press.

> 1814 *A grammar of the Telingana language.* Serampore: Mission Press.

Chakrabarty, Dipesh

> 2000 *Provincializing Europe: Postcolonial thought and historical difference.* Princeton: Princeton University Press.

Charlevoix, Pierre-François-Xavier de

> 1994 [1744] *Journal d'un voyage fait par order du roi dan l'Amérique septentionnale.* 2 vols. Critical ed. Peirre Berthiame. Montreal: Presses de l'Université de Montréal.

Chomsky, Naom

> 1966 *Cartesian linguistics: A chapter in the history of rationalist thought.* New York: Harper & Row.

Cockburn, Lord Henry

> 1974 *Memorials of his time.* Ed. Karl F.C. Miller. Chicago: University of Chicago Press.

Coeurdoux, Gaston-Laurent

> c.1768 Réponse au memoire de M. L'Abbé Barthélemy. In Anquetil-Duperron 1808: 647–67.

Cohn, Bernard S.

>1966 Recruitment and training of British civil servants in India, 1600–1860. In *Asian bureaucratic systems from the British imperial tradition,* ed. Ralph Braibantim, pp. 87–109, Durham, N.C.: Duke University Press. Reprinted in Cohn 1990.

>1985 The command of language and the language of command. In *Subaltern studies* IV, ed. Ranajit Guha, 276–329. Delhi: Oxford University Press.

>1990 *An anthropologist among the historians and other essays.* Delhi: Oxford University Press.

>1996 *Colonialism and its forms of knowledge: The British in India.* Princeton: Princeton University Press.

Colebrooke, Henry Thomas

>1801 On the Sanscrit and Pracrit languages. *Asiatic researches* 7: 199–231.

Crawfurd, John

>1830 *Journal of an embassy from the governor-general of India to the courts of Siam and Cochin China.* London: H. Colburn.

>1834 *Journal of an embassy from the governor-general of India to the court of Ava.* London: H. Colburn.

>1852 *A grammar and dictionary of the Malay language.* 2 vols. London: Smith, Elder & Co.

>1861 On the Aryan or Indo-*Germanic theory. Transactions of the Ethnological Society of London* n.s., 1: 268–86.

Daniels, Peter T., and William Bright, eds.

>1996 *The world's writing systems.* New York: Oxford University Press.

Danvers, F.C., et al.

>1894 *Memorials of old Haileybury College.* London: Constable.

Das, Sisir Kumar

>1978 *Sahibs and munshis: An account of the College of Fort William.* New Delhi: Orion Publications.

Darwin, Charles

1859 *On the origin of species*. Facsimile reprint, Cambridge: Harvard University Press.

Davis, John

1987 *Libyan politics: Tribe and revolution, an account of the Zuwaya and their government.* London: I.B. Tauris.

Deshpande, Madhav M.

1993 *Sanskrit and Prakrit: Sociolinguistic issues*. Delhi: Motilal Banarsidass.

1997 Introduction to *Saunakiya caturadhyayika, a pratisakya of the Saunakiya Atharvaveda,* ed. Deshpande. Harvard Oriental Series vol. 52. Department of Sanskrit and Indian Studies, Harvard University.

Diehl, Katherine Smith

1964 *Early Indian imprints*. New York: Scarecrow Press. Based on the William Carey Library, Serampore College.

1969 *Serampore pamphlets (secular series)*. Serampore: Serampore College.

1971 The role of government and introduction of type printing to South Asia. In *Primary printed and manuscript sources for sixteenth to nineteenth century studies available in Bengal, Orissa and Bihar libraries,* ed. Diehl. pp. 221–32. Calcutta: American Institute of Indian Studies, Calcutta Center.

Dirks, Nicholas B.

1993. Colonial histories and native informants: Biography of an archive. In *Orientalism and the postcolonial predicament: Perspectives on South Asia,* ed. Carol A. Breckenridge and Peter van der Veer, pp. 279–313. Philadelphia: University of Pennsylvania Press.

2001 *Castes of mind: Colonialism and the making of modern India*. Princeton: Princeton University Press.

Dodson, Michael S.

2002 Re-presented for the pandits: James Ballantyne, "useful knowledge," and Sanskrit scholarship in Benares College during the mid-nineteenth century. *Modern Asian studies* 36: 257–98.

Dodwell, Edward, and James Samuel Miles

1839 *Alphabetical list of the Honorable East India Company's Madras civil servants from the year 1780 to 1839.* London: Longman, Orme, Brown and Co.

Douglas, James

1900 *Glimpses of old Bombay, and western India: with other papers.* London: Samson Low & Co.

Dresch, Paul

1988 Segmentation: Its roots in Arabia and its flowering elsewhere. *Cultural anthropology* 3: 50–67.

1989 *Tribes, government, and history in Yemen.* Oxford: Clarendon Press; New York: Oxford University Press.

Drewitt, Frederic George Dawtry

1907 *Bombay in the days of George IV: Memories of Sir Edward West.* London: Longmans, Green and Co.

Driem, George van

2001 *Languages of the Himalayas.* 2 vols. Leiden: Brill.

Droit, Roger-Pol

1989 *L'Oublie de l'Inde: Une amnésie philosophique.* Paris: Presses Universitaires de France.

Dubois, Abbé J.A.

1906 *Hindu manners, customs and ceremonies.* 3rd ed. Trans. Henry K. Beauchamp, with a prefatory note by F. Max Müller. Oxford: Clarendon Press.

Du Ponceau, Peter Stephan

1838 *Mémoire sur le système grammatical des langues de quelques nations indiennes de l'Amérique du Nord.* Paris: A. Pihan de La Forest.

East India Company

1804 *Report of the committee appointed to enquire into the plan for forming an establishment at home for the education of young men intended for the Company's Civil Service in India, 26 October 1804.* Published in Farrington 1976: 14–21.

Elliot, Walter

    1875 Mr. F.W. Ellis. *The Athenæum,* 10 April, 489. Reprint, *The Indian antiquary,* 219–21.

    1878 The late F.W. Ellis's essays on South-Indian languages. *The Indian antiquary,* 274–75.

Emmerick, Ronald E., and Edwin G. Pulleyblank

    1993 *A Chinese text in Central Asian Brahmi script: New evidence for the pronunciation of Late Middle Chinese and Khotanese.* Roma: Istitito italiano per il Medio ed Estremo Oriente.

Erskine, William, and John Leyden

    1826 *Memoirs of Zehuir-ed-Din Muhammed Baber, emperor of Hindustan.* London: Longman, Rees, Orme, Brown, and Green.

Evans-Pritchard, E.E.

    1940 *The Nuer: A description of the modes of livelihood and political institutions of a Nilotic people.* Oxford: Clarendon Press.

Farrington, Anthony

    1976 *The records of the East India College, Haileybury, and other institutions.* India Office Records: Guides to Archive Groups. London: Her Majesty's Stationery Office.

Firishtah, Muhammad Qasim Hindu Shah Astarabadi

    1768 *The history of Hindostan; from the earliest account of time, to the death of Akbar.* 2 vols. Trans. Alexander Dow. London: T. Becket and P.A. De Hondt.

Firth, J.R.

    1957 The English school of phonetics. In *Papers in linguistics, 1934–1951,* pp. 92–120. London: Oxford University Press. (Orig. pub. 1946.)

Frykenberg, Robert Eric

    1969 Village strength in South India. In Frykenberg, ed., pp. 227–47.

    1977 The silent settlement in South India, 1793–1853: An analysis of the role of inams in the rise of the Indian imperial system. In Frykenberg, ed., *Land tenure and peasant in South Asia,* pp. 37–53. New Delhi: Orient Longman.

Gobineau, Joseph Arthur, comte de

    1853–55 *Essai sur l'inégalité des races humaines.* 4 vols. Paris: Firmin Didot Freres.

    1856 *The moral and intellectual diversity of races.* Trans. H. Holtz. Appendix by J.C. Nott. Philadelphia: J.B. Lippincott & Co. Facsimile reprint, New York: Garland Publishing, 1984.

Greenberg, Joseph

    1955 *Studies in African linguistic classification.* Bradford, Conn.: Compass.

    1987 *Language in the Americas.* Stanford: Stanford University Press.

    2000 *Indo-European and its closest relations: The Eurasiatic language family.* 2 vols. Stanford: Stanford University Press.

Grierson, George Abraham Sr.

    1903–27 *Linguistic survey of India.* 11 vols. Calcutta: Office of the Superintendent of Government Printing.

Grimm, Jacob

    1819 *Deutsche Grammatik.* Excerpted in *A reader in nineteenth-century historical Indo-European linguistics,* by Winfred P. Lehmann. Bloomington: Indiana University Press, 1967.

Gulya, Janos

    1974 Some eighteenth century antecedents of nineteenth century linguistics: The discovery of Finno-Ugrian. In Hymes 1974, pp. 258–276.

Halbfass, Wilhelm

    1988 *India and Europe: An essay in understanding.* Albany: State University of New York Press.

Halhed, Nathaniel Brassey

    1778 *A grammar of the Bengal language.* Facsimile reprint, Menston, England: The Scolar Press, 1969.

Hamilton, Alexander

    1809 Review of Wilkins's *Sanscrit grammar. Edinburgh review* 13 (Oct): 366–381.

1820 Sanscrit and Greek - Sanscrit Poetry. *Edinburgh review* 33 (May):431–42.

Hegel, Georg Wilhelm Friedrich

1878 *Lectures on the philosophy of history [Die Philosophie der Geschichte*, 1830–31]. Trans. J. Sibree. London: G. Bell and Son.

1892–96 *Lectures in the history of philosophy [Vorlesungen über die Geschichte der Philosophie*, 1840].) 3 vols. Trans. E.S. Haldane and Frances H. Simson. London: K. Paul, Trench, Trübner. Reprint, Lincoln: University of Nebraska Press.

Hemacandra

1938 *The Desinamamala of Hemachandra*. Ed. R. Pischel. 2nd ed., ed. Paravastu Venkata Ramanujaswami. Bombay Sanskrit series no. 17. Bombay: Department of Public Instruction.

1994 *Apabhramsa uyakarana*. Ed. Harivallabha Bh&y&LC. Ahmedabad: Smrti Samskara Siksananidhi.

1997 *Prakrta uyakarana*. Ed. Udayachandra Jain and Suresh Sisodiya. Agama Samsthana granthamala 15. Udaipur: Prakrta Samsthana.

Hodgson, Brian Houghton

1833 Origin and classification of the military tribes of Nepal. *Journal of the Asiatic Society of Bengal* 2: 217–24.

1847 On the aborigines of the sub-Himalayas. *Journal of the Asiatic Society of Bengal* 16: 1235–44.

1848 The aborigines of Central India. *Journal of the Asiatic Society of Bengal* 17: 550–58.

1849 Aborigines of Southern India. *Journal of the Asiatic Society of Bengal* 18: 350–59.

Holwell, John Zephaniah

1765–71 *Interesting historical events, relative to the provinces of Bengal, and the Empire of Indostan*. 3 vols. London: T. Becket and P.H. De Hondt.

Hymes, Dell, ed.

1974 *Studies in the history of linguistics: Traditions and paradigms.* Bloomington: Indiana University Press.

Irschick, Eugene F.

    1994 *Dialogue and history: Constructing South India, 1795–1895.* Berkeley: University of California Press.

Jacobsen, Thorkild

    1974 Very ancient linguistics: Babylonian grammatical texts. In Hymes 1974, pp. 41–74.

Jefferson, Thomas.

    c. 1782 *Notes on the state of Virginia.* N.p.: n.p.

Johnson, Samuel

    1755 A *dictionary of the English language.* Reprint, London: Times Books, 1983.

Jones, Sir William

    1788a A dissertation on the orthography of Asiatick words in Roman letters. *Asiatic researches* 1: 1–56.

    1788b A discourse on the institution of a society, for inquiring into the history, civil and natural, the antiquities, arts, sciences, and literature, of Asia, by the President. (The first anniversary discourse). *Asiatic researches* 1:ix–xvi.

    1788c The second anniversary discourse, delivered 24 February 1785, by the President. *Asiatic researches* 1: 405–14.

    1788d The third anniversary discourse, delivered 2 February, 1786, by the President. (On the Hindus). *Asiatic researches* 1: 415–31.

    1792 The eighth anniversary discourse. *Asiatic researches* 3: 1-16.

    1807 *The works of Sir William Jones.* 13 vols. Ed. Anna Maria Jones. London: G.G. and J. Robinson, and R.H. Evans.

    1993 *The collected works of Sir William Jones.* 13 vols. Ed. Garland Cannon. New York: New York University Press.

Karlgren, Bernhard

    1926 *Philology and ancient China.* Oslo: H. Aschehoug & Co.

    1963 [1954] *Compendium of phonetics in ancient and archaic Chinese.* Göteborg: Elanders Boktryckeri Aktiebolag.

Kejariwal, O.P.

> 1988 *The Asiatic Society of Bengal and the discovery of India's past, 1784–1838.* Delhi: Oxford University Press.

Kemp, J. Alan

> Introduction of Lepsius's 'Standard alphabet'. In *Standard alphabet for reducing unwritten languages and foreign graphic systems to a uniform orthography in European letters,* by Richard Lepsius, ed. Kemp, pp. 1–87. Amsterdam studies in theory and history of linguistic science 5. Amsterdam: John Benjamins.

King, Ross

> 1996 Korean writing. In Daniels and Bright 1996, pp. 218–27.

Kopf, David

> 1969 *British Orientalism and the Bengal Renaissance: The dynamics of Indian modernization 1773–1835.* Berkeley: University of California Press.

Kuipers, Joel C., and Ray McDermott

> 1966 Insular Southeast Asian scripts. In Daniels and Bright 1996, pp. 474–84.

Kynynmound, Gilbert Elliot-Murray, first earl of Minto

> 1874 *Life and letters of Sir Gilbert Elliot, first earl of Minto, from 1751 to 1806.* Ed. by the countess of Minto. 3 vols. London: Longmans, Green and Co.

> 1880 *Lord Minto in India: Life and letters of G. Elliot from 1807 to 1814.* Ed. by his great-niece the countess of Minto. London: Longmans, Green and Co.

Latham, Robert Gordon

> 1850 *The natural history of the varieties of man.* London: John van Voorst.

> 1859a *Descriptive ethnology.* 2 vols. London: John van Voorst.

> 1859b *Ethnology of India.* London: John van Voorst.

> 1862 *Elements of comparative philology.* London: Walton and Maberly.

Lariviere, Richard

> 1989 Justices and *panditas*: Some ironies in contemporary readings of the Hindu legal past. *Journal of Asian studies* 48: 757–69.

Leibniz, Gottfried Wilhelm von

> 1718 Desiderata circa linguas populorum, ad Dn. Podesta, interpretem Caesareum transmissa. *In Otium Hanoveranum*, ed. Joachimis Fridericus Fellerus. Leipzig: J.C. Marini. Reprinted in *G.W. Leibnitii opera omnia*, ed. L. Dutens, vol. 6, part 2, *Collactanea etymologica*, pp. 228–31, Geneva: Fratres de Tournes, 1768.

> 1981 [1765] *New essays on human understanding*, ed. and tr. Peter Remnant and Jonathan Bennett. Cambridge: Cambridge University Press.

Leyden, John

> 1810 A *comparative vocabulary of the Barma, Maláyu and T'hái languages*. Serampore: Mission Press.

> 1812 On the languages and literature of the Indo-Chinese nations. *Asiatic researches* 10: 158–289. Reprint, New Delhi: Cosmo Publications, 1979.

> 1819 *The poetical remains of the late Dr. John Leyden, with memoirs of his life, by the Rev. James Morton*. London: Longman, Hurst, Rees, Orme and Brown.

> 1821 *Malay annals: Translated from the Malay language, by the late Dr. John Leyden [Shajrat Malayu]*. With an introduction by Sir Thomas Stamford Raffles. London: Longman, Hurst, Rees, Orme and Brown.

> 1858 *Poems and ballads by Dr. John Leyden: With a memoir of the author by Sir Walter Scott, Bart., and supplement by Robert White*. Kelso: J. and J.H. Rutherfurd.

Locke, John

> 1975 [1689] *An essay concerning human understanding*, ed. Peter H. Nidditch. Oxford: Clarendon Press.

Lopez, Donald

> 2004 The ambivalent exegete: Hodgson's contributions to the study of Buddhism. In Waterhouse 2004. Pp. 49–76.

Mackenzie, Colin, and Kaveli Boria

> 1811 Account of the Jains, collected from a priest of this sect, at Mudgeri: Translated by Cavelly Boria, Brahmen, for Major C. Mackenzie. *Asiatic researches* 9: 244–86.

Mackenzie, W.C.

> 1952 *Colin Mackenzie: The first surveyor-general of India.* Edinburgh: W. and R. Chambers.

Madras Government

> 1934 *Guide to the records of the Chingleput District from 1763 to 1835.* Madras: Government Press.

Mahalingam, T.V.

> 1972–76 *Mackenzie manuscripts: Summaries of the historical manuscripts in the Mackenzie Collection.* 2 vols. Madras historical series 25, 26. Madras: Madras University.

Majeed, Javed

> 1992 *Ungoverned imaginings: James Mill's* The history of British India *and Orientalism.* Oxford: Clarendon Press.

Malcolm, John

> 1811 [Memorial of John Leyden]. *Bombay courier*, 2 November 1811.

Manaster Ramer, Alexis

> 1993 On Illic-Svitic's Nostratic theory. *Studies in language* 17: 205–50.

Mantena, Rama Sundari

> 2002 Vernacular futures: Orientalism, history, and language in colonial South India. Ph.D. diss., University of Michigan.

Marsden, William

> 1782 Remarks on the Sumatran languages, by Mr. Marsden. In a letter to Sir Joseph Banks, Bart. President of the Royal Society. Read 22 February 1781. *Archaeologia: or, miscellaneous tracts relating to antiquity* 7: 154–58.

> 1783 *The history of Sumatra, containing an account of the government, laws, customs, and manners of the native inhabitants, with a description of the natural production, and a relation of the ancient*

political state of that island. By William Marsden, F.R.S. late secretary to the President and Council of Fort Marlborough. London: the author.

1785 Observations on the language of the people commonly called Gypsies. In a letter to Sir Joseph Banks, Bart. F.R.S. From Mr. Marsden, F.R.S. *Archaeologia: or, miscellaneous tracts relating to antiquity* 7: 383–86.

1796 *A catalogue of the dictionaries, vocabularies, grammars and alphabets of all languages and dialects.* London: the author.

1801 *A dictionary of the Malay tongue.* 2 vols. London: Arabic and Persian Press.

1812a *A dictionary of the Malayan language,* to which is prefixed a grammar, with an introduction and praxis. London: Longman.

1812b *A grammar of the Malayan language, with an introduction and praxis.* London: Longman.

1823–25 *Numismata orientalia illustrata,* 2 vols. London: Longman.

1827 *Bibliotheca Marsdeniana philologica et orientalis, a catalogue of works and manuscripts collected with a view to the general comparison of languages and to the study of Oriental literature.* London: J.L. Cox.

1834 *Miscellaneous works of William Marsden, F.R.S.* Art. 1: On the Polynesian, or east-insular languages; art. 2: On a conventional Roman alphabet, applicable to Oriental languages; art. 3: Thoughts on the composition of a national English dictionary. London: the author.

1966 *The history of Sumatra.* Reprint of the 3rd ed. with introduction by John Bastin. Oxford in Asia historial reprints. Kuala Lumpur: Oxford University Press.

Marx, Karl

1853 The British rule in India. *New York Daily Tribune*, 25 June. Reprinted in Shlomo Avineri, ed., *Karl Marx on colonialism and modernization*, pp. 83–89. Garden City, New York: Doubleday & Co. 1968

Max Müller, Friedrich

1854 *Suggestions for the assistance of officers in learning the languages of the seat of war in the East.* London: Williams and Norgate.

1855 *The languages of the seat of war in the East, with a survey of the three families of language, Semitic, Arian, and Turanian.* 2nd ed. London: William and Norgate. *(1st ed.: Suggestions for the assistance of officers in learning the languages of the seat of war in the East.* London: Williams and Norgate, 1854.)

1892 *Address delivered at the opening of the Ninth International Congress of Orientalists held in London, September 5, 1892.* Oxford: Oxford University Press.

1899 *The science of language, founded on lectures delivered at the Royal institution in 1861 and 1863.* 2 vols. London: Longmans, Green.

McKerrell, John

1820 *A grammar of the Carnátaka language.* Madras: College Press.

Meillet, Antoine

1952 *Les langues du monde.* Paris: Centre national de la recherche scientifique.

Meiners, Christoph

1780 *Historia doctrinae de vero Deo.* Lemgo: n.p.

Meenakshisundaram, K.

1974 *The contribution of European scholars to Tamil.* Madras: University of Madras.

Michalowski, Piotr

1992 Sumerian. In *International encyclopedia of linguistics,* ed. William Bright, vol. 4, 94–97. New York and Oxford: Oxford University Press.

Mill, James

1817 The *history of British India.* 3 vols. London: Baldwin, Cradock, and Joy.

1858 *The history of British India.* 5th ed., 6 vols. With notes and continuation by Horace Hayman Wilson. Facsimile reprint, with introduction by John Kenneth Galbraith, New York: Chelsea House Publishers, 1968.

Misra, Vidya Niwas

    1966 *The descriptive technique of Panini: An introduction.* The Hague, Paris: Mouton & Co.

Mitchell, Lisa

    2003 From medium to marker: The making of a mother tongue in modern South India or, feeling Telugu: language, culture, and affect in southern India. Ph.D. diss., Columbia University.

    Forthcoming Making the local foreign: Shared language and history in southern India. In *Adventures in heteroglossia: Navigating terrains of linguistic difference in local and colonial regimes of knowledge,* ed. Lisa Mitchell and Ben Zimmer. To appear in a special issue of the *Journal of linguistic anthropology.*

Murdoch, John

    1865 *Classified catalogue of Tamil printed books, with introductory notices.* Madras: The Christian Vernacular Education Society.

Murr, Sylvia

    1977 Nicolas Desvaulx (1745–1823) véritable auteur des Moers, institutions et cérémonies des peuples de l'Inde, de l'abbé Dubois? Purusartha 3: 245–67.

    1987 *L'Inde philosophique entre Bosuet et Voltaire. Vol. 1: Moeurs et coutumes des Indiens (1777); vol. 2: L'Indologie du Père Coeurdoux: stratégies, apologétique et scientificité.* Publications de L'École francaise d'Extrême-Orient, vol. 146. Paris: École francaise d'Extrême-Orient.

Naladiyar

    1963 *Naladiyar, with translations in English by Rev. Dr. G.U. Pope and Mr. F.W. Ellis.* Foreword by Dr. M. Varadarajanar. Madras: South India Saiva Siddhanta Works Publishing Society.

Neild, Susan Margaret

    1976 Madras: The growth of a colonial city in India, 1780–1840. Ph.D. diss., University of Chicago.

Neild-Basu, Susan

    1984 The dubashes of Madras. *Modern Asian studies* 18: 1–31.

Panini

    1966 *La grammaire de Panini* 2 vols. Ed. Louis Renou. Paris: École Française d'Extrême-Orient.

    1987 The *Astadhyayi of Panini*. Ed. Sumitra M. Katre. Austin: University of Texas Press.

Pallas, P.S.

    1786–89 *Linguarum totius orbis vocabularia comparativa*. 2 vols. St. Petersburg: Carl Schnoor.

Pingree, David

    1963 Astronomy and astrology in India and Iran. *Isis* 54: 229–46.

    1978 History of mathematical astronomy in India. *Dictionary of scientific biography,* ed. Charles Coulston Gillispie, vol. 15 supp. 1, 533–633.

Playfair, John

    1790 Remarks on the astronomy of the brahmins. Read by the author, 2 March 1789. *Transactions of the Royal Society of Edinburgh* 2, art. 13: 135–92.

Poliakov, Léon

    1974 The *Aryan myth: A history of racist and nationalist ideas in Europe*. Trans. Edward Howard. London: Chatto, Heinemann for Sussex University Press.

Prichard, James Cowles

    1813 *Researches into the physical history of man*. Ed. with an introductory essay by George W. Stocking, Jr. Chicago: University of Chicago Press, 1973.

    1831 *The eastern origin of the Celtic nations proved by a comparison of their dialects with the Sanskrit, Greek, Latin and Teutonic languages. Forming a supplement to Researches into the physical history of mankind*. Oxford: Oxford University Press.

    1843 *The natural history of man; comprising inquiries into the modifying influence of physical and moral agencies on the different tribes of the human family*. London: H. Baillière.

Prinsep Charles C.

1885 *Record of services of the Honourable East India Company in the Madras Presidency from 1741 to 1858.* London: Trübner & Co.

Raffles, Thomas Stamford

1965 [1817] *The history of Java.* 2 vols. Kuala Lumpur: Oxford University Press.

Raghavan, V., ed.

1957–58 The Sarva-deva-vilasa. Pts. 1 and 2. *Adyar Library bulletin* 21: 314–414; 22: 45–118.

Ramaswami, N.S.

1985 *Madras Literary Society: A history: 1812–1984.* Madras: Madras Literary Society.

Rao, Velcheru Narayana, David Shulman, and Sanjay Subrahmanyam

2003 *Textures of time: Writing history in South India.* New York: Other Press.

Robb, Peter

1998 Completing "our stock of geography", or an object "still more sublime": Colin Mackenzie's survey of Mysore, 1799–1810. *Journal of the Royal Asiatic Society, ser.* 3, 8: 181–206.

Roberts, Major R.E.

1808 Specimen of the language of the people inhabiting the hills in the vicinity of Bhagulpoor. *Asiatic researches* 5: 127–30.

Rocher, Ludo

1986 *The Puranas.* Vol. 2, fasc. 3 of *A history of Sanskrit literature,* ed. Jan Gonda. Wiesbaden: Otto Harrassowitz.

Rocher, Ludo, and Rosane Rocher

1994–95 The *Puranarthaprakasa: Jones's primary source on Indian chronology. Bulletin of the Deccan College Post-graduate & Research Institute,* Pune, 54–55: 47–71.

Rocher, Rosane

1961 *Alexander Hamilton (1762–1824): A chapter in the early history of Sanskrit philology.* American Oriental Series, vol. 51. New Haven: American Oriental Society.

1983 *Orientalism, poetry and the millennium: The checkered life of Nathanial Brassey Halhed, 1751–1830.* Delhi: Motilal Banarsidass.

Said, Edward

1978 *Orientalism.* New York: Pantheon Books.

Scharfe, Hartmut

1977 *Grammatical literature.* Vol. 5, fasc. 2 of *A history of Indian literature,* ed. Jan Gonda. Wiesbaden: Otto Harrassowitz.

Schedel, Hartmann

1493 *Liber chronicorum* (the Nuremberg chronicle). Nuremberg: Anton Koberger.

Schlegel, Friedrich

1808 *Über die Sprache und Weisheit der Indier: Ein Beitrag zur Begründung der Alterthumskunde.* Heidelberg: Mohr und Zimmer.

Schmitthenner, Peter Lee

1991 Charles Philip Brown, 1798–1884: The legacy of an East India Company servant and scholar of South India. Ph.D. diss., University of Wisconsin, Madison.

2001 *Telugu resurgence: C.P. Brown and cultural consolidation in nineteenth-century South India.* New Delhi: Manohar.

Schwab, Raymond

1984 The *Oriental renaissance: Europe's rediscovery of India and the East 1680–1880.* Trans. Gene Patterson-Black and Victor Reinking. Foreword by Edward Said. New York: Columbia University Press.

Selby, Martha

2000 *Grow long blessed night: Love poems from classical India.* Oxford: Oxford University Press.

Seshadri, P.

1912 *An Anglo-Indian poet, John Leyden.* Madras: Higginbotham & Co.

Shaw, Lieutenant Thomas

1807 On the inhabitants of the hills near Rajamahall. *Asiatic researches* 4: 31–96.

Shulman, David.

> 2001 First grammarian, first poet: A south Indian vision of cultural origins. *Indian economic and social history review* 38, 4: 353–71.

Smith, G.

> 1848 John Leyden. *Calcutta review*, September.

Smith, Janet S.

> 1996 Japanese writing. In Daniels and Bright 1996, pp. 209–17.

Staal, J.F.

> 1976 Sanskrit philosophy of language. In *History of linguistic thought and contemporary linguistics,* ed. Herman Parret. Berlin: Walter de Gruyter.

Staal, J.F, ed.

> 1972 *A reader on the Sanskrit grammarians.* Cambridge: MIT Press.

Stepan, Nancy

> 1982 *The idea of race in science: Great Britain 1800–1960.* London: Macmillan.

Stevenson, John

> 1841–44a An essay on the language of the aboriginal Hindus. *Journal of the Bombay Branch of the Royal Asiatic Society* 1: 103–26.

> 1841–44b An essay on the vernacular literature of the Marathas. *Journal of the Bombay Branch of the Royal Asiatic Society* 1: 1–10.

> 1843 Observations on the Maráthí language. *Journal of the Royal Asiatic Society*, pp. 84–91.

> 1849–51 Observations on the grammatical structure of the vernacular languages of India. *Journal of the Bombay Branch of the Royal Asiatic Society* 3, pt. 1: 71–76; pt. 2: 1–7, 196–202.

> 1853a A comparative vocabulary of the non-Sanscrit vocables of the vernacular languages of India. *Journal of the Bombay Branch of the Royal Asiatic Society* 4: 117–31.

> 1853b Comparative vocabulary of non-Sanscrit primitives in the vernacular languages of India, part II. *Journal of the Bombay Branch of the Royal Asiatic Society* 4: 319–39.

1853c Observations on the grammatical structure of the vernacular languages of India, no. 4–the pronoun. *Journal of the Bombay Branch of the Royal Asiatic Society* 4: 15–20.

Stewart, Dugald

1827 *Elements of the philosophy of the human mind*. Vol. 3. London: John Murray.

Stocking, George W.

1973 Introduction to Prichard 1813.

1987 *Victorian anthropology*. New York: The Free Press; London: Collier Macmillan Publishers.

Subramaniam, T.N.

1953–57 *South Indian temple inscriptions*. 3 vols. Madras: Government Oriental Manuscripts Library.

Subrahmanya Sastri, P.S.

1934 *History of grammatical theories in Tamil and their relation to the grammatical literature in Sanskrit*. Reprint, Chennai: Kuppuswami Sastri Research Institute, 1997.

Taylor, Isaac

1883 *The alphabet*. 2 vols., London:

c. 1889 *The origin of the Aryans; an account of the prehistoric ethnology and civilisation of Europe*. London: Walter Scott.

Taylor, Rev. William

1838 *Examination and analysis of the Mackenzie manuscripts deposited in the Madras College Library*. Reprinted from the *Journal of the Asiatic Society*. Calcutta n.p.

1857–62 *A catalogue raisonné of Oriental manuscripts in the Government Library*. 3 vols. Madras: H. Smith.

Tiruvalluvar

1980 *The 'sacred' Kurral of Tiruvalluvar-Nayanar, with introduction, grammar, translation, notes, lexicon and concordance (in which are reprinted Fr. Beschi's and F.W. Ellis versions)*. Trans. G.U. Pope. New Delhi: Asian Educational Services.

Trautmann, Thomas R.

1981 *Dravidian kinship.* Cambridge Studies in Social Anthropology, 36. Cambridge: Cambridge University Press.

1987 *Lewis Henry Morgan and the invention of kinship.* Berkeley: University of California Press.

1992 The revolution in ethnological time. *Man* n.s. 27: 379–97.

1997 *Aryans and British India.* Berkeley: University of California Press.

1999 Hullabaloo about Telugu. *South Asia research* 19.1, pp. 53–70.

1999b Inventing the history of South India. *In Invoking the past: The uses of history in South Asia*, ed. Daud Ali, pp. 36–54. New Delhi: Oxford University Press

2001a Kinship, language, and the construction of South India. In *Structure and society in early South India: Essays in honour of Noboru Karashima,* ed. Kenneth R. Hall, pp. 181–97. New Delhi: Oxford University Press.

2001b Dr. Johnson and the pandits: Imagining the perfect dictionary in colonial Madras. *The Indian Economic and Social History Review* 38, 4: 375–97.

Forthcoming   Explosion in the grammar factory.

Trevelyan, Charles, J. Prinsep, et al.

1834 *The application of the Roman alphabet to all the Oriental languages.* Serampore: Mission Press.

van der Kuijp, Leonard W.J.

1996 The Tibetan script and derivatives. In *The world's writing systems*, ed. Peter T. Daniels and William Bright, section 40, pp. 431–41. New York: Oxford University Press.

Venkata Rao, N.

1953 Dissertation on the Telugu language by Ellis–(1816). *Annals of Oriental research* (University of Madras) 11:1–6.

1957 History of Telugu linguistics. *Annals of Oriental research* (University of Madras) 13:16–25.

1957-58 Word classification in the Telugu language. *Annals of Oriental research* (University of Madras) 14:1–14.

Volney, C-F.

> 1804 *View of the climate and soil of the United States of America.* London: J. Johnson.

Wagoner, Phillip

> 2003 Precolonial intellectuals and the production of colonial knowledge. *Comparative studies in society and history* 45: 783–814.

Warren, (Lieutenant Colonel) John

> 1825 *Kala Sankalita: or, A collection of memoirs on the various modes according to which the nations of the southern parts of India divide time: to which is added, three general tables, wherein may be found by mere inspection the beginning, character, and roots of the Tamul, Telinga, and Mahommedan civil year, concurring, viz. the two former with the European years of the XVIIth, XVIIIth and XIXth centuries, and the latter and these from A.D. 622 (A.H. 1) to 1900.* Madras: College Press.

Waterhouse, David, ed.

> 2004 *The origins of Himalayan studies: Brian Houghton Hodgson in Kathmandu and Darjeeling 1820–1858.* London: Royal Asiatic Society.

Whitefield, Peter

> 1994 *Image of the world: 20 centuries of world maps.* London: British Library.

Wilkins, Charles

> 1808 *A grammar of the Sanskrita language.* London: n.p.

Wilks, Mark

> 1805 *A report on the interior administration, resources and expenditure of the government of Mysoor, under the system prescribed in the orders of the Governor-General in Council, dated 4th September 1799.* Calcutta: Fort William. Reprint, Bangalore: Mysore Government Press, 1864.

> 1810–17 *Historical sketches of South India, in an attempt to trace the History of Mysoor: from the origin of the Hindoo government of that state, to the extinction of the Mohammedan dynasty in 1799.*

Founded chiefly on Indian authorities collected by the Author while officiating for several years as political resident at the court of Mysoor. 3 vols. London: Longman, Hurst, Rees and Orme. Reprint in 2 vols., with notes by Murray Hammick, Mysore: Government Branch Press, 1930.

Wilson, H.H.

    1828 *Mackenzie Collection: A descriptive catalogue.* 2 vols. in one. Calcutta: Asiatic Press.

    n.d. Francis Ellis. *The imperial dictionary of universal biography,* vol. 2, s.v. London, Glasgow and Edinburgh: William Mackenzie.

Wujastyk, Dominik

    1988 A pious fraud: The Indian claims for preJennerian smallpox vaccination. In *Studies in Indian medical history*, ed. G.J. Muelenheld and D.Wujastyk, vol. 2. Groningen: Groningen Oriental Studies.

Wyatt, J.L., ed.

    1894 *Reminiscences of Bishop Caldwell.* Madras: Addison and Co.

Zvelebil, Kamil

    1992 *Companion studies to the history of Tamil literature.* Leiden: E.J. Brill.

    1995 *Lexicon of Tamil literature.* Handbuch der Orientalistik, zweite Abteilung: Indien, Band 9. Leiden: E.J. Brill.